Bộ Giải Nghĩa Kinh Thánh Cựu Ước Tyndale

Ê-sai (Tập 20)

Dẫn Nhập Và Giải Nghĩa

Tác giả: **J. Alec Motyer**

Bản dịch tiếng Việt: **Văn Phẩm Hạt Giống**

Chủ nhiệm biên tập (Anh ngữ): **Donald J. Wiseman**

reSource Leadership International

© 1999 by Alec Motyer

Originally published in English under the title *Isaiah: An Introduction and Commentary (2nd edition Tyndale Old Testament Commentary)* by Inter-Varsity Press, Nottingham; United Kingdom. All rights reserved.

This Vietnamese translation of *Isaiah: An Introduction and Commentary (2nd edition Tyndale Old Testament Commentary)* © 2020 by reSource Leadership International for Theological Education, published by arrangement with Inter-Varsity Press, Nottingham, United Kingdom.

Bản quyền bản dịch tiếng Việt thuộc về reSource Leadership International for Theological Education, xuất bản theo sự thỏa thuận với Inter-Varsity Press, Nottingham, United Kingdom.

Bản dịch tiếng Việt: Văn Phẩm Hạt Giống

Thiết kế bìa: Hoàng Hồng Hạnh

ISBN: 978-1-988990-54-5

Bảo lưu bản quyền. Không được sao chép, lưu trữ trong hệ thống hoặc lưu truyền bất cứ phần nào của ấn phẩm này dưới mọi hình thức, phương tiện; như dưới dạng điện tử, photocopy, ghi âm mà không có sự cho phép bằng văn bản của đơn vị giữ bản quyền, ngoại trừ các trích dẫn ngắn trong những bài phê bình sách.

Phần Kinh thánh tiếng Việt được trích dẫn từ Bản Hiệu đính truyền thống ©2010 bởi Liên hiệp Thánh kinh hội (trừ những phần có ghi chú bản dịch cụ thể). Đã được phép sử dụng. Bản quyền được bảo lưu.

Mục lục

Lời Tựa	3
Lời Tựa của Tác Giả	5
Các Ký Hiệu Viết Tắt Chính	7
Ghi Chú	9
Tài Liệu Đọc Thêm	11
Dẫn Nhập	13
Sứ điệp của Ê-sai	13
Tư tưởng của Ê-sai	15
Quyển sách của Ê-sai	22
Bản Văn	27
Ê-sai và Tân Ước	28
Phân Tích	29
Giải Nghĩa	35
QUYỂN CỦA VUA (1–37)	35
QUYỂN CỦA ĐẦY TỚ (38–55)	180
QUYỂN CỦA NGƯỜI CHIẾN THẮNG (56–66)	269
Phụ lục theo Câu Kinh Thánh	317

Lời Tựa

Bộ Giải Nghĩa Cựu Ước Tyndale (Bản tiếng Anh) được hoàn tất khi cuốn giải nghĩa sách *Ê-sai* này được xuất bản. Mục tiêu xuyên suốt của bộ sách này là cung cấp cho các độc giả nghiêm túc nghiên cứu Kinh thánh những quyển giải nghĩa được cập nhật, dễ sử dụng với trọng tâm là giải thích Kinh thánh nguyên ngữ cùng ý nghĩa của bản văn. Đồng thời, bộ sách giải nghĩa cũng nhắm vào những vấn đề chính mà các nhà phê bình từng sách đã nêu lên. Mỗi tác giả đều có những đóng góp riêng của mình vào sự hiểu biết và niềm tin của tin lành thuần túy.

Năm 1993, nhà in Inter-Varsity cho xuất bản quyển giải nghĩa Kinh thánh công phu *The Prophecy of Isaiah* (Tạm dịch: *Lời tiên tri của Ê-sai*) được viết bởi Tiến sĩ Motyer. Quyển sách được khen ngợi là một đóng góp to lớn, và tác giả được mời tiếp tục đóng góp cho Bộ Giải Nghĩa Kinh thánh Tyndale. Và đây chính là quyển sách được chờ đợi. Mặc dù chứa đựng những ý cốt lõi của tác phẩm trước đó và giữ lại cách phân chia theo cấu trúc và bản văn trước kia, nhưng quyển đúc kết này có nhiều điều mới mẻ và độc đáo.

Ê-sai là quyển sách chứa đựng những hiểu biết thuộc linh sâu sắc cùng lời tuyên bố thú vị về những lời hứa của Đức Chúa Trời. Thật vậy, sách Ê-sai đôi khi còn được biết đến với tên gọi 'quyển Phúc Âm thứ năm'. Vì vậy, dẫu không có gì nghi ngờ về tính uyên bác của ông, nhưng có lẽ chính tấm lòng của một người rao giảng Lời Chúa của tác giả Alec Motyer thể hiện rõ ràng nhất trong quyển giải nghĩa này, mang đến tính áp dụng thích hợp cho hội thánh và độc giả Cơ Đốc ngày nay.

Riêng đối với Cựu Ước, không có một bản dịch Anh ngữ nào phản chiếu bản văn nguyên ngữ cách thỏa đáng. Quyển giải nghĩa này dựa trên bản dịch New International Version (NIV), nhưng cũng có đề cập đến các bản dịch khác, và thỉnh thoảng tác giả cũng dùng bản dịch của chính mình. Khi cần thiết, từ ngữ được chuyển tự để giúp độc giả không quen thuộc với tiếng Hê-bơ-rơ nhận biết chính xác từ ngữ đang được nói đến.

Tiếp tục quan tâm đến ý nghĩa và thông điệp của Cựu Ước, hy vọng rằng bộ sách giải nghĩa này sẽ đẩy mạnh việc nghiên cứu một cách hệ thống sự mặc khải của Đức Chúa Trời và ý muốn cùng phương cách của Ngài như chúng ta nhìn thấy trong những ký thuật này. Lời cầu nguyện của người biên tập, nhà xuất bản cũng như các tác giả, là những quyển giải nghĩa Kinh thánh này sẽ giúp nhiều người hiểu, và đáp ứng với Lời Đức Chúa Trời ngày hôm nay.

D.J. Wiseman

Lời Tựa của Tác Giả

Tôi đã bắt đầu viết quyển 'Giải nghĩa Kinh thánh sách Ê-sai dành cho độc giả' để đồng hành với các độc giả trong việc đọc Kinh thánh hằng ngày. Và tôi tin rằng những người sử dụng sách theo cách này sẽ gặt hái những phần thưởng to lớn nhất. Điều đó không có nghĩa là không thể dùng sách này để tìm ngay những câu hay đoạn Kinh thánh đang cần, vì tôi đã cố gắng hết sức để không lẩn tránh những vấn đề khó hiểu. Và ở những chỗ như vậy, tôi tự hỏi điều hữu ích nhất mà một độc giả đang cầm Kinh thánh trong tay muốn biết là gì.

Năm 1993, nhà in IVP đã có thiện chí xuất bản quyển giải nghĩa công phu hơn của tôi, *The Prophecy of Isaiah*, và cũng công bằng khi so sánh quyển giải nghĩa Kinh thánh này với quyển trước. Trước tiên, tôi cảm thấy thoải mái khi sử dụng lại bố cục sách Ê-sai mà tôi đã sắp xếp trong quyển trước. Một số nhà phê bình phê phán khía cạnh này hay khía cạnh kia trong cách phân tích của tôi, nhưng dù tôi hứa với họ là tôi sẽ cân nhắc điều họ viết, tôi vẫn không cảm thấy được thuyết phục để phải thay đổi. Không phải lúc nào Ê-sai cũng dừng lại để đánh dấu chia đoạn cho chúng ta, nên chúng ta đến với bản văn quý giá của ông và làm hết sức có thể. Ví dụ, tôi không thấy có vấn đề gì thái quá khi phân chia sách sau chương 37 thay vì chương 39. Với phương pháp tiếp cận Ê-sai rất khác tôi, tác giả R. E. Clements lưu ý rằng 'người biên tập hoàn toàn có chủ ý khi cố gắng sử dụng những câu chuyện tường thuật này [tức là chương 36–39] để tạo cầu nối giữa bối cảnh của 'người A-si-ri' từ chương 1 đến chương 35 và bối cảnh của 'người Ba-by-lôn' từ chương 40 đến 66, trong đó chương 39 là đoạn chuyển tiếp then chốt' (*Isaiah 1–39*, New Century Bible [Eerdmans/ Marshalls, 1980], tr. 277). Tôi chỉ biến 'cây cầu' thành 'đường biên giới có thể băng qua'.

Thứ hai, phần lớn việc giải thích và diễn giải trong quyển này chắc chắn được diễn đạt cách mới mẻ và có khá nhiều nội dung mới. Đây là điều đáng phải làm khi chúng ta đến với kho báu vô tận là Lời Đức Chúa Trời. Tôi rất hiếm khi trích lại từ quyển *The Prophecy of Isaiah*.

Như lần trước, tôi vô cùng biết ơn Nhà xuất bản Inter-Varsity, cùng giám đốc và các biên tập viên hết sức tử tế. Tôi thậm chí cũng không thể nhớ rõ thời điểm George Manley đã mời tôi góp quyển giải nghĩa sách Ê-sai vào Bộ Giải nghĩa Kinh thánh Tyndale là khi nào, vì cách đây quá lâu rồi! Sau khi đưa cho họ quyển giải nghĩa công phu hơn (mà họ không hề yêu cầu!), và nghĩ rằng chắc chắn cơ hội đóng góp cho bộ Tyndale là một sự lãng phí (điều đáng buồn là nhiều chuyện khác trong cuộc sống cũng vậy), thì tôi vừa ngạc nhiên vừa háo hức khi Frank Entwistle đã nhắc lại lời mời. Giống như người tiền nhiệm Ronald Inchley, Frank Entwistle còn hơn cả một người bạn tử tế và kiên nhẫn đối với tôi. Chính vì để nâng cao giá trị của quyển sách mà tôi đề tặng cho ba người này, và cho biên tập viên hiện tại của Bộ Giải nghĩa Kinh thánh Cựu Ước Tyndale, những người tôi mang ơn rất nhiều.

Kế hoạch ban đầu là thực hiện cuốn giải nghĩa gồm hai quyển và tôi vui mừng khi Derek Kidner đã phản hồi tích cực với ước ao của tôi là đề tặng quyển hai cho ông. Chắc chắn tôi sẽ không để cho việc sáp nhập quyển hai (Ê-sai 38–66) vào quyển một tước đoạt của tôi niềm vui và vinh dự ghi tên ông vào quyển sách của mình - ngay cả với giá phải trả là tôi phải viết trang đề tặng dài hơn! Tôi xem đây là vinh dự lớn khi có được mối quan hệ nhỏ này với một người vừa là người bạn lớn vừa là người đóng góp nhạy bén và tuyệt vời hơn tôi rất nhiều cho nghệ thuật giải nghĩa Kinh thánh Cựu Ước.

Bộ Giải nghĩa Kinh thánh Cựu Ước Tyndale được bắt đầu năm 1964 với quyển giải nghĩa sách Châm Ngôn thật thú vị của tác giả Derek Kidner, nhưng phải mất một thời gian dài mới hoàn tất được trọn bộ, và lỗi phần lớn là ở tôi. Đức Chúa Trời đã vui lòng sử dụng từng quyển chú giải riêng lẻ cho sự vinh hiển của Ngài để giúp nhiều độc giả hiểu biết Lời Chúa cách đầy đủ và sâu nhiệm hơn thế nào, thì nguyện Ngài càng vui lòng hơn nữa khi sử dụng bộ chú giải đã hoàn tất này cũng với mục đích cao cả đó thế ấy!

Alec Motyer

Bishopsteignton, 1998

Các Ký Hiệu Viết Tắt Chính

AV	Authorized Version.
BDB	F. Brown, S. R. Driver and C. A. Briggs, *Hebrew and English Lexicon of the Old Testament* (OUP, 1929).
BHS	R. Elliger (ed.), *Biblia Hebraica Stuttgartensia* (Wurtembergische Bibelanstalt, 1968).
GKC	E. Kautzsch and A. E. Cowley (eds.), *Gesenius' Hebrew Grammar* (OUP, 1910).
KB	L. Koehler and W. Baumgartner, *Lexicon in Veteris Testamenti Libros* (Brill, 1958)
LXX	Septuagint (Bản dịch Cựu Ước tiếng Hy Lạp)
MT	Bản văn Masoretic (Kinh thánh Hê-bơ-rơ)
NASB	New American Standard Bible
NBC	D. A. Carson, R. T. France, J. A. Motyer and G. J. Wenham (eds.), *New Bible Commentary, 21st Century Edition* (IVP, 1994).
NBCR	D. Guthrie, J. A. Motyer, A. M. Stibbs and D. J. Wiseman (eds.), *New Bible Commentary Revised* (IVP, 1970).
NBD	I. H. Marshall, A. R. Millard, J. I. Packer and D. J. Wiseman (eds.), *New Bible Dictionary*, 3rd edn (IVP, 1996).
NIV	New International Version
NKJV	New King James Version
Q[a]	The St Mark's Isaiah Scroll, Qumran
RSV	Revised Standard Version
RV	Revised Version
BTT	Bản Kinh thánh Truyền Thống
TTHĐ	Bản Kinh thánh Truyền Thống Hiệu Đính 2010
BDM	Bản Dịch Mới
BHĐ	Bản Hiện Đại
ND	Người dịch (chú thích của người dịch)

Ghi Chú

Các câu Kinh thánh tham chiếu trong phiên bản tiếng Anh của sách này lấy từ bản New International Version ấn bản 1984, trừ khi có ghi chú khác. Các chữ cái viết thường a, b, c, v.v... chỉ các dòng trong câu Kinh thánh đang được nói đến.

Danh Thánh. Trong Cựu Ước được viết bằng tiếng Hê-bơ-rơ, tên riêng chỉ Đức Chúa Trời của Y-sơ-ra-ên được biểu thị bởi bốn phụ âm tiếng Hê-bơ-rơ, thường được hiểu là cách diễn đạt chữ *Yahweh*. Sự đắn đo do phần lớn chưa quen đã ngăn cản những người dịch Kinh thánh sang Anh ngữ sử dụng Danh Thánh này, nên họ dùng bốn chữ cái viết hoa LORD (Đức Giê-hô-va hoặc CHÚA trong bản Việt ngữ) theo quy ước. Chữ 'Lord' tượng trưng cho một danh từ tiếng Hê-bơ-rơ (*'ădōnāy*) cũng với ý nghĩa đó.

Đối xứng đầu cuối *(Inclusio).* Những tiến triển trong hiểu biết của chúng ta về cấu trúc thơ ca Hê-bơ-rơ (vd: xem E. R. Follis [ed], *Directions in Biblical Hebrew Poetry* [Sheffield Academic Press, 1986]) đã ghi nhận cấu trúc được gọi là 'đối xứng đầu cuối', nghĩa là 'mở - đóng ngoặc' bài thơ hoặc khổ thơ bằng những từ ngữ giống nhau hoặc ý tưởng hợp nhau.

Ký hiệu 'căn bậc hai' ($\sqrt{}$) được dùng như một cách diễn đạt thuận tiện hình thức gốc của các động từ trong tiếng Hê-bơ-rơ, vd: 4:1, tr. 49

Tài Liệu Đọc Thêm

P. Hacking, *Isaiah*, Crossway Bible Guides (Crossway, 1994) thích hợp để học theo nhóm.

B. Webb, *The Message of Isaiah*, The Bible Speaks Today (IVP; 1996) với nhiều hiểu biết sâu sắc và ý nghĩa áp dụng, vô cùng hữu ích cho việc nghiên cứu cá nhân.

D. Kidner, 'Isaiah', trong *The New Bible commentary; 21st Century Edition* (IVP, 1994). Rất ích lợi cho người lần đầu học sách Ê-sai. Rất nhiều nhận thức sáng suốt.

J. N. Oswalt, *The Book of Isaiah 1–39* (Eerdmans, 1986) là một nghiên cứu rất đầy đủ theo thể thức của một quyển giải nghĩa Kinh thánh tiêu chuẩn, trình bày những ý kiến trái ngược và kiên nhẫn tháo gỡ các vấn đề. Đang mong chờ quyển 2.

J. A. Motyer, *The Prophecy of Isaiah* (IVP, 1993) khó 'đọc' hơn quyển chú giải hiện tại hay quyển của Oswalt. Quyển này đào sâu về văn chương và cấu trúc thơ ca, xem chúng như là công cụ để diễn đạt ý nghĩa và sứ điệp. Quyển này cần đọc từ từ!

David Stacey, *Isaiah 1–39* (Epworth, 1993). Một nghiên cứu dễ chịu và hữu ích, và là phần giới thiệu hay cho quan điểm 'đa tác giả' của sách Ê-sai.

P. D. Miscall, *Isaiah* (JSOT Press, 1993) giống như đọc từ 1:1–66:24 chung với một người bạn có sự hiểu biết phi thường, biết dừng lại ở những từ ngữ hay cụm từ chính để giải thích ý nghĩa của chúng trong các ngữ cảnh khác nhau trong sách Ê-sai. Thật vô cùng ích lợi!

E. J. Young, *The Book of Isaiah* (Eerdmans, 1965) là quyển sách rất truyền thống bảo thủ. Chuyên môn chính của Young là nhà ngôn ngữ, và đặc biệt trong lĩnh vực này, phần giải nghĩa của ông có giá trị rất lớn.

J. Skinner, *Isaiah*, 2 quyển (CUP, 1902, 1905) theo quan điểm 'có ba tác giả Ê-sai'. Ông luôn có điều gì đó soi sáng và hữu ích cho độc giả trong tác phẩm giải thích cẩn thận từng câu một của mình.

J. D. Smart, *History and Theology in Second Isaiah* (Epworth; 1967), và U. E. Simon, *A Theology of Salvation, Isaiah 40–55* (SPCK, 1953), sử dụng phong cách 'bình luận tại chỗ' với những hiểu biết sâu sắc về sự thay đổi trong ý nghĩ của nhà tiên tri.

Dẫn Nhập

Sứ điệp của Ê-sai

Đối diện với sáu mươi sáu chương, hết trang này đến trang khác trong một tác phẩm kéo dài liên tục thật là một công việc dễ khiến độc giả nản chí. Trong phần Dẫn nhập này, tôi giới thiệu phần 'điểm sách cho độc giả', có thể xem đây là một nỗ lực nhằm khảo sát khu rừng trước khi nghiên cứu các loài cây. Xin hãy đọc phần này trước khi bắt đầu bàn luận bản văn Kinh thánh, tra cứu các câu tham chiếu được cung cấp (cũng không quá nhiều đâu).

a. Ê-sai 1–5

Ký thuật về sự kêu gọi Ê-sai (6:1 và các câu tiếp theo) cung cấp một 'dấu hiệu' thuận lợi, ngụ ý rằng chương 1–5 là phần giới thiệu. Như sách Giải nghĩa này cho thấy (tr. 35–55), phần giới thiệu này trở thành phần quan sát khiến độc giả hài lòng. Trong những chương này, Ê-sai phác họa hoàn cảnh ông được kêu gọi. Chủ đề cơ bản của những chương này là sự bất tuân (1:2–4, 15–16, 19–20; 2:5–9; 3:8–9; 5:7) nằm giữa hai ý nói đến hy vọng và tuyệt vọng: một mặt, Chúa có tương lai cho dân sự Ngài (1:26–28; 2:2–4; 4:2–6), mặt khác, tội lỗi phải bị trừng phạt (1:5–6; 24–25; 2:20–11; 3:11). Ý thứ hai nổi trội: chương 5 không có dấu vết hy vọng nào, và kết thúc bằng khải tượng về sự tối tăm bao trùm (5:29–30).

b. Ê-sai 6–12

Mở đầu bằng câu chuyện về một tội nhân được thanh tẩy (6:5, 7), phần này kết thúc với bài ca về một cộng đồng được cứu (12:1–6). Ở giữa là phần tiêu biểu cho toàn bộ sách Ê-sai: xem đề tài phụ từ phần trước là chủ đề chính. Trong 1:26 sự vinh hiển hầu đến của Si-ôn được báo trước bằng những thuật ngữ liên quan đến Đa-vít: Đa-vít là người đầu tiên chiếm Giê-ru-sa-lem (2 Sa 5:6–9) và mọi việc chưa được như 'lúc ban đầu', tức là thời của Đa-vít quay trở lại. Chủ đề liên quan đến Đa-vít này là trọng tâm của chương 7 đến chương 11. Tương phản với bối cảnh vua A-cha bội đạo (7:10–12) là ánh sáng của vị Vua hoàn hảo sẽ đến (7:14; 9:1–7; 11:1–9).

c. Ê-sai 13–27

Trong sự hiện thấy về vị Vua hoàn hảo sẽ đến, có một chủ đề phụ là đế quốc toàn cầu mà Ngài sẽ cai trị (9:7; 11:4, 6–9, 14–16). Liệu đây là lối nói cường điệu bày tỏ mong ước hay là một hy vọng có cơ sở vững chắc? Toàn cảnh thế giới, thật ra là vũ trụ, của chương 13–27 là nhằm đưa ra câu trả lời. Ê-sai 13:9–13, cùng với 14:1, trình bày triết lý lịch sử làm cho những chương này trở nên sống động: Chúa là Đấng cai trị thế giới và khi 'ngày' của Ngài đến thì Ngài sẽ sử dụng quyền cai trị của mình trên trời cũng như đất, nhưng trọng tâm mọi hoạt động của Ngài là lòng thương xót đối với dân sự. Si-ôn chắc chắn có một vị trí trong kế hoạch của Ngài (14:32) và là nơi trú ẩn cho thế giới hỗn loạn (16:5); người cai trị Si-ôn có khi là Đa-vít (16:5), có khi là Đức Giê-hô-va (24:23). Sự tương phản của hai thành phố là đỉnh điểm đầy kịch tính của toàn bộ chuỗi sự kiện: thành của thế gian sụp đổ - tức nỗ lực của con người nhằm sắp xếp thế giới mà không cần đến Đức Chúa Trời (24:10), và thành cứu rỗi chắc chắn (26:1) là thành đứng vững.

d. Ê-sai 28–37

Ngay trong bức tranh toàn cảnh thế giới từ chương 13–27, mục đích cuối cùng của Chúa về 'một thế giới, một dân, một Đức Chúa Trời' được trình bày dưới dạng bản đồ thế giới như Ê-sai đã biết: Y-sơ-ra-ên bị kẹp giữa Ai Cập, siêu cường quốc tương lai và A-si-ri, siêu cường quốc hiện tại. Đến thời kỳ cuối cùng, Chúa sẽ khiến họ trở thành một khối hợp nhất; bình đẳng (19:23–25; 27:11–13). Trong thời của Ê-sai, có lẽ dân sự của vương quốc Giu-đa bù nhìn nhỏ bé nghi ngờ tính thực tế của hy vọng như thế là phải lắm! Để trả lời cho câu hỏi được nêu lên hay được hiểu ngầm này, Ê-sai đi tiếp đến chương 28–37, bàn đến lịch sử có thật, liên quan đến Giu-đa, Ai Cập và A-si-ri. Chính những quốc gia này tạo nên bộ ba lai thế học (eschatological trio) rối rắm. Trong chương 28; Giê-ru-sa-lem dường như bị kết tội cách đúng đắn (câu 11), nhưng hòn đá góc nhà của Chúa ở đó (câu 16) và vẫn y nguyên để mọi người nhìn thấy cách người nông dân thiên thượng sẽ xử lý cánh đồng của mình (câu 23–29). Thật vậy, mục đích của Ngài là giải cứu vào giờ thứ mười một (29:1–8). Dân Giu-đa đã cùng với Ai Cập phạm tội (30:12) và khiến chúa tể A-si-ri của họ nổi cơn thịnh nộ. A-si-ri là kẻ thù vô danh ở 30:17. Nhưng điều mà người ta tưởng là sức mạnh của Ai Cập thì chẳng có ý nghĩa gì (30:7), và mục đích nguyên thuỷ của Chúa đó là cuộc hành quân của người A-si-ri chống lại Si-ôn chính là đoàn người đưa A-si-ri đến giàn thiêu (30:33). chương 36–37 ghi lại tất cả những việc này đã thật sự xảy ra như thế nào (37:36–38).

e. Ê-sai 38–55

Việc giải cứu Giê-ru-sa-lem ra khỏi mối đe dọa của A-si-ri và bằng chứng lịch sử về quyền tể trị thiên thượng trong việc sắp xếp lịch sử thế giới là đề tài bao trùm chương 28 đến 37. Nhưng có một chủ đề phụ riêng biệt nữa, đó là sự giải cứu lớn này hoàn toàn trái ngược với những gì lãnh đạo và dân thành Giê-ru-sa-lem đáng nhận. Cũng có thể nói như thế đối với chương 7–11, khi vị Vua sẽ đến là một lời hứa mà họ không đáng được nhận lãnh, nhưng mối bận tâm chính của tác giả ở đây là tội lỗi của giới lãnh đạo, dù phần trước đó thừa nhận tội lỗi của toàn dân tộc (vd: 8:11–12, 19). Không có phân đoạn nào hoàn toàn giống 30:8–17. Tương tự; dù danh hiệu lớn trong sách Ê-sai, Đấng Thánh của Y-sơ-ra-ên, xuất hiện ở 10:20, nhưng trong chương 28–35, danh hiệu này xuất hiện thường xuyên hơn trong toàn bộ phần còn lại của sách Ê-sai từ chương 1 đến chương 37 (29:19, 23; 30:11–12, 15; 31:1; 37:23): cả dân tộc sẽ khước từ Đấng Thánh một cách rõ ràng (30:11). Do đó, vấn đề sâu xa hơn là làm thế nào Giu-đa có thể hoặc không thể sinh sống trong tình hình chính trị vũ lực thời đó. Còn tội lỗi và sự nổi loạn, khước từ lời của Đức Giê-hô-va (28:11–12) và Chúa của lẽ thật (30:10–11) thì sao? Tội lỗi của Ê-xê-chia là minh họa rõ ràng cho tình trạng này, được mô tả chi tiết trong chương 38 và 39. Chọn sự an toàn qua mối liên kết với Mê-rô-đác Ba-la-đan (39:1–4) là ném lời hứa của Chúa về sự an ninh và giải cứu (38:6) vào mặt Ngài và từ bỏ con đường đức tin. Hậu quả là Chúa của lịch sử sẽ dùng sức mạnh của lịch sử để sửa phạt dân Ngài khi còn trên đất (39:5–7; 42:18–25). Tuy nhiên, lòng thương xót sẽ chiến thắng, và sự an ủi của Chúa sẽ đến với dân sự như được loan báo ở 40:1–2: 'thời kỳ tranh chiến' (40:2a) đã kết thúc; kẻ Khôi phục là vua Si-ru sẽ cho những người lưu đày hồi hương và Giê-ru-sa-lem sẽ được khôi phục (44:28; 45:13; 48:20–22). Ngoài ra, tội lỗi sẽ được khỏa lấp và trả hết (40:2b): Đầy tớ của Đức Giê-hô-va, Đấng Cứu Chuộc, sẽ đem dân sự trở về với Đức Chúa Trời (49:5–6) bằng cách mang lấy tội lỗi của họ (53:8, 12).

f. Ê-sai 56–66

Ê-sai nhìn thấy trước rằng dân sự sẽ không vui mừng lắm khi Si-ru là kẻ khôi phục họ (45:9–11) và thật dễ dàng nhận biết tại sao họ cảm thấy như vậy. Họ bị đày ra khỏi Giê-ru-sa-lem như một dân bị trị, bị thống trị bởi đế quốc Ba-by-lôn hùng mạnh. Hồi hương dưới sự cho phép của Si-ru; vua Ba Tư thì tình hình của họ không hề có sự thay đổi; họ vẫn là dân bị trị, vẫn ở dưới quyền lực của đế quốc. Đa-vít chưa trở về, vua bù nhìn ở Si-ôn giờ đây thậm chí còn không có. Chủ quyền quốc gia dường như chỉ là giấc mơ! Vậy thì khi nào dân sự của Chúa sẽ thật sự là một dân tự do; được giải phóng khỏi sự đàn áp và thế lực đời này? Đây chính là đề tài Ê-sai hướng đến trong chương 56–66. Đây là phần mở đầu đầy ý nghĩa: dân sự vẫn đang trông chờ sự cứu rỗi của Chúa (56:1). Nhưng Tác nhân của Đức Giê-hô-va thì đã sẵn sàng: Đấng sẽ lau khô nước mắt của dân Ngài (61:1–3), tiêu diệt kẻ áp bức họ (62:8) và chính Ngài thực thi hai công tác lớn là cứu rỗi và báo thù (63:1–6). Cuối cùng, Giê-ru-sa-lem sẽ là trung tâm của Trời mới Đất mới (65:17–25).

Tư tưởng của Ê-sai

Thật không quá khi nói rằng ngày nay quan điểm của các chuyên gia thay đổi nhanh chóng, không còn nhấn mạnh về những điểm khác biệt ngay trong sách Ê-sai mà hướng đến những sự đồng nhất lớn kết hợp tất cả lại với nhau. Điều này không có nghĩa là giới chuyên môn tiến gần hơn đến chỗ khẳng định sách Ê-sai chỉ có một tác giả, là Ê-sai ở Giê-ru-sa-lem: không hề. Nhưng quan điểm cứng nhắc về quyển Ê-sai thứ nhất, quyển thứ hai và quyển thứ ba cách nhau hàng trăm năm đang nhường chỗ cho quan điểm về 'trường phái Ê-sai' đang phát triển. Đây là quan điểm kéo dài; mở rộng và tái áp dụng lời dạy của người thầy-tiên tri[1]. Dầu gì đi nữa, việc đổ lỗi cho những người gìn giữ bản văn bằng văn tự ngày xưa, xem họ là những người khờ dại hay bất cẩn đều không hợp lý, bởi vì mọi bằng chứng đều cho thấy họ là những người làm việc hết sức cẩn thận. Chúng ta không thể chấp nhận khi các học giả, một mặt thì cho rằng quyển Áp-đia ngắn ngủi chính là tác phẩm của Áp-đia hay thậm chí như một vài người còn nói là ai đó đã tự nghĩ ra một tên cho tác giả của sách Ma-la-chi để cho thấy rằng đó là sách do Ma-la-chi viết, rồi mặt khác, lại lập luận rằng Ê-sai 40–55; đỉnh cao của Lời tiên tri Cựu Ước, được thêm vào Ê-sai 1–39 vì những người sao chép chỉ còn lại một nửa cuộn Ê-sai sau khi họ chép lại Ê-sai chương 1 đến chương 39 (vì vậy họ mới thêm vào Ê-sai 40–55). Vì vậy; thật đáng hoan nghênh khi đông đảo các học giả bắt đầu xem sách Ê-sai là một quyển hợp nhất.

---

[1] Một bài phê bình hữu ích trong nghiên cứu mới đây có trong Society for Biblical Literature's Seminar Papers (Scholars Press; Atlanta, 1991), đặc biệt R.Rendtorff, *The Book of Isaiah: A Complex Unity*. Xem thêm B. S. Childs, *Introduction to the Old Testament as Scripture* (SCM, 1979), trang 311ff.; W. S. LaSor, D. A. Hubbard và F. W. Bush, *Old Testament Survey* (Eerdmans/Paternoster, 1982), trang 365ff.; và R. B. Dillard vàT. Longman, *An Introduction to the Old Testament* (Apollos, 1995); trang 267 trở đi.

a. Lịch sử và đức tin

Khi nói đến sự dạy dỗ rằng đức tin vào lời hứa của Đức Chúa Trời là thực tế riêng lẻ quan trọng nhất đối với dân sự của Chúa thì Ê-sai chính là Phao-lô của Cựu Ước. Nội dung này là trọng tâm của các chương 1–37. Khi cho rằng đức tin là sức mạnh nâng đỡ con dân Chúa trong những ngày đen tối của cuộc đời thì ông là 'tác giả sách Hê-bơ-rơ' của Cựu Ước. Nội dung này là trọng tâm của các chương 38–55. Ông cũng là Gia-cơ của Cựu Ước khi khẳng định rằng 'đức tin phải hành động', phải bày tỏ qua sự vâng lời. Đó là trọng tâm của các chương 56–66. Đằng sau tất cả những điều này là lịch sử ông đã đi qua và những sự kiện tương lai mà ông thấy trước.

i. Đức Chúa Trời và lịch Sử

Trong 10:5–15, Ê-sai chỉ ra cách lịch sử 'vận hành'. Ông nhìn thấy hai nguyên tắc cơ bản. Nguyên tắc thứ nhất là dòng chảy của lịch sử nằm trong tay Đức Chúa Trời theo ý nghĩa Ngài là Đấng điều khiển hoàn toàn. Chúa không phải như đứa bé, thả chiếc thuyền buồm bằng mô hình xuống hồ; rồi tin rằng gió đem nó sang bờ hồ bên kia mà không rõ chuyện gì sẽ xảy ra trên đường đi. Ngài cũng không giống người thầy dạy chơi cờ, kiên nhẫn chờ đợi đối thủ di chuyển con cờ, rồi đánh trả đối thủ để giành chiến thắng. Đối với Ê-sai, ngay cả những siêu cường quốc của thế gian cũng chỉ là cây roi, cái rìu và cái cưa trong bàn tay của Tác nhân thiên thượng duy nhất (10:5, 15). Thứ hai, trong chương trình của Chúa, lịch sử là tiến trình thực hiện những mục đích đạo đức, là đấu trường của sự lựa chọn và trách nhiệm đạo đức. Do đó, người A-si-ri nằm trong mục đích của Chúa là đem đến hình phạt thích đáng cho Giê-ru-sa-lem (6, 12a): đây là cách cai trị thế gian về đạo đức, làm cơ sở cho khuôn mẫu 'vô tri vô giác' về cây roi, cái rìu và cái cưa. Nhưng người A-si-ri bị loại không phải vì vâng theo ý muốn của Đức Chúa Trời mà vì họ kiêu căng về chính đế quốc của mình (7–11, 13–14): họ bị loại bỏ vì mưu cầu lợi ích cá nhân và vì muốn thỏa mãn tham vọng kiêu ngạo, cho dù người khác bị thiệt hại ra sao. Điều này khiến A-si-ri trở thành người có tội trước Đấng Cai Trị của lịch sử và họ sẽ bị trừng phạt (12b). Theo cách nhìn này, quan điểm của Ê-sai về lịch sử phù hợp với cái nhìn cố định của Kinh thánh (đặc biệt là Cựu Ước), nhìn xa hơn nguyên nhân đầu tiên để thấy nguyên nhân thứ sinh, vì sự ám ảnh bởi nguyên nhân thứ sinh dẫn đến việc phải tự xoay sở để sống, vận hành hệ thống và bước đi cách đúng đắn, còn một cuộc đời có đức tin, lòng tin cậy, 'bám chặt vào Chúa' (xem Công 11:23); và sống vui lòng Chúa là kết quả của việc tập trung vào nguyên nhân đầu tiên.

Minh họa gần nhất của Ê-sai cho việc hiểu lịch sử theo cách này là trong lời gợi ý của ông về con ngựa và người cưỡi ngựa (37:29). Mọi sức mạnh hung bạo đều ở trong con ngựa; mọi mệnh lệnh tối cao ở người cưỡi ngựa. Vì thế, chính vũ đài thể thao là nơi các nhà giải kinh dễ dàng di chuyển giữa việc chúc mừng con ngựa hay người cưỡi ngựa vì đã xong một vòng. Bởi vì có hai 'lực' riêng biệt mặc dầu phối hợp chặt chẽ với nhau trong hành động. Trong lịch sử cũng vậy. Đây là 'thần học lịch sử' khiến Ê-sai trở thành vị tiên tri của đức tin.

ii. Ba cuộc khủng hoảng

Khủng hoảng thứ nhất: Vị vua không tin. Ê-sai phục vụ trong thời gian năm mươi năm từ lúc Ô-xia qua đời (1:1; 6:1, có lẽ năm 739 TC.) đến khi Ê-xê-chia qua đời (1:1, 686 TC.). Đây cũng là giai đoạn quan trọng trong thời kỳ thống trị của đế quốc A-si-ri do Tiếc-la Phi-lê-se III (vua Phun, 2 Vua 15:19) khởi xướng năm 745 TC. Các vùng lãnh thổ của người Pa-lét-tin hầu như ngay lập tức bắt đầu cảm nhận áp lực từ người A-si-ri khi Vua Mê-na-hem chấp nhận địa vị là nước phải nạp triều cống (2 Vua 15:19). Tuy nhiên, khi Phê-ca ám sát con trai Mê-na-hem để lên ngôi (2 Vua 15:25) thì không sẵn sàng chấp nhận để người A-si-ri cai trị cách dễ dàng như vậy. Ông liên kết với Rê-xin, vua A-ram thành liên minh phòng thủ và vì lý do không được công bố, cả hai chống lại Giu-đa. Phải chăng việc này là để tạo áp lực cho A-cha, vua Giu-đa phải gia nhập liên minh, trở thành chiến lược chung của tất cả các lãnh địa người Pa-lét-tin ở phía tây, hay đây là biện pháp trừng phạt vì A-cha đã tự thương lượng với A-si-ri[2] để được an toàn khi xảy ra tấn công bởi ông nhìn thấy trước A-si-ri sẽ chống lại A-ram và Ép-ra-im?[3] Cho dù sự thật là gì, thì mối quan tâm của Ê-sai là A-cha phản ứng thế nào trước mối đe dọa từ phương bắc. Phân đoạn Kinh thánh Ê-sai 7:1–17 xem xét cuộc khủng hoảng, tập trung vào lời Ê-sai kêu gọi đến với đức tin và việc A-cha từ chối lời kêu gọi đó. Đức tin có nghĩa là không phải làm gì trước mối đe dọa từ phương bắc (7:4), mà chỉ hoàn toàn nương dựa trên lời hứa thiên thượng (7:7), nhưng lựa chọn thay thế cho đức tin được nói rõ (7:9): không có con đường nào khác đem đến sự an toàn hoặc tồn tại. Tuy nhiên, A-cha đã từ chối con đường đức tin (7:10–17), mua sự bảo vệ của người A-si-ri (2 Vua 16:5–9); và do đó, theo cách nói không thể nào quên của J. N. Oswalt, ông ta hành động giống như con chuột cầu xin con mèo giúp đánh lại một con mèo khác! Ông đã mua lợi ích ngắn ngủi (theo như Ê-sai thấy trước) với một giá rất đắt. Thật vậy, nền quân chủ của Đa-vít đã kết thúc với A-cha, vì các vị vua còn lại chỉ cai trị như bù nhìn nhờ sự ưu ái của A-si-ri hoặc Ba-by-lôn, và khi cuộc lưu đày diễn ra (586 T.C) thì nền quân chủ đã biến mất, không có vị vua nào lại được cai trị ở Si-ôn. Khi Chúa hứa; đức tin là quyết định mang tính một mất một còn của dân sự Ngài.

Khủng hoảng thứ hai: Đức Giê-hô-va thành tín. Đến thời Ê-xê-chia; Pa-lét-tin ở trong vòng kìm kẹp của A-si-ri: Đa-mách rơi vào tay của Tiếc-la Phi-lê-se năm 732 T.C. Sanh-ma-na-se kế vị năm 727 T.C, đến năm 724 T.C bình ổn cả đế quốc phía đông và bắt đầu chú ý đến phía tây. Ông bao vây Sa-ma-ri, nhưng Sa-ma-ri sụp đổ năm 721 T.C là nhờ Sa-gôn. Như thường thấy trong các liên minh đế quốc cổ đại, việc Sa-gôn lên ngôi được chào đón bởi cuộc nổi loạn lan rộng của các dân bị trị và ông đã dành bảy năm đầu để làm dịu các thuộc địa phía đông và phía bắc. Điều này giúp Ê-xê-chia và các chính trị gia Giê-ru-sa-lem có một ít thời gian nghỉ xả hơi để xem xét lại chính sách đối với A-si-ri. Còn Ai Cập thì sẵn sàng đưa ra lời thề ủng hộ đầy khích lệ nếu các lãnh địa của Pa-lét-tin nổi dậy. Một số lãnh địa đã nổi loạn năm 715 T.C, và những lời thề hứa của người Ai Cập trở nên thật thú vị khi Sa-gôn chiếm Ách-đốt (714 T.C) khiến vua của Ách-đốt chạy trốn sang Ai Cập, và người Ai Cập đã nhanh chóng nộp ông cho người A-si-ri!

Dường như Ê-xê-chia không có liên quan đến cuộc nổi dậy này, vì ông không được kể tên trong những cuộc trả đũa của người A-si-ri, nhưng điều đáng buồn là ngày của ông sắp đến. Kinh thánh 2 Các Vua 18:7 cho biết ông nổi dậy chống lại vua A-si-ri, nhưng phía sau câu nói thẳng thừng đó là sự mê đắm lạ lùng đối với Ai Cập, được Ê-sai mô tả trong chương 28–35. Tính không đáng tin cậy của Ai Cập hoàn toàn chứng minh sự mỉa mai của Ê-sai là đúng (30:3–7), và ông đã hoàn toàn đúng khi chế nhạo những nhà chính trị, vui sướng trước 'việc làm táo bạo' của họ, bởi khi liên minh với Ai Cập, họ chỉ thành công trong việc ký giấy khai tử cho chính mình (28:14–15)! Ê-sai thấy rằng đây (như trong thời của A-cha)

---

[2]Xem J. N. Oswalt, *The Book of Isaiah*, 1-39, New International Commentary on the Old Testament (Eerdmans, 1986), trang 6-7.

[3]Có hai lần Giu-đa bị xâm lược từ phương Bắc. Trong lần thứ nhất (2 Sử 28:5-8; Ê-sai 7:1), dù thành công, nhưng những kẻ xâm lược không tiến vào chiếm Giê-ru-sa-lem. Lần xâm lược thứ hai (2 Sử 28:17-18, 'trở lại') gồm cuộc xâm lăng của người Ê-đôm và người Phi-li-tin.

không phải là vấn đề về sự tinh khôn trong chính trị, mà là vấn đề của đức tin. Ông đã dùng lời Chúa để nói với họ theo cách đơn giản đến nỗi họ cười nhạo cho rằng đó là chuyện con nít (28:9). Ông đã nhắc họ nhớ đến hòn đá vững chắc là những lời hứa của Chúa cho Đa-vít, hòn đá nền móng được đặt tại Si-ôn (28:16), nhưng họ không xây trên đá đó. Ông kêu gọi họ ăn năn, yên nghỉ, yên lặng và tin cậy, là phương cách đem đến sự cứu rỗi và sức mạnh (của chiến binh) (30:15) nhưng họ chọn chủ nghĩa quân phiệt của thế gian (30:16). Đây cũng là sứ điệp cho A-cha, và tình thế không khác nhau lắm, ngoại trừ việc A-cha tìm kiếm sự an toàn nơi kẻ giết người đương thời là A-si-ri, còn Ê-xê-chia tin cậy chuyên gia do tổ tiên truyền lại trong việc thanh trừng sắc tộc (Xuất 1:22). Chỉ một mình Đức Giê-hô-va là Đấng ban sự sống, và chỉ có đức tin là con đường dẫn đến sự sống, mọi phương cách khác đều là con đường dẫn đến sự chết.

San-chê-ríp nhậm chức năm 705 T.C, và đến năm 701 T.C ông chiếm toàn bộ Pa-lét-tin nhờ vào sức mạnh của mình, còn Ê-xê-chia muộn màng nhận ra sự dại dột của mình (37:1–3)⁴. Tuy nhiên. Ê-xê-chia khám phá ra chân lý rằng 'nếu chúng ta thất tín, thì Ngài vẫn thành tín' (2 Ti 2:13). Đức tin là một lực hiệu nghiệm, không phải vì tác động phản xạ của đức tin bên trong linh hồn con người, mà vì đức tin vươn ra đến đối tượng đáng tin cậy. Ê-sai đã biết từ lâu rằng A-si-ri sẽ (có thể nói như vậy) bị thua trận tại Giu-đa (14:24–27); ngay tâm điểm của khủng hoảng ông đã nhắc lại cùng một sứ điệp này (37:21–29); và đã xảy ra đúng như vậy (37:36). Giu-đa được giải cứu đúng như Ê-sai tiên báo, nhờ sự can thiệp vào giờ thứ mười một (29:1–8), và thật vậy, với sự kiện này thời kỳ oanh liệt của cường quốc A-si-ri đã kết thúc.

Khủng hoảng thứ ba: Sự cương quyết của lòng vô tín. Cuộc giải cứu lớn (37:36) ắt hẳn là một kinh nghiệm buồn vui lẫn lộn đối với Ê-xê-chia. Sẽ là một điều rất lạ lùng nếu ông không tự nói với mình 'Giá mà!' Vì ngay trong chuỗi các sự kiện dẫn đến Khối liên minh Ai Cập và phản ứng hung bạo của San-chê-ríp, ngay trong nơi bí mật của hoàng cung; đã có cuộc khủng hoảng đức tin cá nhân đối với vua, là điểm mấu chốt ảnh hưởng đến tương lai đất nước. Khi chúng ta nhận ra rằng trước khi San-chê-ríp xâm lược, có lẽ ngay cả trước khi ông lên ngôi, Ê-xê-chia đã dứt khoát bỏ lòng tin cậy Chúa mà tin vào bản thân và thế gian, thì chúng ta sẽ nhận biết sự thành tín của Chúa thật diệu kỳ biết bao. Ngài đã can thiệp để đập tan A-si-ri trên các ngọn núi của Giu-đa (14:25); không phải vì vua tin cậy vào lời hứa, không phải vì vua xứng đáng được giải cứu, mà chỉ vì Chúa không thể hứa rồi không thực hiện.

Câu chuyện về cuộc khủng hoảng của Ê-xê-chia được kể lại cách đơn giản. Mê-rô-đác Ba-la-đan của Ba-by-lôn là một 'người đấu tranh cho tự do' cách xuất sắc, đã quyết định chấm dứt sự thống trị của A-si-ri. Lần đầu tiên ông đạt được thắng lợi này, cai trị với tư cách là vua của Ba-by-lôn từ 722 T.C cho đến khi ông bị Sa-gôn trục xuất năm 710 T.C. Tuy nhiên, cái chết của Sa-gôn năm 706 T.C đã cho ông cơ hội thứ hai và một lần nữa ông khiến Ba-by-lôn trở thành một vương quốc độc lập. Ắt hẳn vào thời điểm nào đó trong cuộc nổi loạn lần thứ nhì này, ông đã sai sứ thần quan trọng của mình đến với Ê-xê-chia (39:1). Lý do bên ngoài của chuyến viếng thăm là cử chỉ đối với vị vua đang dưỡng bệnh; còn lý do thật sự, được viết trong bức thư đi kèm quà tặng, có thể được suy luận từ phản ứng của Ê-xê-chia (39:2). Rất có thể Ê-xê-chia đã thoả hiệp qua những thương lượng với Ai Cập, và việc được mời tham gia một liên minh nữa với ông hoàng của những kẻ đấu tranh cho tự do chỉ là chuyện nhỏ (nhưng có tính tâng bốc)! Nhưng trong lúc đau bệnh, Ê-xê-chia đã nhận được lời hứa cụ thể từ Đức Chúa Trời: 'Ta sẽ giải cứu con cùng thành này khỏi tay

---

⁴Muốn biết thêm chi tiết, xem phần Giải nghĩa, trang 144 trở đi, 172–180.

vua A-si-ri' (38:6). Từ đó trở đi, vấn đề rõ ràng chỉ là chuyện tin cậy lời hứa và chờ đợi sự ứng nghiệm của lời hứa. Ngược lại, khi chọn con đường liên minh, thì lực lượng vũ trang và các nguồn lực (39:2) cũng là cách khước từ dứt khoát con đường đức tin như Ê-sai đã nhận ra (39:3–7).

Không cần phải tìm kiếm điều gì khó khăn hay lạ lùng trong lời báo trước của Ê-sai về cuộc lưu đày sang Ba-by-lôn. Ba-by-lôn rõ ràng là một cường quốc; Mê-rô-đác Ba-la-đan đã từng giành được cán cân quyền lực ở vùng Mê-sô-bô-ta-mi. Lời báo trước về Ba-by-lôn là thông điệp vô cùng thích hợp cho vị vua mà thông điệp được gửi đến: ông ấy đã chọn Ba-by-lôn và; dù muốn hay không, mọi tài sản khiến ông tự hào sẽ đi đến đó! Nhưng dĩ nhiên, Ê-sai không thể làm gì khác hơn. Thật vậy, hoặc là ông phải xé nát mọi lời tiên tri về những vinh quang của vị vua sẽ đến (9:1–7; 11:1–16; 32:1 và các câu tiếp theo; 33:17), hoặc là ông phải tìm kiếm sự soi sáng từ Chúa để biết vì sao những lời tiên tri đó chưa được ứng nghiệm, cho dù thời kỳ quân chủ đã chấm dứt và vương quốc đang bị xâm lược. Cũng như Ê-xê-chia, khi chúng ta nhớ rằng Ê-sai sống để trải nghiệm sự thành tín đáng kinh ngạc của Đức Giê-hô-va đối với lời Ngài phán về việc tiêu diệt A-si-ri, thì không có gì ngạc nhiên khi ông đặt lời báo trước về sự lưu đày Ba-by-lôn bên cạnh sứ điệp an ủi rằng những ngày bị giam cầm rồi sẽ chấm dứt (40:1, 2a), và đặt lời dự báo rằng tội lỗi sẽ bị trừng phạt cách đầy đủ và thích đáng (40:2b) bên cạnh tội trọng của vua là chối bỏ đức tin. Như vậy, 39:5–40:12 có thể được so sánh với 8:21–9:7. Khi ngày đen tối ấy đến, với những người có lòng tin; thì sẽ có ánh sáng phía sau bóng đêm, và sẽ có đức tin để nâng đỡ họ trong thực tế u ám của cuộc đời.

b. Đức tin chờ đợi

Bởi đó, tính lô-gíc trong công tác tiên tri của Ê-sai khiến ông thấy trước tương lai của dân sự Đức Chúa Trời sau thời Ba-by-lôn. Nhưng như chúng ta thấy ở trên, và như chương 56 trở đi mô tả, sự hồi hương hoàn toàn không đáp ứng những mong mỏi của dân sự. Họ sẽ trở về vẫn trong cương vị một dân bị trị, nhưng bây giờ còn không có vua (45:9–13). Thật vậy, cả họ lẫn hoàn cảnh của họ đều thay đổi rất nhiều sau cuộc lưu đày; và các chương 56–66 kể ra nhiều bằng chứng về sự trục trặc trong chính trị (vd: 56:9–12), tôn giáo (vd: 57:3–8) và thuộc linh (vd: 59:2–15). Vậy còn những lời hứa thì sao? Những lời hứa về một vị vua trong các chương 1–37 và về người Đầy tớ trong các chương 38–55 có còn giá trị không? Nhà tiên tri nói vẫn còn giá trị, nhưng các ngươi phải có đức tin nhẫn nại vì sự cứu rỗi của ta gần đến, và thực hành đức tin vâng phục khi các ngươi 'giữ điều chính trực và thực hành lẽ công chính' (56:1).

Ê-sai là vị tiên tri của đức tin, đức tin tin cậy những lời hứa, kiên trì qua thời kỳ đen tối và vâng phục chờ đợi thời điểm của Chúa.

i. Hy vọng

Thành. Khải tượng của Ê-sai (1:1) liên quan đến Giu-đa và Giê-ru-sa-lem, nhưng phần lớn mối quan tâm của ông là hướng về thành; với số phận của cả vương quốc bị ràng buộc với và được giải quyết bởi những điều xảy ra tại Giê-ru-sa-lem. Tương tự, những hy vọng của tiên tri về sự phục hồi và đổi mới thành có ảnh hưởng đến tương lai. Nhắc đến thành là nét tiêu biểu trong tầm quan trọng của chủ đề này. Sự thay đổi; vai trò chủ chốt trên trường quốc tế và sức hấp dẫn khách hành hương của thành phải là phần đầu và phần kết của toàn bộ tác phẩm: 1:21–26; 2:2–4; 4:2–6 với 65:17–25; 66:7–13; 66:18–24.[5] Giống như tất cả những người nhìn thấy khải tượng, Ê-sai mô tả tương lai phần lớn từ hiện tại. Nhưng cách ông khai triển chủ đề 'thành' cho thấy ông thật sự đang nghĩ xa hơn thành Si-ôn/Giê-ru-sa-lem địa lý, để hướng đến thành lý tưởng. Do đó, ví dụ trong 11:6–9, 'núi thánh' của Đức Giê-hô-va trở thành toàn bộ tạo vật đã được cứu; cũng vậy, ở 65:17–18 nhà tiên tri di chuyển cách dễ dàng từ 'đất mới' sang Giê-ru-sa-lem được tạo dựng mới cũng nói đến cùng một ý này. Trong Kinh thánh, 'thành' bắt đầu (Sáng 11:4) khi con người cố gắng giành sự cứu rỗi của riêng mình mà không cần đến Chúa, và khi Ê-sai hướng về thời kỳ cuối cùng, ông nhìn thấy 'thành' mà con người xây dựng sụp đổ (24:1–10), là thành Ba-bên trên phạm vi toàn cầu. Như chúng ta đã lưu ý ở trên, sự sụp đổ của thành do con người xây cất được sánh với sự bền vững của thành cứu rỗi (26:1–2). Nói cách khác, khải tượng của Ê-sai là khải tượng về Núi Si-ôn mà những người được chuộc đã đến (Hê 12:22) và cũng là điều sẽ hiện ra từ thiên đàng (Khải 21:2).

Đấng Mê-si-a. Hình ảnh của Mê-si-a chi phối từng phần trong ba phần của sách Ê-sai: trong ngữ cảnh của những vị vua không đủ phẩm chất thuộc triều đại Đa-vít, vua A-cha bội đạo và vua Ê-xê-chia cả tin, Ê-sai đã mô tả vị Vua vinh hiển sẽ đến (chương 1–37); từ hậu quả của tội trọng vô tín của Ê-xê-chia và hình phạt lưu đày trên dân sự tội lỗi, Ê-sai nhìn thấy trước vị Đầy tớ của Đức Giê-hô-va, Đấng gánh lấy tội, đủ tư cách làm Cứu Chúa của thế gian (chương 38–55); và cuối cùng, nhìn thấy trước dân sự hậu lưu đày vẫn bị thống trị, Ê-sai đưa ra lời hứa về Đấng Chiến Thắng sẽ đến, mang lại sự báo thù và sự cứu rỗi (chương 56–66). Có thể xem lại bốn phân đoạn Kinh thánh trong đó Ê-sai mô tả từng hình ảnh để có được sự đánh giá đúng đắn ban đầu về ba hình ảnh chỉ về Đấng Mê-si-a này: 9:1–7; 11:1–16; 32:1–8; 33:17–24; 42:1–4; 49:1–6; 50:4–9; 52:13–53:12; 59:20–21; 61:1–3; 61:10–62:7; 63:1–6. Do đó, toàn bộ tác phẩm là bức tranh toàn cảnh về Đấng Mê-si-a ở phạm vi rộng lớn, như được minh họa trong sơ đồ dưới đây.

Đỉnh nhọn ở đáy sơ đồ là 'con mắt của Ê-sai'. Lúc đầu, tất cả những gì ông nhìn thấy là bóng đêm với sự sáng bao quanh vì cả ba 'mảng đen' hợp lại thành một, cũng như cả ba mảng sáng hợp thành một. Không phải ông đang nhìn xuống sơ đồ như chúng ta đang nhìn, mà ông đang nhìn dọc theo đường chấm ở giữa sơ đồ. Ông xem sự sáng là vị Vua Toàn hảo, Đấng sẽ làm được điều A-cha không làm được.

Nhưng rồi Ê-sai tiếp tục sống trong thời của Ê-xê-chia, là thời kỳ mà vấn đề 'tối tăm' được đưa ra theo một cách mới: vua và dân sự không tin cậy những lời hứa của Đức Giê-hô-va, không bước đi trên con đường đức tin, nhưng lại ưa thích con đường của 'việc làm', một liên minh chống nghịch với Mê-rô-đác Ba-la-đan. Sự tối tăm của cuộc lưu đày Ba-by-lôn ở phía trước, còn sự sáng bây giờ là sự sáng của vị Đầy tớ Toàn hảo, Đấng sẽ thành công trong những nơi họ thất bại, và bởi thành công nên sẽ chuộc được tội lỗi của họ.

Mường tượng hình ảnh dân sự từ Ba-by-lôn trở về, Ê-sai nhìn thấy bóng đêm của việc họ không thể sống cho Chúa trong một thế giới gây hấn và một xã hội thù địch. Họ cần một người giải cứu, và ánh sáng phía trước giờ đây cho thấy một Đấng Chiến Thắng - Đấng Giải Cứu sẽ đến. Kinh thánh luôn luôn bày tỏ lẽ thật theo cách lũy tiến.

---

[5]Thành bị phán xét: 1:8; 3:1, 8, 16; 4:3–4; 10:12, 24–25, 32; 22:1–14; 64:10; 66:6. Thành được bảo vệ: 1:8–9; 26:1; 29:1–8; 31:5–9; 36:15; 37:10, 32–35; 38:6. Thành được khôi phục: 40:2, 9; 52:1; 57:13; 61:13; 66:8. Sự khôi phục dòng dõi Đa-vít: 1:21, 26–27; 24:23; 33:20. Thành toàn cầu: 2:2–4; 11:9; 27:13; 60:14; 62:12; 65:25. Thành được cứu chuộc: 51:17; 52:1–2, 7–8; 59:20; 62:11. Si-ru và thành: 45:13. Nơi ngự của thiên thượng: 4:3–5; 12:6.

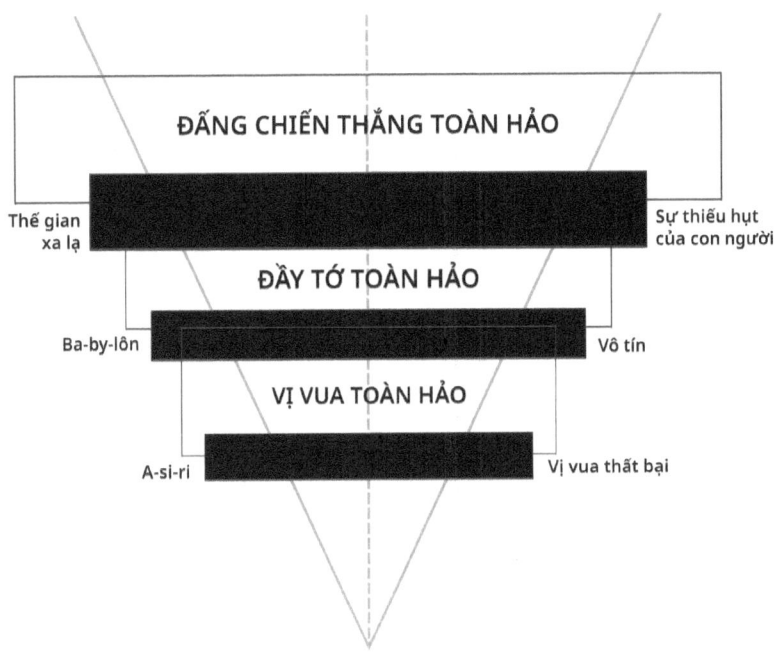

ii. Đức Chúa Trời, sự thánh khiết, tội lỗi và sự cứu rỗi

Đấng Thánh của Y-sơ-ra-ên. Như trong suốt Cựu Ước, trong Ê-sai; khái niệm cơ bản của từ 'thánh khiết' là 'sự khác biệt', không phải 'khác biệt' do tương phản (khác với cái gì?), mà 'khác biệt' theo nghĩa riêng biệt (khác vì cái gì?). Theo nghĩa này, tất cả các thần đều thánh khiết vì họ mang bản chất, phạm vi và hoạt động riêng biệt của chính mình, và những người tận hiến đời mình cho các thần cũng 'thánh khiết' vì họ thuộc về phạm vi riêng biệt đó, giống như 'nữ tư tế', nghĩa đen là 'người đàn bà thánh' (*qĕdēšâ*) ở Sáng Thế Ký 38:20. Ê-sai kế thừa và đẩy mạnh cách hiểu của Cựu Ước cho rằng tính riêng biệt của Đức Giê-hô-va là ở bản tính đạo đức, phẩm hạnh của Ngài. Để bày tỏ điều này; ông đã đưa ra lời tuyên bố dứt khoát với ba chữ 'thánh thay' trong 6:3 (xem phần Giải nghĩa, tr. 58), một sự thánh khiết siêu tuyệt đối, bao gồm mọi khía cạnh, khiến Chúa trở thành sự đe dọa lớn nhất đối với mọi tội lỗi. Thật vậy, Ê-sai là vị tiên tri lỗi lạc về sự thánh khiết thiên thượng. Ví dụ, ông dùng tính từ 'thánh khiết' (*qādôš*) để nói về Chúa thường xuyên hơn toàn bộ phần còn lại của Cựu Ước cộng lại, và ông làm nổi bật ý này trong danh hiệu mà có lẽ ông đã tự đặt ra, tạo nên đặc điểm của sách Ê-sai: Đấng Thánh của Y-sơ-ra-ên. Danh hiệu này được dùng hai mươi lăm lần trong suốt sách Ê-sai, và bảy lần trong phần còn lại của Cựu Ước.[6] Ê-sai chương 6 là mô hình thu nhỏ của toàn bộ sách: Đấng Thánh là Vua (6:1, 5) trở thành chủ đề đặc biệt của các chương 56–66; Đấng Thánh trong tư cách là cơ sở của sự kết tội vi phạm về đạo đức (6:3,5) là chủ đề của các chương 1–37; và sự bày tỏ Đấng Thánh là Cứu Chúa (6:6–7) được ứng nghiệm trong người Đầy tớ ở các chương 38–55.

---

[6] 'Đấng Thánh của Y-sơ-ra-ên' xuất hiện mười hai lần trong các chương 1–37, mười một lần trong các chương 38–55 và hai lần trong các chương 56–66. So sánh với bảy lần cụm từ này xuất hiện ở chỗ khác trong Cựu Ước: 2 Vua 19:22; Thi 71:22; 78:41; 89:18; Giê 50:29; 51:5; Êxê 39:7.

Đầy tớ của Đức Giê-hô-va. Ê-sai không phải là người tiên phong trong cách dùng từ ngữ chỉ về tội lỗi và sự cứu chuộc, nhưng một lần nữa, ông trở nên đặc biệt ở khải tượng và việc áp dụng khi nói đến Đầy tớ của Đức Giê-hô-va trong các chương 38–55. Hơn một thế kỷ qua, người ta tranh luận về ý nghĩa của từ "Đầy tớ."[7] Ngay trong sách Ê-sai, chúng ta tìm thấy lý do để cho rằng Đầy tớ là quốc gia Y-sơ-ra-ên: ví dụ trong 41:8, Y-sơ-ra-ên được gọi là 'đầy tớ ta' và ở 49:3, Đầy tớ được gọi tên 'Y-sơ-ra-ên'. Nhưng ngay khi người ta tìm hiểu những chi tiết về sự nhận diện tập thể như thế (cho dù là với quốc gia nói chung hay với một số 'dân sót' trong nước), thì giả thuyết này cũng sụp đổ. Một dân tộc hoặc một nhóm người có thể nhận mình vâng phục như người Đầy tớ trong 50:4–9 theo ý nghĩa nào? Dân tộc đó có bao giờ ở trong tình trạng vô tội mà một người gánh thay tội của người khác phải có không (53:9; so sánh Xuất 12:5)? Tương tự, phần giới thiệu mang tính tự truyện ở 49:1–6 và 50:4–9 chứng tỏ câu hỏi ở Công Vụ Các Sứ Đồ 8:34 là đúng. Nhưng một lần nữa, phạm vi và những yêu cầu của vai trò người Đầy tớ vượt xa hơn bản tính và khả năng của bất kỳ một cá nhân nào từng được biết đến trong quá khứ, cho dù Ê-sai hay một người nào khác; huống hồ gì một sự nhận diện như thế có nghĩa là Đầy tớ đã đến, đã sống; và đã chết rồi mà không để lại bất kỳ ghi chép hay tiếng tăm gì trong lịch sử Như phần Giải nghĩa cho thấy, nếu chúng ta khước từ cách tiếp cận xem Ê-sai là sách được kết hợp từ nhiều nguồn do Duhm khởi xướng, mà nhất định hiểu các Bài ca theo phương pháp tổng hợp, thì như vậy, người Đầy tớ khác với một dân tộc lầm đường, tâm linh khô cằn (42:18–25), cũng khác với phần dân sót có đời sống thuộc linh tận hiến và sống trong mong đợi (51:1–52:12). Như vậy, chỉ còn lại một cá nhân uy nghi khỏa lấp ánh nhìn của chúng ta (52:13) khi Ngài chết thay cho tội lỗi của người khác (53:4–9) và sống để ban sự cứu rỗi mà Ngài đã giành lấy cho họ (53:10–12).

Khi mô tả cái chết của Đầy tớ, Ê-sai tỏ lòng tôn trọng đối với ngôn từ có sẵn về thần học và thực hành liên quan đến dòng dõi Lê-vi/Môi-se: sự thay thế và bình an với Đức Chúa Trời qua sự trừng phạt được thực hiện trên một người khác theo ý muốn của Đức Chúa Trời (53:5–6,8), một người chịu khổ vô tội (53:9) cung ứng sự công chính cho người khác (53:11) bằng cách mang lấy tội của họ (53:12). Tài năng xuất chúng của Ê-sai được thể hiện ở chỗ ông nhìn thấy cách rõ ràng đến nỗi, theo ý nghĩa chính xác nhất, sự chết thay đòi hỏi một người thế chỗ của nhiều người. Con sinh tế có thể minh họa nguyên tắc, nhưng chỉ người nào tình nguyện nhận lấy vai trò đó (53:7) và bằng lòng phó mình (53:12), tức là cung ứng một ý chí thay thế ý chí tội lỗi (so sánh Hê 10:5–9), bởi sự thay thế trọn vẹn thật sự, mới có thể giành được sự cứu rỗi đầy đủ, mới đúng là sự cứu rỗi cuối cùng, cho những người mình chết cho.

Quyển sách của Ê-sai

a. Phục hồi sự hiệp nhất

Không cần phải xin lỗi khi gọi sách Ê-sai là 'quyển sách của Ê-sai', vì sự thật là như vậy. Không có bằng chứng bản thảo nào ngoài sách Ê-sai hiện có: thật vậy, trong các bản thảo Kinh thánh cổ xưa nhất hiện có, có niên đại tận năm 100 T.C, hai dòng đầu tiên của chương 40 (mà nhiều học giả cho rằng đây là chỗ sách được phân chia) không hề bị ngắt trong bản văn nằm ở dưới cùng của cột kết thúc chương 39.

---

[7] H. H. Rowley, *The Servant of the Lord* (Lutterworth, 1952); C. R. North, *The Suffering Servant in Deutero-Isaiah* (OUP, 1956).

Ngoài ra, hướng nghiên cứu ngày nay đặc biệt quan tâm đến tính hiệp nhất của tuyển tập lớn này: 'Học giả ngày nay bắt đầu đi từ phân tích sang tổng hợp để [cố gắng] hiểu tính hiệp nhất toàn diện và chiều kích thần học của truyền thống Ê-sai'[8], và trong truyền thống này, ít ai bàn cãi rằng Ê-sai ở Giê-ru-sa-lem là người khởi xướng truyền thống này và là nhịp đập giữ cho truyền thống sống động (theo như họ nghĩ) qua nhiều thế kỷ để chúng ta có được truyền thống với hình thù như ngày nay.[9] Nhiều người ngày nay đi theo B. S. Childs,[10] người cho rằng chúng ta phải quan tâm đến hình thức của Ê-sai 'theo kinh điển', không chỉ vì quan điểm giáo điều về 'sự linh cảm' mà còn vì đây là hình thức mà theo lời của P. R. Ackroyd là 'được xác nhận bằng dấu thử nghiệm thực tiễn trong đời sống cộng đồng'.[11] Các chuyên gia bất đồng về mức độ quan trọng của việc tách các phần lớn và nhỏ và liên hệ chúng với các giai đoạn lịch sử khác nhau mà họ cho là thời điểm phát sinh ra các phần đó. Một số người cho rằng việc này là vô cùng quan trọng,[12] còn số khác thì chấp nhận như hiện có và làm xói mòn tính phong phú của mối tương Quan[13]

b. Các khuôn mẫu phát triển

Ngay trong phương pháp tổng quát này, một số người cho rằng sách Ê-sai phát triển nhờ sự cộng tác của ba tác giả đi theo biểu đồ thời gian. Ê-sai ở Giê-ru-sa-lem (khoảng 700 T.C) nói chung chịu trách nhiệm các chương 1–39; tác giả của các chương 40–55 là 'Ê-sai thứ nhì (hay đệ nhị)", là người sống trong thời kỳ lưu đày ở Ba-by-lôn (586–539 T.C) và có lẽ hoạt động khoảng 540 T.C; còn 'Ê-sai thứ ba (hay đệ tam)" phục vụ cho cộng đồng hồi hương, từ năm 539 T.C trở đi.[14] Một khuôn mẫu khác là khuôn mẫu tăng dần: tức là sự phát triển của tác phẩm xoay quanh phần cốt lõi nguyên thủy, để rồi cái chúng ta hiện có là hình thức cuối cùng của một 'quyển sách' từ đầu đến cuối, nhưng liên tục được điều chỉnh qua việc biên tập để đáp ứng những tình huống mới, cùng với những phần thêm vào phản ảnh và mở rộng tinh thần của phần cốt lõi nguyên thủy (của Ê-sai).[15]

c. Những lập luận và đánh giá

Ngày nay, việc nghiên cứu những cách thể hiện tính hiệp nhất của sách Ê-sai bắt nguồn từ mảnh vụn là sản phẩm từ sự nghiên cứu của các chuyên gia trong một trăm năm qua, cho dù ba 'tác giả' làm việc vào những khoảng thời gian riêng biệt hay một bộ hợp tuyển được thu thập bởi một 'trường phái' được cho là theo Ê-sai. Trước đó, giả định một tác giả duy nhất đã cung cấp cơ sở để xem sách này là một tác phẩm đồng nhất, nhưng ít ra từ giữa thế kỷ mười chín người ta đã xem xét nhiều yếu tố để thấy rằng một tác giả là không khả Thi

---

[8]B. W. Anderson, 'The Apocalyptic Rendering of the Isaiah Tradition', in *The social World of Formative Christianity and Judaism* (Fortress, 1988).

[9]Muốn biết các phương pháp đối lập trong nghiên cứu sách Ê-sai, xem hai quyển trong bộ the New Century Bible (Eerdmans/Marshall): R. E. Clements, *Isaiah 1–39* (1980) and R. N. Whybray, *Isaiah 40–66* (1975), so với J. D. W. Watts; *Isaiah*, 2 quyển (Word, 1985).

[10]*Introduction to the Old Testament as Scripture*, trang 311 trở đi.

[11]P. R. Ackroyd; *Studies in the Religious Tradition of the Old Testament* (SCM; 1987), trang 79ff.

[12]B.S. Childs, *Isaiah and the Assyrian Crisis* (SCM, 1967).

[13]P. D. Miscall, *Isaiah* (JSOT Press, 1993).

[14]Một bộ giải nghĩa Kinh thánh dễ đọc (và hữu ích) theo phương pháp là này J. Skinner, *Isaiah*, 2 quyển (CUP, 1902, 1905) hoặc giải nghĩa với quy mô lớn và khó tìm hơn là của H. Wilderberger, *Jesaja*, 3 quyển (Neukirchner Verlag, 1972; 1978, 1982).

[15]Xem O. H. Steck, được trích trong Rendtorff, *The Book of Isaiah*.

i. Lời tiên tri

O. T. Allis đã đúng khi cho rằng mảnh vụn của sách Ê-sai có từ chủ nghĩa duy lý thế kỷ mười chín, là chủ nghĩa bác bỏ lời tiên tri báo trước[16], vì nếu không thể báo trước, thì việc Ê-sai dần dần tiến đến tương lai chỉ có thể được giải thích bởi giả thuyết về các tác giả mới làm việc sau này. Nhưng ngày nay, khi một yếu tố bình thường của lời dự báo được tái thừa nhận là mang tính khả thi, thì một vấn đề khác nảy sinh: không phải liệu Ê-sai có thể dự báo về cuộc lưu đày và hồi hương hay không, mà là ông có dự báo như vậy không.[17] Dù gì đi nữa, thật là niềm an ủi khi biết rằng trong vòng một thế kỷ nữa, mọi thứ sẽ ổn! Làm thế nào những người đương thời với Ê-sai có thể hiểu được ý nghĩa về cuộc lưu đày Ba-by-lôn khi A-si-ri, chứ không phải Ba-by-lôn, đang thống trị thế giới họ đang sống, và họ phải nghĩ gì về một vị vua vô danh đến từ một vương quốc mà cho đến lúc đó cũng chưa được biết đến? Thật vậy, làm thế nào Ê-sai có thể biết đến tên của Si-ru trước đó chừng ấy năm? (45:1)

Tuy nhiên, tự đặt mình vào vị trí của Ê-sai, thì những khó khăn này bắt đầu tan biến. Trước tiên, Ê-sai không nói gì về khoảng cách một trăm năm giữa lời báo trước và sự ứng nghiệm. Thật là một bức tranh biếm họa khi cho rằng Ê-sai nói 'Đừng lo! Trong một trăm năm tới mọi thứ sẽ ổn cả!'; ông không hề nói như vậy! G. E. Wright khẳng định rằng 'lời tiên tri nói trước điều nó tiên báo, nhưng cùng thời với hoặc trẻ hơn điều nó hàm ý'.[18] Ý định của ông là đặt chức vụ tiên tri vào chính hoàn cảnh của nhà tiên tri, để khẳng định rằng mọi sứ điệp đều có ý nghĩa đối với những người đương thời của Ê-sai. Điều này hoàn toàn phù hợp với Ê-sai, và đặc biệt là lời tiên tri liên quan đến Ba-by-lôn ở 39:3–6. Tên 'Ba-by-lôn' được Ê-xê-chia nói với Ê-sai và từ đó trở thành đề tài mà nhà tiên tri phải nói đến: thật vậy, sứ điệp về cuộc lưu đày thích hợp và hợp thời đến nỗi Ê-xê-chia không có quyền cho rằng điều đó sẽ không xảy ra trong thời của ông (39:8)! Các trinh thám của Mê-rô-đác Ba-la-đan đến nhắc ông rằng cán cân quyền lực ở Mê-sô-bô-ta-mi thật yếu ớt và rằng mặc dù vậy, Ba-by-lôn vẫn là một ứng cử viên cho vị trí đế quốc.[19] Ngoài ra, khi đã chứng kiến về sự biến mất đột ngột của một số chế độ trong thực tế, làm thế nào chúng ta có thể cho rằng sự thay đổi chóng vánh là điều bất khả thi? Hơn nữa, như 14:24–27 và 29:1–8 cho biết, Ê-sai ý thức rằng Giê-ru-sa-lem không sụp đổ trước A-si-ri: Ê-sai 39:3–6 là thời khắc minh định, khi thế lực đen tối nằm sau 6:11–12 được chính thức gọi tên.

Về Si-ru (người được tiên báo đích danh ở 44:28), thì 1 Các Vua 13:2 (so sánh 2 Vua 23:15–17) và Công Vụ Các Sứ Đồ 9:12 cho thấy việc gọi đích danh trong lời tiên tri là chuyện phổ biến trong Kinh thánh. Vấn đề là; nếu lời tiên tri được thừa nhận, thì chúng ta không thể đặt ra giới hạn cho việc ứng nghiệm lời tiên tri. Không một điều gì thuộc 'cơ chế' của sự mặc khải, sự linh cảm hay tiên báo được bày tỏ cho chúng ta, và Chúa của các nhà tiên tri có thể công bố với quyền tối cao trường hợp ngoại lệ cũng như thông thường. Tuy nhiên, trong trường hợp Si-ru, chúng ta có thể thấy rằng tên gọi phù hợp với sứ điệp an ủi. Chúng ta chỉ phải tự hình dung mình là dân tộc thiểu số ở dưới chế độ độc tài để tưởng tượng ra linh tính khi đón nhận tin tức về một tên độc tài thậm chí còn hùng mạnh hơn. Cho nên, với lòng thương xót, lẽ nào Chúa không muốn đảm bảo với dân sự Ngài rằng bạo chúa vĩ đại hơn sẽ là người giải cứu họ? Một mặt, việc nói đến tên Si-ru là sứ điệp an ủi thích hợp

---

[16] O. T. Allis, *The Unity of Isaiah* (Tyndale, 1951).
[17] J. McKemzie, *Second Isaiah*, Anchor Bible (Doubleday, 1968), trang xvi; xem thêm phần giới thiệu đặc sắc về sách Ê-sai trong LaSor et al., *Old Testament Survey*, and Dillard and Longman, *An Introduction to the Old Testament*
[18] G. E. Wright, *The Book of Isaiah* (John Knox, 1964).
[19] S. Erlandsson; *The Burden of Babylon* (CWK Gleerup, 1970).

cho những người trong thời Ê-sai, nhưng mặt khác, không thừa nhận chính Ê-sai là người đã gọi tên Si-ru làm nảy sinh hai vấn đề: thứ nhất, điều đó không đúng với 41:25 và các câu tiếp theo với lời khẳng định rằng việc Si-ru dấy lên cũng là vấn đề tiên báo, và thứ hai, nó phủ nhận sức thuyết phục của 45:1–6 rằng Si-ru sẽ nhận biết Đức Giê-hô-va là Đấng ban cho ông mọi thành Công Một tiên tri sau này, nói tiên tri sau khi Si-ru trở thành nhân vật đáng chú ý, cũng không giỏi hơn các thầy tế lễ của Mê-rô-đác; là những người chỉ khôn ngoan sau sự kiện họ khẳng định sự thành công của kẻ chiến thắng nhân danh thần của họ. Chỉ có lời tiên tri với lời khẳng định thực sự để báo trước sự kiện mới có thể được xem như bằng chứng về thần tính duy nhất của Đức Giê-hô-va.

ii. Văn phong

Sự khác biệt về văn phong của các chương 40-55 là lập luận ban đầu cho việc tách chúng ra khỏi các chương 1-39,[20] và vẫn còn được dùng[21] như phương tiện để phân biệt các tác giả, mặc dù không được nhiều người tin tưởng.[22] Đây vẫn luôn là điều vô lý. Ví dụ, The Lord of the Rings (Chúa Tể của những Chiếc Nhẫn) là bằng chứng của văn phong tường thuật, đối thoại và thi ca. Vậy ắt hẳn có đến ba tác giả sao? Phải chăng Milton không thể viết những nhịp điệu vui nhộn của L'Allegro, âm điệu ấn tượng của Paradise Lost lẫn lời văn nhịp nhàng của Areopagitica? Khi cho rằng Ê-sai ở Giê-ru-sa-lem là tác giả, thì viễn cảnh cho hai văn phong chính của sách chính là sự đơn giản. Hầu hết các chương 1-35 thuộc loại văn xuôi có nhịp điệu, theo kiểu ghi chép lại bài giảng của Ê-sai. Không thể giảng sứ điệp của các tiên tri như hiện có: chúng quá ngắn ngủi, bắt đầu và kết thúc quá chóng vánh; chúng không có sự lặp lại và giải thích cần thiết để người nghe tập trung vào điều đang được nói đến. Giống như mọi tiên tri khác, Ê-sai sắp xếp để có được bài giảng súc tích được phác thảo cẩn thận trong tương lai. Nhưng sau thời của Ê-xê-chia là 'chế độ dùi cui' của Ma-na-se (2 Vua 21:1-18), và có lẽ trong thời kỳ như thế, vị tiên tri hiện đã có tuổi hoàn toàn chuyển sang việc viết lách: đây là sự tương phản thật sự giữa hai phong cách, một phong cách chủ yếu là bài giảng, còn cái kia hoàn toàn là sản phẩm văn chương.

iii. Bối cảnh

Có thể thấy rõ ràng rằng bối cảnh được tưởng tượng cho ba phần của Ê-sai là khác nhau: các chương đầu là tại quê nhà Giê-ru-sa-lem thế kỷ thứ tám; chương 40-55 hướng đến cuộc lưu đày ở Ba-by-lôn; và các chương 56-66 một lần nữa ở Pa-lét-tin. Tuy nhiên, khi nghiên cứu thì lời khẳng định rằng chương 40-55 chắc hẳn được viết ở Ba-by-lôn là không thuyết Phục Chắc chắn chúng hướng đến Ba-by-lôn nhưng không phải được viết tại Ba-by-lôn. Ngoài bốn lần nhắc đến Ba-by-lôn (43:14; 47:1; 48:14, 20) không có nhiều ý tiêu biểu cho hoặc chỉ nói đến Ba-by-lôn trong các chương này: 'Khi chúng tôi tìm kiếm bằng chứng về việc tiên tri sống ở Ba-by-lôn, chúng tôi thật ngạc nhiên khi khó tìm thấy bằng chứng thuyết

---

[20] S. R. Driver, *Introduction to the Literature of the Old Testament* (T. & T. Clark, 1909), trang 204 trở đi.

[21] Lưu ý cách McKenzie, trong *Second Isaiah*, kết thúc các chương 34-35 trong sự giải nghĩa của mình ở trang 40-66. Đây là những ý kiến đánh giá tiêu biểu về văn phong đang phổ biến.

[22] R. Margolioth, *The Indivisible Isaiah* (Yeshiva University, New York, 1964). Trình bày phần điều tra xuyên suốt và được nghiên cứu kỹ lưỡng nhất về từ vựng, thành ngữ và cụm từ trong sách Ê-sai và giải thích tính đồng nhất về mặt ngôn ngữ học. Có thể xem kết quả khác nhau của các nghiên cứu về ngôn ngữ học của Reinken được McKenzie báo cáo (*Second Isaiah*, trang xvi). Radday (xem Dillard and Longman, *Introduction to the Old Testament*) dùng kỹ thuật vi tính để giải thích sự khác biệt. Không có nghiên cứu nào trong số những nghiên cứu trên mà không có sự phê bình thấu đáo.

phục nào'.²³ Thay vào đó, Ba-by-lôn được bàn đến một cách chung chung, mang tính tiên báo hơn là phỏng đoán. Loại chi tiết để lộ bằng chứng thì hoàn toàn không có. Chẳng hạn thành phố trông như thế nào, đời sống, cấu trúc trong thành ra sao, 'cảm giác và mùi vị' của nơi đó như thế nào? Cũng không có dấu hiệu gì về tổ chức xã hội của những người lưu đày. Cũng vậy, khi nói đến trải nghiệm bị lưu đày (42:22; 51:14), không có cảm giác nhớ quê hương trong những chương này (Thi 137:1-6) mà nói chung là điều kiện sống dễ chịu (Giê 29; trong khắp sách Ê-xê-chi-ên). Vì vậy mà khi đến thời điểm, ít người sẵn sàng hồi hương (Era. 1-2!). Trong lời ám chỉ đến 'sự đau khổ' của dân lưu đày như trong phần mô tả sự sụp đổ của Ba-by-lôn theo trường phái ấn tượng, đầy chất thơ ca của ông (47:1-15), nhà tiên tri không đưa ra bài tường thuật mà sử dụng những hình mẫu theo lối cổ truyền trong thơ ca.

Bối cảnh địa lý cũng quan trọng. Mặc dù khung cảnh Ba-by-lôn không được rõ ràng, nhưng khung cảnh ở Pa-lét-tin cũng không lu mờ. Kẻ thờ thần tượng đi ra để vào rừng đốn cây chạm tượng (44:14), điều này không thể thực hiện ở Ba-by-lôn! Người Pa-lét-tin hiểu biết về cây cối; còn dầu thì thuộc vùng Tây Á (41:19; 55:13); khung cảnh và khí hậu thuộc phía tây – núi non, rừng rậm, biển, tuyết và đất đai được mưa làm cho tươi mát, chứ không nhờ tưới tiêu.²⁴ Không có bằng chứng chứng minh lời khẳng định rằng trong các chương 40–55 chúng ta bước vào môi trường thuộc vùng Mê-sô-bô-ta-mi.

iv. Thần học

Mãi đến cuối 1950, H. H. Rowley mới ghi lại rằng trong các chương 40-55 'toàn bộ nội dung chính của sứ điệp.... những ý tưởng nằm phía sau sứ điệp.... tư tưởng của Đức Chúa Trời... đều khác'²⁵ với các chương 1-39, nhưng điều này không hoàn toàn đúng: từ ngữ và cách trình bày khác nhau nhưng thần học thì không thay đổi. Trước tiên, toàn bộ các chương này được liên kết với nhau qua tựa đề 'Đấng Thánh của Y-sơ-ra-ên' (xem phần trên, ***tr.28-29), và khi chúng ta xem xét khía cạnh của thuyết phổ độ nâng cao (enhanced universalism) trong các chương 40-55, thật khó hiểu là tại sao chỉ có tiên tri Ê-sai dùng danh xưng nhấn mạnh đến một Đức Chúa Trời riêng biệt của một quốc gia như vậy. Thứ hai, sáu trọng tâm thần học chính trong các chương 1-39 được tiếp tục trong các chương 40-55, đó là: Đức Giê-hô-va là Chúa của lịch sử (10:5-15), Ngài có uy quyền trên cả thần tượng (2:12-20), phần dân còn sót lại (8:11-20), Đức Chúa Trời và tội nhân được giải hòa qua sự chuộc tội (6:7), Si-ôn được phục hồi (1:26-27) và Đấng Mê-si-a thuộc dòng dõi Đa-vít (9:1-7). Các chương 40-48 là tập hợp những biến đổi của ba trọng tâm đầu; 53:1-12 là 'sự ứng nghiệm' của 6:6-7; Giê-ru-sa-lem cũng là trọng tâm suốt phần còn lại của sách như trong các chương 1-37; còn 55:3-4 neo sự mặc khải về Đầy tớ trong giao ước với Đa-vít.

d. Viễn tưởng của 'Ê-sai'

Ngoài thao tác đặc biệt là báo trước tên của Si-ru, thì việc liên kết mọi điều khác với Ê-sai ở Giê-ru-sa-lem cũng là việc đơn giản nhẹ nhàng. Vị tiên tri của một tương lai vinh quang

---

²³J. D. Smart, *History and Theology in Second Isaiah* (Epworth, 1965), tr. 20. Nghiên cứu của Smart khiến ông đặt 'Ê-sai Thứ Hai' ở Pa-lét-tin 'ngay giữa những biến động trên thế giới do những kỳ công của Vua Si-ru gây ra' (tr. 32).

²⁴Xem A. Lods, *The Prophets of Israel* (Kegan Paul, 1937), trang 328. Lods không thể chấp nhận lời dự báo và do đó cho rằng trước giả của các chương 40-55 là người Pa-lét-tin sống ở miền Tây đang hoạt động thời hậu lưu đày.

²⁵H. H. Rowley, *The Growth of the Old Testament* (Hutchinson, 1950), trang 95; so sánh với Driver, *Introduction to the Literature of the Old Testament*.

(vd: 1:26–27; 2:2–4; 4:4–6; 9:1–7; 11:1–16) cũng là tiên tri của thảm họa và thất bại hoàn toàn (vd: 5:24–30; 6:11–12; 7:17–25). Ê-sai tập hợp cái mà chúng ta gọi là 'nhóm gia đình' xung quanh ông (8:16), và những môn đồ này dè dặt một cách khác thường nếu họ không ép nhà tiên tri cho biết những dây chuyền ý tưởng này bện vào nhau như thế nào, đặc biệt sau khi ông nói với vua rằng tất cả sẽ bị đem qua Ba-by-lôn (39:6–7). Chắc chắn sau các sự kiện ở 39:3–7, Ê-sai hoặc là phải hủy bỏ những lời hứa trước đó, hoặc bây giờ ông phải trả lời câu hỏi không được phép từ chối: hy vọng nằm ở đâu trong trường hợp này?

Cho nên, hoàn cảnh buộc ông phải như vậy, và vì các chương 40–55 hoàn thành vai trò thiết yếu của chúng một cách xuất sắc, nên ít ra chúng ta phải bắt đầu với giả định rằng Ê-sai có câu trả lời cho câu hỏi trên trong những chương này. Như chúng ta đã thấy, ông không đưa vào những yếu tố chỉ thời gian, không nói gì về Ba-by-lôn hay cuộc lưu đày mà những kiến thức và hiểu biết thông thường không đề cập. Theo lời nhận xét của Wright (xem tr. 24), Ê-sai đang hoàn toàn nói đến ngay trong phạm vi những giả định đương thời của ông. Và dĩ nhiên, những lời tiên báo trước kia của chính ông là một phần của cơ cấu giả định mà ông thi hành chức vụ trong đó.

Trọng tâm căn bản của sứ điệp của Ê-sai là đi và quay về, chắc chắn cuộc lưu đày không phải là điều quan trọng nhất. Nhưng khi triển khai khải tượng về tương lai, thì chính Si-ru, chứ không phải Đầy tớ, đem họ trở về quê hương. Sự cứu chuộc của họ (48:20–21) mang tính chính trị, không phải thuộc linh, và có liên quan đến hiểu biết của Ê-sai về cộng đồng hồi hương. Họ trở về như lúc họ đi, 'người ác' không có sự bình an với Chúa (48:22). Vì lý do này mà Ê-sai mô tả cộng đồng hồi hương trong các chương 56–66 bằng ngôn ngữ tiền lưu đày: tội lỗi của họ, những cám dỗ; thất bại và sự bội đạo đều là đặc điểm của dân sự thời tiền lưu đày; phẩm chất của giới lãnh đạo và tình trạng nô dịch về chính trị của họ cũng vậy. Các sứ điệp của Ê-sai thời kỳ tiền lưu đày đủ để trở thành lời của Đức Chúa Trời cho cộng đồng hậu lưu đày mà ông hình dung ra. Có bất kỳ điều gì trong tất cả những điều liệt kê ở trên mà đôi mắt và sự cảm thúc của Ê-sai người Giê-ru-sa-lem không thể thấy được?

Bản Văn

Bản văn được viết bằng tiếng Hê-bơ-rơ (bản MT) của sách Ê-sai đến với chúng ta trong tình trạng được bảo tồn cẩn thận, không hề có chút nghi ngờ về ý nghĩa bản văn hay cần một sự sửa lỗi quan trọng nào. Bản Targum của sách Ê-sai (bản diễn giải bằng tiếng A-ram được hoàn tất vào thế kỷ V SC.)[26] đối chứng với bản văn rất giống nếu không nói là đồng nhất với bản MT. Ottley nói rằng[27] bản dịch sách Ê-sai sang tiếng Hy Lạp 'được mọi người nhất trí là một trong những phần được chuyển ngữ tệ nhất của bản Bảy Mươi'. Dĩ nhiên, Ottley cho rằng các dịch giả của bản Bảy Mươi dịch từ bản MT như chúng ta đang có (và đúng là họ đã không làm tốt những chỗ có thành ngữ hoặc từ ngữ khác thường trong tiếng Hê-bơ-rơ), nhưng có lẽ bản Bảy Mươi thật ra được dịch từ một nguyên bản Hê-bơ-rơ khác[28] mà ngày nay chúng ta không khôi phục lại được. Các Cuộn Biển Chết đã cung cấp cho sách Ê-sai bản thảo Q^a, là bằng chứng lâu đời nhất mà chúng ta có về sách Ê-sai. Bản thảo này có trước bản văn Ben Asher (MT) năm 1009 S.C ít nhất là một ngàn năm. Tính tương đồng nổi bật giữa hai tài liệu này (dù có khoảng cách thời gian) là một bằng chứng đáng kinh ngạc về tính cẩn thận của công tác sao chép. Những khác biệt có vẻ quan trọng được lưu ý trong

---

[26] Xem D. F. Payne, 'Targums' trong *NBD*; J. Stenning, *The Targum of Isaiah* (Clarendon; 1949).
[27] R. L. Ottley; *Isaiah according to the Septuagint*, 2 quyển. (CUP, 1906, 1909); trang 8–9.
[28] Oswalt, *The Book of Isaiah*, trang 30.

phần Giải nghĩa, nhưng Oswalt nói 'nhiệm vụ của chúng ta là giải thích bản văn đúng như bản văn chúng ta đang có, trừ khi có bằng chứng bản thảo để sửa lại bản văn. Làm bất kỳ điều gì khác nữa là giải thích không có cơ sở.'[29]

Ê-sai và Tân Ước

Tân Ước trích dẫn Ê-sai nhiều hơn trích dẫn từ tất cả các tiên tri khác cộng lại, và trích dẫn theo cách khiến người ta tin chắc rằng các tác giả Tân Ước lẫn Chúa Cứu Thế Giê-xu xem Ê-sai là tác giả của toàn bộ quyển sách mang tên ông. Đúng là ở một vài chỗ trích dẫn, 'Ê-sai' chỉ có nghĩa là quyển sách có câu trích dẫn. Ví dụ, Mác 1:2 dường như dùng 'Ê-sai' (như Lu-ca 24:44 dùng chữ 'Thi thiên') để nói đến phần Kinh điển Cựu Ước mà, theo thứ tự, chúng là những quyển sách đầu tiên. Nhưng khi Giăng 12:41 ghi chú 'Ê-sai' là người 'đã thấy sự vinh hiển của Chúa Giê-xu và nói về Ngài', thì ám chỉ 6:1–10, hay khi Lu-ca 3:4 trích dẫn từ 'lời đã chép trong sách tiên tri Ê-sai', thì có lẽ không có gì để nghi ngờ rằng người viết đang nói đến cá nhân vị tiên tri, và dĩ nhiên đây là cách hiểu tự nhiên và hợp lý của phần lớn những câu trích dẫn chính. Các trích dẫn trong Tân Ước bao gồm đầy đủ các phần trong tác phẩm Ê-sai, tất cả đều cho là của cùng một tiên tri. Thẩm quyền của Tân Ước, với cốt lõi của nó là thẩm quyền của Chúa Giê-xu, mang tính quyết định.

---

[29]Oswalt, trang 31.

Phân Tích

QUYỂN CỦA VUA (1–37)

1. BỐI CẢNH CHỨC VỤ CỦA Ê-SAI: LỜI TỰA CỦA TRƯỚC GIẢ (1–5)

   (a) Tiêu đề (1:1)

   (b) Thất bại toàn diện (1:2–31)

       i. Tình hình quốc gia (1:2–9)
       ii. Tình hình tôn giáo (1:10–20)
       iii. Tình hình xã hội và những hậu quả (1:21–31)

   (c) Điều lý tưởng, bị lạc mất và tìm lại được (2:1–4:6)

       i. Tiêu đề (2:1)
       ii. Ước muốn lớn lao (2:2–4)
       iii. Giê-ru-sa-lem thực sự - phần một (2:5–21)
       iv. Giê-ru-sa-lem thực sự - phần hai (2:22–4:1)
       v. Sự vĩ đại 'sẽ đến' (4:2–6)

   (d) Ân điển cạn kiệt (5:1–30)

       i. Hoàn toàn nỗ lực và hoàn toàn thất bại (5:1–7)
       ii. Vụ thu hoạch trái thối và hậu quả (5:8–30)

2. ÁNH SÁNG SAU MÀN ĐÊM: VỊ VUA SẼ ĐẾN (6–12)

   (a) Cá nhân, sự chuộc tội và sự sai phái (6:1–13)

   (b) Bóng tối và ánh sáng ở Giu-đa (7:1–9:7)

       i. Thời điểm quyết định (7:1–17)
       ii. Sự phán xét thiên thượng (7:18–8:8)
       iii. Dân sót có lòng tin và biết vâng phục (8:9–22)
       iv. Hy vọng về vua (9:1–7)

   (c) Bóng tối và ánh sáng ở Y-sơ-ra-ên (9:8–11:16)

       i. Thời điểm quyết định (9:8–10:4)
       ii. Sự phán xét thiên thượng (10:5–15)
       iii. Dân sót có lòng tin và biết vâng phục (10:16–34)
       iv. Hy vọng về vua (11:1–16)

   (d) Cá nhân trong cộng đồng: sự cứu rỗi, ca hát và tung hô (12:1–6)

3. TOÀN CẢNH VƯƠNG QUỐC: CẢ THẾ GIỚI TRONG TAY NGÀI (13–27)

   (a) Chuỗi lời tiên tri đầu tiên: những lời hứa chắc chắn (13:1–20:6)
       i. Ba-by-lôn: cái nhìn phía sau hậu trường (13:1–14:27)
       ii. Phi-li-tin: những lời hứa chắc chắn của Chúa với Đa-vít (14:28–32)
       iii. Mô-áp: lòng kiêu căng khước từ sự cứu rỗi (15:1–16:14)
       iv. Đa-mách/Ép-ra-im: con đường sự chết và lời hứa sự sống (17:1–18:7)
       v. Ai Cập: một thế giới, một dân, một Đức Chúa Trời (19:1–20:6)

   (b) Chuỗi lời tiên tri thứ hai: đêm dài và buổi bình minh (21–23)
       i. Hoang mạc gần biển: nguyên tắc Ba-by-lôn (21:1–10)
       ii. Sự im lặng: những ngày đen tối (21:11–12)
       iii. Buổi tối hoang mạc: nhu cầu của dân ngoại không được đáp ứng (21:13–17)
       iv. Thung lũng khải tượng: tội lỗi không thể tha thứ (22:1–25)
       v. Ty-rơ: sự thánh khiết cho Đức Giê-hô-va (23:1–18)

   (c) Chuỗi thứ ba: thành của thế gian và thành của Đức Chúa Trời (24:1–27:13)
       i. Thành hư không (24:1–20)
       ii. Cuối cùng thì... Vua đến! (24:21–23)
       iii. Sự cứu rỗi và sự chu cấp: thế giới trên Núi Si-ôn (25:1–12)
       iv. Thành vững chắc (26:1–21)
       v. Y-sơ-ra-ên phổ quát (27:1–13)

4. CHÚA CỦA LỊCH SỬ (28–37)

   (a) Sáu lời rủa khốn thay (28:1–35:10)
       i. Lời rủa thứ nhất: Lời của Đức Chúa Trời và mục đích của Ngài (28:1–29)
       ii. Lời rủa thứ hai: có điều gì quá khó cho Đức Giê-hô-va chăng? (29:1–14)
       iii. Lời rủa thứ ba: sự biến cải tâm linh (29:15–24)
       iv. Lời rủa thứ tư: bất trung và thành tín (30:1–33)
       v. Lời rủa thứ năm: mọi vật đều mới (31:1–32:20)
       vi. Lời rủa thứ sáu: cuối cùng cũng về nhà (33:1–35:10)

   (b) Lời kết: vầng đá của lịch sử (36:1–37:38)
       i. Sứ thần A-si-ri đầu tiên: vị vua bơ vơ (36:1–37:7)
       ii. Sứ thần A-si-ri thứ hai: vị vua tin kính (37:8–35)
       iii. Đoạn cuối: A-si-ri bị lật đổ (37:36–38)

QUYỂN CỦA ĐẦY TỚ (38–55)

1. Ê-XÊ-CHIA VÀ CON ĐƯỜNG ĐỨC TIN: TỘI MANG TÍNH QUYẾT ĐỊNH (38–39)

   (a) Một lời cầu xin, hai lời đáp (38:1–8)
   (b) Sống và chết (38:9–22)
   (c) Thời điểm quyết định (39:1–8)

2. SỰ AN ỦI CHO CẢ THẾ GIỚI (40:1–42:17)

(a) Sự an ủi cho dân Chúa (40:1–41:20)

    i. Sứ điệp an ủi (40:1–11)
    ii. Đức Chúa Trời, Đấng Sáng Tạo, là Đấng đảm bảo mọi lời hứa (40:12–31)
    iii. Đức Chúa Trời, Đấng cai trị thế giới, là Đấng đảm bảo mọi lời hứa (41:1–7)
    iv. Ba hình ảnh: sự an ủi được đảm bảo (41:8–20)

(b) Niềm hy vọng cho dân ngoại (41:21–42:17)

    i. Được triệu tập trước tòa: nỗi tuyệt vọng của thế giới dân ngoại (41:21–29)
    ii. Người Đầy Tớ: giải pháp tuyệt vời (42:1–9)
    iii. Thế giới ca ngợi, Chúa giải cứu (42:10–17)

3. KẾ HOẠCH CỦA ĐỨC-GIÊ-HÔ-VA ĐƯỢC BÀY TỎ (42:18–44:23)

  (a) Ách nô lệ và sự giải phóng của Y-sơ-ra-ên (42:18–43:21)

    i. Đầy tớ mù lòa (42:18–25)
    ii. Sự chăm sóc không thay đổi của Chúa (43:1–7)
    iii. Không có Đức Chúa Trời nào khác: những lời hứa chắc chắn (43:8–13)
    iv. Cuộc xuất hành mới: ách nô lệ được giải quyết (43:14–21)

  (b) Tội lỗi của Y-sơ-ra-ên và sự cứu chuộc (43:22–44:23)

    i. Chẩn đoán (43:22–24)
    ii. Phương thuốc (43:25–44:5)
    iii. Không có Đức Chúa Trời nào khác: những lời hứa chắc chắn (44:6–20)
    iv. Cứu chuộc khỏi tội (44:21–23)

4. SỰ GIẢI CỨU LỚN: CÔNG VIỆC CỦA SI-RU (44:24–48:22)

  (a) Si-ru: người xây dựng và người đi chinh phục (44:24–45:8)

    i. Đức Giê-hô-va và lời Ngài (44:24–26b)
    ii. Đức Giê-hô-va và mục đích của Ngài (44:26c–28)
    iii. Đức Giê-hô-va và người được xức dầu của Ngài (45:1–7)
    iv. Đức Giê-hô-va và quyết tâm tạo dựng của Ngài (45:8)

  (b) Sự nổi loạn và quyết tâm, ngụy biện và an ủi (45:9–46:13)

    i. Thợ gốm và người làm cha mẹ (45:9–13)
    ii. Mục đích không thay đổi trên toàn thế giới dành cho Y-sơ-ra-ên (45:14–25)
    iii. Đức Giê-hô-va không thay đổi và những kẻ nổi loạn ương bướng (46:1–13)

  (c) Cuối cùng cũng được tự do (47:1- 48:22)

    i. Kiêu ngạo đi trước sa ngã (47:1–15)
    ii. Nhà nhưng chưa phải là nhà (48:1–22)

5. SỰ GIẢI CỨU LỚN HƠN: CÔNG VIỆC CỦA ĐẦY TỚ (49–55)

  (a) Nhiệm vụ kép của Đầy tớ (49:1–6)

    i. Lời chứng đầu tiên: Y-sơ-ra-ên sống đúng với mục đích của họ (49:1–3)
    ii. Lời chứng thứ hai: Tác nhân, nhiệm vụ và kết quả (49:4–6)

  (b) Lời xác nhận thiên thượng: thành công khắp thế giới (49:7–13)

(c) Dân tộc và Đầy tớ, sự tương phản: không đáp ứng và đáp ứng (49:14–50:11)

(d) Viễn cảnh cứu rỗi: dân sót đang nhìn xem (51:1–52:12)

   i. Mạng lệnh phải lắng nghe: những lời hứa về sự cứu rỗi (51:1–8)
   ii. Lời kêu gọi ấn tượng: cuộc xuất hành trong quá khứ và tương lai (51:9–11)
   iii. Thời gian nghỉ ở giữa: lời chỉ dẫn cuối cùng (51:12–16)
   iv. Mạng lệnh phải đáp ứng: điều Đức Giê-hô-va đã làm (51:17–52:12)

(e) Sự cứu rỗi cho cả thế giới (52:13–55:13)

   i. Chiến thắng của Đầy tớ (52:13–53:12)
   ii. Lời mời gọi tuyệt vời (54:1–55:13)

QUYỂN CỦA ĐẤNG CHIẾN THẮNG (56–66)

1. ĐIỀU LÝ TƯỞNG VÀ ĐIỀU THỰC TẾ: DÂN SỰ CHÚA TÚNG THIẾU, KHÔNG NHƯ MONG ĐỢI (56:1–59:13)

   (a) Dân đang chờ đợi (56:1–8)

   (b) Dân bị phân chia (56:9–57:12)

      i. Thất bại của những nhà lãnh đạo (56:9–12)
      ii. Con cái của gái mại dâm và gia đình của Đức Giê-hô-va (57:1–21)

   (c) Dân giữ ngày Sa-bát (58:1–14)

   (d) Dân có tội (59:1–13)

      i. Lời buộc tội (59:1–4)
      ii. Lời mô tả (59:5–8)
      iii. Lời xưng nhận (59:9–13)

2. ĐẤNG CHIẾN THẮNG ĐƯỢC HỨA BAN: SỰ BÁO THÙ VÀ SỰ CỨU RỖI (59:14–63:6)

   (a) Lời nói đầu: tình hình và cách khắc phục (59:14–20)

   (b) Người trung bảo của giao ước và thành tựu của người (59:21–60:22)

      i. Người Trung Bảo của Giao Ước (59:21)
      ii. Thành của cả thế giới (60:1–22)

   (c) Đấng Được Xức Dầu và công tác biến đổi (61:1–9)

      i. Lời chứng đầu tiên của Đấng Được Xức Dầu: sự biến đổi (61:1–4)
      ii. Sự biến đổi được xác nhận (61:5–9)

   (d) Đấng Cứu Thế và dân được tập hợp của Ngài (61:10–62:12)

      i. Lời chứng thứ hai: chấp nhận vai trò của Đấng Cứu Thế (61:10–62:7)
      ii. Lời thề, lệnh triệu tập, và lời công bố của Đức Giê-hô-va (62:8–12)

   (e) Sự hoàn tất: Đấng Được Xức Dầu Hoàn Thành Nhiệm Vụ của Ngài (63:1–6)

3. TRỜI MỚI ĐẤT MỚI: LỜI CẦU NGUYỆN VÀ LỜI HỨA (63:7–66:24)

   (a) 'Điều nhắc nhở' khi cầu nguyện (63:7–64:12)

　　　　i. Nhớ lại (63:7–14)
　　　　ii. Cầu xin (63:15- 64:12)
　(b) Đức Giê-hô-va đáp lời: những lời hứa chắc chắn, và kết thúc hoàn hảo sắp đến (65:1–66:24)
　　　　i. Nài xin và khiêu khích (65:1–10)
　　　　ii. Những số phận tương phản (65:11–16)
　　　　iii. Mọi vật đều mới (65:17–25)
　　　　iv. Phán xét và hy vọng (66:1–24)

Giải Nghĩa

QUYỂN CỦA VUA (1–37)

1. BỐI CẢNH CHỨC VỤ CỦA Ê-SAI: LỜI NÓI ĐẦU CỦA TRƯỚC GIẢ (1–5)

Khi cầm trên tay sách Ê-sai, chương 1–5 tạo thành một phần riêng biệt; giống như 'lời nói đầu' cho phần tập hợp những lời tiên tri của Ê-sai. Rõ ràng có bốn lý do khi nói như vậy. (a) Niên đại chính xác của chương 6, tương phản với những lời tiên tri không xác định được niên đại ở 1:2–5:30. Dĩ nhiên, những sự kiện cụ thể ắt hẳn đã thúc đẩy những lời tiên tri, nhưng Ê-sai thấy không cần thiết phải nói ra. (b) Phần chúng ta gọi là 'chương 6', sự kêu gọi nhà tiên tri, rất phù hợp để cấu thành chương 1 của sách Ê-sai, tiếp theo 'lời nói đầu của trước giả' (so sánh Giê 1:4–19; Êxê 1:1–3:27; vì việc A-mốt được kêu gọi chỉ được ghi lại ở A-mốt 7:10–17, nên đây không phải là yếu tố mang tính quyết định). (c) Ngoài việc nhắc đến người Phi-li-tin ở 2:6 để minh họa, thì không có quốc gia ngoại bang nào được nhắc đến - ngay cả kẻ chiến thắng cừ khôi bị đe dọa ở 5:25–30 cũng không - và điều này làm tăng thêm cảm giác rằng những chương này trình bày các lẽ thật tổng quát nhằm tạo bối cảnh cho nội dung 'chính' của sách. (d) Các chương 1–5 được trình bày cách mạch lạc với sứ điệp tiệm tiến. Tiêu đề gây ngạc nhiên ở 2:1 báo hiệu một khởi đầu tươi mới, và các phân đoạn tương ứng 2:2–4 và 4:2–6 tạo thành đoạn đầu và đoạn kết hay *đối xứng đầu cuối* (*inclusio* - xem trang 9), khiến chúng trở thành một phần riêng biệt. Tương tự; 1:2–31 và 5:1–30 cũng được đánh dấu như những phần riêng biệt trong các đoạn giới thiệu đầu.

Do đó, 'lời nói đầu' có thể được tóm tắt như sau. Trước nhất là tiêu đề (1:1). Kế đến, 1:2–31 là lời kết tội thẳng thắn về tình trạng con cái của Đức Giê-hô-va: nổi loạn (2), băng hoại (4), bị trừng phạt (5–6), bị tản lạc (7–8), không thể chấp nhận được về mặt tôn giáo (10–15) và suy đồi (21–23). Tuy nhiên, đây không phải toàn bộ câu chuyện: vì Đức Giê-hô-va đã không từ bỏ (9) và sẽ không từ bỏ (25–28) dân sự Ngài. Thế nhưng, thực ra phần mở đầu của lời tựa tuyên bố rằng 'Lẽ ra các ngươi phải khác'.

Ê-sai 2:2–4:6 mở đầu với một khải tượng ly kỳ về mục đích của Si-ôn: là điểm tập trung cho cả thế giới, là thành lẽ thật và bình an cho tất cả mọi người. Nhưng dĩ nhiên, đối với con mắt của nhà tiên tri, thì rõ ràng Si-ôn không như vậy. Không hề khiến cho thế giới theo mình, mà ngược lại dân sự Chúa đã bắt chước theo các dân khác (2:6–7) và, cùng với thế giới, sẽ ở dưới sự phán xét cuối cùng của Chúa (2:12–21), và đất nước sẽ sớm rơi vào tình trạng hỗn loạn (3:1–7). Nhưng đây cũng chưa phải toàn bộ câu chuyện, vì nơi mà tội lỗi của Giê-ru-sa-lem bày tỏ rõ ràng nhất là trong hành động và thái độ của các con gái Si-ôn (3:16–4:1), là nơi mà một ngày nào đó Chúa sẽ tẩy rửa (4:4) và mang tạo vật mới của Ngài vào (4:5–6). Nhưng đáng buồn thay, lời buộc tội 'Các ngươi không sống theo mục đích các ngươi được tạo dựng' đã được chứng minh là đúng.

Ê-sai 5:1–30 có thể được xem xét như một ẩn dụ (1–7), một sự áp dụng (8–12, 18–23) và hậu quả (13–17, 24–30), với sáu 'lời rủa' giải thích rõ ràng trái đắng (2, 4, 7) được sinh ra từ vườn nho của Đức Giê-hô-va. Nhưng Đức Giê-hô-va đã làm hết sức để vườn nho sinh lợi đến nỗi Ngài không thể làm gì hơn nữa (4). Ê-sai kết thúc lời nói đầu bằng sự thật gây sốc này, và lời tiên tri của ông cũng từ lời kết luận này mà ra. Lưu ý chương 5 bắt đầu bằng bài ca (1) và kết thúc với sự tối tăm (30). Cũng lưu ý rằng không như 1:2–31 và 2:24:6, giữa hai phần này không có sứ điệp hy vọng nào. Vì nếu đã làm hết tất cả rồi thì Đức Giê-hô-va có thể làm gì thêm nữa? Do đó, chủ đề của chương 5 là 'lẽ ra các ngươi phải khác vì toàn bộ công việc của ân điển thiên thượng là cơ nghiệp của các ngươi mà các người đã lãng phí'. chương 5 tập trung nói về sự tối tăm. Lá chắn sáng đã đến trên dân sự Chúa.

a. Tiêu đề (1:1)

Về các vua được đề cập ở đây, xem Phần Dẫn nhập, trang 16–19.

Nhận khải tượng (tiếng Hê-bơ-rơ: *ḥāzôn ḥāzā*): những từ này có thể ám chỉ 'kinh nghiệm được thấy trước' (29:7; 33:20), nhưng cả hai từ thường diễn tả khả năng trong việc 'nhận biết' lẽ thật mà Chúa ban cho các tiên tri qua sự bày tỏ đặc biệt (vd: 2 Sử 32:32; A-mốt 1:1; Mi 1:1). Cho nên, sách Ê-sai là 'sự nhận biết lẽ thật được bày tỏ cho Ê-sai qua sự mặc khải thiên thượng'.

b. Thất bại toàn diện (1:2–31)

Để nói lên bối cảnh của chức vụ, Ê-sai bắt đầu với điều ắt hẳn rất rõ ràng, ngay cả khi dân sự không chấp nhận phần chẩn đoán của ông, thì cũng không thể tranh cãi về những bằng chứng ông đưa ra! Trên phương diện quốc gia (2–9), những cuộc xâm lược của quốc gia ngoại bang (7–8) đã để lại dấu vết hoang tàn, hậu quả là 'phe nhóm chính trị' (5c–6) giống như nạn nhân của vụ trấn lột dã man. Về phương diện tôn giáo (10–20), họ chú trọng hình thức: dâng vô số sinh tế (11), thường xuyên đến đền thờ (12), tuân giữ các lễ hội định kỳ hàng tuần và hàng tháng (13–14), cầu nguyện nhiều (15) nhưng không được Đức Chúa Trời nhận và cũng chẳng có tác dụng gì để thay đổi tình trạng khó khăn của đất nước. Còn về xã hội (21–26), đời sống trong thành suy đồi và đầy nguy hiểm (21), những người lãnh đạo tham nhũng và tư lợi (23a-d), những người thiếu thốn thì không được chăm sóc (23ef).

Phần phân tích bối cảnh đương thời gồm ba phần được Ê-sai trình bày như trong khung cảnh của một tòa án. Trong câu 2ab, các nhân chứng được gọi đến. Từ câu 2c đến câu 23, các lời buộc tội được đưa ra và bản án được tuyên trong các câu 24–30. Ê-sai cũng nhận biết những nguyên nhân kín giấu phía sau những chứng cứ dễ nhận thấy này: chống nghịch Đức Giê-hô-va (2d) là căn nguyên của thảm họa quốc gia (5); tội lỗi cá nhân khiến sinh hoạt tôn giáo không còn ý nghĩa (15); xã hội suy đồi vì từ bỏ những chuẩn mực *công lý* và *công chính* của Chúa (21). Tất cả những điều này làm cho việc so sánh thành với Sô-đôm (9–10) trở nên rõ nét hơn và là bằng chứng cho hành động trừng phạt từ thiên thượng (5; 20, 24, 28, 29–31), nhưng cũng có sự ngạc nhiên, vốn là nét đặc trưng trong sách Ê-sai, đó là vẫn còn có hy vọng. Đức Giê-hô-va không từ bỏ dân sự Ngài (9); khi Ngài hành động cũng là để thanh tẩy và phục hồi (25–26), và chính *công lý* cùng *sự công chính* họ đã từ bỏ (21) sẽ được phê chuẩn trong công tác cứu chuộc thiên thượng (27).

i. Tình hình quốc gia (1:2–9)

2a. Ê-sai không giải thích tại sao *các tầng trời* và *đất* được triệu tập để *nghe*. Lời kêu gọi tương tự (10) đối với bị cáo cho thấy các tạo vật được gọi đến tòa án làm nhân chứng thường xuyên cho những gì xảy ra trên đất (Thi 50:4–6) và do đó, có thể xác nhận những lời cáo buộc từ Chúa là đúng. Nhưng có lẽ những lời cáo buộc này chỉ để khẳng định phẩm giá của Đấng có thể triệu tập một tòa án như thế (so sánh 1 Sử 16:31; Thi 69:34–35) và tính kinh khiếp của sự kiện.

2b. Nhưng lý do tại sao tạo vật phải chú ý còn đáng khiếp sợ hơn: *vì Đức Giê-hô-va phán*. Đây là Đấng mà toàn thể tạo vật phải vâng phục; chính Ngài là đối tượng mà dân sự phải khai trình; và trong kỳ công độc đáo của sự mặc khải và linh hứng, sứ điệp của nhà tiên tri được 'linh cảm trong lời nói', là chính lời của Đức Giê-hô-va.

3. Tội lỗi của Y-sơ-ra-ên (của chúng ta) thật ghê tởm. Hãy nhìn vào những hành động theo bản năng của các con thú. Sự bất trung phát xuất từ tâm trí của chúng ta (*biết… hiểu*), cũng giống như tâm trí là tâm điểm của đời sống thuộc linh (so sánh với Thi 119:33–34, 104, 130; Lu 24:27, 32; Rô 1:28; Êph 4:17–18, 20–22). Mặc dù *biết* có thể bao gồm sự gần gũi riêng tư (Sáng 4:1, 'ăn ở') và lối sống (1Sa 2:12), nhưng ý nghĩa nền tảng của từ này là biết lẽ thật.

4. Bốn danh từ chỉ đặc ân: *quốc gia* độc nhất vô nhị; *dân* được chuộc; 'hậu thế' hoặc *dòng dõi* (từ được dùng để chỉ dòng dõi ra từ Áp-ra-ham ở 41:8); và *con cái* (hoặc 'con trai' của Đức Giê-hô-va). Bốn từ mô tả tình trạng lý tưởng đã bị mất: *tội lỗi*, từ phân từ 'tiếp tục phạm tội', hoặc trượt khỏi mục tiêu của Đức Chúa Trời; *nặng nề* (có lẽ 'chất đầy', ngụ ý Đức Giê-hô-va, Đấng bồng ẩm họ, cảm thấy một gánh nặng; so sánh 46:3–4; Xuất 19:4); *tội*, tức 'điều tội lỗi' (*'āwôn*), nghĩa là tội bại hoại trong nhân cách và bản chất; *dòng dõi làm ác*, tức dòng dõi được lựa chọn trở thành những người làm điều xấu xa; và cuối cùng; *đồi bại*, 'hành động một cách bại hoại', xuất phát từ chữ *šāḥat* trong tiếng Hê-bơ-rơ, có nghĩa: làm cho thối nát, hư hỏng. *Chúng đã lìa bỏ…khinh bỉ… quay lưng*: đây là nguyên tắc cơ bản của sự xuống dốc thuộc linh, sự khước từ Chúa được duy trì cách liên tục. Có lẽ chúng ta nên dịch là 'họ quay lưng trở thành những người xa lạ', tức là trở lại với tình trạng của họ như trước khi được cứu chuộc. Về *Đấng Thánh của Y-sơ-ra-ên*, xem phần Dẫn nhập, trang 21–21. Đỉnh cao trong đặc ân của họ, tức là biết bản tính thánh khiết của Đức Giê-hô-va một cách đầy đủ, trở thành tiêu chuẩn để đo lường độ sâu của sự sa ngã của họ.

5–8. Điều quan trọng trong những câu này không phải là chúng phản ánh cuộc xâm lăng nào trong lịch Sử Có lẽ ở giữa cuộc tấn công A-ram - Ép-ra-im khoảng 735 T.C (2 Vua 15:37–16:6; 2 Sử 28; xem Dẫn nhập, tr. 17; so sánh 7:1–2) hoặc cuộc tấn công của người A-si-ri năm 701 T.C (chương 36–37; 2 Sử 32; xem Dẫn nhập, tr. 18). Điều quan trọng là quan điểm của Ê-sai về lịch sử là vũ đài cho sự phán xét đạo đức từ thiên thượng. Sự cướp bóc của kẻ thù (7–8) khiến cho đất nước bị tê liệt (5–6) từ trên (*đỉnh đầu*) xuống dưới (*bàn chân*), từ trong (*lòng dạ*) ra ngoài (*đầu… chân*), và vô phương cứu chữa (*chưa được rịt lại… băng bó*) là sự sửa phạt thiên thượng; và họ sẽ bị sửa phạt thêm nữa nếu cứ tiếp tục *nổi loạn*. Không vị vua nào trong thời Ê-sai (1:1) là thiếu khả năng. Họ cai trị đất nước có một nền kinh tế vững mạnh và theo đuổi những chính sách khôn ngoan; nhưng xứ vẫn bị tàn phá (5c–7), yếu ớt từ bên trong (8bc) và bị đe dọa từ bên ngoài (8d). Bí quyết để một quốc gia vững mạnh là sự công chính; nghĩa là làm điều đúng đắn với Chúa (Châm 14:34), và đây là thất bại buồn thảm mà nhà tiên tri ghi lại.

9. Nhưng đối với dân sự của Chúa thì còn một nhân tố khác nữa; yếu tố hy vọng đem lại sự ngạc nhiên. Công đức nói thế này, còn lòng thương xót thì nói thế khác. Khi nói đến thưởng phạt công minh, Đức Giê-hô-va hoặc là phải xin lỗi *Sô-đôm*, hoặc là phải giáng sự đoán phạt xuống Y-sơ-ra-ên! Nhưng Ngài là Đức Giê-hô-va Vạn quân, nghĩa đen là 'Chúa của các đạo quân'. Danh từ số nhiều ở đây thể hiện rằng Chúa chính là và Ngài có mọi tiềm năng và sức mạnh trong chính Ngài. Kết quả là Ngài có toàn quyền hành động theo bất kỳ cách nào phù hợp với bản tính của Ngài. Cùng một Đức Giê-hô-va (2) Đấng phán xét cũng hành động để giữ lại một ít dân sót (9). Nhờ tình yêu của Chúa mà chúng ta không bị tuyệt diệt, vì lòng thương xót của Ngài không bao giờ dứt (Ca. 3:22). Tới đây, Ê-sai kết thúc phần này.

ii. Tình hình tôn giáo (1:10–20) Bây giờ, Ê-sai chuyển sang đời sống tôn giáo của đất nước. Việc đặt đề tài này giữa phần đánh giá vận mệnh quốc gia (2–9) và hoàn cảnh xã hội (21–23) là điều đáng chú ý. Cốt lõi của mọi nan đề là cách dân sự liên hệ với Đức Chúa Trời. Nếu họ sai trật ở đây, thì họ không thể đúng trong bất kỳ việc gì khác. Niềm tin quyết định mọi thứ.

Nhưng dân sự hết sức sùng đạo: họ dành hết thời gian cho các kỳ lễ hội hằng tháng, hằng tuần và các lễ hội khác (13); chi phí cho sinh tế và của lễ (11) là rất lớn. Sẽ là điều lạ lùng nếu họ không thắc mắc tại sao, vì họ đã làm quá nhiều cho Ngài, mà Chúa dường như chẳng làm gì cho họ cả. Nhưng đó chính là vấn đề: niềm tin của họ là 'điều chúng ta làm cho Đức Chúa Trời' chứ không phải 'cách chúng ta bước vào trong ân điển mà Ngài ban cho chúng ta'.

Đây là những câu Kinh thánh có nhiều ý kiến bất đồng. Một số người lưu ý trong câu 11 Đức Giê-hô-va phủ nhận giá trị của các sinh tế, trong câu 12, Ngài phủ nhận rằng những việc làm đó không được Ngài cho phép, và trong câu 13, Ngài truyền lệnh phải chấm dứt chúng. Theo ý kiến này thì Ê-sai kêu gọi 'đạo đức mà không cần tôn giáo', bước đi với Đức Chúa Trời tập chú vào phương diện đạo đức mà không cần tuân giữ lễ nghi.[1] Nhưng người ta có thể thắc mắc liệu cách hiểu này có đúng với điều Ê-sai muốn nói không. Lẽ nào ông là người có tư tưởng cách mạng đến nỗi từ bỏ truyền thống mà trong đó ông đã được trưởng dưỡng và truyền thống mà ông truy nguyên từ Môi-se sao? Một kết luận như vậy đòi hỏi nhiều lập luận dẫn chứng hơn chứ không thể đưa ra một phân đoạn ngắn và bảo nó nói như thế! Ngoài ra; nếu phân đoạn này bác bỏ các nghi thức đền thờ, thì nó cũng bác bỏ luôn ngày Sa-bát (13) và sự cầu nguyện (15)! Thay vào đó, Ê-sai mời gọi chúng ta nhớ lại rằng trong truyền thống Môi-se, ân điển cứu chuộc (Xuất 6:6–7; 12:13), món quà luật pháp (Xuất 20) và các nghi thức tôn giáo phải tuân giữ (Xuất 25–Lê 27) tiếp nối nhau theo thứ tự này như các thành phần của một đơn vị tổng thể. Luật pháp được ban ra để những người đã được chuộc bởi huyết chiên con biết Đấng Cứu Chuộc họ (Xuất 20:2) muốn họ sống như thế nào. Các con sinh được cung ứng để bù đắp cho những sai sót trong việc tuân giữ luật pháp (so sánh 1 Giăng 1:7). Nhưng khi nhìn xung quanh, Ê-sai thấy dân sự dư thừa về tôn giáo mà thiếu sót về đạo đức. Họ cũng vô đạo đức như Sô-đôm (10), của lễ của họ trở nên *vô ích* (13; nghĩa đen là 'của lễ vô dụng') vì Đức Giê-hô-va *không chịu nổi* sự gian ác đi chung với sự chú ý tỉ mỉ về tôn giáo. Bàn tay họ giơ lên khi cầu nguyện là bàn tay nhuốm máu tội lỗi (15). Cũng như tất cả các tiên tri, Ê-sai thi hành mục vụ ngay trong sự mặc khải đã được bày tỏ qua Môi-se, và lời buộc tội của ông trong phân đoạn này là những người đương thời đã tách rời điều mà Đức Giê-hô-va đã kết hợp lại qua Môi-se, tức là tách rời phương tiện của ân điển (sinh tế) với đời sống vâng phục mà họ phải duy trì. Hành động, tức nghi lễ bị

---

[1] Một số người đưa ra cách giải thích tương tự này cho Giê-rê-mi 7:21–22; Ô-sê 6:6; A-mốt 5:24–25; Mi-chê 6:6–8. Xem phần tổng quan hấp dẫn trong H. H. Rowley, *The Unity of the Bible* (Carey Kingsgate, 1953), trang 38ff., and J. a. Motyer, 'Prophecy; Prophets', in *NBD*.

tách rời khỏi nguồn của nó là tấm lòng biết ơn vì được cứu, và tách khỏi chức năng của nó là sống vâng phục, thì vô nghĩa và ghê tởm đối với Chúa (13).

10. Cũng như các tiên tri khác, Ê-sai cho rằng ông là 'chiếc loa' của Đức Giê-hô-va, là ống dẫn lời thiên thượng. *Luật pháp* nghĩa là 'sự dạy dỗ', truyền đạt lẽ thật, mà dĩ nhiên trong đó có cả sự chỉ dẫn, mạng lệnh và nghiêm cấm đầy thẩm quyền. Nhưng *luật pháp* của Chúa trước tiên là sự dạy dỗ yêu thương của người cha biết quan tâm dành cho con yêu dấu của mình (so sánh Châm 4:1–2). Nếu không có lòng thương xót, Ngài đã đối xử với họ như *Sô-đôm và Gô-mô-rơ* (9), nhưng chắc chắn là bởi lòng thương xót, vì họ thật sự giống như *Sô-đôm và Gô-mô-rơ*.

11. Sai lầm thường trực của những người theo chủ nghĩa hình thức là nếu tất cả đều phụ thuộc vào việc thực hiện nghi lễ, thì bạn càng giữ nhiều lễ nghi càng tốt. *Phán* ở thì tiếp diễn: 'cứ tiếp tục phán' - như là điều gì đó Ngài lặp lại cho chúng ta hiểu. Ngoài Thi Thiên 12:6 thì chỉ có Ê-sai (1:18; 33:10; 40:1, 25; 41:21; 66:9) dùng hình thức này của động từ để nói đến lời Chúa phán. Đối với Đức Giê-hô-va, lễ nghi chẳng có ý nghĩa gì (11ab), cũng chẳng thêm vào điều gì (11cd) và không có tác dụng gì (11ef). *Chẳng hài lòng:* 53:10 cũng dùng động từ này ('Đức Giê-hô-va vui lòng') để nói về sinh tế vĩ đại mà Ngài vui lòng.

12. *Đến trước mặt Ta* (hay 'gặp gỡ Ta') cũng có thể được dịch là 'nhìn thấy mặt Ta', tùy thuộc vào nguyên âm chúng ta bổ sung vào trong bản văn tiếng Hê-bơ-rơ. Cả hai ý mô tả hiện thực và sự diệu kỳ của sự thờ phượng thật (vd: so sánh Xuất 23:15, 17). *Giày đạp:* nghi lễ tôn giáo chỉ là bước chân ồn ào trên vỉa hè.

13–15. Lời tố cáo tiếp tục. *Trở thành gánh nặng* (14): nghĩa là các nghi lễ tự thân chúng không là gánh nặng, vì Đức Giê-hô-va truyền lệnh cho họ thực hiện. Không phải việc thực hiện mà là việc lạm dụng các thánh lễ khiến Ngài tức giận. Với *sự cầu nguyện* (15) cũng vậy, vì chúng ta có thể 'cầu nguyện ngày Chúa Nhật rồi bắt nạt người hàng xóm mình những ngày còn lại trong tuần'. *Ta che mắt:* ngược với chiếu sáng mặt Ngài để bày tỏ sự chấp thuận và ban phước (Dân 6:25; Thi 4:6). Điều khiến cho lời cầu nguyện thành ra vô ích là không ăn năn những vi phạm cá nhân (*tay các ngươi đẫm máu*). Không chỉ mắt Đức Giê-hô-va mà cả tai Ngài cũng tránh xa lời cầu nguyện như thế: nghĩa đen là 'thậm chí Ta cũng không nghe'.

16–20. Nhưng có một phương cách để quay lại với Đức Chúa Trời: những việc họ có thể làm (16–17, chín mạng lệnh), một lời hứa họ có thể kinh nghiệm (18), một phước lành họ có thể tìm thấy (19) hoặc đánh mất (20). Trong các câu 16–17, chín mạng lệnh được xếp thành ba nhóm, mỗi nhóm ba mạng lệnh. Trước tiên, 'hãy thanh tẩy chính mình trước mặt Đức Chúa Trời bằng những lễ nghi thanh tẩy mà Ngài cung ứng' và điều này sẽ *loại bỏ những việc ác* (nghĩa đen: điều ác trong việc làm của các ngươi) *khỏi mắt Ta*. Sự thanh tẩy được cung ứng có hiệu lực trước mặt Đức Chúa Trời. Tiếp theo là ba mạng lệnh sắp xếp lại đời sống cá nhân: *đừng*, dứt khoát từ bỏ tội lỗi; *hãy học*, mở mang tâm trí; và *tìm kiếm*, đặt ra những mục tiêu khác nhau. *Công lý* (*mišpāṭ* từ chữ √*šāpaṭ*, 'quyết định điều gì là đúng theo thẩm quyền/pháp lý' thường được dùng, chẳng hạn như ở đây, để mô tả toàn bộ những điều Đức Giê-hô-va cho là đúng, mô tả hành vi Ngài muốn thấy ở dân sự (so sánh 42:1, 3–4). Bộ ba mạng lệnh thứ ba yêu cầu cải cách xã hội: *giúp đỡ người bị áp bức* dịch từ bản văn tiếng Hê-bơ-rơ đã được sửa đổi:[2] nghĩa đen là 'sửa đổi/ sửa sai kẻ áp bức'. Xã hội

---

[2] Bản NIV (*bị áp bức*) sửa bản MT từ *ḥāmôṣ* ('kẻ áp bức') thành *ḥāmûṣ* ('bị áp bức'). Sự thay đổi là không cần thiết và là sự thay đổi rất nhỏ. 'Sửa sai kẻ áp bức' (nghĩa đen) nói đến nguyên nhân của sự sụp đổ xã hội, kẻ phạm pháp, không chỉ là hậu quả (người bị tổn thương). Đây là điều Ê-sai tìm kiếm.

phải được biến đổi cả ở người gây đau khổ - kẻ áp bức, và người phải chịu sự thương tổn – *kẻ mồ côi... người góa bụa*.

Trong câu 16, Đức Giê-hô-va kêu gọi dân sự đến với nghi lễ thanh tẩy của Ngài. Trong câu 18 Ngài cam kết về hiệu quả của các nghi lễ thanh tẩy. *Đỏ như son* là màu của tội lỗi (so sánh câu 15). *Biện luận* (tiếng Hê-bơ-rơ √*yākaḥ*, đôi khi được dùng để nói đến việc tranh cãi một vụ kiện ở tòa án, vd: 2:4): Đức Giê-hô-va kêu gọi dân sự đến với chuẩn mực công lý của Ngài. Dĩ nhiên đó là nơi họ chỉ có thể nhận thấy mình có tội. Nhưng đó là nơi họ được nghe những lời tha thứ 'miễn phí' dựa trên sự chết thế của con sinh được chỉ định từ Chúa. Cũng như mọi hành động của Ngài, sự tha thứ của Đức Giê-hô-va hoàn toàn phù hợp với công lý của Ngài. Xem phần giải nghĩa bên dưới ở 49:24–26. *Tuyết... lông chiên*: cả hai đều trắng tự nhiên, không phải nhờ chất tẩy. Do đó, lời hứa ở đây là nói đến bản tính mới mẻ, thánh khiết; không phải chỉ là sự tẩy sạch quá khứ.[3]

Vâng lời là một vấn đề quan trọng (câu 19–20). Đó là 'phương tiện của ân điển' để đem đến *điều tốt nhất*. Họ phải 'vâng lời cách vui lòng' (*sẵn lòng vâng lời*), chứ không chỉ theo chủ nghĩa tuân thủ. Các mạng lệnh trong câu 16–18 được hậu thuẫn bởi biện pháp chế tài nghiêm túc từ thiên thượng: vâng lời là đức tính quan trọng của dân sự Chúa; còn bất tuân là thảm họa tồi tệ nhất. *Gươm*: các thế lực đang hành động trong lịch sử ở dưới quyền điều khiển của Ngài để thực hiện sự trừng phạt công bằng của Ngài, xem 10:5–15. *Vì miệng...*: Cách nhấn mạnh của Ê-sai chứng tỏ đây chính là điều Chúa phán.

iii. Tình hình xã hội và những hậu quả của nó (1:21–31)

Từ cách hiểu theo nghĩa đen, những câu này gồm có ba phần. (a) Câu 21–26 tạo thành một bài thơ độc lập nói đến thành trung nghĩa theo kiểu mở -đóng ngoặc hoặc đối xứng đầu cuối. Từ mở đầu *Ôi* ('*êkâ*, so sánh Ca 1:1), và 'nhịp thơ' đang thịnh hành làm cho phần này trở thành bài ca thương. Bài thơ cho thấy tình hình xã hội mà Ê-sai đang đối diện (21–23) và phản ứng thiên thượng trong sự đoán phạt (24) và phục hồi (25–26). (b) câu 27–28 lưu ý hai lựa chọn: ăn năn hoặc bị diệt vong. Cuối cùng, (c) câu 29–31 nói thêm (29, 30) về việc dân sự ăn năn (27); với sự hổ thẹn sâu xa về quá khứ và những hậu quả tai hại, và (31) về sự đoán phạt, (28) trên những kẻ không chịu ăn năn: sự tự mãn là nguyên nhân khiến họ bị hủy diệt. Như vậy, ba đoạn văn chương riêng biệt lúc đầu được kết hợp lại với nhau thành một đội hình mới: câu 21–23 tiếp tục phần nghiên cứu được bắt đầu ở câu 2–9 và 10–20 bằng cách phác họa tình trạng xã hội; câu 24–26 mở ra tương lai như là đấu trường của sự đoán phạt và hy vọng; còn câu 27–28 và 29–31 phản chiếu viễn cảnh gồm hai phương diện này.

21. *Thành trung nghĩa... gái điếm*: chỉ có ở đây và ở 23:15–18 Ê-sai mới dùng ẩn dụ về sự không chung thủy trong vấn đề tình dục. Mọi thứ khác đều đi xuống theo hình xoắn ốc từ sau thất bại cơ bản là không sống như một người vợ *chung thủy* với Đức Giê-hô-va. Trước tiên, Ê-sai lưu ý sự sụp đổ của các lý tưởng đạo đức: *công lý* và *công chính*. Bắt nguồn từ sự thánh khiết thiên thượng (5:16), *sự công chính* hiện thân cho sự thánh khiết trong những nguyên tắc đúng đắn và *công lý* thể hiện sự công chính trong những giới luật đúng đắn. Thứ hai, ông nhận thấy sự suy sụp của các mối quan hệ đạo đức: *những kẻ giết người*. Khi cam kết với Chúa không còn; tức vi phạm 'bảng luật pháp thứ nhất' (gái điếm), thì tiếp theo sẽ vi phạm 'bảng thứ nhì' (kẻ giết người). Không có cam kết thuộc linh thì không thể tạo ra và duy trì các giá trị xã hội.

---

[3] Xem câu 18 như một câu hỏi ('Vì tội các ngươi là...có thể nào...?) gây nghi ngờ về tính chất hứa hẹn của phân đoạn. Câu 18 là một lời hứa cũng thực tế như câu 16 là một mạng lệnh thực tế.

22–23. Minh họa (22) dẫn đến hiện thực (23). *Bạc biến thành cặn bã* thì hoàn toàn biến chất; một khi *rượu nho* bị pha với *nước*, thì không còn nguyên chất nữa. Do đó, tội lỗi làm thoái hóa bản chất và làm ô uế tất cả. *Cấp lãnh đạo* giúp chúng ta hiểu rõ hơn về xã hội: họ là *những kẻ nổi loạn* với Đức Chúa Trời (so sánh câu 2) và vi phạm luật pháp Ngài khi kết giao với *những kẻ trộm cướp*; họ lạm dụng địa vị để trục lợi cho bản thân qua *của hối lộ* và *quà cáp*. Họ không quan tâm đến người khác.

24. Cấp lãnh đạo thì như vậy (23), còn Đấng Tế Trị thật sự - là *Đức Giê-hô-va vạn quân... Đấng quyền năng* thì nghĩ gì? Ngài là *Chúa* (Hê *hā'ādôn*), Đấng vô sở bất năng; *Đức Giê-hô-va Vạn quân* (so sánh câu 9), và là Đấng cai trị tối cao của dân sự, *Đấng Quyền Năng của Y-sơ-ra-ên* (*'ăbîr yiśrā'ēl* như ở 49:26; 60:16; so sánh Sáng 49:24; Thi 132:2, 5). Thật đáng kinh hãi, quyền năng to lớn này là để dùng cho cuộc báo thù công chính. Tội lỗi của dân sự làm tổn thương Đức Giê-hô-va, bản tính thiên thượng bị xúc phạm và Ngài phải được *thỏa dạ*. Câu nói quá quen thuộc 'Đức Chúa Trời ghét tội lỗi nhưng yêu tội nhân' cần được phản biện lại bằng mô tả về những *kẻ đối địch*.... *kẻ thù* đã xúc phạm Ngài. Tội lỗi khiến Đức Chúa Trời và tội nhân bất hòa với nhau. Động từ *báo trả* (*nāqam*) chỉ xuất hiện ở đây trong sách Ê-sai, còn danh từ thì xuất hiện nhiều lần (vd: 35:4; 47:3; 61:2).

25. Tiếp tục ý nói về hành động trực tiếp của Chúa chống lại tội nhân, vì *tay* là biểu tượng của hành động cá nhân, vd: câu 15; 10:13. *Ra tay* luôn luôn mô tả hành động chống lại (vd: Thi 81:14), nhưng ở đây, điều đáng ngạc nhiên là hành động này lại dẫn đến việc thanh lọc (25bc) và khôi phục (26). Hành động trừng phạt và phục hồi của Chúa được kết hợp thành một. Thật vậy, trong cơn thịnh nộ, Ngài nhớ đến sự thương xót (Ha 3:2). Do đó, sứ điệp mang lại hy vọng của Ê-sai là cần thiết đối với cách suy nghĩ của ông: (a) bài thơ (21–26; xem phần trên) nói về tội lỗi và sự báo thù (21–25a) không thể chuyển tiếp sang bài thơ nói về sự thanh lọc và phục hồi (25b–26); và (b) hành động có tính hăm dọa (ra tay) trở thành hành động của lòng thương xót. *Luyện*: 'làm cho tinh khiết bằng chất tẩy', như thể nói rằng 'Các ngươi có phương cách để tẩy sạch, thì Ta cũng có'. *Cáu cặn*: như trong câu 22. Đức Giê-hô-va sẽ xử lý bản chất suy đồi cũng như *mọi tạp chất* trong đời sống.

26. Chính Đa-vít là người ngày *trước* ... *thuở ban đầu* khiến Giê-ru-sa-lem trở thành thủ đô của vương quốc thống nhất (2 Sa 5:6–9), và bây giờ Ê-sai mong đợi sự trở lại của Đa-vít và lời hứa được ứng nghiệm (so sánh 2 Sa 7; Thi 89). Một cách kín đáo, ông giới thiệu chủ đề sẽ ngày càng trở nên nổi bật trong sách Ê-sai. *Công chính.... trung nghĩa*: 'được giải hòa với Chúa' trên nguyên tắc và trong việc thực hành sự thánh khiết, *trung nghĩa* với Ngài như người vợ đích thực, xem câu 21.

27. Nhưng Đức Giê-hô-va sẽ *luyện* (25) và *lập lại* (26) bằng cách nào? Ngài sẽ làm điều đó (a) một cách khách quan, qua công tác cứu chuộc thiên thượng: *được chuộc* (*pādâ*), 'trả giá chuộc' (so sánh Xuất 13:13; Lê 27:27); và (b) một cách chủ quan, qua sự ăn năn của con người (*dân trong thành ăn năn*). Do đó, Ê-sai có thể khẳng định rằng sự thương xót của Chúa là sự thương xót về phương diện đạo đức phù hợp với *công lý* và *công chính*, vì chúng phụ thuộc vào giá phải trả để đáp ứng đòi hỏi của luật pháp và phụ thuộc vào sự ăn năn quay về với Chúa.

28. Tuy nhiên, những người không chịu ăn năn thì vẫn ở dưới lời tuyên bố của *công lý* và *sự diệt vong*. Tiếng Hê-bơ-rơ nói một cách súc tích: 'Nhưng những kẻ tiếp tục chống nghịch và phạm tội sẽ bị đập tan - tất cả ngay lập tức!' Những kẻ bị diệt vong là vì ý chí ngang bướng của họ (*phản loạn*), thiếu hụt so với chuẩn (*có tội*) và vì họ khước từ (*bỏ*) Chúa.

29. Trong tiếng Hê-bơ-rơ, câu này được bắt đầu với từ 'Vì'; chứng minh lời cáo buộc từ bỏ Đức Giê-hô-va (28). Họ giữ sự thờ phượng bề ngoài (10–15), nhưng lòng họ (*ưa thích*) và ý chí (*chọn*) đi theo và sùng bái các thần thiên nhiên, thần sinh sản vào thời đó (*cây cối... khu vườn*), so sánh 27:9; 57:3–6; 66:17. Ê-sai không tin rằng mọi tôn giáo đều giống nhau! Niềm tin thật sự tự thể hiện qua cam kết về đạo đức (10–20), có cơ sở vững chắc (tức là sự mặc khải) hơn so với sự yêu thích thuần tuý của con người (29; so sánh A-mốt 4:5) và gắn chặt vào nguồn sống không bị tác động bởi sự khô héo của đất (30).

30. Cây xanh là biểu tượng thích hợp cho sự sống vĩnh cửu và trở thành tâm điểm của tôn giáo thiên nhiên (phong trào tôn giáo tin rằng thiên nhiên và thế giới tự nhiên là hiện thân của thần linh, của sự thiêng liêng hay sức mạnh tâm linh – ND) và sự màu mỡ của đất, của súc vật và của con người là điều quan trọng trong xã hội nông nghiệp. Hình ảnh tương tự ngày hôm nay là nền kinh tế vững chắc và tổng sản lượng quốc gia ngày càng tăng. Những điều này từng là những vị thần mà con người theo xu hướng tự nhiên lựa chọn. Nhưng tín ngưỡng ràng buộc với đời này phụ thuộc vào sự *khô hạn* và nguồn tài nguyên không chắc chắn của đất (*không có nước*).

31. *Mạnh:* những người tự cho rằng mình mạnh mẽ nhờ các thần họ đã chọn; *việc làm:* các thần tượng mà họ làm ra và những khu vườn họ trồng là trọng tâm tín ngưỡng của họ. Tính tự phụ và những vị thần do con người làm ra là sự kết hợp nguy hiểm giống như *gai thô* và *tia lửa!*

c. Điều lý tưởng bị lạc mất và tìm lại được (2:1–4:6)

Trong phần chuyển ý thứ hai của lời tựa (xem trang 35–36 ở trên; phần xem xét của Ê-sai về tình cảnh đương thời (2:5–4:1) phần lớn nói nhiều đến lý do được nghiên cứu ở 1:2–31. Ê-sai 2:5–21 tập trung vào tình hình tôn giáo và thất bại của các thần giả; 3:1–4:1 bàn về sự sụp đổ của một xã hội có trật tự vì cớ thất bại về đạo đức ẩn bên dưới. Phần này được mở - đóng ngoặc hay đối xứng đầu cuối bằng hai bài thơ hay. Bài mở đầu là hình ảnh được định cho Si-ôn (2:2–4) và bài kết thúc là hình ảnh Si-ôn trong tương lai (4:2–6). chương 2–4 hợp với chương 1, không chỉ về nội dung mà cả về triết lý ẩn bên dưới. Việc làm của con người luôn luôn dẫn tới sự hủy diệt, dường như chắc chắn không thể tránh khỏi: những mục tiêu như kiếm tiền (2:7ab), hay sự an ninh nhờ vũ khí (2:7cd); cũng góp phần không nhỏ vào ngày đoán xét sắp đến y như việc chế tạo và thờ phượng thần giả (2:8); những nỗ lực cao nhất của con người nhằm xây dựng một xã hội an ninh sẽ chịu sự 'đánh giá về bản chất' từ thiên thượng (3:1–7) vì tính chất nghiêm trọng của việc phạm tội trong lời nói mà họ không nhận biết (3:8), và điều người ta có thể nghĩ là sự xa xỉ vô hại của tủ quần áo có đầy đủ đồ cần thiết (3:16–23) thật ra phản ánh tính kiêu căng phù phiếm của đời này. Nhưng Đức Giê-hô-va không hề bối rối. Si-ôn chắc chắn phải ở dưới cơn thịnh nộ, nhưng Si-ôn sẽ được giải cứu. Đức Giê-hô-va sẽ thực hiện điều lý tưởng mà dân sự Ngài đã làm hỏng.

i. Tiêu đề (2:1) Cách giải thích dễ nhất cho 'tiêu đề' bất ngờ này là phần mà chúng ta gọi là chương 2–4 từng được 'lưu hành' như một 'sách' riêng lẻ hay thậm chí như một 'tờ báo tường' (xem 8:1; 30:6). *Đã thấy:* xem 1:1.

ii. Ước muốn lớn lao (2:2–4) Việc sử dụng bài thơ này ở Mi-chê 4:1–4 đặt ra câu hỏi tiên tri nào 'đã sao chép' từ người kia hay cả hai đều trích lại từ một bài thánh ca đã có. Phần đoạn đều 'phù hợp' ở cả hai ngữ cảnh, nhưng có lẽ sự thay đổi về từ ngữ cho thấy bài thơ ở

Mi-chê là đoạn trích tự do. Chất thơ tiêu biểu cho văn phong của Ê-sai[4] còn chủ đề thì thích hợp với ông hơn với bất kỳ ai khác, với tình yêu nồng nhiệt dành cho Si-ôn và các truyền thống của thành. Bài thơ được xây dựng trên thuyết phổ độ trong lời hứa cho dòng dõi Áp-ra-ham (Sáng 12:2–3; 22:16–18) nhưng trong ngữ cảnh hiện tại Ê-sai làm cho nó trở thành một thách thức đối với những người đương thời: nếu thế giới từng nói *Hãy đến, chúng ta hãy lên* (3), thì dân sự của Đức Giê-hô-va phải chú ý đến lời kêu gọi *Hãy đến, chúng ta hãy bước đi* (5): điều kiện đầu tiên trong công tác truyền bá phúc âm là phải có một hội thánh đáng để người ta bước vào!

2. Nghĩa đen của 'Những ngày cuối cùng' là 'điểm cuối/tuyệt đỉnh của những ngày' không nhất thiết là còn xa hay chắc chắn là gần; nhưng luôn luôn là sắp đến. Cụm từ này diễn tả sự chắc chắn của điều Chúa sẽ làm và tính cấp bách của việc phải sẵn sàng trong hiện tại. Về phương diện thần thoại, núi là nơi ở của các thần; về mặt lịch sử, Đức Giê-hô-va chọn Núi Si-ôn (Thi 78:68; 87:1–2); về phương diện lai thế học, cả thế gian sẽ là núi Đức Giê-hô-va ở (11:9). Đây là lý do mà ở đây Ê-sai nói đến 'nơi ở' của Đức Giê-hô-va (không phải *đền thờ*). 'Đền thờ' chủ yếu là nơi để thờ phượng; còn 'nơi ở' chủ yếu là nơi Đức Giê-hô-va đến ở giữa dân sự Ngài (so sánh Xuất 29:42–46). *Vượt...đồ vễ*: Núi của Đức Giê-hô-va được tôn cao nhất bày tỏ chiến thắng của Ngài trước mọi cái gọi là thần trên núi của họ. Xem Thi Thiên 48:2 nói đến Xa-phôn là núi của Ba-anh (so sánh Thi 95:3–4). Hình ảnh nước chảy ngược lên khó có thể xảy ra trong tự nhiên được nói đến ở đây một cách có chủ đích. Một lực từ trường siêu nhiên đang hành động.

3. Kết quả là cả thế gian đều nhận biết. Dù bị thu hút cách siêu nhiên (2), nhưng họ đều tự nguyện đến. Việc họ nhất trí (*Hãy đến, chúng ta hãy*) tìm kiếm *Đức Giê-hô-va* làm vô hiệu hóa chủ nghĩa dân tộc. Có điều gì đó khiến họ sẵn sàng tìm kiếm *Đức Chúa Trời của Gia-cốp*, đó là sự khao khát lẽ thật được bày tỏ. Họ đến để học hỏi (*Ngài sẽ dạy*), để vâng phục (*chúng ta sẽ đi*), để nhận lãnh điều không thể có được ở nơi nào khác (nghĩa đen là 'vì luật pháp/ lời dạy dỗ sẽ đi ra'), và 'lời dạy' này không gì khác hơn chính là *lời Đức Giê-hô-va*. *Dạy... đi*: đây là hiểu biết thật, một sự nắm bắt chân lý xuất phát từ một đời sống được thay đổi, cái đầu sưởi ấm trái tim và điều khiển đôi chân (Lu 24:32–33). *Luật pháp*: xem 1:10.

4. Thế giới sẽ được biến đổi. Sự thuận phục Đức Giê-hô-va đem thế giới đến dưới sự cai trị của Ngài, mà qua đó Ngài sẽ *phán xét* ('quyết định vấn đề') và *phân xử* ('làm trọng tài'). Do đó, nơi nào Đức Giê-hô-va cai trị, thì chủ nghĩa dân tộc không còn, và vũ khí chiến tranh trở thành công cụ làm vườn: Ê-đen đã trở lại. Các phương tiện chiến tranh (gươm...giáo), hành động chiến tranh (vung gươm) và tinh thần chiến tranh (luyện tập) cũng không còn.

iii. Giê-ru-sa-lem thật sự - phần một (2:5–21) Qua việc so sánh với điều lý tưởng thú vị này (2–4), bây giờ Ê-sai đối diện với sự thật đau đớn! Lời hô hào (5) tự thân nó ngụ ý rằng dân sự của Chúa đang không bước đi trong ánh sáng của Ngài, và câu 6–21 giải thích ngụ ý này bằng hai bài thơ: bài thơ đầu tiên (6–9) khẳng định phước hạnh là điều không thể có được. Đóng - mở ngoặc/đối xứng đầu cuối *Chúa đã từ bỏ* (6) ... *đừng tha thứ* (9) nói đến sự xa lánh của Chúa và lòng thương xót của Ngài vì ba vi phạm: bắt chước theo thế gian (6), tìm kiếm các nguồn lực và sự an ninh của thế gian (7) và thờ phượng những thần do con người làm ra (8). Bài thơ thứ hai (10–21) khẳng định sự phán xét là không thể tránh khỏi. Có liên quan chặt chẽ với các câu 6–9 qua chủ đề về tính tự phụ của con người (11,

---

[4] J. Gray cho rằng cả hai tiên tri đều viện dẫn từ một nghi thức tế lễ hiện tại ('The Kingship of God', *Vetus Testamentum* 11 [1961], trang 15)' G. Von Rad lập luận rằng 'không thể nghi ngờ bản văn là của Ê-sai' ('The City on the Hill', in *The Problem of the Hexateuch* [Oliver and Boyrd, 1966], trang 232 trở đi.).

17; so sánh câu 6–7) và sự thờ lạy thần tượng (20; so sánh câu 8), bài thơ khó hiểu này cho thấy cách Đức Giê-hô-va phải bày tỏ vinh hiển của Ngài (10) và sự kiêu căng của con người bị hạ xuống (11), thế gian như chúng ta thấy phản chiếu rằng sự kiêu ngạo của con người bị đè bẹp (12–17), thần tượng bị vạch trần là vô ích (18–19) và con người không được bảo vệ (20–21). Không có ngoại lệ trong cách quyền năng thiên thượng vận hành: chỉ có Đức Giê-hô-va bày tỏ chính Ngài!

5. Đưa ra **lời khuyên đầu tiên: bước đi với Đức Giê-hô-va** (tương ứng với lời khuyên thứ hai ở 2:22). *Trong ánh sáng* nghĩa là trong ánh sáng của ân huệ (Dân 6:25), của sự hiện diện và chăm sóc (Thi 27), của lẽ thật (Thi 43:3) và của lời được bày tỏ (Thi 119:105) của Đức Giê-hô-va.

Có thể đặt tiêu đề cho phần tiếp theo (6–21) là Sự vạch trần đầu tiên: lòng kiêu ngạo tạo thần tượng cho riêng mình (tương ứng với 'sự vạch trần thứ nhì' ở 3:1–4:1).

6. Từ mở đầu 'Thật' (trong bản dịch NIV không có từ này) giới thiệu lời giải thích về một nhu cầu khác thường (5) là nhắc lại cho Chúa về dân của Ngài, nhưng điều này xuất phát từ nguyên nhân đáng sợ. Ngài đã *từ bỏ* họ, vì thứ nhất, 'họ đầy dẫy từ phương Đông' (nghĩa đen). Trái với 'ánh sáng của Đức Giê-hô-va' (5), họ nhìn về hướng đông có mặt trời mọc để tìm kiếm ánh sáng họ cần. Thứ hai, 'họ bói toán như người Phi-li-tin'. Họ điều khiển cuộc đời mình bằng tài khéo léo của con người. *Người Phi-li-tin*, không nổi tiếng trong Kinh thánh về *bói toán*, được xem là dân tiêu biểu giữa các dân ngoại không chịu cắt bì (Quan 14:3), những người không được ân điển và sự mặc khải đặc biệt chạm đến, là cặn bã (có thể nói như vậy) của thế gian. Thứ ba, họ *lại bắt tay với con cái dân ngoại*: nhiều khả năng là 'có những thỏa thuận với', tức là có những mối liên kết thương mại hay vì lý do an ninh; hoặc có thể 'tham gia thờ phượng với' (so sánh Thi 47:1; dùng một động từ khác); hoặc 'đầy dẫy' (động từ được dùng ở Gióp 36:18) điều mà dân ngoại dâng tặng. Rồi lần lượt những mong đợi ('đầy dẫy'), kiểu mẫu (*như người Phi-li-tin*) và những mối giao hảo (*với con cái dân ngoại*) của họ đều thuộc về đất.

7–8. Tính trần tục trong câu 6 được áp dụng ở ba phương diện: vật giá trị (*bạc vàng*), sự an ninh (*ngựa chiến... chiến xa*) và tôn giáo (*tượng thần*). Trong mỗi phương diện, triết lý sống của họ đều được mô tả bằng tính từ "thuộc về đất". *Tượng thần* ('*ĕlîlîm*): nghĩa đen 'vật tưởng tượng'. Từ này là kiểu chơi chữ của từ *ĕlōhîm*, nghĩa là 'Đức Chúa Trời'. Tượng thần có thể giống đồ thật nhưng không phải!

9. *Đừng tha thứ*. Mệnh lệnh cách trong tiếng Hê-bơ-rơ không chỉ là mạng lệnh mà còn có thể được dùng để diễn tả một hậu quả không thể tránh khỏi, ở đây là 'lòng tin chắc rằng điều gì đó không thể hoặc không được xảy ra',[5] tức là 'không có cách nào để Ngài có thể tha thứ cho họ'.

Trong các câu 10–21, hai phần chính của bài thơ được chia thành bốn phần nhỏ. Hai phần đầu tiên (10–11, 12–17) có cùng chủ đề về sự kiêu ngạo bị hạ xuống. Hãy lưu ý các phần cuối tương ứng của câu 11 và 17. Hai phần thứ nhì, mỗi phần kết thúc bằng cụm từ *làm cho đất rúng động* (18–19, 20–21) có cùng chủ đề là sự bất lực bị phơi bày: dân chúng sợ hãi chạy trốn (19) và ném các tượng thần vô ích của họ (20). Làm sao mọi việc lại xảy ra như vậy được? Đơn giản là để *Đức Giê-hô-va được tôn cao* (11) và *Ngài đứng lên* (21). Đức Giê-hô-va không cần sử dụng quyền lực của Ngài; Ngài chỉ cho thấy sự hiện diện của Ngài!

---
[5] GKC 90e (Thi 34:5; 41:2).

10–11. *Bụi đất:* Những sự khôn ngoan mà họ yêu chuộng (6), những giá trị và sự an ninh họ tìm kiếm (7), cùng các thần họ thờ phượng (8) đều thuộc về đất, nên bây giờ trong bước đường cùng họ chỉ có đất để cầu cứu. Các từ ngữ trong các câu 10–11 tương phản rõ rệt: *chói sáng ... uy nghiêm* ngược với *hạ xuống... khuất Phục* Đây là sự phô bày đơn giản về sự uy nghiêm của Chúa, đưa con người về với bụi đất. *Sự chói sáng* là vinh hiển được phô bày có thể nhìn thấy được; *uy nghiêm*, bắt nguồn từ động từ 'ở trên cao', là 'việc được tôn cao', trôi hơn về địa vị và bản chất. *Con mắt:* con mắt tượng trưng cho phương hướng một người đang hướng về, và do đó đại diện cho mục tiêu và những mối quan tâm trong cuộc sống. Vậy nên con mắt là nơi bày tỏ sự ao ước (Thi 123:2), thể hiện sự khiêm nhường (Thi 131:1) hoặc, ở đây là sự kiêu ngạo.[6]

12–17. *Một ngày:* tức là ngày của Chúa. Đối với tâm trí của người Hê-bơ-rơ, thời gian là một đường thẳng chuyển động, với tương lai di chuyển vào hiện tại và xa dần vào quá khứ. Từng ngày một được đặt lên chiếc băng chuyền này bởi sự thành tín thiên thượng (Sáng 8:22; Thi 74:16; Giê 33:20, 25), và chẳng sớm thì muộn, Đức Giê-hô-va sẽ đưa vào *ngày mà Ngài đã định* (12). Trong câu 12–16, chống lại *cây bá hương... cây sồi...núi cao...đồi cả* (13–14): là thế giới của Đức Chúa Trời, công trình sáng tạo luôn đứng về phía Ngài (so sánh 1:2); nhưng là thế giới của chúng ta, nó bị nhiễm tình trạng tội lỗi của chúng ta và sự rủa sả của Đức Chúa Trời trên tội lỗi (Sáng 3:17). Gai góc của Sáng Thế Ký 3:18 vừa là sự phản chiếu của tạo vật về việc Chúa tuyên chiến chống lại tội lỗi, và vừa là bằng chứng về việc tội lỗi làm hư hoại các loài thọ tạo (so sánh Rô 8:20–23). *Tháp cao* và *tường thành* (15) tượng trưng cho thành tựu lẫn những nỗ lực của con người nhằm có được cộng đồng và sự an ninh (Sáng 11:1–9). *Tàu bè của Ta-rê-si* (16): những con tàu to lớn nhất mà mọi người biết, có thể thực hiện những chuyến đi xa nhất. Những con tàu như thế chứng tỏ chiến thắng của con người trước sức mạnh thiên nhiên và việc kinh doanh của con người tạo ra các đế chế thương mại (Êxê 28:2–5). *Tàu thuyền* (16): từ này chỉ xuất hiện ở đây (*śekîyyôt*) và không rõ ý nghĩa. Nếu có liên quan đến *maśkît* ('hình dáng, hình ảnh thấy được'; Dân 33:52), thì có lẽ từ này có nghĩa là 'tượng nhỏ', thành tựu nghệ thuật của con người được xem như một phương diện khác nữa mà sự kiêu ngạo có thể ngẩng cao đầu. *Kiêu căng... ngạo mạn* (17): cả hai từ này đều bắt nguồn từ động từ diễn tả 'độ cao' và là những cách mà qua đó chúng ta nghĩ về bản thân 'cao hơn' mức chúng ta nên nghĩ đến (Rô 12:3), trái với tâm trí khiêm nhường (Êph 4:2).

18–19. Ngày của Chúa, một khi đến thì sẽ là sự kiện mang tính toàn cầu, khiến cả trái đất 'rúng động'. Từ ngữ Ê-sai dùng gần với nghĩa 'khiếp sợ' hơn (*'ărōṣ*), diễn tả sự kinh khiếp trước một thế lực mạnh hơn nhiều (vd: 29:23). Tính từ (*'ārîṣ*) được dùng để nói đến quyền lực chuyên chế, không thể chống lại được (13:11; 23:3–5). Rồi, Đức Giê-hô-va sẽ tỏ mình bằng sức mạnh khiến đối phương nản chí và bất động với kết quả kép: trong thế giới thuộc linh, cuối cùng thì 'không còn thần tượng' nào (18; *'ĕlîlîm* xem câu 8); trong thế giới loài người, phơi bày sự bất lực của nhân loại (19). Một lần nữa, những kẻ cho rằng nguồn lực của con người sẽ cho họ sự bảo đảm (5–8, 10), sẽ thấy rằng giờ đây họ không còn đường nào để trông cậy.

20–21. Câu 18 ghi lại kết cục 'vô thần' trước sự chói sáng của một Đức Giê-hô-va được tôn cao. Tuy nhiên, giờ đây, những người ngày xưa ủng hộ thần tượng mới nhận ra sự vô dụng của chúng. Ngày của Đức Giê-hô-va là bài thử nghiệm cuối cùng. Không có gì là hữu ích khi *Đức Giê-hô-va... đứng lên.*

---

[6]A. R. Johnson; *The Vitality of the Individual in Ancient Israel* (University of Wales Press, 1949), trang 49–50.

iv. Giê-ru-sa-lem thật sự - phần hai (2:22–4:1) Cũng như 2:5 tạo cầu nối giữa Si-ôn lý tưởng ở 2:2–4 với sự phơi bày đầu tiên của Ê-sai về tình trạng thực tế của thành (2:6–21) thế nào, thì một lời khuyên bảo khác (2:22) đóng vai trò như chiếc cầu nối với sự phơi bày thứ nhì của ông (3:1–4:1) mà trong đó ông tập trung vào sự sụp đổ của xã hội Giê-ru-sa-lem cũng thế ấy. Chúng ta đã thấy trong chương 1 mối liên hệ của dân sự với Đức Giê-hô-va giữ vai trò chính yếu ra sao. Một lần nữa, ý muốn nói là: ông bắt đầu phần mô tả về sự sụp đổ của Si-ôn lý tưởng bằng cách tập chú vào con người là kẻ làm ra tượng thần (2:8, 18, 20). Bây giờ ông tiếp tục chỉ ra rằng vì thực tế cơ bản của lòng kiêu căng – thay thế Đức Chúa Trời chân thật bằng các thần giả - mà xã hội chắc chắn phải suy sụp. Vậy thì, lẽ nào chưa đến thời điểm chuẩn bị cho ngày của Chúa bằng cách bỏ đi tất cả những sự nương dựa hoàn toàn vào con người sao? Ê-sai 3:1–4:1 (lưu ý 3:1 phải bắt đầu bằng từ giải thích 'Vì') thêm vào một lý do phải chấm dứt việc nhờ cậy sức lực con người. Phần này được chia làm hai. Đặc điểm của phần đầu (3:1–15) là đối xứng đầu cuối *Chúa là Đức Giê-hô-va vạn quân* (1,15) và nói đến các lãnh đạo của Giê-ru-sa-lem phải chịu sự phán xét thiên thượng (1–7, 12–15). Giữa hai đoạn này, câu 8–11 giải thích nguyên nhân sâu xa sự sụp đổ của Giê-ru-sa-lem (8) và sự phán xét sẽ đến (9–11). Từ 3:16 đến 4:1, Ê-sai chuyển từ những người lãnh đạo nam sang những người lãnh đạo nữ của thành phố, và thấy trong họ là hiện thân của tinh thần ngạo mạn tự phụ, là án tử hình của chính thành phố.

Lời khuyên thứ hai: đừng trông cậy con người (2:22). Nhờ cậy con người là ý chủ đạo trong sự phơi bày đầu tiên của Ê-sai. Đây là điều không được chấp nhận trong ngày đối diện với chính Đức Giê-hô-va. *Hơi thở:* lời nhắc nhở rằng sự sống con người không tự nhiên mà có hoặc tự duy trì được, mà là được ban cho (42:5; Sáng 2:7), và không phải là điều chắc chắn để trông cậy. *Đáng giá gì đâu:* ở đây không phải là nghi ngờ về phẩm giá của con người, mà là giải thích điều đã nói ở trên: con người không có giá trị làm nền tảng cho sự an ninh. Món quà hơi thở ngụ ý phải có Đấng ban cho và hướng đến sự khôn ngoan của lòng tin cậy.

Sự phơi bày thứ hai: xã hội sụp đổ và nguyên nhân của nó (3:1–4:1). Thành lý tưởng (2:2–4) phải gánh chịu sự thất bại thứ hai: xã hội Giê-ru-sa-lem đang sụp đổ. Không hề hướng đến việc trở thành tâm điểm vững mạnh của một thế giới hòa bình và ổn định, Giê-ru-sa-lem đang tự tan rã và chịu sự phán xét thiên thượng. 3:1–7 cho thấy rõ sự tan rã: mọi thứ hướng về một xã hội ổn định và đem đến sự hài lòng sẽ mau chóng bị Chúa cất đi; 3:8–15 nói đến nguyên nhân sâu xa và hậu quả; 3:16–4:1 là một lời tiên tri riêng biệt tập trung vào người nữ Si-ôn, cân xứng với lời buộc tội và phán xét những lãnh đạo nam ở 3:2–4.

1. Khi những người cai trị bị hạ xuống hay được dấy lên, đó là bởi *Chúa là Đức Giê-hô-va vạn quân* cách chức và chỉ định họ (4). (Về danh xưng của Ngài, xem 1:9) *Cung cấp… nương cậy* ở hình thức giống đực và giống cái của cùng một từ, là thành ngữ tiếng Hê-bơ-rơ mang nghĩa 'mọi hình thức nương cậy'. So sánh với câu 7 để biết phần cuối của thể loại đối xứng này.

2–3 là khảo sát tổng quát những người được cho là ổn định trong xã hội nhưng sẽ bị cách chức. Tất cả sẽ ra đi: lãnh đạo về an ninh trật tự (2a); nhân vật tầm cỡ quốc gia (2b); những người có ảnh hưởng (2c–3), vừa bất hợp pháp (*thầy bói;* tức là những người làm nghề bói toán, *phù thủy chuyên nghiệp,* nghĩa đen là những người 'được đào tạo trong việc thì thầm', nghĩa là thì thầm với người chết, 'người thông linh'; so sánh 8:19; Phục 18:9–13), lẫn hợp pháp (*nhà tư vấn, trưởng lão,* tức quan chức chính phủ địa phương, so sánh

Xuất 3:16; Phục 19:12; *chỉ huy trưởng* hoặc 'ông hoàng', tức công chức); và các nhóm hỗ trợ (*người thạo nghề*).

4. *Những cậu bé* (những người không có kinh nghiệm hoặc chưa trưởng thành, như ở Giê 1:6) và *trẻ con* (ta'ălûlîm, chỉ xuất hiện một chỗ nữa là 66:4, có lẽ nói đến 'tính thất thường' hay 'nhẫn tâm'): các lãnh đạo cư xử theo kiểu độc ác không thể đoán trước và thiếu suy nghĩ của trẻ con.

5. Giữa những người dân thường sẽ phát triển sự 'cạnh tranh gay gắt' của thái độ tự tư tự lợi mang tính chia rẽ và độc ác (5ab), sự không khoan dung giữa các thế hệ có khoảng cách tuổi tác (5c) và sự thăng tiến bất chấp giá trị (5d).

6–7. Vai trò lãnh đạo không còn được nhìn nhận cách nghiêm túc; những tiêu chuẩn ngớ ngẩn nhất lại được cho là phù hợp (6), nhưng gắn liền với điều này là sự thiếu vắng tinh thần vì mọi người, mà vì thế người ta không sẵn sàng nhận trách nhiệm (7).

8–9c là lời giải thích, dù bản NIV bỏ qua liên từ giải thích 'Vì' trong cả hai lời giải thích. Tại sao lại có tất cả bằng chứng của sự tan rã này? 'Vì Giê-ru-sa-lem phải nghiêng ngã... sụp đổ'. Tại sao điều này xảy ra? 'Vì lời nói và việc làm của họ đều chống lại Đức Giê-hô-va'. Do đó, chúng ta được dẫn đến căn nguyên của xã hội tan rã: vừa thuộc linh (*chống lại Đức Giê-hô-va*) với thể hiện bằng lời (*lời nói*), vừa thực tiễn (*việc làm*). Tội lỗi của Giê-ru-sa-lem trở nên tồi tệ là vì dân chúng không xem tội của Giê-ru-sa-lem là bí mật tội lỗi của họ và họ không có nhận thức về tội. Tội không còn là tội, đó là một đạo lý mới. Do đó, đây là điều khiến xã hội sụp đổ.

9d–11. Với hình thức tiêu biểu của các tác giả viết về sự Khôn ngoan (so sánh 28:23–29; 32:3–8), Ê-sai khẳng định nguyên tắc ban thưởng xứng đáng và công bằng cho cả *người công chính* (10) lẫn *kẻ gian ác* (11). *Người công chính* không được hứa sẽ miễn nhiễm trước những hoạn nạn trên đất. Chắc chắn nhiều người trong số họ sẽ có tên trong danh sách bị nạn ở 3:25–4:1, nhưng đó là *phước cho họ*.

Trong các câu *12–15*, theo sau bài thơ độc lập từ 9d–11 thể hiện nguyên tắc thưởng phạt thích đáng, là đoạn văn nói về phòng xử án. Bài thơ và đoạn văn đứng chung là một ví dụ tuyệt vời về cách Ê-sai kết hợp cả hai vào những mảnh mosaic mới trong chức vụ của ông mà ban đầu chúng vốn tách rời hoặc thuộc ngữ cảnh khác. *Dân ta* (12, 15) tạo thành đối xứng đầu cuối trong phần này. Câu 12 là tình huống cần được cứu vãn về mặt luật pháp, trong câu 13–14b thẩm phán bắt đầu xét xử, và trong câu 14c–15 chính thẩm phán buộc tội các bị cáo.

12 là tiếng kêu giận dữ, *dân ta!* tiếp theo là lời xưng hô *Ôi dân ta*, khi sự tức giận trở thành sự lo lắng và chúng ta cảm nhận được lòng thương xót của Chúa đối với những người bị ngược đãi. *Trẻ con ức hiếp*: động từ *ức hiếp* là động tính từ số nhiều; 'kẻ đàn áp/ người quản lý nô lệ' như ở Xuất 3:7. Có phải đây là 'số nhiều chỉ sự quan trọng', 'đốc công chính' – một cách ám chỉ Vua A-cha (1:1) không? *Trẻ con* là danh từ số ít mang ý nghĩa không rõ ràng; có lẽ có liên quan đến động từ 'nuôi dưỡng' ($\sqrt{û}l$) và đến danh từ ('ōlēl) 'trẻ sơ sinh', ở đây với ngụ ý về sự vô trách nhiệm và ương bướng. Do vậy, có lẽ hiểu là 'đốc công lớn của các ngươi là kẻ ương bướng vô trách nhiệm/ hư hỏng như một đứa trẻ'. *Đàn bà* có thể ám chỉ hậu cung của một vị vua như thế, như là những thế lực phía sau ngai vàng, nhưng cũng có thể Ê-sai đang bình phẩm rộng hơn về ảnh hưởng của những người phụ nữ hay đòi hỏi trong khắp xã hội Giê-ru-sa-lem (so sánh 16–21). *Kẻ dẫn đường*: thật mỉa mai, Ê-sai dùng từ ngữ có nghĩa 'những người chỉ bạn đi đúng', vốn là nhiệm vụ thật sự của người lãnh đạo. Nhưng ở đây, 'những người chỉ bạn đi đúng lại dẫn bạn đi sai!' *Họ làm rối loạn đường lối ngươi*: nghĩa đen là 'họ nuốt chửng lối của đường ngươi đi'. 'Lối' ở đây là 'hướng đi' của 'con đường'. Những bảng chỉ dẫn về nếp sống đúng đắn và xã hội bền vững được dựng lên từ xa xưa đã hoàn toàn không còn, như thế ai đó đã nuốt chửng chúng vậy!

13–14. Nhưng cho dù Đức Giê-hô-va cảm thương đến mức nào (12), Ngài cũng không vội vàng hành động. Mọi việc phải được thực hiện cách hợp pháp và theo công lý (Sáng 18:25). *Vườn nho* (14) tượng trưng cho sự chăm sóc của Đức Giê-hô-va trong việc lựa chọn, phân bố và ổn định dân sự Ngài và tượng trưng cho niềm vui thích của Ngài đối với họ. Nhưng những người lãnh đạo này không chỉ tước đoạt vườn nho, mà họ còn *cướp bóc vườn*.

15. *Chà đạp* (*dākā'*) luôn luôn là cách nói ẩn dụ và luôn luôn được dùng để nói đến sự ngược đãi kinh khủng nhất (53:5,10). Giày vò ($\sqrt{}$ *ṭāḥan*): giống như trong cối xay (Dân 11:8). Họ không chỉ tàn nhẫn (*chà đạp*) mà còn đối xử với những người họ cai trị như mùa màng cần được thu hoạch để làm giàu thêm cho họ.

Phần từ 3:16 đến 4:1 là phần tiếp theo chắc chắn sẽ xảy ra sau cảnh xử án ở câu 13–15: đó là tuyên án. Ê-sai đưa ra phần này bằng cách giới thiệu một lời tiên tri riêng biệt tập trung vào *con gái Si-ôn* (theo nghĩa đen). Bằng cách này, ông (a) đưa ra cáo trạng bao gồm tất cả mọi người như nhau: những người nam lãnh đạo ở 3:2–4 tương xứng với những người nữ nổi bật ở đây. (b) Ông phóng đại lời buộc tội: những vi phạm bên ngoài trong các câu 14–15 tương xứng với thái độ kiêu căng, đam mê lạc thú rành rành của những con gái Si-ôn; cách ông di chuyển từ 'những con gái' (16–24) đến chính Si-ôn (25) cho thấy phụ nữ nói chung thể hiện thái độ của Si-ôn. (c) Ông khẳng định tính chính xác của sự phán xét thiên thượng: trong câu 16–17 Đức Giê-hô-va mô tả sự tự cao và Ngài hăm dọa sẽ đoán phạt họ; Ngài đoán phạt họ bằng cách lấy đi (18–23), thay thế (24) và làm cho thiếu thốn (25–4:1). Hồi chuông báo tử *thay vì* vang lên năm lần (24) khi những biểu hiện của tính kiêu căng ngạo mạn nhường chỗ cho những điều đáng sợ tương tự. (d) Ông tạo cầu nối với điều ông ao ước sẽ nói đến tiếp theo (4:4), vì ông nhớ rằng khi tội lỗi nhiều thì ân điển lại càng dư dật hơn nữa.

16–17. Dù *kiêu kỳ*, họ vẫn sử dụng mọi thủ đoạn trong cách đi đứng (16cde) và đồ trang sức (16f) để trở nên quyến rũ. Thân thể được nuông chiều của họ sẽ thu hút sự chú ý theo một cách khác: *vảy*, có liên quan với từ ngữ được dùng ở Lê-vi Ký 13:2 nói đến mô bệnh hủi, nhưng ở đây có lẽ muốn nói đến bằng chứng thiếu ăn trong tình trạng bị bao vây. *Đầu chúng bị cạo trọc* là cách dịch không rõ ràng. Động từ ($\sqrt{}$ *'ārâ*) không bao giờ được dùng để nói đến việc 'cạo' đầu, và *da đầu* chỉ là suy đoán mang tính giải thích. Cụm từ này có thể cũng được dịch là 'phơi bày những bộ phận riêng tư của họ'; số phận khủng khiếp đang chờ đợi họ khi thành sụp đổ.

18–23. *Lược cài tóc* (18): có lẽ là 'bùa may mắn' có liên quan đến thần mặt trăng. *Hộp hương liệu* (20) nghĩa đen là 'nơi ở của linh hồn/cổ họng', rất có thể là 'cổ cao'.

24–26. Trong số những điều thay thế được nói đến, chỉ có *vết sắt nung* là không gắn liền với sự than khóc. Trong câu 25 *của ngươi... của ngươi* ở giống cái số ít. Ê-sai đã chuyển từ con gái sang người mẹ, tức chính Si-ôn, đang nhìn xem con trai mình ngã trong chiến trận. Ý này tiếp tục đến câu 26. *Các cổng*: cổng là trung tâm của những hoạt động của thành phố. 'Cổng' than khóc là sự đau lòng của thành, chất chồng bởi danh sách thương vong ngày càng gia tăng.

4:1. Ở 3:6 người ta 'bắt' ($\sqrt{t\bar{a}pas}$) một anh em; tìm kiếm một lãnh tụ; trong 4:1 bảy người nữ *nắm chặt* ($\sqrt{h\bar{a}zaq}$) một người nam để tìm chồng.

v. Sự vĩ đại 'sẽ đến' (4:2–6)   Chú ý trình tự được tạo thành bởi ba câu *trong ngày đó* (3:18; 4:1 và câu 2). Ngày của Chúa sẽ chứng kiến tội lỗi kết thúc trong sự tàn lụi và chết chóc, nhưng đó không phải là từ đầu tiên, cũng không phải từ cuối cùng: 'các con gái Si-ôn' đáng bị phán xét vì sự kiêu ngạo của họ (3:16) nhưng sẽ kinh nghiệm sự tẩy rửa từ cùng một Chúa, Đấng hành động qua cùng một *thần công lý và thần thiêu đốt* (4:4). Kể từ 2:5; Ê-sai đã nhấn mạnh thất bại của Si-ôn về mặt xã hội và tôn giáo. Bây giờ, trong bài thơ tuyệt vời này, ông ngụ ý một xã hội đích thực với một niềm tin đúng đắn có được là nhờ hành động tẩy rửa (4:4) và tạo dựng (5) của Đức Chúa Trời. Với sự hạ mình, 'các con gái' sẵn sàng chấp nhận trò đùa hôn nhân (4:1) nhưng kế hoạch của Chúa cho họ *là cái vòm cô dâu của vinh quang không thể tưởng tượng được* (4:5). 'Trong [Đấng Christ] các con trai của A-đam khoe mình/ nhiều phước lành hơn ông cha họ đã đánh mất'.[7] Bài thơ được xây dựng trên ba cặp chủ đề tương ứng: bắt đầu với Chồi của Đức Giê-hô-va (2) và kết thúc với lều của Ngài (6), hai sự chu cấp riêng biệt cho dân của Si-ôn; tiếp theo, gọi dân sự Đức Giê-hô-va là thánh (3) và nàng dâu (5); và ngay trọng tâm là hành động kép của thiên thượng: tẩy rửa (4) và tạo dựng (5).

2. Nhiều nhà giải thích Kinh thánh hiểu *Chồi...hoa quả* là sự háo hức mong đợi tình trạng phong phú màu mỡ của đất trong thời kỳ của Đấng Mê-si-a[8] (so sánh vd: Giê 31:12; Giô-ên 3:18; A-mốt 9:13). Đây là một khía cạnh trong quan điểm Cựu Ước về sự tạo dựng: tội lỗi đem lại sự rủa sả trên đất đai khiến cho từ đó về sau nó sinh ra chất dinh dưỡng một cách miễn cưỡng thế nào (Sáng 3:17–19); thì sẽ có một ngày sự rủa sả không còn nữa (Khải 21:3–5) và sự tạo dựng mới sẽ xuất hiện đầy dẫy thế ấy. Do đó, sự màu mỡ này không phải chỉ là 'hy vọng hão huyền ngay bây giờ', nhưng là sự mong đợi liên quan đến Đấng Mê-si-a dựa trên việc Đấng Mê-si-a cất bỏ tội lỗi và sự rủa sả mà nó mang lại. Xa-cha-ri 3:8–10 liên kết việc cất bỏ sự vi phạm và vui hưởng sự bình an cùng sự sung túc với việc 'sinh ra' 'Đầy tớ Ta, là Chồi non'. Nói cách khác, 'Chồi' là danh hiệu của Mê-si-a (Giê 23:5; 33:15; Xa. 3:8; 6:12), và quan điểm được đề cập ở đây là Ê-sai 4:2 đánh dấu lần đầu tiên danh hiệu này xuất hiện. Các câu Kinh thánh trên cho thấy danh hiệu 'Chồi' (*ṣemaḥ*)[9] được dùng để chỉ về chức nhà vua và chức tế lễ của Đấng Mê-si-a, nhưng tự thân từ 'chồi' là mô-típ về 'gia phả' ngụ ý dòng dõi của Đấng Mê-si-a. Đối với Giê-rê-mi, Ngài là Chồi của Đa-vít; truy nguyên dòng dõi con người của Ngài bắt nguồn từ vị vua vĩ đại (so sánh Ê-sai 11:1, dùng từ ngữ khác nhưng cùng ý). Ê-sai xem Ngài là 'Chồi của Đức Giê-hô-va', nghĩa là theo cách nào đó không thể giải thích được thì Ngài cũng có nguồn gốc thiên thượng. Dĩ nhiên, *hoa quả của đất* có thể nói đến sự dư dật trong thời Mê-si-a, nhưng chúng ta nên lưu ý rằng ở đây nó có liên quan trực tiếp đến *Chồi của Đức Giê-hô-va* là cùng đem lại (nghĩa đen) 'sự tô điểm và vinh quang....sự kiêu hãnh và vẻ đẹp cho nhóm người Y-sơ-ra-ên được trốn thoát'. Do đó, thật phù hợp khi hiểu *hoa quả của đất* nói đến nguồn gốc con người của Đấng Mê-si-a, cũng là cách hiểu 'cái rễ ra từ đất khô' ở 53:2. Món quà của Ngài cho dân Ngài là 'sự tô điểm' (*đẹp đẽ*) và 'vẻ đẹp' (*vinh quang*), tức là sự riêng biệt và hấp dẫn cá nhân, tương phản với vẻ đẹp lừa dối, giả tạo ở 3:18; 'vinh quang' (*glorious*) và *niềm hãnh diện* chỉ về một sự thay đổi lớn. 'Vinh quang' từng lên án họ (3:8) và 'niềm hãnh diện' tiêu diệt họ (2:11–12),

---
[7] Bài hát của Isaac Watts, 'Jesus shall reign where'er the sun'.
[8] Xem J. A. Motyer, *The Message of Amos* (IVP, 1974), trang 205–206.
[9] J. Baldwin, '*ṣemaḥ* là thuật ngữ kỹ thuật trong các sách Tiên tri, *Vetus Testamentum* 14 (1964), trang 93 trở đi.

nhưng bây giờ vinh quang thiên thượng sẽ ngự ở giữa họ (xem câu 5) và trong Ngài họ sẽ hãnh diện về bản thân một cách đúng đắn. *Còn sống sót:* 'người trốn thoát', những người (dù bằng phương cách gì) thoát khỏi thảm họa đã lấy đi sinh mạng của người khác.

3. 'Người trốn thoát' ở câu 2 được mô tả là *những người còn ở lại* và *còn sót lại.* Tuy nhiên, họ không còn như trước kia; bây giờ họ là thánh, được thay đổi về địa vị và được biến đổi trong nhân cách (xem 6:3), và điều này là bởi ý muốn Đức Chúa Trời, vì họ *được ghi vào số những người sống* hay 'được ghi vào sự sống', chắc chắn được sự sống, được ghi vào sách của Đức Giê-hô-va (vd: Xuất 32:32–33; Lu 10:20; Phil 4:3; Khải 3:5; 21:27).

4. Câu này giải thích việc họ được biến đổi trở nên thánh. *Sự ô uế... máu:* từ ô uế có nghĩa 'chất nôn ra', tức sự dơ bẩn bên trong; máu là dấu hiệu bên ngoài của một đời sống sai trật (1:15). Tác nhân, trong trường hợp tẩy rửa này, là *thần* (đặc biệt so sánh 63:10–14), hành động qua *công lý* và *sự thiêu đốt.* Đức Giê-hô-va bởi thần linh hành động như vậy để đáp ứng những đòi hỏi khách quan của công lý tuyệt đối và những yêu cầu chủ quan của chính bản chất thánh khiết của Ngài, vì sự thiêu đốt và lửa là biểu tượng của sự thánh khiết thiên thượng (Xuất 3:5; 19:10–25).

5. Đức Giê-hô-va cũng cung ứng môi trường hoàn hảo cho những người (4) Ngài đã tẩy rửa: một hành động tạo dựng mới. Tạo ($\sqrt{b\bar{a}r\bar{a}}$) được dùng trong Cựu Ước chỉ khi nói đến hành động của Đức Chúa Trời, những việc mà tầm quan trọng hoặc sự mới mẻ hay cả hai hoàn toàn đòi hỏi một tác nhân thiên thượng. Thực tế vô cùng mới mẻ này là sự hiện diện của chính Đức Giê-hô-va, được báo hiệu bởi những biểu tượng cổ xưa: *ban ngày... trụ mây... trụ lửa ban đêm* (Xuất 13:21–22; 19:18). Sự hiện diện của Ngài thể hiện sự gần gũi nhất, vì sẽ có một *cái vòm che trên mọi vinh quang.* Cái vòm (*huppâ*) là 'chốn loan phòng' trong Thi Thiên 19:6 và Giô-ên 2:16; vòm đem lại sự riêng tư để cô dâu và chú rể đến với nhau trong tình yêu và sự hiệp nhất. Vinh quang hoặc là Đấng Mê-si-a được hiệp nhất trong tình yêu với cô dâu là dân sự Ngài, hoặc là dân thánh Si-ôn được kết hiệp trong tình yêu vợ chồng với Đức Giê-hô-va dưới những biểu tượng che phủ trong sự hiện diện Ngài.

6. Trong thời của đền tạm cũ, Đức Giê-hô-va hiện diện với dân sự Ngài (Xuất 29:43–46), nhưng Lều Hội Kiến đóng lại đối với họ (Xuất 40:34–35). Bây giờ thì không như vậy nữa! Đám mây có lửa của sự hiện diện thánh, cái màn cô dâu, sẽ là *cái lều... bóng che...nơi trú ẩn... tránh.* Việc nhắc lại từ ngữ hai lần là có chủ ý, nhằm nói đến 'mọi sự bảo vệ có thể có'. Cũng vậy, sự tương phản giữa *nắng nóng* với *bão táp* và *ban đêm* với *ban ngày* ngụ ý 'trong mọi hoàn cảnh và sự đe dọa' và 'mọi lúc'.

d. Ân điển cạn kiệt (5:1–30)

Phần chuyển ý thứ ba trong lời tựa của Ê-sai (xem trang 36) nối tiếp hai phần trước, nhưng nêu lên một viễn cảnh hoàn toàn mới: nghe có vẻ không có dấu hiệu của hy vọng. Trong 1:25–26, trái ngược với mọi cách dùng xứng đáng và thật ra là ngược với cách dùng thông thường của cụm từ *Ta sẽ ra tay,* chúng ta thấy thế nào Đức Giê-hô-va báo trước công tác khôi phục vương quốc của Ngài; tương tự, ở 3:16–4:1 niềm kiêu hãnh của các con gái Si-ôn chắc chắn nhận được điều họ đáng nhận, nhưng sự phán xét không phải là chấm hết: ở đâu tội lỗi nhiều, thì ân điển càng dư dật hơn (4:4). Dùng chữ 'ân điển' để nói đến lòng thương xót tuyệt đối dành cho người hoàn toàn không xứng đáng theo đúng nghĩa của từ này cũng là điều thích hợp. Nhưng phác họa tình trạng này thì ân điển thiên thượng cũng phải cạn kiệt.

Ê-sai đi đến ý này trong Bài ca Vườn nho (1–7). Ở 1:8, việc nhắc đến vườn nho được liên tưởng với việc Đức Giê-hô-va bảo tồn dân sót của Si-ôn. Ở 3:5, khi vườn nho bị đe dọa từ những người cai trị tìm kiếm tư lợi, Đức Giê-hô-va với vai trò Thẩm phán đã can thiệp vì vườn nho tức là dân sự Ngài. Nhưng ở 5:4, vườn nho là nơi Đức Giê-hô-va hỏi Ngài có thể làm thêm điều gì nữa. Ân điển tuyệt đối đã được mở rộng, nhưng kết quả chỉ là những trái nho không thể ăn được. Nếu không còn điều gì khác Đức Giê-hô-va có thể làm, thì còn hy vọng gì nữa? Do đó, chương 5 đặt nghi vấn về những mong đợi tươi sáng được phác thảo trong hai phần đầu của lời nói đầu và nhìn thấy trước chỉ là *tối tăm... tai họa... ánh Sáng.. làm cho tối tăm* (30).

Ở giữa bài hát (1–7) và sự tối tăm (30), Ê-sai giải thích rõ ràng một thực tế đáng thất vọng về những trái nho không thể ăn được (8–25) trong sáu 'lời rủa'. Tuyên bố và thực hiện sự trừng phạt mà không tìm hiểu sự việc không phải là cách của Chúa. Và Ngài cũng không bất ngờ phán xét những người đáng bị phán xét mà không báo cho họ biết trước hậu quả.

i. Dốc sức làm việc và thất bại hoàn toàn (5:1–7) **1ab.** Việc lặp lại chủ đề vườn nho trong những đoạn này và những chỗ khác (27:2–6; Giê 12:7–10; so sánh Thi 80:8; Giê 2:21) cho thấy đây là cách dùng quen thuộc. Khi Ê-sai tuyên bố rằng ông sắp 'hát cho người yêu dấu của tôi, một bài ca về người yêu dấu tôi và vườn nho người' (1); thì người nghe chắc chắn sẽ tập hợp lại - và họ sẽ mau chóng nhận ra những mong đợi hạnh phúc của mình.

1c–2d. Những hành động khác nhau của chủ vườn không tượng trưng cho những khía cạnh cụ thể trong cách Chúa chăm sóc dân sự Ngài. Chúng là những hành động tiêu biểu của nghề trồng nho nhằm nói lên một ý là tất cả đều được thực hiện để đảm bảo một vụ mùa tốt đẹp. Người yêu dấu của Ê-sai có những kỳ vọng lớn về vườn nho. Anh ta xây một *tháp canh*, không phải túp lều tạm (1:8); *hầm ép rượu* sẽ là 'bể chứa rượu', để cất giữ sản vật một cách lâu dài cố định.

2ef. Mọi công tác chăm sóc được thực hiện với hy vọng: *tìm kiếm một vụ mùa*. Nhưng thay vì *nho* thì tất cả những gì nó sản sinh là *trái nho hoang* (nghĩa đen 'trái thối'). Vườn nho đã được chăm sóc thật công phu, nhưng nó vẫn là vườn nho hoang như thể nó chưa hề biết tới ân điển.

3–4. Với phong cách tiên tri đích thực, Ê-sai nói trong tư cách của người yêu dấu của ông, và, như điều Chúa Giê-xu sẽ làm trong ngụ ngôn về vườn nho (Mác 12:9), bằng cách làm cho người nghe vừa là quan tòa vừa là bồi thẩm đoàn, ông bắt đầu dẫn dắt họ đi đến chỗ họ phải tự kết án chính mình. *Có điều gì cần làm.... mà Ta không làm cho nó chăng?* là câu hỏi đúng mực làm trọng tâm trong phần lời tựa của Ê-sai: nếu quyền năng, sự khôn ngoan và trách nhiệm của thiên thượng đã được dốc đổ hết, thì còn hy vọng nào nữa?

5–6. Không thực hiện được mong muốn của chủ vườn dẫn đến nguy cơ gồm bốn hành động: phản kháng từ thiên thượng (*Ta sẽ*), kẻ thù bên ngoài lấn át (*hạ tường... giày đạp*), điều đáng ghét gia tăng tràn lan (*gai góc... bụi rậm*) và bị tước đoạt phương tiện sống và sinh sản (*không đổ mưa*).

7. Niềm vui và nỗi buồn của Đức Giê-hô-va về 'vườn nho dân sự' của Ngài thể hiện rõ ràng xuyên suốt bài ca, đi đến đỉnh điểm. *Vui thích* (ša'ăšû'îm): chỉ có ở đây trong Ê-sai, một cảm giác sâu sắc, 'niềm vui thích mãnh liệt của Ngài'. Không kết quả không chỉ vi phạm mong muốn chính thức của Đức Giê-hô-va, mà nó còn trái ngược với tấm lòng của Ngài. *Công lý* là *mišpāṭ*, *sự phạm pháp* (Bản NIV:*đổ máu*) là *mišpāḥ*. Ý nghĩa không rõ ràng; nhưng hai từ này được viết và phát âm gần như giống nhau! Kidner giải thích rằng 'Ngài tìm điều đúng, nhưng kìa, chỉ thấy sự nổi loạn' - chỉ về tình trạng hỗn loạn của xã hội và đạo đức. Tương tự, *sự công chính* là *ṣĕdāqâ*, còn *tiếng kêu la* là *ṣĕ'āqâ*. Bề ngoài thì trật tự, nhưng họ đang vi phạm những tiêu chuẩn của Chúa trong hành động lẫn nguyên tắc (*công lý... công chính*, xem 1:21), và điều này đặc biệt rõ rệt trong các mối quan hệ (*đổ máu... kêu la*).

ii. Vụ thu hoạch trái thối và hậu quả (5:8–30) Ê-sai giải thích trái thối trong vườn nho bằng sáu chữ 'khốn' (8, 11; 18, 20, 21, 22). Hai chữ đầu (8–12) liên quan đến việc lạm dụng những lợi ích vật chất của cuộc sống, và hậu quả được rút ra nằm trong hai phần bắt đầu bằng chữ *vì vậy, bởi thế* (13, 14–17). Loạt bốn câu 'khốn cho' thứ hai (18–23) nói đến việc vi phạm những nghĩa vụ đạo đức và thuộc linh trong cuộc sống, và cũng được tiếp nối bằng hai phần *vì thế, do đó* (24, 25–30). Như chúng ta sẽ thấy, phần *vì thế* đầu tiên trong mỗi trường hợp (13, 24) thì ngắn gọn và cho biết cụ thể sự đoán phạt sắp đến thích hợp như thế nào với tội đã được đề cập. Phần *bởi thế* thứ hai dài hơn và báo trước toàn bộ sự đoán phạt; sự chết (13) và sự hủy diệt (25–30). Đây là lúc thích hợp để lưu ý rằng Ê-sai đã thận trọng và trình bày lý lẽ chặt chẽ ra sao trong chức vụ của mình, và điều này cũng đúng với tất cả các tiên tri. Bất kỳ khuynh hướng nào cho rằng họ là những kẻ mị dân hay lên án, la mắng và khiển trách; đều không nhìn thấy cách họ phục vụ dựa trên bằng chứng không thể chối cãi ('khốn cho') và sau đó cẩn thận rút ra những kết luận hợp lý không thể phớt lờ ('vì vậy').

8. Có lẽ cũng hữu ích khi quan sát tính mạch lạc cân xứng trong phần phơi bày của Ê-sai về tội, nếu chúng ta đánh số chữ 'khốn cho' đầu tiên này là A1, rồi chú ý xem lời 'khốn' thứ sáu cân xứng với nó thế nào (22–23; A2). Ê-sai bắt đầu với việc giành được tài sản, và kết thúc với việc có được tiền bạc. Ở Y-sơ-ra-ên, đất đai là một thực thể thiêng liêng. Đất thuộc về Đức Giê-hô-va, còn dân sự Ngài là 'ngoại kiều và người tạm cư' của Ngài (Lê 25:23). Mục đích là đất đai mỗi gia đình nắm giữ vẫn nằm trong phạm vi gia đình đó (Lê 25; Dân 27:1–11). Nhưng việc đầu cơ đất rất phổ biến trong thời của Ê-sai (so sánh Mi. 2:2; A-mốt 2:6–8), và ông cho chúng ta thấy bức tranh người giàu tạo ra thêm bất động sản, tập trung vào 'nhà lớn' mà không nghĩ đến người có ít đất đai hơn. Điền chủ, sống *một mình giữa xứ*, là quốc vương của tất cả những gì anh ta đo đạc. *Thêm nhà vào nhà*: xây thêm từ căn nhà nhỏ ban đầu để có ngôi nhà lớn.

9–10. Cùng với 22:14, cách dịch của Bản NIV đã bình thường hóa phần cảm thán trong nguyên ngữ tiếng Hê-bơ-rơ. Nhưng tự bản thân câu 9a là 'Trong tai tôi, ôi Đức Giê-hô-va vạn quân!' Phần cảm thán khẳng định sự mặc khải trực tiếp bằng lời. Nhưng vượt ra ngoài lẽ thật quan trọng này là biểu lộ về sự tổn thương của thiên đàng trong một mức độ bùng nổ của lời than văn. *Một bát*, tức khoảng sáu ga-lông [khoảng hai mươi hai lít như cách dịch của bản TTHĐ - ND], là sản lượng nghèo nàn so với *mười mẫu* [TTHĐ: bốn hecta] thường được hiểu là diện tích mười con bò có thể cày trong một ngày. Một *hô-me* [TTHĐ: hai trăm hai mươi lít] tương đương với mười ê-pha [TTHĐ: hai mươi hai lít], nên sản lượng được nói đến ở đây chỉ là một phần mười của lượng hạt được gieo. Một *ê-pha* tương đương với một *bát* theo hệ thống đo lường ngũ cốc. Ê-sai nhìn thấy rằng tính cách và hành vi của chủ đất sẽ làm giảm bớt điều mà thế giới được tạo dựng để làm cho họ.

11–12. Lời 'khốn' (B1) thứ hai, đam mê lạc thú, tương ứng với lời thứ năm (21; B2) nói đến việc tự cho mình là quan trọng. Tất cả những gì họ quan tâm là tiệc tùng (11–12b), họ không quan tâm đến điều Đức Giê-hô-va đang làm (12cd).

13. Phần *vì vậy* ngắn gọn tiếp tục các chủ đề trước đó: thâu tóm đất (8) được thay bằng cuộc lưu đày; đắm chìm trong rượu (11) được thay bằng *khát*. Những người tự đui mù thuộc linh (12) đi lưu đày vì *thiếu hiểu biết*. Đức Giê-hô-va thật chính xác và công bằng! *Phải* là thì 'hoàn thành' trong tiếng Hê-bơ-rơ và có thể diễn tả ý 'đã' (nghĩa là sự lưu đày của họ đã xảy ra; họ là nô lệ cho lòng tham và sự ham muốn), hoặc 'ắt hẳn phải'. Ê-sai sống trong thời kỳ của các thế lực hùng mạnh đang hành quân (xem Phần Dẫn Nhập, tr. 16–19), và một khả năng hoàn toàn có thể xảy ra lúc đó là Giu-đa nhỏ bé sẽ bị nuốt chửng. Lưu đày là cách dịch rất chính xác, ngụ ý lời báo trước về cuộc lưu đày Ba-by-lôn sẽ đến. Tất cả những gì Ê-sai thấy trước ở đây là 'tình trạng giam cầm', mất đất đai và mất tự do trước một thế lực mạnh hơn.

14. *Âm phủ* [bản NIV dùng 'the grave' – 'mồ mả' nhưng cách dịch đúng phải là 'Sheol', từ tiếng Hê-bơ-rơ chỉ Âm phủ - ND]; địa danh chỉ nơi ở của người chết (so sánh 14:9–15) được mô tả ở đây như quái vật tham lam vô độ, nơi mà mọi người đều đi xuống. Phần mô tả thêm *kẻ hay cãi cọ* và *kẻ say sưa* không phải là chi tiết không phù hợp, cũng không phải chỉ mang tính thơ ca. Đây là tính cách của những người Ê-sai thấy xung quanh ông (11–12). Họ đi vào sự chết mà vẫn không thay đổi. Họ đi xuống Âm phủ với tính cách họ đã rèn khi còn trên đất, vẫn vô cảm thuộc linh và hoàn toàn không sẵn sàng gặp Chúa.

15–16. *Thánh* ($qādoš$) là tính từ mô tả chính bản chất thiêng liêng. Trong Sáng Thế Ký 38:21, người đàn bà được xem là hoàn toàn thuộc về vị thần bà hầu việc được mô tả là 'thánh' ($qĕdēšâ$) [Từ 'gái mại dâm' trong Bản TTHĐ nguyên ngữ là 'thánh nữ', người phụ nữ không lấy chồng và ky nữ, phục vụ trong các đền thờ/lễ hội của ngoại giáo – ND], một phần của thứ bậc thiêng liêng của sự vật. Tự thân từ ngữ này có lẽ mang ý nghĩa 'riêng biệt' (xem 6:3), nhưng trong trường hợp Đức Chúa Trời của Kinh thánh thì thực thể đạo đức là điều tạo nên tính đặc biệt và khiến Ngài trở nên riêng biệt. Việc tôn cao Ngài chỉ là sự thể hiện của những gì luôn luôn đúng về Ngài, sự thánh khiết của Ngài tự bày tỏ qua sự công bình và công chính. Ở đây; danh từ được dùng để chỉ về Đức Chúa Trời là 'ēl, hầu như được dùng để nói đến Đức Chúa Trời trong sự siêu việt thiên thượng của Ngài.

17. *Kẻ giàu*, nghĩa đen là 'béo phì' (so sánh câu 11); tạo ra những điền trang rộng lớn của riêng mình (8). Những điền trang này giờ đây chuyển qua chủ quyền mới, những *chiên con...trong đồng cỏ mình*. Tất cả mọi phí tổn và nỗ lực bây giờ nằm ở nơi đổ nát; một sự đối xứng đầy thất vọng với hình ảnh người thiết kế - trống rỗng ở câu 8! Câu 17 có lẽ trông giống khung cảnh đồng quê bình dị. Thật sự đó là thành tựu vô nghĩa của sự kiêu căng của con người; là lợi nhuận ròng của lòng kiêu ngạo. *Chiên con* được dịch từ chữ 'người lạ (đi ngang qua)' trong bản văn tiếng Hê-bơ-rơ được sửa đổi một cách không cần thiết. Nếu chúng ta dịch là 'kẻ lang thang' thì đúng hơn ở đây.

Câu **18–23** gồm chuỗi 'khốn cho' thứ nhì (xem tr. 52), phơi bày sự thờ ơ về thuộc linh và đạo đức của dân chúng trong thời Ê-sai (18–19). Họ đảo ngược các giá trị đạo đức (20), tự cho mình quyền lực (21), không có giải thưởng nào rực rỡ nhưng là kẻ thưởng mình trong lạc thú (22), và không thực hiện nghĩa vụ trong thể chế vì cớ tư lợi (23). Danh sách kinh khủng này đặt ra năm câu hỏi mà qua đó có thể truy nguyên biểu đồ của sự sa ngã trong nhân cách con người: người ta ghét tội hay thích tội (18)? Người ta kính sợ Chúa hay chế nhạo Chúa (19)? Người ta xem các giá trị đạo đức là những chân lý khách quan hay sự ưa thích chủ quan (20)? Đâu là suy nghĩ thường trực có thẩm quyền chi phối đời sống (21)? Điều gì kích thích sự ngưỡng mộ trong thành tựu của con người (22)? Hệ thống xã hội có bảo đảm kẻ có tội bị trừng phạt còn người vô tội được minh oan không (23)?

18–19. Hai lời 'khốn cho' trong câu 18–19 và 20 có thể xếp vào loại C1 và C2, với chủ đề lần lượt là theo đuổi tội lỗi và bào chữa cho tội lỗi. Những câu này là trọng tâm trong phần mô tả của Ê-sai về vụ thu hoạch 'trái thối', nơi dân chúng dâng lên Đức Chúa Trời và luân lý (C1), và cách họ định nghĩa thẩm quyền đạo đức (C2). Ê-sai mô tả dân sự bị tội lỗi trói buộc, giống như súc vật bị buộc vào xe kéo. Do đó, họ là những người tình nguyện thực hành nếp sống tội lỗi, và bởi thế, họ đang sống đời sống của con thú bên dưới phẩm chất thật sự là con người, và là nạn nhân của sự *dối trá* của tội lỗi (so sánh Êph 4:23; Hê 3:13), họ ngày càng bị vướng vào cảnh nô lệ như sự thay đổi từ hình ảnh sợi *dây* sang sợi *cáp*. *Sự gian ác...tội lỗi:* từ đầu tiên ('*āwôn*) nhấn mạnh thực tế tội lỗi hiện diện bên trong bản chất của con người; từ thứ hai (*ḥaṭṭā'â*) nhấn mạnh những cách phạm tội cụ thể (xem 6:7). Bởi sự tiến triển tự nhiên (so sánh câu 12), việc yêu mến tội lỗi dẫn đến sự kiêu ngạo thuộc linh khước từ lòng tin cậy (19a-c) và đòi hỏi bằng chứng (19d-f). Không thể hiểu được điều Đức Giê-hô-va đang làm, họ từ chối con đường của đức tin nhẫn nại, chờ đợi thời điểm của Ngài; vì vậy họ nói *Xin vội vã và nhanh chóng*, và họ không tin cho đến khi Đức Chúa Trời hành động cách rõ ràng cho họ thấy. Họ kiên quyết chỉ *biết* khi họ *thấy*. Dĩ nhiên, đây là một thách thức rõ ràng đối với toàn bộ lời khẳng định của Ê-sai về những lời hứa thiên thượng và với lời ông kêu gọi phải tin cậy, kiên nhẫn chờ đợi cho đến khi Đức Giê-hô-va chứng tỏ Ngài cũng tốt lành như lời Ngài phán.

20. Bộ luật đạo đức đã được viết lại. Dân chúng không còn cảm thấy có tội khi họ đi sai lệch so với điều từng được xem là đúng. Cũng như 'cái sướng của người này là cái khổ cho người khác' thế nào, thì bây giờ sự nếm trải của cá nhân là quyết định cao nhất thế ấy. Nếu một hướng hành vi có vẻ *đắng* hay *ngọt* đối với ai đó, thì nó là như thế.

21. (B2; so sánh 11–12). Mọi việc chỉ còn là phản ứng và ý kiến mang tính cá nhân.

22–23. (A2; so sánh 8–10). Ê-sai khẳng định một lần nữa rằng thiếu kỷ luật thân thể (22) cũng tương tự như sự đần độn về đạo đức (22). *Bọn chuyên pha chế các thức uống say* [Bản NIV: Người đứng đầu - *champions*] nghĩa đen là 'người có của', ở đây có nghĩa là 'người quan trọng'. Đó là tiêu chuẩn đo lường giá trị sao! Anh ta có thể uống nhiều rượu mà không say không (22a)? Anh ta có phải là người giỏi pha chế cốc-tai không (22b)? Nhưng họ lại là những thẩm phán của đất nước (23)!

24. Hình phạt sẽ tương xứng với tội (so sánh câu 13). Họ đã mời Đức Giê-hô-va hãy nhanh chóng (19); sự suy sụp của họ sẽ như *lửa* thiêu nuốt *rơm rạ*.

Câu **25–30** nêu lên nhiều câu hỏi văn chương khác nhau (xem tr. 104). Động đất (25) và bão (30), hai cách thể hiện sự hiện diện và quyền năng thiên thượng này (vd: Xuất 19:18–19; Thi 18:7–15), mở đầu và kết thúc phần trình bày về cơn giận thiên thượng được bày tỏ qua một quyền lực khác theo lệnh của Đức Giê-hô-va (26–29), tức kẻ xâm lược không thể chống cự được. Đây là toàn bộ sự phán xét, tương xứng với phần 'bởi thế' dài dòng từ các câu 14–17.

25. Thế giới được Chúa tạo dựng, với mọi quyền lực bao la bên trong, là một công cụ được bàn tay của Đấng Sáng Tạo điều khiển để thực hiện những mục đích công bình của Ngài. Các động từ có thể được hiểu ở thì quá khứ - có lẽ Ê-sai nhớ đến cơn động đất ở A-mốt 1:1 và Xa-cha-ri 14:5.

26–28. Trong câu 25, các thế lực 'tự nhiên' cho thấy chúng ta yếu đuối thế nào; bây giờ Ê-sai tiếp tục phơi bày những hoạt động bên trong của lịch sử (so sánh 10:5–15). Hành động nhỏ nhất của Đức Giê-hô-va (*ngọn cờ... thổi còi*) bảo đảm rằng ngay cả những người khỏe mạnh nhất (27) và có trang thiết bị quân sự mạnh mẽ nhất (28) cũng làm theo ý muốn Ngài, không hề chậm trễ. Lời yêu cầu có vẻ nghi ngờ muốn Đức Giê-hô-va hãy nhanh chóng (19) nhận lấy hậu quả tất yếu là kẻ xâm lược tấn công nhanh lẹ (28cd).

29–30. Hình ảnh thú ăn thịt mà con người không thể chống cự lại (29) và cơn bão không thể tránh được (30) hoàn tất lời báo trước của Ê-sai về sự diệt vong. *Sư tử… sư tử tơ*: phần mô tả kép (so sánh 3:1) diễn tả tính chất toàn diện - mọi động vật ăn thịt có thể có. Từ thứ hai có nghĩa là sư tử trong thời kỳ sung sức nhất. *Gầm gừ* ($\sqrt{}$ *nāham*) là tiếng gầm thỏa mãn của sư tử khi đang nhai con mồi. Trong tai của Ê-sai, tiếng này trở thành (30) tiếng 'gầm…ầm ầm' của cơn bão, khi ông chuyển sang bức tranh thứ hai, trong đó *ngày* trở nên *tối tăm* và thủy thủ bị mắc kẹt trong cơn bão, nhìn vào *xứ* với cái nhìn hy vọng như một nơi có thể trốn bão, thấy rằng ngay cả nếu anh ta vào được bờ, thì cũng chỉ có *tai họa* và *mây mù* chờ đợi mà thôi. Do đó, phân đoạn này kết thúc cũng với nỗi thất vọng không ngừng là đặc trưng của cả phân đoạn. Hy vọng tan biến. Nói cách khác, sự chuyển ý thứ ba của Ê-sai trong phần lời tựa phù hợp với tính lô-gic của chính nó. Nếu không có điều gì mà Đức Chúa Trời và ân điển của Ngài chưa làm (4), thì ánh sáng thật sự đã tắt. Cứ như thế câu chuyện buồn về sự thất bại của dân sự Đức Chúa Trời (xem 1:2–24; 2:6–4:1) đã đi đến điểm cuối cùng thích hợp, và như thế tia hy vọng đặc trưng cho hai chuyển ý đầu của phần lời tựa (1:25–27; 4:2–6) chỉ là điều lẽ ra đã xảy đến. Phải chăng thật sự là như vậy?

2. ÁNH SÁNG PHÍA SAU MÀN ĐÊM: VỊ VUA SẼ ĐẾN (6–12)

Giờ đây, Ê-sai dựng lên bối cảnh ngược với chức vụ tiên tri của ông. Những người mà ông được sai đến là người thừa kế những lời hứa vĩ đại; nhưng dường như họ đánh mất chúng. Đến cuối các đoạn trong phần lời tựa; bóng tối đã đến gần họ. Ân điển đã cạn kiệt; chỉ còn sự phán xét đang chờ đợi phía trước.

Như chúng ta sẽ thấy, đây là tình trạng Ê-sai phác họa một cách rất ấn tượng ở 6:1, nhưng đến cuối phần này, sự tối tăm (6:1) được thay thế bằng sự ca hát (12:2,5) và sự cứu rỗi (12:2–3), và Đức Giê-hô-va trong sự thánh khiết của Ngài (6:1–3) đang ngự ở Si-ôn giữa dân sự Ngài (12:6). Do đó, dù gì đi nữa, tối tăm và sự đoán phạt không phải là điều cuối cùng. Không hề như vậy, vì chính những lời hứa dường như bị đánh mất – lời hứa với Đa-vít ở 1:25–27 và lời hứa với Si-ôn ở 4:2–6- chính là những việc sẽ xảy đến (9:1–7; 11:1–9; 12:1–6). Ân điển cạn kiệt (5:4) đã được thay thế bằng ân điển chiến thắng.

Vậy thì Ê-sai trình bày niềm hy vọng lạ lùng, tia sáng rực rỡ bên kia màn đêm, tức vị Vua sẽ đến bằng cách nào? Phần này được chia làm ba. Mở đầu là ký thuật của Ê-sai về trải nghiệm ông được tha tội trong tay của Đức Chúa Trời thánh khiết (6:1–7), việc kêu gọi ông trở thành tiên tri (6:8), và sứ mạng kỳ lạ Chúa giao cho ông (6:9–13). Phần mở đầu này phù hợp với bài ca (12:1–6) trong đó cá nhân (12:1–2) và cộng đồng (12:3) bước vào sự cứu rỗi qua việc xoay khỏi cơn giận thiên thượng (12:1); được sai phái nói tiên tri cho khắp thế giới (12:4–5), Đức Chúa Trời Thánh Khiết sẽ ngự ở giữa họ (12:6). Đây là một đối xứng đầu cuối rất đầy đủ, có tội lỗi, có sự cứu rỗi, có sự sai phái và thánh khiết thiên thượng mở đầu và kết thúc cả phần này.

Ở giữa phần đóng – mở ngoặc, trước tiên Ê-sai nói đến tình hình ở Giu-đa (7:1–9:7), khi vua A-cha đối diện khủng hoảng từ những cuộc xâm lược mới từ phương bắc (xem Phần Dẫn nhập, tr. 16–17), và nhất quyết khước từ lời Chúa kêu gọi ông tin cậy Ngài (9:7). Song song với việc này, Ê-sai quay sang vương quốc Y-sơ-ra-ên phía bắc (9:8), là nơi xảy ra thảm kịch tương tự: Lời Đức Chúa Trời được rao ra nhưng bị khước từ. Bài thuyết giảng của Ê-sai cho Giu-đa và Y-sơ-ra-ên đi theo cùng một diễn tiến: sự phán xét vì bất tuân (7:18–8:8; 10:5–15), sự gìn giữ của Chúa đối với dân sót tin cậy Ngài (8:9–22; 10:16–34) và hy vọng về một vị Vua sẽ đến (9:1–7). Giữa chương 6 và 12, tức chương 7–11 cũng có riêng phần đối xứng đầu cuối: 7:1–17 vị vua thất bại và phá hủy triều đại của Đa-vít; 11:1–16 vị Vua thật sự thuộc dòng dõi Đa-vít sẽ cai trị trên toàn bộ loài thọ tạo hoàn hảo.

Trong phần này, chúng ta thấy có một nguyên tắc và một vấn đề. Nguyên tắc là nơi Ê-sai hài hòa hy vọng trong đời sống dân sự Chúa. Ông luôn luôn nhìn thấy hy vọng trong hành động thiên thượng mạnh mẽ chống lại công lao và sự xứng đáng của con người (so sánh 1:25–27; 4:2–6). Tương lai tươi sáng không đến từ sự tiến bộ từ từ hay kế hoạch khôn ngoan của con người, mà đó là công việc của Đức Chúa Trời. Tương lai xán lạn là công việc từ sự thành tín của Ngài. Tương lai ấy ló dạng vì Ngài là chính Ngài, trong sự thương xót cũng như trong sự phán xét. Chúng ta đã nhìn thấy trong bố cục ngắn gọn ở trên rằng Ê-sai trình bày hai chủ đề tiếp nối nhau: việc gìn giữ dân sót biết tin cậy Chúa, và việc bùng nổ niềm hy vọng lớn. Hai chủ đề được đặt cạnh nhau là có chủ ý. Một mặt là vì dân sót chắc chắn cũng bị bao trùm trong bóng tối giáng trên những kẻ bất tuân - đức tin không hề là chứng chỉ miễn nhiễm, nhưng mặt khác; trong bóng tối, họ có được rượu hy vọng, là sức bền để kiên trì vì ánh sáng từ lời hứa của Chúa chiếu rọi trước mặt họ (so sánh 2 Cô 3:12; Côl. 1:5; 1 Tê 1:3; 5:8; 2 Tê 2:15–16). Chính vì lý do này mà Ê-sai trình bày niềm hy vọng lớn như thế nó sắp hiện ra ngay sau bóng đêm của A-si-ri (vd: 8:21–9:2; 19:28–11:3), để họ được phấn chấn trong hy vọng như các Cơ Đốc nhân được phấn chấn bởi lẽ thật Kinh thánh về sự trở lại gần kề của Cứu Chúa Giê-xu.

Vấn đề được nêu lên trong các chương 6–12 là sứ điệp dân chúng thật sự cần nghe thì lại không đến được với họ. Toàn bộ kết luận cuối cùng của phần lời tựa (chương 1–5) là bởi tội lỗi nên họ không phải là dân sự như đáng ra họ phải trở thành (chương 1), cũng không phải là dân sự đúng với mục đích họ được tạo dựng (chương 2–4), cũng không phải là dân sự mà lẽ ra họ nên sống (chương 5). Ê-sai khám phá ra chính câu trả lời cho vấn đề này trong cách Chúa đối với bản thân ông (6:1–8). Ngoài ra, phần đối xứng đầu cuối 12:1–46 cũng tập trung vào chính lẽ thật này: dân sự tìm được sự an ủi thay vì cơn giận thiên thượng và vui mừng trong một Đức Chúa Trời của sự cứu rỗi. Vậy thì tại sao chương 7–11 lại thiếu vắng sứ điệp về sự chuộc tội và sự tha thứ? Câu trả lời là Ê-sai gặp dân sự ngay chỗ của họ và đem cho họ sứ điệp họ nhận thấy thích hợp. Họ chưa sẵn sàng đối diện với tình trạng tội lỗi của mình và nghe phúc âm về sự tha thứ, nhưng trong tình hình hiện tại (xem 7:1 và các câu tiếp theo) họ không thể không nhìn thấy sự bất cập trong vai trò lãnh đạo của triều đình hiện tại và nhu cầu cần có một người con trai khác, một con trai hoàn hảo của Đa-vít. Dù là nhà tiên tri chân chính, nhưng Ê-sai căn cứ vào thực tế để đi vào tình huống ông đang đối diện rồi đưa ra một chẩn đoán chính xác về tình hình hiện tại lẫn một khải tượng đáng tin cậy về tương lai. Tuy nhiên, quay trở lại với chủ đề về 'sự cứu rỗi' ở chương 6, như ông đã làm ở chương 12, Ê-sai ngụ ý rằng bằng cách nào đó, trong lời hứa về một Đấng Mê-si-a thuộc dòng dõi nhà vua, có ẩn chứa câu trả lời của Đức Giê-hô-va cho vấn đề tội lỗi và sự phán xét. Bằng cách này; Ê-sai đặt nền móng mà trên đó, giờ đây ông sẽ xây dựng nền thần học và lời dự báo về sự chuộc tội mà chúng ta sẽ thấy trong các chương 40–55; xoay quanh Đầy tớ (52:13) cũng là Đa-vít (55:3).

a. Cá nhân, sự chuộc tội và sự sai phái (6:1–13)

Chủ đề của chương này là sự kêu gọi Ê-sai, và đó là lý do duy nhất khiến đây là 'chương 1' thích hợp theo sau phần 'lời tựa của tác giả'. Nhưng cũng như tất cả các tiên tri ký thuật trải nghiệm của họ về sự kêu gọi (so sánh với Phao-lô, Ga 1–2), những sự việc mang tính cá nhân không phải được kể lại chỉ cho có mà vì chúng minh họa cho một chủ đề quan trọng. Chúng ta đến gần trọng tâm của chương này hơn khi lưu ý rằng ý nghĩ về sự chết lan tỏa suốt chương: vị vua đang hấp hối (1), nhà tiên tri đối diện án tử (5), con sinh tế chết trên bàn thờ (6) và cây bị đốn (13). Hơn hai lần, cái chết dường như đã đến, nhưng hóa ra lại không phải. Vị vua nằm hấp hối (1) nhưng hóa ra chỉ là cái cây bị đốn, và sự sống vẫn còn trong gốc rễ (13); nhà tiên tri bị đánh chết vì tội lỗi khi đối diện sự thánh khiết thiên thượng (5) nhưng khi sê-ra-phim đến, nhìn bên ngoài như là đem theo lửa đoán phạt, nhưng là để làm cho của lễ chuộc tội có hiệu lực và để nói từ 'được tha rồi' (7). Sự chết không phải là điều cuối cùng.

1a. Ô-xia cai trị năm mươi hai năm thịnh vượng và yên ổn (2 Vua 15:1–7; 2 Sử 26). Tuy nhiên, đến cuối thời trị vì của mình, nhiều mây đen kéo đến: Tiếc-la Phi-lê-se III người A-si-ri nhậm chức năm 745 T.C; là người theo chủ nghĩa đế quốc, và các lãnh địa Pa-lét-tin bé nhỏ đã cảm nhận được mối đe dọa. Thật dễ bị cám dỗ để cho rằng sau khi ngẫm nghĩ về cái chết của vị vua già để rồi lo lắng cho tương lai, Ê-sai được an ủi bởi khải tượng về vị Vua không thể nào chết (so sánh *the King*, 5). Nhưng nếu ông được an ủi bởi khải tượng đó thì ông không nói như thế. Theo 1:1, Ê-sai bắt đầu sự nghiệp tiên tri 'vào thời' (nghĩa đen 'trong thời kỳ của') Ô-*xia*, tức trước khi Ô-xia qua đời. Vậy thì tại sao ông không xác định ngày tháng mình được kêu gọi như phong tục thường thấy 'vào năm thứ năm mươi hai trong đời trị vị của Ô-xia'? Tại sao ông xác định thời điểm xảy ra sự kiện bằng một cái chết? Ô-xia đã phạm một tội kinh khủng (2 Vua 15:5; 2 Sử 26:16–21), xâm phạm vào nhà của Đức Giê-hô-va, là nơi ông không có quyền đến vì không phải thầy tế lễ. Vì điều này, ông bị Chúa đoán phạt và bị cách ly khỏi cộng đồng thờ phượng Đức Giê-hô-va suốt thời gian trị vì còn lại. Khi qua đời, tình trạng cũng không khá hơn. Vua băng hà như khi vua còn sống, bị cách ly và ô uế. Tiếp theo bóng đêm ở cuối chương 5, phải chăng Ê-sai xem vua như biểu tượng của quốc gia? Điều này đã vượt quá giới hạn của ân điển (5:4) và hướng đến sự băng hà vì cơn giận thiên thượng (5:13–17) và bởi bàn tay của kẻ thù không thể địch lại (5:24–30). Vậy có phải Đức Giê-hô-va thật sự kết thúc như dân sự nghĩ không? Với câu hỏi này; chương 6 tiếp tục câu chuyện dở dang ở chương 5.

Trong câu **1b–13a**, hình ảnh tượng trưng về vị vua đang hấp hối (1a) dẫn đến khải tượng về Đức Chúa Trời gồm ba phần. Trước nhất, sự thánh khiết của Đức Giê-hô-va và kết quả của nó trong sự diệt vong của Ê-sai (và của dân sự ông) (1b–5); thứ hai (6–8) sự tha tội của Đức Giê-hô-va, khiến Ê-sai được thanh tẩy và phục hồi; và thứ ba, chương trình của Đức Giê-hô-va (9–13) và chức vụ của Ê-sai trong chương trình đó.

1b. *Tôi thấy*: Giăng 1:18 nhận xét cách đúng đắn rằng 'chưa ai từng thấy Đức Chúa Trời' vì Ngài là thần (31:3; Giăng 4:24). Nhưng với sự hạ mình, thỉnh thoảng Ngài tự mặc lấy hình dạng thấy được vì lợi ích của dân sự, bày tỏ lúc thì khía cạnh này lúc thì khía cạnh khác của bản tính Ngài (vd: Giô 5:13–15). Với Ê-sai, Đức Giê-hô-va trở nên hữu hình trong tư cách của một vị vua cao quý với ngai vàng, áo choàng và người hầu hạ, tất cả đều nói đến sự oai nghiêm và quyền cai trị tối thượng. *Rất cao* [NIV: *high and exalted*]: xem 52:13; 57:15 là những câu cũng dùng các từ này để nói đến Đầy tớ của Đức Giê-hô-va và Đức Giê-hô-va. Ở đây, cách hiểu đúng nhất là chỉ về Đức Giê-hô-va (không phải ngai), *cao* trong chính bản tính của Ngài; và *được tôn cao* [Bản tiếng Việt không thể hiện từ này - ND] hay 'được nâng lên' bởi sự thừa nhận uy quyền tối cao của Ngài. *Vạt... đền thờ*: Áo choàng dài lướt thướt chỉ về nơi Đức Giê-hô-va siêu việt chạm đất; Ngài hiện hữu với tất cả sự uy nghi ngay chính giữa đời sống của dân sự. *Đền thờ* không 'chỉ là' biểu tượng. Đó là nơi ở của Đức Giê-hô-va

(1 Vua 8:10–13), nơi Đức Chúa Trời ngự (1 Cô 3:16; 6:19; Êph 2:19–22). (Đối chiếu với chủ đề 'bệ chân', 1 Sử 28:2; Thi 132:7; Ca 2:1; Ê-sai 60:13).

2. *Quanh* [nguyên ngữ tiếng Hê-bơ-rơ dùng 'phía trên; bên trên' – ND]: tư thế của người phục vụ đang 'đứng chầu' chủ. Giới từ này cũng xuất hiện ở Sáng Thế Ký 18:8 (bản NIV dịch là 'gần'). Sê-ra-phim, nghĩa đen là 'những Đấng thiêu đốt', chỉ được nhắc đến tại đây. Lửa là biểu tượng chính cho sự thánh khiết của Đức Chúa Trời (Xuất 3:1–5; 19:18). Do đó, trong ngữ cảnh này, Ê-sai trình bày về những đấng phục vụ trên trời bằng một danh hiệu thích hợp với hoàn cảnh của họ: có các cánh có thể gấp xuống và giương lên khiến họ trông giống như những ngọn lửa khổng lồ bao quanh ngai của Đấng Thánh.[1] *Che...che*, giống như *bay*, là những động từ diễn tả hành động liên tục. Các cánh che phủ mắt họ (vì ngay cả họ cũng không được tò mò nhìn Đấng Thánh, so sánh Xuất 19:21); nhưng không che lỗ tai (vì vai trò của họ là chờ đợi lời phán thiên thượng để vâng theo, Thi 103:20). *Chân* là cơ quan hoạt động, là bộ phận điều hướng cuộc sống đi đến mục tiêu (Thi 18:33; Châm 1:15–16; 4:27). Không thể biết chắc, nhưng có lẽ họ che phủ cả chân[2] để phủ nhận việc lựa chọn con đường riêng của mình.

3. Bài ca liên tục này có một chủ đề duy nhất: sự thánh khiết của Đức Giê-hô-va, mà qua đó chúng ta học được hai lẽ thật. Thứ nhất; việc sử dụng phép lặp trong tiếng Hê-bơ-rơ nhằm diễn tả hoặc là mức độ tuyệt đối, chẳng hạn trong 2 Các Vua 25:15, chữ 'vàng vàng' [trong nguyên ngữ tiếng Hê-bơ-rơ – ND] được dịch là 'vàng ròng' [trong bản NIV, bản TTHĐ dịch là 'vàng' – ND], hoặc là tính toàn bộ như trong Sáng Thế Ký 14:10, chữ 'hố hố' [trong nguyên ngữ tiếng Hê-bơ-rơ – ND] được dịch là 'nhiều hố nhựa chai'. Nhưng ở đây, lần đầu tiên trong Kinh thánh tiếng Hê-bơ-rơ, chất lượng được 'nâng lên đến lũy thừa ba' như thế muốn nói rằng sự thánh khiết thiên thượng vượt xa bất kỳ điều gì tâm trí con người có thể hiểu được đến nỗi phải tạo ra một hình thức 'siêu so sánh tuyệt đối' để diễn tả. Ngoài ra, 'lũy thừa ba' này còn muốn nói rằng sự thánh khiết siêu việt là lẽ thật toàn diện về Đức Chúa Trời. Nhóm từ chỉ sự thánh khiết ($\sqrt{q\bar{a}da\check{s}}$) có thể có nghĩa là 'sự sáng láng', một Đức Chúa Trời không thể đến gần được (1 Ti 6:16; Thi 104:2) hay 'sự tách rời', tức phẩm chất giúp phân biệt thần tính, tách Đức Chúa Trời ra khỏi mọi điều khác, khiến Ngài trở thành hữu thể như chính bản chất của Ngài. Do đó, sự thánh khiết của Ngài là sự oai nghi về mặt đạo đức mang tính độc nhất vô nhị và không ai có thể đến gần, mà con người tội lỗi theo bản năng phải run rẩy khi đối diện (Quan 6:22; 13:22). Thứ hai, sự thánh khiết là 'lẽ thật toàn diện' về chính Đức Chúa Trời thế nào, thì đó cũng là 'lẽ thật toàn diện' về tính nội tại của Ngài trong sự sáng tạo thế ấy: *khắp đất đầy dẫy vinh quang Ngài*. Sự thánh khiết là vinh quang kín giấu của Chúa; vinh quang là sự thánh khiết của Chúa hiện diện khắp mọi nơi.

4–5. *Rung chuyển*: phản ứng thông thường của trật tự được tạo dựng trước sự hiện diện của Đấng Thánh (vd: Xuất 19:18; Thi 18:7–9). *Trụ cửa... ngưỡng cửa...khói*: chỉ lời tuyên bố về sự thánh khiết của Đức Giê-hô-va cũng đủ để chặn lối ra vào và ngăn cấm nhìn thấy

---

[1]Động từ *śārap* có nghĩa là 'cháy' nhưng từ liệu có cùng cách đánh vần được dùng để nói đến 'con rắn' ở 30:6. Điều này khiến một số người hiểu sai (O. Kaiser, *Isaiah 1–12* [SCM, 1963], *ad loc*.) rằng từ liệu nói đến con rắn - người bảo vệ *(serpent-guardians)* trong sự hiện diện thiên thượng - dĩ nhiên đây là những con rắn kỳ quặc, có tay và chân. Trong bản Kinh thánh tiếng Hê-bơ-rơ của sách Ê-sai, từ liệu *śĕrāpîm* ('sê-ra-phim') không có mạo từ xác định: đó là một sự mô tả, không phải một danh hiệu. Họ là 'những vật đang cháy' thực hiện chức vụ 'thiêu đốt' đối với nhà tiên tri (6).

[2]Tại sao họ phải che chân? Không có gì đặc biệt 'thuộc về sinh vật' của chân khiến họ phải cung kính che giấu 'tính sinh vật' của mình trước sự hiện diện của Đấng Sáng Tạo; 'chân' được dùng như cách nói uyển ngữ chỉ các bộ phận sinh dục (7:20), nhưng việc gán đặc điểm tính dục cho hữu thể thuộc về thiên thượng là không thích hợp. Các câu như Ê-sai 52:7 và Châm Ngôn 1:15–16 ngụ ý chân là cách nói ẩn dụ chỉ hướng đi của cuộc đời.

Ngài. Ê-sai thấy mình hoàn toàn ở ngoài và nhận biết hậu quả (*Tôi chết mất*) cùng nguyên nhân (*môi ô uế*). *Chết mất*: được dịch từ chữ √*dāmâ*, 'nín lặng', được dùng để nói đến sự im lặng vì mất mát (Giê 47:5) hoặc vì cái chết (Thi 49:12). Trong ngữ cảnh này, dịch 'nín lặng' là muốn nói: bị loại khỏi ban hát thiên đàng - ngay cả khả năng ca ngợi từ xa cũng không có. Có sự phán xét này là bởi liên kết điều người ta có thể nghĩ đến như là tội 'nhỏ nhất' (*môi ô uế*) với sự tiếp xúc xa nhất (*mắt đã thấy*), nhưng kết hợp cả hai là điều chết người. *Người có môi ô uế*: tại sao Ê-sai mở rộng việc nhận tội theo cách này? Có lẽ đây là cách xưng tội thêm về phần ông: ông đã không nhận biết sự nghiêm trọng của tội lỗi trong lời nói nên ông không tách mình (*ở giữa*) ra khỏi một xã hội như thế. Nhưng có lẽ ông đang tuyên bố một dấu hiệu trong tương lai: nếu tội của tôi có thể được tha; thì tội của họ cũng vậy. Có lẽ khi hồi tưởng trải nghiệm về sự đền tội của riêng mình (6–7), ông đã nhìn thấy giải pháp cho sự tăm tối của quốc gia ở 5:30 và bình minh ló dạng ở 53:11. *Vua, tức là Đức Giê-hô-va vạn quân*: nghĩa đen là 'của các đạo quân'. Không phải sự bày tỏ mới lạ của Chúa cho thấy sự thất bại của Ê-sai, mà đây là sự thừa nhận điều đã luôn đúng từ trước, một vị Vua thánh, một Đức Giê-hô-va toàn năng, 'Đấng Thánh của Y-sơ-ra-ên' - nói theo danh hiệu đặc biệt mà Ê-sai đã dùng cho Chúa (xem 1:4).

6–7. Đức Giê-hô-va đã chủ động từ đầu đến cuối: bày tỏ (2–3); ngăn chặn (4–5). Bây giờ, một trong các sê-ra-phim, chỉ bay khi có lệnh từ thiên thượng, được sai đến như là sứ giả đem sự cứu rỗi. Dù tất cả những điều khác đều bị đám mây che khuất để không thể nhìn thấy, nhưng các phương tiện cứu rỗi – là lửa và bàn thờ - thì không. *Than lửa... kẹp gắp... bàn thờ*, việc dùng kẹp gắp cho thấy lửa là thật chứ không phải 'giả'. Tuy nhiên, trong Cựu Ước, lửa không phải là tác nhân thanh tẩy[3] mà là cách bày tỏ sự thánh khiết thực sự, thậm chí sự thánh khiết mang tính thù địch của Đức Chúa Trời (Sáng 3:24; Dân 11:1–3; Phục 4:12, 33, 36). Tuy nhiên, đây là lửa từ bàn thờ, nơi sự thánh khiết chấp nhận, và được thỏa mãn bởi sự chết thay của sinh tế (Lê 17:11). Do đó, *than lửa đỏ* chứa đựng khái niệm về sự chuộc tội, việc làm nguôi cơn giận, sự thỏa mãn, sự tha thứ; sự thanh tẩy và sự giải hòa. Kẻ tội nhân đáng chết xưa kia là Ê-sai; chắc chắn bị bỏ lại với những thực tế về mặt thuộc linh này khi sê-ra-phim giải thích: 'Đây, cái này đã chạm đến môi ngươi, lỗi ngươi đã được xóa rồi, tội ngươi được tha rồi!' Đức Giê-hô-va giúp đỡ chúng ta ngay tại nhu cầu trước mắt của mình (*môi*); và hiệu quả xảy đến tức thì (động từ *chạm...được xóa* ở thì hoàn thành cùng chức năng ngữ pháp). Ngài không chỉ xử lý tội chúng ta nhận biết, mà cả tội Ngài nhìn thấy trong chúng ta: *lỗi* hay 'điều sai quấy' (1:4; 5:18), sự bại hoại bên trong, *tội* (1:4, 18; 3:9) sai phạm cụ thể. Nền tảng của sự đền tội là 'giá để che đậy'. *Được tha* (*kippēr*): 'che phủ'. So sánh với nghĩa đen ở Sáng Thế Ký 6:14 ('trét'). Ý nghĩa mở rộng của động từ được dùng trong thần học về sự đền tội (*kippēr*) vẫn giữ được khái niệm căn bản này, nhưng với ý nghĩa khi chúng ta nói đến số tiền thích hợp để 'che đậy' món nợ, tức là hủy nợ nhờ trả số tiền thỏa đáng (Xuất 21:30; 30:12–16; Dân 5:8; 31:50).

8. Hiệu quả tức thì của sự đền tội là sự giải hòa. Lúc đầu Ê-sai thấy Chúa từ xa (1), nhưng bây giờ ông đến đủ gần để nghe tiếng Ngài trầm ngâm. Ông đã từng 'nín lặng' vì tội lỗi (5) nhưng là tội nhân được chuộc, giờ đây ông được tự do để nói. Đức Chúa Trời, Đấng không cho ông vào (4), đã đem ông về nhà. Nhưng ông thấy việc được kết hiệp với Đức Chúa Trời có nghĩa là gia nhập một hiệp hội truyền giáo: ông được đem vào để rồi được sai đi. *Chúng ta*: sự bàn bạc của số đông (1 Vua 22:19–23), nhưng Tân Ước liên kết những

---

[3]Tham chiếu duy nhất có thể có về việc thanh tẩy bằng lửa là Dân Số Ký 31:21–24, nhưng việc nhấn mạnh câu 23 về 'nước thanh tẩy' cho thấy ở đây lửa cũng tượng trưng cho cơn thịnh nộ thực sự của Đức Chúa Trời thánh khiết. Cơn thịnh nộ đó cũng phải trút lên cả những vật vô tri vô giác bị ô nhiễm bởi lối sống của người Ma-đi-an trước khi chúng được chuyển qua Y-sơ-ra-ên dùng.

câu này với cả Chúa Giê-xu (Giăng 12:24) và Đức Thánh Linh (Công 28:25), do đó, chúng ta thấy ở đây sự phù hợp với mặc khải trọn vẹn về Ba Ngôi Đức Chúa Trời.

Câu **9–13a** chứa đựng sứ điệp mà Ê-sai phải truyền đạt (9), nhiệm vụ được giao cho ông (10) và chương trình có ông tham gia (11–13a).

9–10. Việc những câu này được dùng trong Tân Ước (Mat 13:14–15; Mác 4:12; Lu 8:10; Giăng 12:39–41; Công 28:26–27) khiến chúng trở nên đặc biệt quan trọng mà chúng ta cần phải hiểu, nhưng thoạt nhìn, những câu này thật là một nhiệm vụ lạ thường: bảo người ta đừng hiểu (9); nhưng phải bảo đảm là họ sẽ không hiểu (10)! Đây là ý nghĩa đơn giản của nó. Nó chỉ ra cụ thể (9) những khả năng 'bên ngoài' (*nghe, xem*) và 'bên trong' (*hiểu*, tức là 'phân biệt' và *thấy*, tức 'biết') và sắp xếp chúng (10) thành cấu trúc vòng tròn (*dạ... tai... mắt... mắt... tai... lòng*), nhờ đó nhấn mạnh việc họ hoàn toàn không thể hiểu được gì. Dựa vào chức vụ sau đó của Ê-sai, cách tiếp cận hữu ích nhất là hỏi làm thế nào Ê-sai hiểu điều ông được truyền bảo phải làm. Câu trả lời ở 28:9–10. Hai câu này cho chúng ta biết Ê-sai trình bày lẽ thật một cách đơn giản đến nỗi 'những người từng trải' trong thời của ông sẽ tống ông xuống dạy mẫu giáo! Và toàn bộ tài liệu của Ê-sai đều mang dấu vết của phương pháp biện luận chặt chẽ, có hệ thống và đơn giản. Nói cách khác, câu 9–10 là câu nói rất thẳng thắn, trần trụi về tình thế nan giải của người giảng tin lành: chỉ có thể thay đổi những người chống lại lẽ thật bằng cách nói cho họ biết lẽ thật, nhưng khi làm điều này, họ lại đối diện với nguy cơ khước từ lẽ thật một lần nữa. Và có lẽ sự khước từ lần này sẽ đẩy họ đi và không thể quay lại. Lòng và trí họ sẽ trở nên cứng cỏi không thể cứu vãn (Hê 6:4–8). Mắt con người không thể nhìn thấy trước 'điểm không thể cứu vãn', mà cũng không nhất thiết phải nhận biết khi sự việc đã qua. Nhưng Đức Chúa Trời tể trị mọi sự, Ngài vừa biết điểm đó và thật sự ấn định điểm ấy, với sự công bình và công chính trọn vẹn, vì Ngài chịu trách nhiệm về tiến trình tâm lý của con người mà Ngài đã tạo dựng. Chính đây là lúc Ê-sai được kêu gọi đến chức vụ rao giảng trong tư cách nhà tiên tri và hiểu ra điều khoản sứ mạng của mình là gì: ông phải rao giảng lời Chúa cách tươi mới, thậm chí rõ ràng chưa từng có - vì chỉ lẽ thật mới có thể chinh phục và thay đổi họ. Nhưng với đáp ứng tiêu cực, thính giả của ông không thể quay đầu lại. Cơ hội báo hiệu sự cứu rỗi cho họ cũng báo hiệu sự đoán phạt họ.

11–13a. Kế hoạch được hình dung là một tấm thảm kịch ngày càng gia tăng: sự hủy phá các *thành... nhà...đất đai* (11), sự lưu đày (12) và sự mất mát hãy còn tăng thêm (13a). A-si-ri là thế lực đang đe dọa quốc gia, nhưng Ê-sai sớm nhận ra rằng A-si-ri không phải là tác nhân gây thất bại hoàn toàn. Tuy nhiên, lời báo trước của ông 'quen thuộc' vào chính thời đó. A-si-ri đã giới thiệu một chính sách lưu đày (2 Vua 17), và Ba-by-lôn tiếp tục chính sách đó (2 Vua 24–25). Như vậy; những câu này là tờ quảng cáo cho sách của Ê-sai: mối đe dọa A-si-ri sẽ đến rồi đi như thế nào (chương 7–37) và hơn thế nữa, làm thế nào mối đe dọa ghê gớm hơn, tức Ba-by-lôn, sẽ nổi lên từ một nguyên nhân sâu xa hơn (chương 38–48).

13b. Vậy thì, phải chăng sự phán xét thiên thượng sẽ là quyết định cuối cùng cho dân sự mà Ê-sai đã đồng nhất mình với họ (5)? Trong trường hợp của Ê-sai, 'Đấng Thiêu Đốt' tiến đến cầm theo lửa (6) và ắt hẳn với Ê-sai, cuộc đời ông đã kết thúc. Nhưng giọng nói vang lên '*được tha rồi*' (7). Vì vậy, ở đây *cây cối bị đốn*, còn tiếng của thiên thượng phán '*giống thánh*' (nghĩa đen là 'gốc của nó là hạt giống thánh khiết'). Lưu ý cách nửa câu này tạo thành cấu trúc đối xứng đầu cuối với câu 1a (vua hấp hối...cây bị đốn), ngụ ý những người có lời hứa của Đấng Mê-si-a cũng bởi đó có sự bảo đảm về sự liên tục cho đến lúc Ngài đến. Đây là cách hiểu đơn giản nhất, nhưng Ê-sai dùng 'giống' của dân là những người sẽ hưởng lời hứa (41:8; 43:5; 45:25; 53:10; 59:21; 65:9, 23; 66:22), và do đó 'giống thánh' có thể là dân sót, được gọi là thánh và 'được ghi vào số những người sống' (4:3) ở Si-ôn sẽ đến trong tương lai (so sánh Hê 12:22).[4]

b. Bóng tối và ánh sáng ở Giu-đa (7:1–9:7)

Các bài thuyết giảng bốn phương diện phù hợp cho Giu-đa và Y-sơ-ra-ên bắt đầu tại đây (xem bố cục, tr. 55–56) trình bày luận điểm mà giờ đây Ê-sai đạt đến. chương 5 nghi ngờ khả năng có được hy vọng trong tương lai, nhưng Ê-sai có được câu trả lời cho chính ông (6:4–8) lẫn dân sự của ông (6:13b). Bởi đó có sự tương đương: Ê-sai là gương mẫu cho tương lai. Lời Đức Chúa Trời sắp đến với vua và dân sự (7:1–17), và khước từ lời ấy sẽ nhận lấy tai họa (7:18–8:8), nhưng ngay trong vòng những kẻ không tin cũng sẽ có những người đi theo con đường đức tin và đặt nền tảng cuộc đời mình trên lời của Chúa (8:9–22). Với họ, sau bóng đêm đang vây quanh là ánh sáng (8:23–9:7). Do đó, giáo lý về dân sót có lòng tin phát triển và bên cạnh đó, vua Ô-xia đang hấp hối (6:1) là nền tảng cho niềm hy vọng kết thúc phần phụ này: sự ra đời của con trẻ với bốn tên gọi (9:6), 'giống thánh' (6:13) đâm chồi từ gốc cây bị đốn còn sót lại.

i. Thời điểm quyết định (7:1–17) Chân lý không thay đổi của phân đoạn này là đức tin đặt nơi Chúa và nơi lời hứa của Ngài là cách thực tiễn để đối phó với cuộc sống cho dù khủng hoảng to lớn đến mức nào. Với sứ điệp này, Ê-sai nhận được câu trả lời lạnh lùng của các nhà chính trị và dân chúng thời đó cũng như ngày hôm nay. Họ sẽ nói rằng những người có đầu óc thực tế phải sống trong thế giới có thực, nơi sự tinh ranh trong chính trị và cơ bắp trong quân đội là những thứ quan trọng. Nhưng với Ê-sai, đây không phải sự lựa chọn giữa những khả năng có thể thực hiện. Đó là quyết định giữa sống và chết.

1–2. Bị đe dọa bởi chính sách bành trướng/đế quốc của cường quốc thuộc vùng Mê-sô-bô-ta-mi là A-si-ri, hai nhà nước chính ở phía Bắc Pa-lét-tin là *A-ram* và *Y-sơ-ra-ên*, đã kết hợp thành liên minh phòng thủ, và bởi nghĩ rằng một liên minh gồm toàn cõi Pa-lét-tin sẽ đem lại an ninh chung vững chắc hơn, nên ép Giu-đa gia nhập. Khi không thể lôi kéo Giu-đa tham gia qua con đường ngoại giao, các cường quốc phía Bắc xâm lược để ép buộc A-cha gia nhập liên minh (2 Sử 28:5–8), nhưng *không thể chiếm được* Giê-ru-sa-lem. Họ xâm lược lần thứ hai (2 Sử 28:17–18), lần này với mục đích thay thế A-cha bằng vị vua bù nhìn (6). Vì lý do này mà A-cha được mô tả là *nhà Đa-vít*; vì đó là lúc vương triều bị đe dọa. Điều ông làm bây giờ sẽ quyết định tương lai dòng dõi nhà Đa-vít. *Đã liên minh với:* khối liên minh mười năm tính đến thời điểm này không thể là nguyên nhân gây hoang mang. Động từ (*nāḥâ*) được dùng sáu mươi ba lần trong Cựu Ước luôn mang ý nghĩa như trong câu 19, *đậu* hay 'tụ lại'. Đây thật là tin tức kinh khủng khi các điệp viên bí mật trở về nói rằng 'nơi đó đầy nhóc bọn họ'. Một cuộc xâm lược khác sắp xảy ra, khiến vua và dân chúng rúng động như *cây rừng lung lay trước gió!* So sánh 28:16 'ai tin sẽ không hoảng sợ' (nghĩa đen).

3. *Sê-a Gia-súp* có nghĩa là 'dân sót sẽ trở về'. Đây là một tên gọi có tính nước đôi: danh từ đứng trước để nhấn mạnh, nhưng phải chăng '(chỉ) dân sót...' hay 'dân sót (được bảo đảm)....'? Đây là lời đe dọa sát hại hay lời hứa về sự sống sót? Ê-sai tin chắc ở cả hai nghĩa - tức người không tin sẽ bị tiêu diệt, còn người tin sẽ được cứu (xem câu 9) - đến nỗi ông đã làm cho lời Đức Chúa Trời 'trở nên xác thịt' trong chính con trai mình. A-cha, vị vua đương thời, lẽ ra phải cảm nhận được sự ép buộc này, nhưng ông đã có mặt *tại kênh dẫn nước hồ*

---

[4] Qᵃ hậu thuẫn cho bản MT, ngoại trừ việc nó bao gồm mạo từ xác định trong cụm từ 'dòng dõi thánh'. Bản Bảy Mươi không có nói đến 'dòng dõi thánh' nhưng là một chỉ dẫn không an toàn, vì nó tách ra khỏi bản MT suốt câu này (và chương này).

trên, tìm cách bảo vệ an toàn hệ thống cung cấp nước trước cuộc bao vây sắp tới. Đến thời Ê-xê-chia (22:1–14) nước mới được đưa vào thành phố qua đường ống ngầm.

4. *Hãy thận trọng, và giữ yên lặng* là hai động từ chỉ có một nghĩa: 'Hãy cẩn thận giữ im lặng/ đừng làm gì cả', động từ thứ hai là trợ động từ cho động từ đầu (như ở Sáng 24:6; Phục 4:9). Tuy nhiên; A-cha đã dự định làm nhiều việc. Ông muốn đóng vai nhà chính trị tài giỏi bằng cách dùng A-si-ri để bảo đảm an toàn cho mình trước các cường quốc phương Bắc (2 Vua 16:7–9). Ê-sai lại nhìn sự việc theo cách khác. Các vua xâm lược có lẽ phô bày 'cơn giận phừng phừng' nhưng thật ra họ chỉ là *đầu que củi* chỉ còn khói! Giá mà A-cha được thuyết phục tách mình khỏi chính trị, thì bất luận thế nào A-si-ri cũng sẽ đập tan các vương quốc phía Bắc và Đức Giê-hô-va sẽ gìn giữ Giu-đa như cuối cùng Ngài đã làm (37:36–37). Còn nếu A-cha liên kết với A-si-ri, thì thật sự ông đang leo lên lưng cọp! Trong tất cả những việc này, vấn đề thật rõ ràng: sự cứu rỗi đến bởi đức tin hay bởi việc làm? Liệu A-cha sẽ được cứu bởi lòng tin cậy hay bởi nước cờ chính trị tinh khôn?

5–7. Mô tả kế hoạch của con người (5–6) và lời của Đức Chúa Trời (7). Giả vờ không thể nhớ tên của vua Y-sơ-ra-ên: 'Cha của ông ta là Rê-ma-lia, nhưng dù chết tôi cũng không thể nhớ tên ông ấy!', Ê-sai đã làm bẽ mặt vua theo kiểu kinh điển và dựng được bối cảnh hoàn hảo cho lời phán của *Chúa là Đức Giê-hô-va*. Chính sự vĩ đại của Đức Giê-hô-va khiến cho đức tin trở thành một chính sách thực tiễn ngay cả trong những tình huống khó khăn nhất của cuộc sống (xem Châm 16:1, 33); và khiến những kẻ vô tín không thể bào chữa.

8–9. Những câu này là bài thơ gồm sáu dòng. Dòng 1 và 2 (8ab); dòng 4 và 5 (9ab) xem xét các nước phương Bắc: quốc gia (*A-ram…Ép-ra-im*) được truy lần từ thủ đô (*Đa-mách… Sa-ma-ri*) cho đến vua (*Rê-xin… con của Rê-ma-lia*). Dòng 3 (8cd) và dòng 6 (9cd) rút ra kết luận: Ép-ra-im bị kết tội (tan vỡ); nếu A-cha không tin cậy thì sẽ không có tương lai. Như trong phần lớn thơ ca, ý nghĩa được diễn đạt theo nghĩa bóng hơn là nghĩa đen. Thứ nhất, có một cách hiểu thông thường. Bạn đang lo lắng vì các quốc gia có vẻ hùng mạnh đang đe dọa. Truy lại nguồn gốc của họ thì họ có nghĩa gì? Chỉ có Rê-xin và con của Rê-ma-lia! Thứ hai, có hàm ý. Nếu có thể truy lại nguồn gốc của Ép-ra-im và A-ram, vậy Giu-đa thì sao? Thủ đô Giu-đa là Giê-ru-sa-lem, và vua thuộc dòng dõi Đa-vít: thành mà Đức Giê-hô-va đã chọn để giáng ngự (1 Vua 11:13), và vua của Đức Giê-hô-va ngồi trên ngai của Đức Giê-hô-va (1 Sử 29:23), được hậu thuẫn bởi quyền năng điều khiển tất cả ở câu 7. Thứ ba, có lời cảnh báo. Ép-ra-im đã chọn sự an ninh từ liên minh quân sự, nhưng thời gian sẽ chứng tỏ đó là điều dại dột. Việc này ám chỉ sự kiện năm 671 T.C, khi Ê-sạt-ha-đôn của A-si-ri chấm dứt mọi hy vọng phục hồi vương quốc phía Bắc ngày xưa bằng cách đem các dân ngoại quốc vào sinh sống (2 Vua 17:24; 2 Sử 33:11; Era. 4:2). Khi đó, giả sử Giu-đa đi theo liên minh thì sao? Điều này dẫn đến sự lựa chọn dứt khoát: *tin chắc… không thể đứng vững được* (9)! [Bản NIV dịch *Stand firm in your faith … not stand at all* – ND] cho thấy được cách gieo vần ấn tượng mạnh, mà qua đó Ê-sai liên kết hai dòng thơ này (*ta'ămînû … tē'āmēnû*). Nói một cách thô tục, 'tin cậy hay phá sản'- cách dịch mang tính chú giải dài dòng cũng gây sốc như nguyên bản là cách nói toạc móng heo. A-cha không thể quay đầu (xem 6:9–11).

Câu **10–17** không nói rõ liệu sứ điệp thứ hai cho A-cha có xảy ra cùng lúc và cùng địa điểm như sứ điệp đầu tiên hay không (1). Câu 10–12 thuật lại nỗ lực đưa A-cha vào chỗ đứng của đức tin; câu 13–16 tố cáo A-cha là kẻ phản bội niềm hy vọng mà vương triều trân quý nhất. Câu 16–17 báo trước hậu quả là tai họa sẽ đến: tai họa khủng khiếp hơn là tai họa trong 2 Các Vua 12:16.

10. Sứ giả là con người bị lãng quên. Lời của nhà tiên tri là lời của Đức Giê-hô-va. Còn lời của Đức Giê-hô-va là lời của nhà tiên tri (xem câu 13). Đây là tính độc đáo của sự linh hứng bằng lời và sự kỳ diệu của Kinh thánh.

11–12. Tội *thử Đức Giê-hô-va* là không tin cậy Ngài và không tin vào sự thành tín của Ngài trong quá khứ cho đến khi nào Ngài chứng tỏ là đáng tin cậy. Tình huống thay đổi khi Đức Giê-hô-va đề nghị một dấu lạ. Về phía Ngài, không có gì quan trọng hơn việc con người tin cậy vào những lời hứa của Ngài. Do đó, Ngài sẵn sàng đi đến *dưới vực sâu... trên trời cao* để giúp đỡ, thậm chí khiến cho A-cha chấp nhận chỗ đứng của đức tin như là giải pháp cho khủng hoảng. Dù lời nói nghe thiêng liêng, nhưng A-cha đang làm công việc của ma quỷ khi trích dẫn Kinh thánh cho mục đích riêng và bởi đó cho thấy ông là kẻ giáo điều vô tín. Đây là thời điểm quyết định của ông, là lúc ông không thể quay đầu.

13. *Nhà Đa-vít*: vương triều đang lâm nguy. *Làm phiền*: động từ ở số nhiều. Từ ban đầu, nhà Đa-vít chưa thực thi thẩm quyền Chúa chuyển giao cho họ, chưa tạo ra được vị vua hoàn hảo hay thời kỳ vàng son. Nhà Đa-vít đã làm cho *người* lẫn *Đức Chúa Trời* thất vọng, nhưng bây giờ toàn bộ lịch sử thiếu sót đó đã đến lúc nguy kịch. Sự vô tín của hoàng gia đi đến mức quá sức chịu đựng. Đây là lý do khiến nhà tiên tri có thể nói *Đức Chúa Trời ta* chứ không thể nhắc lại *Đức Chúa Trời của con* ở câu 10.

14. Tương phản với bối cảnh của cơn giận thiên thượng (13) và sự thay đổi từ 'Đức Chúa Trời của con', chữ *vì vậy* rút ra một kết luận: *dấu lạ* mà Ngài đề xuất không còn là hành động của ân điển; mở ra cánh cửa đức tin cho vua (10) mà là hành động của sự tức giận, báo hiệu hậu quả tàn khốc vì sự vô tín của Vua Nhưng phải chăng tự thân dấu lạ không quan trọng bằng lời hứa 'di chuyển trời và đất' (11), nhất là vì Đấng ban dấu lạ là *chính Chúa* ('*ădōnāy*, 'Đấng Tối Cao')? Một *trinh nữ* (*hā'almâ*): nhiều người viện chứng rằng nếu Ê-sai muốn nói *virgo intacta* [chữ 'trinh nữ' trong tiếng Hy Lạp – ND] (như cách hiểu của Ma-thi-ơ 1:23, 25) thì ông đã không dùng từ *'almâ* mà phải là *bětûlâ*, và họ cho rằng khi dùng từ *'almâ*, Ê-sai chỉ muốn nói 'người phụ nữ trẻ', vì sẽ phải mang thai nên phải được xem như đã lập gia đình. Nhưng có người lập luận rằng ở đây Ê-sai thật sự muốn nói *virgo intacta* (xem phần Chú giải thêm, tr. 64–65).

Sẽ mang thai... sinh...: so sánh Sáng Thế Ký 16:11; Các Quan Xét 13:5. Đây là cách nói 'vượt thời gian', ngữ cảnh quyết định ý nghĩa trong từng trường hợp. *Em-ma-nu-ên*: 'Đức Chúa Trời ở cùng chúng ta'. Niềm mong đợi Đấng Mê-si-a từ trời rất mạnh mẽ trong Cựu Ước, và thật ra đây là cách hiểu của Chúa Giê-xu (Mat 22:41–45). Rõ ràng là tại một thời điểm nào đó, những mong đợi phát xuất từ 2 Sa-mu-ên 7 phát triển thành niềm hy vọng về một vị Vua hoàn hảo sẽ mãi mãi cai trị toàn thế giới (9:7). Ngài vừa là con cháu Đa-vít, vừa là Con Đức Chúa Trời (xem 4:2; Thi 2:7; 45:6; so sánh Công 13:33; Rô 1:4; Hê 1:5; 5:5). Quan điểm cho rằng chữ *'almâ* nói chung có nghĩa là những người trẻ đã kết hôn ở Giu-đa, là những người trong thời khó khăn sắp đến sẽ bày tỏ đức tin bằng cách đặt tên con là 'Đức Chúa Trời ở cùng chúng ta' hoặc cầu nguyện bằng cách gọi tên chúng là 'Đức Chúa Trời ở cùng chúng ta'; chắc chắn phải bị hoài nghi. Từ *các ngươi* (số nhiều) là đối tượng mà Đấng Tối Cao ban cho dấu lạ này là 'nhà Đa-vít', mà A-cha là người đại diện. Sự xuất hiện ồ ạt của những Em-ma-nu-ên nhỏ bé, mà A-cha sẽ xua đuổi như chứng kích động của phụ nữ, sẽ tạo thành dấu lạ từ trời, phù hợp với tầm quan trọng của phân đoạn này, hay chuẩn bị cho sự phát triển của chủ đề Em-ma-nu-ên từ 8:8 đến 9:6, theo ý nghĩa nào?

15–17. Bây giờ Ê-sai để cho A-cha tin rằng sự ra đời của Em-ma-nu-ên sắp xảy ra và Ê-sai làm điều này với lý do để cho nhận thức sau khi sự việc đã xảy ra chứng minh. *Dữ...*

lành: Có khả năng nhất là điều này chỉ về đạt đến 'tuổi biết suy nghĩ' khi người ta hiểu được những lựa chọn mang tính đạo đức. Nhưng cũng có thể nó chỉ có nghĩa là nhận ra sự khác biệt giữa trải nghiệm tốt và xấu, một kinh nghiệm có từ rất sớm. Những câu này không rõ nghĩa, nhưng có ba điều chắc chắn: (1) con trẻ sẽ lớn lên trong nghèo khó (15), *vì mỡ sữa và mật* là phần ăn của những người còn sót lại trong xứ bị tàn phá, như được chép trong câu 22; (2) mối đe dọa từ A-ram và Y-sơ-ra-ên ở phương Bắc sẽ kết thúc (16) - và thật vậy Đa-mách thất thủ trước A-si-ri ba năm sau đó và Sa-ma-ri mười ba năm sau; và (3) tai họa kinh khủng sẽ giáng trên nhà Đa-vít (17). Việc Ép-ra-im tách ra (1 Vua 12:20) khiến số người trong vương quốc của Đa-vít giảm chỉ còn một phần nhỏ. *Vua A-si-ri* đến sẽ còn lấy thêm từ Đa-vít: nhìn bề ngoài nền quân chủ tồn tại thêm một thế kỷ nữa nhưng thực tế nó không bao giờ được khôi Phục Trường hợp này thật đúng như vậy: từ lúc A-cha vô tín, ông và con cháu Đa-vít cai trị như những vị vua bù nhìn, trước hết là nhờ A-si-ri, sau là Ba-by-lôn; cho đến sự sụp đổ của Giê-ru-sa-lem năm 586 T.C đã phá hủy vương quốc cùng với chế độ quân chủ để rồi (với nhận thức Cơ Đốc sau này) khi Em-ma-nu-ên ra đời, người thừa kế ngai Đa-vít là người thợ mộc vô danh ở Na-xa-rét (Mat 1:16)! Do đó, Ê-sai nén nhiều thế kỷ lại, vì khi Em-ma-nu-ên ra đời, Ngài chỉ thừa kế ký ức về một vương quốc và một vương miện không có thật - đó là lỗi của A-cha. Như chúng ta sẽ thấy; trong khi trình bày phần này, Ê-sai điều chỉnh góc nhìn lịch sử (vd: 9:1), nhưng ông không nói dối khi để cho Em-ma-nu-ên trở thành người thừa kế gần nhất sau khi A-cha sụp đổ.

Ghi chú thêm về thuật ngữ 'trinh nữ' ở Ê-sai 7:14 Với giả định cho rằng Kinh thánh là bằng chứng tốt nhất để tìm biết ý nghĩa của những từ được dùng trong Kinh thánh, chúng tôi lưu ý thấy từ *bětûlâ* xuất hiện năm mươi lần. Trong năm mươi lần này, mười hai lần với nghĩa ẩn dụ (vd: 37:22) và mười bốn lần với ý nghĩa thông thường, chẳng hạn ở Thi Thiên 148:12 'thanh niên cùng thiếu nữ' [như cách dùng trong BDM, bản NIV dùng 'young men and maidens' – ND] tương đương với 'người trẻ' và không có cơ sở nào để hiểu 'thiếu nữ' (maidens) phải là người nữ chưa lập gia đình hay là hiểu 'thanh niên' (*baḥûrîm*) phải là người nam độc thân. Có hai mươi mốt trường hợp (chẳng hạn Xuất 22:16; Phục 22:19) mà chữ *bětûlâ* đang được nói đến ở đây có nghĩa là, hoặc được cho là, trinh nữ, nhưng ý nghĩa nằm ở văn cảnh, không phải ở chính từ ngữ đó. Ý ở đây muốn nói 'tuổi có thể kết hôn/sẵn sàng để kết hôn'. Ngược lại, *'almâ* chỉ xuất hiện thêm ở tám chỗ khác. Trong tám lần này, 1 Sử Ký 15:20 và Thi Thiên 46 (tiêu đề) dùng từ này với ý nghĩa trong âm nhạc mà ngày nay không còn được biết đến nữa. Ba lần khác nữa thì ý nghĩa không rõ ràng. Thật khó để hiểu rằng những thiếu nữ đánh trống cơm (Thi 68:25) phải là người chưa kết hôn. Trong Châm Ngôn 30:19, nhiều nhà giải thích Kinh thánh cho rằng từ được dùng ở đây nói đến điều huyền nhiệm của sự sinh sản, dù từ này nói nhiều hơn về vấn đề hấp dẫn tình dục, một vấn đề hiếm khi được đem ra để giảng dạy. Nhã Ca 1:3 có lẽ muốn nói 'những cô gái chưa kết hôn' đang tìm kiếm người tương hợp hơn là cái nhìn khao khát của 'người phụ nữ trẻ đã kết hôn'! Nhưng ở Sáng Thế Ký 24:43, Xuất Ê-díp-tô Ký 2:8 và Nhã Ca 6:8 chắc chắn nói đến các cô gái chưa chồng. Sáng Thế Ký 24 đặc biệt quan trọng vì dùng cả hai từ *'almâ* và *bětûlâ* với nhau. Đầy tớ của Áp-ra-ham cầu nguyện (24:14) xin một 'cô gái' (*na'ărâ*) để kết hôn với Y-sác. Nàng Rê-bê-ca tiến đến (24:16) được mô tả là người nữ (*na'ărâ*) ở độ tuổi kết hôn (*bětûlâ*) và độc thân ('chưa gả cho ai'). Điều quan trọng cần lưu ý là bản thân chữ *bětûlâ* chưa đủ để ám chỉ việc còn trinh trắng mà cần phải giải thích thêm ('chưa gả cho ai'). Cuối cùng (24:43), dựa vào thông tin về Rê-bê-ca mà người đầy tớ thu thập được, ông mô tả nàng là *'almâ*, tức người nữ, đủ tuổi kết hôn, và chưa có gia đình. Dựa vào điều này, không có lý do gì để nói rằng *'almâ* phải có nghĩa là 'người phụ nữ trẻ' và nói rằng *bětûlâ* là thuật ngữ chỉ 'trinh nữ'. Đúng hơn là điều ngược lại, Ê-sai dùng từ này trong số những từ ông biết, diễn đạt chính xác nhất 'sự sinh ra từ người nữ đồng trinh' và trong sự kiện này, với sự đúng đắn về ngôn ngữ học, từ này thể hiện ý nghĩa đó. Cũng đáng cho chúng ta lưu ý là ngoài Kinh thánh, có thể chắc chắn rằng từ ngữ *'almâ* 'chưa hề được dùng để chỉ phụ nữ có gia đình'.[5]

ii. Sự phán xét thiên thượng (7:18–8:8) Nhưng kẻ ghét sự khôn ngoan thì yêu mến sự chết (Châm 8:36). Với đôi mắt mở, A-cha đã khước từ con đường đức tin. Những việc tiếp theo hoàn toàn phù hợp với Kinh thánh. Chương trình đã được ấn định trong các câu 15–17: đồng quê suy tàn, các thế lực phương Bắc và sự thống trị của A-si-ri trên Giu-đa bị loại trừ. A-cha đã không hành động 'cách dại dột' - ông đã dùng mọi kỹ năng chính trị, sự khôn lanh có được sau nhiều năm làm ngoại giao và *phép xử thế* của đời này - nhưng đó là sự khôn ngoan sai trật. Chính những điều ông tin cậy bảo đảm tai họa sẽ đến. A-si-ri chiếm ưu thế trong phần này (7:18, 20; 8:4, 7). A-cha đã tin tưởng A-si-ri và đó sẽ là thất bại của ông.

Phần này gồm có bốn lời tiên tri *trong ngày ấy* (18–19, 20, 21–22; 23–25) và hai lời tiên tri *Đức Giê-hô-va phán* (8:1–4, 5–8).

18–20. Cuộc xâm chiếm sẽ hoàn tất: xứ bị chiếm (18–19), dân bị sỉ nhục (20). *Thổi còi*: ngay cả các siêu cường quốc cũng hoàn toàn phục tùng Chúa, Ai Cập ở phương nam và A-si-ri từ phương bắc. *Ruồi... ong*: lũ lụt hằng năm ở sông Nile gây ra hiện tượng ruồi nhặng; A-si-ri nổi tiếng với nghề nuôi ong. *Sông* (*yĕ'ōrîm*): thuật ngữ chỉ các kênh tưới tiêu của Ai Cập. Trong câu 20, tai họa giáng trên xứ (18) tương xứng với sự sỉ nhục của dân chúng. *Thuê*: A-cha đã nạp triều cống cho A-si-ri để đổi lấy lời hứa bảo vệ từ A-si-ri (2 Vua 16:7–8; 2 Sử 28:21). *Cạo ngụ ý sự sỉ nhục đổ trên thần Dân Chân*: nghĩa đen là 'bàn chân', một uyển ngữ ám chỉ chỗ kín (1 Sa 23:3). Sự tương phản giữa *đầu* và 'bàn chân', phần lông tóc có thể nhìn thấy và bị che, diễn tả sự toàn bộ. Không có phần đất nào (18) và không phần cơ thể nào của con người (19) thoát khỏi tay kẻ thù. Đức Giê-hô-va sẽ giải cứu A-cha mà không cần ông trả tiền! Thế nhưng, sự khôn ngoan đời này khiến ông phải mua sự giải cứu - để rồi ông nhận thấy rằng mình đang thuê A-si-ri để sỉ nhục chính mình!

21–25 cũng nói đến hai chủ đề này theo trình tự ngược nhau. Dân chúng sẽ sống trong đói nghèo (21–22), còn xứ bị tàn phá (23–25). Không có đủ người để trồng trọt nên dân chúng sẽ phải sống nhờ vào nghề chăn nuôi (21–22). Chắc chắn *sự dư dật* (22) bây giờ là điều mỉa mai!

Trong **8:1–8**, Ê-sai chuyển sang tiến trình của cuộc xâm chiếm; trước tiên là các giai đoạn xâm chiếm (1–3), kế đến là tiến trình xâm lược của người A-si-ri (6–7) qua lãnh thổ của A-ram (Rê-xin) và Y-sơ-ra-ên (*con trai của Rê-ma-lia*), rồi sau đó tràn vào Giu-đa; mục tiêu hủy diệt thật sự (8).

1. *Tấm bảng lớn*: từ này được dịch ở 3:23 là 'gương soi'. Ý nghĩa ở đây phải là 'bề mặt trơn phẳng' để viết chữ. Ở 30:8, ý tương tự chỉ về vật gì đó giống như 'áp phích' hoặc 'biển quảng cáo'. *Chữ của con người* [NIV: ordinary pen]: nghĩa là chữ viết bình thường, bất kỳ ai cũng có thể đọc được. Sự công khai là 'tên của trò chơi'. *Ma-he Sa-la Hát Bát* là tên để tạo ấn tượng hơn là thể hiện đúng ngữ pháp, có nghĩa là 'Tốc độ - Lợi lộc - Vội vàng - Chiến lợi phẩm'. Dòng chữ này nhằm tạo chú ý, chứ không gây thắc mắc, nhưng 'lợi lộc' và 'chiến lợi phẩm' ngụ ý quân xâm lược, còn 'tốc độ' và 'vội vàng' ngụ ý bước tiến không bị cản trở: không nghĩ đến trận chiến phía trước mà chỉ nghĩ đến chiến lợi phẩm đang chờ.

2. *U-ri...Xa-cha-ri* (xem 2 Vua 16:10–16; 18:2): người nổi tiếng đương thời, là những người sau đó sẽ xác nhận ngày mà áp phích được dựng lên.

3–4. Một lần nữa lời phán sắp trở nên xác thịt (so sánh 7:3) qua sự ra đời của con trai thứ hai của Ê-sai. *Đức Giê-hô-va bảo*: cho đến khi đứa trẻ được sanh ra thì Ê-sai mới hiểu ý nghĩa của việc ông đã làm. Ông chỉ bước đi trong sự vâng phục, một gương mẫu cho dân sự Đức Chúa Trời. Bây giờ khi ghi lại sự việc, ông biết rằng ông phải gọi vợ mình là *nữ tiên tri*, vì nàng đúng là người mang lời phán của Chúa. Từ mở đầu câu 4 'vì' phải được khôi phục [bản NIV bỏ từ này – ND]. Đây là lời giải thích: bé trai là đồng hồ thời gian của điều được báo trước qua tên đứa bé. Derek Kidner giải thích ý nghĩa của Ma-he Sa-la Hát Bát một cách hoàn hảo: 'Dấu hiệu của Em-ma-nu-ên... dù liên quan đến những sự kiện cuối cùng, nhưng cũng ngụ ý một sự bảo đảm cho tương lai trước mắt ở chỗ cho dù Em-ma-nu-ên có được sanh ra sớm thế nào, thì mối đe dọa hiện tại cũng sẽ qua trước khi đứa trẻ có thể nhận ra. Nhưng thời điểm ra đời không được tiết lộ; do đó một dấu hiệu mới được ban cho, chỉ liên quan đến bối cảnh đương thời.'[6] *Trước khi đứa trẻ biết* giống với 7:16 và liên kết đứa trẻ này với Em-ma-nu-ên, là Đấng mà từ đó đứa bé nhận lấy nhiệm vụ làm đồng hồ chỉ thời gian trước mắt. Giống như Em-ma-nu-ên (9:6), đứa bé có bốn tên, nhưng nó thấy trước sự diệt vong, còn Em-ma-nu-ên tập chú vào hy vọng. Vì vậy, ngay bây giờ (9:1) Ê-sai có thể xác định thời điểm Em-ma-nu-ên đến là 'về sau'. *Cha ơi*: trong vòng chín tháng đến một năm. Vào năm 734 T.C; Tiếc-la Phi-lê-se hành quân xuống dọc bờ biển Y-sơ-ra-ên cho đến tận biên giới Ai Cập. Do đó, sự trợ giúp của Ai Cập bị cắt đứt. Vào năm 733 T.C, Y-sơ-ra-ên mất miền Ga-li-lê ở bên kia sông Giô-đanh (2 Vua 15:29); Mê-ghi-đô và các thành khác, và vương quốc tồn tại thêm được vài năm nữa nhờ sự đầu hàng mau chóng của Ô-sê. Đa-mách thất thủ năm 732 T.C.

Câu **5–8** giải thích 7:17, giống như câu 1–4 'điều chỉnh' 7:16: sự thống trị của A-si-ri trên Y-sơ-ra-ên (6–7) là màn mở đầu cho sự thống trị của A-si-ri trên Giu-đa (8).

6. *Dân này* là cách nói chỉ Giu-đa, vd: ở 28:14, nhưng ở 23:13 thì ám chỉ thế lực ngoại quốc và ở 9:16 thì chỉ về Y-sơ-ra-ên. Ngữ cảnh sẽ quyết định, và tại đây thứ tự tự nhiên từ câu 4 cho thấy từ này chỉ về Sa-ma-ri.[7] *Si-lô-ê* là hệ thống cung cấp nước cho Giê-ru-sa-lem, chảy vào thành từ suối Ghi-hôn. Ghi-hôn là nơi các vua thuộc dòng dõi Đa-vít lên ngôi (1 Vua 1:33–34, 45), và ở đây dòng suối có thể là biểu tượng cho nền quân chủ thuộc dòng dõi Đa-vít. Nhưng chắc chắn chỉ về Giê-ru-sa-lem là thành đức tin, vì hệ thống cung cấp nước trên mặt đất khiến thành rất dễ bị tấn công (7:3), dù vị trí của thành hầu như khó bị đánh chiếm. Sống ở Giê-ru-sa-lem đòi hỏi phải tin rằng Chúa biết việc Ngài đang làm khi Ngài chọn thành này, rằng Ngài sẽ thực hiện những lời hứa của Ngài liên quan đến thành và các vua của thành. Các chi tộc phía bắc đã từ bỏ tất cả những điều này khi họ tách ra khỏi

---

[6] D. Kidner, 'Isaiah', in *NBC*, trang 639.

[7] Vì không thể nghĩ đến việc Giu-đa 'vui mừng' vì con của Rê-ma-lia, nên những người hiểu 'dân này' là Giu-đa phải nhờ đến sự sửa lỗi nhỏ (xem bản RSV), khiến 'vui mừng' thành ra 'tan chảy (vì sợ)'.

Đa-vít (1 Vua 12), và bây giờ họ vui mừng [BTT | TTHĐ dịch là 'run sợ'] về *Rê-xin* và *con trai của Rê-ma-lia* (xem 7:8–9 để biết về người này).

7–8. *Cho nên* rút ra kết luận. Hình phạt thích đáng cho việc lựa chọn thế gian là đem cả thế gian vào. Họ đã khước từ 'dòng nước êm dịu' (6) mà chọn một vua thế gian (Rê-xin); họ sẽ *nhận lãnh nước sông Cái chảy cuồn cuộn* (sông Ơ-phơ-rát) và *vua A-si-ri với tất cả vinh quang của Vua*. Tâm trí của người theo đế quốc tự thân nó là điều tội lỗi (10:5–15), nhưng điều đó không có nghĩa là việc này nằm ngoài sự tể trị thánh của Đức Chúa Trời. Dòng nước cuồn cuộn chỉ chảy đến nơi nào Ngài ra lệnh (8a) và ở mức độ Ngài cho phép (8b). Do đó; A-si-ri thật sự không ngừng tiến lên khi thực hiện lời hứa với A-cha là chấm dứt mối đe dọa từ phương bắc (2 Vua 16:7–9), mà tiến tới đánh chiếm Giu-đa. Việc này, và hành động sau này (2 Vua 18:13 và các câu tiếp theo), khiến A-si-ri xứng danh là kẻ phản bội mà Ê-sai không thể quên (33:1). *Cánh nó dang ra* có thể ám chỉ cơn lũ lan rộng, nhưng sẽ sống động hơn khi xem đây là sự thay đổi hình ảnh ẩn dụ từ cơn lụt sang loài chim săn mồi to lớn che khắp xứ. Nhưng nước không bao phủ đầu và nhấn chìm nạn nhân, chim săn mồi lù lù hiện ra nhưng không giết con mồi. Đức Giê-hô-va phán 'đến đó thôi chứ không xa hơn'. Đòn cuối cùng đánh vào Giu-đa (6:11–13) đến sau thời của đế quốc A-si-ri. Tuy nhiên, tất cả đều thuộc bi kịch của *Em-ma-nu-ên*, vì chính xứ của Ngài bị chiếm đoạt. Tính nghiêm trọng trong quyết định của A-cha được nhắc đi nhắc lại. *Hỡi Em-ma-nu-ên...xứ ngươi*: từ 'xứ' đi với đại từ sở hữu và cách xưng hô đứng trước chỉ được dùng ở đây. Ngoài ra, hình thức sở hữu ở số ít được liên kết với xứ như một đơn vị chính trị chỉ được dùng trong trường hợp của các vua (Phục 2:31; 2 Sa 24:13), Y-sơ-ra-ên hay một sự nhân cách hóa nào khác (Giê 2:15; Ô-sê 10:1) hoặc Đức Giê-hô-va (1 Vua 8:36; Êxê 36:5). Em-ma-nu-ên không thể là một đứa trẻ bình thường. Nhưng là người thừa kế của hoàng gia, giờ đây Em-ma-nu-ên buộc phải thừa kế sự đau đớn và mất mát.

iii. Dân sót có lòng tin và biết vâng phục (8:9–22) Thực tế A-si-ri rõ ràng không phải là sự kết thúc của Giu-đa khiến Ê-sai nghĩ đến ý tưởng về dân sót còn sống. Theo đó, phần mới này kết hợp với điều nhà tiên tri đã nói, nhưng tự thân nó là phần vô cùng quan trọng. Việc Ê-sai gặp gỡ A-cha (7:3–9) xoay quanh vấn đề đức tin cá nhân, và bây giờ Ê-sai thấy rõ ràng tương lai quan trọng duy nhất đối với Giu-đa là sự sống sót của từng tín nhân ngay trong, và tương phản với, những người xưng mình là dân sự của Chúa nhưng chỉ có hình thức. Đây là chủ đề được trình bày trong phân đoạn quan trọng này. Con trai của Ê-sai (xem 18) là Sê-a Gia-súp, người có liên quan bởi mạng lệnh thiên thượng trong cuộc gặp gỡ quan trọng ở 7:3 và các câu tiếp theo. Tên này có nghĩa là 'dân sót sẽ trở về', nhưng phải chăng đây chỉ là lời báo trước về sự sống sót hay có ý nghĩa gì sâu sắc hơn nữa?

9–10. Trong suốt thời gian Ê-sai thi hành chức vụ, Giu-đa bị các thế lực mạnh hơn đe dọa, và trong những câu này, ông suy ngẫm về vấn đề ở đâu có Chúa thì ở đó được an ninh. Chúng ta nhớ đến Thi Thiên 46 với phần điệp khúc 'Đức Giê-hô-va vạn quân ở cùng chúng con'. Thật vậy; rất có thể Thi Thiên này (cùng với Thi 47, 48) bắt nguồn từ chu kỳ của Ê-sai vào thời San-chê-ríp.[8] Tuy nhiên, một số người cho rằng việc thế gian chống đối dân sự Chúa và vua của họ là chủ đề trong sự thờ phượng trong đền thờ (vd: Thi 2), ngay cả vở kịch hằng năm theo lễ nghi[9] mà trong đó vua đóng vai chính cũng bị các thế lực trong thế gian phê bình gay gắt và sỉ nhục, và được giải cứu cách vinh hiển nhờ sự can thiệp thiên

---

[8] Về Thi thiên 46, xem A. F. Kirkpatrick, *Psalms* (CUP, 1910), trang 253ff.; J. A. Mortyer; 'Psalms', in *NBC*, trang 515.

[9] A. R. Johnson, *Sacral Kingship in Ancient Israel* (University of Wales Press, 1967).

thượng - niềm vui buổi sớm mai trong Thi Thiên 30:5. Ê-sai nói trong tất cả các sự kiện đều có sự khác biệt trọng yếu giữa một bên là dân sự Chúa và một bên là lực lượng của *các dân và miền đất* xa xăm tập trung lại: *Đức Chúa Trời ở cùng chúng ta* (từ *'Immanuel'* trong tiếng Hê-bơ-rơ). Ê-sai có thể không cần dùng cách này để diễn tả sự hiện diện thánh nếu ông không có ý nhắc đến con của người nữ đồng trinh ở 7:14 và người chiếm hữu Giu-đa thuộc dòng dõi nhà vua ở 8:8. Do đó, Em-ma-nu-ên cũng là người cai trị các nước (Thi 2:7–9; 72:8; 89:27; Đa 7:13–14) và sự hiện diện của Ngài giữa một dân riêng biệt là lời bảo đảm họ sẽ tồn tại. *Bị đập tan*: trong tiếng Hê-bơ-rơ, mệnh lệnh thứ hai thường diễn tả hậu quả không thể tránh khỏi của mệnh lệnh đầu tiên - một kết quả không thể tránh khỏi có thể được lệnh phải xảy ra. Do đó, không có gì chắc chắn hơn việc thế giới này, vì đã tấn công dân sự của Em-ma-nu-ên; đang chọn lấy sự hủy diệt của chính nó (54:15–17), cho dù sức mạnh tập thể có mạnh đến đâu (9) hay kế hoạch có tuyệt vời ra sao (10)! (So sánh Giăng 16:33). Các chủ đề về sự sụp đổ của thế gian (9) và cuộc hội đàm vô ích (10) lại xuất hiện trong cuộc hội đàm vô ích ở các câu 19–20 và sự sụp đổ của quốc gia trong các câu 21–22, tạo thành một đối xứng đầu cuối.

11–12. Nhưng ngoài chuyện đó còn có một sự tương phản khác giữa dân sự Đức Chúa Trời và thế gian. Theo sau từ ngữ mang tính cá nhân trong câu 11 là những mệnh lệnh ở số nhiều trong câu 12. Ê-sai và cộng sự của ông được phân biệt với *dân nầy* (12). Thứ nhất, họ phải sống theo lời phán của Đức Giê-hô-va (11). *Cánh tay* tượng trưng cho người đại diện và quyền lực cá nhân. Nói rằng *Đức Giê-hô-va phán dạy* 'với sức mạnh của cánh tay' (theo nghĩa đen) có nghĩa là Ngài phán với sức thuyết phục khiến phải vâng theo. Việc tách nhà tiên tri ra khỏi nhóm dân chúng không phải là chủ nghĩa tự xem mình là riêng biệt mà là (như tất cả mọi sự phân rẽ chân chính) vâng theo lời phán của Đức Giê-hô-va. Chính sự vâng lời khiến họ khác biệt với *đường lối* (lối sống, hoặc cách suy nghĩ và cư xử tiêu biểu) *của dân nầy*. Điểm khác biệt thứ nhì (12ab) là họ không muốn đi theo cách nghĩ thông thường về *âm mưu* nào đó. Có thể hành động Ê-sai chống lại chính sách liên minh với A-si-ri của vua bị triều đình xem là tội phản quốc, và tin đồn như thế được lan truyền để khiến ông chịu tai tiếng. Nếu đúng như vậy, thì *đừng gọi là âm mưu tất cả những gì dân nầy gọi là âm mưu* là một mạng lệnh để giữ lương tâm trong sạch (1 Phi 3:15–16). Tuy nhiên, từ ngữ này có thể được dịch là 'liên minh', và khi đó ám chỉ đến liên minh mà A-cha nghĩ rằng ông đang thương lượng với A-si-ri. Đối với Ê-sai, đây không hề là 'liên minh' mà là sự phục tùng, đánh đổi vương quyền và sự độc lập để lấy những lời hứa giả tạo về sự an toàn. Nhưng Ê-sai thà cứ tiếp tục trung thành với lời phán của Chúa vì lời Ngài kêu gọi đến với đức tin chứ không phải đến với sức mạnh quân sự đời này. Thứ ba, điểm phân biệt nhóm người này thể hiện trong việc họ 'không sợ hãi' khi đối diện cuộc sống. Xung quanh họ chỉ có nỗi *sợ* (xem 7:2), nhưng trong lòng họ và trong sự thông công của họ có một nơi yên nghỉ thanh tịnh.

13–14a. Sức lực và sự an ninh của đời sống khác biệt này nằm ở đâu? Nằm ở nếp sống có Chúa (13) và ở đời sống trong Chúa (14a). Sống xung quanh những con người sợ hãi, Ê-sai và cộng sự của ông không phải không lo sợ, nhưng *nỗi sợ* và *khiếp đảm* của họ (tương tự từ ngữ trong câu 12) nhắm vào đối tượng khác - đó là *Đức Giê-hô-va* (Đấng Tự Hữu Hằng Hữu – Yahweh, the God of the exodus) *Vạn Quân*, Đấng giải cứu dân sự và đánh bại kẻ thù (Xuất 14:30–31); thánh khiết đến đáng kinh sợ (Xuất 3:5; 19:20–22; 20:18–21). Ê-sai phải nhận ra lòng kính sợ Đức Giê-hô-va không phải qua cách bày tỏ mới mẻ nào đó về quyền năng và sự thánh khiết của Ngài, nhưng trong sự mặc khải cơ bản về cuộc xuất hành một lần đủ cả mà Đức Giê-hô-va đã bày tỏ về chính Ngài khi Ngài cứu chuộc dân sự (1 Phi 1:17–21). *Tôn...là thánh*: cư xử với Ngài như thể những tờ chứng nhận sự thánh khiết của Ngài. *Nơi* *thánh* không phải là nơi ẩn núp nhưng (*miqdāš*) là nơi Đức Chúa Trời ngự trong sự thánh khiết của Ngài, là từ dùng để chỉ đền tạm (Xuất 25:8; so sánh 29:43–46) và đền thờ (1 Sử 22:19), nơi chính Đức Giê-hô-va đến sống giữa dân sự Ngài. Với lòng tôn kính về sự hiện diện thánh giữa họ, đây là nơi mà các tế lễ giúp tội nhân đến với Đức Chúa Trời và được an toàn trong sự hiện diện của Ngài qua dòng huyết được đổ ra. Nhưng bây giờ là lời hứa về sự hiện hiện thuộc linh hoàn toàn: sự hiện diện của Em-ma-nu-ên với dân sót thật sự, dân sót có lòng tin.

14b–15. Đối với những người khác, sự hiện diện của Em-ma-nu-ên báo hiệu sự diệt vong. *Hòn đá vấp chân...tảng đá vấp ngã* nghĩa đen là 'hòn đá làm vướng chân... tảng đá làm trượt chân', nghĩa là vì không để ý đến Chúa mà dân sự 'vấp' phải Ngài mà bị hủy diệt; *lưới... bẫy* diễn tả sự thức canh theo dõi của Đấng Thánh mà bởi đó mỗi người nhận lãnh sự hủy diệt xứng đáng. Sợi dây bắt ngang đường; và hòn đá chắn lối lẽ ra phải cảnh báo họ thận trọng khi đi tới, nhưng họ đã làm ngơ và bất cẩn nên vấp chân té ngã. Cũng một Đức Chúa Trời với bản tính không thay đổi vừa là *nơi trú ẩn [sanctuary]* vừa là *bẫy*, tùy thuộc vào cách dân sự đáp ứng trước sự thánh khiết của Ngài.

Câu **16–22** xem xét các nhóm đối lập được mô tả ở câu 12–14a và 14b–15. Ê-sai và nhóm của mình là những người canh giữ *luật pháp* Chúa, là luật được ký thác giữa họ (16) để họ tra cứu (19–20), là những người thực hành đức tin cách kiên nhẫn (17) và *các dấu lạ* ở Y-sơ-ra-ên chỉ đến con đường đúng đắn (18). Ngược lại, những người từ chối lời Ngài (20) cũng để mất cơ hội có một đời sống thỏa mãn (21a); khiến mình xa cách Đức Chúa Trời (21b) và chỉ thấy bóng tối (22). Điểm tương phản chủ yếu là *Tôi trông đợi Đức Giê-hô-va* (17), họ sẽ ... *nguyền rủa.... Đức Chúa Trời mình* (21).

16–18. Về mặt cấu trúc, những câu này tương ứng với câu 11, dân sót có lòng tin sống theo lời Chúa (11), tụ họp quanh lời Chúa (16). *Buộc chặt* (16) có nghĩa là 'bọc lại' để giữ cho không bị phá hỏng; niêm phong nghĩa chứng thực là cuối cùng và vì vậy bảo vệ để không ai thêm gì vào. *Lời chứng*: điều Đức Chúa Trời 'chứng nhận' là lẽ thật về Ngài. *Luật pháp*: xem 1:10. *Các môn đồ Ta*: 'những người được chỉ dẫn' nghĩa là được dạy dỗ bằng lời phán của Chúa (50:4; 54:13). [*của*] *Ta* có thể ám chỉ Ê-sai hoặc Đức Giê-hô-va, nhưng tốt nhất là hiểu Đức Giê-hô-va vì Ngài tuyên bố dân sót có lòng tin là dân của Ngài. Đại từ tôi (17) phản ánh tiếng nói của từng môn đồ, không chỉ của Ê-sai. Học lời Chúa (16) là dấu hiệu để phân biệt môn đồ thể nào, thì đức tin kiên nhẫn chờ đợi cũng là dấu hiệu phân biệt thể ấy. Trông đợi (*qāwâ*, 40:31) kết hợp sự chờ đợi kiên nhẫn với sự mong đợi chắc chắn. *Ẩn*: đức tin trong ngày đen tối. 'Ẩn mặt' biểu hiện sự ghét bỏ (ngược với 'chiếu sáng mặt', xem Dân 6:25). A-cha đã tách mình khỏi ân huệ của Chúa, còn Ê-sai và nhóm cộng sự của ông không được miễn trừ khỏi sự tối tăm tiếp theo, nhưng trong bóng tối đó; họ có ánh sáng của 'sự trông đợi Đức Giê-hô-va' (Rô 8:25; 1 Tê 1:3b). *Nầy, tôi*: nghĩa đen là 'chú ý', ra lệnh yêu cầu sự tập trung. Giờ đây Ê-sai đang nói cho mình. Ông đã có mối quan hệ riêng với Chúa, và điều đó cho ông sự tin cậy khi bóng tối đến. Dấu lạ (*'ōtôt*) kêu gọi sự chú ý (Xuất 3:12); *Điềm báo* theo nghĩa đen là 'điềm xấu' (*mōpĕtîm*) gây chú ý (Xuất 3:3). Sự trùng hợp ngẫu nhiên về sự ra đời của Ma-he Sa-la Hát-Bát với 'tấm bảng lớn' (câu 1–4) là một điềm báo. Tên của Ma-he Sa-la Hát-Bát và anh em ông là dấu lạ. Chính tên của Ê-sai ('Đức Giê-hô-va cứu') cũng là một dấu lạ. *Đấng ngự trên núi Si-ôn*: Đức Giê-hô-va không bao giờ thất tín. Ngài đã chọn Si-ôn làm nơi ngự, và điều này cho Ê-sai sự bảo đảm khách quan về đức tin, cũng như tên của ông và của các con ông đem đến sự bảo đảm chủ quan

19. Được cảnh báo đề phòng những nỗi lo sợ thường gặp (12), bây giờ nhóm người được dặn phải đề phòng những mê tín dị đoan được nhiều người ưa chuộng. Họ sẽ gặp áp lực phải làm theo những mê tín đó (19a); nhưng họ cần nghĩ đến lòng trung thành (*Đức Chúa Trời mình*) cũng như sự ngu xuẩn hoàn toàn của phần lớn những việc người ta sẽ làm và nhờ cậy (*kẻ chết... người sống*). Đồng cốt ('*ōbôt*): giống như bà cốt ở Ên-đô-rơ (1 Sa 28), người có '*ō-b* ['linh' – ND] dùng để cầu hỏi người chết. Thầy bói (*yiddĕ'ōnîm* đến từ chữ √*yāda'*, 'biết'): những người tự cho là có 'sự hiểu biết bên trong', đặc biệt về tương lai (Lê 19:31; 20:2; Phục 18:11). *Nói líu ríu* (√*sāpap*): rít lên (cách lo sợ) (10:14; 29:4; 38:14). *Lầm bầm*: √*hāgâ*, ở đây có nghĩa là 'rên rỉ' như ở 38:14. Cả hai động từ đều chế giễu trò hề của ông đồng bà cốt và phơi bày sự ngu xuẩn khi từ bỏ lời phán rõ ràng của Chúa để đi theo ngôn ngữ khó hiểu. Sự biến đổi đáng buồn từ 'dân ta' (3:12) sang 'dân nầy' (6:9; 8:12) dẫn đến ý chính ở đây là sự nhiệt tình của họ khi đến với thầy bói và nhận thông điệp từ người chết. *Tại sao... cầu hỏi...?* chỉ là tiếng kêu nhức nhối 'với người chết, vì người sống'. Người ta thường cho rằng người chết khống chế những quyền lực lớn mạnh và kiến thức vượt trội hơn người sống. Nhưng Kinh thánh không nói như vậy. Cựu Ước biết rằng khi rời bỏ thân thể, người chết chỉ là cái bóng của họ khi còn sống mà thôi (Ê-sai 14:10). Sa-mu-ên quá cố không biết gì thêm ngoài những gì ông đã tuyên bố khi còn sống (1 Sa 28:16 và các câu tiếp theo). Xem 19:9.

20. Một tiếng kêu đáng chú ý khác. *Luật pháp* và *lời chứng* (xem 16) là tất cả những gì một môn đồ cần. *Không nói như vậy.... chẳng có rạng đông...*: Bản NIV nắm bắt được ý chính của cụm từ tiếng Hê-bơ-rơ khó hiểu này. Không có hy vọng gì ngoài những điều Đức Giê-hô-va đã phán. Mỗi lời nói ra, dù dưới sự cho phép của thánh linh, mà không phù hợp với lời Chúa đều là bóng đêm không có sự Sáng

21–22. Họ đi lưu đày trong cảnh thiếu thốn (*đi lang thang trong xứ*), bực tức với số phận của họ về chính trị (*vua*) và thuộc linh (*Đức Chúa Trời*). Họ không còn hy vọng nào từ *Đức Chúa Trời*, từ *đất* hay từ tương lai (*tối tăm mù mịt*). Tất cả những động từ này đều ở số ít. Cũng như sự cứu rỗi, sự phán xét mang tính cá nhân và riêng tư.

iv. Niềm hy vọng về một vị vua (8:23–9:6) Giờ đây, Ê-sai đi đến phần thứ tư và là phần cuối cùng trong các lời tiên tri về Giu-đa. Phần này đi theo thứ tự đã xảy ra trước đó. Lời báo trước về ánh sáng lớn sẽ chiếu bên kia bóng đêm giúp dân sót có thể sống sót đang khi chờ đợi với đức tin và hy vọng (8:17). Đây là niềm hy vọng chắc chắn, chắc chắn đến nỗi, theo thành ngữ tiếng Hê-bơ-rơ, nó được viết bằng thì quá khứ như thể đã xảy ra rồi. Vì lòng tin chắc này mà Ê-sai có thể đặt ánh sáng ở 8:23 và các câu tiếp theo ngay cạnh bóng đêm của 8:22, không phải vì nó sẽ xảy đến tức thì, nhưng vì nó hiển nhiên ngay trước con mắt đức tin. Tín hữu bước đi trong bóng tối có thể đã nhìn thấy ánh sáng lớn và niềm hy vọng nâng đỡ họ. Phân đoạn này gồm có lời giới thiệu theo thể văn xuôi (8:23), đóng vai trò như chiếc cầu nối giữa sự tối tăm ở 8:21–22 và sự ló dạng của ánh sáng lớn trong bài thơ ở 9:1–6. Văn xuôi và thơ ca được kết hợp cách khéo léo đến nỗi giờ đây nó là một lời tuyên bố chủ đề gồm hai phần: mô tả hy vọng (8:23–9:2) và giải thích hy vọng (3–6). Mỗi phần đều nói đến ba chủ đề nội bộ giống nhau theo thứ tự giống nhau.

8:23. Điều Đức Giê-hô-va làm: một hoàn cảnh mới nhờ Đức Chúa Trời hành động. Người nào *bị hạ nhục* sẽ được làm *vẻ vang*. Vùng đất *Sa-bu-lôn* và *Nép-ta-li* phía bắc, bao phủ khu vực phía tây và tây nam biển Ga-li-lê (Giô 19:10–16, 32–39) là phần đầu tiên của đất hứa rơi vào tay A-si-ri (733 T.C). *Bóng tối* (*mū'āp*) phù hợp với '*bóng tối*' (*mū'āp*) ở 8:22, và *buồn rầu* (*mûṣāq*) tương xứng với 'buồn rầu' (*ṣûqâ*) [ở 8:22. Bản NIV dịch từ này là 'fearful' – 'đáng sợ' – ND]. Như vậy, Ê-sai đã nhìn thấy lời tiên tri về bóng tối bắt đầu được ứng nghiệm, nhưng lúc nào cũng vậy, chúng ta phải quyết định cách giải thích cho những kinh nghiệm mà chúng ta sẽ sống với chúng. Sự tối tăm và buồn rầu là có thật, nhưng chúng không phải thực tại duy nhất, cũng không phải thực tại cơ bản. Trong bất kỳ tình huống cụ thể nào, chúng ta đều có thể hoặc là chìm ngập trong thất vọng, hoặc là ngước lên với đức tin và hy vọng. Ê-sai quả quyết hy vọng là một phần trong cơ cấu hiện tại. *Xứ Ga-li-lê của dân ngoại* hay 'các dân' (so sánh Giô 20:7; 21:32; 1 Vua 9:11; 2 Vua 15:29; 1 Sử 6:76) là phần mở rộng của Nép-ta-li về phía bắc. Ngoài Ê-sai, không có ai gọi vùng này là 'Ga-li-lê của dân ngoại'. Chắc chắn, có một thành phần dân ngoại đang tồn tại trong khu vực này (xem Quan 1:30, 33; 1 Vua 9:11) và có lẽ điều này khiến Ê-sai mở rộng khải tượng. Dường như là ông không thể bắt đầu lời phát biểu quan trọng đầu tiên về hy vọng về vị Vua sẽ đến mà không nói đến phạm vi toàn thế giới được ngụ ý ở đây và được triển khai thêm trong câu 6 và ở 11:1–16.

9:1. *Điều dân sự Chúa yêu thích: bóng tối thành ra ánh Sáng Đi:* cuộc đời họ bày tỏ trong cách sống. *Bóng tối:* Đức Giê-hô-va ẩn mặt Ngài, trong lúc đó họ kiên trì trông cậy (8:17). *Bóng của sự chết:* danh từ *ṣalmût* ('bóng tối') phát triển hình thức thơ ca mở rộng được dùng ở đây, *ṣalmāwet* ('bóng sự chết'), có nghĩa là hoạn nạn như vậy như thế đem ra một cái bóng giống như sự chết. Khái niệm sự chết nằm ở ngữ cảnh theo nghĩa minh họa; tuy nhiên đây là từ ngữ mang nghĩa mạnh, chỉ những tai họa trong đời sống. *Đã thấy... ánh Sáng..ánh sáng chiếu rọi:* ý tưởng chủ đạo bóng tối trở nên ánh sáng chỉ về hành động sáng tạo của Đức Chúa Trời. Những người chờ đợi trong bóng tối sẽ đi đến hiện thực khách quan của buổi bình minh và kinh nghiệm chủ quan trong việc nhìn thấy ánh Sáng

2. *Điều tiếp theo:* Đức Giê-hô-va tăng thêm niềm vui và dân sự vui mừng trước mặt Ngài. Cũng như Tân Ước, Ê-sai có sự quân bình trong việc báo trước về chỉ một dân sót và vô số người được cứu chuộc: 1:9; 3:25–4:1; 7:3 với 10:20–22; 26:15; 49:19–21; 54:1–3; 66:8–9; Mat 7:13–14; Lu 13:23–30; Hê 2:10; Khải 7:9.[10] *Trước mặt Chúa:* 'trong sự hiện diện của Ngài'. Có một chiều kích thuộc linh về sự phục hồi và giải hòa, chấp nhận trước mặt Đức Chúa Trời. Về mặt này, các lễ hội xưa là sự báo trước về ngày của Đấng Mê-si-a (Phục 12:5–7). *Mùa gặt... chiến lợi phẩm*: cả mùa gặt và chiến thắng đều là tặng phẩm thiên thượng (Phục 28:2–8). Mùa gặt thuộc phạm vi của sự sáng tạo; chiến lợi phẩm thuộc lịch Sử Hai lĩnh vực trái ngược diễn tả 'mọi loại niềm vui mà con người từng biết'.

3. *Điều Đức Giê-hô-va làm:* hành động giải cứu. Đây là lời giải thích đầu tiên về niềm hy vọng vừa được mô tả. Ê-sai nhìn lại Ai Cập và cuộc xuất hành: *cái ách* (Lê 26:13), *nặng nề* (Xuất 1:11; 2:11; 5:4–5; 6:6–7), *vai* (Thi 81:6) và *kẻ áp bức* (Xuất 3:7; 5:6, 10–14). Đây là hành động căn bản của Đức Chúa Trời trong sự cứu chuộc, làm ứng nghiệm lời hứa giao ước 'nhận các con làm dân Ta, và Ta sẽ là Đức Chúa Trời của các con' (Xuất 6:6–7). Ngài kết hợp việc này với Ghê-đê-ôn và sự đánh bại dân Ma-đi-an (Quan 6–8); một chiến thắng có được qua một con người tầm thường (Quan 6:15) và theo cách chỉ có thể là bởi việc Chúa làm (Quan 7:2–14) nhưng liên quan đến và đem lại lợi ích cho Nép-ta-li va Sa-bu-lôn (Quan 6:35). *Cái ách* là sự đau khổ phải chịu đựng; *roi* là sự đau khổ bị giáng xuống. Sự tương phản diễn tả tính toàn bộ: mọi đau khổ bây giờ sẽ chấm dứt trong công tác được mong đợi của Đức Chúa Trời.

4. *Điều dân sự Chúa vui thích:* thành quả của chiến thắng. Đây là lời giải thích thứ nhì (từ 'vì' phải được nhắc lại ở đầu câu này). Việc đốt các vũ khí quân dụng hạng nặng gợi lại

---

[10] Đây là một trong mười lăm lần mà bản MT ghi chú rằng phân từ phủ định *lō'* tượng trưng cho giới từ 'cho Ngài', *lô*. Đó là sự khác biệt giữa bản AV và các bản dịch Anh ngữ sau này. Dường như không có cách nào để hiểu câu này theo ý phủ định, và bản MT rõ ràng đúng khi dịch rằng 'Các ngươi đã làm cho dân tăng thêm nhiều; người đã mở rộng niềm vui'.

2:2–4. Dân chúng nhận hưởng thành quả chiến thắng không do họ chiến đấu: chính Đức Giê-hô-va (3) là Đấng đã chiến đấu.

5–6. Điều tiếp theo: Vua và quyền cai trị. Mỗi lời giải thích trước đó đều dẫn đến lời giải thích thứ ba và là lời giải thích cơ bản này. Công tác làm hoàn tất giao ước và chiến thắng của Đức Chúa Trời (3) xảy ra như thế nào? Bằng cách nào dân sự Chúa (4) nhận được sự giải cứu mà không có đóng góp gì? Chỉ bởi sự ra đời của một vị Vua Ý nhấn mạnh không nằm ở *cho chúng ta*, mà là *một Con Trẻ được sinh*. *Con trẻ*: dòng dõi con người. *Con trai*: nam tính và phẩm giá trong dòng dõi hoàng Gia *Được sinh* từ cha mẹ là con người nhưng cũng *được ban cho* từ Chúa. *Vai* của dân sự Ngài (3) được giải thoát khi *vai* của Ngài mang lấy gánh nặng cai trị. *Danh Ngài là*: nghĩa đen 'người ta sẽ gọi danh Ngài'. Trong ý nghĩa cao nhất của cách dùng, danh xưng tóm tắt tính cách, thể hiện con người. Sự hoàn hảo của vị Vua này được thể hiện trong phẩm chất cai trị (*Đấng Cố Vấn Kỳ Diệu*),[11] thân vị và quyền năng của Ngài (*Đức Chúa Trời Quyền Năng*), mối liên hệ với thần dân (*Cha Đời Đời*) và với xã hội được tạo nên từ sự cai trị của Ngài (*Chúa Bình An*). *Kỳ diệu*: nghĩa đen là 'điều kỳ diệu của người cố vấn'. Đại đa số trong tám mươi lần xuất hiện của từ *pālā'* trong hình thức danh từ (như ở đây là *pele'*) và tính từ (*pilē'î*) đều chỉ về chính Đức Giê-hô-va và việc Ngài làm. Đó là từ Hê-bơ-rơ gần đúng nhất dùng để diễn tả ý 'siêu nhiên', ở đây mang nghĩa sự khôn ngoan vượt trội hơn con người: ứng nghiệm 1:26, tương phản với A-cha là người đưa ra quyết định tiêu diệt dân sự mình; cũng giống như Sa-lô-môn nhưng trỗi hơn ông, người có sự khôn ngoan vẫn thuộc về đất này (1 Vua 4:29–34). *Đức Chúa Trời Quyền Năng*: việc danh hiệu này được lặp lại ở 10:21, chỉ về chính Đức Giê-hô-va, cho biết ý nghĩa ở đây. Những cách dịch như 'Anh hùng giống Chúa' là không chính xác về ngôn ngữ học, bỏ qua hàm ý cho rằng Cựu Ước mong đợi một Đấng Mê-si-a đến từ trời (xem 4:2; 53:1). *Đời đời* vừa tổng quát (26:4) vừa cụ thể (57:15). Khi dân chúng đòi phải có vua (1 Sa 8), họ mong muốn thay thế vai trò tạm của các Thẩm phán bằng nền quân chủ vĩnh viễn. Vị Vua sẽ đến là sự ứng nghiệm cuối cùng niềm ao ước này. *Cha*: chỉ về Chúa, 'cha' nói đến sự quan tâm (Thi 65:5), chăm sóc và kỷ luật của Ngài (Thi 103:13; Châm 3:12; Ê-sai 63:16; 64:8); so sánh Thi 72:4, 12–14; Ê-sai 11:4. *Bình an* là sự thỏa nguyện cá nhân (2 Vua 22:20), sức khỏe (Sáng 29:6), sự hòa thuận (Xuất 4:18), bình an với Chúa (Dân 6:26; 25:12; Ê-sai 53:5). Động từ *šālēm* có nghĩa là 'nguyên vẹn, đầy đủ'. *Chúa* tương đương với khái niệm về 'người quản trị' của chúng ta. Do đó, Chúa này chính là một nhân cách đầy đủ; thuộc về Đức Chúa Trời và dân sự Ngài, quản trị những lợi ích của sự bình an/sự toàn vẹn dưới sự cai trị nhân từ của Ngài. Tuy nhiên, sự cai trị này sẽ không thay đổi về đặc điểm *(và nền hòa bình)*, sẽ là vô tận về không gian và thời gian *(đời đời)*, sự ứng nghiệm lý tưởng về dòng dõi Đa-vít (*ngôi Đa-vít*, Thi 2:8; 72:8–11), phản chiếu sự thánh khiết của Đức Chúa Trời khi thiết tha với *công lý* trong thực tế và cho *công chính* trong nguyên tắc (so sánh 5:16); và được bảo đảm bởi sự tận tâm (*lòng sốt sắng*) và hành động (*thực hiện*) của *Đức Giê-hô-va*. *Lòng sốt sắng*: là lòng tận tâm tha thiết (37:32; 42:13; 59:17; 63:15); so sánh với tình yêu không thể chấp nhận sự bất trung và không chấp nhận có đối thủ (Dân 15:11; Thi 79:5). Chính Đức Giê-hô-va hoạch định tương lai (8:23), đập tan kẻ thù (9:4) và thực hiện lời hứa (9:6).

---

[11] Chỉ dẫn cũ nhất (xem bản AV) về việc liên quan Vua hầu đến có danh xưng gồm năm phương diện là khả thi về mặt ngôn ngữ học. Từ liệu Hê-bơ-rơ 'lạ lùng' (*pele'*) không có hình thức đặc biệt để cho thấy từ này được liên kết với hình thức sở hữu cách tiếp theo. Cho nên, từ liệu này có thể tự đứng một mình: Đấng Lạ lùng, Đấng Mưu luận....' Tuy nhiên, các danh từ còn lại là những cặp từ được liên kết với nhau, và điều này cho thấy rằng chúng ta phải hiểu thành tố đầu tiên là 'điều kỳ diệu của một người Cố vấn'.

c. Bóng tối và ánh sáng ở Y-sơ-ra-ên (9:7–11:16)

Bộ đôi - tức nói chung chung một việc hơn hai lần, từ các quan điểm khác nhau - là một trong những đặc điểm của sách Ê-sai (vd: so sánh 28–29 với 30–35; 42:18–43:21 với 43:22–44:23). Trong trường hợp này, 9:7–11:16 song song với 7:1–9:6 (xem tr. 55–56). Các tiên tri nhận biết sự thật đau buồn về vương quốc chia đôi Giu-đa và Y-sơ-ra-ên (1 Vua 12) nhưng không hề chấp nhận điều này. Ví dụ, trong cuộc phản công chống lại sự bội đạo của vương quốc phía bắc dưới triều của A-háp và Giê-sa-bên, Ê-li bỏ công sức xây bàn thờ bằng mười hai hòn đá tại Cạt-mên, đặt tên cho mỗi hòn đá theo 'mười hai bộ tộc của các con trai Gia-cốp, là người mà Đức Giê-hô-va đã phán' (1 Vua 18:31). Tương tự, là tiên tri cho vương quốc phía bắc, A-mốt nói tiên tri nhân danh Đức Giê-hô-va là Đấng 'gầm thét từ Si-ôn' (1:2), đã nêu tên Giu-đa trong lời kết tội các nước (2:4–5), và đưa ra hy vọng lớn về sự phục hồi triều đại Đa-vít (9:11–15). Với Ê-sai, cho vương quốc phía nam, cũng vậy. Ông chấp nhận sự thật là vương quốc chia cắt, ông biết rằng Giu-đa sẽ sống sót sau khi Y-sơ-ra-ên bị các thế lực hùng mạnh nuốt chửng, nhưng ông nhìn thấy dòng lịch sử của họ chạy song song với nhau - khước từ lời Chúa phán, chắc chắn bị phán xét và dân sót được bảo vệ - đỉnh điểm là sự cai trị đời đời trên toàn vũ trụ của cùng vị Vua vinh hiển đó. Vương quốc tội lỗi của con người bị chia đôi sẽ trở thành một vương quốc của Chúa chúng ta và của Đấng Mê-si-a của Ngài, và Ngài sẽ cai trị đời đời. Ông đã vạch ra dòng lịch sử cho Giu-đa ở 7:1–9:6. Bây giờ, đến lượt Y-sơ-ra-ên. Dân sự của Chúa đã làm hỏng mục đích của Ngài bằng tội ác của họ, nhưng Ngài không bao giờ thay đổi chương trình hay không thực hiện lời hứa của Ngài (Dân 23:19). Tất cả những ai được 'ghi vào số những người sống' (nghĩa đen ở 4:3) sẽ được đem về nhà ở Si-ôn bởi cùng một sự điều khiển từ thiên thượng trong dòng lịch sử và qua cùng vị Vua được hứa ban đó.

Tuy nhiên, bộ đôi của Ê-sai không chỉ là sự lặp lại. Ý thứ hai trong bộ đôi luôn phát triển ý thứ nhất. Trong phần tiếp theo, chúng ta thấy A-si-ri sẽ phải chịu một vết thương không thể chữa lành (10:12, 16–19; 27–34); vị Vua sẽ đến, được xác định cách chung chung là 'trong tương lai' (8:23) bây giờ nằm sau cuộc lưu đày của Giu-đa được báo trước ở 6:9–13, nhưng sẽ có cuộc tập hợp lại của hai nửa vương quốc bị phân chia dưới quyền của Vua, và sự kình địch ngày xưa không còn nữa (11:12 và các câu tiếp theo). Tư tưởng cố hữu trong câu nói khó hiểu 'Ga-li-lê của dân ngoại' (8:23) trở thành ngọn cờ liên quan đến Đấng Mê-si-a ở 11:10.

i. Thời điểm quyết định (9:7–10:4). Đối với dân của Chúa, mọi việc đều phụ thuộc vào đáp ứng của họ với lời phán của Ngài. Hội chứng vâng lời - phước hạnh - bất tuân - rủa sả vốn có trong giao ước (Lê 26:3–13, 14–41). Khi có lời phán với Gia-cốp (9:7) và họ chọn con đường độc lập (9:8–9), mọi việc khác theo sau giống như hết ngày rồi đến đêm. Trong bài thơ gồm bốn khổ thơ phân tích xã hội mang tính cổ điển của Kinh thánh, Ê-sai chỉ ra những hậu quả kinh khiếp khi từ bỏ lẽ thật được bày tỏ. Bốn khổ thơ được tách rời bởi phần điệp khúc (9:11, 16, 20; 10:4), và việc xuất hiện cùng từ ngữ sử dụng ở 5:25 được giải thích là một số tài liệu ở chương 5 bắt đầu một phần của bài thơ này với cuộc sống, với sự tự do phù hợp mà ông xây dựng tư liệu sẵn có vào trong những mảnh ghép mới, nhưng Ê-sai dùng một phần của bài thơ này như là đỉnh điểm/cao trào của chương 5 và 10:5–15 là đỉnh điểm mới cho phần còn lại. Có nhiều gợi ý liên quan đến hình dạng ban đầu của bài thơ, nhưng không có gợi ý nào khẳng định là chắc chắn. Tuy vậy, khi xem 5:22–25 là khổ thơ thứ năm với 5:27–30 là phần kết như ban đầu thì chúng ta có được phần văn chương rất mạch lạc. Dĩ nhiên, điều chúng ta không được phép làm là sắp xếp lại bài thơ, vì điều này sẽ phá vỡ cách sắp đặt cẩn thận của Ê-sai khi ông đặt ở hai vị trí khác nhau, mỗi phần hoàn toàn phù hợp với ngữ cảnh mới của nó.

Khổ 1: Thảm họa quốc gia (9:7–11). Lời Chúa phán bị khước từ để ủng hộ sự tái diễn việc tự hành động, nhưng theo sau sự sụp đổ bên trong của Y-sơ-ra-ên (9) sẽ là cuộc tấn công bên ngoài (10). Khi vườn nho sinh trái nho thối, thì thú hoang sẽ tìm đến (5:4–5). Không xã hội nào có thể phục hồi nếu không quay trở về với lời phán của Chúa, và như Kinh thánh khẳng định, những hậu quả trên phạm vi rộng sẽ theo sau nguyên nhân thuộc linh.

7. *Lời đến qua* chức vụ của A-mốt và Ô-sê từ năm 760 T.C trở đi. Sứ điệp (*'một lời'*) được nhấn mạnh: đây là vấn đề, Đức Chúa Trời đã phán: liệu dân sự Ngài có sống bằng sự mặc khải hay không? *Lời ấy giáng trên*, nghĩa là điều được báo trước sẽ xảy ra.

8–9. *Ép-ra-im*, chi tộc nổi bật nhất hợp thành Vương quốc phía Bắc, được dùng như tên gọi chung cho cả vương quốc. Sáng Thế Ký 48:5, 13–20 ký thuật sự ưu việt của Ép-ra-im không phải do nguồn gốc mà là bởi ân điển. Do đó, việc sử dụng tên ở đây là có chủ ý: những người có được địa vị nhờ ân điển đang nhờ cậy việc làm và sự cứu rỗi nhờ sức riêng. *Lòng tự cao* ($\sqrt{ga'a}$, 'cao'), ý thức về tính ưu việt cá nhân trước mọi thử thách; *tự đại* ($\sqrt{gadel}$, 'vĩ đại') đầy đủ cho mọi nhu cầu.

10–11. Giê-rô-bô-am II (782–753 T.C) đem lại sự thịnh vượng cho đất nước, khôi phục ranh giới của vương quốc trở về như thời Sa-lô-môn (2 Vua 14:25), nhưng cái gì lên nhanh thì cũng xuống nhanh, và chưa khi nào Y-sơ-ra-ên quay cuồng hết tai họa này đến tai họa khác như lúc này. Sự sụp đổ bên trong (2 Vua 15, 17) thể hiện trong việc sáu vua cai trị trong suốt hai mươi năm cuối cùng, bốn vua bị ám sát và chỉ một vua truyền ngai vàng cho con trai. Chẳng có giá trị gì khi thay thế cây sung bằng cây bá hương! Bên ngoài, *Rê-xin* là vua của A-ram, còn *kẻ đối địch* của ông là người A-si-ri. Từ khi Tiếc-la Phi-lê-se lên ngôi năm 745 T.C, người A-si-ri đã chuyển tham vọng bành trướng của họ sang hướng tây. Bị A-si-ri đe dọa, Rê-xin đến với Y-sơ-ra-ên để tìm kiếm liên minh phòng thủ (xem 7:1 và các câu tiếp theo; Dẫn nhập, tr. 16–17), và Y-sơ-ra-ên đã đồng ý, nhưng vì chọn trở nên giống như thế lực thế gian, nên họ phải trả giá cho sự lựa chọn đó, một quốc gia bị mắc kẹt trong cuộc chiến giành quyền lực của thế gian. Nhưng đằng sau tất cả là mục đích tối cao của Đức Giê-hô-va thể hiện qua việc ban sức mạnh (*khiến....nổi lên*) và điều khiển (*khuấy động*) (xem 10:5–15). *Dân A-ram...nuốt* là lời nhận xét mỉa mai về liên minh: Y-sơ-ra-ên tự thấy mình là nước đồng minh được bảo vệ cách khôn ngoan; Ê-sai thì thấy họ đang bị ăn nuốt! *Dân Phi-li-tin:* A-mốt 1:6 nói bóng gió về những cuộc tấn công như thế, nhưng chúng ta không được biết chi tiết. *Giơ ra* ('duỗi ra'): thường được dùng (vd: Xuất 6:6; Phục 4:34) để chỉ về quyền năng của Đức Giê-hô-va trong vai trò Đấng Cứu Chuộc. Nhưng khi lời phán của Ngài bị khước từ, thì Đấng Cứu Chuộc trở thành Thẩm phán.

Khổ 2: Sự sụp đổ về chính trị (9:12–16). Hậu quả của việc khước từ lời phán của Đức Giê-hô-va được bày tỏ một cách liên tục và chắc chắn. Từ chối lẽ thật được bày tỏ dẫn đến việc tin cậy vào sự khôn ngoan của con người để hướng dẫn đất nước, nhưng những lãnh đạo của họ là 'sai lạc' (15) và tình trạng sa sút đạo đức diễn ra rành rành khắp xã hội (16).

12. *Dân chúng:* đây gần như là danh hiệu cho Giu-đa và Y-sơ-ra-ên, 'dân *đặc biệt*', dân của Đức Giê-hô-va. Lẽ ra chỉ một mình họ phải nhìn vượt ra ngoài các tác nhân con người khiến họ lộn xộn để thấy *Đấng đánh phạt mình*. Điều này sẽ dẫn đến sự ăn năn (*quay về*, A-mốt 4:6–11) và 'tìm kiếm' Đức Giê-hô-va, không phải như tìm kiếm điều đã mất, nhưng chủ tâm đi đến nơi có Ngài (Phục 12:5, 11). Chúa *Giê-hô-va*, Đức Chúa Trời của cuộc xuất hành, Đức Chúa Trời Đấng chuộc dân Ngài và lật đổ kẻ thù của Ngài (lẫn của họ) bằng sức mạnh *vạn quân* ('của đạo quân', 1:9) sẽ sớm giải cứu!

Trong các câu **13–16**, phép ẩn dụ trong câu 13 được giải thích ở câu 14–16: câu 14–15, sự sụp đổ của giới lãnh đạo và lý do; câu 16, sự bại hoại của dân chúng và lý do.

13. *Vậy...Đức Giê-hô-va:* quyền tể trị thiên thượng trong sự kiểm soát vận hành lịch sử, giáng sự phán xét thích hợp trên tội lỗi. *Cả đầu lẫn đuôi... cành cọ lẫn cây sậy* là những hình ảnh tương phản nhằm diễn tả sự toàn bộ: *đầu lẫn đuôi,* tức là từ đầu này đến đầu kia; *cành cọ lẫn cây sậy,* tăng trưởng cao và tăng trưởng thấp, nghĩa là từ đầu đến chân. *Chỉ trong một ngày:* có lẽ sự sụp đổ của Sa-ma-ri năm 722 T.C hoặc cái chết của Giê-rô-bô-am II đánh dấu sự kết thúc của chính quyền bền vững; dù là trường hợp nào; thời điểm quyết định là khi Đức Giê-hô-va truyền lệnh rằng dân sự Ngài đã đi đến điểm không thể quay đầu khi khước từ lời Ngài.

14. Nét đặc trưng của Ê-sai là giải thích ẩn dụ ông đưa ra (vd: 8:7). *Đầu:* 'ngẩng mặt lên', những người quan trọng nhưng không nắm giữ địa vị chính thức. *Đuôi:* 'cú thúc' kín đáo từ Ê-sai! Các tiên tri tự xem mình là những lãnh đạo thuộc linh; nhưng thật ra họ là những cái đuôi đang ve vẩy trước yêu cầu được nhiều người ưa thích (30:9–11; 1 Vua 22:6; Mi. 2:11).

15–16. *Vì vậy:* cả người dẫn dắt lẫn người được dẫn dắt (15) đều đáng bị khiển trách và sẽ gặt hái phần thưởng của họ. Người lãnh đạo lẽ ra không phải lạc lối vì lời Chúa luôn có sẵn; người được lãnh đạo lẽ ra không đi theo họ vì chân lý của Chúa đã được công bố rộng rãi cho họ (A-mốt 7:10). *Giới trẻ...góa bụa:* trong cuộc lật đổ quân sự, thanh niên là những người trả giá, còn trẻ mồ côi và người góa bụa thì bị bỏ rơi. Đức Giê-hô-va, Đấng chúng ta biết, lấy làm vui thích (nghĩa đen) về 'giới trẻ của Ngài', và Đấng nổi tiếng là quan tâm đến người tứ cố vô thân (Thi 68:5), cũng là Đức Chúa Trời thánh khiết; Đấng không thể chịu đựng sự vô đạo, điều gian ác và điều ghê tởm. Đức Giê-hô-va không phải là Đấng thất thường. Đằng sau cơn thịnh nộ của Ngài là sự đánh giá chính xác về tình hình (Sáng 18:20–21). *Vô đạo* (*ḥānēp*): bội đạo, xa cách Đức Chúa Trời, bị sự bất tuân làm cho ô uế (Giê 3:1), người đáng ghê tởm về tôn giáo (Thi 106:38). *Gian ác:* 'làm điều ác', vi phạm luật đạo đức của Chúa. *Điều ghê tởm* (*nĕbālā*): không nhạy bén trước hiện thực và những bổn phận đạo đức lẫn thuộc linh (1 Sa 25:25; 2 Sa 13:12–13). Ba từ này đứng chung nói lên rằng thuyết vô thần thực dụng tin rằng có thể sống mà không cần đến Đức Chúa Trời, rằng Chúa và lời Ngài là những điều không thích hợp trong thế giới 'thực tế'.

Khổ 3: Tình trạng hỗn loạn trong xã hội (9:17–20). Sự thất bại của giới lãnh đạo (12–16) dẫn đến chế độ tư lợi tràn lan, như đám cháy rừng càn quét mặt đất (17). Mỗi người giờ đây đi ra ngoài chỉ vì bản thân (18cd) nhưng vẫn không thấy thỏa mãn (19a-d). Các mối quan hệ, cho dù là thuộc gia đình hạt nhân (19ef) hay mở rộng (20), đều không còn ý nghĩa gì. Chủ nghĩa cá nhân 'hậu hiện đại' xưa cũ như Ê-sai: cơ hội của nó nằm ở ngày xã hội sụp đổ; còn căn nguyên là do khước từ lời phán của Đức Giê-hô-va.

17. Cuộc đời xa lìa Chúa vốn là sự hủy diệt (*thiêu hủy*), mang theo tất cả trước mắt – cả thứ có thể bị phá hủy (*gai gốc*) lẫn thứ có ích (*bụi rậm*) - và làm ô nhiễm chính không khí chúng ta thở (*khói*). Mọi thứ 'bị lửa thiêu hủy'.

18–20. Điều này xảy ra theo ý muốn của Đức Chúa Trời bày tỏ trong *cơn giận*. Cũng ngọn lửa thịnh nộ đó sản sinh sự tự khẳng định cá nhân vô độ: không phải tình anh em nói chung (18d); không phải tình cảm với cha mẹ (19e), cũng không phải mối liên hệ chi tộc trong cùng một đất nước (20ab) tạo rào cản đối với mối tư lợi chi phối. Điều duy nhất đem đến sự kết hiệp là mối thù chung với người anh em khác trong cùng gia đình (20c). Nhà tiên tri thật tinh tường: với tất cả nhu cầu rành rành ngoài xã hội và trong gia đình đang kêu gào biện pháp cứu chữa, mà vẫn còn có năng lượng và nguồn lực để đi ra trận! Nhưng tất cả đều *chưa no* (19a-d). Một xã hội 'tham lam' là một nơi sống đầy đói khát.

Khổ 4: Sự cai trị tồi tệ rành rành (10:1–4). Trong khổ thơ cuối cùng như chúng ta thấy, sự phóng túng và tư lợi trong các câu 12–20 là hậu quả từ việc thống trị của phường vô liêm sỉ; làm luật để phục vụ lợi ích của riêng họ. Nếu dân chúng từ chối sự cai trị của lời Chúa phán, thì rốt cuộc họ ở dưới sự cai trị bất lương của con người.

1–2. *Bất công* ('āwen) nghĩa căn bản là 'sự lộn xộn, điều ác và sự rắc rối do thờ hình tượng hay tội lỗi đem đến'. *Trái lẽ* được dịch từ chữ *'āmāl*. Chữ này không hề có nghĩa 'trái lẽ' mà có nghĩa là 'sự đau buồn' (vd: Sáng 41:51; Quan 10:16). Đây là loại chính quyền mà mỗi đạo luật tiếp theo ra đời chỉ thêm nỗi đau buồn cho kẻ bị cai trị. Mục tiêu cụ thể của họ là *người cô thế* và *người nghèo khó*, và mục đích của họ là *miếng mồi* và *chiến lợi phẩm*, làm giàu cho bản thân. Tất cả những điều này hoàn toàn trái ngược với đường lối và sự quan tâm của Đức Giê-hô-va: Ngài đồng hóa với người nghèo và người bị áp bức trong sự giải cứu của cuộc xuất hành; Ngài chăm sóc trẻ mồ côi và người góa bụa (Phục 10:18; 26:5–7; Thi 10:14; 68:5; 146:9; so sánh Xuất 22:22); nhưng khi dân sự khước từ lời phán của Ngài cùng các giá trị của nó, thì *cơn giận* Ngài (9:18) khiến họ nhận lãnh những điều ngược lại; những giá trị đến từ bản chất sa ngã của con người.

3. *Trừng phạt:* được dịch từ chữ $\sqrt{p\bar{a}qad}$; nghĩa là 'xem xét lại, tính số', đặc biệt nói đến ngày tính số của Chúa. *Từ xa:* so sánh 5:26, ám chỉ cuộc xâm lược của A-si-ri. Những kẻ cai trị quyền lực nhất hiện tại rồi sẽ không có tương lai (*trốn đến ai?*) cũng không có quá khứ (*để... ở đâu?*). *Sự giàu có* (hay 'danh vọng'): không chỉ là tiền mà còn là thái độ tự cao tự đại; kiêu hãnh về con người và địa vị.

4. Những lãnh đạo này nghĩ về tương lai thật rất rất xa! *Ngã gục* là từ cuối cùng của dòng này, nhắc lại cùng một động từ ở 9:5. Khước từ lời được bày tỏ có vẻ như là điều không thích hợp trong 'thế giới thật' với những kế hoạch xây cất (9:9), những điều động chính trị và làm ra vẻ siêu cường (9:9), với những lãnh đạo hội thánh và dân sự xuất chúng (9:14), hay sự gian ác được xem là bình thường của con người (9:17) và sự quản lý kém cỏi của chính quyền, nhưng về lâu về dài, chính lời 'giáng' trên (9:7) đó và những người khước từ lời ấy mới *ngã gục giữa những người bị giết.*

ii. Sự phán xét thiên thượng (10:5–15) Dù chỉ nói đến một sự kiện lịch sử riêng lẻ (những cuộc xâm lược của A-si-ri từ 734–701 T.C), nhưng khúc Kinh thánh ngắn này là một trong những phần trình bày sâu sắc nhất về bản chất của lịch sử trên đất này; mối liên hệ giữa Vua [Đấng Mê-si-a – ND] và các Vua Phàm Kinh thánh này tương ứng với phân đoạn nói về A-si-ri từ 7:18 đến 8:8. Phân đoạn này khớp với việc xác nhận sự kiểm soát thiên thượng trên lịch sử (7:18; 10:6), nhưng dù ý thứ nhất xoay quanh sự việc và những hậu quả từ cuộc xâm nhập của A-si-ri, thì phân đoạn này cũng xác nhận một triết lý lịch sử, thế nào những sự kiện lịch sử bắt nguồn từ những nguyên nhân siêu nhiên bí ẩn, và thế nào những diễn viên con người nhìn bên ngoài là những bản lề điều khiển lịch sử lại chính là những tác nhân trực tiếp và có trách nhiệm trong một hệ thống đạo đức được sắp đặt từ thiên thượng và được điều chỉnh một cách chính xác. Từ góc độ văn chương, mười một câu này là một bài thơ được sáng tác cách cẩn thận và là cơ hội để thưởng thức tài nghệ của Ê-sai như một người thành thạo ngôn ngữ.

5 (A1; tương ứng với A2 trong câu 15). Hai vật thể, *cây roi* và *cây gậy*, dạy rằng người A-si-ri – siêu cường lúc đó - không có khả năng gì ngoài điều Đức Giê-hô-va cho họ (Giăng 19:11). Họ là công cụ trong tay Ngài. [Roi] *thịnh nộ*... [gậy] *tức giận* [Bản tiếng Việt dịch thứ tự hai từ này đảo ngược] theo thứ tự là cảm thấy giận dữ và bày tỏ ra, và đây là động lực đứng sau người A-si-ri. *Khốn cho*: dịch là 'Này' thì hay hơn, đây là từ ngữ để triệu tập (so sánh 7:18) hơn là lên án.

6 (B1) mô tả động cơ của Chúa. *Sai...truyền* tiếp tục nói đến sự chủ động và thẩm quyền thiên thượng nằm sau cuộc xâm lược của A-si-ri và cho thấy quyền tối thượng của Đức Chúa Trời trong việc điều khiển và quản trị những vấn đề trong thế giới này. Đây là trọng tâm của cả phân đoạn. Động từ đầu tiên ở hình thức nhấn mạnh và biểu thị quyền chỉ huy của người cấp cao đối với cấp dưới. Động từ thứ hai (nghĩa đen) 'ra lệnh cho ai đó', tức là 'chỉ dẫn để ai đó thực hiện nhiệm vụ'. Đằng sau nhiệm vụ là một mục đích đạo đức thiêng liêng: *bất kính* (ḥānēp), xem 9:16; *dân chọc giận Ta*, hoàn toàn đáng để Ta nổi giận (phừng phừng). *Cướp bóc... tước đoạt*: những từ này chứa đựng các thành phần của Ma-ha Se-la Hát Bát, 8:1–4, và cho thấy sự ứng nghiệm của lời 'trở nên xác thịt' trong con trai thứ hai của Ê-sai (so sánh 55:11).

Câu **7–11** (C1) mô tả động cơ của A-si-ri.

7. Đức Giê-hô-va muốn một chuyến đi để trừng phạt về đạo đức, nhưng người A-si-ri thì muốn mở rộng đế quốc của mình và chấm dứt chủ quyền quốc gia của các nước khác.

8–9. Người A-si-ri nhờ cậy nguồn lực (8) và những thành tích của họ (9). Đã có nhiều nước trở thành chư hầu cho họ và *vua* của các nước trở thành *tướng lĩnh* cho A-si-ri. Trong các thành được liệt kê theo cặp, tên thành đầu tiên trong từng cặp nằm cách xa A-si-ri về phía nam hơn thành thứ nhì. Do đó, từ Cạt-kê-mít trên dòng Ơ-phơ-rát ở cực bắc của Pa-lét-tin cho đến Ca-nô, và từ Ạt-bát cách năm mươi dặm về phía nam cho đến Ha-mát hàng trăm dặm về phía bắc Đa-mách, rồi đến chính Đa-mách và Sa-ma-ri, quân đội của A-si-ri đã chứng tỏ họ là vô địch. Ê-sai là bậc thầy của kiểu mô tả sự kiện theo trường phái ấn tượng này (so sánh câu 28–32), khiến chúng ta cảm nhận sự tiến lên và càn quét của cuộc diễu binh: so sánh với hình ảnh 'thủy triều' ở 8:6–8.

10–11. Vậy thì *Giê-ru-sa-lem* là cái gì? Với lời mỉa mai sâu sắc, Ê-sai 'nghe lỏm' vua của A-si-ri tưởng tượng cảnh Sa-ma-ri rồi đến Giê-ru-sa-lem thậm chí còn bất lực hơn nữa trước mặt mình vì suy cho cùng, các thành này không giỏi về việc thờ thần tượng! Nhưng thực tế nằm ngay đó, trong những từ ngữ đối xứng *thần tượng...tượng thần... thần tượng... thần tượng* [bản NIV dùng *idols...images...images...idols* – ND]: không phải vũ khí khiến họ trở nên bất lực trước A-si-ri, mà là sự giả dối thuộc linh. *Thần tượng* ('ĕlîlîm): 'vật do tay mình làm ra' ở 2:8, những vật tưởng tượng không giá trị.

12 (B2). Có lẽ đúng khi bản NIV [và cả bản TTHĐ – ND] trình bày câu này theo thể văn xuôi. Chúng ta nên xem đây là cách Ê-sai biên tập tài liệu. Ông đã biên tập cẩn thận, điều chỉnh từ bất kỳ thể loại ban đầu nào nhằm phù hợp với hoàn cảnh mới trong toàn bộ phần trình bày sứ điệp của mình. Cách B2 tương hợp với B1 cho thấy điều này. Đức Giê-hô-va, Đấng có mục đích khi khiến A-si-ri trở thành cây gậy của cơn giận Ngài (5), giờ đây lượng giá xem người A-si-ri có phù hợp với mục đích này không và thấy rằng họ thiếu sót. Mọi thế lực kiêu ngạo trong các câu 7–11 hoàn toàn lệ thuộc thế lực tối cao. *Hoàn thành*: một thuật ngữ chỉ về việc may mặc hay đan dệt, 'cắt' sợi chỉ khi đã may xong. *Lòng tự đại... con mắt tự cao:* nghĩa đen là 'kết quả từ sự kiêu căng của lòng và tính hay khoe khoang từ thái độ ngạo mạn của mắt'. 'Lòng' nói đến bản chất bên trong, 'mắt' là nơi của tham vọng, ước muốn và mục tiêu - điều người đó 'hướng mắt đến/dán mắt nhìn'. Điều người đó làm phù hợp với ý muốn Đức Chúa Trời; lý do người đó làm không liên quan gì đến ý muốn Ngài, mà chỉ liên quan đến tính dương dương tự đắc của chính mình.

13–14 (C2) là phần lượng giá của A-si-ri về tình hình. Vua khoe khoang về tài năng của mình (13ab), về thành tích (13cde) và sức mạnh không thể chống lại (14), về việc thay đổi cấu trúc (*biên giới*), xem thường quyền lợi (*cướp đoạt các kho báu*) và truất phế kẻ cai trị (*các vua*). *Sức mạnh* (*kōaḥ*): không phải 'nguồn lực' mà là 'khả năng'. *Tay,* bộ phận hành động cá nhân; *sự khôn ngoan,* tâm trí biết cách sắp xếp đằng sau cánh tay. Cả hai kết hợp lại biểu thị lời tuyên bố 'tất cả là công việc của chính tay ta'. *Thông minh* (*bîn*): khả năng nhận biết trọng tâm của vấn đề. *Hùng mạnh* ('*abbîr*) chỉ về Đức Giê-hô-va ở 1:24, còn ở đây chắc chắn là lời khẳng định tựa như Chúa: 'Giống như Đức Chúa Trời, ta đã đánh bại' và điều đó dễ như bắt tổ chim!

Bây giờ chúng ta nhìn lại một chút về bối cảnh cho đến thời điểm này: Đức Giê-hô-va có một việc cần làm tại Giê-ru-sa-lem, và Ngài đã chọn A-si-ri để làm việc đó. Ngoài ra, công việc được thực hiện y như khi người thợ may tài giỏi cắt sợi chỉ cuối cùng. Nhưng đó là lúc sự đồng nhất giữa Đấng Tối Cao và tác nhân chấm dứt. Đức Giê-hô-va cần thực hiện một mục đích thánh, biểu lộ cơn giận về mặt đạo đức – tức giận và thịnh nộ trước sự bất kính (5–6). Người A-si-ri thì cần thực hiện một mục đích tội lỗi: thể hiện sức mạnh quân đội vô địch, khẳng định quyền cai trị thế giới theo cách vô đạo đức, tự do khoác lác, kiêu ngạo và xem mình là quan trọng. Việc làm thì đúng, còn cách làm thì vô đạo đức.

15 (A2). Cũng hai công cụ đó, *cây roi...cây gậy*, và cũng theo thứ tự như ở câu 5, tạo thành một đối xứng đầu cuối hoàn hảo, nhưng bây giờ sứ điệp được khắc ghi bằng hai vật thể vô tri vô giác nữa, *cái rìu...cái cưa*. Câu này phù hợp với lời tuyên bố về 'tay và tâm trí' của vua (13). Trong mối tương quan giữa con người và công cụ, tâm trí biết sắp xếp nằm ở đâu (15a)? Sức mạnh của tay ở đâu (15b)? *Khoe mình...tự tôn tự đại* có liên quan theo thứ tự với *lòng tự đại... mắt tự cao* ở câu 12. Vua là một người giả dối! Ông ta sẽ không có quyền lực gì trừ khi được ban cho từ trên (Giăng 19:11). Ê-sai đưa ra lời nhận xét với quan điểm của mình về lịch sử và mối liên hệ giữa quyền lực thế gian và quyền lực tối cao trong minh họa nói đến con ngựa và người cưỡi ngựa ở 37:29. Trong mối quan hệ đó, mọi sức lực tàn bạo nằm ở con ngựa; mọi phương hướng, sự kiểm soát, điều khiển nằm ở người cưỡi ngựa. Hoạt động thì giống nhau, nhưng khác biệt về chức năng. Các thế lực đời này tạo ra các chính sách, thứ tự ưu tiên và hoạt động của họ. Người cưỡi ngựa thiên thượng chỉ định các mục tiêu thánh, thực hiện sự phán xét thánh và giáng sự báo thù thánh.

iii. Dân sót có lòng tin và biết vâng phục (10:16–34) Như trong phần Kinh thánh tương tự 8:9–22, trong sự phán xét công bình của Chúa, Ngài cũng có gìn giữ, vì Ngài không bao giờ từ bỏ dân sự, cũng không để cho họ bị tuyệt diệt, cho dù họ gặp chống đối dữ dội ra sao. Như thường thấy trong sách Ê-sai, sứ điệp nằm trong cấu trúc cũng như ở nội dung. Trong các câu 16–19 (a1) sự đoán phạt thiên thượng giáng trên A-si-ri chỉ chừa lại một hình bóng thảm hại về một dân tộc từng hùng mạnh, nhưng sự đoán phạt giáng trên Y-sơ-ra-ên để lại một dân sót thật sự có lòng tin (20–23; b1); do đó, qua Đức Giê-hô-va có sự an ninh cho dân ở Si-ôn (24–26; b2) nhưng có sự hủy diệt cho A-si-ri (27–34; a2). Hai phần b được bao bọc bởi các phần a, giống như Y-sơ-ra-ên nhỏ bé bị bao vây bởi thế giới thù nghịch. Tội lỗi phải luôn bị trừng phạt, nhưng chiến thắng cuối cùng cũng không thuộc về thế gian (Mat 16:18; Giăng 16:33; 1 Giăng 4:4). Cả phần này là một trong những phần với các hình ảnh sinh động khác thường, cùng với minh họa ấn tượng trong từng phần nhỏ: căn bệnh làm kiệt sức tạo thành đối xứng đầu cuối trong câu 16 và 18, sự suy thoái không thể phục hồi của A-si-ri; cát vô số giảm còn một phần nhỏ (22) nói lên thất bại thê thảm đáng buồn của Y-sơ-ra-ên khi không tận dụng lời hứa của Chúa; những việc xảy ra với Ghê-đê-ôn trong lịch sử (26ab; Quan 6–9) và cuộc xuất hành (26cd; Xuất 14) minh họa; theo thứ tự, quyền năng của Đức Giê-hô-va vì một số ít ỏi bé nhỏ và nhiều người bất lực; còn việc đốn rừng (33–34) mô tả chiến thắng quyết định từ thiên thượng trước A-si-ri.

Câu **16–19** tuyên bố sự phán xét trên A-si-ri. Những ẩn dụ về bệnh tật (16b, 18c) và lửa (16c–17) hòa trộn các yếu tố bên ngoài và bên trong dẫn đến sự sụp đổ của A-si-ri, sự tiến triển từ từ của căn bệnh thời kỳ cuối, toàn bộ sự hủy diệt bằng lửa.

16. *Vậy nên:* kết luận được rút ra từ bản chất của lịch sử thế gian như được bày tỏ trong các câu 5–15. Đằng sau mỗi chuyển động lịch sử là Đức Giê-hô-va tối cao. Vì những mục đích thánh; Ngài ấn định cho A-si-ri nổi lên (5–6); bây giờ trong sự phán xét thánh; *Chúa là Đức Giê-hô-va vạn quân - 'Đấng Tối Cao ('ăḏōnāy);* Đức Giê-hô-va Toàn Năng (vạn quân)' - định sự suy yếu (*gầy mòn*) và kết thúc (*lửa*) của A-si-ri.

17. So sánh 30:27–33. Người A-si-ri, tiến lên Giê-ru-sa-lem, là đang đi thẳng vào đám lửa! Y-sơ-ra-ên ở dưới sự đoán phạt (6) nhưng *Ánh sáng* của họ không tắt; họ đã phạm đến sự thánh khiết của Ngài nhưng Ngài vẫn là *Đấng Thánh* của họ, mãi mãi đứng về phía họ. *Chỉ trong một ngày:* xem 37:36.

18–19. *Rừng*, sự phát triển không phải do vun xới, và *vườn cây ăn quả*, đất trồng trọt được chăm sóc, tạo sự tương phản diễn tả toàn bộ. *Cây*: một ẩn dụ khác (so sánh 33–34). Tiếp theo *sự thất bại* tại Si-ôn (37:36), A-si-ri bước vào giai đoạn suy thoái từ từ - suy giảm đến mức một đứa trẻ cũng có thể tính toán được!

Câu **20–23** rao ra lời phán xét trên Y-sơ-ra-ên. Dù chính Đức Giê-hô-va là Đấng lao đến bảo vệ dân sự (17), nhưng điều đó như là *Đấng Thánh* thuộc về Y-sơ-ra-ên (17,20). Lửa thiêu đốt cho họ cũng đốt trong chính họ. Họ không thể thoát khỏi sự đoán phạt triệt để của Ngài (so sánh A-mốt 3:1–2).

20. Đối chiếu đối tượng của lòng tin: Y-sơ-ra-ên tìm kiếm sự an ninh trong liên minh A-ram Ép-ra-im để chống lại mối đe dọa A-si-ri đang nổi lên (xem 7:1 và các câu tiếp theo; Dẫn nhập, tr. 16–17), nhưng người mà họ tin cậy, tức A-ram, từng là kẻ thù của họ suốt thế kỷ trước (vd: 9:12; 2 Vua 6:8, 24–25; 13:3), đánh bại họ hết lần này đến lần khác. Nhưng *ngày* sẽ đến là khi hành động dại dột như thế không còn nữa và họ sẽ thật lòng nương cậy *Đức Giê-hô-va*. Kinh nghiệm của Ê-sai cho ông thấy rằng Đức Chúa Trời, Đấng mà sự thánh khiết của Ngài chỉ cho con người thấy tội (6:3–5) là Đức Chúa Trời tha thứ và giải hòa (6:6–8). Ông thấy rằng điều này sẽ có hiệu lực trên phạm vi quốc gia *Nương cậy:* 'dựa vào', một từ đồng nghĩa thú vị chỉ sự tin cậy.

21–23. Có hai khía cạnh trong chủ đề về Sê-a Gia-súp được giới thiệu ở 7:3. Một mặt, có niềm hy vọng chắc chắn về một dân sót được bảo toàn (21); mặt khác, sự tương phản đáng buồn (22) giữa 'số ít được cứu' và nhóm đông vô số trong lời hứa thiên thượng (Sáng 22:17). Tuy nhiên, bản NIV đưa ra nhiều cách hiểu câu 22. Thứ nhất; *chỉ* là từ thêm vào để giải thích, ngụ ý rằng *phần sót lại* ở đây mang ý nghĩa đe dọa. Thứ hai, *dù* không phải là cách dịch rõ ràng nhất của giới từ *kî'im*. Giới từ này thường là một sự đối lập mạnh mẽ 'Nhưng (ngược với điều bạn có thể nghĩ)'. Tự thân nó; *dân sót* trong câu 21 ngụ ý một số lượng nhỏ, 'nhưng, ngược lại'; *dân ngươi sẽ như cát biển:* đây là *phần sót lại sẽ trở về*. Nói tóm lại, Đức Giê-hô-va sẽ giữ lời hứa với Áp-ra-ham và sẽ làm thành những lời hứa ấy. Theo đó, *sự hủy diệt* (và từ ngữ có liên quan trong câu 23) có thể được dịch là 'hoàn thành': nghĩa là Đức Giê-hô-va sẽ luôn luôn thực hiện lời hứa của Ngài như đã định. Tuy nhiên, cái hay của phân đoạn Kinh thánh này được thể hiện rõ nhất đúng theo cách dịch của bản NIV, ngoại trừ việc phải trả lại chữ 'Vì' là chữ giới thiệu câu 23 [trong bản NIV bỏ chữ 'vì', bản TTHĐ vẫn dùng chữ này – ND]. Đấng Thánh sẽ giữ lời hứa là Đấng phải làm như thế để cho đúng với bản chất thánh khiết của Ngài. Cho nên, sự hủy diệt vì tội lỗi không thể không thực thi, và nó sẽ xảy đến trên *khắp đất* (23).

Đức Chúa Trời quyền năng (21) rõ ràng nói đến chính Đức Giê-hô-va, và không có cách nào có thể hạ thấp xuống là 'Anh hùng giống Đức Chúa Trời' như một số người đề nghị bởi sự xuất hiện trước đó (xem 9:6). Ở đây muốn nói đến 'một Đức Chúa Trời siêu việt (*'ēl*) của chiến binh dũng cảm' - giống như Đức Chúa Trời của Giô-suê 5:13–6:27, và như Ê-sai sẽ nhìn thấy Ngài ở 59:15b–20 - phù hợp với ngữ cảnh này, là lúc dân sự Chúa ở dưới gót của kẻ xâm lược.

Trong các câu **24–34**, Ê-sai tập trung vào Giê-ru-sa-lem và cách họ xoay xở trước mối đe dọa của A-si-ri. Chủ đề được trình bày theo thứ tự: câu 24–26 nói đến sự an ninh của Si-ôn bất chấp mối đe dọa nghiêm trọng; câu 27–34, sự hủy diệt kẻ xâm lược A-si-ri. Tuy nhiên Y-sơ-ra-ên phía Bắc vẫn không bị lãng quên. Ê-sai có thể cho Y-sơ-ra-ên lời bảo đảm về những lời hứa trong các câu 21–22 chỉ bằng cách cho họ thấy điều sẽ xảy đến với một đất nước dường như đã tiêu diệt các lời hứa một lần đủ cả, vì chính tại Si-ôn là nơi A-si-ri đã lãnh một đòn chí tử. Nhưng nếu Giu-đa hoảng sợ (7:1–3) khi nghĩ đến lời đe dọa từ A-ram và Ép-ra-im; thì với sự bối rối đó, ắt hẳn họ phải nhìn xem A-si-ri 'chảy vào Giu-đa; chảy tràn lan' (8:8). Do vậy, câu 24–26 cho thấy cách Đức Giê-hô-va sẽ nhắc gánh nặng ra khỏi họ, nhưng không phải trước khi họ chịu đau khổ dưới gót của kẻ chiến thắng (28–31) và tai họa cuối cùng đe dọa đến chính thành Giê-ru-sa-lem (32). Hãy lưu ý phân đoạn này dùng những từ ngữ tương tự với từ ngữ trong các câu 5–15: *cây roi* và *cây gậy* (24; 5; 15), *sự tức giận* và *cơn thịnh nộ* (25; 5), và *rìu* (34; 15). Những từ ngữ trước đó nói lên rằng Đức Giê-hô-va đứng về phía A-si-ri được chuyển đổi một cách khéo léo để diễn tả quan điểm ngược lại khi Đấng Chủ Tể của lịch sử giáng sự trừng phạt thích đáng trên kẻ xâm lược. Các câu 24–26 cũng khẳng định sự an ninh của Si-ôn. Đối với Y-sơ-ra-ên phía bắc, hy vọng đã bị hoãn lại. Thẩm phán của cả trái đất, Đấng luôn luôn làm điều đúng (Sáng 18:25), hành động theo lô-gíc khiến chúng ta bối rối, và ở đây chúng ta nhìn thấy một ví dụ hay về cách hoạt động của lô-gic đó. Y-sơ-ra-ên không còn tồn tại sau khi Sa-ma-ri rơi vào tay A-si-ri năm 722 T.C, còn Giu-đa vẫn sống sót sau cuộc tấn công dữ dội của A-si-ri bất chấp sự vô tín có tính quyết định của A-cha (7:9).

24. Đây là tác dụng đáng ngạc nhiên của *vì vậy*. Nếu chúng ta phải rút ra kết luận từ chủ đề về sự hủy diệt của các câu 22–23, thì chúng ta phải tiếp tục tuyên bố sự sụp đổ của Giu-đa. Nhưng những từ 'vì vậy' của Đức Giê-hô-va không giống như của chúng ta (55:8). Lô-gic của Ngài là ra lệnh Giu-đa sẽ chịu khổ và sự đau khổ đó sẽ không chấm dứt khi cũng kẻ thù đó tấn công với sức mạnh được xác nhận là rất lớn đối với Y-sơ-ra-ên. Ba cơ sở của lời bảo đảm nhằm hậu thuẫn mạng lệnh *đừng sợ*. Thứ nhất, là bản chất của Đức Chúa Trời. Ngài là *Chúa* (*'ăḏōnāy*), Đấng Tối cao (6:1); *Đức Giê-hô-va* (Đấng Tự Hữu Hằng Hữu, Đức Chúa Trời của cuộc xuất hành, Đấng giải cứu dân sự và đánh bại kẻ thù), *Đấng Toàn năng* ('vạn quân'; xem 1:9), Đức Chúa Trời mà bản thân Ngài có mọi tiềm năng và sức mạnh. Thứ hai, họ đứng chung với Ngài. Họ vẫn là *dân Ta*, vẫn là những người *đang ở Si-ôn*, dân thuộc giao ước Đa-vít cùng những lời hứa của giao ước đó. Ý thứ nhì được nhấn mạnh: *ở Si-ôn* cũng đủ để nói lên ý muốn nói; dân *đang ở Si-ôn* nhấn mạnh ý đó. Đức Giê-hô-va đứng về phía họ (*của Ta*), những lời hứa của Ngài vẫn còn hiệu lực. Thứ ba, họ có sự an ủi từ lịch Sử Sự thống trị của A-si-ri chỉ *như người Ai Cập đã làm* - nên xin hãy nhớ lại cách Chúa đã xử lý họ!

25. Từ 'Vì' ở đầu câu giới thiệu câu này là lời giải thích thêm cho mạng lệnh đừng sợ. Vấn đề không phải là sự tức giận của A-si-ri, mà là *sự trừng phạt... cơn thịnh nộ của Ta* (xem 10:5). *Sự trừng phạt* sẽ qua; còn *cơn thịnh nộ* Ngài giáng xuống sẽ dẫn đến sự hủy diệt từ A-si-ri, tất cả đều *chỉ còn ít lâu nữa thôi*. Đức tin thật là mong chờ điều sắp xảy đến.

26. Hai minh họa từ lịch sử xác nhận hai phương diện của sứ điệp trong câu 25. Sự kiện Ghê-đê-ôn (Quan 7:25) làm nhớ đến việc Chúa tiêu diệt kẻ thù của dân sự, *giơ gậy* (Xuất 14:16) nhắc đến việc Chúa giải cứu dân sự. *Roi* chỉ xuất hiện ở Ê-sai 28:15; 18, là những câu Kinh thánh nói A-si-ri là 'kẻ hủy diệt' Giu-đa. Điều trớ trêu là những người cầm roi sẽ chết bởi roi!

Trong các câu **27–34**, hình ảnh con thú mang ách (Giu-đa, 27) và hình ảnh tương phản của khu rừng bị đốn (A-si-ri, 33–34) bao bọc bước tiến khải hoàn của những kẻ xâm lược đầy tự tin hướng về mục tiêu của họ (Giê-ru-sa-lem, 28–32). Với việc cất đi cái *ách* (27), Giu-đa được tự do; với việc đốn cây (33–34) A-si-ri bị tiêu diệt.

27. *Gánh nặng* ngụ ý 'ở dưới bổn phận'; *ách* ngụ ý 'ở dưới mệnh lệnh'. Khi cả hai điều này không còn, thì có được sự giải phóng hoàn toàn. *Vì sự béo mập của ngươi* giải thích cách nói khó hiểu 'bởi vì dầu' và (có lẽ) có nghĩa là vì con thú béo phì và không thích hợp này không còn có ích nữa, nên nó cũng không được sử dụng nữa. Đây là quan điểm kỳ lạ về lý do Giu-đa được giải phóng và tại sao A-si-ri từ bỏ cương vị chúa tể của họ. 'Dầu' tượng trưng cho sự giàu có hay sức mạnh vốn có. Nếu nó ám chỉ sức mạnh bí mật, vốn có ở Giu-đa, thì nó chỉ về những lời hứa liên quan đến Đa-vít (24; so sánh 28:16). Những 'chiến binh cường tráng' của A-si-ri (16), nghĩa đen 'những người mập mạp, cường tráng, mạnh mẽ' dùng từ ngữ có liên Quan Tuy nhiên, họ ốm yếu gầy mòn, còn Giu-đa tận hưởng 'dầu, béo mập'.[12]

28–32. Ê-sai phác họa trong trí tưởng tượng cuộc tiến công của quân đội A-si-ri. Dĩ nhiên những câu này có thể là sự mô tả một thực tế được nhìn thấy trước, với phần mô tả của nhà tiên tri bắt đầu tại *A-giát*, có lẽ là A-hi (Giô 7:2), hai mươi bốn ki-lô-mét về phía bắc Giê-ru-sa-lem, rồi di chuyển về phía nam đến Mi-gơ-rôn, có lẽ là một vùng hơn là một địa điểm được nhắc đến ở 1 Sa-mu-ên 14:2 (miền nam Mích-ma), 90 mét xuống phía *đèo* (29) tại Mich-ma, nơi họ quyết định không dừng lại mà đi tiếp tới Ghê-ba 152 mét ở phía bên kia. Lúc này, kẻ thù đã tiến vào Giu-đa. Giê-ru-sa-lem chỉ cách đó hơn 9,6 ki-lô-mét và các thành pháo đài *Ra-ma* và *Ghi-bê-a* (29) không thể cản bước tiến của họ. *A-na-tốt*, 8 ki-lô-mét về phía bắc, cùng với các thành lân cận *Ga-lim* và *La-ít*, sụp đổ (30). Các thành ít được biết đến như *Mát-mê-na* và *Ghê-bim* (31) cũng vậy. Khi A-si-ri đến *Nóp* (32) - hình như chỉ còn cách 1,6 ki-lô-mét- thì chính Giê-ru-sa-lem bị đe dọa.

---

[12] Phần cuối câu 27 vô cùng khó hiểu. Theo nghĩa đen 'bởi vì dầu'. Bản NIV là *vì các ngươi trở nên béo mập*, diễn giải tiếng bản văn Hê-bơ-rơ đến mức thành ra vô nghĩa. Các bản sửa lỗi khác nhau được các học giả đề xuất thuyết phục được nhiều người hơn. Đây là lần thứ hai ý niệm về 'dầu/chất béo' xuất hiện trong ngữ cảnh này. Trong câu 16, căn bệnh 'làm hao mòn sức khỏe' tiêu diệt 'những người mập mạnh' của A-si-ri (*mišmannāw*). Nguồn lực bên trong của họ không cân xứng với thử thách, nhưng Y-sơ-ra-ên có một chất béo bí mật mà họ không biết gì về nó cả. Thi ca vốn nói bóng gió; và có lẽ cách hiểu đúng nhất về cách nói bóng gió này cũng tương tự như vậy.

Động từ *đến...xuyên qua* (28) ở thì quá khứ, có lẽ nhằm diễn tả những báo cáo từ tiền tuyến gửi về bộ chỉ huy. *Để:* tốt hơn nên dịch là 'kiểm tra, xem lại vũ khí', nghĩa là chuẩn bị cho cuộc tấn công cuối cùng. Phần giới thiệu câu nói giống câu nói trực tiếp *Chúng ta sẽ đóng trại* (29), thêm vào sự sống động và cũng thể hiện sự tự tin của kẻ thù.

Kêu to (30) nghĩa đen là 'La lớn hết cỡ'; *Con gái...đáng thương* ('bị đau đớn'): từ ngữ được sử dụng dồn dập nhằm gợi lên hình ảnh quân lính A-si-ri tàn nhẫn xuất hiện, với phụ nữ đó giờ vẫn là những người chịu đau khổ nhiều nhất trong các cuộc chiến của đàn ông.

33–34. Có lẽ những câu này trong nguyên văn là phần mở đầu của bài thơ về Vua Mê-si-a ở 11:1–16 và mô tả cách Đức Giê-hô-va chuẩn bị cho sự xuất hiện và phát triển của chồi ra từ Gie-sê (11:1) - và dĩ nhiên, vẫn hoàn thành chức năng này: vì vị Vua sẽ đến được mô tả theo mô-típ nói về lâm nghiệp, nên việc chuẩn bị cho sự xuất hiện của Vua là chiến dịch dọn dẹp sạch mặt đất. Nhưng bây giờ Ê-sai chủ yếu liên kết nó với ngữ cảnh trước đó, như bố cục ở trên cho thấy. Việc chặt *cây* là sự hủy diệt A-si-ri ngay tại cổng của Si-ôn, có thể nói như vậy. Việc đốn ngã cây cao lớn luôn đầy kịch tính; cây này càng hơn thế nữa, tiếp theo năm câu nói về tính khoác lác của A-si-ri! A-si-ri; 'cái rìu' trong tay của Đức Giê-hô-va (10:15), giờ đây cảm nhận được *cái rìu* (so sánh 10:12). Phần ôn lại lịch sử ở 10:5–15 không phải là sự mơ tưởng, nhưng là hiện thực nghiêm túc, đơn giản (nghĩa đen) là *bởi Đấng Quyền Năng*. Chính Đức Giê-hô-va là Tác nhân. Ê-sai để dành đến chương 36–37 mới thuật lại sự kiện có thật này.

iv. Niềm hy vọng về vua (11:1–16). Về bố cục của Ê-sai 7–11, xem trang 55–56 ở phần trước. Khi nhà tiên tri đem sứ điệp hy vọng về một vị vua đến Giu-đa, ánh sáng về sự ra đời của vị Vua đó mới ló dạng tương phản với bóng đêm của tội lỗi và sự chết đang nhấn chìm dân sự (8:20–22; 8:23–9:6; so sánh Lu 21:25–27); ở đây vị Vua hoàn hảo và sự cai trị của Ngài trên một thế giới được phục hồi là kết quả tất yếu của việc tiêu diệt các vua trên đất (so sánh Thi 2; Khải 17:12–14; 20:7–15). Giống như hy vọng được nói đến ở Ê-sai 8:23 và các câu tiếp theo, niềm hy vọng này cũng không đề cập đến ngày tháng, và do đó đây là hy vọng sống và luôn hiện hữu không chỉ cho những người mà Ê-sai phục vụ, mà cho cả hội thánh 'cho đến lúc Ngài đến' (1 Cô 11:26).

Vua ở Ê-đen (11:1–10). Được bao bọc bởi những ý nhắc đến *Gie-sê* và *chồi/rễ* trong câu 1 và câu 10 (so sánh với *ngự* ở câu 2, 10), khúc Kinh thánh này có bốn phần: 1–2: tổ phụ và khả năng thiên phú của Vua; 3–5: sự cai trị của Vua; 6–9: thế giới của Vua; 10: tầm quan trọng của Vua trên toàn thế giới.

1. *Gie-sê:* không phải chỉ mong đợi một vị vua sẽ đến, mà mong đợi một Đa-vít sẽ đến nữa, vì dù các vị vua kế tiếp được đánh giá bằng cách so sánh với 'Đa-vít, tổ phụ vua' (vd: 2 Vua 18:3); thì chỉ có Đa-vít là 'con của Gie-sê' (vd: 1 Vua 12:16). Khi Gie-sê nứt ra một *chồi*, thì đó phải là Đa-vít (so sánh Giê 30:9; Êxê 34:23–24; Ô-sê 3:5). Vị vua thành công của quá khứ báo hiệu điều quý giá thật sự sẽ đến. *Chồi* (*ḥōṭer*): 'sự phát triển lúc còn non'; *Cành* (*nēṣer*): cây non. Cả hai từ này đều không được dùng ở 4:2; nhưng ý nghĩa ẩn dụ thì tương tự, ở đây nói đến 'cây gia phả' của Đấng Mê-si-a về phương diện con người. Ê-sai hiểu một cách nghiêm túc lời tiên báo của mình ở 6:13 - sẽ đến lúc mọi dấu hiệu về sự sống trong nền quân chủ thuộc dòng dõi Đa-vít biến mất, giống như cây bị chặt đến tận *gốc*, nhưng sức sống bên trong vẫn còn. Ông biết rằng nền quân chủ không thể sống sót vì lòng vô tín của A-cha (7:9); ông cũng thấy trước thảm họa tiếp theo (6:9–12). Thật sự sẽ là chuyện kỳ quặc nếu ông không cảm thấy tình thế giằng co giữa khải tượng về sự kết thúc này với những lời tiên báo khác của ông về vinh quang thuộc dòng dõi Đa-vít trong tương lai (1:25–27). Liệu Chúa sẽ rút lại hay thực hiện những lời Ngài đã hứa? Những phân đoạn giống như 8:23–9:6 và 11:1–16 xuất hiện vì tình trạng giằng co này trong sứ điệp của Ê-sai để xác nhận sự thành tín của Chúa đối với mục đích cùng những lời hứa của Ngài.

2. Lời mô tả chi tiết về khả năng thiên phú gồm bảy phương diện của Vua Mê-si-a[13] bắt đầu với *Thần của Đức Giê-hô-va*. Điều này ám chỉ Thánh Linh chính là thần, và cũng là Đấng mà sự 'ngự' của Ngài (so sánh Dân 11:25–26) là sự giáng ngự của chính Đức Giê-hô-va trong vị Vua của Ngài (Giăng 14:16–17, 23). Sáu lời mô tả tiếp theo triển khai ý này theo ba cặp: các thuộc tính của vua để cai trị - *khôn ngoan* và *thông sáng* (so sánh Phục 1:13; 1 Vua 3:9, 12; ở 3:9 'phân biệt' thuộc nhóm từ chỉ về 'sự thông sáng'; ở 3:12 tính từ 'khôn ngoan' và 'thông sáng' tương ứng với các danh từ trong Ê-sai); các khả năng thiết thực - *mưu lược* và *quyền năng*, và các phẩm chất thuộc linh – *tri thức* và *kính sợ Đức Giê-hô-va*. Tất cả những điều này là đặc điểm của người cai trị thật: *khôn ngoan*, khả năng nói chung để 'có sự phán đoán đúng đắn trong mọi việc';[14]

thông sáng, khả năng nhìn thấy bản chất của vấn đề (trái ngược với vua A-si-ri, 10:13); *mưu lược*, khả năng lập ra kế hoạch hành động đúng đắn, ở đây đi cùng với *quyền năng* để thực hiện đến cùng. *Tri thức* không phải chỉ là 'biết về'. Theo 1 Sa-mu-ên 3:7, chàng trai trẻ Sa-mu-ên, với tất cả những sinh hoạt tôn giáo và 'tri thức' có được từ những sinh hoạt đó (1 Sa 2:11, 18, 21, 26), vẫn 'chưa biết Đức Giê-hô-va', vì *tri thức* [hay 'biết' – ND] là sự tận hưởng mối liên hệ cá nhân, mật thiết với một người nào đó (Sáng 4:1 [chữ 'ăn ở' trong câu này nguyên ngữ tiếng Hê-bơ-rơ là 'biết' – ND]). Khi người đó là Đức Giê-hô-va, thì mối liên hệ đòi hỏi và thúc đẩy sự *kính sợ* được bày tỏ qua sự bận tâm về đạo đức (Sáng 20:11), qua sự vâng lời (Xuất 20:20), qua cách hành xử tế nhị (Nê. 5:9, 15), qua lòng trung thành (Thi 2:11) và qua sự thờ phượng (Thi 5:7). (So sánh 2 Cô 7:1; 1 Phi 1:17–18; 3:15).

Câu **3–5** cho biết vua đáp ứng với Đức Giê-hô-va (3a, 5) và thực thi vương quyền của mình trong vai trò một thẩm phán (3b, 4).

3. *Ngài vui thích:* nghĩa đen 'sự vui sướng của Ngài', tức là toàn bộ khả năng cảm nhận sự vui sướng của Ngài đều bị cuốn hút vào Đức Giê-hô-va. Khi xét xử, Ngài có thể nhìn xa hơn điều thấy được bên ngoài (*thấy...nghe*) để thấy sự thật của vấn đề (giống như Đa-vít, 2 Sa 14:20).

4. *Xét xử ... sự công chính:* xem 1:21; 5:16. Vua biết những nguyên tắc phải trái từ thiên thượng và có thể áp dụng để phân xử đúng đắn. Nhưng mặt khác, đồng thời vua cũng nhạy bén trước những người đáng được giúp; *công bằng* ở đây là chữ *mîšôr*, 'sự chính trực, sự ngay thẳng, không thiên vị'. Kết quả là cả *kẻ nhu mì* lẫn *kẻ gian ác* đều được đối xử một cách công bằng. Ân huệ không đúng lúc cho người thiếu thốn lẫn sự ghét bỏ đối với kẻ ác đều không thể phá vỡ cán cân công bình. *Miệng... môi:* vua không cần vũ khí nào khác hơn là lời nói của mình (Khải 19:15,21), vì lời của vua gắn liền với *hơi thở* Ngài, nghĩa đen là 'thần linh' (như Thi 33:6).

5. Mô-típ về 'trang phục' diễn tả những phẩm chất vốn có của người mặc lẫn mục đích mà người mặc hướng đến (59:16–17; 61:10; Giô 5:13; Thi 132:9,16,18). Ở đây, *dây thắt lưng*

---

[13]Cựu Ước cũng có sự mặc khải tổng quát về Thánh Linh của Đức Chúa Trời như Tân Ước: những phẩm chất cá nhân (Ê-sai 63:10; Êph 4:30), tính riêng biệt (Ê-sai 63:11; Mác 1:9–11), sự hiện diện thánh (Thi 139:7; Giăng 14:16–17, 23), sự trú ngụ (Ê-sai 63:11; A-ghê 2:5; 1 Cô 3:16; 6:19), v.v. Xem J.A. Mortyer; *NBCR*, trang 28–29.

[14]Từ Collect for Whitsunday, *The Book of Common Prayer*.

tượng trưng cho khả năng và tinh thần sẵn sàng hành động. *Sự công chính* là bất kỳ điều gì tương thích và diễn tả điều Đức Giê-hô-va nghĩ là đúng; *sự thành tín* là cam kết không lay chuyển với điều Đức Giê-hô-va chỉ dẫn. Sự công chính và sự thành tín lần lượt là sự liêm chính và trung thành thuộc linh.

Trong các câu **6–9** đặc điểm của Ê-đen trong tư tưởng của Ê-sai xuất hiện trở lại (so sánh 2:4). Ánh bình minh của thế giới mới được giải thích bằng sự ra đời của Vua ở 8:23–9:6; tại đây sự cai trị của Vua tạo ra một trật tự mới.

6. Những sự thù địch và nỗi sợ hãi trước kia được giải hòa và làm lắng dịu. Động vật ăn thịt và con mồi sống chung với nhau: *trẻ nhỏ* được an toàn khi ở giữa chúng, và sự cai quản của con người (Sáng 1:28) không còn ở hình thức bóc lột loài vật cách độc ác như thường thấy, nhưng mang lấy gương mặt dịu dàng và hiền từ.

7. Thiên nhiên được biến đổi. Ý ở đây không phải chỉ là 'chung với nhau' – thông điệp ở câu 6 - mà là tính đồng nhất của thiên nhiên. Tất cả đều ăn giống nhau: động vật ăn thịt trở thành động vật ăn cỏ. Việc nhắc đến *các con nhỏ của chúng* cho thấy sự biến đổi có tính di truyền lâu dài.

8. Chuỗi thứ tự trong câu 6 đi từ thú hoang đến con trẻ; từ câu 7 qua câu 8 cũng theo thứ tự như vậy, nhưng bây giờ trọng tâm là mối quan hệ giữa loài người và loài bò sát: không phải sự phục hồi 'quyền cai quản' thật như trong câu 6, mà là việc cất đi lời rủa sả của Sáng Thế Ký 3:15. *Trẻ còn bú* là trẻ đang bú mẹ (*yōnēq*), hoàn toàn không thể tự bảo vệ; *trẻ thôi bú* (*gāmûl*) là trẻ mới biết đi, có thể đối diện với nguy hiểm mà không biết. Nhưng bây giờ không còn mối nguy hiểm nào trước mắt hay mối nguy đang rình rập. 'Sự thù địch' không còn. Tất cả những gì có thể nói về *rắn hổ mang* (Phục 32:33; Gióp 20:14) và *rắn lục* (59:5; Giê 8:17) là đó là loài bò sát nguy hiểm nào đó.[15]

9. Lời tóm tắt (9a) và lời giải thích (9b) câu 6–8. So sánh với niềm vui ở Thi Thiên 96:11–13 và 98:7–9 khi Đức Giê-hô-va đến phán xét (để đưa ra những quyết định của vua, là những quyết định sẽ sắp đặt mọi vật có thứ tự); so sánh 34:13–17; 65:25. *Làm hại...giết*: nghĩa đen là 'hành động sai trật... hành động đồi bại', không làm điều gì xấu hay làm hư hại điều tốt đẹp. *Núi thánh Ta*: ở 2:2, núi của Đức Giê-hô-va là điểm tập hợp của cả trái đất, bây giờ cả trái đất là núi của Đức Giê-hô-va, hoàn toàn phù hợp với sự thánh khiết của Ngài. Bí quyết để có được tạo vật được biến đổi và phục hồi là *sự hiểu biết Đức Giê-hô-va*. Vì Đức Chúa Trời thánh khiết ở với họ, Ngài không đau buồn vì tội lỗi mà chào đón họ vào nơi thánh của Ngài, nên họ bước vào sự liên hiệp cá nhân, mật thiết với Ngài, và nhận biết Ngài (so sánh câu 2d). Đức Giê-hô-va có mặt ở khắp mọi nơi trong sự thánh khiết của Ngài; khắp nơi, người ta thích thú với sự hiểu biết Ngài, nhận biết được lẽ thật lẫn Chúa của lẽ thật.

10. Xem câu 1 ở trên. *Các dân tộc* và *các nước* có phương cách tiếp cận ở chỗ họ *tìm đến cội rễ Gie-sê*. Núi là nơi *ngự* hay 'nhà' của Ngài (*menûḥâ*; so sánh Ru-tơ 1:9) mà Ngài mở cửa cho họ. Nhưng làm thế nào một người vừa là chồi ra từ *Gie-sê* (1) vừa là *cội rễ Gie-sê*? Đây là điều bí ẩn mà đến Lu-ca 1:32 mới được giải thích. *Vinh quang*: nghĩa đen là 'vinh hiển'. Đấng Mê-si-a cảm thấy quen thuộc trong vinh quang thiên thượng và Ngài chào đón tất cả những người *tìm đến*; nghĩa đen là 'tìm kiếm'. Điều này không có nghĩa là mò mẫm tìm kiếm điều bị mất với hy vọng tìm được, mà là đến nơi biết rằng sẽ tìm thấy Ngài với lòng cam kết vui mừng và đầy nhiệt huyết (xem 9:13).

---

[15] Từ liệu *mĕ'ûrâ* chỉ xuất hiện ở đây và không rõ về ý nghĩa.

Vua của thế gian (11:11–16). Việc nhắc đến *tay* của Chúa, *A-si-ri* và *Ai Cập* trong các câu 11 và 15–16 tạo đối xứng đầu cuối cho phần này. *Tay* là hành động cá nhân từ thiên thượng, tương xứng với *lòng sốt sắng* thiên thượng ở 9:5, một mô-típ của cuộc xuất hành (Xuất 3:19–20; 13:3; Phục 6:21). Trong các câu 3–5, Vua đang cai trị, bây giờ Đức Giê-hô-va tập họp và biến đổi dân sự mà Ngài sẽ cai trị (12–13); vương quốc khắp thế giới mà Cội rễ Gie-sê là giải pháp (6–9, 10) giờ đây được thừa nhận (14). Trong phần kinh văn được sắp xếp rất hay này, hai cặp câu nói về hành động của thiên thượng (11–12, 15–16) bao bọc hai câu nói đến việc dân sự được biến đổi (13–14).

11. *Trong ngày đó*, ở đây ngày được nói đến trong câu 10, ngụ ý khải tượng mang tính lai thế học. *Một lần nữa:* 'lần thứ nhất' là cuộc xuất hành. Lưu ý cách bài thơ kết thúc ở chủ đề này trong câu 16d. Nhưng bây giờ có một cuộc xuất hành rộng lớn hơn của dân trên toàn thế giới. *A-si-ri ... Ai Cập* là những thế lực áp bức lớn xưa kia và đương thời. Không thế lực nào có thể ngăn cản mục đích của Chúa. Hướng về phía nam và xa hơn nữa là *Pha-trô* và *Cút*, với *Ê-lam* và *Si-nê-a* ở phía đông, *Ha-mát* ở miền viễn bắc, và *các hải đảo* là những vùng đất xa xôi hẻo lánh về phía tây (xem 40:15)[16] – không có khoảng cách hay sự xa xôi nào trên thế giới có thể ngăn cản cuộc xuất hành lớn này. *Si-nê-a* chỉ về Ba-by-lôn [bản NIV dùng *Ba-by-lôn* thay vì *Si-nê-a* – ND]. Không có lý do gì khiến Ê-sai phải tránh nhắc đến Ba-by-lôn. Ba-by-lôn là cường quốc nổi bật trong thời của ông. Có phải vì vậy mà ông đã chọn tên cổ Si-nê-a, nơi thể hiện tính tự mãn của con người (Sáng 11:1–9) và sự gian ác vốn có (Xa. 5:5–11), để cho thấy rằng ngay cả lòng tự phụ và tội lỗi cũng không thể cản trở cuộc tập hợp không?

12. *Bị ruồng bỏ* [Bản tiếng Việt TTHĐ dịch là *bị ruồng bỏ*, bản NIV dịch là 'người lưu đày' (exiles) – ND] có nghĩa đơn giản là 'những người bị tản lạc' ($\sqrt{}$*nādaḥ*, từ đồng nghĩa của *lưu lạc*, $\sqrt{}$*pûṣ*). Cách dịch 'người lưu đày' [của bản NIV – ND] chắc chắn gợi nhớ cuộc lưu đày Ba-by-lôn. Một sự tản lạc rộng lớn hơn được ngụ ý qua cụm từ *từ bốn phương trên đất*. Ma-thi-ơ 24:31 là lời ứng nghiệm. Chúa nghiêm túc với những lời đe dọa (*lưu lạc*, 6:11–12) cũng như với lời hứa của Ngài (*tập hợp*).

13. Dưới sự trị vì của Đa-vít, mười hai chi tộc vui hưởng sự thống nhất thật sự dù mong manh. Trước đó và về sau, đất nước chưa bao giờ được như thế. Khải tượng về sự phục hồi là một phần trong lời báo trước của Ê-sai về sự trở lại của Đa-vít và vương quốc sẽ đến (Lu 1:32–33). Có thể hiểu câu này như một lời phát biểu quân bình: Ép-ra-im *ghen tị* chịu khổ (13d) và Ép-ra-im *ghen tị* trong cảm xúc (13c); Giu-đa thù địch chịu khổ (13b) và Giu-đa thù địch bày tỏ ra (13d). Cảm xúc (*ghen tị*) và hành động (thù hằn) thù địch đều bị trục xuất ra khỏi dân sự thật sự được hiệp nhất này.

14. Chủ đề vương quốc thuộc dòng dõi Đa-vít được tiếp tục. Chính Đa-vít đã chinh phục Phi-li-tin (2 Sa 5:17–25); *phía tây* (có lẽ là đám tay sai được nói đến ở 2 Sa 10:6); *Ê-đôm* (2 Sa 8:14), *Mô-áp* (2 Sa 8:2–13) và *dân Am-môn* (2 Sa 10–12). Bức tranh về cuộc chinh phục đầy hiếu chiến của một dân được thống nhất mâu thuẫn với khải tượng về *Vua Hòa Bình* và việc mở rộng vương quốc hòa bình ở 9:5–6, nhưng thật ra ở đây điều chúng ta có là cách dùng ẩn dụ nhất quán, không phải lời báo trước các sự kiện. Điều này hoàn toàn giống với ẩn dụ về khí giới của người Cơ Đốc (Êph 6:10 và các câu tiếp theo). Theo thông lệ, các

---

[16]Từ liệu được dịch là *các hải đảo* ('*iyyîm*) xuất hiện 38 lần trong Cựu Ước, với 17 lần trong Ê-sai. Trong các chương 40–55 (9 lần), hầu như đây là thuật ngữ chuyên môn chỉ 'thế giới dân ngoại' (so sánh Thi 72:10; 97:1). Là từ liệu, đầu tiên nó có nghĩa là 'hải đảo' theo đúng nghĩa; kế là phần đất nằm dọc bờ biển, do đó từ này có nghĩa là những nơi chỉ tiếp xúc với nước; và cuối cùng, từ này có nghĩa là khu vực đất đai rộng lớn, những vùng xa xôi trên đất.

vua mở rộng vương quốc của họ bằng những cuộc xâm lược vũ trang. Cho nên, ngay trong hình ảnh vị Vua sẽ đến, Ê-sai mường tượng sự thống trị của vua đang lan rộng: nhưng thế lực thống trị là thế lực của Chúa Bình An, của phúc âm (Công 15:14 và các câu tiếp theo). Dân sự được khôi phục của Chúa là những tác nhân trong việc mở rộng vương quốc.

15. Nhà tiên tri lúc này quay ngược lại trước thời Đa-vít hướng về cuộc xuất hành. Việc làm khô biển khiến dân sự dễ dàng đi ra khỏi nhà nô lệ; ở đây là tạo lối ra, nhưng cũng là *ngọn gió* thánh tương tự (Xuất 14:21).[17] Đối xứng đầu cuối *Sông Cái* không chỉ khẳng định không điều gì có thể cản lối Chúa; mà còn tái giới thiệu chủ đề về cuộc xuất hành của cả thế giới A-si-ri - Ai Cập được bắt đầu ở câu 11 và kết thúc trong câu 16. Từ *dòng suối* (*nĕḥālîm*) có nghĩa là lưu vực sông không phải lúc nào cũng đầy nước. Vì thế, nó có thể trở thành một thung lũng sông khô (2 Vua 3:17), và đó là cách hiểu phù hợp nhất ở đây. Sông Cái hùng vĩ đang trở thành một *naḥal* [một dòng suối – ND]! Ắt hẳn có một quyền năng đang hành động! *Bảy:* con số phản chiếu công tác trọn vẹn đã hoàn tất của Đức Chúa Trời.

16. Công trình sáng tạo mới đã xong và thế giới đã sẵn sàng cho một Dân Cuộc xuất hành sắp đến giống như cuộc xuất hành đã xảy đến *cho Y-sơ-ra-ên*. Cụm từ *'dân sót của Ngài'* (xem 24:16), chỉ về việc tập hợp những người Ngài lựa chọn từ bốn phương trên đất (Mác 13:27). Điều mà Tân Ước sẽ gọi là 'Y-sơ-ra-ên của Đức Chúa Trời' được Ê-sai tưởng tượng khi ông thấy trước một dân tộc được tập hợp lại bởi hành động thiên thượng.

d. Cá nhân trong cộng đồng: sự cứu rỗi, ca hát và tung hô (12:1–6)

Bài ca này tạo nên phần đối xứng đầu cuối từ chương 6 đến chương 12; trong đó 6:1–13 là phần mở đầu. Ê-sai bắt đầu bằng câu chuyện của chính mình: một cá thể, dầu cũng phạm những tội lớn của cả cộng đồng, nhưng đã kinh nghiệm sự cứu rỗi, một sự thanh tẩy được chu cấp từ thiên thượng để dẫn đến sự giải hòa và nhiệm vụ (xem tr. 56-57). Bài thuyết giảng cho Giu-đa (7:1–9:6) và Y-sơ-ra-ên (9:7–11:16) kết thúc với cùng một hy vọng, Vua sắp đến sẽ sắp đặt mọi thứ vào đúng chỗ của chúng. Trong 12:1–6, chúng ta thấy thành quả từ việc làm này, một cộng đồng trong đó mỗi người đều biết đến công tác cứu rỗi của Đức Chúa Trời (1–2), tất cả đều uống nước cứu rỗi (3) và cùng làm chứng cho cả thế giới (4–6). Cho nên, chúng ta lưu ý ngôi thứ nhất số ít (*con, của con*) trong câu 1–2; và ngôi thứ hai số nhiều (*các ngươi*, đi cùng với mệnh lệnh ở số nhiều) trong câu 3–6. Không thể có một cộng đồng được biến đổi nếu từng cá nhân không được biến đổi; cũng không thể có cá nhân được cứu mà không được kết hợp vào cộng đồng.

1–2. Một giọng nói vô danh (1a) khẳng định điều một cá nhân cũng vô danh (1b–2) sẽ nói qua lời chứng cá nhân. Có lẽ chúng ta phải nghĩ đến Ê-sai là người nói: ở 6:8 ông nói về chính mình; bây giờ ông nhìn thấy trước những người khác cùng đồng lòng với mình trong lời làm chứng. *Trong ngày đó*, tức là ngày được nói đến ở 11:10–11, ngày mà Đức Giê-hô-va sẽ thành lập một dân của Ngài trên khắp đất và là ngày Vua của Ngài sẽ cai trị. *Ngươi* trong câu 1a ở ngôi thứ hai số ít. Lời *cảm tạ* của cá nhân này là kết quả của một chuỗi những

---

[17] Từ *làm khô cạn* được dịch trong bản NIV là sự sửa đổi nhỏ so với bản MT và làm mất đi sự mạnh mẽ của từ này. Nghĩa đen là 'hủy diệt hoàn toàn', √*ḥāram* xuất hiện 29 lần trong Xuất Ê-díp-tô Ký và Giô-suê. Tiêu biểu là cách dùng trong Giô-suê 2:7; 6:17, nói đến những vật ghê tởm đến nỗi chúng phải bị 'phân rẽ' ngay lập tức khỏi sự tiếp xúc của con người, và chúng gớm ghiếc đến mức chúng phải bị vứt bỏ ngay tức thì cho Đức Giê-hô-va đoán phạt. Trong trường hợp này, từ ngữ này nói đến những trở ngại do con người tạo nên mà xu hướng độc quyền và ly khai từ tình trạng tội lỗi của con người đã dựng nên. Đây là những điều đáng ghê tởm đối với Chúa vì nó trái ngược với khuôn mẫu sáng tạo của Ngài. Vào 'ngày' Ê-sai thấy trước ở đây, những điều này (và mọi bằng chứng khác) của tội lỗi và sự rủa sả sẽ biến mất. Từ ngữ được dịch là *nóng* không có ý nghĩa rõ ràng.

điều quan trọng: *cơn giận* thiên thượng (1c); cơn giận tan biến (1d); sự an ủi thánh (1e); trải nghiệm cá nhân về sự cứu rỗi thiên thượng (*Đức Chúa Trời là sự cứu rỗi của con*, 2a); đức tin khiến sự sợ hãi lui đi (2b); Đức Giê-hô-va trở thành nguồn sức mạnh và niềm vui cá nhân (*sức mạnh... bài ca*, 2c); lời bảo đảm về sự cứu rỗi trong và qua Đức Giê-hô-va (*trở nên sự cứu rỗi của con*, 2d). Vấn đề cơ bản của tội nhân là cơn thịnh nộ của Đức Chúa Trời. Nếu Ngài không phải là Đấng Thánh, thì không cần đến sự cứu rỗi (Rô 1:16–18), và sẽ không có sự cứu rỗi cho đến chừng nào cơn thịnh nộ được làm dịu đi. *Cơn giận Chúa đã* (1c) chắc là 'ồ, hãy để cơn giận Chúa....' – lời cầu xin là con đường duy nhất và hiệu quả cho tội nhân.

Câu **2** bắt đầu và kết thúc bằng lời xác nhận chính Đức Chúa Trời là nguồn và Đấng thực hiện sự cứu rỗi: Ngài là như vậy (2a) vì Ngài muốn *trở nên như vậy* (2d). Giữa hai lời xác nhận này là bốn đặc điểm của người được cứu: vận dụng đức tin, không còn sợ hãi, được truyền sức mạnh, và vui mừng ca hát. *Tin cậy:* ở 7:9 tin cậy được diễn đạt bằng từ √'*āmēn*, chỉ về tính đáng tin cậy của người được tin tưởng, còn ở đây √*bāṭaḥ* chỉ về sự an ninh của người có lòng tin cậy. Do đó, tiếp theo là *không sợ hãi*. Lòng tin cậy này được đặt trên nền tảng vững chắc 'vì' 'sức mạnh và bài ca của con là Đức Giê-hô-va' (so sánh Xuất 15:2).[18] Biểu hiện khách quan của sự cứu rỗi là *sức mạnh*, tính dẻo dai khi đối diện cuộc sống; và biểu hiện tương ứng chủ quan là *bài ca*, niềm vui dâng trào từ bên trong (1 Tê 1:6).

3. Bước vào sự cứu rỗi là một trải nghiệm cá nhân (2) nhưng tận hưởng sự cứu rỗi là trải nghiệm chung (3). *Các ngươi* ở đây là số nhiều, và *sự cứu rỗi* mà (2) thật ra là hành động Đức Chúa Trời vươn ra đến với cá nhân cũng là (3) nguồn lực bất tận (*nguồn*) mà cộng đồng được cứu cần đến với lòng *vui vẻ*. Ê-sai đang đi theo cộng đồng trong hành trình từ Ai Cập, nơi từng người một trú ẩn dưới huyết con chiên, đến sự cung ứng nước tại Ma-ra, và đến các suối ở Ê-lim (Xuất 15:25, 27).

4. Cũng vẫn là giọng nói trong câu 1 và 3, bây giờ mường tượng cả cộng đồng sẽ đáp ứng như chính nhà tiên tri đã đáp ứng ở 6:8, trả lời Đức Giê-hô-va và tham gia công bố. Sự đáp ứng là lòng biết ơn (về những điều Đức Giê-hô-va đã làm), thờ phượng Ngài vì bản chất của Ngài, và làm chứng cho khắp thế giới về những việc làm và con người của Ngài. *Hãy kêu cầu danh Ngài:* trong tất cả các sắc thái ý nghĩa của từ *kêu cầu* (*qārā' bĕ*, vd: Xuất 34:5–6; 35:30; Ê-sai 43:1), ý nghĩa thích hợp nhất ở đây là 'cầu khẩn Đức Giê-hô-va trong sự thờ phượng bằng cách dùng danh của Ngài' (Sáng 12:8). *Danh Ngài* là cách viết ngắn gọn chỉ tất cả những điều Ngài bày tỏ về chính Ngài. Do đó, những người mà Ngài bày tỏ cho họ biết bước vào mối liên hệ thân mật với Ngài qua sự thờ phượng. Nhưng những bí mật của Ngài phải được chia sẻ công khai. Chỉ một mình họ biết những điều Ngài đã làm cho họ trong sự cứu rỗi và họ không ngớt cảm tạ Ngài. Chỉ một mình họ biết danh của Đức Giê-hô-va và họ bước vào sự thờ phượng riêng tư. Họ cũng có một trách nhiệm: họ phải nói cho người khác những điều Ngài đã làm, chia sẻ với người khác sự mặc khải của *danh* mà họ nhận được.

5. Lòng biết ơn và sự thờ phượng cá nhân, nếu chân thành, phải được mọi người biết đến qua lời chứng thế nào (4), thì bài ca vui vẻ của họ cũng phải như vậy. *Bài ca:* Ê-sai nêu hai ý quan trọng. Thứ nhất, bài ca không nhằm bày tỏ niềm hân hoan bên trong mà là một đáp ứng trước những điều Đức Giê-hô-va làm. Bài ca không xuất phát từ sự khuấy động của cảm xúc, mà là từ việc cúi lòng xuống để nhớ lại, suy ngẫm và hiểu ra những công việc

---

[18] Ê-sai có vẻ như đang cố gắng khơi dậy lại niềm vui của cuộc xuất hành trong bài ca cứu rỗi này. Do đó, ví dụ như ông dùng hình thức cổ xưa của từ *bài ca* (*zimrat*; Xuất 15:2) và hậu tố giảm nhẹ biểu lộ sự trìu mến của danh thánh, Yah, lần đầu tiên xuất hiện ở Xuất 15:2, và từ đó thỉnh thoảng xuất hiện trong Cựu Ước (vd: Thi 118:14). Dĩ nhiên; đó là yếu tố cuối cùng trong chữ Ha-lê-lu-gia, 'Ngợi khen Yah' [tức ngợi khen Giê-hô-va - ND].

oai nghiêm của Ngài (Lu 24:32). Thứ hai, niềm vui thật về những điều Đức Giê-hô-va làm tuôn tràn ra *thế giới* qua việc chia sẻ tin tức tốt lành.

6. Lần cuối cùng giọng nói trong câu 1, 3 và 4 cất tiếng phán với 'cư dân' của Si-ôn (không phải *dân*) ở giống cái số ít qua các mệnh lệnh. Ý nghĩ được lấy từ Xuất Ê-díp-tô Ký 15:20–21, khi Mi-ri-am lãnh đạo các nữ ca sĩ rao ra những điều Đức Giê-hô-va đã làm ở Biển Đỏ (so sánh 1 Sa 18:6; Thi 68:11). Số ít giống đực ở câu 1 tương ứng với số ít giống cái ở câu 6. Do đó, bài ca đáng yêu về niềm vui cứu rỗi được bao bọc bởi ý nhấn mạnh về chủ nghĩa cá nhân trong trải nghiệm cứu rỗi, nhưng sự tương phản nam nữ vây lấy cộng đồng đang vui mừng (3–5): không có người nam thì người nữ cũng không có giá trị gì và ngược lại. *Si-ôn:* Ê-sai từng nhìn thấy một Si-ôn khác với 'những con gái' khác (3:16–4:1), nhưng bây giờ sự thanh tẩy được hứa (4:4) đã xảy ra và *Đấng Thánh*, từng xa cách (6:3–4), đã về nhà (so sánh 4:5–6) để sống giữa dân sự Ngài.

3. TOÀN CẢNH VƯƠNG QUỐC: CẢ THẾ GIỚI TRONG TAY NGÀI (13–27)

Trong suốt khải tượng về vị Vua sẽ đến (chương 7–11), Ê-sai ám chỉ đến chiều kích toàn cầu của vương quốc và sự cai trị đời đời của vương quốc (9:7). Ông ám chỉ đến thời kỳ khi cả trái đất sẽ là núi thánh của Đức Giê-hô-va (11:9). Ông cũng lưu ý cách dân sót của Chúa, tức Y-sơ-ra-ên toàn cầu trong tương lai, là những người sẽ được tập hợp từ A-si-ri và Ai Cập, và Phi-li-tin, Ê-đôm, Mô-áp và Am-môn (11:14), sẽ là một phần của vương quốc Đa-vít được tái lập.

Những cái nhìn thoáng qua về chiều kích toàn cầu mà Đức Giê-hô-va sẽ sốt sắng thực hiện (9:7) bây giờ trở thành chủ đề chính của sách. Các thế lực 'hùng mạnh' Ba-by-lôn (13:1; 21:9), A-si-ri (14:25) và Ai Cập (19:1) được nhắc lại bên cạnh các lãnh địa nhỏ hơn của Phi-li-tin (14:29); Mô-áp (15:1), A-ram (17:1), Ê-đôm (21:11), Ả-rập (21:13) và Ty-rơ (23:1). Trên hết tất cả là sự cai trị thanh bình của Đức Giê-hô-va; quyết định những việc xảy đến trên họ, định đoạt số phận của họ, chú ý đem cả thế giới đến với nhau như một dân (19:24–25) được tập hợp cho chính Ngài. Chính giữa quang cảnh của thế giới này, những người nhận mình là dân của Đức Giê-hô-va sẽ bày tỏ lịch sử của họ ra, bị lên án về những thất bại (17:1–8; 22:1–14) nhưng là phần quan trọng trong sự vinh quang của ngày Đức Giê-hô-va cai trị ở Si-ôn (24:23), là thành hòa bình mà tường thành là sự cứu rỗi và dân thành là những người có lòng tin và công bình (26:1–4).

Cấu trúc của phần sách Ê-sai dài và tuyệt vời này thật quan trọng. Nó bao gồm ba phần nhỏ: chương 13–20, 21–23 và 24–27. Trong những phần này; hai phần đầu được chia thành năm phần phụ ở mỗi phần bằng từ ngữ chính 'lời tiên tri' (13:1; 14:28; 15:1; 17:1; 19:1; 21:1, 11, 13; 22:1; 23:1) và, như chúng ta sẽ thấy, phần chính thứ ba cũng có năm phần phụ, dù mỗi phần không có tiêu đề riêng (24:1–20, 21–23; 25:1–12; 26:1–19; 27:1–13).

Các tiêu đề của lời tiên tri trong phần đầu tiên (chương 13–20) rất dễ hiểu, nhưng trong phần thứ hai (chương 21–23) thì khó hiểu (ngoại trừ một tiêu đề), và chỉ khi đọc nội dung của từng lời tiên tri thì mới thấy rõ bản chất vấn đề. Trong phần ba, các phần phụ được thể hiện qua việc thay đổi đề tài. Do đó, chúng ta cùng Ê-sai di chuyển từ hiện tại xác định, thế giới xung quanh ông (tiêu đề rõ ràng) vào tương lai mơ hồ (tiêu đề khó hiểu) và tiếp tục đi đến thời kỳ cuối cùng xa xôi, là Ngày Tận Thế khi mà mọi thứ dường như sáp nhập thành một theo quan điểm của Ê-sai.

Ba chuỗi gồm năm bài thuyết giảng này nêu lên một vấn đề quan trọng khi sống trong thế giới này: tìm kiếm sự an ninh ở đâu? Nhiều giải pháp được xem xét: thứ nhất, 'Giải pháp siêu cường quốc'. Câu hỏi lần đầu tiên được nêu lên tại Si-nê-a (hay Ba-bên) (Sáng 11:1–9), và thật thích đáng; Ê-sai xem xét giải pháp 'Ba-by-lôn' trước tiên. Ba-by-lôn là 'siêu cường quốc', nó đại diện cho 'hội chứng của chủ nghĩa đế quốc', thế giới được sắp đặt bởi sự áp đặt của chính quyền trung ương. Nhưng sự thống trị về chính trị của Ba-by-lôn sẽ bị phá vỡ. Đó là điều không thể chấp nhận được đối với các nước khác cũng như đối với Đức Giê-hô-va (13:17–19; 14:5). Những thần do con người làm ra chẳng bảo vệ nó được (21:9) và nó sẽ kết thúc như một thành đổ nát (24:10), cổng thành bị đập phá (24:12) vì nó phá vỡ luật pháp (thiên thượng) (24:5). Nói tóm lại, những nỗ lực của con người nhằm hiệp nhất thế giới làm một 'thành' sẽ không hiệu quả.

Thứ hai, 'Hy vọng bị hoãn, hy vọng được bảo đảm': Phi-li-tin (lời tiên tri thứ hai trong chuỗi đầu tiên, 14:28–32) có thể vui mừng khi nền quân chủ thuộc dòng dõi Đa-vít dường như thất thủ, nhưng chế độ quân chủ (14:29) lẫn mục đích của Chúa cho Si-ôn đều chưa hoàn tất. Sẽ cần thời gian và đêm trường để mục đích của Ngài được 'chín muồi' (21:11–12; lời tiên tri thứ hai trong chuỗi thứ nhì), nhưng cuối cùng Đức Giê-hô-va sẽ cai trị cách vẻ vang tại Si-ôn trên các vua của đất (24:21–23).

Thứ ba, 'Sự kiêu ngạo và an ninh tập thể': trong luận điểm thứ ba của từng chuỗi, Ê-sai nhắc lại các dân ngoại và cho biết một thế giới bị kết tội qua việc ngạo mạn từ chối tin tức tốt lành (Mô-áp) và quyết tâm tỏ ra mình không thiếu thốn gì (Dedan). Trong tình thế tuyệt vọng, Mô-áp (15:1–16:14) có thể tìm kiếm an ninh ở Si-ôn (16:1–4), nhưng họ quá kiêu hãnh nên không chấp nhận giải pháp này (16:5–6). Ngược lại, ở 21:13–17; dân ngoại đến với an ninh tập thể khi có cần, nhưng lại sống để chứng kiến thất bại của họ (21:16–17). Tuy nhiên, ngày sẽ đến khi mọi dân (trừ Mô-áp, bị loại vì kiêu hãnh) sẽ vui hưởng bàn tiệc của Đức Giê-hô-va trên Núi Si-ôn (25:6–10).

Thứ tư, 'Những lối mòn sai trật của dân Chúa': luận điểm thứ tư trong mỗi danh sách, Ê-sai quan sát cách Y-sơ-ra-ên và Giu-đa phản ứng trước thế giới xung quanh đang đe dọa họ. Y-sơ-ra-ên (17:1–6) tìm kiếm sự an ninh trong liên minh với Đa-mách (A-ram, xem 7:1–9). Ngược lại; Giê-ru-sa-lem chọn tự lực cánh sinh (22:9–11). Trong mỗi trường hợp, Đức Giê-hô-va là nhân tố bị lãng quên (17:10; 22:11). Nhưng sức mạnh thế gian không phải là sự an ninh (17:4, 9) và tự lực cánh sinh là tội không thể tha thứ (22:14). Dẫu vậy, sẽ có một ngày dân sự Đức Giê-hô-va sẽ vui hưởng hòa bình của sự cứu rỗi trong thành vững bền (26:1–21).

Thứ năm, 'Kết thúc khải hoàn': Đức Giê-hô-va không bỏ cuộc; mục đích của Ngài sẽ chiến thắng. Sứ điệp thứ năm trong chuỗi các bài thuyết giảng gồm ba phương diện dẫn chúng ta đến thắng kỳ cuối cùng, là lúc sẽ có một thế giới, một dân và một Đức Chúa Trời (19:24,25), là lúc ngay cả Ty-rơ thiên về chủ nghĩa vật chất không sao cứu vãn được cũng sẽ trở nên 'thánh cho Đức Giê-hô-va' (nghĩa đen) (23:18) và là lúc, trong ngày Hân Hỉ của Đức Giê-hô-va, cộng đồng toàn cầu sẽ được tập hợp tại 'núi thánh' của Ngài (27:12–13).

a. Chuỗi các lời tiên tri đầu tiên: những lời hứa chắc chắn (13:1–20:6)

Trong chương 6–12, Ê-sai vẽ nên bức tranh Chúa kiểm soát thế giới với Si-ôn làm trung tâm. Đây là tâm điểm đặc biệt ở 10:5–15. Năm lời tiên tri trong chuỗi đầu tiên pha trộn cái đương thời, cái sắp xảy đến và cái diễn ra vào thời tận chung để cho thấy Đức Giê-hô-va là Đấng tể trị tuyệt đối thế giới của Ngài để giữ lời Ngài đã hứa.

i. Ba-by-lôn: cái nhìn phía sau hậu trường (13:1–14:27). Lời tiên tri này về Ba-by-lôn tiêu biểu cho toàn bộ chuỗi đầu tiên. Ba-by-lôn là thế lực đương thời, nhưng Ê-sai bắt đầu bằng việc liên kết Ba-by-lôn với Ngày của Đức Giê-hô-va (13:6–8) và với công việc của Đức Chúa Trời trong thế giới và vũ trụ (13:9–13). Rồi, trong trường hợp điều xa xôi có vẻ là điều không có thật, ông đưa ra lời ứng nghiệm tạm thời trong lời báo trước kèm theo về A-si-ri (14:24–27), vì nếu Đức Giê-hô-va không thể thể hiện sự cai trị của Ngài trong lịch sử trong những điều con người nhìn thấy ngay trước mắt, thì cớ gì họ phải tin cậy Ngài về những điều họ không thể nhìn thấy? Cũng vậy, nếu họ thật sự thấy Ngài điều khiển thế giới, ngay cả với một siêu cường quốc cũng phải ở dưới lời phán của Ngài, thì họ không thể bào chữa nếu không tin cậy những lời hứa còn xa vời của Ngài.

Ở đây, chúng ta có hai siêu cường đang tranh đua nhau trong thời Ê-sai; đó là Ba-by-lôn và A-si-ri. Ai dám không tin rằng lịch sử thế giới sẽ bị ảnh hưởng bởi hai siêu cường này? Ai trừ ra tiên tri của Đức Giê-hô-va? Ê-sai đem chúng ta ra phía sau hậu trường: chính Đức Giê-hô-va là Đấng ra lệnh (13:3), Đấng tập hợp các lực lượng của Ngài (13:4) và yêu cầu sự báo thù về đạo đức (13:9–11). Khi các thế lực trên đất nổi lên chống lại các quyền lực hiện tại, đó chính là do Đức Giê-hô-va khởi xướng (13:17); khi quyền lực thống trị sụp đổ, chính Đức Giê-hô-va là Đấng hạ họ xuống (14:5–6); sự tự cao (14:13–14) gặp phải sự phán xét của Chúa (14:22). Ngài đã hoạch định và sẽ hành động (14:24).

Đây là cái nhìn khái quát về sự dạy dỗ của phần này, nhưng cấu trúc của cả phần cho thấy một lẽ thật khác rất đặc biệt. Cánh tay ra hiệu (13:2; 'ra hiệu' nghĩa đen là 'vẫy tay') ở ngay phần đầu tương ứng với cánh tay giơ ra ở phần cuối (14:26). Do đó, 13:2–16 (A1) tuyên bố mục đích hoàn vũ và 14:24–27 (A2) là ví dụ điển hình (xem 26); kế đến, 13:17–22 (B1); sự lật đổ Ba-by-lôn, tương ứng với 14:3–23 (B2), sự lật đổ vua Ba-by-lôn; và ngay giữa phần này là 14:1–2 (C), mục đích hoàn vũ tương phản, mục đích đầy lòng thương xót của Chúa cho dân sự Ngài. Đây là toàn bộ dòng chảy lịch sử: Đức Giê-hô-va dành sự quan tâm chính yếu và sự chú ý với lòng yêu thương cho việc ứng nghiệm mục đích Ngài đã tuyên bố cho tuyển Dân

1. *Ba-by-lôn.* Tại sao Ê-sai bắt đầu bức tranh toàn cảnh về lịch sử với Ba-by-lôn như là siêu cường quốc tiêu biểu thay vì với ứng cử viên nổi bật hơn là A-si-ri? Trước tiên, như chúng ta đã thấy trong phần Dẫn nhập, Ba-by-lôn không hề là một thế lực nhỏ bé trong thời Ê-sai. Hai lần, dưới sự lãnh đạo của Mê-rô-đác Ba-la-đan, Ba-by-lôn đã giành độc lập trước sự thống trị của A-si-ri, và phải có óc suy xét sắc sảo về chính trị lắm mới có thể nói thế lực nào hùng mạnh nhất trong cuộc đua quyền lực ở Mê-sô-bô-ta-mi. Thứ hai, Ê-sai biết rằng một ngày nào đó Giu-đa sẽ bị lật đổ và bị phân tán (6:9–13), và ông nhận ra rằng thế lực tiêu diệt đó không phải là A-si-ri (so sánh 8:8; 36–37). Có một quyền lực tối tăm trong bóng tối, chờ thời cơ. Tới thời điểm của nó (39:1–8), ông được cho biết quyền lực đó chính là Ba-by-lôn. Cho nên; cuối cùng, Ba-by-lôn là ứng cử viên nặng ký cho vị trí siêu cường quốc hơn là A-si-ri. Nhưng, thứ ba, nỗ lực của con người để sắp xếp cuộc sống và tạo an ninh cùng sự bền vững bởi sức riêng mà không cần đến Đức Chúa Trời đã bắt đầu tại Si-nê-a/Ba-bên (Sáng 11:1–9). Bởi đó, hơn bất kỳ tên gọi nào khác, 'Ba-by-lôn' tiêu biểu cho ý chí của con người muốn tự cứu mình.

Ngày của Chúa (13:2–16). 'Ngày' là đỉnh điểm và kết thúc của lịch sử Từng bước một, Ê-sai mô tả bảy phương diện của nó: đó là Ngày khi Đức Giê-hô-va giáng cơn thịnh nộ của Ngài (2–3), thể hiện qua sự hủy diệt lẫn nhau trên đất (4–5) mà không có sự bảo vệ nào (6–8); cơn thịnh nộ giáng xuống cả vũ trụ (9–10), với động cơ thúc đẩy là đạo đức (11); cơn thịnh nộ đảo ngược công trình sáng tạo (12–13); không gì thoát được, chỉ phải chịu đựng trong khủng khiếp (14–16).

2–5. '*Đoàn quân tập hợp*'. *Cửa* (2) là biểu tượng của sự phòng thủ. Khi kẻ thù tiến vào cửa, thì thành thất thủ (xem 28:6). *Người quý tộc*: những kẻ cai trị thế giới hiện tại sẽ bị lật đổ vào ngày đó. *Những người đã được Ta biệt riêng ra* [bản NIV dùng 'những người thánh của ta – ND]: không phải tự họ là *thánh*, mà là được thánh hóa, hay được biệt riêng, cho nhiệm vụ thánh trong trận chiến của Đức Giê-hô-va. *Họ là những người vui mừng*: nghĩa đen là 'những người hả hê về sự ngạo mạn ta'. Những chiến binh này đắc chí về sự ngạo mạn tự tin của chính họ nhưng (không biết rằng) họ đã bị Đức Giê-hô-va sử dụng cho mục đích của Ngài. Đức Giê-hô-va không đứng về phe nào cả trong trận chiến này (4–5). Sức mạnh vũ trang của nhân loại tập hợp lại trong cơn điên cuồng hủy diệt lẫn nhau (so sánh Êxê 38–39; Khải 20:8). *Núi*: về mặt lịch sử; Giê-ru-sa-lem thường nghe âm thanh của những lực lượng tập hợp trên các ngọn đồi xung quanh. Bức tranh ở đây là: đó sẽ là trường hợp đặc biệt rõ ràng vào Ngày Cuối cùng (Êxê 38:14–23; Khải 20:9). *Những vũ khí thịnh nộ của Ngài*: dấu hiệu của sự kiểm soát tối cao từ thiên thượng của trận chiến cuối cùng này tiếp tục.

6–8. '*Sự bất lực*'. Ý ở đây là các lực lượng cừ khôi tập trung cho Trận Cuối Cùng: sức mạnh như thể thở ra *cuộc tàn phá* (6), khiến người ta bất lực và mất tinh thần (7), làm kinh hãi (8). *Gần*: bất cứ lúc nào Ngày của Chúa đã có sẵn, chờ đợi Đức Giê-hô-va truyền lệnh ló dạng.[1] *Tay... lòng*: các bộ phận theo thứ tự nói đến hành động và sự suy ngẫm của con người. *Sản phụ lúc sinh con*: ở đây không phải bức tranh về sự đau đớn sanh điều ích lợi mà là về tiến trình đi đến hậu quả không thể thoát được (1 Tê 5:2–3). Kinh hãi ($\sqrt{tāmah}$): nghĩa là không phải thất kinh vì sợ hãi mà là mất hết mọi sự chắc chắn, ở trong trạng thái do dự bối rối. *Như ngọn lửa*: trong nỗi đau đớn vì sợ hãi; cũng có thể trong sự bối rối cùng cực khi ngày đó cho thấy tất cả những lựa chọn của họ đều sai trật, họ đã tin cậy những nguồn lực sai lầm.

9–13. '*Phán xét tội lỗi*'. Những dấu hiệu về sự trừng phạt đạo đức (9) và tai ương của vũ trụ (10) được thông báo như đặc điểm của Ngày của Chúa. *Thảm khốc*: 'tàn bạo' (xem Giê 6:23). Như các câu 4–5 ngụ ý, ở cấp độ con người, Ngày của Chúa là đỉnh điểm của sự thù hận lẫn nhau, thể hiện qua việc hủy diệt lẫn nhau. Do đó, không phải Chúa hành động tàn bạo mà tội là một điều tàn bạo trong hành động bên ngoài của nó. Tuy nhiên, ở cấp độ thiên thượng, hành động dã man thể hiện ra bên ngoài là cơn thịnh nộ của Đức Chúa Trời giáng trên nhân loại, những người đáng phải chịu cơn thịnh nộ. Trong câu 3, *cơn thịnh nộ* ('*ap*) là cơn giận được bộc lộ ra (so sánh 10:5); trong câu 5; *thịnh nộ* (*za'am*) là cảm xúc căm phẫn; ở đây là chữ '*ebrâ*, cơn giận tuôn tràn, bùng phát ra ngoài. Lần đầu tiên trong bài thơ, động cơ thúc đẩy Ngày của Chúa về đạo đức được nhắc đến. *Những kẻ có tội* ($\sqrt{hata}$', 9) chỉ về những việc làm chệch khỏi chuẩn mực; tội lỗi ('*āwon*, 11) là tình trạng hư hỏng bên trong bản chất sa ngã của con người; *sự kiêu căng... sự tự cao* (11) là sự kiêu ngạo không có cơ sở về bản thân, thể hiện (*sự kiêu căng... kẻ bạo ngược*, 11) qua việc cho mình là tốt hơn và cai trị người khác cách tàn nhẫn. Phần tóm tắt cô đọng những đặc điểm và hành vi

---

[1] *Cuộc tàn phá từ Đấng Toàn Năng* (6) là ví dụ điển hình cho kỹ năng sử dụng từ trùng âm của Ê-sai (*šōd miššadday*). Toàn năng là cách dịch rất hay theo ngữ cảnh của từ *šadday*, một từ ngữ liệu có nghĩa không rõ ràng. Từ này xuất hiện như một danh hiệu thiên thượng chủ yếu ở Sáng Thế Ký 12–50, khi ngữ cảnh đòi hỏi một "Đấng quyền năng" (trong việc giữ lời hứa). Sức mạnh của Ngài không giảm sút như sức mạnh của con người, Ngài thể hiện uy lực mạnh mẽ nhất khi con người bất lực nhất. Trong ngữ cảnh hiện tại, từ này nói đến Đức Chúa Trời là Đấng toàn năng làm bất kỳ điều gì Ngài muốn. Xem J. A. Motyer, *The Revelation of the Divine Name* (Tyndale Press, 1959), trang 28–30.

mà chúng ta thường có khuynh hướng cho là chuyện cũ rích bao bọc câu 10: sự đảo ngược toàn bộ công trình sáng tạo. Thật vậy, tiền công của tội lỗi là sự chết. Vì vậy, câu 12 là lời ám chỉ đáng sợ về sự tuyệt diệt! *Ô-phia:* địa danh này không rõ nằm ở đâu nhưng nổi tiếng về vàng (1 Vua 9:28; Gióp 28:16). *Rung chuyển... lay động:* xem Giê-rê-mi 4:22–26. Sự chuyển động có trật tự của các tầng trời, sự ổn định của trái đất - tất cả có được bởi sự sáng tạo - thì bây giờ bị phá hủy trong sự đoán phạt. *Cơn thịnh nộ... tức giận dữ dội* như trong câu 9, là một đối xứng đầu cuối, kết thúc phần này.

14–16. 'Không lối thoát'. Bức tranh về sự tản lạc ở phần cuối trở nên cân đối nhờ bức tranh về sự tập hợp mở đầu bài thơ (2–5). Lần lượt, các câu này tiết lộ ba khía cạnh của Ngày của Chúa: không được bảo vệ (14), không lối thoát (15), không có lòng thương xót (16). Họ tập hợp trong niềm hân hoan chiến thắng cách ngạo mạn (3–5); bây giờ họ phải chạy trốn (14) và không có chỗ nào để trốn cả (15). Không có Đức Chúa Trời, nhân loại không có sự an ninh và không có nhà. *Mọi người bị bắt:* nghĩa đen là 'mọi người bị quét sạch', tức là bỏ chạy khỏi sự tàn bạo của cuộc chiến. Nhưng họ cũng có thể ở lại, vì *lưỡi gươm* sẽ tìm ra họ, và, nếu ai đó về đến nhà (16), thì cũng chỉ thấy kẻ thù đã vào nhà trước rồi. Dĩ nhiên, trong tất cả những việc này, Đức Giê-hô-va không phải là một ông chủ bù nhìn khiến người máy nhảy theo lệnh của Ngài (so sánh 10:5–15). Con người chỉ là con người (Tít 3:3). Câu Kinh thánh 14:26 cho biết quyền lực dẫn dắt lịch sử là 'cánh tay Ngài đã giơ ra'. Nhưng trong nhiều phương diện, Ngày của Chúa là sự rút lại cánh tay Ngài khi Ngài từ bỏ tội nhân để đoán phạt họ, để thực hiện mọi hành vi độc ác của bản chất sa ngã một cách tự do. Con người càng quay lưng với Chúa, càng quyết tâm 'là chính mình', càng muốn làm chủ 'thế giới của chính mình', thì lại càng trở nên ít tính người hơn, và do đó ít nhân đạo hơn. Khi Ngày ấy đến, tội lỗi sẽ ở sân khấu trung tâm như kẻ hủy diệt độc ác và toàn diện vốn có, và những người không muốn Đức Chúa Trời sẽ nhận được điều họ muốn: Chúa sẽ phó mặc họ (Rô 1:24, 26, 28).

Kết cuộc của vương quốc Ba-by-lôn (13:17–22). Sau khi thông báo và mô tả Ngày của Chúa, Ê-sai chuyển sang sự sụp đổ của Ba-by-lôn được thấy trước. Đặc trưng của Cựu Ước là nhìn thấy thảm họa sắp đến diễn ra trong bối cảnh của thảm họa cuối cùng. Như người ta nhìn thấy mỗi vị vua kế tiếp với niềm hy vọng tha thiết rằng đó sẽ là vị Vua của lời hứa thế nào, thì sự hỗn loạn được thấy trước cũng nêu lên câu hỏi liệu đây có phải là Trận chiến Cuối cùng hay không cũng thể ấy. Dù thế nào, cũng có liên quan đến nhiều vấn đề tương tự như thế.

17–18. Trường hợp này đòi hỏi sự điều hướng thiên thượng (*Ta sẽ khiến*) và nỗ lực của con người (*người Mê-đi*). Không phải chỉ là vào Ngày (cuối cùng) của Chúa mà trong mọi lời báo trước trong thời kỳ chuyển tiếp, Đức Giê-hô-va nắm quyền điều hành lịch Sử Việc chọn *người Mê-đi* làm kẻ tiêu diệt Ba-by-lôn là điều bất ngờ. Chúng ta quen với cách nghĩ Ba-by-lôn rơi vào tay người Ba Tư, nhưng mặt khác, người Mê-đi thường có quyền ưu tiên hơn người Ba Tư; như trong 'luật của người Mê-đi và người Ba Tư' (Đa. 6:8, 12) và trong lời mô tả về kẻ chinh phục Ba-by-lôn là Đa-ri-út người Mê-đi' (Đa. 5:30).[2] Chúng ta không nên ngạc nhiên vì Ê-sai có lý do riêng khi chọn họ ở đây. *Bạc... vàng:* không thể đút lót cho họ; động cơ duy nhất của họ là chinh phục và vì vậy họ trở nên tàn nhẫn (18; so sánh 14–16). *Bắn nát:* 'đập nát'. Đây là động từ hiếm gặp liên quan đến cái chết vì mũi tên, nhưng có lẽ được chọn để có sự liên kết với cách dùng của nó trong câu 16. Bức tranh nói đến trành mũi tên bắn vào nhà khiến thân thể bị 'biến dạng/bắn nát'. Họ không quan tâm đến mạng

---

[2] Xem D. J. Wiseman, 'Some Historical Problems in the Book of Daniel', in Wiseman et al. (eds), *Notes on Some Problems in the Book of Daniel* (Tyndale Press, 1965), trang 9–16.

sống (*thanh niên*), không có lòng thương xót (*thai trong lòng mẹ*), không nghĩ đến tương lai (*trẻ con*) - không gì cả ngoại trừ thực thi chủ nghĩa đế quốc của chính họ!

19–22. Tiếp theo, Ê-sai nhắc lại lý do đạo đức của sự lật đổ (19), tính chất vĩnh viễn (20), đầy đủ (21–22a) và lân cận (22b) của nó. *Sô-đôm và Gô-mô-rơ* (19; Sáng 19) là những ví dụ kinh điển về sự lật đổ bởi thiên thượng (so sánh 1:7). Lời ám chỉ nhấn mạnh sức mạnh tối thượng từ thiên thượng nằm sau hoạt động 'ngoài tiền tuyến' của người Mê-đi. Việc thiếu vắng cư dân là con người (20) và sự thay thế con người bằng loài thú (21–22) nhấn mạnh tính dứt khoát của sự lật đổ. Và tại sao những điều này xảy ra? Vì *niềm kiêu hãnh của người Canh-đê* (so sánh 11). Không chỉ vào ngày cuối cùng mà trong từng kinh nghiệm tạm thời về cơn thịnh nộ thiên thượng cho thấy kiêu ngạo là kẻ hủy diệt, gây sụp đổ hoàn toàn và chỉ để lại sự trống rỗng theo sau. Người Å-rập du mục đi ngang qua hay *người chăn chiên* ngủ trưa cũng sẽ không có ở đó, mà chỉ có những vật thay thế (*chó rừng, chim cú, linh cẩu*) và đầy lùi sự an cư của con người. *Những thú dữ hoang mạc* có lẽ là 'hồn ma hoang mạc' và *dê rừng*, 'yêu ma' (Lê 17:7). Kinh thánh có thể dùng các mê tín dị đoan theo dân gian đơn giản là để gây ấn tượng cho độc giả chứ không hề thể hiện niềm tin vào chúng. *Thời điểm* ('*ēt*): không phải ngày trên lịch mà là mùa thích hợp cho một sự kiện. A-si-ri tiêu diệt Ba-by-lôn vào năm 689 T.C (xem chương 21) nhưng Ba-by-lôn phục hồi. Tương tự, Ba-by-lôn trở nên nguyên vẹn sau khi Si-ru bao vây (539 T.C) nhưng khả năng tiếp tục gây phiền toái của Ba-by-lôn khiêu khích Darius Hystapes tàn phá họ năm 518 T.C và họ vẫn ở trong tình trạng như vậy.

Trọng tâm của lịch sử: dân sự của Chúa (14:1–2). Đây là khải tượng về một tân thế giới, trong đó sự hợp tác thay thế hận thù. Đó là ngày mới của Chúa khi ham muốn nhẫn tâm tiêu diệt lẫn nhau được thay thế bởi sự hiệp một (1de) và sự thù địch được thay bằng sự giúp đỡ (2ab). Nhưng phía sau sự phô bày về một nhân loại mới này là sự chủ động (*thương xót*), lựa chọn và dàn xếp từ thiên thượng (1abc). Điều thực sự xảy ra khi họ từ Ba-by-lôn trở về (539 T.C) không thể nào làm ứng nghiệm việc này: Si-ru, cũng như nhiều binh lính trở thành nhà chính trị, đã thay lưỡi gươm trong tay bằng cái lưỡi trong má (Era. 1:2–4) và làm điều có lợi cho mình dưới vỏ bọc của lòng sùng đạo. Không được thế giới ca ngợi hay sẵn sàng giúp đỡ, không có sự đảo lộn vai trò của người bắt giam - người bị bắt giam (2c-f). Nói tóm lại, nếu sự sụp đổ của Ba-by-lôn là ứng nghiệm tạm thời một phương diện của Ngày của Chúa như thế nào, thì sự trở lại là sự phản chiếu yếu ớt được thu nhỏ của phương diện kia thế ấy. Mỗi phương diện là một 'sự tha thiết' rằng toàn bộ lời đe dọa/lời hứa sẽ được ứng nghiệm.

1. Câu này mở đầu bằng từ 'Thật' hết sức quan trọng mà bản NIV đã không dịch: đó là lời giải thích lý do lịch sử di chuyển như cách chúng ta thấy, dù trên phạm vi lớn của Ngày của Chúa hay ở phạm vi nhỏ hơn nhưng đáng sợ của 'ngày' tạm thời. *Thương xót* (*raḥam*) là lòng yêu mến với cảm xúc dâng tràn của một người mẹ (1 Vua 3:26). *Chọn*: nghĩa là thực thi điều đã chọn từ lâu (Phục 7:7). *Định cư*: 'an nghỉ', cách diễn đạt truyền thống chỉ về tình trạng an ninh thái bình (Phục 12:10; 2 Sa 7:1). *Người ngoại bang*: cư dân tạm thời đến tìm nơi ẩn nấp (Phục 14:21, 29; so sánh Phục 10:18–19; Lê 25:23). Vào ngày định cư tưởng tượng, họ sẽ ham mê cuộc sống của dân Chúa đến nỗi họ cũng sẽ muốn định cư. *Liên kết...hợp tác*: ý được nhắc lại hai lần để nhấn mạnh. Đây sẽ là sự liên hiệp chân chính và có thật.

2. Về sự đảo ngược vai trò, xem 45:14–25; 49:22–26; 60; 66:19–24. Ê-sai vẫn đang dùng ẩn dụ liên quan đến vua, có lẽ nhìn ngược về 1 Sa-mu-ên 17:8–9 khi người Phi-li-tin lấn át xưa kia trở thành đầy tớ. Nhưng đây vẫn là mối liên hệ tự nguyện và vui vẻ của câu

1. Gia-cốp (1) và *Y-sơ-ra-ên* sẽ tận hưởng sự giàu có của các dân tộc (Xuất 12:33–36; Khải 21:24–26) và sẽ lấn át trong nhà (*tôi trai tớ gái*), về quân sự (*bắt giữ*) và về chính trị (*cai trị*): nhưng dĩ nhiên, thực tế là lan truyền vương quốc hòa bình (9:6), mà người tiếp nhận Chúa trở thành thuộc viên vui vẻ của vương quốc đó (1de) và nhận lấy vị trí của người đầy tớ ngay trong cộng đồng của lòng thương xót.

Kết cuộc của vua Ba-by-lôn (14:3–23). Xem tr. 230–231 và phần song song 13:17–22 ở trên. Phần dẫn nhập (3–4a) pha trộn phần này với chủ đề về sự khôi phục (1–2) được nối tiếp bằng 'bài ca' về vua Ba-by-lôn thất thủ (4b–21) và phần kết thúc (22, 23) biến ý tưởng cuối cùng của bài ca thành lời xác nhận thiên thượng.

3–4a. Đa-vít (2 Sa 7:1) và Sa-lô-môn (1 Vua 8:56) đã nghĩ sai rằng mục đích của Chúa đã được thực hiện trong thời của họ, nhưng tất cả những gì họ kinh nghiệm chỉ là ngày nghỉ ngơi tạm thời. Sự ứng nghiệm trọn vẹn vẫn phải chờ đến Ngày của Chúa. *Đau khổ* (*'ōṣeb*) có liên hệ với 'công việc vất vả' (*'iṣṣābôn*) ở Sáng Thế Ký 3:16. Đoạn kết này báo hiệu lời rủa sả được cất bỏ. *Rối loạn* (*rōgez*) là sự bất an lo sợ. *Ách nô lệ tàn bạo* chính là cụm từ được nói đến ở Xuất Ê-díp-tô Ký 1:14. Sẽ không còn sự áp bức hay người áp bức nữa, nhưng là sự cứu chuộc trọn vẹn với tất cả những kết quả cặp theo. *Lời chế nhạo*: khái niệm 'nhạo báng' không thích hợp với bài ca hay với từ ngữ được dùng ở đây; *māšāl* là câu tục ngữ hay chuyện ngụ ngôn, câu nói hay cách sắp xếp sự việc sao cho ý nghĩa thầm kín trở nên rõ ràng. Đó là dụng ý ở đây: diễn tả những thực tế bên trong liên quan đến sự sụp đổ của vua Ba-by-lôn.

Trong các câu 4b–21, bài ca về vua Ba-by-lôn[3]; trái đất phản ứng với việc kết thúc sự áp bức (a1; 4b–8) và Âm phủ phản ứng trước sự xuất hiện của vua (b1; 9–10); vua đến Âm phủ (b2; 11–15) hoàn toàn tương phản với tham vọng đi đến đỉnh thiên đàng, và danh tiếng của vua trên đất (a2; 16–21) tương phản với số phận của vua sau khi qua đời.

4b–6. *Kẻ áp bức* ở số ít (4) tương phản với *kẻ ác... kẻ cai trị* ở số nhiều (5). Vua mà cuối cùng Đức Giê-hô-va chống lại là đỉnh điểm của một dòng dõi phạm tội lâu đời: theo Kinh thánh, điều này không miễn tội cho ông, mà là (Lu 11:50–51) khiến ông trở thành người thừa kế cũng như kẻ gây ra sự gian ác. Chẳng ích lợi gì khi hỏi Ê-sai đang nghĩ đến vua Ba-by-lôn nào. Nếu cần phải biết thì ông đã cho chúng ta biết. Lời mô tả đúng với mọi nhà cai trị độc tài và chuyên chế của những đế quốc ngày xưa. Ý ở đây không phải để cho thấy cách Đức Giê-hô-va xử lý kẻ cai trị này hay kẻ cai trị kia, mà là rút ra những nguyên tắc của sự cai trị thiên thượng trong lịch Sử Sức mạnh của những nhà cai trị trên đất là có thật (*cây gậy... cây trượng*; so sánh ở 10:5–15), và họ phải chịu trách nhiệm trước Chúa về ác tâm của họ (*cơn giận dữ... cơn thịnh nộ*),[4] sự cai trị đáng khiếp sợ (*không ngừng đánh*), và việc từ chối chấp nhận với thái độ thù địch bất kỳ quan điểm nào khác họ (*bức hại không ai ngăn được*). Sự áp bức (4, 6) trên đất bị thiên đàng chú ý và kẻ ác sẽ bị trừng phạt.

7–8. Không chỉ con người mà cây cối cũng vui mừng khi kẻ áp bức bị tiêu diệt. Việc san bằng khu rừng đầm lầy New Forest [ở Hampshire, miền tây nam nước Anh – ND] để tiếp tế cho hạm đội của Nelson, những cây tội nghiệp bị hoàn toàn đốn ngã trên chiến trường

---

[3]Quyền tác giả của bài ca này đang còn được tranh cãi nhưng không nhất thiết phải như vậy. Erlandson; *The Burden of Babylon*, trang 128, lưu ý rằng 83% từ ngữ xuất hiện ở đây đều có trong tác phẩm được đồng thuận là của Ê-sai. Trong số 23 từ còn lại, 17 thuộc giai đoạn tiền lưu đày và sáu từ được cho là 'hậu [lưu đày]' nhưng khi tra xét thì không phải như vậy.

[4]Trong câu 4, *cơn giận dữ* là từ liệu Hê-bơ-rơ chưa được biết đến *madhebâ*. Q^a ghi là *marhebâ*, mà dù không xuất hiện nơi nào khác, nhưng có thể truy nguyên từ động từ 'ngạo mạn' ở 30:7. Bản Bảy Mươi có lẽ đã hợp lý khi tạo ra từ liệu Hy Lạp *epispoudastēs*, nghĩa là 'người đè nén'.

của Thế Chiến I, và việc làm rụng lá các khu rừng ở Việt Nam cách phạm pháp, tất cả đều kể câu chuyện về sự đau đớn của tạo vật trong các cuộc chiến của con người. Nhưng còn hơn thế nữa khi nhắc đến *Li-ban*, vì nó điển hình cho việc Đức Chúa Trời, chứ không phải con người, ra lệnh và tô điểm cho tạo vật (Thi 104:16). Đốn cây ở Li-ban là cố gắng để được giống Đức Chúa Trời. Nhưng hãy lưu ý cách mà chính vị vua (19) là cành mục nát: người làm rừng kiêu ngạo thật sự đã 'chặt'.

Trong các câu *9–15*, Ê-sai hướng dẫn chúng ta trên một chuyến đi tưởng tượng đến Âm phủ, nơi ở của người chết. Chúng ta nghe cách Âm phủ phản ứng trước sự xuất hiện của vua (9–10) và điều này thật tương phản (11–15) với những tham vọng và sự đánh giá bản thân của ông. Dù đây chỉ là chuyến đi tưởng tượng, nhưng những lẽ thật quan trọng của Cựu Ước được bày tỏ cách chính xác. Thứ nhất, người chết đang sống. Trong Kinh thánh, 'chết' không hề là sự 'kết thúc' mà luôn luôn là sự thay đổi nơi chốn (từ mặt đất đến Âm phủ), thay đổi tình trạng (từ sự liên hiệp linh hồn-thân thể đến sự tách rời sự sống khỏi linh hồn) và sự tiếp tục đời người. Do đó, ở Âm phủ, người ta nhận ra nhau: vua được nhận ra khi xuất hiện (10); các cư dân đang hiện diện đứng dậy khỏi ngai, không phải vì ở Âm phủ có ngai mà vì họ là những người như khi còn sống trên đất. Nhưng người chết là 'vong linh/những người lờ mờ như cái bóng' (9), *yếu ớt* (10) vì sự chết đã tách rời thân thể và linh hồn; linh hồn tự thân nó chỉ là một nửa sự sống. Cựu Ước chờ đợi Đức Chúa Giê-xu đáp ứng nhu cầu của linh hồn được ngụ ý là làm cho thân thể sống lại. Đây là minh họa về sự mặc khải tiệm tiến, tích lũy xuyên suốt Kinh thánh.

9–10. *Âm phủ [sheol]:* tên gọi chỉ nơi ở của người chết. Xem thêm ở câu 11. *Âm hồn* (bản NIV dùng 'linh hồn của những người đã chết' - ND): từ *rĕpā'îm* trong tiếng Hê-bơ-rơ không có nghĩa rõ ràng. Có lẽ có liên quan với từ √*rāpâ*, 'lặn xuống, chìm xuống'. Do đó, một số bản dịch là 'những người như cái bóng'.[5] *Lãnh tụ:* nghĩa đen là 'con dê đực', lãnh đạo của bầy, đầy vẻ nam tính tự tin. Từ ngữ này có ý mỉa mai: 'con dê đực mềm yếu, mờ ảo!' *Yếu ớt* ra từ √*ḥālâ*, bệnh hoạn, bất lực.

11–15. Phần thứ hai của chuyến thăm Âm phủ mở đầu với *sự sang trọng...bị đem xuống âm phủ* (11) và kết thúc với *ngươi...bị đem xuống âm phủ* (15) [bản NIV dùng 'mồ mả' cả trong 2 câu trên – ND]. Dĩ nhiên, *mồ mả* là Âm phủ. Đó không phải là nghĩa trang nơi chôn xác mà là 'nơi' linh hồn tiếp tục sống. Nhưng không phải nghĩa trang và Âm phủ không có liên quan, vì nghĩa trang cũng chứng thực cho nó. Thật là một nơi ngủ lạ cho vua! Một tấm trải giường thật lạ! Mồ mả phơi bày tính mỏng manh của loài người, vì thân thể cũng được gọi là *ngài, ngươi*; vậy cũng là con người như linh hồn. Sự phân hủy của thân thể trong mồ mả tương ứng với sự yếu ớt của linh hồn ở Âm phủ. Dựa vào tất cả những ý này, 2 Cô-rinh-tô 4:16–5:5 thật đáng tin!

Sao mai (*hêlēl*, 12) ám chỉ đến thần thoại của người Ca-na-an về Helal/Ishtar, đã cố gắng làm một chuyện phi thường trên trời nhưng thất bại. Cựu Ước dùng những kiểu nói bóng gió như thế này nhưng không có ý cho rằng những nhân vật đó là có thật. Vua đã cố gắng, ít nhất là về tinh thần, để lên đến đỉnh nhưng hãy nhìn ông ta xem!

Trong các câu 13–15 chúng ta nhìn vào tấm lòng của vua, vào những tham vọng thầm kín của ông tương phản với (12) những thành tựu công khai của ông. Hãy lưu ý sự di chuyển tiệm tiến đi lên của giá trị bản thân của ông: *ngôi sao*, những thực thể cao nhất có thể nhìn

---

[5]'Rê-pha-im' là tên được ban cho dân cư sống ở Ca-na-an trước khi người Y-sơ-ra-ên đến ở (Phục 2:11, 20; 3:11), nổi tiếng về sức mạnh đáng sợ. Vì lý do này mà sự giống nhau trong cách viết với 'những người như cái bóng' chỉ có thể là sự trùng hợp ngẫu nhiên. Đối chiếu Gióp 26:5; Thi Thiên 88:18; Châm Ngôn 2:18.

thấy được; *núi hội kiến* chỉ về niềm tin trong thần thoại cho rằng các thần sống trên núi (chẳng hạn trên núi Olympus ở Hy Lạp). Do đó, vua tưởng tượng ra việc mình được tôn sùng. Nhưng hơn thế nữa, ông khao khát vị trí cao nhất giữa các thần, *xa tít về phương bắc* nghĩa đen là 'đỉnh của Xa-phôn'. Núi Xa-phôn, về phía bắc Pa-lét-tin, là nơi ở của các thần của người Ca-na-an, được nói đến ở Thi Thiên 48:2. Nhưng vua muốn ở cao hơn, *lên cao hơn các đám mây, làm cho ta giống Đấng Rất Cao*. Kinh thánh không chống lại khát vọng tin kính (Phil 3:13–14; 1 Tê 4:11 với Rô 15:20; 2 Cô 5:9), nhưng Kinh thánh cũng khẳng định rằng, nơi nào lòng kiêu ngạo của con người lên đến trời cao, thì sẽ sa xuống hố. Điều đáng chú ý là ở đây *vực sâu* (15) và *xa tít* (13) là cùng một chữ trong tiếng Hê-bơ-rơ. Một lần nữa, từ 'mồ mả' [trong bản NIV – ND] là *Âm phủ*. *Vực sâu* được dùng đồng nghĩa với Âm phủ trên phương diện mang tính hăm dọa (vd: Thi 28:1; 143:7; Ê-sai 38:18).

Trong các câu **16–21**, bài thơ chuyển sang khung cảnh dưới đất; để đối chiếu điều vua mong đợi với điều thật sự đã xảy ra: không phải quốc tang (18) mà là tử thi bị giẫm đạp (19, 20a-c); không phải sự nối ngôi trang trọng mà là những con trai bị giết (20d–21).

16–17 nhắc lại quyền lực của vua trên công việc của Đức Chúa Trời (16c, 17a), công việc của con người (16d, 17b) và dân chúng (17c).

18–20c chỉ ra sự tương phản. *Lăng tẩm*: 'nhà', ở đây nói đến lăng mộ được trang trí công phu, trong đó những người có quyền lực trong thế gian tìm cách duy trì sự cao trọng của họ. *Cành* (*nēṣer*): như ở 11:1. Vua là 'chồi' của các vua, nhưng chỉ được xem là thích hợp để làm phân bón! Ông từng mặc hoàng bào; nhưng bây giờ ông (nghĩa đen) mặc 'áo của những người bị giết', thi thể ông được che phủ chỉ bởi lính bộ binh, là những người mà bởi lòng kiêu ngạo mình, ông đã dẫn họ vào chiến trận và vào sự chết. *Những tảng đá dưới hố* là nơi thấp nhất của Âm phủ. *Với các vua:* tức là các vua được nhắc đến trong câu 18. Dĩ nhiên, ông không tệ hơn họ (so sánh số nhiều của câu 5–6). Và câu hỏi phải là 'tại sao là ông?' Vì thế giới được điều khiển bởi một Đức Chúa Trời công bình, Đấng cho con người thời gian để ăn năn (2 Phi 3:9, 15) và để cho tội lỗi đạt đến sự đầy trọn của nó (Sáng 15:16). Đức Chúa Trời chờ đợi, thời gian thử thách kết thúc, sự đoán phạt giáng xuống.

20d–21. Cựu Ước nghiêm cấm toà án con người trừng phạt con cái vì tội của cha mẹ (Phục 24:16), nhưng, bởi mệnh lệnh của Đức Chúa Trời, Đấng Sáng Tạo, dù có thế nào đi nữa, là con người thì phải trả một cái giá, đó là di sản đạo đức (Xuất 20:5–6; Châm 20:7) đang hành động dưới sự tể trị công bình của Ngài. *Kẻ làm ác* (*mĕrē'îm*, 'kẻ bất lương') không phải là cùng từ ngữ nhưng có cùng ý như trong câu 5, và tạo nên phần đối xứng đầu cuối về sự phán xét cho phần này. Bài thơ gây ấn tượng và dâng tràn cảm xúc này là mô tả kinh khủng về sự tàn phá, chém giết, những hy vọng tiêu tan, con cái bị giết chết, và một môi trường bị đảo lộn. Tiền công của tội lỗi là sự chết.

22–23 mô tả 'Chúa của lịch sử'. Phải mất một thời gian dài Ba-by-lôn mới sụp đổ. Cho dù thất thủ trước A-si-ri năm 689 T.C và trước Si-ru năm 539, nhưng chính Đa-ri-út năm 516 mới là người đẩy sự việc đi đến chỗ không thể quay đầu. Tuy nhiên, Kinh thánh giúp chúng ta nhìn xa hơn nguyên nhân thứ yếu (ở đây là các đế quốc mạnh hơn, những nhà cai trị tài ba hơn, quân đội mạnh hơn) và xa hơn tiến trình kéo dài của lịch sử để thấy Đấng Sáng Tạo và yếu tố quyết định duy nhất: *Ta sẽ đứng lên...tiêu diệt...thành ra...quét sạch*. Chính quyền thế gian (22a), việc kết thúc sự cai trị của đế quốc (22cd), sự biến đổi (23a) và sự phá hủy (23b) được truy nguyên từ bốn chữ *Ta* chỉ về hành động và sự chủ động thiên thượng. Điều này không phải là vì Kinh thánh không biết gì về nguyên nhân thứ yếu hay phủ nhận ảnh hưởng của chúng nên luôn luôn cho rằng tất cả đều do tay của Chúa trực tiếp thực hiện; mà đó là vì Kinh thánh muốn chúng ta phải sống bằng đức tin. Bận tâm về nguyên nhân thứ yếu khuyến khích con người làm một cách bất chấp, giật dây còn tập chú vào nguyên nhân đầu tiên kêu gọi chúng ta tin cậy và sống trong tinh thần vâng phục của đức tin. *Tuyên phán...phán (něum)*: xem 1:24. Lưu ý từ này được dùng ba lần, giống như ba dấu ấn của tính xác thực. *Vạn quân*: 'của các đạo quân', xem 1:9.

A-si-ri: trường hợp thử nghiệm, lời bảo đảm tạm thời (14:24–27). Khi Ngày của Chúa đến, tay Ngài sẽ ra hiệu cho các quyền lực trên đất tập hợp lại cho trận chiến cuối cùng (13:2–3) thế nào, thì trong từng chuyển động của lịch sử, từng hình bóng về ngày đó, chính cánh tay giơ ra của Đức Giê-hô-va (26) sẽ điều khiển những sự kiện trên đất thế ấy. Qua tiên tri của Ngài, Đức Giê-hô-va cho phép dân sự háo hức mong chờ ngày kết thúc thế giới (13:2–16), sự sụp đổ trong tương lai của quyền lực đương thời (13:17–22) và vua của nó (14:3–21). Ngài tiết lộ cho họ biết rằng họ là trung tâm trong kế hoạch đã được Ngài hoạch định trong lịch sử (14:1–2) và rằng chính Ngài là Đấng thực hiện mọi sự vụ trên thế giới (14:22–23). Họ có thể tin tất cả những điều này không? Ngài có làm cho họ hiểu được trọng tâm kế hoạch của Ngài không? Ngài có thật là người cai trị thế giới không? Ngài có điều khiển các siêu cường trên đất không? Khi trả lời những câu hỏi này, trong thực tế, Ê-sai nói 'Hãy chờ xem điều thú vị sắp xảy ra ở đây', vì vào năm 701 T.C, ngay trong kinh nghiệm của những người ông đang nói đây, họ sẽ thấy tay của Đức Chúa Trời giải cứu họ và lật đổ A-si-ri hùng mạnh. Đức tin không phải sự cả tin, không phải mơ mộng hão huyền hay một hành động liều lĩnh. Ngược lại, đức tin là bước nhảy vào ánh sáng, vì đức tin là lòng tin quyết và hành động dựa trên bằng chứng. Khi họ nhìn thấy điều xảy ra cho A-si-ri, họ có thể tin những điều nói về Ba-by-lôn, và xa hơn cả Ba-by-lôn, về Ngày của Chúa. Ê-sai có lẽ không thể chọn được ví dụ nào thuyết phục hơn. Trong thời của ông, Ba-by-lôn là một thế lực lớn (xem chương 39), một thách thức thật sự đối với sự thống trị của A-si-ri và đối với cán cân quyền lực ở Mê-sô-bô-ta-mi, nhưng không liên tục như vậy. Siêu cường thật sự, kẻ thống trị, man rợ, không thể địch lại chính là A-si-ri. Đức Giê-hô-va đã hứa sẽ xử lý A-si-ri (24–25) rồi khẳng định rằng đây là khuôn mẫu cho mục đích hoàn vũ của Chúa (26–27).

24–25. Như trong các câu 22–23, có bốn động từ ở ngôi thứ nhất. *Ta đã hoạch định...* Với biện pháp văn chương tài tình, Ê-sai đặt trường hợp cụ thể của A-si-ri vào bối cảnh chỉ hành động của Chúa cho cả thế giới. Đây là một ví dụ hay. *Hoạch định* ($\sqrt{dāmâ}$) ... *quả quyết* ($\sqrt{yā'aṣ}$): hoạch định là lập kế hoạch trong trí, quả quyết là trình bày như một kế hoạch hành động. *Trong đất Ta*: đây cũng là nơi diễn ra Trận chiến Cuối cùng (13:5,9). Đức Giê-hô-va sẽ đem các thế lực A-si-ri vào ngay trong xứ của Ngài (8:6–8; 10:5–15; 36–37) và lật đổ họ tại đó. *Ách... gánh nặng*: cách diễn đạt như ở 10:27.

26–27. Trên phạm vi hoàn vũ, chỉ cần một cánh tay giơ ra, bao phủ cả thế giới (26b), không thể chống cự về sức mạnh (27cd). *Kế hoạch, được hoạch định, đã hoạch định* tất cả đều là cùng một chữ $yā'aṣ$ (xem câu 24).

ii. Phi-li-tin: những lời hứa chắc chắn của Chúa cho Đa-vít (14:28–32). **28.** Đây là lần thứ hai (xem 6:1) Ê-sai xác định niên đại của lời tiên tri bằng cách đề cập đến sự chết. *A-cha* là vị vua quan trọng đối với Ê-sai vì, như chúng ta đã thấy, tiên tri hiểu việc A-cha từ chối, không chịu bước đi bởi đức tin; và việc vua tin cậy vào sự giải cứu chính trị bằng cách liên minh với A-si-ri (xem 7:1 và các câu tiếp theo; Dẫn nhập, tr. 16–17) là tiếng chuông báo tử của triều đại Đa-vít. Liệu điều đó có xảy đến khi vua qua đời không? Trong suốt thời của A-si-ri, Phi-li-tin không ngừng kích động nổi loạn. Năm 734 T.C, Gát không chịu nộp triều cống và bị cướp phá. Năm 720; Phi-li-tin cùng với Ai Cập nổi dậy, và Sạt-gôn II đánh bại Ai

Cập tại Gát, chiếm Ách-ca-lôn và Ga-xa. Năm 711, Ách-đốt lại là tâm điểm của cuộc nổi dậy bất thành của người Pa-lét-tin ở phía tây. Năm 705; Ách-ca-lôn phản loạn và thất thủ trước San-chê-ríp trong chiến dịch của ông năm 701. Sự qua đời của A-cha năm 715 đúng là cơ hội để người Phi-li-tin tiếp cận Ê-xê-chia với kế hoạch tiếp tục chống A-si-ri. Dầu sao đi nữa, một sứ thần như thế, có lẽ dưới vỏ bọc của sứ mạng chia buồn về sự qua đời của cha ông, là một cảnh tượng hoàn toàn phù hợp với lời tiên tri. Chúng ta có thể bắt đầu bằng cách hỏi câu hỏi gì dẫn đến câu trả lời trong câu 32 với ý nhấn mạnh 'chính Đức Giê-hô-va đã lập Si-ôn và đó là nơi dân bị áp bức của Ngài sẽ ẩn náu'. Phải chăng một nền móng khác - liên minh với Phi-li-tin và Ai Cập - đang được đề xuất? Một nơi trú ẩn khác cho một dân nhỏ bé, bị quấy rầy chăng? Đối với Ê-sai, tất cả những điều này thật nguy hiểm. Thời gian có lẽ đúng là đang đe dọa, và viễn cảnh về sự phục hồi chủ quyền thật hấp dẫn, nhưng toàn bộ sự an ninh mà Si-ôn và dân chúng cần là sự an ninh trong Đức Giê-hô-va. Đây là lời tiên tri đặc trưng của Ê-sai, một lời phát biểu quân bình.

29–30, sự tương phản đầu tiên: những số phận cuối cùng. Nhà Đa-vít có một tương lai vững chắc (29cd) chứ không phải Phi-li-tin (30cd). Khi A-cha dứt khoát từ chối con đường đức tin (7:9) thì ngày tàn của nền quân chủ đã được định đoạt. Nhưng một lần nữa, Ê-sai khẳng định niềm hy vọng về Em-ma-nu-ên (7:14). Vì vậy, tại đây, nhân vì cớ sự chết của người vô tín, Ê-sai tái khẳng định các lời hứa. Đa-vít là *roi đánh ngươi*, vì không có vua Giu-đa nào khác hoàn toàn chiến thắng trước Phi-li-tin (1 Sa 17:50; 18:25–30; 19:8; 23:1–5; 2 Sa 5:17–25; 8:1). Nhưng với A-cha, *roi... bị bẻ gãy*, vì cho đến lúc đó nền chủ quyền độc lập của nhà Đa-vít vẫn còn nguyên vẹn, nhưng từ thời A-cha trở đi, vua từ dòng dõi Đa-vít là chư hầu cho đến khi triều đại hoàn toàn biến mất. Do đó, dù hy vọng được Ê-xê-chia đồng tình kết hợp thành liên minh chống A-si-ri, nhưng người Phi-li-tin có thể *vui mừng* vì họ không còn gì khác để lo sợ từ hướng đó. *Roi...rắn lục*: xem Xuất Ê-díp-tô Ký 4:2–3; 7:10–12. Nhà Đa-vít có thể bị diệt nhưng Đức Giê-hô-va có thể làm cho cây roi bị gãy trở thành *rắn lửa bay*. Về ý nghĩa bên trong của chiến thắng trước Phi-li-tin, xem 11:14.

Người nghèo hơn hết (30): nghĩa đen 'con trưởng nam của người nghèo', nhưng không rõ cụm từ này có nghĩa là gì. Có thể có manh mối khi xem từ 'con trưởng nam' như là kiểu mẫu trong cuộc xuất hành (Xuất 4:22). Ở Ai Cập, Y-sơ-ra-ên dường như thất bại và bất lực, nhưng đã chiến thắng vì là 'con trưởng nam' của Chúa. Về *người nghèo*, xem 10:2; *túng thiếu*, bắt nguồn từ chữ √'*ābā*, sẵn lòng. Trong nghĩa tích cực là theo ý muốn Chúa, và trong nghĩa tiêu cực là phụ thuộc ý muốn của thế lực mạnh hơn, bị bóc lột. Nhưng ở Ai Cập, dù họ không thể xoay sở và không có khả năng tự vệ, nhưng họ đã chiến thắng. Có lẽ cách diễn đạt ở đây có thể được dịch là 'con trưởng nam, dù nghèo'. *Tìm được thức ăn:* một kiểu mẫu khác của cuộc xuất hành (Thi 77:20).

Nói cách khác, dù Đa-vít không còn nữa và nhà ông là vật đáng thương đã bị gãy, nhưng sức sống bí mật bên trong vẫn đang hoạt động để bảo đảm cho chiến thắng; dù dân sự của Đa-vít phải trải qua một trải nghiệm Ai Cập mới, nhưng rồi cũng sẽ có một cuộc xuất hành mới và một dân sự được lo liệu nhờ sự chăm sóc của người chăn. Nhưng với Phi-li-tin thì khác. Hễ điều gì hứa hẹn tiềm năng ở tương lai (*dòng dõi*) hay tồn tại trong hiện tại (*những kẻ còn sót lại*) đều tiêu tan.

31–32, sự tương phản thứ hai: số phận trước mắt. Người Phi-li-tin bất lực trước mối đe dọa đến từ phương bắc (31); nhưng Si-ôn thì được an toàn trong Đức Giê-hô-va (32). *Cổng* là mục tiêu chính trong cuộc tấn Công Một khi cổng bị chọc thủng, thì *thành* thất thủ. *Tan chảy*: động từ (*mûg*) được dùng để chỉ về việc bị 'mất tinh thần, không có sức chống cự' (Giô 2:9, 24). *Luồng khói* là đám bụi bay lên vì quân đội tiến lên (so sánh Nhã. 3:6). *Phương* *bắc:* các thế lực ở Mê-sô-bô-ta-mi luôn được xem là 'người phương bắc' vì họ hành quân từ phía đông vòng qua vùng trung đông và đụng phải các thành bang Pa-lét-tin từ hướng bắc. Ở đây muốn nói đến cuộc tấn công của A-si-ri năm 701.[6] Nhưng tương lai của *Si-ôn* thì khác. Dù cũng đối diện với mối đe dọa đó; nhưng Si-ôn được an toàn. Câu 32 bắt đầu với một cái 'và' [Bản NIV và bản Việt ngữ không có chữ này. Có lẽ không phải 'chữ' VÀ mà là 'cái' VÀ, tức là một ý nữa], nghĩa là dựa vào sự bất lực của Phi-li-tin được phơi bày ở trên, thì phải trả lời ra sao trước đề nghị thành lập liên minh chống A-si-ri của họ? *Hãy trả lời rằng* là cách dịch hết sức thành ngữ, xem động từ ngôi thứ ba số ít như một từ phiếm (an indefinite) nhưng cũng có thể dịch là 'Có phải ông nên trả lời rằng', tức là Ê-xê-chia, khi *sứ giả đến gặp.* Vậy thì, đây là câu trả lời của Ê-sai, câu trả lời của đức tin dũng cảm và vững vàng. Thứ nhất, thực tại ưu tiên về chính Đức Giê-hô-va: nghĩa đen 'chính Đức Giê-hô-va là Đấng …'. Thứ hai, dân Si-ôn đã tận hưởng tình trạng này rồi: họ sống trong thành Đức Giê-hô-va đã chọn và là nơi xuất phát những lời hứa của Ngài (vd: 28:16). Thứ ba, sự yếu đuối của con người không phải là nhân tố tạo nên hoàn cảnh: họ có thể *nghèo khổ* (tức là bị áp bức, hết sức cùng cực), theo đánh giá của chính họ và của người khác, nhưng họ là *dân Ngài* và *ở trong* Ngài; trong Si-ôn, thành Ngài chọn (Hê 12:22–24). Thứ tư, *nơi ẩn náu* mở cửa cho họ chạy đến, vì ở Si-ôn, Đức Giê-hô-va sống giữa dân sự Ngài.

iii. Mô-áp: lòng kiêu ngạo khước từ sự cứu rỗi (15:1–16:14). Lời tiên tri về Ba-by-lôn (13:1–14:23) tập chú vào vai trò then chốt của dân sự Đức Chúa Trời (14:1–2) trong quyền kiểm soát quản trị lịch sử thế giới của Ngài. Lời tiên tri về Phi-li-tin (14:28–32) khẳng định điều này bằng cách xác nhận những lời hứa dành cho dòng dõi Đa-vít và chắc chắn Đức Giê-hô-va sẽ tôn cao họ. Lời tiên tri về Mô-áp nối tiếp theo trình tự với việc điều chỉnh những định kiến cho rằng các lời hứa mang tính riêng biệt: lời hứa sẽ được ứng nghiệm ở Si-ôn dành cho tất cả những ai đến ẩn náu tại đó - ngay cả người Mô-áp! Về niên đại, chắc chắn rằng Mô-áp, cũng như tất cả các thành của Pa-lét-tin, đều bị bách hại trong cuộc khủng hoảng của A-si-ri – Sạt-gôn II năm 715 và 711 T.C; San-chê-ríp năm 701. Nhưng ngoại trừ sự kiện này, thì quá khứ ở 15:1 lẫn thì tương lai ở 16:13 đều không đưa ra đủ bằng chứng để liên hệ những sự kiện được mô tả với những lần thất bại cụ thể. Thật vậy, có thể là các thì ở 15:1 diễn tả sự chắc chắn ở tương lai hơn là sự kiện ở quá khứ, mà trong trường hợp đó 15:1 và 16:13 nói đến cùng một sự lật đổ và có lẽ đó là cuộc tấn công về phía tây của San-chê-ríp đã làm ứng nghiệm (Dẫn nhập, tr. 17–18). Chắc chắn trong bất kỳ cuộc xâm lược nào của A-si-ri tàn bạo, tất cả những gì 15:1–9 mô tả đều đúng, nhưng như thường thấy, Ê-sai quan tâm đến những nguyên tắc mang tính quyết định đối với tình huống chứ không phải niên đại, ngày giờ và con người. Ngay cả kẻ thù cũng mờ nhạt như *những nhà cai trị các nước* (16:8). Theo cách này, Ê-sai nâng một thời kỳ lịch sử nào đó lên một mức độ mới: dân ngoại đang trong tình thế tuyệt vọng (15:1–9) và cầu cứu Si-ôn giúp đỡ (16:1–4a); họ nghe câu trả lời rằng thời kỳ xâm lược là tạm thời còn ngôi Đa-vít còn đời đời (16:4b–5), một lời mời ẩn chứa, kêu gọi tìm kiếm sự an ninh khi ở dưới sự cai trị của Si-ôn và bóng của vua thuộc dòng dõi Đa-vít. Tuy nhiên, Mô-áp không thể chịu mất mặt theo cách này; sự kiêu ngạo ngăn chặn sự đáp ứng ngay cả với tin tức tốt lành như thế (16:6), và hậu quả là nỗi đau của Mô-áp vẫn tiếp tục (16:7–11). Không có nơi trú ẩn nào khác (16:12) mà chỉ có sự hủy diệt chờ đợi (16:13). Mục đích của Ê-sai không phải là giới hạn tình huống bằng ngày tháng và tên gọi, mà là dùng lịch sử để mô tả lẽ thật: người nghèo khổ có thể tìm thấy

---

[6]*rời bỏ hàng ngũ* (31) không rõ nghĩa. Nghĩa đen '…không ai tự mình/ đứng một mình tại thời điểm được ấn định/ trong nhóm người được chỉ định của mình'. Một số người cho rằng từ (*bôdê*) có thể có nghĩa là 'kẻ đào ngũ'. Bản Q^a không giúp ích gì trong vấn đề này.

sự cứu rỗi bằng cách hòa mình với dân sự Đức Chúa Trời và bằng cách đến trong sự bao quanh của những lời hứa của Ngài, còn sự kiêu căng là kẻ hủy diệt.

1, Khủng hoảng của Mô-áp. *A-rơ* là thành biên giới (Phục 2:18); *Kiệt*, có lẽ là Kiệt Ha-rê-sết (16:7, 11); ở trung tâm Mô-áp (2 Vua 3:25). Đây là bức tranh về cuộc xâm lược đã phá vỡ hàng phòng thủ biên giới và đi vào khu trung tâm. *Bị tàn phá:* như 6:5, 'bị nín lặng', sự im lặng của người chết; sự im lặng của thành phố vắng người. *Trong một đêm:* cuộc tấn công với tốc độ, sức mạnh và sự tàn bạo đến mức chỉ cần một đêm là xong.

2–4, Nỗi đau của Mô-áp. Khi đau buồn, người ta tìm đến với tôn giáo (2); nỗi tuyệt vọng lan từ thành này sang thành kia (3–4ab); quân đội cũng hết sức sờn lòng như thường dân (4cd). *Đi-bôn,* về phía bắc Ạt-nôn; *Nê-bô* và *Mê-đê-ba* thậm chí còn xa hơn về phía bắc. Việc liệt kê các tên chồng chất tạo cảm giác thảm họa và sự bất lực đang lan rộng. *Hói đầu:* cắt tóc là dấu hiệu của than khóc (22:12; Mi. 1:16). *Ngoài đường phố... trên mái nhà:* sự than khóc diễn ra ở địa phương và trong nhà. Nỗi buồn chiến tranh không phải là điều lý thuyết phi thực tế, mà nó vào ngay trong nhà. *Hết-bôn* (Dân 21:26), *Ê-lê-a-lê* (Dân 32:3, 37) và *Gia-hát* (Dân 21:23) tất cả đều ở đồng bằng Mô-áp và về phía cực bắc của các thành được nói đến. Mô-áp trở thành một nơi than khóc. Thảm họa tràn ngập đến nỗi quân lính cũng bất động vì đau đớn.

5–9, Nỗi đau của Chúa vì Mô-áp. *Lòng tôi* (5) dẫn đến *Ta còn* (9), xác định người nói là Đức Giê-hô-va đang đau buồn về những kẻ chạy trốn (5), về môi trường (6), những nỗ lực đáng thương để cứu vớt điều gì đó từ thảm họa (7–8) và nỗi đau đớn còn ở phía trước (9). Trong tiếng Hê-bơ-rơ, tất cả được kết hợp với nhau bằng từ ngữ có chức năng giải thích 'vì' được nhắc đến bảy lần: phía trước *tại đèo* và *trên con đường* trong câu 5; trước *các dòng nước* và *cỏ* trong câu 6; đầu câu 8 và 9, và thay cho chữ *nhưng* trong câu 9. Theo cách này, các câu là một danh sách dài của những điều làm Đức Giê-hô-va đau lòng, Đấng than khóc cho dù Ngài chiến thắng. Như lời tiên tri về Mô-áp sửa lại sự hiểu lầm có thể có trong lời tiên tri về Phi-li-tin (14:28 và các câu tiếp theo) bằng cách chỉ ra rằng những lời hứa cho dòng dõi Đa-vít cũng dành cho dân ngoại; thì lời tiên tri về Mô-áp cũng điều chỉnh lời tiên tri về Ba-by-lôn (13:1 và các câu tiếp theo). Bản tính thiên thượng thể hiện trong cơn thịnh nộ thánh; nhưng còn có một khía cạnh khác nữa trong Đức Giê-hô-va; một tấm lòng cảm thông và thấu hiểu đến kinh ngạc, sự thương xót và đồng cảm với nỗi đau của con người.

5. Tương phản với câu 2–4, danh sách các thành ở đây chạy theo hướng tây nam. Kẻ thù đến từ phương bắc còn Mô-áp chạy về hướng nam. *Xoa* (Sáng 19:21–22) ở về phía nam khu vực Biển Chết. *Ê-lát Sê-li-sia* thì không rõ; *Lu-hít* và *Hô-rô-na-im* (Giê 48:5) ắt hẳn ở trong cùng khu vực.

6. *Nim-rim* (Dân 32:3, 36; Giô 13:27) có lẽ là con suối cạn Numeirah ở miền Nam Mô-áp.

7–8. Một trong những cảnh đau lòng nhất của chiến tranh là thảm cảnh thường dân mắc kẹt trong thảm họa không do họ gây ra, và bị bỏ mặc để tự cứu lấy những gì có thể. Vinh quang đế quốc có được với sự trả giá của những người ở tận cùng xã hội, không phải của giới lãnh đạo. *Khe Cây Liễu* có thể là dòng suối cạn Xê-rét ở đường biên giới phía nam của Mô-áp (Dân 21:12; Phục 2:13). *Ê-la-im* và *Bê-e Ê-lim* thì không rõ. Có lẽ đây là 'Đan và Bê-e sê-ba' ở Mô-áp, diễn tả toàn bộ chiều dài của xứ.

9. *Đi-môn* có lẽ là tên gọi khác của *Đi-bôn* (2), tạo thành một đối xứng đầu cuối. Ê-sai có lẽ chọn tên trùng âm này là phải lắm: *mê-dîmôn mālē'û dām,* 'các dòng nước ở Đi-môn đầy máu' nghe đậm chất thơ ca.⁷ Ở đây ám chỉ đến 2 Các Vua 3:22–23, nói rằng Mô-áp từng nhìn thấy hình ảnh giống như máu, còn bây giờ tất cả đều chân thật - cả chính máu của họ! Nhưng cho dù các sông đầy máu cũng không thỏa mãn công lý của Đức Chúa Trời, 'vì' *Ta còn giáng thêm*. Những giọt nước mắt (5) và sự trừng phạt thích đáng (9) phù hợp với bản tính thiên thượng. *Sư tử* ở đây được dùng như một ẩn dụ để chỉ kẻ tấn công đằng đằng sát khí, sẽ tiêu diệt tất cả những ai tìm cách chạy trốn và cả những ai muốn ở lại, tức tiêu diệt hết, không chừa một ai. Những câu Kinh thánh ở 2 Sa-mu-ên 23:20 và 1 Sử Ký 11:22 đề cập đến 'dũng sĩ người Mô-áp' ('*ariels' of Moab* – ND), dường như là một dạng chiến binh tinh nhuệ nào đó. Danh hiệu này có nghĩa là 'sư tử của Đức Chúa Trời'. Thật là khéo léo xứng với tài nghệ của Ê-sai khi đe dọa *sư tử* ('*aryēh*) trên đất của dũng sĩ (ariels). Họ có khoe khoang về sư tử không? Chắc hẳn họ cũng có sư tử chứ!

16:1–4b, lời cầu xin của Mô-áp. Khung cảnh thay đổi. Ê-sai viết như thể nghe lỏm được 'Nội các' của Mô-áp đang bàn luận việc phải làm. Họ họp tại Sê-la ở vùng cực nam, có lẽ là nơi chính quyền trốn đến và bây giờ cầu xin giúp đỡ. Dùng tiếng Hê-bơ-rơ nói như không kịp thở, nhà tiên tri phản ánh sự hoảng loạn của họ.

1. *Chiên con* là vật triều cống của người Mô-áp theo truyền thống (2 Vua 3:4), ngụ ý lời cầu xin được làm nước chư hầu. *Hoang mạc*: sa mạc miền nam Giu-đa, mà các sứ thần từ Sê-la phải băng qua. *Người cai trị* mơ hồ có chủ ý. Họ tự cảm thấy bị buộc phải trở thành vật cống nạp cho vua thuộc dòng dõi Đa-vít nhưng họ không có can đảm nói ra điều đó.

2. Mặc dù họ chạy trốn đến Sê-la vì sự an toàn của bản thân, nhưng không phải chính quyền không nghĩ đến dân chúng, và điều khiến họ tìm kiếm sự bảo vệ từ Giu-đa là tin tức đến từ phương bắc cách chín mươi sáu kilômét – và gần các dòng nước đầy máu ở Đi-bôn (15:9) - là nơi những thiếu nữ Mô-áp sợ hãi đang liều lĩnh băng qua Ạt-nôn để nhận được chút an toàn từ kẻ thù.

3–4b ghi lại thông điệp các sứ giả đem đến Si-ôn.⁸ Thứ nhất, họ hỏi xin lời khuyên trước mắt (*chỉ bảo*) và *quyết định* (3ab); tiếp theo, họ trình bày vấn đề kiểu ẩn dụ: họ giống như những người bị phơi ra trước ánh sáng chói lòa của mặt trời giữa trưa và đang cần *bóng che* (3c) làm dịu mát; thứ ba, họ xin Giu-đa tiếp nhận *những người bị đuổi* (3d) và từ chối mọi yêu cầu dẫn độ (*đừng tố giác*, 3e); và cuối cùng, họ cầu xin những người 'bị đuổi' khỏi Mô-áp được chấp nhận như những cư dân ngoại kiều (4ab). *Trú ngụ* là chữ √*gûr*; được dùng một cách chính xác về ngữ nghĩa để chỉ quyền lợi của việc cư trú tạm thời hoặc tị nạn chính trị.

4c–5, câu trả lời của Ê-sai. Như ở 14:32, Ê-sai đưa ra câu trả lời của chính ông trước yêu cầu như thế từ Mô-áp. Ngoài phân đoạn này, chúng ta không biết gì về cách tiếp cận của Mô-áp trong suốt khủng hoảng A-si-ri dù hoàn cảnh lúc đó làm cho khả năng xảy ra là rất cao, và không có ký thuật nào về câu trả lời. Nhưng câu trả lời của Ê-sai ở đây hoàn toàn nhất quán với suy nghĩ của ông. Trong mắt ông, sức mạnh của Si-ôn không nằm ở nguồn lực quân sự. Sức mạnh của Si-ôn nằm trong Đức Giê-hô-va và trong nền quân chủ của Đa-vít là nơi tập trung những lời hứa từ thiên thượng. Do đó, ông trả lời rằng những khủng hoảng hiện tại qua đi (4cde) nhưng ngai của Đa-vít sẽ còn đến đời đời (5). Điều được

---

⁷Bản Qᵃ ghi là 'Đi-bôn' thay vì 'Đi-môn' trong từng trường hợp.

⁸Các động từ trong câu 3 khó hiểu. Có sự biến thể của bản văn, khi động từ đầu tiên có lẽ hoặc là ngôi thứ hai số nhiều hoặc là ngôi thứ hai số ít giống cái; động từ thứ hai là ngôi thứ hai số nhiều và động từ thứ ba và thứ tư là ngôi thứ hai số ít giống cái. Sẽ dễ dàng khi cho tất cả đều ở ngôi thứ hai số ít giống cái, như lời nói với Si-ôn (xem *BH*). Nếu hai động từ đầu có thể được xem như ngôi thứ hai số nhiều, thì chúng tượng trưng cho sự bàn luận giữa những lãnh đạo Mô-áp.

ngụ ý một cách rõ ràng là nếu Mô-áp nghiêm túc muốn có một tương lai bảo đảm, thì họ phải lấy đức tin bước vào vùng đất được bảo vệ mà Chúa hứa với Đa-vít.

Có sự khác biệt lớn về văn phong giữa câu 4cde và 5. Khi nói đến khủng hoảng (4), Ê-sai bắt chước cách nói đầy hào hứng của đặc phái viên; nhưng khi nói đến sự an ninh của triều đại Đa-vít thì ông đối sang giọng bình tĩnh oai nghiêm. Thật ra đây là điều ông muốn nêu bật: thoát khỏi những áp lực và những điều bấp bênh để bước vào những điều chắc chắn vững vàng của đức tin và hy vọng. Trước tiên, ông cho họ thấy một Đức Chúa Trời không thay đổi. *Sự nhân từ* [Bản NIV dùng chữ 'Tình yêu' – ND] là chữ *ḥesed*, sự ràng buộc theo giao ước (vì vậy mà không thay đổi) giữa Đức Giê-hô-va và dân sự Ngài, sự kiên định của Ngài không đổi thay dù thời gian hay kinh nghiệm có thay đổi, không chệch hướng cho dù họ tỏ ra bất trung. Thứ hai, có một vương quốc bất diệt. *Ngai...lập* tương phản với điều Mô-áp đang trải qua, sự đổi thay liên tục về số phận chính trị. Thứ ba, có một vị vua chân chính. Trong *trại Đa-vít* (theo nghĩa đen): không phải một kẻ chiếm quyền, mà là một người thuộc dòng dõi đích thực và có quyền cai trị, và trên hết tất cả là người kế thừa những lời hứa được lập với Đa-vít. 'Trại' là từ ngữ mang tính riêng tư hơn từ nhà, với sắc thái của một 'gia đình' hơn chứ không chỉ đơn thuần là một địa chỉ. Ví dụ về một sự kiện đáng xấu hổ như 2 Sa-mu-ên 16:22 cho thấy điều này, cũng giống như thành ngữ có ý nói 'về nhà' ở 2 Sa-mu-ên 20:1, 22. Vua đích thực là con cháu của Đa-vít, có quyền sống trong nhà riêng của Đa-vít. Và thứ tư, vua sẽ cai trị trong *sự trung tín* (ngược với sự thay đổi liên tục, không chắc chắn), *công lý* và *công chính* (xem 1:21). Đây là sự khôi phục triều đại Đa-vít như đã hứa. Tóm lại, điều Ê-sai đưa ra cho dân ngoại là điều tốt nhất thuộc lời hứa về Đấng Mê-si-a của Si-ôn. Đức tin của ông rõ ràng là đức tin phổ quát: mọi người kêu cầu Si-ôn đều được chào đón dưới biểu ngữ của nhà Đa-vít.

6–8, Giải thích nỗi đau của Mô-áp. Việc Mô-áp quay về trong nước mắt ngụ ý những điều kiện để có thể tìm được an ninh ở Si-ôn không được chấp nhận. Và lý do đưa ra là *sự kiêu căng, tự cao và xấc xược*. Nếu họ phải nạp triều cống nhiều hơn, thì lòng kiêu căng của họ cũng y như vậy, nhưng cái giá để quy phục vua của Si-ôn thì lại quá cao.

6. Bốn danh từ *kiêu căng...ngạo mạn...tự cao...kiêu căng* đều bắt nguồn từ chữ √*gā'â*; nghĩa là 'cao'. Ý nghĩa tích cực của từ này là 'vẻ uy nghiêm' (2:10; 4:2); nghĩa tiêu cực là 'tính kiêu căng', cảm nhận về giá trị bản thân được thổi phồng. *Xấc xược* ('*ebrâ*) thường có nghĩa là 'cơn giận (phừng phừng)' (10:5) nhưng ở đây có nghĩa là 'sự vô liêm sỉ', tự đánh giá cao bản thân ở mọi góc độ. Về tất cả những điều này, Ê-sai nhận xét rằng *sự khoe khoang của nó* (những điều bịa đặt, sống trong một thế giới hão huyền) *là trống rỗng*. Đó là con đường đức tin; tin cậy những lời hứa của Chúa, đó là con đường của thực tại.

7. *Vì thế* (7) giới thiệu hậu quả của việc khước từ sự an ninh ở Si-ôn: than khóc (7) và khô héo (8). *Khóc than... than khóc...rên xiết*: từ đầu tiên là cách thể hiện nỗi đau bằng lời, từ thứ nhì là 'tiếng rên rỉ' bên trong vì đau buồn và từ thứ ba là sự kiệt sức vì đau buồn, là điều mà chúng ta muốn nói qua chữ 'mòn mỏi vì đau buồn'. *Kiệt Ha-rê-sết*: xem 15:1. *Con người*: 'bánh nho khô' (xem nghĩa trong bản NIV). Những lần xuất hiện khác của cụm từ này (2 Sa 6:19; 1 Sử 16:3; Nhã. 2:5; Ô-sê 3:1) không giúp giải thích ý nghĩa tại đây, ngoại trừ có lẽ là những chiếc bánh đó được xem là cao lương mỹ vị. Do đó, có thể giống như rượu nho lan ra (8) tượng trưng cho ảnh hưởng lan ra nước ngoài, 'bánh nho khô' tượng trưng cho niềm vui và sự thịnh vượng ở nhà.

8. *Hết-bôn* và *Síp-ma* là hai địa danh không được xác định. *Gia-ê-xe* (Dân 21:32; Giô 13:25) nằm ở biên giới cực bắc của Mô-áp. *Hoang mạc* nằm ở phía đông và *biển* ở phía tây. Bức tranh là hình ảnh một đất nước mở rộng tầm ảnh hưởng về mọi hướng.

9–12, Nỗi đau của Đức Giê-hô-va về Mô-áp. Ê-sai vẫn đang vẽ ra những hậu quả từ lòng kiêu căng của Mô-áp: câu 7–8, hậu quả dành cho Mô-áp; câu 9–12, hậu quả đối với Đức Giê-hô-va, Đấng than khóc về quá khứ, về những gì Mô-áp đã đánh mất (9–10), và về tương lai (11–12), sự thật là bây giờ Mô-áp không có nơi nào để xin giúp đỡ.

9–10. *Vì vậy:* 'vì thế' (so sánh câu 7). *Ta khóc* (9a): chủ ngữ được nhận diện qua câu *Ta đã làm dứt tiếng* (10cd). Ý nghĩa cũng giống 15:5–9. Những gì Đức Giê-hô-va giáng xuống trong sự công chính thánh khiết của Ngài, thì thì Ngài than khóc với nỗi đau thiên thượng. Chính chúng ta là người thấy khó làm cho hòa hợp giữa sự công chính và tình yêu của Ngài; nhưng bản tính thiên thượng là một, còn tất cả những thuộc tính của Ngài hoàn toàn hòa hợp với nhau (Thi 145). Trong 15:5, Ngài khóc về Mô-áp; bây giờ Ngài khóc khi *Gia-ê-xe khóc*, nghĩa đen là 'sự khóc lóc của Gia-ê-xe'. Nước mắt của Ngài và của họ hòa trộn thành một; Ngài không còn là người bàng quan nhìn xem nỗi đau khổ của thế giới (cho dù họ tự gây ra) mà là một người tham gia vào (cho dù đau khổ là điều Ngài giáng xuống cách công bằng). Sự tập trung chuyển đổi từ cây nho khô héo (8) sang niềm vui trước đây; gắn liền với vườn nho và mùa hái nho. Việc Mô-áp lựa chọn con đường của lòng kiêu ngạo cho thấy đó là một kinh nghiệm không vui, và làm Đức Giê-hô-va đau khổ khi ngay cả Mô-áp cũng không còn tìm thấy hạnh phúc trong tạo vật của Ngài và những bông trái của nó.

11–12 Đây là hậu quả thứ ba từ lòng kiêu căng của Mô-áp và một lần nữa, nó tập trung vào sự đau buồn của Đức Giê-hô-va. Bây giờ Ngài buồn về tình trạng bất lực mà lòng kiêu căng đã dẫn Mô-áp đến. Họ khước từ sự cứu rỗi ở Si-ôn và không có sự cứu rỗi nào khác, cho dù có nỗ lực đến đâu (*chịu mệt nhọc*) hay thực hiện những hoạt động tôn giáo gì (*cầu nguyện*).

13–14, Mô-áp sắp bị đổ nát. Ê-sai giới thiệu 'sự ứng nghiệm tạm thời' thứ hai (xem 14:24–27). Điều đã được tiên báo và ứng nghiệm *trong ba năm* là cơ sở cho đức tin chắc chắn vào những lời hứa lớn hơn và xa hơn của Đức Chúa Trời. Có lẽ câu hỏi của người Mô-áp đã dẫn đến lời tiên tri này (so sánh 21:11–12). Những người ngoại bang có thắc mắc sẽ tìm đến các nhà tiên tri (vd: 2 Vua 8:7 và các câu tiếp theo). Khủng hoảng A-si-ri đã thúc đẩy hoạt động ngoại giao mạnh mẽ giữa các lãnh địa ở xứ Pa-lét-tin. Nếu Ê-sai công bố 15:1–16:12 trùng khớp với sứ thần Mô-áp, là những người tìm cách đặt lên họ ý thức về hoàn cảnh khó khăn cùng cực của họ và giải pháp ông đưa ra, thì có lẽ một hay nhiều người Mô-áp đã đến tìm ông để hỏi cho rõ. Mặt khác, các tiên tri dùng phương pháp nói chuyện với thính giả vắng mặt (Mô-áp) để dạy những người nghe đang có mặt (Giu-đa), ở đây là củng cố bài học về việc từ bỏ sự kiêu ngạo và thêm lên đức tin. Trong trường hợp này, yếu tố thời gian không chỉ đem đến sự ứng nghiệm tạm thời và do đó tạo nền tảng cho đức tin, mà còn tạo nỗ lực cần thiết để mau chóng đáp ứng. *Người làm thuê:* người được thuê làm là người luôn xem đồng hồ. Cho nên, *ba năm* ở đây nghĩa là 'đúng ba năm'. Ngày 'tính sổ' của Mô-áp đã được ấn định. *Vinh quang...đoàn dân đông đảo:* không có địa vị xã hội hay nguồn lực nào có thể tránh né được tai họa. Về phương diện con người, sự sụp đổ có thể là 'điều khó xảy ra', nhưng nếu Đức Giê-hô-va đã ra lệnh thì sự việc được an bài, và nếu không chấp nhận sự cứu rỗi của Chúa thì không điều gì có thể cứu được.

iv. Đa-mách/Ép-ra-im: con đường của sự chết và lời hứa của sự sống (17:1–18:7). Trong mỗi ba tập hợp lời tiên tri tạo nên phần này, dân sự Chúa đứng vị trí thứ tư (so sánh 22:1–25; 26:1–21), ở đây là dân sự ở phía bắc, tức Ép-ra-im (17:3, 4–6). Nhưng tại sao Ê-sai giấu Ép-ra-im phía sau lời tiên tri rõ ràng dành cho Đa-mách, thủ phủ của vương quốc A-ram? Đây chính là điều muốn nói ở đây: dân sự Chúa sống bày tỏ lịch sử của họ ngay trong lịch sử thế giới. Họ là một phần trong danh sách điểm danh gồm năm phương diện của các dân, là danh sách tạo nên chuỗi lời tiên tri này. Họ không được miễn trừ khỏi những đòi hỏi, áp lực, vấn đề và cám dỗ của đời sống trong thế giới này. Trong thời Ê-sai, họ là một vương quốc quá nhỏ bé giữa các vương quốc khác, và do đó cũng đối diện với vấn đề tương tự: tìm kiếm sự an ninh ở đâu? Đứng trước sự đe dọa của người A-si-ri, câu trả lời của Ép-ra-im là cầu cứu A-ram (xem 7:1 và các câu tiếp theo; Dẫn nhập, tr. 16–17), hạ thấp địa vị quốc gia trước kẻ thù hùng mạnh hơn xưa kia, kết hợp trong liên minh phòng thủ A-ram - Ép-ra-im. Kinh nghiệm đau thương của Ép-ra-im dạy rằng kết hiệp với thế gian để được cứu là bị mắc kẹt trong sự hủy diệt của thế gian.

Chúng ta phải có cái nhìn thực tế về vấn đề của Ép-ra-im. Hãy nghĩ đến bất kỳ quốc gia nhỏ nào trong thời của chúng ta đứng trước đe dọa sẽ bị sáp nhập vào một siêu cường quốc xem! An ninh tập thể ắt hẳn có vẻ rõ ràng, và thậm chí được xem là một cách khôn ngoan để thành Công Nhưng họ chỉ có thể chấp nhận với cái giá là quên đi Đức Chúa Trời của sự cứu rỗi và là Vầng Đá vững chắc của họ (17:10). Trong kế hoạch của những lời tiên tri này, Đức Giê-hô-va khẳng định (14:1–2) rằng Ngài kiểm soát lịch sử thế giới với uy quyền tối thượng để đem lại và giữ cho dân sự được an toàn; Ngài không bao giờ rút lại lời hứa (14:32); và phương cách để dân ngoại được cứu là phải đầu phục Si-ôn và vua của Si-ôn (16:4–5; so sánh Thi 2:10–12). Nhưng ở đây Ép-ra-im tìm kiếm sự an ninh nơi Đa-mách; không phải nơi Chúa, không tin cậy những lời hứa của Ngài và đảo ngược tiến trình Ngài đã định bằng cách tìm sự cứu rỗi trong thế lực ngoại bang thay vì mở ra con đường cứu rỗi cho người ngoại bang.

Hai dân tộc (17:1–11). Nửa đầu của lời tiên tri về Đa-mách/Ép-ra-im, 17:1–11, là thế giới vi mô của lịch sử, cách Đa-mách và Ép-ra-im sinh sống. Họ nghĩ họ có thể làm chủ số phận của chính mình qua sự an ninh tập thể, nhưng người cai trị thật sự là ai? Tương ứng với điều này, 17:12–18:7 là thế giới vĩ mô của lịch sử, quy mô của sự việc trên cả thế giới. Câu hỏi tương tự được đặt ra: ai là người cai trị thật sự?

1–3, An ninh giả tạo. *Đa-mách*, thủ đô của A-ram, đứng đầu như người khởi xướng trong 'tổ chức hiệp ước'; *Ép-ra-im*, vương quốc phía bắc của dân Chúa, được xếp dưới Đa-mách vì tự đẫm mình vào liên minh – mang nhiều ý nghĩa! (xem 7:1–3; 2 Vua 16:1–9). Địa danh duy nhất được biết đến là *A-rô-e* (Dân 32:34) nằm ở Gát, một trong những chi phái hợp thành Ép-ra-im. Do đó, Ê-sai di chuyển điểm nổi bật tới lui ba lần trong những câu này: một lần nữa cấu trúc chính là sứ điệp. Những thế lực này kết chặt vào nhau, và họ sẽ cùng nhau sụp đổ. Ép-ra-im lẽ ra đã có thể tìm thấy sự an ninh trong Chúa, và theo khuôn mẫu của 16:5, lẽ ra đã có thể tìm cách đem A-ram vào sự an ninh tương tự, nhưng rồi họ đã chọn hướng ngược lại. Đa-mách không thể giúp gì cho một Ép-ra-im vô tín, cũng như một Ép-ra-im vô tín không thể giúp gì cho Đa-mách. *Bầy chiên*: không phải bức tranh về hạnh phúc đồng quê, mà là phong cảnh vắng người, chỉ có loài thú lớn. *Giống như vinh quang* có lẽ là ý mỉa mai: vinh quang Ép-ra-im có thể tận hưởng đã đến ngày tận số và Đa-mách cũng chung số phận. Nhưng rất có thể những lời này phải được hiểu theo nghĩa đơn giản: có điều gì đó bất diệt ở Ép-ra-im, sự vinh hiển bảo đảm một tương lai, nhưng cũng có hy vọng cho cả A-ram. Niềm hy vọng bất ngờ này là đặc thù trong văn chương Ê-sai và tạo nên đối xứng đầu cuối với hy vọng dành cho dân ngoại ở 18:7.

4–11, Lời giải thích: sự hủy diệt và sống sót. Tài liệu trong những câu này được gom lại thành ba lời tiên tri *Trong ngày đó* (4, 7, 9). *Ngày* đang được nói đến là thời kỳ hủy diệt được phác thảo trong câu 1–3.

4–6. Ba bức tranh về mức độ của sự hủy diệt: một căn bệnh tàn phá thân thể (4), gặt hái (5a) và mót lúa (5b). Bức tranh đầu tiên đụng đến tình trạng bên trong của bệnh nhân: tách khỏi con đường đức tin nghĩa là làm cho cá nhân suy yếu. Bức tranh thứ hai và thứ ba giới thiệu các thế lực bên ngoài: người gặt và người mót lúa; giữa họ, không để sót gì cả. Tách khỏi con đường đức tin khiến dân sự Chúa mất khả năng phòng thủ trước các thế lực tiêu diệt bên ngoài, và không để lại thứ gì chứng tỏ họ đã từng ở đó. Một số ít bông trái chưa mót còn sót lại (6) nói theo cách con người là điều khó xảy ra nhưng sự thật là như vậy, xác nhận niềm hy vọng hão huyền rằng sẽ có vài người sót lại. Sự hủy diệt đe dọa các thế lực liên minh (1–3) được bảo đảm bởi danh hiệu thánh *Đức Giê-hô-va vạn quân* (3) thế nào, thì việc sống sót (6), dù xác suất thấp, của một số người cũng được bảo đảm bởi danh hiệu *Đức Chúa Trời của Y-sơ-ra-ên*, Đấng đã cam kết với họ, thế ấy.

Câu *7–8* mô tả kết quả hữu ích của sự thăm viếng thiên thượng. Sự thanh tẩy thuộc linh sẽ là kết quả: đôi mắt nhìn chăm vào Chúa (7) và mọi sự sắp đặt của con người nhằm đạt sự cứu rỗi sẽ bị từ bỏ (8).

7. *Người ta* (*hā'ādām*): 'nhân loại'. Ê-sai dường như đang suy nghĩ với phạm vi rộng hơn Y-sơ-ra-ên, hướng đến cả 'dân sót của A-ram' (3). Sự sửa phạt thiên thượng mang lại ích lợi thuộc linh. *Hướng về* là cái nhìn cố định (*šā'â*; 31:1; Thi 119:117); xem Đức Giê-hô-va là đối tượng duy nhất của lòng tin cậy; *mắt* là bộ phận bày tỏ niềm ao ước và mong đợi (Thi 123:2), tìm kiếm mọi điều họ cần từ nguồn chu cấp. *Đấng Tạo Hóa*: sự tương phản có chú ý với các thần do con người làm nên ở câu 8 (so sánh Thi 96:5). *Đấng Thánh của Y-sơ-ra-ên*: thật khó để kẻ kiêu ngạo tìm cầu Đức Chúa Trời chân thật. Để được bước vào, dân ngoại phải thề từ bỏ lòng kiêu ngạo dân tộc, họ phải nhận biết Đức Chúa Trời của Y-sơ-ra-ên. Ép-ra-im phải ăn năn tội chống nghịch và ly giáo mà quay về với Đấng Thánh đang ngự ở Giê-ru-sa-lem (6:3).

8. *Hướng về...nhìn* cũng là những động từ Hê-bơ-rơ được dùng trong câu 7, và hai câu phủ định củng cố cho sứ điệp tìm cầu Đấng Thánh đòi hỏi lòng trung thành với chỉ một mình Ngài mà thôi, phải từ bỏ mọi thần khác. *Tay...ngón tay* ngụ ý tôn giáo giả mang đặc điểm nhận diện này: dựa vào khả năng và nỗ lực của con người. Cùng với các thần do con người làm ra là toàn bộ hệ thống hỗ trợ cho tôn giáo: *các bàn thờ* để cúng tế, *tượng Át-tạt-tê*, tức là những vật biểu trưng cho cây xanh, tượng trưng cho sự sống và năng lực ban sự sống của nữ thần, và *bàn thờ dâng hương* cho Ba-anh (Lê 26:30; 2 Sử 14:5), phương tiện truyền thông với thần.

Câu *9–11* có lời giải thích cho sự sụp đổ. Đây là ví dụ hoàn hảo về chức vụ trình bày có biện luận chặt chẽ mà các tiên tri đưa ra. Họ không phải những kẻ mị dân, giành chiến thắng trong những cuộc tranh luận bằng cách la hét lớn tiếng. Nhưng họ đưa ra lời mô tả (9), chẩn đoán (10ab) và tiên lượng (10b–11). Đức tin luôn là bài thử nghiệm thực tế của dân sự Chúa: phải chăng đức tin phải là (nghĩa đen) 'thành kiên cố của họ' (9) hay 'Vầng Đá trú ẩn của người' (10)?

9. Theo thứ tự trong tiếng Hê-bơ-rơ, câu này được hiểu là 'các thành kiên cố của họ sẽ giống như vật bị bỏ hoang trong rừng và trên đỉnh cao mà họ đã bỏ vì con trai của Y-sơ-ra-ên'. Rõ ràng, tàn tích của các pháo đài to lớn, bị bỏ hoang lâu ngày của các cư dân trong xứ Ca-na-an trước thời Y-sơ-ra-ên vẫn còn đó. Trong thời Giô-suê, sự tin cậy nơi Đức Giê-hô-va đã được chứng minh là mạnh hơn 'các thành ….tường lũy thì cao tận trời' (Phục 1:28). Nhưng khi đức tin không còn, dân sự tự xây thành kiên cố và tin cậy điều họ từng nhìn thấy Đức Chúa Trời của họ phá hủy.

10. [Bản NIV] cần lấy lại chữ đứng đầu 'Vì' [như trong bản TTHĐ – ND]. Trong câu 10–11, các động từ ở giống cái ngôi thứ hai số ít, chỉ ra rằng ban đầu chúng đi chung với câu 9. Rất có thể, những từ ngữ này ban đầu được gửi đến một thành là đại diện cho dân của thành. Nhưng từ ngữ ở đúng vị trí trong văn cảnh hiện tại như là lời giải thích cho sự tàn phá: các thành sẽ sụp đổ (9); còn điều gì thích hợp hơn là lời giải thích gửi đến một thành phố? *Đã quên…không nhớ đến:* cái nhìn chằm chằm và cặp mắt khao khát ở câu 7 nói đến một Đức Chúa Trời luôn ở vị trí đầu tiên trong tâm trí và bộ nhớ. Không nhớ là nguyên nhân của thảm họa thuộc linh (Thi 78:9–11, 40–42). Trong thành ngữ *Đức Chúa Trời của sự cứu rỗi ngươi,* 'sự cứu rỗi' không phải là hành động thỉnh thoảng mà là một thuộc tính liên tục: Ngài là 'Đức Chúa Trời cứu rỗi', sở hữu cách 'Đức Chúa Trời cứu rỗi của ngươi' nghĩa là thuộc tính này luôn luôn có và có hiệu lực cho dân sự Ngài. *Vầng Đá* không chỉ là biểu tượng (tĩnh) về tính không thay đổi. Ẩn dụ trong Cựu Ước nói đến Xuất Ê-díp-tô Ký 17, hòn đá cung ứng mà từ đó nước cứu rỗi chảy ra. *Trú ẩn:* đặc biệt một 'nơi vững chắc', như trong câu 9 ('kiên cố'). Ắt hẳn có vẻ thực tế khi xây thành là 'những nơi kiên cố' trong một thế giới đầy đe dọa. Tin cậy Đức Chúa Trời - Hòn Đá Cứu Rỗi là 'nơi kiên cố' của chúng ta mới là điều 'thực sự thực tế'. Thay vì có đức tin kiên định và bảo đảm, họ đã làm gì? Theo tính toán riêng, họ đã xây sự an toàn (9), nhưng Ê-sai mô tả họ đang làm việc vô bổ! Sự an ninh do con người củng cố thật vô ích làm sao! Niềm tin giả là điều thật ngớ ngẩn! Ẩn dụ về người làm vườn (so sánh 1:29–31) là lời ám chỉ đến những sự thờ cúng thần sinh sản của dân ngoại, được xem là cách để bảo đảm sự thịnh vượng và sức sống. *Ươm mầm…ngoại quốc* [bản NIV dùng 'nhập' – ND]: đem từ bên ngoài vào, giống như liên minh với Đa-mách.

11. Từ *ngươi* xuất hiện bốn lần trong nguyên ngữ tiếng Hê-bơ-rơ. Niềm tin sai lầm luôn phản chiếu sự chủ động của con người (*ngươi trồng…*) và không có sức sống ngoại trừ thứ mà những con người mộ đạo truyền cho (*làm cho chúng lớn lên* [NIV] hay *thấy nó lớn lên* [TTHĐ]).

Các dân đông đảo (17:12–18:7). Chủ đề mở rộng của nửa phần sau của lời tiên tri được thông báo ngay: *các dân đông đảo.* Không có tên dân tộc nào được nhắc đến, vì như thường lệ; Ê-sai không quan tâm nhiều đến việc gắn ngày tháng vào các sự kiện so với việc nhìn thấy các nguyên tắc của lẽ thật được bày tỏ trong sự kiện. Nhưng cũng không khó để hiểu ý nghĩa và nhận ra các thời kỳ của cuộc khủng hoảng A-si-ri: các dân đông đảo náo động (17:12), hoạt động ngoại giao căng thẳng (18:1), sự im lặng của thiên thượng (18:4), sự kết thúc đột ngột của khủng hoảng (17:14). Ê-sai để cho trí tưởng tượng sinh động và ngòi bút sắc sảo của mình hoạt động trong viễn cảnh này, và kết quả là bài thơ về quyền năng vô hạn, tiêu biểu cho quan điểm riêng biệt của Ê-sai về quyền điều khiển lịch sử của thiên thượng.

12–14, Cai trị thế giới nói chung. Sự dấy lên và gầm thét của các dân (12) lúc đầu tương phản với sự ra đi đầy kịch tính (14) lúc cuối. Giữa hai thời điểm này là một từ ngữ tiếng Hê-bơ-rơ *Chúa quở trách* (13).

12. *Gầm... biển cả:* biến động là hình ảnh thích hợp cho sự thay đổi liên tục của lịch sử thế giới qua con mắt của con người. Cụ thể (Thi 93), chính thế giới đang tạo lập mối đe dọa đối với ngai và dân sự của Chúa (so sánh 8:9–10; Thi 2). Khi các vua A-si-ri mở rộng đế quốc, họ tạo nên những tập đoàn lớn, quân đội đa quốc Gia Mặt khác, các dân còn lại, nhỏ và lớn, cảm thấy ngọn gió của sự đe dọa đế quốc đang thổi đến. Cuộc khủng hoảng A-si-ri đem đến thời kỳ đặc biệt của sự dấy lên, gầm thét và đe dọa. Và sẽ như vậy trên phạm vi toàn cầu ở Trận chiến Cuối cùng (13:1–5).

13. Một lời ra lệnh điều khiển cả thế giới (Thi 2:4–6; 46:6; Êxê 1:25); so sánh cũng giọng nói này trong mối liên hệ với các 'thế lực' của tạo vật (Thi 104:7). Trong ngữ cảnh của toàn bộ lời tiên tri này, đặc biệt 17:1–11, điều nổi lên không chỉ hoàn toàn là sự vĩ đại của một Đức Chúa Trời như thế, mà còn là sự ngu dại khi không tin cậy Ngài. *Rơm rác* vừa là hình ảnh nói về tốc độ và sự phân tán hoàn toàn, vừa nói về sự đoán phạt mau chóng, mà nạn nhân không thể làm gì được. Sức mạnh của nước triều vào (12), khi Ngài *quở trách* (13), chỉ là *rơm rác* và *bụi đất*: dường như không thể chống cự lại khi nó đến, nhưng bất lực khi nó đi!

14. *Buổi tối...bình minh:* so sánh 37:36. Thi Thiên 30:5 khiến cho chủ đề buổi tối/bình minh nói về những cách tiêu biểu Đức Giê-hô-va hành động; Thi Thiên 46:5, cùng với lời tiên tri này, rất có thể bắt nguồn từ sự kiện của San-chê-ríp. *Kìa, có sự kinh hãi:* San-chê-ríp thôi miên Giu-đa và Giê-ru-sa-lem bằng sự kinh hãi nhưng khi bình minh đến thì đã *chẳng còn gì*, nghĩa đen là 'sự hư không của ông ta'/ 'không có dấu hiệu gì về ông ta!' *Chúng ta:* cho dù chỉ là một sự kiện 'nhỏ' của San-chê-ríp hay ở mức vĩ mô được ngụ ý trong từ ngữ *các dân* (12), thì tất cả đều ở trong mối quan tâm của *chúng ta*, dân sự Đức Giê-hô-va (so sánh 14:1–2). Ngoài ra, thật khờ dại khi không tin cậy Ngài trong mọi tình huống khẩn cấp. Ngài không chỉ có quyền năng vô đối để cai trị thế giới mà còn luôn luôn quan tâm đến dân Ngài.

18:1–7, một dấu hiệu cho thế giới. Vào năm 715 T.C, Piankhi người Ê-thi-ô-pi-a khống chế Ai Cập và thành lập triều đại (Ê-thi-ô-pi-a) thứ hai mươi lăm. Ngay lập tức, ông tìm cách trở thành chính khách của thế giới và bắt đầu gửi đại sứ đi để tạo dựng khối liên kết chống lại A-si-ri. Ở 17:1–3, Ê-sai xem xét hành động nhỏ hơn trong sự an ninh tập thể của A-ram và Ép-ra-im. Ở đây là một thử nghiệm lớn hơn trong cùng hoàn cảnh, mà Ê-sai mô tả bằng thuật ngữ phổ thông để kiểm tra giá trị của nó có phải là giải pháp có thể có cho nhu cầu của thế giới không. Thử nghiệm đã thất bại ở mức vi mô của 17:1 và các câu tiếp theo. Vậy làm thế nào nó trụ được ở mức vĩ mô trên vũ đài thế giới?

1. *Khốn* chính là từ *Ôi* ở 17:12, và lẽ ra phải được dịch giống nhau để cho thấy sự cân bằng giữa hai phần: 17:12–14 xác nhận nguyên tắc cai trị thế giới; 18:1 trở đi thử nghiệm nguyên tắc trong bối cảnh của thế giới. *Đất đập cánh kêu vù vù:* Ai Cập có rất nhiều côn trùng biết bay. Ê-sai không nói tên Ai Cập nhưng để cho tiếng *vù vù* chỉ ra một thế giới bận rộn, bất an. *Cút* là vùng thượng nguồn sông Nin ở Ê-thi-ô-pi-a. Do đó, ấn tượng chung là nói về một thế giới nổi tiếng (Ai Cập) đang vươn ra dọc theo các kênh rạch lớn đến vùng xa xôi và xa lạ.

2. *Sứ giả đi ra. Cao da bóng* thường được hiểu là ám chỉ người Ê-thi-ô-pi-a, những người cao lớn ai cũng biết trong thế giới cổ. Nhưng √*māšak*, nghĩa là 'kéo ra, nối dài', không hề có nghĩa là 'cao'. 'Được kéo ra' có thể có nghĩa là 'vĩnh cửu' (Giê 31:3); nghĩa là có thành tích lâu đời trong lịch sử, và vì vậy đã có từ lâu. *Bóng* (*môrāṭ*) nghĩa là láng, giống như thanh gươm được mài cho bén và sáng bóng, sẵn sàng để sử dụng (Êxê 21:9). Do đó, có lẽ 'ăn mặc theo lối ra trận', được trang bị vũ khí đầy đủ. Cách hiểu này khiến những người đang được nói đến trở thành loại người tìm kiếm liên minh.

3. Chúng ta đã lưu ý (14:32; 16:4–5) về cách Ê-sai bước vào những tình huống ngoại giao và đưa ra giải pháp của chính ông mà có lẽ không được nhiều người ưa thích. Đây cũng là điều ông làm ở đây. Các sứ giả của Piankhi có nhiệm vụ thu phục triều đình ngoại quốc về với liên minh chống A-si-ri, nhưng sứ mạng của họ (2) giờ đây dẫn đến sứ điệp của Ê-sai dành cho cả thế giới (3). Chúng ta có thể phác họa cảnh tượng: các sứ giả đến Giê-ru-sa-lem, rồi Ê-sai nắm lấy cơ hội để công khai điều ông muốn nhân danh Đức Giê-hô-va nói với cả thế giới. Thật vậy, ông đuổi họ đi như những sứ giả của ông. Ông nói với *thế giới* (3ab). Ông kêu gọi cả thế giới mong chờ. *Ngọn cờ* (giống như 11:10) sẽ được dựng lên; *kèn* (giống 27:13) được thổi - sự kết hợp của vật hữu hình và âm thanh nghe được ngụ ý sẽ có cơ hội để nhận biết khi việc xảy đến. Thứ ba, ông kêu gọi sự đáp ứng: 'hãy xem... nghe!' thích hợp hơn là cách dịch "các ngươi sẽ xem..." [của bản NIV - ND] dầu đây cũng là cách dịch tương tự và chính xác.

4–7. Từ mở đầu 'Vì' (bản NIV bỏ chữ này) giới thiệu lời giải thích về sứ điệp của Ê-sai cho cả thế giới. Ông đã nhận lời phán từ Đức Giê-hô-va (4a): Đức Giê-hô-va chờ đợi (4b), chọn thời điểm (5) khi mùa gặt chín, các thế lực đối lập sẽ hoàn toàn bị tiêu diệt (6) và sẽ có cuộc hành hương toàn cầu về Si-ôn (7).

Đức Giê-hô-va là Đấng quan sát theo dõi trong *yên lặng* (4) các sự vụ của thế giới, có mặt một cách tự nhiên như tia nắng đi với ánh mặt trời hay làn sương trong mùa gặt. Nhưng Ngài vẫn là Đức Chúa Trời siêu việt, quan sát từ *nơi Ta đang ngự*. Nhưng như *nắng* và *sương* không chỉ là những yếu tố phụ mà là góp phần vào mùa gặt thế nào, thì Đức Giê-hô-va cũng điều khiển toàn bộ tiến trình của lịch sử hướng đến sự hoàn thiện thế ấy.

Trước kỳ thu hoạch (5): mùa thu hoạch đã sẵn sàng nhưng chưa được gặt như phần còn lại của câu này cho biết. Thời điểm của Chúa là phải chính xác. Vụ mùa đã chín để thu hoạch nhưng lưỡi hái sẽ không được đưa vào trước thời điểm của Ngài (Khải 14:15). Muốn biết hình ảnh về *chim săn mồi* (6), xem Ê-xê-chi-ên 39:17–29; Khải Huyền 19:17–18.

Câu 7 nói đến kỳ chung kết trên toàn thế giới. *Lúc ấy* ('ēt) là 'thời cơ' thích hợp để sự kiện diễn ra. Ý này tiếp theo ý nói về Đức Giê-hô-va đang yên lặng quan sát, chờ đợi (4) và tiếng đồng hồ điểm (5). Một mặt (6), đó đúng là thời điểm thích hợp cho sự phán xét cả thế giới, là sự thất bại cuối cùng đối với những nỗ lực của con người nhằm tổ chức một thế giới mà không có Đức Chúa Trời như thế nào, thì đó cũng đúng là thời điểm thích hợp cho một mùa gặt khác thế ấy: Đức Giê-hô-va 'gặt' một dân từ khắp thế giới. *Lễ vật:* đặc biệt là 'lễ vật tỏ lòng tôn kính' (Thi 68:29; 76:11). *Xa gần*: xem câu 2. Sẽ có những người từ những đầu cùng đất được báo động và chờ đợi ngọn cờ được dựng lên (3) và bây giờ họ hành hương đến Si-ôn. Lời hứa về dân sót người ngoại bang được *Đức Giê-hô-va vạn quân* xác nhận (17:3). Cũng lời hứa đó, mà chúng ta thấy ở đây trong sự ứng nghiệm của khải tượng, được xác nhận cũng bởi Đức Giê-hô-va vạn quân.

v. Ai Cập: một thế giới, một dân, một Đức Chúa Trời (Ê-sai 19:1–20:6). Lời tiên tri cuối cùng này của chuỗi đầu tiên trong năm chuỗi khớp với trình tự trong hai phương diện chính. Thứ nhất, nó nối tiếp lời tiên tri ngay trước đó một cách hợp lý. Theo các chương 17–18, cho dù tên tuổi Ép-ra-im đã bị lắng chìm, nhưng nó vẫn còn giữ lại chút vinh quang (17:3) và do đó còn chút hy vọng (17:6), nhưng, có lẽ điều tuyệt vời hơn là dân ngoại mà họ đồng cảm trong sự mất mát của họ sẽ chia sẻ vinh quang với họ 'trong ngày đó' (17:4). Sau đó, Ê-sai mở rộng khải tượng này, ra khỏi Đa-mách để đến với một dân đang từ 'xa gần' đến Si-ôn (18:7). Nhưng họ đến theo mối liên hệ nào? Ê-sai trả lời ở 19:24–25: một thế giới, một dân, một Đức Chúa Trời. Ông tuyên bố khải tượng mà Phao-lô thấy đã ứng nghiệm (Êph 3:6).

Thứ hai, các chuỗi lời tiên tri bắt đầu với Ba-by-lôn (13:1–14:27), liên kết với A-si-ri như sự ứng nghiệm tạm thời, và bây giờ kết thúc với Ai Cập. Vì thế, mối đe dọa của siêu cường quốc đương thời đối với sự tồn tại của các vương quốc của dân sự Chúa được liên kết với sự đe dọa của siêu cường quốc đầu tiên: Đức Giê-hô-va có toàn quyền trên các 'thế lực' trên đất này, và đến cuối cùng, chính vương quốc của Ngài, chứ không phải của họ, sẽ chiến thắng. Trong lời tiên tri đầu tiên, các thế lực của Ba-by-lôn và A-si-ri ở Mê-sô-bô-ta-mi được kết hiệp như lời báo trước quan trọng (13:1–14:23) và sự ứng nghiệm tạm thời; trong lời tiên tri cuối cùng này, lời báo trước quan trọng tập chú vào Ai Cập (19:1–25) và tiếp theo là sự ứng nghiệm tạm thời (20:1–6), trong đó hai thế lực phương nam là Ai Cập và Cút được liên kết với nhau. Các chương đều hoàn toàn khớp với lịch sử lúc ấy. Khi các phe hiệp ước, A-ram và Ép-ra-im; bị A-si-ri nuốt chửng, trọng tâm chính trị di chuyển xuống phía nam. Ít ra là từ năm 715 T.C trở đi, Ai Cập liên tục kích động nhằm tạo tâm lý chống nghịch A-si-ri trong các lãnh địa còn lại ở Pa-lét-tin, và khả năng giành lại độc lập chủ quyền của quốc gia từ tay A-si-ri thông qua liên minh Ai Cập luôn là sự cám dỗ đối với những lãnh đạo Giu-đa đầy tham vọng chính trị (xem chương 28 trở đi). Ê-sai cương quyết chống đối việc này, kiên định với lẽ thật ông đã trình bày cách rõ ràng trong lời tiên tri cho Ép-ra-im (17:1–11), rằng liên minh thế giới là lệnh xử tử (so sánh 28:15). Hậu quả là gánh nặng ở 19:1–15 nhằm can ngăn dân sự đừng dính líu đến một dân chắc chắn sẽ sụp đổ. Thật vậy, dựa vào mưu đồ của Ai Cập và việc Giu-đa sẵn sàng thực hiện, thì sẽ là điều lạ lùng nếu Ê-sai không thay đổi khả năng phán đoán kinh khủng của mình mà báo trước về hiện tại và tương lai của Ai Cập. Ở 19:1–15, có lời báo trước về sự trừng phạt Ai Cập, nhưng theo sau là khải tượng về việc chữa lành Ai Cập và việc đem các siêu cường quốc đang gây hấn, là Ai Cập và A-si-ri, vào sự liên hiệp thuộc linh và hiệp nhất với Y-sơ-ra-ên (19:16–25). Rồi thì; nhờ sự ứng nghiệm tạm thời – tức kinh nghiệm sắp xảy ra bảo đảm cho một sự kiện không đề ngày tháng - điển hình là việc Ai Cập bị trừng phạt (20:1–6) trong một sự kiện lịch sử cụ thể.

Sự trừng phạt Ai Cập được báo trước (19:1–15). Phân đoạn này có nhiều lời tuyên bố về việc Chúa chống nghịch Ai Cập; nhưng không có tội lỗi nào được chỉ rõ để giải thích cho sự công kích dữ dội như thế từ thiên thượng. Manh mối được tìm thấy trong ý Ê-sai nhấn mạnh về nền kinh tế dựa vào sông Nin của Ai Cập (5–10), lời quả quyết về sự khôn ngoan của nhà cai trị Ai Cập (11) và việc dùng động từ *đưa ra những ý kiến điên rồ* (11, xem bên dưới). Ai Cập là phiên bản mở rộng của Ba-bên ở Sáng Thế Ký 11:1–9: quyết tâm của con người nhằm đáp ứng nhu cầu của con người, sự khôn ngoan với thái độ tự tin muốn giải quyết mọi vấn đề mà không cần đến Đức Chúa Trời.

1. Ai Cập bất lực *trước* **Đức Giê-hô-va.** *Cưỡi trên đám mây:* một chỗ khác nữa có nói đến Đấng Thánh cưỡi và đám mây xuất hiện là ở Thi Thiên 18:10–15, khi Đức Giê-hô-va giáng xuống để giải cứu Đa-vít khỏi Sau-lơ và đặt ông lên ngai. Bây giờ, chính Ai Cập là mối đe dọa chết người đối với vương quốc của Đa-vít (xem 28:14–15) và Đức Giê-hô-va phản ứng *nhanh chóng*. Trước mặt Ngài, Ai Cập mất tinh thần. *Tượng thần* (*ĕlîlîm*): những vật 'không phải thần'; không phải thực thể, ở 2:8. *Run rẩy* (*nûa*): 'lang thang'; nghĩa là họ bị mất phương hướng chỉ vì sự có mặt của Đức Giê-hô-va. *Thất đảm kinh hồn:* xem 10:18.

2–4 nói đến sự suy sụp về xã hội. Danh sách bao gồm các mối quan hệ (2), công việc kinh doanh (3ab), tôn giáo (3cd) và chính quyền (4). Phần mô tả chung về một xã hội chia rẽ, *người Ai Cập chống lại người Ai Cập* (2), được giải thích rõ ràng trên phương diện gia đình (2b), láng giềng (2c), thành (2d) và sự xuất hiện trở lại của tình trạng phân chia cũ ở Ai Cập thành hai vương quốc Thượng Ai Cập và Hạ Ai Cập; miền bắc chống lại miền nam. Hành động từ thiên thượng phá hỏng mọi nỗ lực của người Ai Cập: không điều gì tỏ ra có hiệu quả nữa (3ab) và (như trước đây) trong lúc như vậy, những nghi lễ thờ cúng lại có sức ảnh hưởng (3cd). Chính quyền suy thoái thành nhà nước chuyên chính (4), giải pháp độc tài cho một xã hội sụp đổ. Sự ứng nghiệm của lời tiên tri này có lẽ là sự cai trị của chính Piankhi (715 T.C), cuộc chinh phục của Sạt-gôn (so sánh 20:1–6), hoặc San-chê-ríp, hay cuộc xâm lược Ai Cập của Ê-sạt-ha-đôn (680), Ô-náp-ba (668) hay Ạt-ta-xét-xe III Ochus (343). Nhưng điều quan trọng hơn nhiều là nhận ra rằng các vấn đề xã hội nảy sinh từ gốc rễ thuộc linh: Đức Giê-hô-va đến để phán xét (1) và hành động trực tiếp của Ngài trong những công việc của con người (2–4). Sự chia rẽ (2) và vô hiệu quả (3ab) là triệu chứng, không phải căn bệnh. Những người lũ lượt kéo đến với các nghi thức thờ cúng ít ra cũng thấy cần phải có một giải pháp thuộc linh cho dù giải pháp của họ thật ra là một triệu chứng khác của vấn đề thật sự. Đối diện với tất cả những tan rã này, tại sao không ép buộc khi lời yêu cầu không có hiệu quả (4)? Nếu dân chúng không làm điều họ cần phải làm, thì họ sẽ làm điều họ bị buộc phải làm! Nhưng đây cũng chỉ là triệu chứng, không phải căn bệnh: bệnh (1) là họ không có mối liên hệ đúng đắn với Đức Chúa Trời.

5–10 mô tả sự suy sụp về kinh tế. *Sông Nin*, được nhắc đến năm lần bằng tên và bốn lần bằng từ đồng nghĩa, là nền tảng kinh tế của Ai Cập. Việc sông Nin cạn khô (5–6) được hiểu là nền kinh tế quốc gia bị suy sụp. *Sông* (5): nghĩa đen là 'một con sông'. Tính không xác định nhằm mục đích nhấn mạnh đó là 'chính con sông đó'. *Kênh rạch... sông suối* (6): hệ thống tưới tiêu mang nước từ sông Nin đến các vùng đất canh tác ở Ai Cập. *Sông* (7) ắt hẳn là sông Nin: tên này được nhắc ba lần trong một câu để nhấn mạnh tính chất nghiêm trọng của tai họa. Không có nước thì nông nghiệp thất bại (*đồng ruộng đã gieo*) và sau đó là sự xói mòn (*bị cuốn đi*). Cách thức câu cá ở đây, *giăng câu...thả lưới* (8), được mô tả trên các bia kỷ niệm của người Ai Cập. Khi sông Nin cạn khô, nghề đánh bắt cá cũng phá sản. Tình trạng tồi tệ mở rộng sang bộ phận sản xuất (9). Việc sản xuất vải lanh và kỹ thuật dệt rất phát triển ở Ai Cập. Cách dịch *các thợ dệt* (10) là một cách sửa lỗi trong bản văn tiếng Hê-bơ-rơ, *šĕtîeyhā* thay vì *šatōteyhā*, có nghĩa là 'cột trụ, nền móng'. Từ ngữ này không được dùng theo nghĩa ẩn dụ ở chỗ khác, nhưng nếu có thể hiểu theo nghĩa như thế thì ý muốn nói là 'cột trụ' của nền kinh tế, những người mạo hiểm kinh doanh, những doanh nghiệp, những người làm Công Khi họ thất bại, *người làm thuê* quả thực *buồn rầu* là phải lắm. Một lần nữa, những vấn đề này có thể được giải quyết nếu chúng là chứng bệnh chứ không chỉ là triệu chứng. Nhưng triệu chứng thì không phải là bệnh. Kinh thánh quả quyết phía sau nền kinh tế vững mạnh là đời sống thuộc linh đúng đắn (Phục 8:17–19; so sánh A-ghê 1:2–6 nói về lạm phát).

11–13 tiếp tục nói đến sự sụp đổ về chính trị. Trong những câu này, từ *khôn ngoan* xuất hiện ba lần, 'nhà quý tộc' (bộ phận công chức của chính phủ) xuất hiện hai lần qua từ *quan chức* [bản NIV dùng một lần *quan chức* và một lần *người lãnh đạo* - ND]; và ý 'cố vấn', danh từ lẫn động từ, xuất hiện ba lần. Tóm lại, Ê-sai chuyển sang 'Nội Các' và ban quản trị. Ở đây nói đến sự cai trị ngu dốt (13), sự hoang mang (*nhầm lẫn*, 14), tình trạng không rõ ràng (14cd) và sự bất lực (15). Với tất cả những lời tuyên bố của họ, bậc lãnh đạo vẫn ở trong sự ngu dốt (11), không sáng suốt (12) và làm đường lạc lối (13). Vậy thì họ nên làm gì? Thay đổi chính quyền ư? Nhưng một lần nữa, như vậy mới chỉ xử lý triệu chứng chứ không phải căn bệnh. Tại sao bậc lãnh đạo lại dại dột, thiếu khôn ngoan, v.v... như vậy? Vì Đức Giê-hô-va đã chống lại họ (14). Cho nên, vẫn là vấn đề tâm linh.

Xô-an (11) tọa lạc ở vùng châu thổ đông bắc, và thực sự là thủ phủ của Ai Cập dưới triều đại Ê-thi-ô-pi-a. *Ngu dại* (*ĕwîlîm*) là những người hoàn toàn đần độn, thậm chí không thể thấy mối nguy từ hành động của chính họ (Thi 107:17; Châm 1:7; 10:21). *Đưa ra những ý kiến điên rồ:* từ liệu √*bāʿar* có nghĩa là sống thiếu suy nghĩ như con vật, không được hướng dẫn bởi sự khôn ngoan thật và cao hơn (Thi 49:20; 73:22). Cụ thể, từ ngữ này có nghĩa 'không có sự khôn ngoan sáng suốt thuộc linh', do đó ở đây nó được liên kết với việc họ không có khả năng nhìn thấy điều Đức Giê-hô-va đang làm, tức là; nhận biết nguyên nhân thuộc linh nằm sau các vấn đề kinh tế, xã hội và quốc Gia Vào thời San-chê-ríp xâm lược (701 T.C), Ai Cập đã có một nỗ lực duy nhất để tận dụng những lời hứa giúp đỡ mà họ có. Quân đội Ai Cập bị quân A-si-ri đánh bại tại El Tekeh, miền bắc Ách-đốt. Nhưng hầu như ngay lập tức, không cần đến bàn tay hay sự trợ giúp của con người, thế lực của San-chê-ríp bị phá đổ (37:36–37). Ai Cập cũng có cơ hội như những người đương thời với Ê-sai để nhận biết yếu tố thuộc linh nằm sau lịch Sử

14–15. Bài thơ bắt đầu bằng việc Đức Giê-hô-va đến Ai Cập; bây giờ Ngài đang hành động trong những người lãnh đạo. *Nhầm lẫn:* từ ngữ *iwʿîm* chỉ xuất hiện ở đây và có nghĩa là hoang mang hay do dự. *Lảo đảo* (√*ʿāwâ*): chệch hướng, nghĩa là lúc đi hướng này, lúc đi hướng khác. Tất cả những việc này là một khía cạnh trong sự đoán phạt thánh của Chúa (1 Vua 22:21–23; 2 Tê 2:11). *Đầu hay đuôi, việc lớn hay việc nhỏ:* xem 9:14–15.

Sự chữa lành Ai Cập (19:16–25). Sự chống đối thiên thượng không phải là hành động cuối cùng. Bên cạnh vấn đề của thế giới (1–15), Ê-sai cũng đưa ra giải pháp của Chúa. Ông trình bày một chuỗi năm lời tuyên bố *trong ngày đó*. Trong những hành động được nói đến trong các câu 1–15, Đức Giê-hô-va chưa giải quyết xong với Ai Cập. Ngày đó sẽ tiết lộ những khía cạnh khác của những việc Ngài dự định sẽ làm.

16–17. Trước tiên, Ngài sẽ làm cho thấm nhuần lòng kính sợ Đức Giê-hô-va. Ê-sai nhìn thấy trước *tay... vung lên,* một hành động nào đó không thể nhầm lẫn của Đức Giê-hô-va gây *sợ hãi* và *kinh hoàng* về điều mà Đức Chúa Trời đáng kinh sợ này *dự định*. Họ chưa biết kế hoạch của Ngài là gì, cũng không biết sự kinh sợ của họ là khởi đầu của sự khôn ngoan (Châm 1:7). *Đức Giê-hô-va vạn quân* giống như mắt xích chạy xuyên suốt chuỗi này (16, 18, 20, 25; so sánh 4, 12).

18 nói đến 'một ngôn ngữ và một Chúa'. Chi tiết về khía cạnh thứ nhì trong ngày đó hơi khó hiểu. *Năm thành* là những thành nào? Tại sao *một* (hay có lẽ là 'mỗi') *trong các thành ấy được gọi là Thành Hủy Diệt?*[9] *một* được dùng ở đây theo ý nghĩa thành ngữ là 'mỗi' (vd: Xuất 36:30)? Ngoài ra, *hủy diệt*(bản MT *heres*) không xuất hiện chỗ nào nữa. Bản Qᵃ ghi *ḥres*, 'mặt trời'. Bản Bảy Mươi, 'thành của Asedeq', có thể đơn giản là phiên âm bản văn Hê-bơ-rơ (hay được cho là bản văn Hê-bơ-rơ) *haṣṣedek*, 'thuộc về sự công chính'. Nhưng tại sao một từ liệu thông dụng như vậy lại được chuyển tự thay vì dịch? Điều chắc chắn duy nhất là trong toàn bộ sự mơ hồ này (đối với chúng ta) là *sẽ được gọi*(so sánh với 4:3; 61:6)– một tên gọi mới biểu thị một tình trạng mới, được bổ sung bởi thiên thượng. Nhưng giữa những điều khó hiểu ấy thì lẽ thật trọng tâm lại rõ ràng: theo sau sự kính sợ Đức Giê-hô-va (16) sẽ có sự quay hướng về Đức Giê-hô-va, thể hiện qua việc chấp nhận *tiếng Ca-na-an.* Đặc trưng của Ê-sai trình bày lời nói là biểu hiện đầu tiên của một niềm tin thật (6:5; so sánh Gia 1:26; 3:2). *Tiếng:* nghĩa đen là 'môi', xem lại từ Ê-sai 6:5 đến Sáng Thế Ký 11:1, nói

---

[9] Phải chăng 'năm' có nghĩa là năm thành cụ thể hay chỉ có nghĩa là 'một ít' (17:6; 30:17)? Có phải Ê-sai đang nhớ lại năm thành bị chiếm trong chiến dịch của Giô-suê (Giô 10:22–43), tượng trưng cho toàn bộ cuộc chinh phục không? Dĩ nhiên, Ê-sai rất có thể ám chỉ điều đó, nhưng có vẻ chỉ là sự mơ hồ không đáng kể. Và có phải chỉ *một* được gọi là *Thành Hủy diệt* hay

đến 'cả thế gian chỉ là một thứ tiếng'. *Thề:* sự biến đổi thể hiện ra bên ngoài qua lời nói, nhưng bên trong cũng đúng như vậy.

19-22. Điều đã bắt đầu trong năm thành, giờ đây mở rộng ra cả xứ từ *giữa đất* cho đến *biên giới* (19). Niềm tin thật có năm biểu hiện: thứ nhất là *bàn thờ* (19). *Cột trụ cho Đức Giê-hô-va gần biên giới* là nơi Đức Giê-hô-va ngự (so sánh Sáng 28:16-19) và ghi dấu phạm vi ảnh hưởng của Ngài (Sáng 31:51-52) và xứ Ngài tuyên bố là của Ngài (1 Sa 15:12, khác từ ngữ nhưng cùng ý nghĩa). Nhưng sẽ có *một bàn thờ* ở trung tâm, là nơi giải hòa (6:6-7) và cũng là *dấu hiệu và bằng chứng* (20), giống như bàn thờ ở Giô-suê 22:10, 23-27, mà những người sống ở nơi có bàn thờ thật sự thuộc về dân sự của Chúa.

Thứ hai, có sự cầu nguyện (20). Dân chúng có mối liên hệ với Đức Giê-hô-va có thể nói chuyện với Ngài. Tư tưởng của Ê-sai đi từ Giô-suê 22 đến Các Quan Xét 3:9 (so sánh 1 Sa 12:10-11). Những nguy hiểm và nan đề được giải quyết vì họ cầu nguyện và Đức Giê-hô-va đáp lời. Thứ ba, có sự mặc khải (21a). Đức Giê-hô-va sẽ *làm cho Ai Cập biết Ngài*. Niềm tin thật không phải là con người đi tìm Đức Chúa Trời, mà là con người đáp ứng với lẽ thật được mặc Khải Thứ tư, có sự thờ phượng (21b). Sự thờ phượng thể hiện cách công khai qua *sinh tế và tế lễ* và cách kín đáo qua lời *khấn nguyện*. Sự thờ phượng thật có hai phương diện: trước tiên là đến với Đức Chúa Trời qua ân điển Ngài đã chu cấp, tức hệ thống dâng sinh tế (so sánh Hê 10:12-22); kế đến là đáp ứng của chúng ta với Ngài trong lời cam kết tận hiến chính mình cho Ngài (so sánh 12:1-2) và việc kiên trì hoàn nguyện trong sự vâng Phục Thứ năm, có sự kỷ luật thiên thượng (22). Đức Giê-hô-va yêu thương ai thì sửa phạt kẻ ấy (Châm 3:12; Hê 12:1-11). Đau khổ là điều cần thiết để trở thành thuộc viên của vương quốc và để được bước vào vương quốc (Công 14:22). Mọi sự tiếp nhận lời Đức Chúa Trời đều được thử nghiệm để chứng tỏ sự chân thật (Lu 8:10-15; 1 Tê 1:6). Vậy thì sự kỷ luật có mục đích của Chúa là một phần trong cuộc sống họ, ở dưới sự chăm sóc của Ngài, nhằm giúp họ *trở về cùng Đức Giê-hô-va,* quay về như những người ăn năn (so sánh 1:26), tin cậy Chúa trong sự cầu nguyện và nhận lãnh sự chữa lành của Ngài.

23 mô tả sự hòa hợp trong thờ phượng. Trước nhất, đó là năm thành (18), rồi đến cả xứ (19-22) và bây giờ là cả thế giới. Giai đoạn khủng hoảng A-si-ri là giai đoạn tiêu biểu trong lịch sử thế giới. Các đế quốc tương lai, *A-si-ri* và *Ai Cập,* đã tạo ra một thế giới căng thẳng, chia rẽ, không chắc chắn và đau khổ. Nhưng nơi nào quyền lực thế gian chia rẽ, thì niềm tin thật dựa trên sự mặc khải (so sánh 2:2-4) sẽ kết hiệp lại. Ý nhấn mạnh trong lời tiên tri *trong ngày đó* được nói đến lần thứ tư là sự hòa hợp mà con người cảm nhận được ở nhau và sự thể hiện cách tự do điều họ cảm nhận. *Đường cái:* cái chúng ta gọi là 'đường đắp cao", đường được nâng lên, và do đó không thể bỏ qua. *Người Ai Cập và người A-si-ri sẽ cùng nhau thờ phượng:* đây là nền tảng cho sự hiệp nhất của họ và là điều kéo họ đến với nhau. Họ chấp nhận nhau vì họ được Chúa chấp nhận (Rô 14:1-3).

24-25 nhấn mạnh một lần nữa 'một dân, một thế giới, một Chúa'. Trong lời tiên tri *trong ngày đó* được nói đến lần đầu tiên (16); Giu-đa là một phần trong nỗi lo sợ của Ai Cập. Đây là điều đúng, vì sự nhận biết Chúa thật sự dẫn đến việc công nhận và phục tùng những người đã thuộc về Ngài (1 Cô 14:24-25). Nhưng người tiếp nhận Chúa sẽ ngay lập tức tận hưởng sự chấp nhận hoàn toàn từ Chúa (*dân Ta...của Ta...của Ta*) và là thuộc viên ngang hàng với tất cả những người thuộc về Ngài. Danh hiệu *dân, công trình* và *cơ nghiệp* luôn luôn thuộc về Y-sơ-ra-ên (2 Sa 3:18; Ê-sai 29:22-23; Thi 28:9). Ở Ai Cập, khi xuất hành, Đức Giê-hô-va cho thấy sự khác biệt khi Ngài phán 'Hãy cho dân Ta đi' (Xuất 5:1), còn bây giờ *Ai Cập là dân Ta*!

Việc trừng phạt Ai Cập được lấy làm ví dụ: sự ứng nghiệm trước mắt (20:1–6). Ai Cập lo bận rộn kích động cuộc nổi dậy chống A-si-ri tại các lãnh địa ở xứ Pa-lét-tin trong bốn năm, hứa hẹn sẽ giúp đỡ một khi lá cờ khởi nghĩa được phất lên. Vào năm 713 T.C, Ách-đốt cưỡng bách, và năm 711, A-si-ri đánh lại. Vua của Ách-đốt được thay thế bằng một bù nhìn. Tuy nhiên, cuộc khởi nghĩa vẫn tiếp tục. Vị vua mới bị đuổi đi và, với sự hậu thuẫn của Ai Cập, các công sứ được sai đến Giu-đa, Ê-đôm và Mô-áp để tập hợp họ lại vì chính nghĩa. Vì Ê-xê-chia không phải chịu sự trả đũa của A-si-ri, nên có lẽ ông tỏ ra bằng Quan Nhưng Ách-đốt thì không thoát được. Sạt-gôn, vua của A-si-ri đã sai *tổng tư lệnh* (1) đến và Ách-đốt trở thành một tỉnh của A-si-ri. Đúng như dự tính, Ai Cập khi đó đã thất hứa.

Tại thời điểm nào đó trong tất cả những việc này, Ê-sai đã nói tiên tri qua hành động bằng cách *cởi trần và đi chân đất* (2). Mục đích của ông là diễn đạt số phận của những người bị A-si-ri bắt làm phu tù và qua đó phơi bày sự ngu dại khi tin cậy Ai Cập. Ông cam kết thể hiện cách rõ ràng tính xác thực của lời ông đã nhận từ Chúa. Tại đây có cả phần chuyện kể như là sự ứng nghiệm trước mắt. Ê-sai đã phác hoạ niềm hy vọng của thế giới (19:24–25), trong đó liên tưởng đến ba quốc gia trong thời của ông: chính dân của ông, đế quốc A-si-ri và đế quốc Ai Cập tương lai. Khải tượng của ông là ba quốc gia này sẽ trở thành một dân dưới sự lãnh đạo của Đức Chúa Trời. Nếu đây là việc không thể tin được, thì những người đương thời với Ê-sai quan sát thế nào lời phán của Chúa được ứng nghiệm trong những sự kiện thế giới được phô bày ra, ngay cả khi có liên quan đến các siêu cường quốc.

1. *Vào năm*: tức năm 711 T.C. *Tổng tư lệnh* (tartān): người có quyền chỉ huy thứ hai sau vua (2 Vua 18:17); trong trường hợp này là Sạt-gôn II (722–705), một trong những vị vua vĩ đại nhất của A-si-ri.

2. *Chính lúc ấy* ('ēt) không ngụ ý thời điểm chính xác mà nói đến lúc thích hợp cho một sứ điệp như thế. *Vải sô* dường như là quần áo thường ngày của Ê-sai, dù nó là dấu hiệu chỉ quần áo tang (15:3) hay y phục thô của các tiên tri (2 Vua 1:8). *Cởi trần:* ārôm nghĩa là 'khỏa thân'. Có lẽ bản NIV [và cả bản TTHĐ - ND] dịch đúng khi tìm cách giữ phép lịch sự qua việc dịch theo kiểu giải thích, nhưng đây không phải cách dùng thường thấy của từ này. Những người bị giam cầm thường bị cởi quần áo (4; 47:2–3). Ê-sai đã trả giá cho việc gắn bó chặt chẽ với lời của Chúa trong tinh thần vâng Phục Lời nói của các tiên tri thường đi kèm với những minh họa cho lẽ thật có thể nhìn thấy bằng mắt (vd: Giê 13:1 và các câu tiếp theo; 19:1–13; Êxê 5; 12). Mục đích của việc minh họa không chỉ như một thị cụ mà còn hơn thế nữa, vì lời Đức Chúa Trời được bày tỏ theo hai cách: bằng lời nói và hành động. Bởi đó, việc ứng nghiệm là vô cùng chắc chắn (xem 2 Vua 13:14–19).

3. Trong *ba năm* dân sự đã nhìn thấy Ê-sai, thắc mắc việc ông làm cảnh báo điều gì. Phải chăng ông chỉ muốn cho họ biết rằng chống lại A-si-ri sẽ không thành công? Nhưng như chúng ta biết, bất kỳ kẻ ngu ngốc nào cũng có thể tiên báo rằng Ách-đốt sẽ chẳng có cơ may thành công! Có lẽ những kẻ xấc xược đang chế giễu rằng 'Hãy cho chúng tôi biết điều chúng tôi chưa biết đi!' Thật vậy, đây đúng là điều ông đang làm. Sứ điệp không phải điều họ muốn nghe, cũng không phải điều những nhà chính trị sành sõi ở Giê-ru-sa-lem muốn nghe, khiến họ say mê như với Ai Cập và lời hứa của Ai Cập. Những người bị bắt đang nói đến ở đây là *người Ai Cập* và *người Cút* (cả hai được liên kết với nhau vì triều đại Ê-thi-ô-pi-a đang nắm quyền).

4. Ê-sai không nói Ai Cập/Cút sẽ không chiến thắng, mà chỉ nói rằng người Giu-đa sẽ thấy hàng đoàn người bị bắt giữ đau buồn đang bị trục Xuất Điều này đã xảy ra chắc chắn sau trận đánh của El Tekeh (701 T.C), là nỗ lực của Ai Cập nhằm thực hiện đúng lời hứa, nhưng đã thất bại. Vì việc này xảy ra trong năm đó, trước khi San-chê-ríp tấn công Giu-đa, nên nhiều khả năng đã góp phần khiến Ê-xê-chia hết sức nản lòng (37:1–4), y như Ê-sai đã nói. *Làm nhục Ai Cập* (nghĩa đen) là 'sự trần truồng của Ai Cập', tình trạng những người bị bắt phô bày sự khánh kiệt của chính đất nước.

5–6. *Hổ thẹn:* sự bối rối khi sắp đặt kế hoạch mà thất bại, khi những lời hứa tạo sự tin tưởng mà không thực hiện được; những hy vọng được ấp ủ lại đảo ngược. *Miền duyên hải:* những người bị bắt bị dẫn trở về A-si-ri dọc theo những con đường ven biển. Những người sống tại đó là những người đầu tiên nhìn thấy ngay trước mắt mình rằng tin cậy Ai Cập là ngu dại như thế nào, và do đó họ là những người đầu tiên kết luận rằng phải tìm kiếm một đối tượng nhờ cậy khác để chống lại A-si-ri.

b. Chuỗi các lời tiên tri thứ hai: đêm dài và ánh bình minh (21–23)

Xem phần dẫn nhập của các chương 13–27, tr. 88–89. Đặc điểm của chuỗi thứ nhất (13–20) là sự lạc quan vui vẻ. Ngay cả các siêu cường của thế giới cũng phải lệ thuộc vào lời phán của Chúa và lời Ngài đầy dẫy sự hứa hẹn vinh quang. Chuỗi thứ hai lại rất khác. Cho dù nội dung của từng lời tiên tri làm nổi bật chủ đề của nó, nhưng các lời tiên tri mang những tiêu đề khó hiểu, tạo cảm giác bí ẩn, thậm chí có vẻ như điềm báo; cho toàn bộ chuỗi thứ hai. Thật vậy, có một cảm giác diệt vong và tăm tối bao trùm.

Chuỗi này bắt đầu với một khải tượng kinh hoàng đến nỗi Ê-sai phải chùn lại (21:1–10). Tiếp theo là giọng nói vang lên từ bóng đêm và hứa hẹn bóng đêm sẽ thêm nữa (21:11–12). Sau đó các bộ tộc người Ả-rập trong hoang mạc đến mà không cần những quân nhu cần thiết (21:13–17), tiếp theo là Giê-ru-sa-lem phạm tội không thể tha thứ được (22:14). Ánh sáng cuối đường hầm là lời tiên tri về Ty-rơ (23:18) nơi mà chủ nghĩa vật chất lâu đời giờ đây biết chia sẻ; và sự trần tục hoàn toàn trở nên thánh khiết cho Đức Giê-hô-va. Ở phần trên có nói rằng những tiêu đề khó hiểu là cách Ê-sai cho thấy ông đã từ bỏ tính rõ ràng sắc bén của khung cảnh đương thời mà nhìn vào tương lai. Nếu vậy, lịch sử không phải là câu chuyện tưởng tượng mà mọi thứ đều từ từ trở nên tốt hơn. Ngược lại; sự đoán phạt thiên thượng trở nên khắc nghiệt hơn, nan đề vẫn chưa được giải quyết và dân sự Chúa sống không đúng với phẩm giá của họ. Dẫu vậy; ánh sáng của bình minh vẫn len lỏi vào trong bóng đêm.

i. Hoang mạc gần biển: nguyên tắc Ba-by-lôn (21:1–10). Theo câu 9, lời tiên tri đầu tiên báo trước sự sụp đổ của Ba-by-lôn. Nhưng sự sụp đổ nào? Sự sụp đổ phù hợp một cách dễ dàng nhất với những điều kiện khải tượng của Ê-sai là sự lật đổ thành bởi tay San-chê-ríp năm 689 T.C. Cuộc lật đổ này chắc chắn khớp với sự tàn bạo mà khải tượng mô tả, vì San-chê-ríp ký thuật rằng ông làm cho thành phố đầy những xác chết và, vì 'các thần ngự trong thành, nên bàn tay của dân ta cầm lấy chúng và đập nát'. Các tòa nhà bị san bằng, và để thể hiện thiện ý cuối cùng, 'lượng nước khổng lồ (được) thải ra trên đống đổ nát'.[10]

Sự ác liệt như thế cũng có lý do của nó, cho dù là kinh khủng. Ba-by-lôn từng là phần tử ngang bướng nhất trong đế quốc A-si-ri. Hai lần (vào năm 722–710 T.C và sau đó 705–702), Mê-rô-đác Ba-la-đan đã giúp Ba-by-lôn giành độc lập từ A-si-ri và thậm chí còn là sự đe dọa đối với địa vị thống trị của A-si-ri ở Mê-sô-bô-ta-mi. Như chúng ta sẽ thấy trong chương 38,

---

[10] Xem Erlandsson, *The Burden of Babylon*, tr. 91 để xem phần thảo luận đầy đủ và lập luận thuyết phục khi xem đây là sự hủy diệt Ba-by-lôn của người A-si-ri năm 689 T.C.; không phải sự bắt giữ của người Ba Tư năm 539 T.C.

ông bao gồm cả Giu-đa trong nỗ lực gây náo động. Lời tiên tri hiện tại có thể là nỗ lực của Ê-sai nhằm can ngăn Giu-đa đừng kết hợp với Ba-by-lôn tạo liên minh chống A-si-ri. Liên minh này cũng có vai trò tương tự trong mối liên hệ với Mê-rô-đác Ba-la-đan và Ba-by-lôn giống như vai trò của 19:1–15 trong mối liên hệ với liên minh Ai Cập. Ai lại muốn tìm kiếm sức mạnh ở kẻ thất bại bao giờ?

Đây là bài thơ rất thú vị mà Ê-sai từng viết. Nhưng vì là thơ ca, nên hiểu rõ ý nghĩa những gì mình đọc là điều cần thiết. Nhà tiên tri nhìn thấy hình ảnh cơn gió lốc sau khi nó quét qua Nê-ghép gần Biển Chết (1) và cơn lốc nói với ông về sự nguy hiểm sắp đến (1). Ông nghe lén, có thể nói như vậy, điều công sứ của Mê-rô-đác Ba-la-đan nói với Ê-xê-chia: A-si-ri vẫn là kẻ lừa dối như trước đây (2b), nhưng Ê-lam và Mê-đi sẵn sàng cầm vũ khí để chấm dứt mọi đau khổ mà A-si-ri đã gây ra (2cd). Ê-sai quay lại với linh tính của chính ông (3,4). Ông vốn từng ao ước nhìn thấy *buổi hoàng hôn* của chính quyền A-si-ri (4c), nhưng khải tượng kinh hoàng đến nỗi nó trở thành nỗi đau và sầu khổ cho ông (3). Rồi ông nghe những tiếng nói khác (5), rõ ràng phát ra từ cung điện nơi họ đang tổ chức tiệc tùng để ăn mừng hiệp ước của họ với Ba-by-lôn (5a-c) và tự tin kêu gọi quân đội đi chiến đấu (5de). Nhưng tại sao Ê-sai lại bị ảnh hưởng đến vậy? Bây giờ ông dẫn chúng ta vào bí mật được bật mí cho ông (6a): nếu ông đặt người canh gác, thì vào đúng thời điểm; ông sẽ báo cáo sự sụp đổ của Ba-by-lôn và các hình tượng bể nát của nó (6b–9). Và đây là sứ điệp ông phải đem đến cho dân sự Chúa: dù Giu-đa bị đè bẹp dưới chân A-si-ri (10a), thì liệu rằng liên minh với một Ba-by-lôn bị hủy diệt là giải pháp sao? – đây là lời Đức Giê-hô-va phán (10bcd).

Nhưng nếu cho rằng lời tiên tri nói đến những tình huống phổ biến trong hay khoảng năm 705 TC., thì tại sao Ê-sai không đặt tiêu đề liên quan đến Mê-rô-đác Ba-la-đan? Tại sao lại là tiêu đề khó hiểu *về hoang mạc gần biển* (1)? Vì, dù ban đầu ông nói tiên tri về sứ thần được ghi lại ở 39:1, thì mục đích của ông tại đây cũng rộng hơn: ông 'dường như dùng những sự kiện này để mô tả sự sụp đổ sắp đến của thành tập hợp từ khắp thế giới, sự bắt đầu của những lời rủa sả của thời kỳ cuối cùng trước khi sự cứu rỗi đến'.[11] Theo những lời tiên tri này, Ba-by-lôn thật sự (13:1) trở thành thành phố phía sau tiêu đề khó hiểu (21:1) và cuối cùng thành 'thành đổ nát' ở 24:10. Nỗ lực của con người để thiết lập thế giới mà không cần Đức Chúa Trời chỉ đem lại hậu quả là sự kinh khiếp mà thôi. Khi Ê-sai hướng về tương lai, ông thấy lúc nào nguyên tắc Ba-by-lôn cũng vận hành trong lịch sử thế giới: nhân loại nỗ lực (như ở Sáng 11:1–9) để áp đặt trật tự và sự thống nhất trên thế giới nhằm tạo an ninh cho chính mình. Sắp xếp trật tự thế giới mà không có Đức Chúa Trời là một nỗ lực thất bại.

Lời tiên tri có cấu trúc A1-B1-C-B2-A2.

1–2a. Ê-sai nhận khải tượng (A1). Nhiều khả năng lời giải thích đầu tiên cho tiêu đề bí ẩn *về hoang mạc gần biển*[12] đó là đây chính là nơi Ê-sai nhận khải tượng. Có quá 'bình thường' không khi nghĩ rằng ông đã dẫn gia đình đi nghỉ và quay về tường thuật lại rằng thời tiết thật tồi tệ, hết cơn bão này đến cơn bão khác? Nhưng khi ông nhớ lại những *cơn gió lốc* nối tiếp nhau, chúng nói với ông về 'điều gì đó đến từ hoang mạc'. Bản NIV thêm

---

[11]Xem O. Kaiser, *Isaiah 13–39* (SCM, 1974), tr. 128. Tuy nhiên, Kaiser liên hệ câu 1–10 với sự sụp đổ của Ba-by-lôn năm 539 TC. Chúng ta cần hỏi làm thế nào cuộc xâm chiếm không đổ máu vào Ba-by-lôn do Si-ru thực hiện có thể được xem là 'khải tượng đáng sợ' này và tại sao đó là một nhiệm vụ buồn bã, đáng lo ngại đối với Ê-sai khi ông phải truyền đạt một tin tức như thế cho dân mình.

[12]Erlandsson cho rằng *Hoang mạc gần biển* có thể là từ liệu Hê-bơ-rơ tương đương với *mãt tamtim* ("vùng đất thuộc biển'), là khu vực quanh vịnh Ba Tư, nghĩa là chỗ của Mê-rô-đác Ba-la-đan. Đây sẽ là mắc xích giữa lời tiên tri và nguồn gốc của nó.

vào 'kẻ xâm lấn' để giải thích, nhưng Ê-sai chỉ viết 'nó đến' [như cách dịch trong bản TTHĐ – ND], càng đáng sợ hơn vì không nói tên và vì nó đến 'từ hoang mạc... vùng đất khủng khiếp' (Phục 8:15).

2b-d (B1). *Kẻ phản bội...*: 'Kẻ phản bội đang phản bội, còn kẻ hủy diệt đang hủy diệt' ban đầu nói đến A-si-ri (xem 33:1) và do đó, là một thủ đoạn phù hợp mà các sứ thần của Mê-rô-đác Ba-la-đan sử dụng: A-si-ri sẽ không bao giờ thay đổi; chúng ta phải làm điều gì đó. Trong ngữ cảnh hiện tại, được mở rộng thêm so với ngữ cảnh ban đầu, cụm từ này ám chỉ sự thất bại của các giá trị trong thế giới: con người thì không thể tin tưởng, của cải thì không được tôn trọng. *Ê-lam:* nếu cho rằng lời tiên tri ám chỉ sự sụp đổ của Ba-by-lôn vào tay người Mê-đi Ba tư năm 539 T.C, thì không thể giải thích việc nhắc đến Ê-lam, vì Ê-lam đã không còn là thế lực có ảnh hưởng trong những năm sau cùng của thế kỷ thứ bảy. Nhưng vào thời Mê-rô-đác Ba-la-đan, lời kêu gọi *Ê-lam* và *Mê-đi* chiến đấu tạo con tốt chắc chắn trên bàn cờ ngoại giao. Đằng sau những mạng lệnh này; chúng ta có thể nghe thấy lời khoe khoang của các đại sứ rằng tất cả những điều họ phải làm là hô lên như vậy thì Ê-lam và Mê-đi sẽ chuẩn bị chiến đấu. *Ta sẽ làm:* Mê-rô-đác Ba-la-đan xem mình là giải pháp cho sự áp bức của A-si-ri trong thời của ông. Bây giờ những lời này tượng trưng cho giọng nói tưởng tượng của một hàng dài những người sắp được giải cứu. Sẽ luôn luôn có những quyền lực chi phối trong lịch sử thế giới như thế nào, thì cũng sẽ có những người tự tin lật đổ chúng thế ấy.

3–5 (C). *Vì thế* [Bản NIV: *at this*] (3). Phản ứng của Ê-sai là phản ứng của sự khiếp sợ về thể xác (3) lẫn tình cảm (4ab). Ông ao ước ánh hoàng hôn, ước ao nhìn thấy nó trong sự oai nghiêm nhất, nhưng nó đã trở thành điều kinh khủng. Ngược lại (5), có những người xem tất cả như là cơ hội để tiệc tùng (5a-c) và không nghĩ gì về việc khởi xướng hành động quân sự (5de). Do đó, trước nhất, trong bối cảnh của đại sứ Mê-rô-đác Ba-la-đan (705 T.C; 39:1); hoàng hôn là sự suy giảm quyền lực của A-si-ri mà mọi người mong mỏi; nhưng Ê-sai biết những hậu quả kinh khủng mà Ba-by-lôn phải chịu trong suốt cuộc lật đổ tàn bạo này nhưng dân sự Chúa còn phải chịu đựng nhiều hơn nếu họ cố gắng lật đổ bằng cách gia nhập liên minh. Nhưng Ê-xê-chia dễ dàng xiêu lòng trước lời xu nịnh của các đại sứ (39:1–2), tiếp đón họ và dọn tiệc đãi họ, với các diễn giả sau buổi tiệc huênh hoang tự tin về chính nghĩa đúng đắn của họ. *Hãy bôi dầu vào thuẫn:* nghĩa là xức dầu cho chúng vì là thánh chiến. Với Ê-sai, tất cả những việc này đều đau lòng. Có phải đây là sự giải cứu cho Giu-đa chăng? Không, vì chính Ba-by-lôn còn bị hủy diệt (9). Nhưng trong lúc chờ đợi, họ phải chịu đựng cuộc tấn công dữ dội của San-chê-ríp. Giá phải trả để A-si-ri lu mờ thật quá cao!

Thứ hai, nhưng như chúng ta đã thấy, các tiêu đề khó hiểu của chuỗi các lời tiên tri thứ nhì cho thấy Ê-sai hướng đến tương lai sau thời của chính ông. Sẽ luôn luôn có siêu cường nào đó tìm cách thống trị thế giới. Và cũng sẽ luôn luôn có những người đi giải phóng tự tin tìm kiếm đồng minh. Luôn luôn có những người xưng là dân sự Chúa vô cớ đẩy mình vào xung đột để phải chịu đau khổ và mất mát. Và rồi sẽ đến Ngày đó, là ngày kinh khủng tột bậc trong cách Chúa đối với tội lỗi và tội nhân; cũng như với hệ thống trong thế giới hiện thân cho sự kiêu ngạo của con người, là Ba-by-lôn thuộc linh trong Khải Huyền 18–19.

6–9 (B2). Để hiểu sự sụp đổ của Ba-by-lôn, Ê-sai mô tả một *người canh gác* được bảo phải canh chừng điều gì (7), tận tâm trong công việc (8), nhìn thấy sự kiện được tiên báo ứng nghiệm (9ab) và chia sẻ tin tức đã được báo cho mình (9c-f)

Quân lính cưỡi ngựa...cưỡi lừa...lạc đà (7ab): nghĩa đen là 'quân đội cưỡi ngựa, theo cặp, quân đội cưỡi lừa, quân đội cưỡi lạc đà'. M.S. Seale lưu ý rằng 'người du mục Ả-rập, khi chuẩn bị ra trận; cưỡi một con ngựa... và kéo một con khác'. So sánh 2 Các Vua 9:25; mà Seale dịch là 'Ngươi và ta đang cưỡi ngựa theo cặp'.[13] Seale nói con thú thứ hai là để dự trữ như con ngựa cưỡi non nớt phải chiến đấu là điều cần thiết. Do đó, người bảo vệ phải để ý những đội quân đi ra trận. *Người canh gác kêu lên* (8): nghĩa đen là 'con sư tử hét lên', tức 'anh ta là con sư tử, la lên' nghĩa là một người có sự kiên quyết, đáng tin cậy trong việc hoàn thành nhiệm vụ giao phó cho mình. Dĩ nhiên; người bảo vệ là nhà tiên tri, và các câu này giúp hiểu rõ những yêu cầu của chức vụ tiên tri: phải kiên quyết chỉ công bố điều ông nhìn thấy (6), đáng tin cậy (7), có kỷ luật để chờ đợi cho đến khi nhận được sứ điệp chắc chắn để công bố (8). *Kìa, ...đến* (9): 'Và, nhìn kìa! – một toán quân lính cưỡi ngựa đến, theo cặp'. Vì họ vẫn cưỡi một con ngựa và kéo một con khác, nên họ trở về trong chiến thắng. Thật đúng như vậy, vì *Ba-by-lôn* đã thất bại cùng với hệ tư tưởng (*mọi hình tượng tà thần*) của nó.

10 (A2). Tiếp tục động từ *báo* từ câu 2a ('tỏ ra'), Ê-sai kết thúc bài thơ. Ông nhìn thấy 'một khải tượng tàn khốc' và bây giờ tường thuật lại như sứ điệp *từ Đức Giê-hô-va*. Cho nên, trong bối cảnh ban đầu của lời tiên tri, hãy nghe lời cảnh báo cho Ê-xê-chia: Ba-by-lôn nghe có vẻ hợp lý, nhưng để gắn tương lai mình vào đó là sẽ cùng chịu chung số phận với nó. Đó là đi theo con đường của Ba-by-lôn nguyên thủy, Si-nê-a (Sáng 11:1–9): hình ảnh thu nhỏ của tinh thần tự phụ của con người. Và dĩ nhiên, khi lịch sử vượt ra ngoài điều Ê-sai nhìn thấy, thì sự việc lặp lại, những nguyên tắc tương tự sẽ vận hành; và những cám dỗ tương tự sẽ vây lấy dân Chúa. Không dễ duy trì đức tin; nhất là khi gặp khủng hoảng và đau khổ, *bị đập như thóc trên sân đạp lúa*. Thật dễ chọn lựa bất kỳ điều gì hứa hẹn đem đến sự giải cứu. Nhưng đức tin sẽ nhìn khác. Chúng ta vẫn là dân của Chúa [bản NIV có chữ 'hỡi dân ta' – ND]. Chúng ta là (nghĩa đen) 'dân bị chà đạp, con trai của sân đạp lúa Ta'; những áp lực xô bồ của cuộc sống đến từ Đức Giê-hô-va; cú đánh là đòn của Ngài, với chủ đích đưa vụ mùa vào kho thóc một cách an toàn. Quyền năng của *Đấng vạn quân* nằm sau lịch sử là quyền năng của *Chúa Giê-hô-va*, Đấng không chỉ là thẩm phán của những người không vâng phục mà còn là Đấng Cứu chuộc, *Đức Chúa Trời của Y-sơ-ra-ên*. Không phải Đức Chúa Trời chúng ta đã chọn nhưng là Đấng đã chọn chúng ta và sẽ không bao giờ rút lại sự chọn lựa đó.

ii. Sự im lặng: những ngày tháng tối tăm (21:11–12). Những phân đoạn như 2 Các Vua 8:7 và các câu tiếp theo cho thấy dân của các nước tìm đến với các tiên tri. Rất có thể là trong hoạt động ngoại giao đến điên cuồng vì sự đe dọa của A-si-ri, người Ê-đôm đã đến Giê-ru-sa-lem và một người đã tìm đến xin Ê-sai lời khuyên. Chúng ta không biết được liệu có phải như vậy không hay Ê-sai đang ngẫm nghĩ cách riêng tư về nỗi đau mà Ê-đôm đang gánh chịu dưới tay A-si-ri. Sạt-gôn đã lãnh đạo một chiến dịch đánh vào Ai Cập năm 715 T.C. Nhưng chúng ta cảm nhận sự đau nhói trong giọng nói cô đơn trong bóng đêm và trong lời trao đổi với nhà tiên tri: 'Ông có thể cho tôi biết điều gì? Tôi không thể nói gì cả. Mọi việc sẽ thay đổi chứ? Không, sẽ không thay đổi gì cả? Ngay cả khi bình minh đến, thì đêm tối cũng nhanh chóng theo sau'. Trong bối cảnh của năm lời tiên tri tương xứng nhau, lời tiên tri này tương ứng với lời tiên tri về Phi-li-tin ở 14:28–32. Người Phi-li-tin đã nhầm các dấu chỉ thời kỳ và nghĩ rằng triều đại Đa-vít không còn tồn tại. Họ cần nhận biết một trái lớn hơn sẽ ra từ gốc Đa-vít. Nhưng để đáp lại tiếng kêu của Ê-đôm, Ê-sai cảnh báo rằng buổi bình

---

[13]M. S. Seale, *The Desert Bible* (Weidenfeld and Nicolson, 1974), trang 97.

minh thật sự còn ở tương lai chưa được xác định và trong khi chờ đợi, bóng tối sẽ chiếm ưu thế. Người canh ở câu 6 vẫn đang canh gác; kẻ bị đập nát trong câu 10 vẫn chưa được chữa lành. Mọi việc cứ tiếp diễn như thế (2 Phi 3:4); nhưng hỏi xem đêm đen còn bao lâu nữa vẫn luôn là việc đáng làm, vì bóng tối sẽ không phải là điều cuối cùng (Rô 13:11–12). Do đó, một người ngoại bang cô đơn phản chiếu lịch sử thế giới: kỳ chung cuộc sẽ đến; nhưng chưa phải là kết thúc. Hy vọng nằm ở tương lai (12ab) và dù có bị hoãn nhưng chắc chắn sẽ đến (12cd).

11–12. *Đu-ma* (11a) nghĩa là 'im lặng' (Thi 94:17; 115:17), và vì người hỏi đến từ *Sê-i-rơ*, nên chắc chắn Ê-sai nói đến *Đu-ma* vừa để gợi ý về Ê-đôm, vừa để phản ánh sự im lặng của ông về tương lai. Chương trình của Chúa được thực hiện không chỉ trong những sự kiện lớn, đáng chú ý (9) mà còn trong sự chuyển động đi tới đều đặn của thời gian (12), trong những giai đoạn lớn khi dường như không có điều gì đang xảy ra cả. Ê-sai áp đặt lên người hỏi mình sự rèn luyện khó khăn nhất trong các cách rèn luyện, đó là rèn luyện sự chịu đựng. *Đến* được dùng ở thì hoàn thành trong tiếng Hê-bơ-rơ; chỉ sự chắc chắn: 'chắc chắn sẽ đến, đã được ra lệnh sẽ đến'. *Trở lại:* dù tiến trình bị kéo dài, nhưng chắc chắn sẽ kết thúc.

iii. Buổi chiều hoang vu: nhu cầu của dân ngoại không được giải quyết (21:13–17).
Lời tiên tri thứ ba tương ứng với khủng hoảng mà người Mô-áp ngoại bang đã đối diện (15–16). Mô-áp có thể cầu cứu Si-ôn nhưng họ đã không làm vì tự cao. Các chi phái Ả-rập trong hoang mạc đang trong tình trạng khó khăn: họ có thể giải quyết vấn đề bằng sự giúp đỡ qua lại lẫn nhau? Không, nhu cầu của họ vẫn không được đáp ứng.

Một lần nữa, bối cảnh lịch sử là cuộc khủng hoảng A-si-ri. Vào năm 715 T.C, Sạt-gôn mở chiến dịch đánh các bộ tộc sống giữa Thê-ma (thành ốc đảo ở vùng viễn nam Ê-la và phía đông Biển Chết) và vịnh Aqaba. Vào năm 703, Ả-rập kết hợp với Mê-rô-đác Ba-la-đan nổi dậy và bị San-chê-ríp dẹp tan. Ê-sai mô tả bộ tộc Đê-đan của Ả-rập chạy trốn khỏi cuộc chiến và Thê-ma được yêu cầu phải giúp đỡ họ. Thế giới ngoại bang đang có nhu cầu muốn tự lực qua việc giúp đỡ lẫn nhau. Sự ứng nghiệm trước mắt (16–17) tiêu diệt bất kỳ niềm hy vọng nào cho rằng an ninh tập thể sẽ đem đến sự giải cứu.

13–15. *Lời tiên tri về Ả-rập:* chỉ có trong chuỗi tiên tri này, giới từ (*về*) là *bě*, nghĩa là 'trong; nghịch lại'. Cả cụm từ trên có ý nói bóng gió giống như hai tiêu đề trước (1, 11). Phụ âm *b'rb* có thể mang nghĩa rõ ràng là 'buổi chiều' như nghĩa 'trong/nghịch lại Ả-rập' – cả hai đều có trong tiêu đề và trong câu 13c. 'Buổi chiều' có thể tạo linh tính tương tự như 'hoàng hôn' (4c). Điều này không thể được gọi là sự giải thích chắc chắn mà nó phù hợp với các tiêu đề khó hiểu, là đặc điểm của chuỗi này và vị trí của lời tiên tri trong ngữ cảnh này, dân ngoại trong một thế giới tối tăm. *Đê-đan:* bản NIV hiểu rằng người Đê-đan nhận mạng lệnh *đem nước* (14). Nhưng để giải thích cho cách hiểu này thì phải thay đổi thể trình bày trong tiếng Hê-bơ-rơ ('họ đem') sang thể mệnh lệnh. Tuy nhiên, theo tiếng Hê-bơ-rơ, người Đê-đan có nhiệm vụ phải đóng trại trong *rừng*, bụi rậm, cách xa đường mòn. Ả-rập là *b'rb* như ở trên: chúng ta có dám kết hợp hai ý nghĩa có thể có của những phụ âm này thành 'vào buổi chiều hôm Ả-rập' không?

Dân *Thê-ma* (14) đem đồ tiếp tế đến cho những người lánh nạn; nghĩa đen là 'để đáp ứng cho những người khát, họ đem nước. Những người sống trong xứ Thê-ma có bánh (bánh họ cần) thì đến đó để đáp ứng cho kẻ lánh nạn'. Cũng từ ngữ dùng để chỉ *người lánh* nạn xuất hiện ở 16:2–3 nói về người Mô-áp chạy trốn nguy hiểm. Họ có thể chạy đến Si-ôn nhưng các bộ tộc Ả-rập muốn tự lực.

Lời giải thích cho tất cả những điều này (câu 15 bắt đầu với từ 'Vì') là những kẻ lánh nạn đã bị mắc kẹt trong thực tại của chiến tranh: 'gươm' (nguyên văn ở số nhiều) ngụ ý bị kẹt giữa hai thế lực đối địch – tình cảnh buồn rầu của những người mà xứ họ trở thành vũ đài chiến trận cho những kẻ khác. Thế giới rối reng đã kìm kẹp họ: họ có thể tìm sự trợ giúp ở đâu? Sự giúp đỡ từ Thê-ma có giải quyết được vấn đề không?

16–17. Câu kết bắt đầu bằng một từ chỉ quyền lực tối cao (16, *Chúa* [ở đây là từ *'ădōnāy*] đã phán *với tôi*) nói đến một kết thúc sắp đến (*còn một năm nữa*); phá hủy hoàn toàn quyền lực của Kê-đa (17, *rất ít*). Điều này là chắc chắn vì *Giê-hô-va, Đức Chúa Trời của Y-sơ-ra-ên, đã phán vậy*. Người Đê-đan đang nguy nan và người Thê-ma giúp đỡ họ đều tìm cách làm chủ thế giới bằng chính nguồn lực của mình. Nhưng Lời của Đấng Tối Cao; Đức Chúa Trời của Y-sơ-ra-ên mới là điều kiểm soát thế giới là (16a; 17b). Ngài là Đấng không để cho nhân loại tự chủ và khiến thế giới này trở thành của riêng họ.

Lời tiên tri tương tự về Mô-áp, giống lời tiên tri này, chứa đựng sự ứng nghiệm trước mắt (16:14), và cả hai đều có cụm từ *theo năm của người làm thuê* (16), 'vinh quang' (ở đây là *vẻ tráng lệ*; ở 16:14 là sự lộng lẫy) và 'sót lại' (16:14 và ở đây là từ *còn lại*). Sự giống nhau về từ ngữ cũng như chủ đề liên kết các lời tiên tri lại với nhau: thế giới dân ngoại đang trong tình cảnh khó khăn, tin tức tốt lành về sự cứu rỗi ở Si-ôn bị khước từ, và Đức Giê-hô-va tối cao sẽ không để cho họ có được sự an ninh của riêng mình. *Kê-đa*: tên gọi chung cho vùng Ả-rập cùng với các bộ lạc du mục trong vùng.

iv. Thung lũng khải tượng: tội lỗi không thể tha thứ (22:1–25). Một lần nữa, dân sự Đức Chúa Trời đứng thứ tư trong chuỗi các lời tiên tri (so sánh tr. 88–89, 104; 17:1–18:7). Nhưng bây giờ; Giê-ru-sa-lem thật sự, là nội dung của các câu 1–14 và bối cảnh cho câu 15–25, bị che khuất dưới tiêu đề khó hiểu *thung lũng khải tượng*. Do đó, chúng ta được báo hiệu rằng lời tiên tri này cũng vận hành ở hai cấp độ: cấp độ thực tế của những sự kiện có thể xác định niên đại, và cấp độ khải tượng của những nguyên tắc mà những sự kiện này minh họa cho và sẽ tiếp tục có hiệu lực trong tương lai không xác định.

Thoạt nhìn, lời tiên tri là sự pha trộn lạ lùng giữa quốc gia (1–14) và cá nhân (15–25), thành phố (1–14) và con người (15–19, 20–25), và sẽ dễ dàng thắc mắc rằng liệu nói về Sép-na (15–19) và Ê-li-a-kim (20–25) ở đây có thích hợp không, nhất là vì không có lời tiên tri nào khác trong các chương 13–27 bận tâm đến những cá nhân được nêu tên.[14] Xem xét kỹ hơn sẽ thấy rõ hơn. Lời buộc tội gán cho Giê-ru-sa-lem là họ chọn dựa vào chính họ. Các câu chính (8b–11) cho thấy trong sự khủng hoảng, người Giê-ru-sa-lem trông cậy vào kho vũ khí của họ như thế nào (8b), họ triệt hạ thành phố để củng cố tường thành như thế nào (10), và bảo đảm an toàn cho nguồn cung cấp nước ra sao (9b, 11). *Sép-na* được tiết lộ là viên chức quan trọng, là hiện thân của thái độ tự mãn: ông là người có thể gìn giữ danh

---

[14] Sự chuyển đổi từ ngôi thứ ba (16–18) sang ngôi thứ nhất (19–23a) có thể được giải thích bằng cách nghĩ theo phương pháp 'tranh ghép mảnh' của Ê-sai, lấy *từng mảnh ghép* từ các thời điểm khác nhau trong chức vụ của ông rồi ghép chúng lại với nhau thành một khối hiệp nhất mới. Câu 19 có thể được xem như cây cầu biên tập, tóm tắt điều đã nói trước đó bà chuyển đổi sang ngôi thứ nhất để chuẩn bị cho các câu 20–23. Về cấu trúc, các câu 15–25 nằm ở giữa *Chúa là Đức Giê-hô-va vạn quân phán* (15) và *Đức Giê-hô-va vạn quân phán... Đức Giê-hô-va đã phán vậy* (25). Những lời nói với Sép-na, *ông là nỗi ô nhục cho nhà chủ mình* (18) cân xứng với việc Ê-li-a-kim có khả năng trở thành *một ngai vinh quang cho nhà cha mình* (23). Xem D. Stacey, *Isaiah 1–39* (Epworth, 1993) and Miscall, *Isaiah, ad loc.*

tiếng hiện tại của mình (18d) và lo liệu để nó tiếp tục tỏa sáng (16). Không như Sép-na, *Ê-li-a-kim* (20–25) bị mắc bẫy tương tự nếu ông tự cho mình là và để cho người khác thấy mình là sự hậu thuẫn chính cho người khác, một người không thể thiếu (xem câu 23–25 bên dưới). Tóm lại, 'cốt truyện' của toàn bộ lời tiên tri là câu hỏi tìm sự an ninh ở đâu? Trong lời dạy dỗ của Ê-sai, khi thành (1–14), cá nhân (15–19) và gia đình (20–25) trở nên sự tự mãn, thì họ đã phạm một tội không thể tha thứ.

Thành tự mãn (22:1–14). Người ta đưa ra nhiều cơ hội lịch sử cho sự ra đời của phân đoạn này. Niềm vui trên nóc nhà (1–2) có lẽ là phản ứng thường thấy khi mối đe dọa từ A-si-ri chấm dứt như được ký thuật ở 2 Các Vua 19:35–36.[15] Điều này đơn giản dễ hiểu nhưng không hoàn toàn khớp với lời tiên tri. Trước tiên, không dễ gì mà Ê-sai lại lấy làm khó chịu khi hành động giải cứu thiên thượng đem đến niềm vui vỡ òa, ngay cả khi ông nghĩ rằng rằng nó rỗng tuếch. Và vào một dịp như thế, tại sao Chúa lại triệu tập dân sự lại để than vãn (12)? Ngoài ra, không có phần ký thuật những lãnh đạo bỏ trốn (3a) vì áp lực từ San-chê-ríp. Một quan điểm khác[16] là Ê-sai đang nói đến thời điểm San-chê-ríp nhận vàng của Ê-xê-chia (2 Vua 18:16) và chấm dứt mối đe dọa. Cuộc vui vì được giải cứu như thế sẽ không được nhà tiên tri tán thành, tự hào vì nó được thực hiện bằng nguồn lực và tài ngoại giao của con người. Nhưng một lần nữa, dẫu lời đề nghị nói chung là thích hợp, nhưng chi tiết thì không. Không chắc là Giê-ru-sa-lem lúc này đang chịu đựng sự đe dọa đủ lâu vì sự gian khổ của tình trạng bị bao vây đã có tác dụng (2b); hơn nữa, không có hồ sơ ghi lại hàng ngũ lãnh đạo bỏ đi (3); và ngoài ra, làm thế nào *Ê-lam* đại diện cho các thế lực A-si-ri (6) vì trong suốt giai đoạn này, Ê-lam là đồng minh của Ba-by-lôn chống lại A-si-ri? Điều đơn giản nhất là lưu ý rằng các sự việc trong các câu 2c–3 được liên kết với việc Giê-ru-sa-lem sụp đổ vào tay Ba-by-lôn năm 586 T.C vì những lãnh đạo bỏ chạy hết (2 Vua 25:4). Theo đó, các động từ trong câu 2–3 phải được hiểu như 'động từ ở thì hoàn thành chỉ sự chắc chắn' (xem bên dưới). Phân đoạn bắt đầu bằng sự tương phản giữa niềm vui hiện tại (1–2a) và thảm họa sẽ đến (2b–4), 'ngày của Chúa' (5–7). Rồi đến thời điểm quyết định khi họ cảm thấy dễ bị tấn công (8a), có những lựa chọn nhằm đảm bảo an ninh cho mình (8b–11). Và khi cảm thấy rằng họ đã khiến mình trở nên mạnh mẽ, không thể bị tấn công vào lực lượng vũ trang (8bc), công sự (9ab, 10ab) và nguồn cung cấp nước (9cd, 11), họ tràn ngập vui mừng bất chấp lời kêu gọi ăn năn từ thiên thượng (12–13). Việc này là không thể tha thứ (14).

1a. *Thung lũng Khải tượng:* Ê-sai không giải thích tại sao ông chọn tiêu đề khó hiểu này. Giê-ru-sa-lem không phải là thung lũng. Dĩ nhiên, ông có thể đã đi qua thung lũng nào đó khi khải tượng được truyền cho ông, nhưng cho dù có đúng như vậy hay không, thì sự dứt khoát của khải tượng và nhận thức rõ ràng của ông về lời phán thiên thượng (14a), ngụ ý đây là thung lũng tối tăm của linh hồn (Thi 23:4). Giê-ru-sa-lem/Si-ôn không chỉ là nơi Ê-sai thi hành mục vụ, đó còn là tiêu điểm của những điều ông mong đợi (vd: 2:2–4; 25:6–9; 26:1–4; 33:20–24; 40:9; 54:1 và các câu tiếp theo; 62:1 và các câu tiếp theo; 66:10–13). Nó đem đến cho ông đêm tối sâu thẳm nhất của linh hồn để ông thấy trước sự hoang tàn sắp đến.

---

[15]Clements, *Isaiah 2–39*, trang 182ff.; O. Kaiser, *Isaiah 13–39*, trang 136 trở đi. Cả hai nhà giải kinh đều đề xuất những cảnh dựng lại hết sức phức tạp mà; chúng ta cần nhớ, không dựa trên bằng chứng là bản viết tay hay bằng chứng khách quan khác, mà dựa trên cách giải thích nhằm cố gắng giải quyết những vấn đề họ thấy có trong bản văn.

[16]Skinner, *Isaiah 1–39*, trang 162f.; A. S. Herbert, *Isaiah 1–39* (CUP, 1973), *ad loc.*

1b–2b. *Điều gì làm các ngươi lo lắng* [NIV] là một cách dịch lạ khi nói với những người đang vui mừng; thảnh thơi (2ab)! [Bản TTHĐ dịch theo nguyên văn *Có việc gì xảy ra cho các ngươi*]. Theo nguyên văn 'có việc gì xảy ra với các ngươi?' là cách phản bác (Giê 2:18; Ô-sê 14:8), 'Các ngươi có chuyện gì....?' Hay 'Các ngươi có ý gì ...?' Nó ngụ ý hành động này là không thể biện hộ được (so sánh 52:5). Nóc nhà là nơi để tụ tập mọi người than văn (15:3) thế nào, thì đó cũng là nơi để mọi người tổ chức hội hè thế ấy. *Tiếng ồn ào (těšu'ôt)*: nguyên văn là 'huyên náo' (Gióp 39:7); tiếng ồn (Xa. 4:7) của đám đông phấn khích. *Náo động (√hāmâ)*: phấn khích vui sướng (như ở 1 Vua 1:40–41).

2c–4. Bây giờ, Ê-sai giải thích lý do ông chất vấn niềm vui của họ. Ông nhìn thấy một cảnh tượng khác (2c–3), đau buồn khôn nguôi (4). Về các động từ trong câu 3, chúng ta cần nhớ rằng, trong tiếng Hê-bơ-rơ, 'các thì' mô tả loại hành động hơn là thời điểm hành động. Thì 'hoàn thành' được dùng ở đây thể hiện sự chắc chắn hoặc sự hoàn tất và do đó có thể ám chỉ quá khứ (một hành động đã được hoàn thành), hay hiện tại (hành động 'hôm nay', được thực hiện cách dứt khoát), hoặc tương lai (hành động chắc chắn đến nỗi có thể tin chắc như vậy). Do đó, nhà tiên tri thấy trước cách chắc chắn rằng sẽ có người chết không phải do chiến đấu (2cd), *không cần cung tên* (3), như khi bị bao vây, và các lãnh đạo rời bỏ thành bị thất thủ (3; 2 Vua 25:4). *Chạy trốn...*: bản NIV thêm vào 'dù kẻ thù còn' với mục đích giải thích. Nguyên văn tiếng Hê-bơ-rơ chỉ là 'họ đã trốn đi xa', các lãnh đạo bỏ chạy để khoảng cách giữa họ và mối nguy hiểm càng xa càng tốt. *Vì vậy* bắt nguồn từ sự tương phản giữa sự hân hoan tự mãn của dân chúng và khải tượng đen tối của nhà tiên tri. Ông không cần sự tò mò (*hãy ngoảnh mặt*) cũng như sự cảm thông (*an ủi*) của họ. *Của con gái dân tôi* (nguyên văn). Đây là từ đồng nghĩa chỉ Giê-ru-sa-lem, chỉ được dùng ở đây trong Ê-sai (so sánh Giê 8:19). Cụm từ này mang đầy cảm xúc dành cho thành Giê-ru-sa-lem, như là cảm xúc dành cho con gái yêu dấu trong tay kẻ tàn nhẫn.

5–7. Sau khi giải thích việc ông tự cách ly trong đau buồn (4), bây giờ Ê-sai trình bày khải tượng đen tối: trong nguyên bản, câu 5 bắt đầu bằng từ 'Vì' và nhìn lại câu 2c–3. Phía sau thảm họa là mục đích của một Đức Chúa Trời thánh khiết và công bình. Điều hiện ra lờ mờ là *ngày* của Đức Giê-hô-va (5a), được thể hiện trong sự hủy diệt thành (5), do *Ê-lam* thực hiện (6) và không thể tránh được (7). Về những tác nhân nối kết của Chúa (5a) và Ê-lam (6a); xem 10:5–15.

Trong câu 5, *Chúa* ('*ădōnāy*, Đấng Tối Cao), *Giê-hô-va* là Đức Chúa Trời đã bày tỏ chính Ngài cách độc nhất vô nhị cho Y-sơ-ra-ên được biết và sẽ đòi lại nhiều từ những người được ban cho nhiều (A-mốt 3:1–2). Toàn năng ('*vạn quân*') là Đấng có mọi tiềm lực và quyền năng. *Một ngày*: so sánh 2:12. Ngày được chuẩn bị đầy đủ, chờ đợi đến thời điểm của Ngài để được đưa vào dòng thời gian mà Y-sơ-ra-ên trải nghiệm. Đây là cách nhìn của Cựu Ước về thời gian và lịch sử, xem chúng là một phần trong kế hoạch giao ước của Chúa (Giê 33:20). *Hỗn loạn* (√*hāmâ*, xem 2) là tiếng ồn ào của ngày ấy; *giày đạp*, sự ác liệt và tàn bạo của ngày đó; *kinh hoàng* (Mi. 7:4; so sánh Xuất 14:3; Giô-ên 1:18; ÊTê 3:15), hậu quả là những kẻ bị tấn công bị mất phương hướng. Và cuối cùng, con người tuyệt vọng chịu đau khổ chung với thành bị cướp phá: *tiếng kêu cứu* (từ chữ √*šawa'*, 'kêu cứu'), tiếng gào thét của họ vang dội đến các *núi* vây quanh.

Ê-lam (6), ở về phía tây Ba-by-lôn, liên minh với Ba-by-lôn chống A-si-ri trong suốt thời của Ê-sai. *Ki-rơ*: không rõ vị trí (Amốt 1:5; 9:7; không phải thành của Mô-áp ở 15:1). *Đeo...mở* là các động từ ở thì hoàn thành chỉ sự chắc chắn (xem câu 3). *Tên* là một phần của áo giáp tấn công; *thuẫn* để phòng thủ. Ở giữa là lực lượng lưu động, *chiến xa... kỵ binh*. Mục đích là để vẽ nên bức tranh về năng lực quân sự mà không ai có thể thoát được: các *thung lũng*

(7) có thể là nơi bảo vệ khi thất thủ trong giao chiến, còn *cổng thành* thì bị theo dõi chặt chẽ. Mỗi tâm hồn bén nhạy sẽ phải thắc mắc khi đối diện với tất cả những thực tế kinh khủng này trong *ngày* (5) *của Chúa*: Chúa có thực sự như vậy không? Ngài sẽ làm như thế sao? Đây là những câu hỏi hợp lý và tất yếu. Câu trả lời phủ định không thật sự đúng với Kinh thánh. Những người ở Bết Sê-mết (1 Sa 6) bị mất mạng vì dám 'nhìn' hòm giao ước của Đức Giê-hô-va, nhưng họ không thắc mắc về tính thích đáng của sự đoán phạt công chính từ thiên thượng, ngay cả khi hình phạt là quá đáng với một lỗi trông có vẻ như nhỏ bé. Họ không hỏi 'Tại sao?' Họ run sợ trước Đấng Thánh: 'Ai có thể đứng được trước mặt Giê-hô-va là Đức Chúa Trời thánh khiết này?' (1 Sa 6:20). Nghi ngờ là sản phẩm của một ý thức không đầy đủ về sự thánh khiết và của sự hiểu biết hạn chế về thực tế rằng tiền công của tội lỗi là sự chết. Đó thật sự là một lẽ thật nhưng là lẽ thật mà việc áp dụng khiến chúng ta tìm kiếm các điều khoản giải thoát.

Câu *8–14* là hai phần tương phản, được đánh dấu bằng cụm từ *trong ngày đó* (8b, 12), ám chỉ ngược lại câu 8a. Tự cảm thấy mình không có khả năng tự vệ (8a), đất nước tập trung vào vũ khí (8bc); thành lũy và nước (9–11ab). Lưu ý cách Ê-sai đi từ tường thành (9ab) đến nước (9cd) rồi sau đó quay lại (10–11), không chỉ nhấn mạnh nơi họ xem là nguồn an ninh của mình, mà còn nhấn mạnh quyết tâm nhìn thấy công việc hoàn tất. Câu 8 và câu 11 quân bình lẫn nhau: *các ngươi trông vào... các ngươi không trông*. Trong các câu 12–14, Ê-sai chuyển từ phản ứng thường thấy sang phản ứng của Chúa. Ông nhìn thấy giải pháp cho mối đe dọa (8a) về mặt tâm linh, sự than khóc và ăn năn (12), nhưng họ lấy làm thích thú với sự an ninh do chính họ tạo ra đến nỗi họ tuyên bố ngày hội chung cho cả nước (13). Nhưng họ phớt lờ Chúa, khước từ sự ăn năn và đức tin, và bắt đầu con đường tự cứu là tội không thể tha thứ (14).

8. *Màn che..... bị cất đi rồi* [Bản NIV dịch là 'tuyến phòng thủ...bị cất đi rồi' – ND]. Nguyên văn có nghĩa là 'Ngài đã lấy đi màn bảo vệ của Giu-đa'. Sự tấn công của San-chê-ríp phơi bày chỗ yếu của Giu-đa bất chấp mọi liên minh và chuẩn bị trước đó. Ê-xê-chia đã tóm tắt tất cả trong ba từ 'không đủ sức' (37:1–3). Nhưng đằng sau sự kiện này là mục đích của Chúa nhằm thử nghiệm xem, dưới sự lãnh đạo của Ê-xê-chia, họ đi con đường của đức tin hay con đường của thế gian (Phục 8:2–5). Phần Kinh thánh 2 Sử Ký 32:1–8 là lời nhận xét rất thích hợp tại đây: giải pháp quân sự trước sự cầu nguyện và lòng tin cậy.

9–11. Chi tiết về nguồn cung cấp nước của Giê-ru-sa-lem không rõ ràng. Nguồn nước là từ suối Ghi-hôn ở phía đông. Từ lúc ban đầu, nguồn nước được nối với một đường ống bên trong thành (2 Sa 5:6–8); sau này có một ống dẫn trên mặt đất (7:3) thay thế cho cái Ê-sai gọi là *ao cũ*. Chính ống dẫn lộ thiên khiến A-cha sợ hãi, vì điều đó có nghĩa là vị trí của thành khiến nó hầu như không thể bị đánh chiếm nhưng thành có thể bị 'khô hạn' nếu chặn nguồn nước từ Ghi-hôn. Tuy nhiên, Ê-xê-chia đã chứng tỏ óc sáng tạo xuất sắc và kỹ năng phi thường về kỹ thuật khi dẫn đường ống ngầm từ suối vào kinh thành (2 Vua 20:20; 2 Sử 32:2–4). *Hồ chứa nước* có lẽ nhận nước từ đường ống ngầm và có thể cũng là *hồ dưới* (9). Vua cũng cho xây tường. *Hai lớp tường thành* (11) có lẽ là khoảng trống được dựng nên bởi một tường thành mới chạy bên ngoài bức tường đang có của thành Đa-vít. Nhưng thành tựu to lớn này - đường hầm dẫn nước - và sự hy sinh để củng cố tường thành (10) chỉ làm gia tăng tội không thể tha thứ được (14), biểu hiện qua việc họ thể hiện quyết tâm chứng tỏ mình có toàn quyền và có khả năng tự lực. Dầu gì đi nữa, tại sao phải bận tâm về đức tin khi chúng ta có tường thành và nước? Tại sao phải nhờ cậy (11) Chúa khi chúng ta có thể cậy chính mình? Nhưng *đã làm nên điều này.... đã dự định điều này từ xưa* kể một câu chuyện khác. Giê-ru-sa-lem là thành được Chúa chọn (Phục 12:5; 1 Vua 8:29).

Thi Thiên 132:13–18 bắt đầu với sự lựa chọn của Chúa, rồi nói đến những kết quả từ sự lựa chọn trong việc chu cấp, các lễ nghi tôn giáo và chế độ quân chủ và việc lật đổ kẻ thù. Chúa biết tất cả về nguồn cung cấp nước của Giê-ru-sa-lem bị đe dọa, nhưng Ngài *đã làm* và *đã dự định* ('khuôn đúc' như cách người thợ gốm làm) cho thành. Ngài không để thành bị thiếu nước nhưng sắp đặt nguồn cung cấp sao cho cuộc sống ở Giê-ru-sa-lem là một thách thức liên tục của đức tin. Đường ống ngầm của Ê-xê-chia trái ngược với nguyên tắc đức tin mà Chúa đã dùng để hoạch định và tạo nên thành này.

12. *Chúa là Đức Giê-hô-va vạn quân*: xem câu 5. Danh hiệu này nói rõ nguồn lực và sức mạnh thật sự của dân sự Chúa. So với Ngài, tường thành và kênh đào là chi? Cho nên, điều ưu tiên cần làm trong mỗi cơn khủng hoảng là chạy nhanh đến với Chúa trong sự ăn năn và thống hối (Giô-ên 2:12). *Cạo đầu* và mặc *áo sô* là biểu hiện bên ngoài của nỗi đau buồn bên trong.

13. Ê-sai quay lại chủ đề của câu 2 và tiết lộ lý do ông cảm thấy khó chịu về cuộc vui của họ: họ đang tán thưởng việc làm của con người (8–11) và làm ngược với ý muốn của Đức Chúa Trời (12). *Vì ngày mai chúng ta sẽ chết*: hoàn toàn không chắc là liệu họ có nói những lời này không vì với tường thành và nước, đây chính là điều họ nghĩ rằng có thể bảo vệ họ. Tiên tri Ê-sai không tường thuật lại lời của họ, mà đang mô tả thái độ của họ bằng lời (xem 28:14–15). Khi phủ nhận tầm quan trọng của phương diện thuộc linh trong đời sống, thật ra họ đang khẳng định rằng nếu những gì họ đã làm không cứu được họ, thì chẳng điều gì có thể cứu họ cả.

14. Đây là một câu hết sức trọng thể về cách diễn đạt lẫn nội dung. *Đã tiết lộ điều này vào tai tôi* là (nguyên văn) 'đã tiết lộ chính Ngài vào tai tôi'. Ê-sai nhấn mạnh tính khách quan, sự khải thị từ bên ngoài; tính xác thực, sự khải thị của chính Chúa; và tính dễ tiếp thu, hành động chân thật của lỗ tai con người. *Tội* ('*āwôn*): vi phạm, thực tế bên trong của tội lỗi trong bản tính sa ngã, xem 6:7. *Được tha* ($\sqrt{}$ *kāpar*): được bao phủ bởi sự bồi thường chính xác (6:7). Ở đâu (như câu 12 cho thấy) không có 'Khốn cho tôi!' (6:5), thì ở đó không có việc sai phái sê-ra-phim thương xót bay đến với tội nhân. Tội vô tín - không nhờ cậy Chúa (11), không ăn năn (12), hoàn toàn cậy vào con người để được cứu (8–11) là tội không thể tha thứ. Toàn bộ phân đoạn này là một dàn cảnh về sự tương phản giữa sự cứu rỗi bởi đức tin và bởi việc làm.

Trường hợp cụ thể (22:15–25). Xem tr. 119. Quyết định sống bởi đức tin hay dựa vào nỗ lực bản thân là quyết định của cá nhân cũng như của quốc Gia Cho nên, sự trình bày của Ê-sai về hai trường hợp điển hình là lời kêu gọi những người cùng thời với ông tự tra xét mình. Ngoài ra, giả sử Sép-na và Ê-li-a-kim là những người được nói đến ở 36:3, 11, 22 và 37:2, thì họ cũng là một trong những ứng nghiệm trước mắt mà người theo dõi có thể nhìn thấy lời phán của Chúa có hiệu lực ngay trước mắt họ.

Câu **15–19** tập trung vào Sép-na, 'kẻ dựa vào sức riêng'. Những câu này được chia thành hai phần: 15–16, Chúa chống nghịch Sép-na; 17–19, ý định của Chúa cho Sép-na.

15. *Chúa...*: xem câu 5. Chúa vận hành trên khắp thế giới (5) và trong từng cá nhân. *Viên quản lý* (*sōkēn*): chỉ được dùng một lần nữa ở 1 Các Vua 1:2–4 khi nói đến nàng hầu chăm sóc và hầu hạ Đa-vít (1 Vua 1:2–4). Ở đây, từ này được dùng với ý xúc phạm, ngụ ý một thái độ nịnh hót, sẵn sàng chiều chuộng. Dịch là 'người hầu' có lẽ đúng hơn. *Người cai quản*: giống ở 1 Các Vua 4:6; 2 Sử Ký 26:21. Rõ ràng đây là một chức vụ quan trọng.

16. Ông đang làm gì ở đây...? hầu như câu hỏi này giống với câu hỏi ban đầu trong câu 1b. Vẫn là câu hỏi với ý khinh khi, nguyên văn là 'Điều gì khiến ông tới và ai mời ông tới?' Cách dùng câu nghi vấn theo kiểu thành ngữ ngụ ý Sép-na không có bằng chứng cá nhân ('gì') hay do thừa kế ('ai') gì để khẳng định tầm quan trọng mà ông tự gán cho mình khi chuẩn bị nơi chôn cất thật hoành tráng.[17]

17–18. Theo đánh giá của riêng ông, ông là một người 'to lớn' (*kẻ mạnh sức*), một người quan trọng, nhưng với Chúa, ông là một quả bóng bị ném ra xa. Có thể cho rằng có lẽ một người như Sép-na đã bị loại khỏi A-si-ri trong bất kỳ một cuộc cướp phá nào của San-chê-ríp. Cũng như cho dù sẽ cố gắng nhưng không thể kéo dài vinh quang của mình vào tương lai và qua bên kia phần mộ (16) thế nào, thì sự phô trương của ông trong hiện tại – nguyên văn là 'chiến xa của vinh quang ngươi'- cũng dễ dàng tiêu tan thế ấy. Một người đầy tớ tự nghĩ mình là quan trọng, tự tư tự lợi là *nỗi ô nhục* cho hoàng Gia

19. Sự thay đổi sang ngôi thứ nhất được tiếp tục trong phần tường thuật về Ê-li-a-kim (20–25). Do đó, câu này là cầu nối giữa hai phần.

Câu 20–25 phản chiếu lời tiên tri về Sép-na: 20–23a, ý định của Chúa cho *Ê-li-a-kim*; 23b–25, lời cảnh báo của Chúa cho Ê-li-a-kim. Khi được ban cho địa vị quyền lực (20–23), có thể ông sẽ dễ dàng rơi vào chỗ đi theo sự cứu rỗi qua việc làm: tương lai của gia đình ông có thể được xem như phụ thuộc vào ông. Họ có thể đi đến chỗ tin cậy Ê-li-a-kim, địa vị và quyền lực của ông để được an ninh.

21–23a. *Áo...đai* là vật tượng trưng cho chức vụ; *quyền bính* là địa vị và quyền lực thật sự mà vật tượng trưng biểu thị; *cha* là phương thức thực thi quyền lực đó; *chìa khóa* là quyền lực để đưa ra và thực hiện những quyết định có tính bắt buộc; *cọc lều* (nguyên văn là cái chốt; trừ khi bản văn cho biết nghĩa khác, vd: Quan 16:14) được đóng chặt vào nơi *vững chắc*, để giữ cho căn lều đất nước được vững chắc cho dù gió có thổi thế nào.

23b–25. Bởi thế, Ê-li-a-kim chắc chắn là một người được nhiều người tin cậy. Ông có thẩm quyền và trách nhiệm để thực thi quyền hành cách đúng đắn. Dân chúng cần ông chăm lo cách nhân từ như người cha, và cả quốc gia cần ông giữ cho mọi việc đâu ra đó. Mọi thứ đều phụ thuộc vào cách ông nhìn chính mình và cách ông để cho người khác nhìn mình. Không phải chỉ vị trí lãnh đạo mới có thể trở thành niềm kiêu hãnh về địa vị, phúc lợi quốc gia được thay bởi mối quan tâm của gia đình, lợi ích chung được thế bằng việc nuôi dưỡng đám đông 'những kẻ a-dua', mà Chúa là đối tượng của lòng tin cũng có thể bị thay thế bởi đối tượng tin cậy là con người. Cũng như một cá nhân không đủ cho bản thân ông thế nào (Sép-na), thì ông cũng không đủ cho những người khác thế ấy (Ê-li-a-kim). Bản NIV dịch những câu này là lời tiên đoán. Bản dịch này có phần hiệu quả hơn khi làm cho những câu này mang tính giả thuyết: 'Tuy nhiên, người phải trở thành.... Và họ treo người....trong ngày đó, cái chốt sẽ long ra...' Mua chuộc quyền lực có thể cám dỗ Ê-li-a-kim tự cho mình là quan trọng và lùi bước trước sự nịnh hót. *Long ra... rơi xuống*: sự sụp đổ sẽ đến vì sự thiếu hụt bên trong (*long ra*) và sức mạnh bên ngoài (*rơi xuống*) vì chỉ một mình Đức Giê-hô-va có đủ thẩm quyền và Ngài sẽ không cho ai vị trí đó. Chỉ một mình Ngài là *Đức Giê-hô-va vạn quân* và Ngài trung thành với nguyên tắc chỉ một mình Ngài là đáng tin cậy, 'Đức Giê-hô-va đã phán vậy'.

---

[17] Xem D. J. Wiseman, 'Shebna', in *IBD*, quyển 3, trang 1431.

v. Ty-rơ: sự thánh khiết cho Đức Giê-hô-va (23:1–18). Cả hai yếu tố trong tiêu đề (tr. 114) của lời tiên tri thứ hai trong nhóm năm lời tiên tri này đều tỏ ra là đúng. 'Đêm' được phản chiếu trong ánh hoàng hôn của Ba-by-lôn ở 21:1–10, tiếng nói đơn độc từ đêm tối (21:11–12), nỗi bất an khôn nguôi của các chi tộc người Ả-rập (21:13–17) và tội lỗi không thể tha thứ của Giê-ru-sa-lem (22:14). Nhưng cũng có những tia 'sáng bình minh': sứ điệp an ủi dành cho dân sự Chúa bị đè bẹp (21:10), lời mời gọi hãy hỏi lại vì ngày đến (21:12), và bây giờ, thật ngạc nhiên, hàng hóa của Ty-rơ trở thành sự thánh khiết cho Đức Giê-hô-va (23:18).

Hi-ram, vua Ty-rơ 'luôn yêu mến Đa-vít' và tiếp tục giao ước cũng như sự hợp tác với Sa-lô-môn (1 Vua 5:1–12). Nhưng có một khía cạnh khác trong việc này: Sa-lô-môn bị các bà vợ người Phê-ni-xi làm cho hư hỏng (1 Vua 11:1–5) và những sai phạm tôn giáo mà ông đã đưa vào vẫn còn cho đến thời của Ê-sai (2 Vua 23:13). Ở vương quốc phía Bắc, tôn giáo thờ Ba-anh của người Ty-rơ đã ra giá để thay thế sự thờ phượng Đức Giê-hô-va trong thời của Giê-sa-bên (1 Vua 16–18). Thái độ thù địch đối với Ty-rơ hiện rõ xuyên suốt các sách Tiên tri (Giê 47:4; A-mốt 1:9–11; Giô-ên 3:4; Xa. 9:2–4). Chỉ có Ty-rơ là Ê-xê-chi-ên không nói rằng họ sẽ biết Đức Giê-hô-va (Êxê 25:7, 11; 30:26). Tuy nhiên, Ê-sai làm cho Ty-rơ trở thành tia hy vọng vào cuối chuỗi tiên tri thứ hai, và đây là điều thật thích hợp. Xuyên suốt chuỗi đầu tiên (13–20), trọng tâm nằm ở những cuộc chinh biến của thế giới và sự sụp đổ của các dân và nhà nước. Xuyên suốt chuỗi thứ hai (21–23), trọng tâm rơi vào các thần bị bể nát (21:9) và tội không thể tha thứ (22:14). Cho nên, kẻ đàn áp chính trị là Ai Cập (Xuất 1:22) trở thành người đem hy vọng trong chuỗi thứ nhất (19:24–25) thế nào, thì Ty-rơ là kẻ phá hỏng tôn giáo cũng trở thành biểu tượng hy vọng trong chuỗi thứ hai thế ấy. Sự chăm sóc của góa phụ người Phê-ni-xi dành cho nhà tiên tri (1 Vua 17:8–16) sẽ là tiêu chuẩn cho mối liên hệ của sự thánh khiết sẽ đến (23:18). Lời tiên tri chia thành 2 phần: 1–14; sự sụp đổ của Ty-rơ; và 15–18, sự trở lại và phục hồi của Ty-rơ.

Lời than van về sự sụp đổ của Ty-rơ (23:1–14). Lời than van bắt đầu (1) và kết thúc (14) bằng tuyến đường hàng hải nổi tiếng của Ty-rơ; sự sụp đổ được ghi lại trong câu 2–7, lần lượt nói về Ty-rơ (2–3), Si-đôn (4–5) và quay lại Ty-rơ (6–7); các tác nhân thiên thượng và con người, đứng sau sự sụp đổ, được tiết lộ trong các câu 8–13 với cùng thứ tự trên: Ty-rơ (8–9), Si-đôn (10–12b) và Ty-rơ (12c–13). Ai Cập được nói đến ba lần (3,5,10), tạo thêm mối liên kết giữa hai lời tiên tri như ở trên.

1. *Ty-rơ* là tiêu đề duy nhất không lấy làm khó hiểu (xem tr. 88, 114). Ê-sai không đưa ra lời giải thích, và chúng ta chỉ có thể đoán rằng ông mong muốn nối lời tiên báo của mình với 'mặt đất': lai thế học xảy ra với những con người thật sự. Sức mạnh và sự bền bỉ của Ty-rơ, cùng với chủ nghĩa vật chất và sùng bái thần tượng một cách ngu dốt của nó, bất luận thế nào, cũng đã khiến nó trở thành một nơi tốt để thí nghiệm quyền tể trị tối thượng của Chúa. *Ta-rê-si:* tàu thuyền được kêu gọi hãy *than khóc* vì nếu Ty-rơ sụp đổ thì nền thương mại của nó cũng sụp theo. Hầu hết những lần đề cập đến Ta-rê-si đều được nhắc đến với tên gọi theo truyền thống Tartessus, là khu vực khai thác mỏ ở Tây Ban Nha, dù vị trí chính xác thì không biết.[18] Điều rõ ràng là 'tàu bè của Ta-rê-si' (2:16) có nghĩa là con tàu có khả năng thực hiện hành trình dài nhất. *Từ đất:* hải quân rời 'Kít-tim' đi Ty-rơ, để rồi nhận được tin *nhà cửa* và *lối vào*, nghĩa là thành và cảng, không còn nữa.

---
[18]Xem J. A. Thompson, 'Tarshish', in *NBD*, trang 1153.

2–3. *Hãy nín lặng*, giống như từ 'im lặng', cũng có thể diễn tả sự yên lặng. Từ ngữ mở đầu này trái ngược với những ký ức về cảng Ty-rơ (*duyên hải*) hối hả cùng các thương gia và thủy thủ (2bc), nhập khẩu và xuất khẩu (3). *Si-ho*: tên gọi khác chỉ sông Nin (Giô 13:3).

4–5. Trong câu 3, các thương gia Si-đôn bận rộn, nhưng bây giờ họ *hổ thẹn*, một từ được dùng với ý nghĩa gặt lấy sự xấu hổ vì thất vọng. *Biển đã nói*: biển than khóc về sự mất mát. Ty-rơ đã chu cấp cho biển con cái mình, các thủy thủ; những người dành cả cuộc đời trên biển, nhưng vì sự sụp đổ của Ty-rơ mà biển như thế chưa từng nhận được những điều này. Còn *Ai Cập* cũng sẽ đau xót, nhìn vào các thương gia và thủy thủ Ty-rơ như đã từng để trông nom ngành mậu dịch xuất khẩu ngũ cốc khổng lồ của họ. Ty-rơ sụp đổ là thảm họa với nhiều hệ lụy trên toàn thế giới.

6–7. Bây giờ đến việc di tản người tị nạn. Trong hình ảnh chính xác về sự thay đổi hoàn toàn số phận, họ đi đến *Ta-rê-si* trong sự mất mát, như họ đã từng đi để làm ăn. *Trú ngụ*: trở thành cư dân tạm thời. Ty-rơ không có mục tiêu của chủ nghĩa đế quốc, họ chỉ ra đi để kiếm tiền, không phải để xâm chiếm. Đây là ý chính của phần nhắc lại về Ty-rơ (2–3), Si-đôn (4–5) và Ty-rơ (6–7): thương gia, mậu dịch, mối bận tâm của Ai Cập đối với thị trường xuất khẩu của họ. Trong lời tiên tri tương ứng (chương 19), Ai Cập tượng trưng cho *quyền lực* của thế gian đè trên dân sự Chúa; còn Ty-rơ tượng trưng cho *đường lối* của thế gian trong kế hoạch kinh tế, lòng tham trong thương mại, v.v...

Câu **8–13** bắt đầu với câu hỏi mở đầu tạo dựng khung cảnh. Những thế lực nào khiến Ty-rơ thành ra tro bụi? Câu hỏi cũng đi theo khuôn mẫu Ty-rơ (8–9), đến Si-đôn (10, 12b) và Ty-rơ (12c–13).

8–9. Ty-rơ đạt được quyền thống trị như vậy nhờ sự buôn bán tạo ảnh hưởng trên đồ đạc (*đội mão miện*) và hầu như một mực yêu cầu người đại diện của họ phải nhận được sự tôn trọng dành cho vua chúa (*hàng quý tộc*). Nhưng đã đến lúc *thành đã đội mão miện* phải mặt đối mặt với *Đấng Sắp Đặt Tối Cao và Thẩm Phán của trái đất*, *Đức Giê-hô-va vạn quân*. Và *tính kiêu căng* của Ty-rơ không còn được dung thứ nữa. Giống như Ngày của Chúa (2:12–17); từng ngày trong hiện tại cũng có đặc điểm này, sự lật đổ của tất cả những gì hiện thân cho sự kiêu căng bất kính.

10–12b. *Sự trói buộc* [bản NIV dịch là 'Cảng' – ND]. Nguyên văn ở đây là *mēzaḥ*. Nếu có liên quan đến tàu bè thì từ này có nghĩa là 'nơi đóng tàu', không phải 'chỗ thả neo', nhưng trong Gióp 12:21 và Thi Thiên 109:19, từ này có nghĩa là 'dây nịt lưng' và được dùng ở đây theo nghĩa ẩn dụ để chỉ sự kiểm soát của Ty-rơ đối với Ta-rê-si. Giờ đây khi quyền lực của Ty-rơ không còn, Ta-rê-si có thể hoạt động tùy ý. Việc này không cần đến sự thực thi sức mạnh thiên thượng trên phạm vi rộng lớn, mà chỉ cần bàn tay giơ ra (11a; so sánh Xuất 14:16; 15:4–6, 12), một mạng lệnh (11c) và một tiếng *phán* (12a).

12c–13. Hai hậu quả đầu tiên khi bàn tay giơ ra là (12ab) mất đi niềm vui (*vui mừng*) và mất quyền lực (*bị áp bức*). Bây giờ (12cd) tiếp theo là việc mất quyền sở hữu (*chạy sang*) và không còn được *an thân*. Trong câu 11–12, Chúa *truyền lệnh*. Ai là người nhận lệnh? A-sy-ri bắt đầu mở rộng đế quốc năm 745 T.C dưới sự lãnh đạo của Tiếc-la Phi-lê-se. Năm 738, ông đã có thể áp đặt một lãnh đạo quân sự ở Ty-rơ, nhưng Ty-rơ là một chư hầu bất kham. Sanh-ma-na-se (727–722) chiếm Ty-rơ không thành và đến cuối thế kỷ đó, Ty-rơ vẫn còn nổi loạn. Năm 701, San-chê-ríp tàn phá đất liền và gây thiệt hại vô cùng lớn cho nền thương mại của Ty-rơ. Mãi đến năm 630, khi A-sy-ri suy thoái thì Ty-rơ mới bắt đầu hồi Phục Nhưng ngay trong các doanh nghiệp lớn vẫn chưa ổn định. Năm 586, Nê-bu-cát-nết-sa mở cuộc bao vây kéo dài mười ba năm nhưng không đem lại thành công trọn vẹn. Thành lũy bằng đá vẫn đứng vững mặc cho bao nỗ lực đánh đổ, cho đến khi thành rơi vào tay A-léc-xanh Đại Đế năm 332. Dựa vào tất cả những sự kiện này, việc Ê-sai bận tâm về Ty-rơ là điều bình thường. Nếu ông không có gì để nói mới là lạ vì Ty-rơ là một thế lực hùng mạnh trong thời đó. Nếu lời tiên tri của ông báo trước sự sụp đổ của Ty-rơ, thì việc đó đã không xảy ra cho đến thời của A-léc-xanh. Tuy nhiên, trọng tâm của lời tiên tri là ngành mậu dịch của Ty-rơ bị khựng lại, khiến nhiều người bỏ mạng và tháo chạy. Vì vậy, việc nhắc đến A-sy-ri trong câu 13 là điều đơn giản dễ hiểu. Ai cũng biết sự đổ nát mà Sạt-gôn gây ra cho miền nam Mê-sô-bô-ta-mi. Bảy vua từ Kít-tim (Cyprus) đã có mặt tại lễ đăng quang của ông và Sạt-gôn ghi lại rằng khi họ nghe những gì ông đã làm ở Canh-đê thì 'lòng họ tan nát, sự sợ hãi giáng trên họ'. Do đó, Ê-sai có thể nói *Hãy xem đất của người Canh-đê* như một lời cảnh báo là phải lắm. Nếu những người tị nạn thắc mắc tại sao họ không được tiếp nhận và không được cho phép *an thân* (nguyên văn là *nghỉ*) ở bất cứ đâu – ai dám liều lĩnh chọc tức A-sy-ri bằng cách đồng hóa họ với kẻ thù của họ chứ? Vì nhờ sự quan tâm nghiêm khắc của A-sy-ri mà dân chúng *không còn...nữa* – thậm chí có lẽ nhờ 'dân không hiện hữu này' mà xứ của họ trở thành *chỗ ở của dã thú*, một mô-típ nói về các loài thú lớn chỉ về việc chấm dứt sự cư ngụ của con người, và các tòa nhà thành đống đổ nát.

14. là phần đối xứng đầu cuối với câu 1, kết thúc lời ca thương chỉ với một sự khác biệt. Thực vậy, với sự sụp đổ của Ty-rơ (10), có lẽ Ta-rê-si được tự do di chuyển nhưng đồng thời cũng đánh mất *đồn lũy* của họ: ngành mậu dịch của Ty-rơ là tường thành tài chính của họ, và khi tường thành sụp đổ thì Ta-rê-si bị phơi bày. Câu 1 nói họ không có nơi để đi; câu 14 nói họ không có nơi an toàn để ở.

Thông tin thêm: Sự phục hồi của Ty-rơ (23:15–18). Ê-sai đưa ra một sự ứng nghiệm tạm thời khác, sự phục hồi Ty-rơ sau *bảy mươi năm*, nhưng xa hơn nữa là một sự hồi sinh khác của Ty-rơ được gọi là 'sự thánh khiết cho Đức Giê-hô-va'.

15–17. *Bảy mươi năm* kéo dài từ các chiến dịch của San-chê-ríp (701) cho đến sự suy thoái cuối cùng của A-si-ri (khoảng 630), cho phép Ty-rơ sải cánh trở lại. *Một đời:* nguyên văn là 'thời của một vị vua'. Cách nói này không xuất hiện chỗ nào khác nữa nhưng có lẽ có nghĩa là 'được tính toán và ghi lại cách chính xác (so sánh 16:14; 21:16). Mỗi ngày, các vua đều ghi nhật ký trị vì của mình (1 Vua 14:29, 'sách lịch sử' ở đây là 'nhật ký hằng ngày'). Do đó, mỗi ngày trôi qua trong bảy mươi năm đều được ghi lại cho đến khi kết thúc thời gian chính xác. *Kỹ nữ:* biểu tượng thích hợp cho Ty-rơ, nơi mọi việc đều được làm vì tiền. So sánh lời cáo buộc của A-mốt (1:9) rằng ở Ty-rơ không gì có thể cản trở việc kiếm tiền. *Thăm viếng* [bản NIV dịch 'xử lý', cách dịch] mang nghĩa trừng phạt nhiều hơn. Động từ *pāqad*, 'thăm viếng', phải luôn được hiểu trong ngữ cảnh của nó. Ở đây, vì Ty-rơ tái xuất hiện y nguyên trên thế giới, nên chúng ta có thể dịch là 'lập lại'.

18. Nhưng có một Ty-rơ mới trong tâm trí thiên thượng. Ty-rơ sẽ ở đó để cung cấp nguyên liệu xây đền thờ trong thời kỳ hồi hương (Era. 3:7), nhưng như chính cuộc hồi hương, đây chỉ là biểu tượng của sự ứng nghiệm sẽ đến (Khải 21:24–26; so sánh Ê-sai 60:5). *Tiền công* (etnān): Phục Truyền Luật Lệ Ký 23:18 cũng dùng từ này, nghiêm cấm việc kiếm tiền bằng cách này để dâng cho Chúa, nhưng bây giờ tất cả được biến đổi và tất cả những gì thuộc về đời sống cũ được thánh hóa. Ê-sai thấy trước một địa vị mới thuộc về chức tế lễ của Ty-rơ: *được biệt ra* nghĩa là (nguyên văn) 'thánh cho', đây chính là từ được dùng để tô điểm cho thầy tế lễ thượng phẩm (Xuất 28:36); một tâm thần mới thay thế tâm thần hám của, hám lợi xưa cũ: không *gom góp tích trữ* mà ban cho; một sự hòa hợp mới, kết nối Ty-rơ với *những người phục vụ trước mặt Đức Giê-hô-va*. Về sự hợp nhất của Ty-rơ ở Si-ôn, xem Thi Thiên 87:4.

c. Chuỗi thứ ba: Thành thế gian và thành của Đức Chúa Trời (24:1–27:13)

Những chương này thường được gọi là 'sách Khải Thị của Ê-sai'. Văn chương khải thị, như chúng ta thấy trong sách Đa-ni-ên ở Cựu Ước và Khải Huyền ở Tân Ước, là một phân loại đặc biệt của lai thế học với những đặc điểm riêng biệt. Ví dụ, văn chương khải thị nặng về tính biểu tượng (sử dụng con thú để đại diện cho các nước và sừng của thú là các vua), các con số bí ẩn và những ám chỉ úp mở về các thời kỳ, cũng như các nhân vật thiên thần trong vai trò người trung gian của khải tượng. Dựa vào điều này, thật khó hiểu tại sao Ê-sai 24–27 phải được xem là mang tính khải thị. Dĩ nhiên, hướng đến thời kỳ cuối cùng là một đặc điểm khác của các nhà khải thị, nhưng cũng là đặc điểm tiêu biểu của các tiên tri: họ cũng thấy rằng lịch sử được điều khiển bởi mục đích thiên thượng, là đấu trường xung đột giữa Đức Giê-hô-va và các thế lực xấu xa, và sẽ đạt đến đỉnh điểm là sự gian ác của con người và sức mạnh thiên thượng trong Ngày của Chúa. Ê-sai 24–27 gần giống với Ma-thi-ơ 24 nhiều hơn là với Đa-ni-ên 7–12. Tóm lại, phần Kinh thánh này nặng về lai thế học và đây là lý do duy nhất (và chưa đủ) để khẳng định phần Kinh thánh này có tính khải thị.

Vậy thì trong những chương này, Ê-sai đang hướng đến thời kỳ cuối cùng. Ông bỏ cấu trúc lời tiên tri đã sử dụng trong chương 13–20 và 21–23, mà sử dụng hình thức hỗn hợp giữa thơ ca và bài hát, khá giống một cantata [thuật ngữ chỉ về một thể loại thanh nhạc cổ điển với đặc điểm trang trọng, hoặc có tính anh hùng, trữ tình – ND]. Thế nhưng, dù tính sắc bén trong phần trình bày ở 13–20 và bố cục mơ hồ hơn của chương 21–23 không còn nữa, thì những thay đổi về chủ đề và đặc điểm cấu trúc cũng chia cantata lai thế học này thành năm phần. Do đó, ở 24:1, 19–20, chủ đề 'trái đất bị vỡ tan' tạo thành đối xứng đầu cuối. Bài ca bất ngờ được tuôn ra ở 25:1–12 làm cho 24:21–23 trở thành một phần riêng biệt. 26:1–20 là một phát biểu bất khả phân về dân sự của Chúa, được an toàn giữa sự lộn xộn của thế giới và sự đoán phạt sẽ đến của Chúa, còn 27:1 (lưỡi gươm lớn) và 13 (kèn lớn) khép lại phần cuối của cantata. Năm phần này khớp với năm phần trong hai chuỗi các lời tiên tri trước đó: Ba-by-lôn thật sự (13–14) và nguyên tắc Ba-by-lôn đang tồn tại (21:1–10) đi đến kết thúc đáng kinh sợ trong sự sụp đổ của thành, nơi mà chẳng có điều gì có ý nghĩa gì cả (21:1–20, nhất là câu 10); chồi Đa-vít được hứa ban (14:28–32) và việc kéo dài thêm ngày và đêm (21:11–12) đạt đỉnh điểm khi Đức Giê-hô-va cai trị ở Si-ôn 'sau nhiều ngày' (24:21–23); lời từ chối đáng buồn của Mô-áp, không tìm kiếm an ninh ở Si-ôn (15–16) và sự thất bại về an ninh chung của dân ngoại (21:13–18) chính là câu trả lời trọn vẹn cho muôn dân (trừ Mô-áp, 25:10–11) trong buổi tiệc lớn. Dân sự của Chúa, thỏa hiệp (17–18) và tự phụ (22), bây giờ trở nên hoàn thiện hơn như những con người của đức tin tận hưởng sự bình an trong thành vững chắc (26); và chủ đề 'một thế giới, một dân và một Đức Chúa Trời' được báo trước qua Ai Cập và A-sy-ri trong chương 19 và qua Ty-rơ ở chương 23, được ứng nghiệm trong chương 27 với sự quay lại của mô-típ Ai Cập - A-sy-ri (27:12–13).

i. Thành vô nghĩa (24:1–20). Chúng ta có thể khám phá ý nghĩa của phân đoạn này qua cấu trúc của nó. Phân đoạn bắt đầu và kết thúc với chủ đề trái đất bị tàn phá (1–3; 18e–20); sự tàn lụi của thế giới trong câu 4–6 được cân bằng bởi những con người bị hao mòn trong câu 16c–18d; và ở chính giữa là bài ca trong im lặng (7–12) tương ứng với bài ca được hát lên (13–16b). Bối cảnh của cả phân đoạn nằm trong phần ký thuật về cơn lụt ở Sáng Thế Ký 6–9. Cả hai phân đoạn đều nói đến 'các cửa sổ' ở trên trời (*các cửa cống*; 18c; Sáng 7:11) và nói đến *giao ước đời đời* (5; Sáng 9:16); *sự nguyền rủa* (6) trong văn cảnh đang nói đến 'rượu' (7) nhìn lại người trồng nho Nô-ê và lời rủa sả sau cơn đại hồng thủy (Sáng 9:20 và các câu tiếp theo). Ê-sai đang báo trước về sự thăm viếng thiên thượng cũng trên phạm vi toàn cầu, phá hủy trật tự cũ vì cớ tội lỗi. Trên phương diện rộng hơn nhưng có ý nghĩa sâu xa, việc rút gọn từ sự tàn phá thế giới (1) đến sự sụp đổ thành (10) phản chiếu sự thay đổi từ chủ nghĩa hoàn vũ của Sáng Thế Ký 9:19 đến chủ nghĩa phân lập của việc xây thành trong Sáng Thế Ký 11:1–9, được nối kết bởi từ chủ đề 'phân tán'. Tội lỗi tại Si-nê-a là con người nhờ cậy con người để có được sự an ninh và cộng đồng. Kỹ thuật mới trong việc làm ra gạch và hồ đặt vào tay con người phương tiện để tự cứu mình: họ có thể tạo ra cộng đồng và sự an toàn, và hạn chế xu hướng phân tán có thể nhận thấy được bằng cách sống trong bức tường do chính họ xây. Cho nên, thành là nỗ lực của con người nhằm áp đặt trật tự và tạo an toàn mà không cần đến Đức Chúa Trời. Như Ê-sai nhìn thấy trong thời kỳ cuối cùng, cơn sốt tự cứu này sẽ lan rộng khắp thế giới, và cả trái đất (1) sẽ thành thành phố toàn cầu, có thể nói như vậy (10). Như ở Si-nê-a lúc ban đầu, và trong suốt lịch sử con người, đây là thời điểm mà Đức Giê-hô-va nói 'Không' cách dứt khoát và Ngài đến đoán phạt. Cũng có một sự liên kết khác với bối cảnh của cơn lụt: vào thời điểm đoán phạt đó, ân điển đã phân cách Nô-ê và gia đình ông (Sáng 6:8); thì cũng vậy, vào kỳ Cuối cùng, sự im lặng thật sự chết người của thành sụp đổ (8–10) bị phá vỡ bởi bài ca (13–16b), bài ca của dân sót (13). Bởi đó, chi tiết mở đầu này trong bản cantata gồm năm phần khớp với các phần mở đầu trước trong các chuỗi trước đó, không chỉ ở chủ đề về thành Ba-by-lôn (13:1–14:27; 21:1–10), mà còn ở lẽ thật lớn rằng Đức Giê-hô-va trong cơn thịnh nộ vẫn nhớ đến sự thương xót, nên sắp xếp thế giới, lịch sử và số phận của thế giới để cứu và gìn giữ dân sự Ngài (14:1–2; 21:10).

1–3, Trái đất bị tàn phá.

Những câu này được đóng khung bởi những điều *Đức Giê-hô-va* dự định sẽ làm (1) và cách *Đức Giê-hô-va* đã phán (3c), và cũng bởi hành động Ngài sẽ thực hiện, *trống không...trống không* (1a; 3a). Sự nhấn mạnh ở tính toàn bộ: nơi chốn và con người (1ed), mọi người không có ngoại lệ (2), và mọi nơi (3ab). Tội lỗi của con người tiêm nhiễm vào môi trường của con người (2:12) và là mối đe dọa sau cùng cho môi trường.

Mọi khía cạnh trong cuộc sống - tôn giáo (2b), gia đình (2cd), và thương trường (2eg) - cũng như mọi cá nhân đều ở dưới sự tra xét kỹ lưỡng để đoán phạt. Thể chủ động (*làm cho...trống không*) ở câu 1 bây giờ [trong câu 3 – ND] là thể bị động, *trống không* [Cấu trúc này không được thể hiện rõ trong bản dịch tiếng Việt – ND]. Điều Đức Giê-hô-va dự định sẽ xảy ra.

4–6, Thế giới tàn héo.

Sự thay đổi trong hình ảnh từ cơn động đất và sự cướp bóc (1ed, 3b) - những việc xảy đến với thế giới - cho đến sự tàn héo, việc bắt nguồn từ bên trong. Nó tác động đến nơi chốn (4ab) và con người (4c).

4–5. *Quả đất...thế gian:* quả đất ('*ereṣ*) là quả đất vật lý như chúng ta thấy; thế gian (*tēbēl*), là thế giới có người ở. Cách nói *dân được tôn cao nhất trên đất*, nghĩa đen là 'chiều cao của con người trên đất' là điều không tương đồng. Hầu như không phải muốn nói đến 'tầng lớp thượng lưu', nhưng chúng ta lưu ý một sự gia tăng dần dần. Từ trái đất như cư dân của thế giới, rồi có lẽ đến thực tế 'dân được tôn cao' đó, nghĩa là nhân loại như là vương miện của sự sáng tạo: căn bệnh gây tiều tụy lan tràn từ đầu đến cuối. Nhưng lời khiển trách thì theo chiều ngược lại, vì *quả đất bị ô uế bởi dân cư của nó* (5) (so sánh Dân 35:33; Thi 106:38; Giê 3:1–2, 9). 'Gai góc và cây tật lê' ở Sáng Thế Ký 3:18 vừa cho thấy rằng đất là nơi chứa sự sống của Đức Chúa Trời phản công lại với tội nhân, vừa cho thấy rằng tội lỗi của con người đã nhiễm vào đất và làm hư hoại sự tốt lành của nó. *Bởi dân cư của* *nó*: nguyên văn là 'ở dưới', dưới sự thống trị của con người, ảnh hưởng từ cách ăn ở sai trật của họ. Trước tiên, họ đã vi phạm lẽ thật đã được bày tỏ (5b). *Vi phạm* (√'*ābar*) là vượt qua giới hạn. *Luật pháp*: từ ngữ được dùng ở số nhiều chỉ về 'mọi loại luật' và 'luật bao hàm mọi khía cạnh đời sống'. Nhưng khái niệm cơ bản của luật pháp (*tōrâ*) không phải là sự áp đặt mà là sự chỉ dẫn quyết đoán. Chúa phán nhưng họ không vâng Phục Thứ hai, họ đã thay đổi cái không thể thay đổi (5c). *Trái* (√*hālap*) được dùng để chỉ việc lấy cái này thay thế cái kia. *Điều răn*: từ gốc √*ḥāqaq*, chạm, khắc, để từ đó tạo một dấu vết vĩnh viễn. Họ khước từ chân lý đạo đức thiên thượng mà tạo ra hệ thống đạo lý riêng. Thứ ba; họ bỏ đi mối liên hệ họ được ban cho với Đức Chúa Trời (5d). *Giao ước đời đời* được dùng để chỉ về giao ước với Nô-ê (Sáng 9:16), giao ước với Áp-ra-ham (Thi 105:10), ngày Sa-bát (Lê 24:8) và giao ước với Đa-vít (2 Sa 23:5) với sự ứng nghiệm qua Đấng Mê-si-a trong tương lai (55:3; 61:8). Nhưng thế gian không muốn sống trung thành dưới lời hứa về cầu vồng (Sáng 9:12–17), không muốn thấy mình cần phước lành chỉ đến qua dòng dõi Áp-ra-ham (Sáng 12:3; 22:18; Ga 3:8), không sắp xếp để giữ ngày Sa-bát (Xuất 20:8–11; Phục 5:12–15), cũng không muốn Con Người cai trị họ (Lu 19:14) và cũng không yêu mến sự hiện đến của Ngài (2 Ti 4:8).

6. *Vì thế*: trái đất và con người bị tiêu diệt không phải là một tai nạn mà là một hậu quả mang tính đạo đức và thánh khiết. Đó chính là *sự nguyền rủa* của Chúa, 'lời rủa sả của giao ước' (Lê 26:25–45; Phục 11:26–28; 28:15; Đa. 9:11; Xa. 5:5), không phải Chúa phá vỡ mối quan hệ giao ước mà là Ngài đang củng cố biện pháp chế tài trong giao ước.

7–12, bài ca trong yên lặng: thành sụp đổ.

Những câu này trong tiếng Hê-bơ-rơ có thể được trình bày trong mười lăm dòng, hầu như mỗi dòng ba từ. Hiệu quả tựa như mười nhát búa liên tiếp bổ xuống phá hủy một thành phố. Niềm vui không còn nữa (7a), và sự thỏa lòng cũng không còn (7b–9): thành tan hoang (10). Sự thỏa lòng (11) và an ninh cũng không có (12).

7–9. Họ sống theo kiểu tự làm cho mình thỏa mãn. Đằng sau tất cả những việc này là một điều hết sức khôi hài: một mặt, họ trông cậy vào năng suất của của đất để phục vụ nhu cầu của họ; nhưng (5–6) chính tính cách và hành vi của họ lại phá hỏng và rủa sả đất! Họ phải chịu luật lợi nhuận giảm dần một cách nghiêm khắc, và đến cuối cùng (7a) cả sản phẩm (*rượu*) lẫn nguồn cung cấp (*cây nho*) đều không còn. Nhưng ngay cả trước khi đến mức này, họ cũng đã tự đi tìm sự thỏa mãn trong những điều không còn đem lại sự thỏa mãn (9).

10. Đến ngày Cuối cùng, toàn bộ những chất liệu thuộc về đời này được con người dùng để tạo nên cuộc sống mà không kêu cầu Chúa hay không nhìn biết Ngài sẽ đổ sập. Đây là thành của thế gian. Ê-sai gọi đó là 'thành *tōhû* '. Từ này được dịch là 'vô hình' ở Sáng Thế Ký 1:2, nói đến tình trạng nguyên thủy của trái đất. Thợ Gốm thiên thượng, có thể nói như vậy, đã tạo nên loại đất sét dễ nặn nhưng cho đến lúc đó nó vẫn chưa có dấu ấn của bàn tay Ngài. Tự thân đất sét; nó chẳng có ý nghĩa gì cả. Nó không tỏ ra là có một mục đích gì cả. Bóng tối che khuất nó và mặt nước dao động che phủ nó. Đó là *tōhû*. Giê-rê-mi (4:23–26) đã thấy khải tượng về thế giới trở lại tình trạng *tōhû*, bị cướp đi tất cả những gì khiến nó trở thành một nơi có thể ở được, mà không có một hoạt động gì có chủ đích. Trái đất mất đi điều chỉ một mình Đức Chúa Trời có thể ban cho. 'Thành *tōhû*' chọn cuộc sống đó: cuộc sống không có Chúa, cho nên cũng không có trật tự; mục đích hay những điều duy trì cuộc sống và đem đến sự thỏa mãn. 'Thành *tōhû*' là thành mà mọi thứ đều không còn và chẳng có gì là quan trọng. Những chân lý đạo đức của câu 5 đã bị khước từ, và kết cuộc của sự lựa chọn đó là mọi giá trị đều theo thuyết tương đối, và chủ nghĩa cá nhân thả cửa. Do đó Ê-sai bắt đầu với Ba-by-lôn mà ông biết (13:1 và các câu tiếp theo), thấy trước tinh thần hiện có của Ba-by-lôn luôn hiện hữu trong lịch sử thế giới (21:1 và các câu tiếp theo) và cuối cùng là Ba-bên, Si-nê-a được phục hồi, là nơi mà rốt cuộc, sự tự mãn của con người gây hậu quả cho cả thế giới.

11. Câu này tương ứng với câu 9 nhưng thương tâm hơn. Trong câu 9, những thứ phải tạo kích thích thì không kích thích được, nhưng vì con người đã bỏ Chúa ra ngoài nên họ không còn lại gì mà chỉ kêu la trước những biện pháp thất bại.

12. Những dòng mở đầu phần này (7) cho thấy cuộc sống trong thành vô nghĩa không đem lại sự thỏa mãn; những dòng kết thúc cho thấy điều này là không khả Thi

13–16b, bài ca trong im lặng.

Ê-sai là bậc thầy về hy vọng bất ngờ, và cả về sự kịch tính trong phần dẫn nhập của nó. Ở đây, tiếng 'đập' cổng (12) kết hợp với một âm thanh khác là tiếng 'rung liên hồi' (13c) khi thu hoạch vụ mùa. 'Ít người' còn sót lại ở câu 6 hóa ra là sự tụ họp từ khắp thế giới; bài ca của thành nhỏ dần để rồi bị thay thế bằng một bài ca khác, tôn vinh *Đấng Công Chính*. Phần này bao gồm lời giải thích (câu 13 bắt đầu với từ 'Vì'), lời mô tả (14), mạng lệnh (15) và lời nhận xét (16ab).

13. "Vì" nhìn lại tất cả những gì đã xảy ra; tức những câu nói đến sự hủy diệt (1–3, 7–12) bao quanh ghi chú về một ít người còn sót lại (4–6). Đây là tình trạng sắp đến và ý nghĩa của nó. *Rung:* đây là cách đúng đắn khi thu hoạch ô-liu và đọc đến câu 12 thì chúng ta thấy giả định là 'người gặt độc ác' vẫn đang làm việc; nhưng thình lình vụ thu hoạch trở thành vụ mót, thu gom cẩn thận những gì còn lại *sau* (nguyên văn) 'mùa thu hoạch nho'.

14–16b. Nhà tiên tri nghe bài ca cất lên từ *phương tây* và mời gọi bài ca bắt đầu từ *phương đông*. Vì vậy, bài ca lan truyền cho đến khi nó đi đến *tận cùng mặt đất. Các hải đảo,* xem 11:11; 40:15. Bài ca của cuộc nhóm lại toàn cầu cuối cùng tập chú vào Chúa với sự cao quý của Ngài (*uy nghiêm*), với giá trị của bản chất Ngài (*tôn vinh*), với sự tự mặc khải của Ngài (*Danh*), với tính riêng biệt của Ngài là *Đức Chúa Trời của Y-sơ-ra-ên*, với vẻ đẹp của Ngài (*vinh quang, ṣĕbî,* 16; xem 4:2) và với bản tính của Ngài là *Đấng Công Chính*. Không phải là các dân này đã tìm thấy Đức Giê-hô-va ẩn dấu trong những vị thần của quốc gia mình mà trước đây họ tôn thờ, mà là họ từ bỏ những thần này vì họ yêu mến Đức Chúa Trời của một dân khác, là *Y-sơ-ra-ên. Danh* Ngài bao gồm công việc Ngài làm trong vai trò Đấng Giải Cứu và Đấng Cứu Chuộc, và điều này chắc chắn vang lên trong lời ca ngợi của họ, nhưng đỉnh điểm chính là sự công chính của Ngài, vì ơn thương xót cứu rỗi của Ngài bắt nguồn từ, và phải thỏa mãn, sự công bình của Ngài (45:21; Rô 3:26).

16c–18d, phản ứng cá nhân và lời cảnh báo.

Trong 21:4, Ê-sai phát hiện một sự mâu thuẫn trong chính tư tưởng của mình: ao ước Ba-by-lôn sụp đổ nhưng lại thấy hiện thực đó quá tàn nhẫn không thể chịu nổi. Khi ngẫm nghĩ về ngày cuối cùng, ông càng cảm thấy tệ hơn nữa: sinh lực dần dần biến mất trước cú sốc về những việc sẽ đến. *Khốn nạn cho tôi* (16c): như ở 6:5. Bây giờ, Ê-sai cảm nhận được sự tuyệt vọng của người khác một cách rõ ràng như chính ông đã từng tuyệt vọng. Một mặt, thế giới tiếp tục thờ ơ về đạo đức, nguyên văn là 'kẻ phản bội phản bội; với sự phản bội, kẻ phản bội cứ phản bội' (16d). Không một ai ngoại trừ Ê-sai có thể lặp đi lặp lại nhiều lần cùng một từ như thế này để đạt hiệu quả văn chương như thế. Đó là một câu nói tạo tác động lớn về sự suy đồi đạo đức. So sánh 21:2 là câu mà có lẽ những từ này được dùng lần đầu tiên (so sánh 33:1) để định nghĩa sự gian ác của A-sy-ri, còn bây giờ chúng bao gồm toàn thế giới suy đồi. Sao Kinh thánh lại chỉ trích những việc nhỏ nhặt trong suy nghĩ phổ biến của con người là những tội thật sự đáng nguyền rủa cơ chứ? – lời nói ô uế ở 6:5; tính không đáng tin cậy và giả dối ở đây. Nhưng mặt khác, sự phán quyết đang chờ: *kinh hãi, hố sâu, lưới bẫy*. Từ Hê-bơ-rơ trùng âm; *paḥad wā paḥad wāpaḥ*, ngụ ý tất cả họ đều cùng chung số phận không thể nào thoát được. *Hỡi cư dân* (nguyên văn là 'hỡi những người cư ngụ'). Sự phán xét cho cả thế giới, nhưng từng cá nhân sẽ trải nghiệm.

18e–20, trái đất vỡ tan.

Phần kết thúc này tạo nên đối xứng đầu cuối với câu 1–3. Trong phần mở đầu, điểm đáng chú ý là tác nhân thiên thượng. Ở đây, nguyên nhân đạo đức là điều chọc giận Ngài. Như tại cơn đại hồng thủy, toàn bộ trật tự sáng tạo bị phá hủy. Ê-sai lặp đi lặp lại các động từ chỉ sự tan vỡ (19) rồi thêu vào khung cảnh hai hình ảnh so sánh: kẻ say rượu té ngã vì thiếu sự phối hợp bên trong, túp lều bị vỡ vì cơn bão bên ngoài. Yếu tố ngoại tại là sự chống nghịch của cơn thịnh nộ Đức Chúa Trời (1–3); yếu tố nội tại là sự nặng nề của sự nổi loạn (*peša'*, xem 1:2), nguyên nhân rõ ràng duy nhất của mọi thống khổ: ý chí con người cố tình xem thường ý muốn của Đức Chúa Trời. Chúa chống lại những việc như thế (1–3); trật tự sáng tạo cũng là kẻ thù của nó (18ef), nhưng cũng chính sự nặng nề từ sức nặng của chính nó (20c) khiến cả hệ thống tan tành và không bao giờ gượng dậy nổi.

ii. Cuối cùng... Vua cũng đến! (24:21–23). Đây là lời giải thích chi tiết đầu tiên trong sáu lời giải thích ở 24:1–20. Cụm từ 'trong ngày đó' xuất hiện một lần trong mỗi năm lời giải thích đầu và hai lần trong lời giải thích thứ sáu. Dưới sự biên tập cẩn thận của Ê-sai, chúng vẽ nên một bức tranh chặt chẽ:

24:21	Chiến thắng của Chúa	27:1	Chiến thắng của Chúa
25:9	Người được cứu và kẻ bị loại	27:2	Dân sự của Chúa và kẻ thù của
26:1	Thành vững chắc với cổng mở toang	27:12–13	Thế giới ở Si-ôn

Bài thơ này tóm tắt các chuỗi bắt đầu từ 14:28–32. Ngược với sự vui mừng quá sớm của người Phi-li-tin, Ê-sai báo trước về vị vua vĩ đại thuộc dòng dõi Đa-vít sắp đến; với những người Ê-đôm đang thắc mắc (21:11–12), ông nói về sự chờ đợi kéo dài; nhưng đỉnh điểm vẫn chỉ đến *sau nhiều ngày* (22d); vị vua gây chết chóc như con rắn (14:29) sẽ *trừng phạt* (21); bóng đêm (21:11–12) sẽ bị nuốt mất trong sự sáng (23a); chuỗi dài của ngày và đêm (21:11–12) sẽ kết thúc khi *mặt trăng* và *mặt trời* vượt trội (23a); và vị vua được hứa ban (14:30) sẽ là Đức Giê-hô-va (23b).

21–22. Phần đầu tiên của chương 24 trình bày một dạng tổng quan chung về tai họa toàn cầu giống như khuôn mẫu của nó là câu chuyện cơn nước lụt, nhưng trong cụm từ *trong ngày đó* đầu tiên này, Ê-sai nói cụ thể: những kẻ cai trị trên trời và dưới đất sẽ bị xử lý và bỏ tù. *Trừng phạt* (√*pāqad*): so sánh 23:17. Ý nghĩa căn bản là 'chú ý' và nhờ vào đó, cân nhắc vấn đề để có hành động thích hợp. Do đó, động từ phải luôn luôn được xem xét theo ngữ cảnh: ở đây, có nghĩa là 'sự thăm phạt'. Vậy thì, Đức Giê-hô-va sẽ 'thăm' (nguyên văn) 'đạo quân của kẻ cai trị trên cao và các vua của đất ở dưới đất'. Mỗi người sẽ bị xử lý trong lãnh địa của mình, nơi họ thể hiện uy lực cao nhất, nhưng là nơi mà luật pháp của sự tể trị của Đức Giê-hô-va không bao giờ hết hiệu lực, như sẽ được bày tỏ *trong ngày đó*. Ê-sai không liên kết quyền lực trên trời và dưới đất theo cách của Đa-ni-ên 8:3; 10:13, 20–21. Ông chỉ lưu ý rằng các quyền lực trên trời phạm tội sẽ được gom chung với quyền lực dưới đất trong một cuộc xét xử toàn diện mở rộng cho toàn bộ 'lĩnh vực' của công trình sáng tạo thiên thượng. *Tù nhân... ngục:* bị tước đoạt quyền lực và phải chịu hình phạt thích hợp. *Bị trừng phạt* (√*pāqad*) *sau nhiều ngày:* sự *trừng phạt* ở câu 21a sử dụng cùng một động từ tạo thành cấu trúc đối xứng đầu cuối thế nào, thì *sau nhiều ngày* cũng tạo đối xứng đầu cuối với *trong ngày đó* thế ấy. Từ *ngày* ở số ít cho thấy thời điểm được ấn định, sự kiện được sắp đặt cách chính xác trong kế hoạch thiên thượng. Cụm từ *nhiều ngày* xóa bỏ ngày tháng theo sự tính toán của con người, mà thay vào đó là sự rèn luyện lòng kiên nhẫn và thái độ mong chờ.

23. 'Ngày' thường được liên kết với sự sáng (30:26; 60:19–20). Ê-sai chọn những từ ngữ mang tính thơ ca để chỉ *mặt trăng* và *mặt trời*, hướng sự chú ý đến sự sáng tự nhiên của chúng: mặt trăng thì 'màu trắng' (*lĕbānâ*, 30:26; Nhã. 6:10); mặt trời thì 'nóng' (*ḥammâ*; 30:26; Gióp 30:28; Thi 19:6; Nhã. 6:10). Nhưng dù chiếu sáng, chúng cũng sẽ (có thể nói vậy) gục đầu hổ thẹn vì là những vật đáng thương đến thế khi so sánh với Chúa. Từ *Vì* giới thiệu lời giải thích về sự sáng tuyệt vời: sự sáng có được chỉ bởi sự cai trị thiên thượng! *Núi Si-ôn và Giê-ru-sa-lem:* sự cai trị này là đỉnh điểm và là kỳ chung kết của nền quân chủ của Đa-vít. *Trước mặt các trưởng lão* nhắc lại Xuất Ê-díp-tô Ký 24:9–11, khi giao ước Si-nai được lập với Đức Giê-hô-va giữa các trưởng lão của Y-sơ-ra-ên. Tại đó, họ chỉ thấy chân Ngài, rồi họ sẽ sống trong ánh sáng của vinh quang đầy dẫy của Ngài. Khi Đức Giê-hô-va đến để cai trị, Ngài sẽ làm ứng nghiệm mọi con đường phước lành như họ mong đợi - trong giao ước Môi-se cũng như Đa-vít - mà Ngài đã chăn dắt dân sự Ngài.

iii. Sự cứu rỗi và sự cung ứng: thế giới trên núi Si-ôn (25:1–12). Phân đoạn này được tạo thành bởi hai phần nói về lời chứng (1–5, 9–10a); và hai câu mô tả (6–8, 10b–12). Như thường thấy, Ê-sai lấy từng mảnh bắt nguồn từ những dịp khác nhau trong chức vụ của mình và ghép chúng lại thành 'bức tranh ghép' đáng chú ý hoàn toàn phù hợp với ngữ cảnh hiện tại. Thành sụp đổ ở 24:10 tái xuất hiện (25:2–4) nhưng với ý nghĩ tươi mới rằng đó là trung tâm của một hệ thống áp bức. Những người, được mô tả ở đây là *nghèo thiếu* và *cô thế* (4), là những người, trong thành đó, biết mình ở dưới sự thống trị của *kẻ hùng mạnh* và *hung ác* (3), bị cai trị bởi *dân ngoại* (5). Họ sống như người bị thua thiệt và người xa lạ, nhưng bây giờ những điều đó đã qua rồi. Trong 24:23, sự cai trị của Đức Giê-hô-va trên núi Si-ôn được xem thấy trong vinh quang rực rỡ và chiến thắng khải hoàn. Giờ đây, núi Si-ôn là nơi mà *mọi dân* và mọi nước được cung ứng cách dư dật (6) và được giải cứu khỏi sự chết và sự đau buồn (7–8). Họ mô tả đây là *sự cứu rỗi* (9) và *nơi nương tựa* mà họ đang hát về (4) là bàn tay che chở dịu dàng của Ngài (10a).

Tất cả những điều này cũng nói lên phân đoạn này ăn khớp với bức tranh toàn cảnh rộng lớn hơn của các chương 13–27 thế nào. Lời tiên tri thứ ba trong hai chuỗi đầu tiên tập trung vào nhu cầu của dân ngoại. Trong chương 15–16, hoàn cảnh tuyệt vọng lâu ngày của Mô-áp có thể được giải quyết qua ngôi của Đa-vít được lập ở Si-ôn (16:5), nhưng lòng kiêu hãnh của Mô-áp (16:6) không thể chấp nhận việc đánh mất thể diện nên Mô-áp tự giải quyết một mình. Ở 21:13–17, các bộ tộc Ả-rập nhóm hiệp lại để giúp nhau, chia sẻ thức ăn và nước uống mà thật ra chẳng giải quyết được gì cả. Nhưng bây giờ (25:6), *mọi dân tộc* vui hưởng *đồ béo có tủy và rượu ngon tinh chế* trên núi Si-ôn. Cuối cùng, họ cũng đã về đến nhà, nơi có vua trị vì - tất cả họ, trừ Mô-áp (25:10b–12), là dân vẫn đang cố gắng trong *sự kiêu ngạo* để đi đến đó một mình.

1–5, lời chứng riêng lẻ về sự giải cứu. Trong 24:14–16, với trí tưởng tượng mạnh mẽ, Ê-sai nghe tiếng hát giữa cuộc lật đổ. Thành thế gian im lặng trong đống đổ nát, nhưng bài hát lại vang lên trên khắp thế giới. Đây là chủ đề của các câu 1–5, lời ngợi khen (1) giữa sự lật đổ (2) và giữa sự yên lặng (5). Đức Giê-hô-va đã hành động như Ngài đã quyết định từ xưa (1). Những người tự cho mình là mạnh mẽ giờ đây phải thừa nhận một sức mạnh lớn hơn họ (2–3). Ngài luôn là thành lũy cho những người bị áp bức (4) cho đến khi bài ca của kẻ hung bạo (5) phải nín lặng.

1. Đức Chúa Trời của con, Con: so sánh 8:9 và các câu tiếp theo. Dân sót có lòng tin biết Đức Chúa Trời cách cá nhân. *Ca ngợi*, (√*yādâ*): 'cảm tạ', ở đây mang nghĩa căn bản trong một phân đoạn nhắc đi nhắc lại về những ơn lành được ban cho. *Thành tín và chân thật* được diễn tả trong tiếng Hê-bơ-rơ bằng hai danh từ có liên quan với nhau (*'ĕmûnâ* và *'ōmen*), cả hai đều bắt nguồn từ chữ √*'āmēn*, nghĩa là 'đáng tin cậy'. Thành ngữ này gồm hai danh từ đi chung với nhau có nghĩa là 'mọi sự thành tín có thể tưởng tượng được, sự thành tín hoàn toàn, tinh túy'. Cách giải thích này phù hợp với cách nói *Ngài là* ở câu 4. Qua bao nhiêu năm tháng bị người ngoại thống trị, những người bị áp bức của Chúa đã kinh nghiệm một Đức Chúa Trời thành tín trọn vẹn. *Kỳ diệu* (*pele'*): những điều mang dấu ấn siêu nhiên, ngoài việc làm của con người, đều bắt nguồn từ một vương quốc khác (so sánh 9:5). *Được hoạch định* là một danh từ (*'ēṣôt*, 'kế hoạch'), liên quan đến Đấng Mưu Luận (9:5). Tất cả đều thuộc khải tượng về Đấng Mê-si-a thuộc dòng dõi nhà vua, sự tập hợp của dân sót trên thế giới quanh vua của dòng dõi Đa-vít (so sánh 11:10).

2-3. Dân sự Chúa bị thống trị bởi *dân ngoại*, các nhóm thế lực *hùng mạnh* và *hung ác*. Bối cảnh của Ai Cập và cuộc xuất hành hiện lên rõ trong phân đoạn này. *Dân... thành* đều ở số ít và phải được phục hồi. Ê-sai đang nói đến thành ở 24:10, thế giới được sắp xếp mà không cần đến Đức Chúa Trời. Công dân của thành thế gian dù được kết hợp từ nhiều *nước* cũng chỉ là một dân, vì họ cùng chung một hệ tư tưởng: hội chứng 'Tôi có thể đương đầu' là đặc điểm của dòng dõi sa ngã, kết hợp với thái độ 'Ai cần Đức Chúa Trời?' của sự tự mãn. *Tôn vinh... kính sợ*: đây không phải là sự thừa nhận đem đến sự cứu rỗi. Đó là lời chứng miễn cưỡng của Pha-ra-ôn và quần thần của ông ở Xuất Ê-díp-tô Ký 10:7, 16–17; 12:33, và tiếng kêu của những người bị choáng ngợp bởi vinh quang của Cứu Chúa Giê-xu ở Phi-líp 2:9–11.

4–5. Đức Giê-hô-va ở với dân sự Ngài trong lúc họ gặp khó khăn (4ab); khó khăn tự thân nó có thể dữ dội (4c-f) nhưng sự giải cứu với Ngài thì cực kỳ đơn giản (5). *Chốn nương náu* (*mā'ôz*): 'nơi có sức mạnh cố hữu'. Về *người cô thế* (*dal*), xem 10:2; về *kẻ nghèo thiếu* (*'ebyôn*), xem 14:30. *Nơi trú ẩn* (*maḥ'seh* bắt nguồn từ chữ √*ḥāsâ*; 'tìm nơi nương náu'): xác nhận nơi trú ẩn có sẵn, một nơi để chạy đến. *Cơn bão táp... cơn nóng bức*: các mối đe dọa tương phản là cách nói 'mọi sự đe dọa' trong tiếng Hê-bơ-rơ. Nhưng thực tế được minh họa là *kẻ hung bạo thổi hơi ra*. Hơi là *rûaḥ*, 'linh/ gió'; và ở đây dịch sinh động hơn là 'luồng hơi' sẽ thích hợp. *Kẻ hung bạo* (xem câu 3), người có sức mạnh vốn có, sẵn sàng sử dụng nó mà không suy nghĩ và không có lòng thương xót. Trong sự quan phòng diệu kỳ của Đức Chúa Trời, dân sự Ngài thường ở trong tình huống của câu 4c-e, nhưng trong sự thành tín trọn vẹn của Ngài, họ cũng ở trong hoàn cảnh của câu 4ab. Nhưng khi thời điểm đến, mọi thế lực thù địch đều chẳng là gì đối với Ngài cả. Dòng thứ hai và thứ tư của câu 5 lần lượt nói đến sức nóng ngột ngạt, giết người (5a) và bóng mây khiến sức nóng được giải tỏa cách nhẹ nhàng làm sao (5c); dòng thứ nhất và thứ ba nói đến kẻ thù đắc thắng đang dùng quyền lực gầm rú (5b) và việc làm im tiếng hát của hắn (5d).

6–8, Yến tiệc của Đấng Mê-si-a. Nếu việc nhắc đến *các trưởng lão* ở 24:23 gợi nhớ đến Xuất Ai Cập 24:11 khi giao ước Môi-se được kỷ niệm bằng bữa ăn với các trưởng lão, thì đây là tất cả những gì có thể xảy ra nhân dịp những hoàn cảnh, cho dù 'điều lý tưởng' (Xuất 19:13) là kèn thổi lên để mời tất cả mọi người. Nhưng trong yến tiệc của Đấng Mê-si-a được hình dung ở đây, mọi giới hạn đều bị bỏ và tính phổ quát được nhấn mạnh: *mọi dân tộc* là các nhóm sắc tộc; muôn *nước* là các thực thể chính trị và *mặt* là từng cá nhân, và tất cả là *dân Ngài*.

6. Hành động đầu tiên của Chúa: cung ứng. *Yến tiệc béo bổ* và *rượu ngon tinh chế* tương phản với bánh và nước ở 21:14. *Rượu ngon* có thể là chất cặn hình thành trong quá trình lên men (Sô. 1:12), nhưng ở đây có nghĩa là chính rượu đó; được tinh chế và đạt đầy đủ hương vị nhờ được để cho lắng. *Rượu ngon tinh chế* là (nguyên văn) 'cặn rượu được lọc kỹ lưỡng'; *đồ béo có tủy* (nguyên văn) là 'thức ăn phong phú, có chứa tủy', một hình ảnh về đồ ăn bổ dưỡng.

7–8. Hành động thứ hai của Chúa: xé bỏ. *Xé bỏ* (√*balāʿ*) là 'nuốt chửng', tức là làm cho biến mất hoàn toàn. *Màn che mặt* là cách dịch theo ngữ cảnh, báo trước về *sự chết*, nhưng tiếng Hê-bơ-rơ thì nói 'mạng che mặt'. *Tấm chăn* chỉ là 'sự che phủ'. Cho đến lúc Ngày của Chúa ló dạng, thì cả thế giới vẫn còn trong bóng tối. Chúng ta được sinh ra trong bóng tối, vì vậy chúng ta không nhận ra rằng cái chúng ta gọi là ánh sáng ban ngày thật ra chỉ là lúc chạng vạng. Phao-lô diễn tả điều này khi nói 'đêm đã khuya, ngày gần đến' (Rô 13:12), và ý nghĩ này cũng nằm sau sự nhấn mạnh về sự sáng (24:23) sẽ đến. Khi xua đuổi mọi thứ làm cho cuộc sống trở nên tối tăm, Chúa sẽ *vĩnh viễn tiêu diệt sự chết*. Sự chết không chỉ được dùng với ý nghĩa sự phù du khiến mọi cuộc đời đều tàn lụi ở mức độ nào đó, nhưng chủ yếu sự chết là bằng chứng đầu tiên của sự rủa sả từ hậu quả của tội lỗi (Sáng 2:17; Rô 3:23; Hê 2:15; Khải 21:4; 22:3).[19] Với tất cả quyền phép của Ngài và trong sự trọn vẹn của bản tính Ngài được bày tỏ ra với tư cách là *Giê-hô-va* ("*Yahweh*"), Đức Chúa Trời sẽ lau ráo *nước mắt* của dân Ngài. *Khỏi mặt mọi người*, tức là Ngài đi từ người này đến đến người kia, từng người một, cho đến khi mọi nước mắt đều khô. *Sự sỉ nhục*: xem Giô-suê 5:9 ('nỗi ô nhục'). Sự sỉ nhục của cuộc sống nô lệ và sự đau khổ dưới ách cai trị của người ngoại ở Ai Cập không còn nữa, những ngày sống dưới bóng đen của sự bất tuân của con bò vàng đã qua rồi: mối quan hệ giao ước trọn vẹn được phục hồi. Hễ ngày nào chúng con sống trong thế gian này, thì vẫn còn vô số cách khiến chúng ta sống dưới sự sỉ nhục và bị ngăn cản (bởi hoàn cảnh lẫn bởi tội lỗi) không thể sống đúng với phẩm giá thật là dân giao ước của Ngài. Nhưng vào ngày đó, lời hứa giao ước sẽ trở thành hiện thực giao ước.

9–10a, lời chứng thừa nhận Đức Chúa Trời. *Trong ngày đó*: đây là lời giải thích thứ hai (xem tr. 132–133 ở phần trước). *Người ta sẽ nói*: động từ này ở số ít trong tiếng Hê-bơ-rơ: đó là tiếng nói của một người tham dự vào lời chứng chung về *Đức Chúa Trời chúng ta*, xác nhận kết quả phước hạnh từ niềm hy vọng đáng tin cậy (*chúng ta trông đợi*, 'hy vọng'), trong chính sự hiện diện của *Đức Giê-hô-va*, tận hưởng *sự cứu rỗi của Ngài*. Kinh nghiệm chủ quan (*chúng ta trông đợi*) phù hợp với hiện thực khách quan (*Đây là Đức Giê-hô-va*). Công tác cứu chuộc hoàn toàn thuộc về Ngài mà không có sự góp phần của con người. Đó là *sự cứu rỗi của Ngài*, là điều mà chúng ta chỉ chờ đợi trong hy vọng và sự trông cậy. *Đã cứu* (√*yāšaʿ*, cùng với danh từ của nó; *yēšûʿâ*) là việc Đức Chúa Trời làm mà qua đó Ngài cứu dân sự Ngài (Xuất 14:13; 15:2; Thi 68:19), khiến họ thuộc về Ngài (Phục 32:15; Thi 98:2–3), phục hồi họ trở về với ân huệ của Ngài (Thi 13:5; 106:4), và đặt họ dưới sự cai trị (Ê-sai 51:6) và chăm sóc của Ngài (Thi 119:123; 155). Câu 10a bắt đầu bằng từ 'Vì', giải

---

[19] Người ta thường nhấn mạnh rằng khái niệm chinh phục cái chết mới có trong tư tưởng của người Hê-bơ-rơ sau này. Đây là một kết luận kỳ lạ. Nhiều chuyên gia cho rằng đó chỉ là cú sốc sau sự sụp đổ của nền quân chủ thuộc dòng dõi Đa-vít là điều sản sinh niềm hy vọng về Đấng Mê-si-a trong Cựu Ước. Nếu theo cách này, hy vọng nảy sinh từ đống tro tàn của thảm họa, thì thực tế bất biến về cái chết có giá trị như thế nào? Chắc chắn kết luận cho rằng một Đức Chúa Trời hằng sống sẽ chiến thắng trên sự chết sẽ là một trong những kết luận sớm nhất của đức tin trong Cựu Ước.

thích những phước lành được kể trong câu 6–9. *Đặt* là chữ √*nûaḥ*, khi ở thế chủ động đơn như ở đây, từ này không hề diễn tả hành động bạo lực (tương phản với mô hình *hiphil* ở 28:2). Bàn tay đặt xuống là biểu tượng của sự chăm sóc, che chở và phước lành. *Trên núi này* tạo thành cấu trúc đối xứng đầu cuối với phần mở đầu của câu 6 và kết thúc bài thơ. Đức Giê-hô-va đặt tay trên núi của Ngài và trên dân sự được cứu mà Ngài tập hợp từ khắp thế giới: họ thuộc về Ngài, Ngài chấp nhận họ, Ngài muốn ban phước cho họ.

10b–12, đống phân. Nhưng còn có một khía cạnh khác. Tay của Đức Giê-hô-va đặt trên dân sự Ngài, chân Ngài đặt trên Mô-áp (*giày đạp*). *Mô-áp* được nhắc tên (giống như Ty-rơ ở 23:1) để nhắc nhở rằng thời tận chung xảy đến với những con người thật sự, cả phước lành lẫn tai họa. *Sự kiêu ngạo* đã loại bỏ Mô-áp ở 16:6 và vì thế nó vẫn còn đến cuối cùng. Đây là sự bạo ngược tột bậc của lựa chọn sai lầm.

10b–11. Ê-sai thêm vào hai minh họa. Minh họa đầu tiên làm cho chúng ta thấy ghê tởm (10bc) nhưng không thể phớt lờ hàm ý của nó: nếu không chọn yến tiệc thì là đống phân. *Ngay tại chỗ* [Bản ESV: under his place – ND] diễn tả ý nghĩ về hành động trừng phạt dứt khoát từ thiên thượng. Từ này cũng có thể có nghĩa 'trong chỗ của họ': Mô-áp đã chọn điều họ đã nhận. Minh họa thứ hai là *người bơi lội* (11a), một sự so sánh hoàn hảo với chính sách tự làm một mình. Họ có thể làm chủ hoàn cảnh, lựa chọn và đạt được mục tiêu hoàn toàn bởi nguồn lực riêng.

12. Trong câu 11b, Đức Giê-hô-va hạ yếu tố kiêu ngạo bên trong xuống, là nỗ lực trở thành sự cứu rỗi của chính mình. Bây giờ Ngài hạ xuống từng dinh thự an ninh bên ngoài được bao bọc bởi lòng kiêu ngạo. Ba danh từ chỉ độ cao tương ứng với ba động từ chỉ sự hạ xuống. *Tường thành của ngươi với lũy cao kiên cố* là 'nơi kiên cố của nơi an toàn nhất trên tường thành của ngươi' - thậm chí không có tàn tích nào còn lại, ngay cả đá vụn, mà chỉ là mặt đất, *xuống tận bụi đất*. Thật đúng là sự kiêu ngạo đi trước sự sa ngã!

iv. Thành kiên cố (26:1–21). Trong cái nhìn của Ê-sai, tội của dân sự Chúa trong suốt lịch sử là từ bỏ con đường đức tin. Ép-ra-im (17:1 và các câu tiếp theo) đã thay thế lòng tin cậy Chúa bằng lòng tin vào liên minh với A-ram; Giu-đa lại thích sự tự lực (22:1–14). Nhưng thực tại đích thực của chúng ta là dân của đức tin, và trong phần thứ tư của cantata lại thế này, Ê-sai để cho (1–4) sự công chính, đức tin, sự bình an và sự cứu rỗi hợp thành nhóm đặc điểm của công dân của thành kiên cố. Ông luận ra đây là sự an ninh thật giữa tất cả những đe dọa và thách thức của thế giới này, ngay cả trong suốt sự phán xét cuối cùng từ thiên thượng. Ép-ra-im chỉ thấy thành bị bỏ hoang và từ bỏ (17:2,9); Giê-ru-sa-lem trở nên thành sụp đổ và bị làm thịt (22:9–10); còn tín hữu sống trong thành kiên cố (26:1–2).

1–4, an ninh trong hòa bình (A1; so sánh A2; 20–21). Ê-sai bắt đầu với sức mạnh của thành (1b-d), nêu lên những phẩm chất để được vào thành (2), lưu ý sự bình an trọn vẹn và lý do thành được vui thích (3) và kêu gọi duy trì lòng tin cậy (4).

1. *Trong ngày đó:* xem trang 132–132. Đây là lời giải thích thứ ba về Ngày của Chúa đã được trình bày ở 24:1–20. Lời giải thích đầu tiên (24:21) tập trung vào sự cai trị đắc thắng và vinh quang của Đức Giê-hô-va; lời giải thích thứ hai (25:9) chú ý đến sự cứu rỗi được những người từ khắp thế giới nhóm hiệp về bữa tiệc lớn vui hưởng. Bây giờ, chúng ta bước vào nội tâm của những người là dân sự của Chúa. Khi ngày đó đến, bởi đức tin, họ đã ở trong thành cứu rỗi kiên cố. *Kiên cố... sự cứu rỗi:* chỉ Đức Giê-hô-va mới là nguồn của sự cứu rỗi; Ngài không cần được gọi tên. Quyền năng cứu rỗi của Ngài bao bọc thành giống như *tường và lũy*.

2. *Mở:* so sánh Thi Thiên 24:7–10. Lời kêu gọi người giữ cổng ở đây là cách nhấn mạnh thật sống động những phẩm chất cần có để vào thành. *Công chính* chỉ có thể có nghĩa là 'đúng đắn với Chúa', vì phần lớn phần còn lại của chương này cho thấy họ không ở trong thành nhờ công đức riêng. Tuy nhiên, họ là những người đến từ *dân giữ lòng trung tín*. Danh từ ('emunîm) ở đây được dùng ở số nhiều, diễn tả độ lớn: đức tin đầy trọn, đức tin trong mọi hoàn cảnh của cuộc sống.

3. *Bình an trọn vẹn* (nguyên văn) là 'bình an, bình an'; một thành ngữ dựa trên sự lặp lại (6:3) có nghĩa là sự bình an bao trùm tất cả. *Tâm trí* (yēṣer) là xu hướng của tâm trí (Sáng 6:5), những ý định đã có sẵn trong đầu (Phục 31:21); đó là nếp suy nghĩ của chúng ta, cách chúng ta nhìn cuộc sống. *Nương cậy* [Bản NIV dùng "*Không dao động*" - ND] là phân từ ở dạng bị động; nghĩa là 'giữ cho không thay đổi' hay 'làm cho/quyết tâm không lệch hướng'. Đây là yếu tố bên trong con người, là bí quyết để có được sự bình an thiên thượng. *Vì người tin cậy*, vì được tin cậy/ lòng tin cậy được vận dụng'. Dĩ nhiên, không có người tin thì không thể có lòng tin, nhưng điều quan trọng không phải là ai thể hiện đức tin, mà là đức tin đang được thể hiện.

4. Đức tin không phải việc nhất thời, mà là cam kết suốt đời; và là một phương cách tiếp cận cuộc sống có cơ sở, không phải vì chính đức tin (bởi đức tin có thể yếu ớt và lung lay) mà bởi đối tượng của đức tin, *vì Đức Giê-hô-va...là vầng đá của mọi thời đại*. Đức Giê-hô-va là 'Yah Yahweh'. Hậu tố 'Yah' là danh xưng biểu lộ lòng yêu mến (12:2; Xuất 15:2; Thi 118:14) thường xuyên xuất hiện trong cụm từ 'Ha-lê-lu-gia'. Thành ngữ (theo nghĩa đen) 'trong Đức Giê-hô-va là hòn đá muôn đời' nghĩa là 'Đức Giê-hô-va mang chính bản tính của hòn đá còn đến đời đời' (so sánh 17:2), lâu bền, bất biến và có hiệu lực đem lại sự cứu rỗi (như ở Xuất 17).

5–6, *xuống bụi đất* (B1; so sánh B2, 16–19). Từ 'Vì' bắt đầu câu 5 [bản TTHĐ không dịch từ này - ND] giới thiệu một lời giải thích. Một phần an ninh do 'thành kiên cố' đem lại (1) là sự hủy diệt *thành cao ngất* (5), kẻ áp bức họ. Chiến thắng này là của Đức Giê-hô-va; dân sự chỉ tham gia giày đạp bụi đất còn lại sau chiến thắng.

5. Theo 24:22, chiến thắng này sẽ có 'sau nhiều ngày'. Cho nên; chúng ta nên xem động từ đầu tiên trong câu 5 như thì hoàn thành diễn tả sự chắc chắn: 'Ngài đã quyết định'. Các động từ còn lại (quá khứ chưa hoàn thành) diễn tả hành động của Chúa ở tương lai. 'Thành kiên cố' không chỉ là sự an ninh của cuộc sống sẽ đến, mà là sự an ninh ngay trước mắt cho những người đã đến núi Si-ôn (Hê 12:22) và vẫn mong chờ chiến thắng cuối cùng (Hê 10:13). *Ở trên cao* là lòng kiêu ngạo của những người sống ở đó, hoặc chiều cao an toàn họ nghĩ rằng họ đã tạo được cho chính mình, hoặc các chiều kích siêu nhiên trong chiến thắng của Đức Giê-hô-va (24:21). Nếu Ê-sai nghĩ đến một thành cụ thể khi lần đầu viết ra bài thơ này thì bây giờ điều đó không còn quan trọng. Như 25:6 hướng đến điều lý tưởng thế nào - tức Giê-ru-sa-lem thật sự có thể làm gì để cho muôn dân đến được bữa tiệc lớn? - thì *thành cao ngất* là hình ảnh về thế giới được tổ chức mà không có Đức Chúa Trời cũng thế ấy.

6. Điều *người cô thế...kẻ nghèo nàn* có thể làm là bước vào chiến thắng của Chúa.

7–9, *con đường bằng phẳng của thiên thượng* (C1; so sánh C2, 12–15). Dù họ đã ở sẵn trong 'thành kiên cố' (1–3), nhưng người công chính cũng đang trông chờ Đức Giê-hô-va hành động (8), khao khát Ngài (9) và đang sống trong một thế giới nơi sự phán xét trở nên phổ biến (9). Nhưng đức tin và lòng vâng phục là đặc điểm của họ. Họ chấp nhận *con đường*

Chúa đã định cho họ (7), giữ vững niềm hy vọng (8–9) và kiên quyết làm theo luật pháp Ngài (8a).

7. *Người công chính* là người có mối liên hệ đúng đắn với Chúa (trên nền tảng đức tin, 2). Tiếng nói của đức tin cho biết *con đường* họ đi là *ngay thẳng*, hướng 'thẳng' đến mục tiêu; và *bằng phẳng*, dễ thương lượng. Họ giống như khách lữ hành ở Thi Thiên 84:6 xem trũng Ba-ca như thế chứa đầy suối nước! *Ngay Thẳng* (*yāšār*) có liên quan đến *đường ngay thẳng* (*mēšārîm*), tức là Đấng Ngay Thẳng (Thi 25:8; 82:15) chỉ định cho chúng ta một con đường phù hợp với bản tính của Ngài. Con đường đó chạy theo đường 'thẳng' từ lúc hoán cải cho đến sự vinh hiển và những nơi thấy trước là gồ ghề khi ngẫm lại là *bằng phẳng*.

8–9. Phải: 'Còn hơn thế nữa!' Người công chính, là những người chấp nhận trật tự cuộc sống đến từ bàn tay của Chúa, cam kết vâng Phục *Phán xét* (*mišpāṭîm*) [bản NIV dùng "luật pháp"] là 'phán xét', những quyết định có căn cứ, và đôi khi những bản án đầy thẩm quyền mà thẩm phán tuyên bố. Một trong hai nghĩa phù hợp tại đây: dân sự của Chúa bước đi trong sự vâng phục theo điều Ngài đã định là đúng, và cũng bước đi giữa kỷ luật của Ngài trên đất này (Hê 12:1–10). Vì vậy, họ *trông đợi* Ngài, với đức tin nhẫn nại, cho đến khi Ngài đánh hạ kẻ thù xuống mặt đất (5–6). Họ không tìm cách thay đổi hoàn cảnh, nhưng họ mong đợi và khát khao Ngài trong chính con đường Chúa đã dành cho họ. *Danh* là cách viết ngắn gọn chỉ những điều Chúa đã làm để bày tỏ chính Ngài; *kỷ niệm* (Xuất 3:15), là ký ức được vun trồng về những điều Ngài đã bày tỏ về chính Ngài và những việc Ngài làm. Niềm khao khát của người công chính được điều khiển bởi lẽ thật được mặc khải – và đó là niềm khát khao không ngừng (*ban đêm*…). Một trong những điều gìn giữ dân sự Chúa trong sự vâng phục là *sự phán xét* của Chúa trên đất khiến dân chúng *học biết sự công chính*. *Phán xét* (xem 8a) là luật pháp của Chúa được dân sự Ngài vâng theo hoặc những phương cách rèn luyện đạo đức của Chúa được thừa nhận và trải nghiệm. Sự vâng phục là lời chứng hiệu quả (Phục 4:5–6), và thái độ bình an giữa sự quan phòng và sửa trị thường xuyên không thể giải thích được của Đức Chúa Trời cũng vậy.

10–11, sự mù lòa không thể dò được (D). Đức Chúa Trời có ba 'cách' bày tỏ chính mình cho thế giới nói chung. Thứ nhất, sự chu cấp bởi *ân huệ* (10a; Công 14:17); thứ hai, Ngài đem đến những tình huống thuận lợi: *đất ngay thẳng* hay 'không phức tạp', khi cuộc sống hoàn toàn 'thuận buồm xuôi gió'; thứ ba, trong phước lành hay tai họa, Ngài ra hiệu, đó là khi *tay Ngài đã giơ lên* để mọi người nhìn thấy. Nhưng dù Đức Chúa Trời có làm gì đi nữa, thì đáp lại cũng là sự không thông hiểu (*không học*), cứng cổ (*hành động gian tà*), và thái độ mù lòa (*không nhìn thấy*). Đôi khi dường như có lóe lên chút nhận thức thuộc linh, nhưng nó mờ dần vì người ta chưa nhận ra sự *uy nghiêm của Đức Giê-hô-va*. *Xin cho chúng thấy* là cách dịch hợp lý nhưng không phù hợp lắm với ngữ cảnh bằng 'họ sẽ thấy'. Sự thật là – và không phải là điều mà ai cũng mong muốn - một ngày nào đó, những người bây giờ không chịu học hỏi sẽ thấy (11cd) và sẽ bị phán xét (11ef). Sự tương phản giữa *dân Ngài* và *kẻ thù của Ngài* là ý chính trong sự dạy dỗ của Ê-sai. Thế giới tiếp tục trong sự ngu dốt khi mà lẽ ra họ phải học biết. Họ không chỉ không thừa nhận Đức Chúa Trời trong sự oai nghiêm của Ngài, mà còn không nhìn thấy vị trí và lựa chọn của họ, mối liên hệ giữa sự thù địch hiện tại với hậu quả đời đời. *Lửa*: biểu tượng về sự thánh khiết tích cực, như lửa thiêu đốt của Đức Chúa Trời (Xuất 3:2; so sánh Ê-sai 6:6; 30:27; 33:14; 66:24).

12–15, sự bình an đến từ thiên thượng (C2; so sánh C1, 7–9). Vậy thì, nếu dân cư của thế giới, những người chưa tin đạo, hết sức ngoan cố và mù lòa như câu 10–11 khẳng định, thì làm sao một thực thể như dân sự Chúa có thể hiện hữu được? Câu trả lời là cùng một

Đức Giê-hô-va (7–9) quy định những trải nghiệm trong cuộc sống, đã ra lệnh cho họ vào trong sự bình an của Ngài và đã làm mọi điều cần thiết để đem họ đến đó.

12. Trước tiên, *Ngài thiết lập sự bình an*. *Thiết lập* (šāpat) nghĩa là 'đặt vào chỗ' (2 Vua 4:38), 'chỉ định ai đó trải qua kinh nghiệm nào đó' (Thi 22:15), do đó 'Ngài khiến sự bình an trở thành số phận của chúng con'. *Vì mọi công việc của chúng con*... nghĩa là (theo nghĩa đen) 'vì thật vậy, tất cả công việc của chúng con mà Ngài đã làm cho chúng con'. Một phần tương đồng được viết bằng tiếng Hê-bơ-rơ ở 2 Sử Ký 4:6 cho phép chúng ta dịch 'mọi công việc của chúng con' thành 'hễ điều gì liên quan đến chúng con'. Chỉ khi nào Đức Giê-hô-va đảm nhận 'mọi việc liên quan đến chúng con' thì sự không thông hiểu, tính ngang bướng và tinh thần mù lòa của chúng ta mới có thể được khắc Phục Toàn bộ sự cứu rỗi phải thuộc về Đức Chúa Trời cả.

13. Thứ hai, Đức Giê-hô-va không chỉ làm tất cả để đem dân sự Ngài vào mối quan hệ bình an với chính Ngài (12), mà chính Ngài còn là Đấng gìn giữ họ trong mối quan hệ đó. *Một mình Ngài... danh Ngài*: lời xác nhận lòng trung thành tuyệt đối này không khớp với lịch sử của dân Chúa đã được ghi lại – lúc đó cũng như bây giờ - và bản dịch sát nghĩa phải được khôi phục: 'chỉ bởi Ngài mà chúng con mới có thể ghi nhớ danh Ngài'. *Các chủ khác* bao gồm Pha-ra-ôn ở Ai Cập; những kẻ cai trị là người nước ngoài trong suốt thời các Thẩm phán; người Phi-li-tin, và trong thời của Ê-sai là người A-si-ri, nhưng xuyên suốt những việc đó vẫn có một Đức Chúa Trời thành tín bảo tồn một dân để ghi nhớ *danh* Ngài, lẽ thật về sự tự mặc khải của Ngài. Lòng trung thành với Ngài là một tặng phẩm của Ngài.

14–15. *Công việc của Chúa vẫn còn; các chúa khác đã chết*. *Những âm hồn*: 'những âm hồn' (xem 14:9). *Đã trừng phạt*: 'chịu sự trừng phạt' (xem 24:21). Việc hoàn toàn lãng quên như thế ắt phải là hành động của Chúa. Thứ ba, nhưng dù các chủ khác biến mất khỏi ký ức, thì đất nước vẫn lớn mạnh. Điều này cũng là việc Chúa làm. *Ngài đã được tôn vinh*: Ngài làm cho dân Ngài lớn mạnh không phải để họ được tôn trọng, mà *cho* chính Ngài, 'vì chính danh Ngài'.

16–19, Từ bụi đất (B2; so sánh B1, 5–6). Thứ tư, trong B1, Đức Giê-hô-va sẽ hạ kẻ thù xuống tận bụi đất, nhưng Ngài có ý định trái ngược cho dân mà Ngài dự định tập hợp cho chính Ngài. Điều Chúa đã làm cho họ (12–15) tương phản với điều họ đạt được cho Ngài (16–18), nhưng điều đó không khiến Ngài thay đổi ý định. Vì Ngài đã làm tất cả cho họ (12), nên Ngài cũng sẽ bỏ qua những thất bại của họ và (19) đem họ ra khỏi bụi đất để bước vào buổi bình minh tươi mới.

16. Sách Các Quan Xét là một quyển giải nghĩa hay với sự lặp đi lặp lại chu kỳ bội đạo rồi ăn năn (Quan 2:11–19). *Tìm kiếm Ngài* là 'đến', không có chỗ nào khác dùng chữ này để nói dân sự đến với Đức Chúa Trời; họ 'chú ý đến Ngài'. *Hết lòng...*: từ Hê-bơ-rơ được dịch đúng là 'vừa đủ để thì thầm lời cầu xin' như chúng ta có thể kiểm soát nhận thức ở trạng thái hiện tại. Từ liệu Hê-bơ-rơ liên kết ý này với *cảnh khốn cùng* của họ (không như bản NIV [và bản TTHĐ - ND] liên kết với từ 'sửa trị') : đó là sự trở về trong sầu não và tuyệt vọng. Và, dù họ bị 'nhàu nát', nhưng Ngài vẫn không khước từ.

17. *Họ* (16) trở thành *chúng con*. Câu chuyện trở thành chuyện đương đại, và *chúng con khác nào* phải là 'chúng con đã là'. Ê-sai đang nghĩ đến cuộc khủng hoảng A-si-ri và mọi đau khổ do nó gây ra, tình trạng nô lệ của Y-sơ-ra-ên phía bắc và cú sốc của Giu-đa. Tất cả đều đau đớn như ca sinh đẻ. *Trước mặt Ngài*: 'vì Ngài', tức là sự sống theo sự sắp xếp công chính của Chúa là nơi Ngài sửa phạt (10:5–15).

18. Cơn đau để đem lại kết quả lạc quan, còn trong trường hợp này, sự đau đớn không sanh ra gì cả. Họ biết thế giới cần học công chính (9), và phải làm điều đó qua họ (9), nhưng khi nhìn xung quanh, họ chẳng *sinh ra* gì để đem lại sự *giải cứu*.

19. Người ta vẫn còn tranh cãi ý nghĩa của câu này. Một số chỉ thấy nói đến sự sống lại của cộng đồng,[20] nhưng trước tiên, sự tồn tại của (chỉ một) cộng đồng như thế không đáp ứng những vấn đề mà bài thơ mô tả. Thế giới chưa được sinh lại. Sự tồn tại của cộng đồng không thể giải thích việc này. Thứ hai, liên kết phân chương này với phân đoạn tương tự trong câu 5-6, thì chính cư dân của 'thành cao ngất' là những người *ở trong bụi đất*. Dân sự của Chúa đã sống trong thành cứu rồi (1). Những người khác là những người cần được kéo vào. Trong sự liên kết này, *những người chết của Ngài* có nghĩa là 'người chết mà Ngài lo lắng' và rồi Chúa tuyên bố họ là (theo nghĩa đen) 'những xác chết của Ta', tức là 'người chết mà Ta quan tâm'. Kế tiếp là lời hứa về sự sống cho thế giới: tương ứng với khải tượng ở 25:6-10a. Nhưng 25:7-8 hướng cụ thể đến việc hủy bỏ chính sự chết. Nếu chúng ta xem xét 26:19 trong ngữ cảnh của nó theo cách này (và thật sự chúng ta phải làm như vậy), thì phải hiểu những thuật ngữ của nó theo nghĩa đen nói về sự sống lại hoàn toàn, chứ không chỉ hiểu theo nghĩa bóng.[21] Lời kêu gọi *hãy thức dậy và reo vui* được minh họa bởi hai hình ảnh là *sương móc* và *rạng đông* hay 'ánh sáng rực rỡ'. *Sương móc* tượng trưng cho sự đóng góp của thiên đàng vào sự thịnh vượng trên đất (Sáng 27:28, 39; Phục 33:13, 28), vào ân huệ của vua (Châm 19:12) và phước hạnh thiên thượng (Ô-sê 14:5). Nó được liên kết với ma-na ở Xuất Ê-díp-tô Ký 16:13-14 (so sánh Dân 11:19), tặng phẩm thiên thượng xóa bỏ mối đe dọa về sự chết (Xuất 16:3). *Rạng đông*: nghĩa đen là 'đèn', số nhiều chỉ sự phong phú dư dật, 'ánh sáng rực rỡ'. Sự chết là bóng tối; ánh sáng là sự sống (Gióp 3:16; Thi 49:19; 56:13) và sự cứu rỗi (Thi 27:1; so sánh 2 Sa 23:4; Thi 104:2; Ê-sai 9:2; 59:9; 60:1, 3). Trong lời tiên tri tương tự (18:4), sự hiện diện của Chúa là sương và ánh mặt trời. Như sương rơi xuống thể nào, thì Ngài cũng sẽ đến với người chết mà Ngài quan tâm đến, đem lại sức sống và sự cứu rỗi thể ấy. *Âm hồn* [Bản NIV dùng "Người chết của nó" - ND]: 'âm hồn' (xem câu 14).

20-21, an toàn trong cơn thịnh nộ (A2; so sánh A1, 1-4). Bài thơ bắt đầu bằng cụm từ 'hãy mở các cổng' (2), và kết thúc là *đóng cửa lại*. Ý này nhắc lại việc đóng cửa tàu (Sáng 7:1, 16) và bước vào trong nhà trong sự kiện lễ Vượt qua (Xuất 12:22-23). Trong thời kỳ của sự phán xét công chính, Chúa chu cấp cho dân sự Ngài. Trong câu 1-4, sự an ninh của họ trong thành kiên cố nằm trong bối cảnh (5-6) của sự diệt vong của thành thế gian. Trong ngày đó, họ sẽ được an toàn như khi ở trong tàu hay trong nhà có bôi huyết (Xuất 12-13). *Đã qua* là động từ 'lướt qua' ở Xuất Ê-díp-tô Ký 12:12, 23. Sự an ninh che chở này là cần thiết, 'Vì' (từ mở đầu câu 21) Đức Giê-hô-va đang xuất hiện để *trừng phạt* ('thăm phạt, 24:21'). Tội lỗi ('āwôn): xem 1:4; 6:7, thực tại tội lỗi bên trong ở bản chất sa ngã. *Máu*: sự vi phạm luật pháp Chúa ở bên ngoài cách trắng trợn nhất. *Để lộ*: ngay cả tội được che giấu lâu ngày mà

---

[20] E. J. Kissane, *The Book of Isaiah* (Browne and Nolan, 1960), chỉ thấy ở đây ám chỉ đến 'sự sống lại của cả nước'. H. H. Rowley, *The Faith of Israel* (SCM, 1956), trang 1160, nói rằng phân đoạn này trình bày một giai đoạn trên con đường đi đến sự sống cá nhân. Skinner, *Isaiah*, and Herbert, *Isaiah 1-39*, tìm thấy lời hứa về sự sống lại cá nhân.

[21] So sánh với Đa-ni-ên 12:2. Giả thiết theo thuyết tiến hóa luỹ tiến cho rằng tư tưởng Cựu Ước tiến triển từ những khởi đầu nghèo hèn đến kết thúc tươi Sáng Giả thiết này dẫn đến kết luận rằng giáo lý về sự chết và sự sống lại phải có mới đây thôi. Tất cả những điều này thật mong manh làm sao! Người Ai Cập có tư tưởng thần học phức tạp về đời sau nhiều thế kỷ trước Ê-sai. Ngay cả tín ngưỡng của người Ca-na-an, vì tính chất tàn bạo của nó, phụ thuộc vào chiến thắng hằng năm của Ba-anh đối với sự chết. Dựa trên danh nghĩa của tính hợp lý, làm sao Y-sơ-ra-ên, với niềm tin cơ bản vào Đức Chúa Trời hằng sống, lại thiếu hụt, ngay trong đức tin được mặc khải, điều mà những tín ngưỡng khác có qua sự mơ tưởng và tín ngưỡng thiên nhiên? Đặc biệt xem J. Mauchline, *Isaiah 1-39 (SCM, 1962)*, trang 193.

kẻ vi phạm cho là đã bị lãng quên cũng sẽ bị phơi bày. Chính *đất* sẽ hành động, hợp tác với Đấng Sáng Tạo: đây là 'sức sống đạo đức' của đất. Đất đã bị nhiễm tội lỗi của con người nhưng nó vẫn luôn đồng hóa với sự thánh khiết của Đức Chúa Trời của nó (1:2–3; 24:5; so sánh Sáng 4:10–12).

v. Y-sơ-ra-ên toàn cầu (27:1–13). Với phân đoạn này, chúng ta đã đi đến phần kết của bức tranh lịch sử toàn cảnh của Ê-sai. Những phân đoạn đi chung với phân đoạn này (xem tr. 88–88) là 19:1–25 và 23:1–18 có cùng chủ đề về dân sự toàn cầu (19:24–25; 23:18; 27:12–13). Còn trong chính Cantata của Ê-sai (các chương 24–27), thì đây là đoạn cuối: ở 26:20–21, dù ở trong thành cứu rỗi, dân sự có lòng tin đang trông chờ sự trở lại cuối cùng của Chúa để phán xét. Ê-sai thấy trước điều này. Phần Kinh thánh 27:1–13 gồm có một phân đoạn trung tâm (7–11), nói đến sự kiên nhẫn chịu đựng trong quá khứ (7–8), sự chuộc tội sẽ đến (9) và sự lật đổ cuối cùng (10–11). Ở mỗi phương diện, đều có hai phần 'trong ngày đó' (1 và 2–6; 12 và 13). Những phần này khớp với nhau: chiến thắng của Đức Giê-hô-va trên các miền trên trời (1) và niềm vui mừng của Chúa trên đất (13); dân của vườn nho (2–6) và dân được thu nhặt (12). Bởi đó (chính xác là 14:1–2 là phần trọng tâm của 13:1–14:27 trong lời tiên tri mở đầu các chuỗi tiên tri) kế hoạch của Chúa cho dân sự Ngài nằm ở trọng tâm của công tác hoàn vũ của Ngài trong thời tận chung.

1. Chiến thắng của Đức Giê-hô-va ở các miền trên trời: lưỡi gươm lớn. Ê-sai hiếm khi sử dụng những khái niệm thần thoại ngoại giáo để minh họa (xem 51:9) mà không tán thành lẽ thật gắn liền với khái niệm đó. Trong phần giải thích *trong ngày đó* lần thứ tư này (xem tr. 132–132), *Lê-vi-a-than* là con thú sống dưới nước, có thể có thật hoặc được tưởng tượng (Gióp 41:1; Thi 104:26). Trong Thi Thiên 74:14, con thú này tượng trưng cho Ai Cập; còn trong Gióp 3:8, 'đánh thức Lê-vi-a-than' là làm cho các thế lực tàn phá siêu nhiên hoạt động. Lê-vi-a-than tượng trưng cho quyền lực hùng mạnh; bao gồm (các) thế lực siêu nhiên chống lại Đấng Tạo Hóa. Tuy nhiên, ở đây tên gọi huyền bí Lê-vi-a-than đổi thành *con rắn* ngoài đời thực và chỉ về những thế lực được tạo nên. *Quái vật* (*tannîn*) có thể là một sinh vật biển (Sáng 1:21), là con rắn hoặc cá sấu (Xuất 7:9; Thi 91:13), hoặc tượng trưng cho vật sở hữu sức mạnh áp đảo (Giê 51:34). *Uốn lượn* có thể hành động thật sự (cuộn lại) hoặc hàm ý đạo đức (bóp méo) hoặc cả hai. *Con rắn* là *nāḥāš*, giống như ở Sáng Thế Ký 3:1, và chắc chắn được dùng ở đây vì lý do đó. Lời mô tả gồm ba phương diện *Lê-vi-a-than... con rắn... quái vật* tương ứng với mô tả ba phương diện *lưỡi gươm* của Đức Giê-hô-va: *cứng* (dữ dội, tàn nhẫn), *lớn* (đủ sức làm bất kỳ công tác nào) và *mạnh* (thống trị). Các thế lực siêu nhiên thù địch tràn vào quấy phá toàn bộ công trình sáng tạo, *uốn lượn* trên đất, kỳ quái *dưới biển*. Bởi đó, tội lỗi đã phá hỏng công trình 'rất tốt lành' của Đức Chúa Trời (Sáng 1:31), nhưng cho dù chúng có mạnh thế nào và được che đậy ở đâu, thì *gươm* của Đức Giê-hô-va cũng sẽ tìm ra và giết chúng *trong ngày đó*.

2–6, dân của vườn nho. Bài ca cuối cùng trong bản cantata của chương 24–27 khớp với bài ca vườn nho ở 5:1–7. Trong chương 5, điều dân sự của Đức Giê-hô-va làm cho vườn nho là ý chính; còn ở đây ý chính là điều Đức Giê-hô-va sẽ làm cho dân sự.

2. Họ là niềm vui của Đức Giê-hô-va. *Trong ngày đó*: lời giải thích chi tiết thứ năm (xem tr. 132–132). *Vườn nho sai trái* là 'vườn nho của niềm vui sướng' hoặc, như trong một số MSS, nghĩa là 'vườn nho tạo ra rượu sủi bọt'. Nghĩa thứ nhất tương phản với hành động chống nghịch ở 5:5–6; còn nghĩa thứ hai tương phản với rượu không thể uống được ở 5:2,4.

3. Họ ở dưới sự chăm sóc của Chúa. Ở đây tất cả là việc thiên thượng làm: gìn giữ (*canh giữ*, 'bảo tồn') tính ưu việt của nó, nuôi dưỡng (*tưới nước*), và bảo vệ (*canh giữ* cũng giống với động từ *canh giữ* ở trên nhưng ở đây có nghĩa là trông chừng những kẻ xâm nhập từ bên ngoài). Tất cả những sự chăm sóc này diễn ra *thường xuyên… ngày đêm*.

4. Đức Giê-hô-va ở trong tình trạng hòa bình. Dịch theo nghĩa đen là 'Ta không còn giận'; *ḥēmâ* là cảm xúc tức giận. Ê-sai 5:5–6 và 26:3, 12 nói đến sự bình an mà tín hữu tận hưởng. Ở đây, sự bình an ở trong lòng của Đức Chúa Trời. *Nếu*: Chúa mong ước có cơ hội bày tỏ nhiệt huyết của Ngài đối với vườn nho; cứ để cỏ dại mọc thử xem!

5. Đức Giê-hô-va mời gọi cỏ dại ở câu 4 *đến cùng Ta để ẩn náu* [Bản TTHĐ dịch cụm từ này là *'không gì bằng nhờ sức Ta*]. Mọi người đều được phép vào vườn nho, như Mô-áp đã từng được vào (xem 16:5).

6. Đức Giê-hô-va hứa rằng vườn nho được thiên thượng nuôi dưỡng sẽ *đầy* **trên đất** (Thi 80). *Sẽ đến lúc* có lẽ là cách dịch đúng của cụm từ 'những ngày sẽ đến'. Nhưng là một câu cảm thán 'Chúng đang đến kìa!', cụm từ này có thể ám chỉ những người đáp ứng lời mời gọi ở câu 5. *Ra trái*: cách diễn đạt giống y như 'lập thành trì khắp mặt đất' (14:21) [tức là 'làm cho đầy dẫy bề mặt của trái đất'], *đầy trên mặt đất* [nghĩa là 'làm cho đầy dẫy bề mặt của trái đất']. Kế hoạch của Ba-by-lôn là sắp xếp cả thế giới mà không cần đến Đức Chúa Trời. Nhưng Chúa có một dự định khác và dự định đó sẽ được thực hiện (11:9).

7–11, Công việc của Đức Giê-hô-va. Tất cả những điều này sẽ xảy ra như thế nào? Trước tiên, Đức Giê-hô-va chưa bao giờ hà khắc với Y-sơ-ra-ên như với kẻ thù của Y-sơ-ra-ên (7–8), và lòng thương xót này sẽ được bày tỏ trong sự chuộc tội (9a), tạo nên một dân tinh sạch về tôn giáo (9b-f); thứ hai, Đức Giê-hô-va sẽ hủy diệt *thành kiên cố* (10–11; 25:1–5; 26:5–6).

7–8. Câu 7 trong tiếng Hê-bơ-rơ có nhịp điệu và rất hay, nhưng không rõ ràng! 'Ngài có đánh nó giống như cú đánh kẻ đã đánh nó không?", nghĩa là Đức Giê-hô-va có đánh Y-sơ-ra-ên ở mức độ như Ngài đã đánh những kẻ đánh Y-sơ-ra-ên không? Câu hỏi thứ hai cũng tương tự như vậy: 'hay nó có bị giết như những kẻ đã giết nó bị giết không?' nghĩa là Y-sơ-ra-ên có bao giờ gánh chịu số thương vong như Đức Giê-hô-va đã giáng trên những kẻ họ đánh bại không (ví dụ như 37:36)? Nhưng từ *'Bởi chiến tranh: sa'ssâ'* [Bản TTHĐ không dịch từ này - ND] không rõ nghĩa (bản NIV dịch theo phỏng đoán của bản Bảy Mươi). Những ngôn ngữ cùng gốc đề xuất động từ 'kêu la sa-sa', 'đuổi đi bằng cách la hét' như chúng ta nói 'xua đi'. Động từ này khớp với từ 'đuổi đi' [exile, trong bản NIV – ND], không phải chỉ về cuộc lưu đày Ba-by-lôn mà ám chỉ tất cả những lần kẻ thù xâm chiếm và bắt làm phu tù. Trong tất cả những lần như thế, có lẽ cơn thịnh nộ thiên thượng đã có thể buộc Y-sơ-ra-ên phải chịu hình phạt thích đáng nhưng sự kiên nhẫn chịu đựng đã can thiệp vào. Và ngay cả khi xảy ra cuộc lưu đày nghiêm trọng, thì nó cũng được làm cho dịu lại bởi lời hứa đem họ trở về. Sự sửa phạt thật là *cơn lốc mãnh liệt*, không bao giờ được xem thường vì cơn thịnh nộ thiên thượng là có thật và tiêu chuẩn thiên thượng thì không thể thương lượng.

9. *Nhờ điều sau đây* quay ngược lại ý vừa mới nói đến: Đức Giê-hô-va chưa bao giờ hành động cách dè dặt để gìn giữ dân sự khi họ đáng chết. *Vậy*: 'do đó'; nguyên tắc hành động của thiên thượng cũng sẽ áp dụng vào sự chuộc tội. *Tội* ('*awôn*): xem 5:18; 6:7; 26:21; 53:5. *Được tha* ($\sqrt{kapar}$): xem 6:7. Đức Giê-hô-va sẽ trả giá cứu chuộc (che đậy) cho bản chất tội lỗi (*tội*) và *để tội nó được xóa bỏ* (*ḥaṭṭā't*), sai phạm thật sự của nó (5:18; 6:7; 53:12). Và điều này sẽ được bày tỏ trong *tất cả những gì nó cần làm* khi những người được chuộc phá hủy *bàn thờ* và nhổ bỏ *các tượng*. Bàn thờ tượng trưng cho tất cả những cách thể hiện niềm tin được Đức Giê-hô-va cho phép, còn *tượng* và *bàn thờ dâng hương* tượng trưng cho tập tục tôn giáo được du nhập và bất hợp pháp. Vậy thì, trước nhất sẽ không còn cần đến *bàn thờ* để dâng sinh tế (Hê 10:12, 18) và *Gia-cốp* sẽ thừa nhận điều này bằng cách nghiền nát *đá* của bàn thờ thành *tán vụn* như *đá vôi*. Thứ hai, sự chuộc tội sẽ thanh tẩy thói quen tôn giáo sai trật. *Các tượng A-sê-ra:* xem 17:8. *Bàn thờ dâng hương* có lẽ là cách dịch đúng của chữ *ḥammānîm* (Êxê 6:4 và các câu tiếp theo). Đó không phải là từ liệu chỉ bàn thờ dâng hương được cho phép (Xuất 39:38) nhưng có liên hệ với Ba-anh (2 Sử 14:5) và 'các nơi cao' (Lê 26:30).

10–11. Vậy thì (9) Ê-sai không quên nền tảng cứu chuộc của toàn bộ phần này (chương 6–37) trong sách Ê-sai (6:7); nhưng như trong chương 7 trở đi ông tiếp tục với chủ đề "dòng dõi nhà vua" chinh phục thế nào, thì ở đây ông cũng làm như vậy thế ấy. Việc nói đến *thành* liên kết lời tiên tri cụ thể này với thành thế gian và sự sụp đổ của nó (25:1–5; 26:5–6). Ê-sai không giải thích việc này sẽ như thế nào, nhưng sự chuộc tội sắp đến (9) sẽ là cơ hội để *thành kiên cố* sụp đổ, với ý tưởng chủ đạo như trước giờ, về những con thú sẽ đến (10), về việc kết thúc sự cư ngụ của con người. Những con thú đang gặm cỏ sẽ để lại *những cành cây* trơ trụi, nhưng (11) ngay cả chúng cũng biến mất như củi. *Vì* giới thiệu nguyên nhân của sự đoán phạt toàn diện như thế: thiếu *hiểu biết* (so sánh 26:10) dẫn đến việc đánh mất lòng *thương xót* và *ơn* thiên thượng (Rô 1:28; Êph 4:18–19). *Hiểu* là từ ở số nhiều chỉ phạm vi hiểu biết rộng lớn (*bînôt*, 1:3), 'phân biệt đúng'. *Thương xót* ($\sqrt{rāḥam}$, 13:18; 14:1) là tình yêu thương tiêu biểu của người mẹ dành cho con mình. *Ơn* ($\sqrt{ḥanan}$) là 'ân điển', lòng nhân từ của Chúa mà con người không đáng nhận (Sáng 6:8; Thi 51:1). *Đấng tạo nên* là 'Thợ gốm', 'Ngài nắn nên họ' (Sáng 2:7). Tội lỗi đã lấy mất sự phong phú này trong tình yêu của người mẹ, của tâm trí không thể vận dụng năng lực để cảm nhận, hiểu và nắm lấy lẽ thật.

12–13, mùa gặt hoan hỉ: tiếng kèn lớn. Hai lời tiên tri *trong ngày đó* là lời giải thích chi tiết thứ sáu (xem tr. 132–132), và chúng kết thúc y như khi bắt đầu. Lời đầu tiên (12) là (giống như câu 2–6) bức tranh gieo và gặt; lời thứ hai (13) với tiếng *kèn lớn* kêu gọi tập hợp tương ứng với 'lưỡi gươm' (1) chiến thắng.

12. Đức Giê-hô-va thu hoạch vụ mùa *từng người một*. *Trong ngày đó:* xem tr. 132. *Đập lúa:* $\sqrt{ḥābaṭ}$ có nghĩa như vậy (Quan 6:11) nhưng cũng được dùng để chỉ việc hái ô-liu bằng cách vỗ liên tục [Bản Việt ngữ dịch là 'rung'] (Phục 24:20), phù hợp với ý nhấn mạnh *từng người một*. *Dòng sông Cái* và *suối Ai Cập* là đường biên giới của đất hứa theo truyền thống (Sáng 15:18; Xuất 23:31) và ở đây tượng trưng cho việc Đức Giê-hô-va tập hợp từng thành viên thật sự trong dân sự, 'con cái của Y-sơ-ra-ên'.

13. Năm thứ năm mươi (năm Hân hỉ, Lê 25:8 và các câu tiếp theo) theo sau năm thứ bốn mươi chín (năm Sa-bát) và do đó; sẽ không có sự chuẩn bị nào cho vụ thu hoạch trong năm này. Thế nên đó là năm hoàn toàn phụ thuộc vào Đức Giê-hô-va. Như ở 25:6–10a; *trong ngày đó* Đức Giê-hô-va sẽ chu cấp mọi thứ (55:1–2; Lu 14:17). Tiếng *kèn* Hân hỉ sẽ được thổi lên trong ngày Lễ Chuộc tội (Lê 25:9), liên kết với sự chuộc tội trong câu 9. *Kèn lớn:* so sánh Xa-cha-ri 9:14; Ma-thi-ơ 24:31; 1 Cô-rinh-tô 15:52; 1 Tê-sa-lô-ni-ca 4:16. *A-si-ri ... Ai Cập:* nói đến những người sống trong biên giới của người ngoại bang, những người được tập hợp từ khắp thế giới. *Bị đày* ($\sqrt{nādâ}$) chỉ về việc người Y-sơ-ra-ên bị đuổi ra khỏi xứ của họ (8:22), nhưng cũng được dùng với nghĩa thông thường là 'đi lạc' (Phục 22:1), những người không nhà cửa ở trước mặt kẻ thù (16:3–4). Ý ở đây không phải là 'lưu đày' khỏi xứ Y-sơ-ra-ên mà là bị quấy rối và buồn phiền trong môi trường sống xa lạ về tâm linh (Thi 120). Nhưng tất cả cuối cùng sẽ trải nghiệm điều lạ lùng ở 19:24–25. *Ai Cập... A-si-ri:* như những sự phán xét vào thời kỳ cuối cùng giáng trên các dân thật sự thế nào (vd: Mô-áp, 25:10), thì những phước hạnh cũng được ban cho vào thời kỳ cuối cùng thế ấy. Ê-sai liên kết thời kỳ cuối cùng với bản đồ thế giới mà ông biết, và thậm chí từ quyền lực của những kẻ áp bức lớn nhất (trước tiên là Ai Cập, hiện thời là A-si-ri) sẽ có những người được tiếng kèn gọi đến sự tự do và trở về nhà ở Si-ôn. Tất cả sẽ cùng nhau *thờ phượng Đức Giê-hô-va trên núi thánh*, có mặt đầy đủ trong cộng đồng dân thánh, và *tại Giê-ru-sa-lem*, công dân của thành kiên cố (Êph 3:6).

4. Chúa Của Lịch Sử (28–37)

Những chương này là lời ứng nghiệm lớn nhất trong 'những lời ứng nghiệm trước mắt' (vd: 14:24–27; 20:1–6; 23:17–18). Sau khi lắng nghe ông giảng dạy trong chương 13–27 rằng 'trong ngày đó' cả thế giới sẽ chỉ là một dân, nhận biết một Đức Chúa Trời và chỉ thờ phượng một mình Ngài, nhóm môn đệ của Ê-sai (8:16) chắc hẳn đặt câu hỏi mà chúng ta cũng sẽ buộc miệng hỏi: đây là sự mơ tưởng hay một hiện thực nghiêm túc? Trong mọi tình huống, đây là câu hỏi Ê-sai trả lời trong chương 28–37.

Việc nói đến Y-sơ-ra-ên, Ai Cập và A-si-ri ở 27:12–13 tạo chiếc cầu bước vào phần mới này, là phần phản chiếu giai đoạn lịch sử trong đó ba quyền lực này quấn vào nhau. Có thể nói đó là thời kỳ mà sự cai trị của Chúa trong lịch sử và đặc biệt trên ba quyền lực mà Ê-sai xem như những biểu tượng của thời kỳ cuối cùng, được cho là chuẩn mực. Cơ hội đó là 'Liên minh Ai Cập' (Dẫn nhập, tr. 16–16) trong thời của Ê-xê-chia. A-si-ri là chúa tể; Ê-xê-chia là vua 'bù nhìn' dưới quyền của A-si-ri; Mê-rô-đác Ba-la-đan, vị vua luôn luôn sốt ruột và là vua tương lai của Ba-by-lôn; đang vận động liên minh với các lãnh địa Pa-lét-tin; còn Ai Cập đang ký hiệp ước can thiệp một khi lá cờ của cuộc nổi loạn được giơ lên. Trong chương 38–39, Ê-sai sẽ chẩn đoán đây là vấn đề của đức tin, và ông không bỏ qua vấn đề lớn đó ở đây, vì nhiệm vụ của ông là chống lại sự mê hoặc điên cuồng của Ê-xê-chia với những giải pháp của chủ nghĩa quân phiệt bằng cách khẳng định một con đường thay thế, đó là tin cậy những lời hứa của Đức Chúa Trời. Nhưng trong phần chính của những chương này, vấn đề đức tin nằm ở bối cảnh, và ông dẫn chúng ta đi qua các sự kiện để tiết lộ quyền lực thật sự nằm ở đâu, nghĩa là nằm ở Đức Giê-hô-va tối cao.

Phần này được chia thành hai phần nữa: thứ nhất, là chuỗi sáu phân đoạn 'khốn thay' (28–35); xem 28:1; 29:1, 15; 30:1; 31:1; 33:1; và thứ hai, chương 36–37 kể lại lịch sử của San-chê-ríp và Giê-ru-sa-lem năm 701 T.C. Cách sắp xếp sáu chương 'khốn thay' là điều quan trọng. Khi nghiên cứu những chương này, chúng ta sẽ thấy rằng chúng tương ứng với nhau theo từng đôi (thứ nhất và thứ tư, thứ hai và thứ năm, thứ ba và thứ sáu) nhưng có thể nói cũng có một 'cốt truyện'. Trong chương 28–29; không có tên của quốc gia nào bên ngoài được nhắc đến, mặc dù chúng ta có thể đoán được mưu đồ chuẩn bị cho Liên minh Ai Cập ở đây. Mục đích của những chương này (cũng như chương 1–5) là giải thích những nguyên tắc Chúa hành động trong lịch Sử chương 30–32 bàn đến những sự kiện này. Chúng ta gặp tên Ai Cập và A-si-ri, nhưng Ê-sai càng tham gia vào hiện thực của những sự kiện lịch sử, thì ông càng dễ đi ra hướng đến thời kỳ cuối cùng (như ở chương 7–11), để chúng ta xem sự sụp đổ của A-si-ri bên cạnh vương quốc của Đấng Mê-si-a. Cuối cùng, chương 33–35 hoàn toàn nói đến thời kỳ cuối cùng (giống 24–27): vua đến (33); chiến thắng hoàn vũ (34); và cuộc hành hương của những người được chuộc đến Si-ôn (35).

a. Sáu lời rủa khốn thay (28:1–35:10)

i. Lời rủa thứ nhất: Lời của Đức Chúa Trời và mục đích của Ngài (28:1–29). Có ba phần được đan dệt vào nhau ở đây tạo thành một phần trình bày thống nhất. Ê-sai bắt đầu với sứ điệp ông đã chuẩn bị liên quan đến Sa-ma-ri (1–6) trước khi thành sụp đổ năm 722 T.C. Đây được xem là cơ sở để so sánh với Giê-ru-sa-lem (7–22) lúc Liên minh Ai Cập đang được thương lượng. Rồi Ê-sai chọn văn phong của người viết 'khôn ngoan' và suy ngẫm về những cách nhận thức sáng suốt của Chúa (23–29).

Sa-ma-ri: niềm hy vọng bất ngờ (28:1–6). Đồi Sa-ma-ri (1 Vua 16:24), với thành được xây trên đỉnh đồi, được mô tả như một kẻ ăn chơi đội vòng hoa trên đầu mà cuộc chơi đã đến lúc kết thúc (1). Mãnh liệt như cơn bão (2–3), chóng vánh như nuốt chửng trái vả chín (4), Đức Giê-hô-va sẽ hủy diệt Sa-ma-ri giống như vậy. Nhưng mão miện của kẻ ăn chơi sẽ được thay thế bằng mão miện thật (5), và thành sụp đổ dễ dàng như thế sẽ trở nên khôn ngoan (6ab), mạnh mẽ (6c) và không thể bị đánh chiếm (6d).

1. *Khốn* (*hôy*) có thể là một lệnh triệu tập (55:1), một cách bày tỏ sự tức giận (1:24) hoặc sự cảm thông (1 Vua 13:33). Ý xuyên suốt chuỗi lời tiên tri này là lệnh triệu tập đến toà phán xét. Sa-ma-ri hoàn toàn không phải bị buộc tội ăn chơi trác táng (so sánh A-mốt 4:1; 6:6), mà là tội *kiêu ngạo* dẫn họ đến chỗ ăn chơi trác táng cách tự mãn. Nhưng *hoa chóng tàn*; tiệc tùng hầu như đã kết thúc.

2–4. Hai minh họa từ thiên nhiên mô tả sự hủy diệt hoàn toàn thành phố này. Minh họa thứ nhất là cơn bão, với *mưa đá; gió* và (theo nghĩa đen) 'nước tuôn xối xả, lũ lụt ầm ầm'. *Chúa* ('*ădōnāy*) nhấn mạnh quyền tể trị thiên thượng. *Có một người* che giấu tên (A-si-ri) của kẻ xâm lược đang đến, vì ở đây Ê-sai quan tâm đến các nguyên tắc nằm sau các sự kiện, chứ không phải chính các sự kiện. Do đó, hễ nơi nào sự kiêu ngạo khiến con người dửng dưng về đạo đức và chỉ đắm mình trong cuộc sống đời này, thì Đấng Tối Cao có toàn quyền truất phế họ. Minh họa thứ hai nói đến một người đi bộ, nhìn thấy trái vả chín đầu mùa và không cần suy nghĩ, hái rồi ăn. *Nuốt*, được dùng theo nghĩa đen trong minh họa này, thường được nói theo nghĩa bóng chỉ sự biến mất hoàn toàn (3:12; 25:7–8). Minh họa thứ nhất là sức mạnh tiêu diệt Sa-ma-ri; minh họa thứ hai nói đến tính dễ dàng và tính toàn bộ của sự hủy diệt. Một mặt, tất cả những điều này nói về một Đức Chúa Trời tối cao chân thật, mà quyền kiểm soát hoàn toàn những sức mạnh trong tự nhiên của Ngài chỉ là minh họa cho quyền điều khiển của Ngài trên các thế lực của lịch sử; mặt khác, đằng sau tất cả những điều này chỉ là tội kiêu ngạo.

5–6. Trong sách Ê-sai, hy vọng thường đến như một sự ngạc nhiên. Ngay khi Sa-ma-ri biến mất, bị nhận chìm (2) và nuốt chửng (4) bởi sự phán xét, thì *ngày* mà Sa-ma-ri sẽ được biến đổi hiện ra. Đây là một nguyên tắc khác đang vận hành: Đức Giê-hô-va đem đến sự phán xét công bằng (1–4) nhưng không bao giờ viết lại những điều Ngài đã hứa (5–6). Những từ ngữ như *mão triều thiên, vinh quang, rực rỡ* cũng giống như những từ trong câu 1 nhưng ở đây chúng được liên kết với Đức Giê-hô-va. Ngài sẽ xóa bỏ mọi điều do tội lỗi gây ra, trong và qua chính Ngài. *Phần còn sót lại:* xem 8:9–22; 10:20–23. Câu 6 tiếp tục bức tranh về sự lật đổ quân sự trong câu 2–4. Ở đâu họ từng yếu ớt và dễ bị tấn công thì ở đó sẽ có sự biến đổi: trước nhất là một vị vua đích thực. *Công lý* và *xét xử* cùng là một từ (trong nguyên ngữ), có nghĩa là 'sự xét xử đúng đắn trong mọi việc', là khả năng 'sắp đặt mọi việc cách thứ tự', là phẩm chất của vị vua đích thực được báo trước cho Si-ôn tương lai ở 1:26. Hàm ý là đảo ngược sự phân ly (1 Vua 12) giữa hai vương quốc và sự phục hồi ngôi Đa-vít. Thứ hai, sẽ có sự an ninh. *Sức mạnh* là 'sức mạnh của chiến binh', sức lực chống kẻ thù.

Cổng thành: yếu tố quyết định trong việc bảo vệ thành. Nếu cổng đầu hàng thì thành thất thủ. 'Thành kiên cố' là ý chủ đạo của 26:1.

Giê-ru-sa-lem: tin đồn không thể thoát được (28:7–22). Có một sự tương đồng mang điềm xấu giữa Giê-ru-sa-lem (*ngay cả những người này*, 7) và Sa-ma-ri. Ở Sa-ma-ri, ăn chơi trác táng bắt nguồn từ sự kiêu ngạo. Còn ở Giê-ru-sa-lem, lối sống buông thả trong nhục dục gớm ghiếc (7–8) bắt nguồn từ việc từ bỏ Lời của Chúa. Đây là chẩn đoán chính xác về tình trạng của con người: sự tự mãn trở thành sự buông thả và bắt nguồn từ sự tự phụ.

7–8. Những câu này đọc nghe như Ê-sai đang thấy cảnh tượng thật sự. Và bản thân những từ liệu Hê-bơ-rơ diễn tả sự lảo đảo; loạng choạng và ói mửa của những kẻ rượu chè. Nếu các đại sứ của 30:1 trở về, vẩy vẩy tờ giấy của họ, vui sướng trước Liên minh Ai Cập (xem 18), thì đây có phải là bàn tiệc chúc mừng đất nước không? Ngay cả phát ngôn chính thức của Lời Đức Chúa Trời cũng chịu thua. *Nhà tiên tri* là những người trung gian gần nhất truyền lại mặc khải thiên thượng (*khải tượng*); *thầy tế lễ* áp dụng lẽ thật này vào đời sống dân sự qua *những phán đoán* của họ (Mal. 2:5–7), nhưng ở nơi riêng tư họ như thế nào (7cde) thì trong chức vụ họ cũng y như vậy (7fg). Lối sống buông thả hủy hoại nhận thức tâm linh. *Nhầm lẫn* là 'bị nuốt' (xem câu 4). Họ nghĩ họ đang nuốt!

Trong các câu **9–13**, một lần nữa dường như cảnh tượng thật sự đang được ghi lại: những kẻ ăn chơi bất ngờ hỏi vặn lại nhà tiên tri. Họ mỉa mai chức vụ của ông là dành cho trẻ con (9–10), và ông trả lời (11–13) rằng điều mà họ khinh thường cho là trẻ con đó chính là tính rõ ràng như con trẻ của lời phán Đức Chúa Trời mà con người không thể lờ đi.

9–10. *Thôi bú... rời khỏi:* trẻ chưa đến tuổi đi học hoặc lứa tuổi mẫu giáo! Với những nhà chính trị thạo đời, những người sống trong cái mà họ gọi là 'thế giới đích thực', thì lời Ê-sai kêu gọi nghỉ ngơi trong Chúa (12) và bởi đức tin đứng vững trên lời hứa của Ngài (16) có thích hợp không? 'Sự khôn ngoan' xem sức mạnh là ở số đông thì không thể tìm thấy lý do phải cầu nguyện và phải có đức tin. *Mệnh lệnh...hàng* lần lượt là từ $ṣaw$ và $qāw$. Chữ đầu tiên có thể là danh từ bắt nguồn từ động từ $\sqrt{ṣawâ}$, nghĩa là 'ra lệnh'. Chữ thứ hai có nghĩa là 'hàng' (1 Vua 7:23). Vì thế, những kẻ chế giễu có thể đang hình dung Ê-sai như là người thầy kiên nhẫn của bọn trẻ con, xây dựng lẽ thật này trên lẽ thật kia, mỗi lần một chút, *một chút chỗ này, một chút chỗ kia*.

11–13. Tuy nhiên, có thể là những chữ *mệnh lệnh...hàng* (10) được chủ ý dùng cách vô nghĩa, như những âm thanh phát ra để đứa bé yên lòng. Điều này phù hợp với câu trả lời của Ê-sai (11). Phải chăng họ nghĩ rằng chức vụ của ông là mớ âm thanh ồn ào vô nghĩa? Đó chính là điều họ sẽ nghe từ miệng của những kẻ xâm lược ngoại quốc! Vì, dù có việc gì xảy ra, *Đức Giê-hô-va sẽ phán*; nhưng khi tính đơn giản dễ hiểu của Lời Đức Chúa Trời bị khước từ, thì sự phán xét của Ngài giáng trên dân sự tự xưng của Ngài trong hình dạng của điều không thể hiểu được (1 Cô 14:20 và các câu tiếp theo).

Nghỉ và *yên tĩnh* (12), mà 30:15 giải thích rõ ràng là trở lại và yên nghỉ trong Đức Giê-hô-va, là tính hồn nhiên như trẻ con mà họ gọi là sự không thích hợp của con trẻ. Ê-sai quả quyết rằng đức tin là giải pháp thậm chí cho những vấn đề hóc búa nhất và những sự đe dọa dữ dội nhất. *Nhưng họ không chịu lắng nghe:* từ liệu Hê-bơ-rơ vượt xa hơn ý nghĩa từ chối lắng nghe một sứ điệp cụ thể nào đó, mà nó ngụ ý 'lắng nghe là việc họ không muốn làm'. Sứ điệp của họ là sự không sẵn sàng ở mức tối thiểu để cúi đầu trước tiếng phán của Chúa. Sự dễ hiểu bị khước từ (10) trở thành tiếng bập bẹ không thể hiểu được của những kẻ đi xâm chiếm đầy bạo lực và có ảnh hưởng lớn (13). Khước từ Lời Chúa thì không thể thoát khỏi điều Chúa đã phán.

Các câu *14–19* rút ra kết luận từ câu 9–13. Vì Lời Đức Chúa Trời phải và sẽ được thực hiện, *vì thế* (14) không có sự sắp xếp nào của con người để được an ninh có thể thành công (14–15); Đức Giê-hô-va đã sắm sẵn sự an toàn thật sự (16) và Ngài sẽ không cho kẻ địch chút cơ hội nào (17). Ngay bây giờ vẫn còn đó lời mời gọi *hãy nghe lời* (14) và nhận lấy thái độ tin cậy (16), và sẽ không có sự cứu rỗi bên ngoài lời mời này.

14–15. *Những kẻ ngạo mạn* (√*lîṣ*): những người lún sâu vào việc từ bỏ lẽ thật tâm linh (Thi 1:1; Châm 14:9), tự quả quyết (Châm 1:22), không thể sửa trị (Châm 13:1), kiêu ngạo (Châm 21:24). Ê-sai mớm lời cho họ (15), là lời giải thích rõ ràng ý nghĩa của những điều họ thật sự đã nói. *Kết ước* và *hợp đồng* chỉ về liên minh với Ai Cập, giả sử là đảm bảo thành công trong cuộc nổi loạn chống lại Ai-si-ri. Có lẽ họ đã nói về kết ước với Pha-ra-ôn, thỏa thuận với Ai Cập, nhưng với Ê-sai đó là ký tên vào lệnh hành hình chính họ! *Tai nạn hủy diệt*, phép ẩn dụ kết hợp việc đánh bằng roi và chết đuối, nói đến cuộc xâm lược của A-si-ri (xem 8:6–8). Có phải họ đã nói: "A-si-ri có nên xâm lược...?' Ê-sai nói lại lời của họ: các ngươi sẽ không thoát khỏi ngọn roi, các ngươi không thể thoát khỏi cơn lụt! *Sự gian dối... sự lừa đảo:* Gian dối (*kāzāb*, 58:11) là những điều dối trá, ngược với điều đáng tin cậy; lừa đảo (*šeqer*; 2 Vua 9:12) là lời nói dối ngược với sự thật. Ê-sai nói những lời hứa của Ai Cập thật chẳng có giá trị gì!

16. *Vậy nên* trình bày sơ lược lại *vì thế* của câu 14. Lời khẳng định trong câu 14 về điều Đức Giê-hô-va đã phán được mở rộng ở đây qua điều Ngài đã làm (so sánh 1 Phi 2:4–8a). *Đặt tại Si-ôn một hòn đá:* hòn đá có thể là chính Đức Giê-hô-va, Đấng đã chọn và đến ngự ở Si-ôn (8:14); hoặc có thể là ngai thuộc dòng dõi Đa-vít với vai trò tâm điểm của những lời hứa (Thi 2:6; 118:22); hoặc chúng ta có thể dịch 'hòn đá, tức là Si-ôn': thành được chọn như là nơi có sự hiện diện và những lời hứa của Đức Chúa Trời. Nhưng ý chính vẫn là vậy: những lời hứa đã được lập và dân sự Chúa được mời gọi xây cuộc đời mình trên những lời hứa đó. *Thử nghiệm* (đá thử nghiệm) là hòn đá đã qua thử nghiệm và vì vậy nó chắc chắn, hoặc hòn đá để thử xem họ có dùng làm nền móng hay dùng thứ khác. *Hành động vội vã* (√*ḥûš*) xuất hiện hai mươi lần trong sách Ê-sai, lúc nào cũng với ý nghĩa 'vội vã'. Ở đây; từ này có nghĩa là 'nóng vội, hấp tấp', trong tình trạng xôn xao ngược với sự yên tĩnh của con đường đức tin (12; 7:4; 30:15).

17–19. *Dây đo* và *chuẩn mực* lần lượt là những phương cách thử nghiệm sự chính xác theo chiều ngang và chiều dọc. Khi Đức Giê-hô-va hành động, Ngài sẽ hành động cách chính xác, bắt thực thi những nguyên tắc của sự thánh khiết (*sự công minh*) và áp dụng chúng cách đúng đắn (*sự công chính;* so sánh 1:21). Bão tố (*mưa đá*) và lũ lụt (*nước... tràn ngập*) có vẻ như giáng xuống bừa bãi, nhưng không phải như vậy. Sự phán xét hết sức công bình. *Nơi nương náu... chỗ trú ẩn...giao ước...hợp đồng:* Đức Giê-hô-va sẽ không chấp nhận những phương cách của con người để thay thế con đường cứu rỗi của Ngài. *Tai họa hủy diệt tràn qua... bị chà đạp:* Ê-sai pha trộn phép ẩn dụ thêm một chút; *chà đạp* là 'nơi giẫm đạp' – cơn lụt, ngọn roi và con thú cướp bóc! Đây là số phận không thể tránh khỏi khi con người có những thủ đoạn nhằm thay thế những lời hứa thiên thượng.

20–22. Phần này kết thúc với hai lời giải thích (20 và 21 trong nguyên ngữ đều bắt đầu với từ 'Vì') lý do sự kinh khiếp đang chờ họ, và lời kêu gọi cuối cùng (22). Thứ nhất, họ từ chối sự yên nghỉ mà Chúa mời gọi (12). Họ tự dọn giường cho mình và phải nằm trên đó nhưng họ sẽ khám phá ra rằng sự chu cấp của con người không hề đủ. *Giường ngắn quá không thể duỗi mình:* toàn bộ sự sắp xếp không đem lại sự an ủi hay không thỏa đáng. Thứ hai, mọi sức mạnh chinh phục Chúa từng sử dụng vì *cớ* họ sẽ chống lại họ: việc Chúa đến là điều *khác thường*, là *công tác lạ lùng. Phê-ra-xim* và *Ga-ba-ôn* nhắc lại 2 Sa-mu-ên 5:17–25 và 1 Sử Ký 14:8–17. Đức Giê-hô-va bảo vệ Đa-vít được an toàn trên ngai nhờ những thất bại đáng chú ý của người Phi-li-tin. Đây là bàn đạp hướng tới an ninh quốc gia và thiết lập Si-ôn. Nhưng hậu quả sâu xa nhất khi khước từ lời phán của Chúa là gây nên sự thù địch từ thiên thượng. Những người bác bỏ những lời hứa thiên thượng ở tại Si-ôn (16) sẽ thấy rằng số phận của họ là cơn thịnh nộ ở cùng mức độ. Thứ ba là lời yêu cầu cuối cùng. *Khinh lờn* nhắc đến những kẻ ngạo mạn (14), cả hai đều bắt nguồn từ $\sqrt{lîṣ}$. *Dây trói... chặt thêm:* lựa chọn tạo nên tính cách, dù tốt hay xấu. Nếu họ tiếp tục xem thường Chúa với sự giễu cợt, thì họ sẽ đi đến chỗ không thể cải tạo được. Tội nhân trở thành những kiến trúc sư cho chính sự sụp đổ của họ khi tiếp tục khinh suất trong những lựa chọn sai lầm. Cải tạo cũng luôn là điều cấp bách, vì Đức Giê-hô-va sẽ không trì hoãn *lệnh hủy diệt* mãi. Cách duy nhất để chạy trốn Chúa là chạy đến với Ngài.

Đức Giê-hô-va sáng suốt (28:23–29). Vậy thì chúng ta phải hiểu tương lai của Giê-ru-sa-lem như thế nào? Lời rủa đầu tiên xoay quanh sự so sánh giữa Sa-ma-ri (1–6) và Giê-ru-sa-lem (câu 7 và các câu tiếp theo). Trong trường hợp của Sa-ma-ri, sự phán xét (1–4) thình lình trở thành niềm hy vọng bất ngờ (5–6). Cũng có hy vọng cho Giê-ru-sa-lem chứ? Hay lệnh hủy diệt (22) là quyết định cuối cùng của Đức Giê-hô-va? Ê-sai trả lời bằng hai ẩn dụ trong nông nghiệp (tạo nên đối xứng đầu cuối với hai minh họa trong tự nhiên ở câu 2, 4): 23–26 là ẩn dụ về gieo giống; 27–29 ẩn dụ về sự gặt hái.

23–26. Hành động cày và bừa trong giai đoạn *vỡ đất* khó nhọc là có mục đích: đó là bước chuẩn bị thiết yếu để *gieo* và *vãi*. Các động từ *gieo, vãi, tỉa* chỉ ra những hành động khác nhau. Mỗi loại hạt phải được xử lý cách đúng đắn và *tại chỗ riêng* (hay có lẽ là 'theo hàng lối'), trong *luống* và *khu vực* của nó, tức là đưa nó vào môi trường thích hợp để phát triển. Tất cả đều là sự chỉ dẫn và dạy dỗ của Đức Chúa Trời (26).

27–29. Ê-sai không rút ra kết luận từ việc quan sát của mình rằng Đức Chúa Trời đã dạy ông những cách xử lý có chủ ý của người nông dân, nhưng từ 'Vì' bắt đầu câu 27 cho thấy điều ông muốn nói trong ẩn dụ gieo giống được giải thích trong ẩn dụ về sự gặt hái. *Trái lăn, bánh xe lăn, cái que* và *cây gậy* là những cách thu hoạch các vụ mùa khác nhau. *Trái lăn* là cái bệ bằng gỗ, nặng; phía dưới có đóng những viên đá hoặc kim loại bén, còn ở trên thì chất vật nặng, được kéo tới kéo lui để tách ngũ cốc cho công đoạn rê. Tất nhiên, *người ta xay lúa mì*. Đó là điều không thể tránh khỏi, dù có vẻ tàn bạo, vì nếu không thì không có mùa gặt, nhưng tiến trình không phải *mãi mãi*. Nếu cứ tiếp tục thì sẽ làm hỏng lúa mì. Điều này cũng đến từ Đức Giê-hô-va vạn quân, nhưng không phải chỉ là cho thấy cách nhà nông làm việc. Nó bày tỏ rằng *kế hoạch Ngài thật kỳ diệu và sự khôn ngoan Ngài thật tuyệt vời. Kỳ diệu* (6:6) nghĩa là điều vượt ngoài sức của con người, điều siêu nhiên. *Sự khôn ngoan* (*tûšîyyâ*; Gióp 5:12; 6:13; Châm 8:14; Mi. 6:9) là khả năng nhìn thấy trước để lên kế hoạch trước, do đó sự khôn ngoan đem lại kết quả.

Với tư tưởng này, chúng ta đi từ sự lời rủa khốn thay thứ nhất (28:1–29) đến lời rủa khốn thay thứ nhì (29:1–14). Giê-ru-sa-lem (cũng như Sa-ma-ri) sẽ bị cày bừa và đè bẹp. Bánh xe và ngựa của Đức Giê-hô-va sẽ lăn qua nó. Nhưng tất cả đều có mục đích; sự đè bẹp sẽ chỉ trong giới hạn cần thiết cho vụ mùa mà Đức Giê-hô-va dự tính.

ii. Lời rủa thứ hai: có điều gì quá khó cho Đức Giê-hô-va chăng? (29:1–14). Vì lời rủa "khốn" thay này là sứ điệp hy vọng kép – sự giải cứu vào giờ thứ mười một (1–8) và sự biến đổi thuộc linh trong tương lai (9–14), nên *khốn* không phải là cách dịch phù hợp nhất. Đó là lệnh triệu tập gửi cho *A-ri-ên* (1, 2, 7) để hiểu được hai lẽ thật quan trọng: cho đến thời điểm này, không có vấn đề nào Đức Giê-hô-va không giải quyết được (1–8), và điều này áp dụng vào đời sống tâm linh cũng như vào hoàn cảnh sống (9–14). Đức Giê-hô-va phán xét cũng là Đức Giê-hô-va đem lại sự biến đổi. Ngài đem *A-ri-ên* vào bụi đất (1–4) và giáng sự hôn mê thuộc linh trên những người chọn sự mù lòa (9–12), nhưng Ngài cũng làm tan tác kẻ thù trong giây phút chiến thắng (5–8) và hành động cách lạ lùng để sửa lại những hiểu biết sai trật (13–14). Vậy thì, có lẽ nào Sa-ma-ri đối diện với tai họa lẫn hy vọng (28:1–6) sao? Và có lẽ nào sắc lệnh hủy diệt Giê-ru-sa-lem bị kiểm soát bởi việc làm có chủ đích; có kết quả của Đức Chúa Trời sao (28:7–22, 23–29)? Phải, thật vậy vì Đức Giê-hô-va không hề bị bất kỳ kẻ thù nào đánh bại (1–8): Ngài kiểm soát ngay cả những tai ương kinh khiếp nhất. Sự bướng bỉnh của lòng người cũng không thể ngăn cản Ngài: Ngài là Chúa của sự biến cải (9–14).

Sửa phạt và giải cứu (29:1–8). Đằng sau những câu này, chúng ta thấy rõ những sự kiện ở chương 36–37, sự tiến quân trong khải hoàn của San-chê-ríp và sự hủy diệt của ông 'vào phút cuối'. Nhưng A-si-ri không được nhắc đến, còn Si-ôn được giấu sau *A-ri-ên* – dù danh tính của nó không phải là điều bí mật (1,8). Vì mục đích của Ê-sai là dùng những sự kiện này để giải thích các nguyên tắc: Đức Giê-hô-va tể trị dòng lịch sử; Ngài là Đấng quyết định và đó là quyết định giải cứu. Dân sự Ngài có thể bị kẻ thù hạ nhục nhưng họ không bao giờ bị bỏ rơi hay bị tiêu diệt (2 Cô 4:8–10).

1–3. *A-ri-ên* nghĩa là 'lò bàn thờ' (Êxê 43:15), nơi có lửa luôn luôn cháy (Lê 6:12–13). Đây vừa là đặc ân (Thi 84:3–4), vừa là hiểm họa (Ê-sai 33:14) của Si-ôn khi sống chung với lửa, cũng như vừa là mối nguy hiểm đối với tội nhân (6:4) vừa là phương cách cứu rỗi (6:6–7). Đó là dấu hiệu về sự hiện diện của Đức Giê-hô-va. Có lẽ Ê-sai khó có thể chọn một tiêu đề khó hiểu nào thích hợp hơn: Si-ôn, nơi của cơn thịnh nộ thánh và sự gìn giữ từ thiên thượng. *Đa-vít:* vậy thì đây là 'công việc khác thường' và 'lạ lùng' ở 28:21. Cho rằng tội lỗi đã dẫn họ đến chỗ mà Đức Giê-hô-va sẽ tấn công thành *Đa-vít! Năm nầy sang năm khác...* là sự mơ hồ có chủ ý. Câu này có thể có nghĩa là 'thêm hết năm này đến năm khác; hãy để các lễ hội quay trở lại một lần nữa', hay 'hãy để các năm trôi qua, các lễ hội xoay vòng đến rồi đi'. Không phải Ê-sai đang xác định niên đại cho tai họa, mà là đang khẳng định tính chắc chắn của nó. *Như lò bàn thờ:* 'một A-ri-ên thật sự', là tâm điểm của cơn thịnh nộ thánh. *Đóng trại...đồn...đắp lũy:* những thuật ngữ quân sự ngụ ý kẻ tấn công là con người, còn Ê-sai nhìn thấy tác nhân thiên thượng hành động qua họ.

4–8. Thật là một cảnh tượng của sự biến đổi! Trước tiên, A-ri-ên bị giáng xuống không còn gì cả về địa vị (4ab) và sức mạnh (4cd), nhưng đột nhiên kẻ thù của nó nhanh chóng biến mất như *trấu* bay đi (5; 5:24; 17:13), mong manh như giấc mơ (7) và những hy vọng thành ra thất vọng như người ngủ tỉnh giấc (8). Tất cả là vì (6a, theo nghĩa đen) 'Đức Giê-hô-va vạn quân sẽ trừng phạt chúng'. Là 'Đức Giê-hô-va', Ngài là Đức Chúa Trời của cuộc xuất hành, giải cứu dân sự Ngài, tiêu diệt kẻ thù; là 'Đức Giê-hô-va vạn quân', Ngài là và có mọi khả năng lẫn uy quyền: việc Ngài kiểm soát các 'lực lượng' thiên nhiên (6bc) là minh họa muôn đời về sự cai trị và quyền uy tối thượng của Ngài.

Mù và sáng (29:9–14). Mù lòa tâm linh vừa do sự tự lựa chọn (9b), vừa là sự đoán phạt của Chúa đối với điều mình lựa chọn (10). Đó là sự khước từ lẽ thật nằm ngay trên tay họ (11–12) một cách không cần thiết, chú ý, và cẩu thả. Đức Giê-hô-va nhìn thấy sự giả hình và dối trá (13). Để đáp lại, Ngài hứa làm thêm những việc lạ lùng; chấm dứt sự khôn ngoan của con người (14). Sự tương đồng với các câu 1–8 trong cùng một lời rủa 'khốn' thay cho thấy dấu lạ sắp đến sẽ là một biến đổi tâm linh đột ngột, đầy kịch tính tương ứng với sự giải cứu lịch Sử

9. Ê-sai có còn nghĩ đến San-chê-ríp không? Việc do dự trước sự giải cứu thiên thượng như thế chắc chắn là điểm không thể vãn hồi trong sự mù lòa tâm linh. Nhưng điều đó không hề bảo đảm rằng cả Giê-ru-sa-lem cũng sẽ nhìn thấy như vậy. Các nhà chính trị có thể xem sự rút lui của San-chê-ríp là lời chứng minh cho chính sách của Ai Cập (37:8–9); những người khác chắc chắn nhún vai và xem đó là cơ hội để vui vẻ. Mặc dù đúng là chúng ta có thể xem lời tiên tri này có liên quan đến 37:36–37, nhưng Ê-sai vẫn quan tâm đến nguyên tắc hơn là sự kiện. Cố tình đui mù trước những việc của Đức Chúa Trời (9ab) làm giảm khả năng suy nghĩ rõ ràng hay tìm ra con đường đúng đắn (9cd). *Sững sờ*: √*māhâ* nghĩa là 'trì hoãn, do dự, không dứt khoát' (Sáng 19:16; 43:10). *Kinh ngạc*: √*tāmâ* có thể có nghĩa là 'lấy làm lạ' (Thi 48:5) hay 'bối rối' (Sáng 43:33). Nếu chúng ta không dứt khoát về thuộc linh, chúng ta tự đưa mình vào tình trạng hoang mang. Cố tình không chịu nhìn thấy (*làm cho mình mù mắt*) gây tình trạng mù lòa (*quáng lòa*). Ở 28:7–8, sự say sưa làm gia tăng khả năng khước từ Lời Đức Chúa Trời. Ở đây, khước từ Lời Chúa làm gia tăng tình trạng say sưa thuộc linh và tinh thần, khiến tâm trí ngớ ngẩn (*say*), làm cho cuộc sống lộn xộn (*lảo đảo*).

10–12. Trong I Các Vua 22:22, khi A-háp quyết định đi theo điều sai trật, ông nhận lấy sự phán xét thiên thượng qua các tiên tri giả: bởi ý muốn và hành động của Đức Chúa Trời, ông nhận lãnh điều ông đã chọn (so sánh 2 Tê 2:9–12). Cố tình không nhạy bén thuộc linh sẽ trở thành người không còn sự sáng suốt tâm linh: trước tiên, tâm trí không còn minh mẫn: *ngủ mê*, 'linh/Thần linh của sự hôn mê/lờ đờ,' tương tự 1 Sa-mu-ên 26:12. Thứ hai, phương tiện khai sáng tâm linh bị cất đi: *các nhà tiên tri* và *nhà tiên kiến* là những từ đồng nghĩa, chỉ những người Đức Chúa Trời dấy lên để nhận lãnh và truyền đạt lời Ngài. Bài học được nhấn mạnh để minh họa trong câu 11–12 là: người biết đọc không buồn mở sách; người không biết đọc lại không quan tâm đến việc tìm người biết đọc.

13. Trong câu 10, chính '*Đức Giê-hô-va*' là Đấng phản ứng lại: Giê-hô-va yêu dân Ngài nhưng Ngài không chịu bị khinh dể (Ga 6:7–8). Ở đây, chính *Chúa* (tức *'ădōnāy*, Đấng Tối Cao) là Đấng nhận thấy rằng niềm tin thật đã không còn (13bcd) mặc dù vẫn tuân giữ lễ nghi (13de). *Đến gần*: so sánh Xuất Ê-díp-tô Ký 28:43. *Kính sợ*: 'lòng kính sợ Ta', cảm giác tôn thờ và sùng kính của riêng những người đến gần Đức Chúa Trời (so sánh câu 23). Khi Đấng Tối Cao xem xét sự thờ phượng của họ, Ngài chỉ thấy sự tuân thủ theo những quy định của con người. Không phải Chúa xem thường lời nói, nhưng lời nói mà không có tấm lòng thì vô nghĩa. Và sự *thờ phượng* không phải là thờ phượng (Mác 7:6–8) trừ khi nó đặt trên nền tảng và đáp ứng lại những điều Đức Chúa Trời đã bày tỏ.

14. Hành động mới của Chúa là gì thì chúng ta không biết. Cũng như ngụ ngôn ở 28:23–29, câu này là cầu nối với lời rủa khốn thay tiếp theo (15–24). Tuy nhiên, điều gì đó siêu nhiên (*việc lạ lùng*, 9:6; 28:19) sẽ làm vô hiệu hóa *sự khôn ngoan* và *sự thông sáng* của con người. Sự khôn ngoan (*ḥokmâ*) nói đến toàn bộ tâm trí, tiếp thu tri thức, đánh giá, đặt mục tiêu; sự thông sáng (*bînâ*) là khả năng nhìn thấy trọng tâm của vấn đề, khả năng 'phân biệt'.

iii. Lời rủa thứ ba: sự biến cải tâm linh (29:15–24). Lời rủa khốn thay thứ hai kết thúc với câu hỏi chưa được trả lời: Đức Giê-hô-va định làm *việc lạ lùng* gì đối với sự mù lòa tâm linh đáng bị khiển trách của dân Ngài? Lời rủa khốn thay thứ ba không chỉ trả lời cách Ngài sẽ hành động, mà còn cho biết điều Ngài sẽ đạt được. Ê-sai bắt đầu bằng tình huống cần được giải quyết (15–16), sự ngu dại của tâm trí con người khi không có Chúa. Tiếp theo, ông khẳng định sự biến đổi trong tương lai (17–21): nhận thức thuộc linh được phục hồi

(18), và cải cách xã hội (19–21). Rồi ông kết thúc (22–24) bằng cách áp dụng tất cả những điều đặc biệt này cho dân sự Chúa.

15–16. Bối cảnh của lời cáo buộc con người lên kế hoạch loại Đức Chúa Trời ra khỏi suy nghĩ của họ được trình bày ở 30:1–2, liên minh Ai Cập. Nhưng một lần nữa, ở đây Ê-sai không quan tâm đến sự kiện họ tham gia mà quan tâm đến các nguyên tắc thúc đẩy họ. Tôn cao con người và loại bỏ Chúa là sự đảo ngược (16a) của tất cả những gì đúng đắn và thích hợp. Điều này tương đương với việc nói (16b) rằng Ngài cũng chẳng hơn gì chúng ta - tinh thần tự phụ; và Ngài không có liên quan gì đến bản chất của chúng ta (16cd) - tinh thần ngạo mạn, tiếm quyền. Thậm chí, nó giống như nói rằng Ngài thua kém chúng ta (16ef) - tinh thần ngu dại khinh suất, như thể biểu lộ rằng ý nghĩ, tài khéo léo và mục đích nên phủ nhận những điều này trong người tạo ra nó. Đó là sự phủ nhận tính chất riêng biệt (*coi như đất sét*), quyền tối thượng (*đâu có làm*) và sự khôn ngoan (*chẳng hiểu biết gì*) của Đức Giê-hô-va.

17. Lưu ý lời hứa về sự biến đổi được giới thiệu cách đột ngột. Con người có thể phủ nhận địa vị thích đáng của Đức Chúa Trời, nhưng Ngài vẫn là Chúa. Ngài làm điều Ngài muốn ở trên trời lẫn dưới đất (Thi 135:6). Ngài không cần ai cho phép. *Chẳng phải còn ít lâu nữa*, khi Chúa nghĩ về thời gian (2 Phi 3:8), ngay cả chính cõi tạo vật cũng sẽ được biến đổi. *Li-ban* tiêu biểu cho những gì không phải là sản phẩm từ sự trồng trọt của con người (Thi 104:16); *vườn cây ăn trái* là sản phẩm từ sự trồng trọt của con người. Nhưng vì toàn thể tạo vật bị nhiễm tội của con người, nên không có gì hiện hữu như đáng phải có. Tất cả cần phải được đảo ngược lại! Những điều có vẻ hoang dã sẽ phô bày bản chất thật của nó là thiết kế hoàn hảo của Đấng Sáng Tạo; điều chúng ta cho là khu vườn ngăn nắp thì khi ngắm lại, nó sẽ giống như *rừng rậm* hoang dã!

18. Các ẩn dụ về tật điếc và mù nhắc lại 29:11, là câu nói đến đôi mắt nhắm và quyển sách đóng, trái ngược với đôi tai và quyển sách mở ra ở đây. Ê-sai nói đến những khả năng và khao khát mới (*điếc...nghe...mù...thấy*), một tình trạng mới (ra khỏi...tối tăm mù mịt) và sự thỏa mãn mới trong sách của Đức Chúa Trời (*cuộn sách*) (Êph 5:8; 1 Tê 5:4).

19–21. Ê-sai tập trung vào ba phương diện xã hội để phác họa sự biến đổi sắp đến. Thứ nhất, có sự tự do thực hành niềm tin thật. *Người nhu mì* là người bị thua thiệt, bị đè bẹp bởi những người có quyền lợi; *người nghèo khổ* là những người thiếu nguồn lực khiến họ phải chiều theo ý muốn của người khác. Nhưng thường hai cụm từ này mô tả những người muốn sống tận hiến cho Chúa trong xã hội thế tục. Trong xã hội mới sắp đến, những người như họ sẽ không còn bị ép buộc và được giải thoát để *vui mừng trong Đấng Thánh*. Thứ hai, xã hội sẽ không còn những yếu tố tiêu cực gây hủy diệt: kẻ vô liêm sỉ (*kẻ bạo ngược*; 13:11; 25:3–5), kẻ phỉ báng (*kẻ ngạo mạn*; 28:14, 22) và kẻ gây rắc rối (*kẻ rình rập làm ác*). Thứ ba; sẽ có một hệ thống tòa án và pháp lý đúng đắn, không hề có lời chứng dối (21a) hay 'hối lộ' nhân chứng (21b), cũng không có việc tòa án từ chối bảo vệ người vô tội.

22–24. Việc báo trước về một xã hội tuyệt vời sắp đến giờ đây được nói đến rộng hơn ở chỗ nó truy nguyên mục đích ban đầu của Đức Chúa Trời, và hẹp hơn ở chỗ nó chỉ tập trung vào tuyển dân; *Gia-cốp*. *Cứu chuộc* ($\sqrt{pādâ}$, 1:27) không chỉ về Áp-ra-ham ở những chỗ khác, nhưng Sáng Thế Ký 48:16 sử dụng từ tương đương $\sqrt{gā'al}$ (bản NIV [và bản TTHĐ - ND] dịch là 'cứu') chỉ về 'sự chăm sóc bảo vệ' của Chúa đối với Gia-cốp trong suốt cuộc đời ba chìm bảy nổi của ông. Cả hai động từ về cơ bản là có nghĩa là 'trả giá'; nhưng có thể có nghĩa tổng quát là 'chăm sóc', giống như cụm từ 'cứu ai đó khỏi cảnh túng quẫn'. Việc nhắc đến Áp-ra-ham được nhấn mạnh trong tiếng Hê-bơ-rơ, với ngụ ý 'Nếu Đức Giê-hô-va không có ý định hoàn tất điều Ngài đã bắt đầu, thì liệu Ngài có một sự khởi đầu chu đáo với Áp-ra-ham không? *Gia-cốp* được mô tả như một khán giả lo lắng về tất cả những điều xảy ra cho con cháu mình, nhưng ngày sẽ đến (theo nghĩa đen) khi 'giờ đây Gia-cốp sẽ không còn hổ thẹn nữa; và mặt nó sẽ chẳng còn tái xanh'. Câu 23 bắt đầu bằng từ 'nhưng' như một lời giải thích về việc giải thoát Gia-cốp khỏi sự lo âu. Chiều hướng đi xuống của họ đã bị dừng. *Con cái* của Gia-cốp cũng là *việc tay Ta làm* và điều đó bảo đảm rằng, thứ nhất họ sẽ đồng ý với mọi điều Đức Giê-hô-va bày tỏ về chính Ngài (23c): *danh* Ngài nói chung là chính bản tính của Ngài, nhưng cụ thể hơn thì chúng ta không biết danh Ngài nghĩa là gì nếu Ngài không cho chúng ta biết (Xuất 3:13–16) qua sự tự bày tỏ của Ngài. Thứ hai (23d), họ sẽ sống hòa thuận với Đức Chúa Trời thánh khiết ở giữa họ: đây là tác động của từ *Gia-cốp* được thêm vào. Đức Giê-hô-va là thánh trong chính bản chất của Ngài (23c) và; trong tất cả sự thánh khiết đó, Ngài đến ở giữa dân sự Ngài (23d). Thứ ba, việc họ hiểu biết và chấp nhận sự mặc khải (23c), việc họ thừa nhận Đức Chúa Trời ở giữa họ (23d) sẽ dẫn đến một cuộc đời hết lòng kính sợ Chúa (23e). *Kính sợ* là √'*āraṣ*, động từ gốc của tính từ 'bạo ngược' (20a). Từ này nói đến việc thừa nhận sự oai nghi và quyền năng tuyệt đối từ thiên thượng dẫn đến sự kinh sợ, lòng sợ sệt run rẩy (1 Phi 1:17–20). Thứ tư (24), đời sống cá nhân sẽ được thay đổi. *Tâm linh* là năng lượng hay 'sự vui thích' để sống. Thay vì hay thay đổi (*lầm lạc*), thì sẽ có sự phân biệt thật (*hiểu biết*, xem câu 14), và thay vì làm bầm bực bội thì sẽ có tinh thần chịu học hỏi. *Oán trách* (Phục 1:27; Thi 106:25) nghĩa là cay đắng khước từ Lời Đức Chúa Trời, kiên quyết hiểu sự việc theo hướng tồi tệ; hoang tưởng khi đối diện cuộc sống. *Dạy dỗ*: bắt nguồn từ √*lāqaḥ*, 'hiểu', do đó 'nắm bắt' lẽ thật (Phục 32:2; Gióp 11:4; Châm 4:2; 7:21).

iv. Lời rủa thứ tư: bất trung và thành tín (30:1–33). Việc xuất hiện tên *Ai Cập* (2) và *A-si-ri* (31), đóng khung lời rủa khốn thay thứ tư, báo trước sự việc là Ê-sai đang bắt đầu áp dụng các nguyên tắc của ba lời rủa khốn thay đầu tiên vào các sự kiện lúc đó. Trong lời rủa khốn thay đầu tiên (28:1–29), ông chứng minh rằng Đức Giê-hô-va hành động có mục đích (28:23–29), ngay cả khi phải đi qua tai họa (28:1–4, 5–6), vì sự phán xét của Ngài không làm thay đổi những lời Ngài đã hứa. Và Ngài kêu gọi dân sự chấp nhận và tin cậy lời Ngài phán (28:12, 16). Tất cả giờ đây được minh chứng trong thực tế của lịch Sử Trong các câu 1–7, Ê-sai lên án Liên minh Ai Cập, khẳng định rằng Ai Cập sẽ chẳng giúp được gì (5–7). Đến cuối chương (27–33), để tương ứng; ông khẳng định A-si-ri sẽ không phải là mối đe dọa. Giữa phần đối xứng đầu cuối này, tức câu 8–17 và 18–26, là tuyên bố quân bình: Lời của Đức Giê-hô-va bị khước từ (8–17) và (18–26) lời hứa được thực hiện.

Những sự kiện đương thời: Ai Cập không giúp được gì (30:1–7). Đây là lần thứ hai Ê-sai ám chỉ sứ thần được sai đến Ai Cập để tìm liên minh. Trong lời rủa khốn thay tương tự, ông chế giễu những sứ giả quay về với tờ giấy cam kết được ký (28:14–15); còn bây giờ (1–5, 6–7), ông nhìn xem họ tiếp tục làm công việc vô ích của họ (5,6,7).

1. *Con cái phản nghịch:* 'con nổi loạn' (so sánh 1:2, 5; 23). *Phán* (*nĕum*): xem 1:24. Liên minh: *massēkâ* được dịch là 'mền' ở 28:20; muốn nói đến vật che phủ để bảo vệ. *Thần Ta:* xem 31:3. Trong nguyên ngữ tiếng Hê-bơ-rơ không có giới từ *bởi*, nhưng có lẽ việc thêm giới từ này vào như trong bản NIV [và cả bản TTHĐ - ND] là thích hợp. Trong trường hợp này; (*bởi*) *Thần Ta* cân xứng với (ý của) *Ta* ('từ *Ta*'); nhấn mạnh việc thiếu thẩm quyền thiên thượng. Mặt khác, 'không phải Thần Ta' cân xứng với *liên minh*, có thể là sự che phủ của họ nếu họ không chọn cách khác. *Thêm tội vào tội:* tội thứ nhất là hành động không theo sự hướng dẫn thiên thượng, tội thứ nhì là tìm kiếm 'sự che phủ' hơn là Thần Linh. Sự cầu viện đầu tiên của dân sự Chúa, cho dù là tìm kiếm sự khôn ngoan hay sự chu cấp, phải là chính Đức Giê-hô-va; bất kỳ con đường nào khác đều là tội (*haṭṭā't*), thiếu hụt phẩm giá thật sự của họ.

2. *Ai Cập* là nơi chết chóc (Xuất 1:22) mà họ lại đến đó để tìm sự sống (so sánh 28:15)! *Không hỏi ý Ta:* 'và chúng không cầu hỏi miệng Ta' giống y như Giô-suê 9:14. 'Miệng' là cơ quan diễn đạt ý kiến cá nhân. Nếu họ hỏi, ắt Ngài đã trả lời. Nhưng mắt họ (*tìm*) hướng về nơi khác.

3–5. Từ đồng nghĩa với *sỉ nhục* và *xấu hổ* bao gồm cả 'cảm giác bối rối' nhưng nhấn mạnh việc 'gặt lấy sự sỉ nhục', sự thất vọng khách quan của hy vọng. *Xô-an* thuộc vùng châu thổ phía Bắc còn *Ha-ne* nằm ở phía nam của Nốp [còn gọi Mem-phít - ND]. *Các thủ lĩnh* có thể là thủ lĩnh của Pha-ra-ôn, cho thấy 'Triều đại Ê-thi-ô-pi-a' của Shabako đã mở rộng quyền lực trên khắp vùng hạ lưu Ai Cập. Trong trường hợp này, Ê-sai đang ám chỉ giả định là kẻ cai trị như thế đáng được nuôi dưỡng. Hoặc cũng có thể nói đến *các thủ lĩnh* và *sứ giả* của Giu-đa, kéo lê từ tâm điểm ảnh hưởng này đến tâm điểm khác với hy vọng có được sự trợ giúp của Pha-ra-ôn. Dù là cách nào thì tất cả đều *chẳng ích gì, chẳng giúp đỡ cũng chẳng ích lợi gì.* Có lẽ Ê-sai nói rằng 'Dĩ nhiên rồi!' vì từ kẻ giết người đáng sợ (A-si-ri) họ tìm kiếm sự giúp đỡ từ kẻ giết người thật sự (Ai Cập)!

6–7. Tiêu đề ngăn cách trong câu 6 ngụ ý một bài thơ riêng biệt được viết bằng tiếng Hê-bơ-rơ thú vị, sắc bén, và khéo léo mà Ê-sai phổ biến rộng rãi (xem câu 8) để làm rõ sứ điệp. Tiêu đề khó hiểu sẽ kích thích được sự quan tâm và gợi lên những thắc mắc (so sánh 8:1). Trong các câu 1–5, Ê-sai nhấn mạnh kế hoạch hoàn toàn của con người nằm sau sứ thần Ai Cập; và ở đây, là giá con người phải hy sinh. Nhưng cho dù chúng ta có khôn ngoan thế nào hay vất vả ra sao, thì chúng ta vẫn không thể tự tạo ra nguồn an ninh cho chính mình. *Các thú vật:* thật buồn cười! Câu hỏi mọi người hỏi là 'Các sứ giả của chúng ta sẽ đi lại, ăn ở ra sao?' Ê-sai trả lời: 'Đừng lo cho họ. Hãy nghĩ đến những con thú đáng thương!' *Gian nan khốn khổ:* lộ trình bình thường đến Ai Cập phải đi qua Phi-li-tin. Tuy nhiên, có vẻ như là (để giữ bí mật?) họ đi qua Nê-ghép. Trong Xuất Ê-díp-tô Ký 13:17, Đức Giê-hô-va không cho dân sự Ngài đi qua xứ Phi-li-tin vì sợ họ sẽ quay lại Ai Cập khi gặp chống đối. Các sứ giả có nhận ra rằng họ đang đi đúng con đường ngược lại với cuộc xuất hành không? *Ra-háp* dường như là biệt danh phổ biến của Ai Cập (Thi 87:4; so sánh 51:9), có nghĩa là 'sự hỗn loạn, khoe khoang'. Có lẽ 'Kẻ Khoác Lác' sẽ hiểu được ý của Ê-sai. *Ai Cập:* tràn ngập những lời hứa, nhưng khi có chuyện thì *ngồi yên bất động*.

Lời bị khước từ (30:8–17). Ê-sai củng cố sứ điệp về sự đoán phạt sắp đến.

8. Ê-sai được truyền lệnh phải ghi chép cách công khai (*tấm bảng*) và cách cá nhân (*cuộn sách*) sự phục vụ của mình. Ông được truyền phải viết gì? Câu 9 và câu 15 bắt đầu bằng từ liệu Hê-bơ-rơ *kî*, thường có nghĩa 'đó là'. Nếu đúng như vậy, thì câu 9–17 là điều ông được truyền phải viết xuống - 'đó là' họ chống lại lẽ thật được bày tỏ (9–14) và cụ thể là chống lại lời kêu gọi ăn năn (15–17). Nhưng nếu *kî* có nghĩa là 'vì', thì những câu này giải thích lý do ông được truyền phải ghi chép chức vụ của mình, và chúng ta chỉ có thể suy đoán điều được chép lại. *Tấm bảng* công khai có lẽ là sự trình bày súc tích chức vụ của Ê-sai tại thời điểm này: những bài thơ như câu 1–5 và câu 6–8 được viết ra cách dễ dàng ở nơi công cộng (so sánh 8:1) như một dạng 'báo tường'; còn với tài liệu ghi chép cá nhân; thì hợp lý nhất là toàn bộ ghi chép về sự phục vụ của Ê-sai vào thời điểm của liên minh, tất cả những gì chúng ta có ngày nay trong chương 28–37. *Tấm bảng* là để *cho họ* (nghĩa đen 'ở giữa họ'), đặt ở nơi họ có thể đọc. *Cuộn sách* hay 'quyển sách' *để lưu lại đời sau mãi mãi*. Đó là lời hằng sống của Đức Chúa Trời; thích hợp trước mắt và có ý nghĩa muôn đời.

Câu *9-14* là lời giải thích đầu tiên về tình hình của dân sự: họ lừa dối Đức Giê-hô-va (9), không phải bằng cách làm cho các tiên tri im lặng, nhưng bằng cách đòi hỏi sứ điệp tiên tri phải theo ý họ (10–11; 2 Ti 4:3–4). Hậu quả sẽ là sự sụp đổ của toàn bộ cơ cấu xã hội (12–14).

9. Về từ 'Vì' ở đầu câu, xem chú giải phía trên. *Phản nghịch:* xem 1:20. *Gian dối:* giả dối, làm cho thất vọng, không như mong muốn. *Con cái:* xem 1:2. *Không muốn lắng nghe:* như ở 28:12. *Luật pháp (tōrā):* xem 1:10.

10–11. Ê-sai giải thích ý ông muốn nói khi buộc tội họ (9) không muốn lắng nghe. Dĩ nhiên, dân sự không công khai yêu cầu nói với họ điều huyễn hoặc, nhưng hành động của họ có thể nói lên điều đó. Như ở 28:14–15, Ê-sai giải thích ý nghĩa nằm sau lời họ nói. *Êm tai* nghĩa là 'dễ chịu'; *huyễn hoặc* bắt nguồn từ chữ √*tālal*, chế giễu, đùa cợt. Do đó, thay vì là điều *chân thật*, họ lại muốn những điều sẽ làm cho cuộc sống có vẻ tĩnh lặng, một chức vụ toàn những điều vặt vãnh. Họ không muốn thay đổi chiều hướng hay cách sống (*đường...lối*), và cụ thể là họ không muốn nghe về một Đức Chúa Trời *Thánh* đang sống ở giữa họ và gây sức ép cho họ (*của Y-sơ-ra-ên;* xem 1:4). Họ không yêu cầu đừng rao giảng, nhưng muốn sự rao giảng phải vô thưởng vô phạt và không nói đến những lẽ thật và tiêu chuẩn đạo đức tuyệt đối bắt nguồn từ bản tính của Đức Chúa Trời.

12. *Vì vậy, Đấng Thánh:* họ không thể thoát khỏi Đấng Thánh (11) bằng cách ao ước được thoát khỏi. Việc họ khước từ Ngài dẫn đến hậu quả là Ngài nghịch lại họ. Khước từ lời phán của Chúa là biến mình thành kẻ thù của Ngài. *Lời này... áp bức:* họ chọn tiêu chuẩn đạo đức mới về 'tự do' và không muốn giữ theo 'đường' của Đức Giê-hô-va (11). Nhưng tất cả những ai lựa chọn sai lầm đều nhận thấy họ đã chọn làm nô lệ cho sự *áp bức* dữ tợn.

13–14. Chúng ta cần nhắc lại từ 'cho nên' ở đầu câu 13. Những hậu quả sẽ theo sau khi Lời Chúa bị chối từ. Trước tiên, tội ấy mang tính tự hủy diệt (13), giống như bức tường đổ sập vì quá nặng. Thứ hai, tội ấy khiêu khích sự đoán phạt thiên thượng (14). *Nó sẽ bị bể nát:* đúng hơn là 'Ngài sẽ làm bể nát'. *Lấy... múc* ắt nói đến những hành động quen thuộc: dùng một mảnh gốm để đem một cục than đang cháy đốt một đám lửa khác, hay một cái ly cũ để múc nước từ thùng chứa.

Câu *15–17* là lời giải thích thứ nhì về tình hình của dân sự: họ đã từ chối ăn năn và đức tin.

15. Một lần nữa, *Đấng Thánh* (11) bị khước từ áp đặt bản tính bất biến của Ngài trên họ, lần này được hậu thuẫn bởi uy quyền tối cao ('*ădōnāy*) của Ngài. Lưu ý câu này (so sánh câu 9) [trong nguyên ngữ - ND] bắt đầu bằng từ 'Vì' [Bản nguyên ngữ Hê-bơ-rơ – ND] (xem câu 8 ở trên). Việc khước từ lời phán của Chúa bây giờ cụ thể, còn trong câu 9–14 thì chỉ nói chung chung. *Quay trở lại và yên nghỉ:* lời Chúa kêu gọi họ quay về với Ngài. Ăn năn nghĩa là 'trở lại', không phải giả đò quay về, mà là thật sự trở về để *yên nghỉ* trong Ngài. *Yên lặng* là không hốt hoảng và bất an. Đó không phải là sản phẩm của việc từ chối đối diện cuộc sống, mà là của sự nhất quyết *tin cậy* Chúa. Đây là *sức mạnh (gĕbûrâ)*, đặc biệt là sức mạnh cho trận chiến (của cuộc đời). Đáng buồn thay, 'họ không muốn lắng nghe' (9) thể nào, thì họ cũng *không muốn* (nghĩa đen là 'họ không sẵn sàng') ăn năn, tin tưởng và tìm kiếm sự yên nghỉ cùng sức mạnh thể ấy.

16–17. Họ đề xuất một tiêu chuẩn đạo đức thay thế (10–11) thế nào, thì họ cũng có giải pháp thế cho sự ăn năn và đức tin thế ấy, nhưng họ sẽ trải nghiệm chân lý được nói đến ở Ma-thi-ơ 26:52. *Chạy trốn... chạy trốn...nhanh...nhanh:* khi chúng ta khước từ con đường đức tin, bất kỳ giải pháp thay thế nào chúng ta chọn; chúng ta cũng sẽ gánh lấy sự trừng phạt. Chúng ta chọn chạy trốn, chúng ta sẽ chạy trốn; chúng ta muốn phóng nhanh, chúng ta sẽ gặp kẻ thù chạy nhanh! *Một...nghìn:* lời hứa ở Lê-vi Ký 26:8 bị đảo ngược; lời đe dọa ở Phục Truyền Luật Lệ Ký 32:30 được thực hiện. *Cột cờ...ngọn cờ* chứng tỏ đã từng có người ở đó để cắm chúng. Bằng chứng còn đó, nhưng con người thì không còn (6:11–12). Đây là bức tranh thứ ba về sự hủy diệt toàn bộ của chỉ một 'tội' (13) khước từ lời phán của Chúa (so sánh câu 13–14).

Lời hứa được thực hiện (30:18–26). Chủ đề của lời rủa khốn thay cho đến lúc này là sự bất trung của con người: 'sự khôn ngoan' bất trung tìm kiếm sự giúp đỡ của Ai Cập (1–7), và sự vô tín khước từ lời phán của Chúa (8–17). Phần còn lại của lời rủa khốn thay hướng đến sự thành tín của Đức Chúa Trời: Ngài thành tín với điều đã hứa (18–26) và thành tín với dân sự không xứng đáng trong giờ phút họ lâm nguy (27–33). Trước tiên, dù họ từ chối lời Ngài (8–17) nhưng Ngài vẫn giữ lời: ân điển và lòng thương xót vẫn sẵn còn (18); Ngài sẽ nhậm lời cầu xin (19); sau tai họa là thái độ sẵn sàng lắng nghe lời chỉ dẫn của Ngài (20–21) và sự phẫn nộ khước từ tôn giáo sai lệch (22). Sẽ có sự dư dật trên đất (24–25) và tạo vật được phục hồi vào ngày chữa lành (26).

18. *Dù vậy* (*lākēn*) tức là 'vì vậy', xuất hiện hai lần trong câu này (tương ứng với hai chữ 'vì vậy' trong lời phán xét của câu 12–13 và 16): "Vì vậy Đức Giê-hô-va còn chờ đợi... Vì vậy Ngài sẽ đứng lên...' Sự thành tín mà bởi đó, Ngài trừng phạt dân sự vì từ chối lời Ngài chính là sự thành tín mà Ngài bởi đó Ngài giữ những lời Ngài đã phán. Sự sửa phạt tất yếu mà Chúa thi hành không làm vô hiệu hóa ân điển của Ngài, mà chúng chỉ phải chờ (*chờ đợi*) cho đến đúng thời điểm, vì (như 28:26, 29 đã cho biết) *Giê-hô-va là Đức Chúa Trời công minh*, đúng hơn là Đức Chúa Trời của 'sự phán xét': phán xét đúng thời điểm để *ban ơn* ($\sqrt{ḥānan}$), để ban ân huệ cho người không xứng đáng (Sáng 6:8), và để tỏ *lòng thương xót* ($\sqrt{rāḥam}$), tình yêu thương tha thiết dâng tràn dành cho dân sự Ngài (14:1).

19. Việc nhấn mạnh *Si-ôn... Giê-ru-sa-lem* là có chủ đích: những lời hứa không chỉ được thực hiện đúng lúc (18) mà còn đúng chỗ (28:16). *Không còn khóc lóc nữa:* nghĩa đen là 'không hề khóc'. Sẽ có niềm vui thuần khiết khi ân điển và lòng thương xót được bày tỏ qua việc Chúa lắng nghe tức thì lời cầu xin của dân Ngài (so sánh Giăng 16:23–24, 26–27).

20–21. Ê-sai không giấu diếm gì về thực tế thời gian bị giam cầm (40:1–2). *Bánh hoạn nạn và nước khốn khó:* đây là những danh từ đồng vị và có nghĩa là 'bánh tức là nghịch cảnh', 'nghịch cảnh là bánh cho các ngươi, còn hoạn nạn là nước uống'. Giai đoạn Chúa ẩn mặt (8:17) sẽ dẫn đến thời kỳ của mối quan hệ sáng sủa. *Những người dạy dỗ:* có thể chấp nhận hình thức số nhiều nhưng khó giải thích, vì thầy giáo của Giu-đa không bao giờ ẩn mặt. Vấn đề không phải sự ẩn mặt của những người dạy dỗ, mà là người nghe không sẵn lòng để nghe (28:9–10; 30:10–11). Hình thức của từ *môreykā* cũng có thể là số ít 'người dạy dỗ của các ngươi'. Điều này cũng hợp lý: trong thời kỳ phước hạnh sẽ đến, người ta sẽ tiếp nhận và đáp ứng với sự tự mặc khải từ thiên thượng của 'người dạy dỗ các ngươi'. Khước từ lời phán của Đức Giê-hô-va sẽ là chuyện thuộc về quá khứ (*mắt...tai*). *Ngươi xoay qua...tiếng:* dân sự của Chúa vẫn là những người có thể phạm tội nhưng họ được bảo vệ trong sự công chính. Người dạy dỗ đứng trước mặt họ cũng là người canh chừng phía sau họ.

22. Đây là khía cạnh tiêu cực cần thiết trong mối quan hệ tích cực với Đức Giê-hô-va. Biệt riêng cho Đức Giê-hô-va phải thể hiện bằng việc tách khỏi điều giả dối và sai trật. Sự quan tâm của họ dành cho thần tượng (*bạc... vàng*) sẽ được thay thế bằng sự khinh bỉ (*làm ô uế*), khiếp sợ (*đồ ô uế*) và từ chối (*Hãy cút khỏi đây*).

23–24. Ngược với tình trạng nghèo nàn của bánh và nước (20), sẽ có sự dư dật trong tương lai. Đây không phải là khải tượng về vật chất theo đúng nghĩa, nhưng là khải tượng về công trình sáng tạo được phục hồi. Tội lỗi đã kìm hãm tiến trình vốn có của sự sáng tạo (Sáng 3:17–19), nhưng sự rủa sả sẽ được cất bỏ trong vinh quang hầu đến (11:6–9; A-mốt 9:13). Đức Giê-hô-va sẽ thực hiện vai trò của Ngài trong thế giới mới này (23a), và đất sẽ đáp ứng cách phong phú (23b; Ô-sê 2:21–22). Ngược với công sức khổ sở mà sự khôn ngoan của con người bỏ ra (6–7), loài thú sẽ cùng hưởng sự phong phú của tạo vật mới (24). *Đồng cỏ rộng rãi:* chúng sẽ có những bãi cỏ rộng mênh mông, hoàn toàn an ninh. *Xẻng và chĩa:* công cụ sàng sảy đất. Cỏ khô của chúng sẽ được làm cho sạch gấp hai lần.

25–26. Ê-sai tiếp tục tiến lên trong việc mô tả sự tạo dựng mới: thứ nhất là đất (23a), rồi đến súc vật (23b–24), bây giờ ông đi lên đồi và tiếp tục hướng lên các thiên thể. Ông không giải thích chi tiết về *cuộc tàn sát lớn* và *đồn lũy sụp đổ*, nhưng các phân đoạn như 1:12; 13:1–12; 25:1–5 cho thấy khải tượng của ông về Ngày của Chúa bao gồm việc lật đổ kẻ thù của Ngài cùng hệ thống an ninh tự tạo của chúng. Nhưng khía cạnh khác của ngày ấy là sự biến đổi (những đỉnh đồi khô cằn có nước chảy), cho đến bây giờ ánh sáng chưa từng thấy khi sự tạo dựng được khôi phục trở lại với năng lượng thật của nó (*bảy lần*; 24:23; Rô 8:21), và sự chữa lành cho những người bị tổn thương bởi tội lỗi và sự sửa phạt thiên thượng.

Những sự kiện đương thời: A-si-ri không phải mối đe dọa (30:27–33). Phần cuối cùng của lời rủa khốn thay tương ứng với phần đầu tiên (1–7). Dân sự của Chúa từ bỏ Ngài mà tìm sự giúp đỡ từ Ai Cập, nhưng Ngài không từ bỏ khi A-si-ri đe dọa họ. Điều này phù hợp với trọng tâm của vấn đề (8–26), rằng dù họ từ chối lời Ngài (8–17) nhưng Ngài thì vẫn giữ lời (18–26). Vậy thì điều gì sẽ xảy ra khi A-si-ri tấn công? Tại sao vua A-si-ri đến Giê-ru-sa-lem là đang leo lên giàn hỏa táng của chính ông ấy? Ê-sai bắt đầu bằng Ngày 'thật sự' của Chúa (27–28). Ngài là Chúa của mọi dân tộc. (Ngụ ý A-si-ri là gì so với một Đức Chúa Trời như thế!) Dân sự Chúa sẽ được an toàn trong Ngày của Chúa (29–30): phần của họ sẽ là ca hát giữa những cuộc phán xét của Chúa (24:14–16). Vậy về phần A-si-ri trong hiện tại (31–33), họ sẽ bị đập vỡ (31), Giu-đa sẽ ca hát (32), giàn thiêu sẵn sàng và lửa cũng vậy (33). Một lần nữa, cấu trúc các câu công bố sứ điệp của chúng: phần đóng mở ngoặc vĩ đại bao quanh là Đức Giê-hô-va. Trong tiếng Hê-bơ-rơ; *danh Đức Giê-hô-va* là dòng đầu tiên, và *hơi thở của Đức Giê-hô-va* dòng cuối cùng. Phần đóng mở ngoặc tiếp theo là quyền làm chủ trên muôn dân nói chung (27–28) và trên A-si-ri nói riêng (30–33), và chính giữa bài thơ là dân sự đang ca hát (29). Cả ở phạm vi rộng lớn (27–28) lẫn trong các sự kiện có thật trong lịch sử (30–33), dân sự Chúa đều là mối bận tâm chính của Ngài.

27. *Danh Đức Giê-hô-va* nghĩa là 'Chúa trong bản tính được bày tỏ cách trọn vẹn'. *Từ xa*. Ê-sai dùng mô-típ bão táp để chỉ hành động của Chúa trong cơn thịnh nộ. Ông nhìn thấy cơn bão nổi lên từ xa và đang từ từ tiến đến (Êxê 1:4). *Khói... lửa*: đây là những biểu tượng của cuộc xuất hành về sự hiện diện của Đức Chúa Trời (Xuất 13:21) trong sự thánh khiết (Xuất 19:18). *Môi... lưỡi*: ám chỉ những bộ phận để nói, cho thấy Chúa hành động theo lời Ngài đã phán (Khải 19:11–13, 15, 21).

28. *Hơi thở*, 'Thần Linh', phù hợp với ẩn dụ cơn bão; nhưng cũng chỉ ra tác nhân mà qua đó Chúa hành động. *Cái sàng hủy diệt*: nghĩa đen là 'điều sai lầm', cái sàng dùng để sàng và phơi bày mọi điều giả dối cũng như để phân loại (A-mốt 9:9). Sự phán xét của Đức Chúa Trời là chính xác (Sáng 18:25). Cùng với *cái sàng* để phân biệt, còn có *hàm thiếc* để điều khiển và hướng dẫn (37:29). Chúa; Đấng tể trị, dẫn dắt mọi người đến với số phận được định sẵn xứng đáng dành cho họ.

29–30. Số phận của họ là bài ca (29), của Ngài là chiến thắng (30). Như thường thấy, ca hát tượng trưng cho việc vui vẻ bước vào phước hạnh mà chúng ta không góp phần gì để có được phước hạnh đó. *Đêm* lễ hội quan trọng là Lễ Vượt qua, phù hợp với ngữ cảnh ám chỉ đến mây và lửa của cuộc xuất hành (27, 30) và đến Chúa là *Vầng Đá* (Xuất 17, xem câu 10). Bài ca quay về với Xuất Ê-díp-tô Ký 15:1, 20–21. Trong Thi Thiên, chúng ta thấy nói nhiều về âm nhạc và sự ca hát trong các lễ hội và đời sống tôn giáo của Y-sơ-ra-ên, cho dù chúng ta không biết hình thức của những lễ hội này như thế nào. Nhưng đây không phải hoạt động tôn giáo theo nghi thức; *lòng* vui mừng hớn hở. *Tiếng:* Đức Giê-hô-va hành động theo lời Ngài phán. *Cánh tay* là cơ quan hành động mang sức mạnh cá nhân và là biểu tượng của cuộc xuất hành (vd: Xuất 6:6; Phục 4:34; 5:15; 7:19). Sự kết hợp lạ lùng giữa *lửa* và *mưa đá* được ghi lại ở Xuất Ê-díp-tô Ký 9:23. Đức Giê-hô-va không thay đổi: sự mặc khải trong cuộc xuất hành - Lễ Vượt qua là lời tuyên bố Danh Ngài mãi mãi (Xuất 3:15).

31–33. Như đã từng thực hiện ở Ai Cập, Ngài cũng sẽ đánh trong chính xứ của mình (14:24–27). Đức Giê-hô-va được mặc khải trong quá khứ và sống động trong hiện tại. *Tiếng:* xem câu 27. Chỉ cần Đức Giê-hô-va phán cũng đủ để *đánh* kẻ mạnh nhất trong các cường quốc của trái đất. *Dùng roi...* đúng hơn là 'là cây roi (của Ngài), ai đang đánh' (xem 10:5). Người A-si-ri bắt đầu sứ mạng sửa phạt của thiên thượng nhưng cũng là sứ mạng tự hủy diệt từ thiên thượng (10:12–15). *Tiếng trống* và (nghĩa đen) 'cuộc chiến rung lắc/sàng sảy' nhắc lại sự cân xứng (29–30) giữa bài ca và tiếng ồn ào của xung đột với những cuộc phán xét mang tính phân biệt của Đức Chúa Trời. *Tô-phết (Topheth):* xem 2 Các Vua 23:10; Giê-rê-mi 7:31–32; 19:6; 11,14. Tên gọi này có lẽ phát xuất từ việc lấy phụ âm của từ *tepat*, 'lò sưởi' và đưa vào các phụ âm của *bōšset*, 'xấu hổ, sỉ nhục'. Kết quả là 'nơi thiêu đốt đáng xấu hổ'. Không rõ vì lý do nào đó, Ê-sai dùng một hình thức khác của tên gọi này, *topteh*; nhưng có cùng ý nghĩa. Hoàn toàn vô tình, thật mỉa mai khi cuộc tiến quân của đế quốc A-si-ri vào Giê-ru-sa-lem (10:8–11) lại là đoàn người đưa đến giàn hỏa đã được chuẩn bị từ lâu - và cũng mỉa mai thay khi chính Đức Giê-hô-va, cũng là Đấng khởi phát việc này khi đến thời điểm! 'Lạy Đức Giê-hô-va, trông cho mọi kẻ thù của Ngài đều bị tiêu diệt như vậy' (Quan 5:31).

v. Lời rủa thứ năm: mọi vật đều mới (31:1–32:20). Lời rủa khốn thay thứ hai được chia thành hai phần, vì nó đề cập đến những vấn đề liên quan đến hoàn cảnh lẫn tâm linh của dân sự Chúa. Một mặt, thường có những xung đột lấn át đe dọa chúng ta trong thế giới này (29:1–8), mặt khác, sự mù lòa tâm linh là một phần trong bản tính sa ngã của chúng ta (29:9–14). Trên tất cả những điều này, Đức Giê-hô-va có khả năng giải cứu (cho dù ở giờ thứ mười một) và biến đổi. Lời rủa khốn thay thứ năm, tức lời rủa tương ứng trước tiên (31:1–9) nhìn thấy Giu-đa, Ai Cập và A-si-ri bị lôi kéo tại Giê-ru-sa-lem nhưng nhận ra 'thành phần' thứ tư bước vào quang cảnh: Đức Giê-hô-va, Đấng sẽ không để cho Ai Cập giúp đỡ hay A-si-ri làm tổn thương và là Đấng bắt Giê-ru-sa-lem đem đi như con mồi của Ngài (31:4–5; so sánh 29:4–6). Tiếp theo, Ê-sai nói đến cảnh biến đổi tương ứng với 29:9–14, vị Vua sẽ đến và thần dân được đổi mới (32:1–20). Để xem xét chi tiết hơn, chúng ta bắt đầu với 'đoạn mở đầu' (31:1–5), nói đến tai họa và sự giải cứu sắp đến. 'Đoạn mở đầu' quân bình (32:19–20) khi nói trước về tai họa và phước hạnh. Hai phần bên trong lần lượt là lời kêu gọi quay về/ăn năn (31:6–32:8), mong đợi vị vua sẽ đến cai trị một xã hội mới, và lời mời gọi lắng nghe (32:9–18), trông mong sự tuôn đổ của Thánh Linh và một xã hội mới.

Tai họa và sự giải cứu (31:1–5). Các lãnh đạo Giê-ru-sa-lem biết rằng với những lời hứa hậu thuẫn của Ai Cập, khi họ giương ngọn cờ khởi nghĩa thì họ sẽ nhận lấy sự trả đũa của A-si-ri. Dựa vào cơ sở nào để họ lựa chọn - hay đặt vấn đề theo góc nhìn của Ê-sai: điều gì tạo nên một lựa chọn sai? Trước tiên, họ từ bỏ đức tin (1); thứ hai, họ bỏ qua lẽ thật được bày tỏ (2); và thứ ba, họ làm ngơ, phán đoán theo kinh nghiệm (3).

1. Dĩ nhiên, họ không từ bỏ *chính* đức tin. Mọi người đều sống bằng đức tin. Đó là một phần của con người. Các chuyên gia tài chính tin tưởng vào sức mạnh thị trường, các nhà quân sự tin vào bom đạn, các khoa học gia tin tưởng những quy tắc tự nhiên. Các lãnh đạo Giê-ru-sa-lem tin cậy Ai Cập. *Xuống* là một phân từ. Họ đang hành động, và nhà tiên tri muốn ngăn họ lại vì họ đi xuống *Ai Cập* (1a) mà không *tìm cầu Đức Giê-hô-va* (1f), nhờ cậy *ngựa chiến* (1b) và không *nhìn lên Đấng Thánh* (1e), họ cậy vào số lượng (*đông đảo*) và sự *hùng hậu* (1cd). Lưu ý cách Ê-sai đảo ngược lòng tin để tạo tâm điểm cho bài phân tích của mình. Xoay quanh tâm điểm này là sự lựa chọn dứt khoát: Đức Giê-hô-va hay ....? Họ đối diện với những thử nghiệm nghiêm trọng nhất - người A-si-ri - nhưng khủng hoảng thật sự là 'đức tin ngươi đặt ở đâu?'

2. Họ làm ngơ lẽ thật về Đức Giê-hô-va. Cuộc sống phải được xem xét dưới góc độ thần học, tức là dựa trên những gì chúng ta biết về Đức Chúa Trời. *Giáng*... *đứng lên* đều ở thì hiện tại hoàn thành trong nguyên ngữ. Chúng mô tả những việc không bao giờ thay đổi. Trong mọi tình huống, Chúa luôn khôn ngoan (2a); nếu tai họa đe dọa, thì Ngài; Đấng 'giáng' tai họa (10:5–15), là quyền lực thật sự chúng ta phải nghĩ đến (2a); Ngài không hề mâu thuẫn, sửa lại hay từ bỏ điều Ngài đã phán (2b): cả trong lời đe dọa lẫn trong lời hứa Ngài đều không thay đổi; thế giới dưới sự cai trị của Ngài chịu trách nhiệm về đạo đức, kẻ ác và người làm điều xấu sẽ là kẻ thù của Ngài (2cd). Khi phải lựa chọn, người ta có cầu hỏi sự khôn ngoan của Ngài không? Người ta có kính sợ Ngài như một Đấng quyết định và chỉ dẫn tối cao không? Người ta có biết đến và vâng theo lời Ngài không? Người ta có từ bỏ tội lỗi và nuôi dưỡng sự thánh khiết không?

3. Khi dân sự Ngài tìm kiếm sự giúp đỡ không phải từ chính Ngài, Đức Giê-hô-va không cho phép điều đó. Những người muốn thay thế Đức Giê-hô-va để giúp đỡ cũng bị kết án như những người đi tìm họ để xin giúp đỡ (so sánh 2cd). Vì vậy ở đây, người giúp đỡ và kẻ được giúp đều *lảo đảo* và *ngã nhào* như nhau. Nhưng còn có một điều nữa: mọi nguồn trợ giúp khác chỉ nhận lấy sự sống chứ tự thân nó không có sự sống. *Loài người* là *'ādām*, nhân loại, sinh vật có được sự sống chỉ bởi Đức Chúa Trời hà sinh khí vào (Sáng 2:7). *Đức Chúa Trời* là *'ēl*, từ ngữ siêu việt nhất chỉ về Đức Chúa Trời. Ngài được tôn cao trong sự oai nghi và trong tất các thuộc tính của Đấng Tối Cao. Sự tương phản giữa *xác thịt* và *thần* là sự tương phản giữa cái cần đến sự sống và cái sở hữu sự sống (so sánh Giăng 4:24). *Đức Giê-hô-va dang.... giúp đỡ*: Ngài là Đấng tối cao, không phải chỉ là địa vị (là *'ēl*), không chỉ ở sự khác biệt (vì là Đấng có sự sống trong chính Ngài), mà vì thật sự và thực tế là vậy. Chỉ một cử động của bàn tay cũng đủ! Nếu biết lựa chọn đúng thì cuộc đời luôn đứng về phía chúng ta.

4–5. Chữ 'Vì' [trong nguyên ngữ – ND] mở đầu câu 4 đưa ra hai hình ảnh so sánh để giải thích câu 3: *như sư tử* (4) và *như chim* (5). Đức Giê-hô-va là sư tử không sợ hãi, sẽ không nhường con mồi cho con nào khác. Mỉa mai thay, Ai Cập được mô tả như là người chăn (Sáng 43:32; 46:34; Xuất 8:26)! *Để đánh trận (ṣābā' 'al)* giống 29:8, được dịch chính xác là 'đánh lại'. Vì vậy, ở đây, trong trận đánh tay ba, mà A-si-ri là kẻ tấn công, Giu-đa tự vệ, còn Ai Cập được cho là giúp đỡ, Đức Giê-hô-va đến với lực lượng của A-si-ri để buộc họ phải chịu sự trừng phạt thích đáng (10:5–11). Những người chăn Ai Cập có thể làm gì để giải cứu con mồi? Nhưng với sự bất ngờ, việc sao chép 29:5 làm bức tranh đã thay đổi: các lãnh đạo của Giê-ru-sa-lem đã khinh thường Đức Giê-hô-va. Có phải họ đã nói 'như con chim sẻ thì làm được gì'? Nhưng sự yếu đuối của Đức Chúa Trời còn mạnh hơn loài người (1 Cô 1:25). Chúa đối với dân sự phạm tội của Ngài một cách nhẹ nhàng giống như chim bay lượn, với sức mạnh gấp bốn lần để *bảo vệ, giải thoát, vượt qua* và *cứu vớt*. Con số bốn tượng trưng cho 'mọi phương diện'. Đức Chúa Trời đang bay lượn là quá đủ.

Lệnh triệu tập thứ nhất: ăn năn (31:6–9). Ê-sai nêu ba lý do phải ăn năn: nổi loạn (6); chuẩn bị cho Ngày của Chúa (7); và sự giải cứu khỏi A-si-ri sắp xảy ra (8–9).

6–7. *Trở lại:* ăn năn bắt đầu trong tâm trí nhưng thể hiện ra ngoài qua việc thay đổi cách sống (1:27). *Chống nghịch:* xem 1:5. Luôn quan tâm đến những vấn đề cơ bản là điều Kinh thánh thường làm. *Ngày* ở đây nói đến Ngày cuối cùng của Chúa (so sánh 2:20). Niềm tin theo Kinh thánh luôn luôn trong tư thế sẵn sàng, không chỉ để vượt qua khủng hoảng tiếp theo mà còn để đứng trước mặt Đức Chúa Trời (Lu 21:36). Vì ngày đó sẽ phơi bày *các tượng thần* là 'vô thần' (2:8) và chỉ như là những mưu chước của con người (*tay... làm ra*), bây giờ là lúc phải khước từ chúng, nếu không thì sẽ quá muộn.

8–9. Phải đối diện với những mối đe dọa trong lịch sử cũng như trong ngày cuối cùng bằng sự ăn năn. *Chẳng phải của con người* ('îš) ... *không phải của loài người* ('ādām): sự giải cứu sẽ không đến từ bất kỳ cá nhân nào, cũng không từ một tác nhân con người nào. *Lưỡi gươm* là gươm của Chúa, đã tiêu diệt họ (37:36). *Lao dịch:* theo sau sự sụp đổ năm 701 T.C, đế quốc A-si-ri bước vào căn bệnh nan y kéo dài. *Pháo đài* là 'tảng đá'; nhiều khả năng ám chỉ đến vua của A-si-ri, tương phản với Hòn đá của Y-sơ-ra-ên (30:29) và tương phản với vua công chính sẽ cai trị (32:1). *Ngã gục* (√'ābar) là 'qua đời'. Đây cũng là động từ "vượt qua" trong câu 5. Đức Giê-hô-va 'vượt qua' trong cuộc giải cứu, vua 'qua đời' tách khỏi sân khấu lịch sử. *Thấy ...*: từ liệu Hê-bơ-rơ ở đây vô cùng cô đọng. Bản dịch NIV nói là khi Chúa giơ ngọn cờ lên, thì thế lực chống cự hoàn toàn sụp đổ. Tuy nhiên, từ này có thể được dịch là 'và các vương hầu của nó sẽ bị đập tan cách xa ngọn cờ', nghĩa là trốn chạy ngọn cờ. *Phán* (*nĕum*): xem 1:24. *Lửa... lò* phản chiếu hình ảnh A-ri-ên ở 29:1. Si-ôn không thể thoát khỏi mối đe dọa được tạo thành từ những đặc quyền độc nhất vô nhị của nó. Nhưng tất cả những ai tấn công dân sự Chúa đều tự đưa mình vào ngọn lửa thánh đó.

Vua công chính, xã hội mới (32:1–8). Ở 29:9–14; Ê-sai thấy trước một dấu lạ sẽ đến từ Đức Giê-hô-va dưới dạng sự khôn ngoan mới. Sau khi kêu gọi dân sự ăn năn không chỉ vì sự giải cứu người A-si-ri sắp đến (31:8–9) mà còn (và là điều ưu tiên) vì Ngày của Chúa (31:6–7), bây giờ ông nghiên cứu vinh quang của ngày đó và những công việc lạ lùng của Chúa. Ngoài ra, đi từ sự tối tăm của A-si-ri sang sự sáng của vị Vua sẽ đến (so sánh 8:20–9:1; 10:33–11:1) là nét đặc trưng của phần chính trong sách Ê-sai. Nhờ đó, ánh sáng hy vọng chiếu rọi đằng sau những đám mây thù nghịch và nâng đỡ dân sự của Chúa đang chịu khổ. Ê-sai thấy trước một vương quyền bảo toàn các giá trị thật (1) và cung ứng sự bảo vệ thích hợp (2). Thần dân của vua cũng được biến đổi (3–4); và các giá trị giả tạo kết thúc (5–8). Đây là khải tượng về một vị vua chân chính và một xã hội mới.

1. *Một vị vua:* mạo từ bất định [trong nguyên ngữ – ND] là cách diễn đạt tính chất không rõ ràng nhằm nhấn mạnh, như thể nói rằng 'một vị vua - anh biết tôi muốn nói ai chứ!' Đó là vua Mê-si-a ở chương 9, và 11. Ở 9:6, sự công chính là đặc điểm của ngai vua, còn ở

11:5 là bản tính của vua, và ở đây cũng như ở 11:4 là sự điều hành của vua, các nguyên tắc đạo đức đúng đắn (*sự công chính*) dẫn đến việc thực thi đạo đức cách hợp lý (*lẽ công minh*). Chính nhà vua là hiện thân của *sự công chính*; triều thần của Ngài (*các quan chức*) áp dụng những nguyên tắc của vua vào những quyết định đúng đắn (*công minh*, xem 28:26).

2. Cách dịch "mỗi" trong bản NIV là hoàn toàn chính xác [bản TTHĐ dịch "một" - ND]: lý tưởng cai trị chân chính tạo hứng thú cho từng thành viên trong chính quyền. Nhưng ấn tượng hơn nữa khi chúng ta thấy ở đây lối diễn đạt tính không xác định 'một người (người đặc biệt; độc nhất vô nhị)'. Ở 9:5–6, chúng ta thấy nói đến thần tính của vua, ở 11:1 và các câu tiếp theo nói đến việc vua được đổ đầy Thánh Linh trong ngữ cảnh là dòng dõi con người của vua, còn ở đây là nhân tính thật; riêng tư của Vua Bốn minh họa mô tả sự cai trị hoàn hảo của vua: mối nguy hiểm trái ngược của gió và nước (*bão táp* là 'lũ lụt'; hay 'nước lớn' 28:2) chỉ về sự bảo vệ trước mọi mối đe dọa; nguồn cung cấp *nước* và *bóng* giữa sức nóng thiêu đốt chỉ về sự chu cấp cho mọi nhu cầu.

3–4. Bốn sự biến đổi là đặc điểm của dân sự (so sánh 29:11–12, 18) về nhận thức (*mắt*), về sự tiếp thu (*tai*), sự hiểu biết (*lòng*) và truyền đạt (*lưỡi*) lẽ thật. **Nhắm:** động từ ở đây rất có thể là động từ được dùng ở 6:10, nói đến sự mù lòa bị áp đặt về mặt pháp lý, còn ở 29:9 thì nói đến sự đui mù do cố tình chọn lấy. Tất cả những điều này bị đảo ngược. Đi kèm với những sự biến đổi về khả năng là sự biến đổi về bản tính: *người hấp tấp* 'vội vàng' đều có khuynh hướng hành động thiếu suy nghĩ, nên cần học cách dừng lại để suy nghĩ; sự ngập ngừng của người cà lăm sẽ trở nên *lưu loát và rõ ràng*.

5. Một xã hội bất toàn chấp nhận danh tiếng theo cách không trọn vẹn. Ê-sai nhìn thấy trước một đặc điểm của tầng lớp quý tộc thật sự. *Kẻ ngu dại* là *nābāl*, là người chậm hiểu về đạo đức, thiếu ý thức đạo đức và trách nhiệm thuộc linh (2 Sa 13:13; Gióp 2:10; Thi 14:1). Kẻ quỷ quyệt: *kîlay* và từ liệu có liên quan *kēlay* (7) chỉ được dùng ở đây. Chúng có thể bắt nguồn từ √*nākal* với ý lừa dối, ranh mãnh trong việc tìm kiếm tư lợi mà làm tổn thương người khác (Sáng 37:18; Dân 25:18; Thi 105:25). Một người nào đó là *kẻ ngu dại* bởi điều anh ta thiếu - sự nhạy bén về đạo đức; còn người kia là *kẻ quỷ quyệt* bởi điều anh ta có – nỗ lực kiếm tư lợi bằng mọi giá. *Kẻ ngu dại* là kẻ vô đạo đức, còn *kẻ quỷ quyệt* thì vô liêm sỉ.

6–8 là bài thơ riêng biệt và rất thú vị ở hình thức văn chương, mở rộng chủ đề *kẻ ngu dại* (6) và *kẻ quỷ quyệt* (7); và kết thúc (8) với lời khẳng định dứt khoát về sự cao quý thật. *Kẻ ngu dại:* xem câu 5. **Nói:** thì quá khứ chưa hoàn thành diễn tả hành vi tiêu biểu. Ý nhấn mạnh ở đây và trong câu 7 là tội trong lời nói. **Gian ác** ('*āwen*) đúng hơn là 'điều phiền muộn, bất hòa' (10:1; Sáng 35:18), thường là điều làm cho Chúa đau buồn và khiến Ngài tức giận (31:2; Thi 92:9). Ở đây chính là tư duy và cách sống của kẻ dễ dãi đối với nghĩa vụ đạo đức và tâm linh. *Kẻ ngu dại* chống nghịch Đức Giê-hô-va (6cd) và không quan tâm đến người thiếu thốn (6ef). **Điều xúc phạm** (*tô'â*) chỉ được nói đến ở Nê-hê-mi 4:8 và có nghĩa là làm cho người khác đi sai hướng, khiến họ phân tâm, không biết phải đi hướng nào. *Kẻ quỷ quyệt*: xem câu 5. Anh ta 'đang thăng tiến', một sự pha trộn giữa dân chợ đen và kẻ bon chen. **Mưu ác** (*zimmâ*), ngoại trừ Gióp 17:11 thì từ này luôn mang nghĩa xấu. Từ này xuất hiện mười chín lần, chỉ về hành vi tình dục sai trái (vd: Lê 18:17). Từ này có nghĩa là lên kế hoạch vì lợi ích riêng bất chấp người khác phải trả giá thế nào. Điều này bao gồm sự thao túng bất cần đạo lý của hệ thống pháp lý (*đòi hỏi... chính đáng*). **Người cao quý:** đến với Đức Chúa Trời (Xuất 35:5, 22) và người khác (Châm 19:6) cách rộng rãi. Từ này có thể được dùng để nói đến tầng lớp 'quý tộc' (13:2), nhưng ở đây nói đến đặc tính cao quý. Trong xã hội được thấy trước ở đây, chính tính cao quý này đem đến sự bền vững và an ninh (*đứng vững*).

Lệnh triệu tập thứ hai: nghe (32:9–14). Ê-sai nói với *những đàn bà*, có lẽ là vì, như ở 3:16–4:1, ông thấy họ là hiện thân của những đặc tính mà ông cảm thấy buộc phải lên án trong toàn xã hội Giê-ru-sa-lem: tự mãn và an ninh giả tạo. Những điều này có thể làm vô hiệu lời kêu gọi ăn năn đầu tiên của ông (31:6). Do đó, Giê-ru-sa-lem cần đối diện với sự thật. Sẽ có mất mùa (10), rồi sẽ mất thêm đất đai; nhà cửa, cung điện, thành phố (13–14). Lời kêu gọi ăn năn (31:6) được thực thi bởi suy nghĩ về những phước hạnh sẽ đến; lời kêu gọi thứ nhì 'đối diện sự thật' về những tai họa đang đến cân xứng với lời kêu gọi ăn năn.

9–10. *Tự mãn* (ša'ănān) mang ý nghĩa tốt, 'không lo âu' (18), nhưng ở đây hoàn cảnh dễ chịu mà từ liệu này diễn đạt được cho là quyền lợi cá nhân và có tính chất vĩnh viễn. *Vô tâm* [bản NIV dịch là "yên tâm"/"cảm thấy an toàn" - ND]. "Yên tâm" hay 'tin tưởng' là một từ liệu quan trọng khác được dùng với ý đáng chê trách: một sự giả định nhạt nhẽo rằng không có điều gì gây lo lắng có thể xảy ra. *Mùa gặt hái* bị mất: đằng sau sự việc này là sự xâm lược của A-si-ri và sự bất lực trong việc cày cấy đất (37:30).

11–14. Lời kêu gọi đến những người đàn bà được nhắc lại[1] và với cường độ mạnh hơn, vì một sự đe dọa lớn hơn đang đến. Trong câu 10; mùa hái nho cũng không còn; bây giờ là cây nho, đất đai (12–13) và thành phố (14). Thú vật được sống tự do (14d) chứng tỏ vắng bóng con người (5:17). Điều này được báo trước ở 6:11–13, được ngụ ý ở 11:11 và được tiên báo lại ở 30:8–17. *Cởi*: động từ này không được dùng như là dấu hiệu của sự than khóc. Ở đây, nó mô tả sự giam cầm và tình trạng nô lệ. (20:2–6), quả thực là số phận dành cho những người đàn bà ở Giê-ru-sa-lem (3:16 và các câu tiếp theo)! *Gai góc... bụi rậm*: gai góc có thể mọc bất cứ nơi chỗ nào, bụi rậm là loài cây mọc nơi đất hoang. Cả hai đứng chung với nhau (trong nguyên ngữ không có từ *và*) nói lên rằng nơi trước kia được vun trồng thì bây giờ *bị bỏ hoang. Pháo đài* là 'cung điện/ nhà rộng lớn'; có lẽ ở đây muốn nói hoàng cung. *Đồi* có thể là nơi có tên là Ô-phên (Nê. 3:26), chỗ nhô ra về phía nam của núi đền thờ. *Tháp canh* có thể ám chỉ 'tháp của bầy' (Mi. 4:8), dù từ *baḥan* chỉ được dùng ở đây.

Thánh Linh được tuôn đổ, xã hội mới (32:15–18). Nhưng dù tai họa sắp đến thì chúng vẫn không phải là những điều quyết định như Ê-sai đã khám phá ở 29:1–14. Đức Giê-hô-va có cách để vừa đảo ngược tai họa vào phút cuối, vừa nhìn xa hơn tai họa để thấy điều Ngài quyết định thực hiện trong ý muốn chắc chắn của Ngài. Vị Vua sẽ đến (32:1) với kết quả là một xã hội mới được mở rộng ở đây theo cách mới mẻ. Sẽ có sự tuôn đổ dào dạt sự sống mới từ thiên thượng (15a), biến đổi thế giới (15bc), thiết lập các giá trị thuộc linh và đạo đức chân chính (16) và một xã hội hòa bình, an ninh (17–18).

15. *Thần*: Thánh Linh Đức Chúa Trời là quyền năng thiên thượng hành động trong sự sáng tạo (Sáng 1:2; Thi 33:6). Ngài là Đấng ban sự sống (40:7; 42:5; Thi 104:30). Ngài nâng con người lên đến đỉnh cao của năng lực (Xuất 35:30–31) và ban năng lực để làm những việc phi thường (Quan 14:6; 15:4; 1 Sa 10:6). Ngài ngự giữa dòng dõi vĩ đại sẽ sinh ra Đấng Mê-si-a (Dân 11:17; 27:18; 1 Sa 16:3; Ê-sai 11:2; 42:1; 61:1) và là Tác nhân trong sự tái tạo, vốn là đặc trưng của thời kỳ Đấng Mê-si-a trong tương lai (Êxê 36:27). *Đổ xuống*: Thánh Linh bắt nguồn từ Đức Chúa Trời, Đấng 'tuôn đổ' chính sự sống của Ngài để đem lại sự

---

[1]Các động từ trong các câu 11–12 là những động từ khó hiểu. *Run rẩy* là từ giống đực nhưng được nói với phụ nữ; bốn động từ ở thể mệnh lệnh sau đây (11) ở hình thức khác thường: có lẽ là Ả Rập hoá ngôi thứ hai giống cái số nhiều, hay giống đực số ít ở hình thức nhấn mạnh (GKC 48i). Trong câu 12, 'đấm ngực' là phân từ giống đực số nhiều (GKC 48). Sự thay đổi về giới tính không phải điều bất thường trong tiếng Hê-bơ-rơ (23:1 đưa ra động từ ở thể mệnh lệnh giống đực số ít cùng với danh từ giống cái số nhiều). Có thể ở đây không có gì khác hơn là việc Ê-sai không tiếp tục tưởng tượng đang nói chuyện với người nữ khi lời của ông áp dụng cho tất cả. Sự sửa đổi, nếu cho là cần thiết, thì nên đơn giản: xem *BHS, ad loc.*

phục hồi (44:3; Êxê 39:29; Giô-ên 2:28). Kết quả đầu tiên của sự tuôn đổ này là tạo vật được biến đổi (15). Nơi hiện nay là *hoang mạc* sẽ đổi thành 'vườn cây', với tất cả vẻ đẹp mà bàn tay sắp đặt của Đức Chúa Trời sẽ truyền lại. Nơi hiện nay được kể là 'vườn cây', có trật tự và có mục đích, dường như chỉ là bừa bãi như đất đầy bụi rậm (*cánh rừng*) khi so sánh với trật tự và vẻ đẹp của ngày đó.

16–18. Kết quả thứ hai là môi trường mới sẽ nhộn nhịp bởi những nguyên tắc thuộc linh và đạo đức chân thật (*sự công chính*), được thể hiện trong những quy tắc và hành vi đạo đức đúng đắn (*lẽ công minh*; so sánh 1:21, 27; 9:6; 11:4) trên toàn bộ tạo vật mới, *hoang mạc* cũng như *vườn cây ăn quả*. Thứ ba, sẽ có một xã hội con người với đặc điểm là *sự bình an*, thể hiện cách trọn vẹn qua sự bình an với Đức Chúa Trời, các mối quan hệ hòa thuận và sự thỏa mãn của mỗi cá nhân; *yên ổn*, tức 'nghỉ ngơi' và thanh bình' (28:12, 16); và *an ninh*, nghĩa là 'tin tưởng' và 'an toàn'. Và thứ tư (18), sẽ có sự bảo đảm quyền tiếp tục được thuê. *Thanh thản* (šă'ănān) và *an toàn* tạo một đối xứng đầu cuối với câu 9; nhưng đây không chỉ là một biện pháp nghệ thuật văn chương. Trong câu 9; những từ này diễn tả sự rỗng tuếch trong mơ tưởng và lòng tin cậy của con người. Trong sự tạo dựng mới, tất cả những điều thiếu hụt cốt lõi của sự sống sẽ được thay thế bằng hiện thực chắc chắn.

Phần kết: Phước hạnh phía sau tai họa (32:19–20). Điều này tương ứng với phần mở đầu (31:1–5), với cách mô tả về tai họa và sự giải cứu mang tính thơ ca. Bây giờ, chúng ta hướng đến đều Ê-sai mô tả là sự sụp đổ của *rừng* và *thành trì* (19), và xa hơn nữa, là sự bình an và rộng rãi của một thế giới mới (20). Sự phán xét lẫn vinh quang nằm ở phía trước, còn bây giờ (31:6; 32:9) là lúc quyết định.

19. *Mưa đá*: động từ này chỉ xuất hiện ở đây, nhưng danh từ thì đã xuất hiện ở 28:2, 17. Các 'sức mạnh' thiên nhiên mô tả sự hiện đến của Chúa là một ví dụ hay. So sánh Thi Thiên 18:7–16, là Thi Thiên mà trong đó điều mà những đoạn Kinh thánh từ 1 Sa-mu-ên 16 đến 2 Sa-mu-ên 1 mô tả như là việc bình thường, nhẫn nại của Chúa khi Ngài giải cứu Đa-vít rồi đem ông lên ngai vàng, lại được mô tả bằng những ẩn dụ liên quan đến bão tố đầy kịch tính. *Rừng* bị đổ (so sánh 6:13; 10:33–34) là sự lật đổ các quyền lực của trái đất. Việc san bằng *thành trì* (so sánh 24:10; 25:1–5) là sự kết thúc cách tổ chức thế giới của con người mà không có Đức Chúa Trời.

20. Nhưng phước hạnh cho người nào biết ăn năn và nghe tiếng Chúa (31:6; 32:9). Phong cảnh đồng quê gợi nhớ bức tranh về Đấng Mê-si-a ở 30:23–26. *Phước* (ašrê) có ba sắc thái ý nghĩa: ở dưới phước hạnh thiên thượng (Thi 32:1), tận hưởng sự đầy đủ của cuộc sống (Thi 112:1) và làm điều đúng vào đúng thời điểm (Thi 2:12; 137:8–9). Cả ba nghĩa gặp nhau ở tương lai với Đấng Mê-si-a: ân huệ thiên thượng, sự thỏa mãn cá nhân và chính trực hoàn toàn. *Gieo... thả* là cuộc sống của những người tận hưởng mái ấm gia đình và quyền sở hữu đất đai ở một nơi như thế. *Mọi... tự do*: không có mối nguy hiểm nào trong xứ này. Vụ mùa có thể gieo bất kỳ ở đâu mà không sợ kẻ cướp (Quan 6:3–6), còn thú vật thì tự do đi lang thang.

vi. Lời rủa thứ sáu: cuối cùng cũng về nhà (33:1–35:10). Cách trình bày cân đối sáu lời rủa khốn thay tiếp tục trong lời cuối cùng này. Thứ nhất, lời rủa khốn thay tương ứng thứ ba (29:15–24) hoàn toàn mang tính khải tượng và liên quan đến ngày cuối cùng, thì lời khốn thay này cũng vậy. Có thể hiểu ẩn ý từ những sự kiện lịch sử, nhưng tương lai không xác định luôn thu hút đôi mắt của chúng ta. Trong số những điểm giống nhau giữa hai phân đoạn này, có lẽ chúng ta lưu ý chủ đề về Li-ban (29:17; 33:9; 35:2), người mù và người điếc (29:18; 33:5); sự cứu chuộc (29:22; 35:9–10) và sự biến đổi tâm linh (29:24; 33:24; 35:8). Ý chủ đạo của lời rủa khốn thay thứ ba là sự biến đổi thế giới và biến đổi 'Gia-cốp', và cả hai giờ đây được phát triển thêm theo cách tiêu biểu của Cựu Ước. Thứ hai, lời rủa khốn thay thứ sáu tiếp tục lời thứ năm. Tóm lại, chủ đề về vua (32:1) được phát triển trong chương 33; việc ám chỉ tai họa đến trước buổi bình minh rực rỡ (32:19) là 'chủ đề' cho chương 34, và các phước lành ở môi trường và cuộc sống chờ đợi con dân Chúa (32:15–18) được mô tả thật tuyệt vời trong chương 35. Với bố cục đơn giản về nội dung của những chương này, chúng ta có thể xem 33:1–12 là phần mở đầu, phác thảo sự cứu rỗi của Si-ôn (1–6) và sự phán xét các dân tộc (7–12). Tiếp theo là hai lời công bố hoàn vũ (33:13; 34:1). Lời công bố đầu tiên liên quan đến Si-ôn và vua của Si-ôn (33:13–24), và lời công bố thứ hai liên quan đến sự lật đổ cuối cùng (34:1–17); cuối cùng, là phần kết: cuộc hành hương đến Si-ôn của những người được chuộc qua một thế giới được phục hồi trở lại (35:1–10).

Những hiện thực tối hậu: sự cứu rỗi và cơn thịnh nộ (33:1–12). Ở 30:27–33, Ê-sai dùng việc Chúa lật đổ A-si-ri như một đoạn phim chiếu trước hành động cuối cùng của thiên thượng trên toàn cầu (30:28). Trong phân đoạn này, A-si-ri được giấu sau tên gọi *kẻ hủy diệt* và *kẻ phản bội* (1), còn sự phán xét thì đến với *các nước* (3, 12). Nhưng cũng có cảm giác tương tự về sự giải cứu vào giờ thứ mười một. Dân sự Đức Chúa Trời tranh chiến từng ngày một (2); cảm giác tuyệt vọng trong một thế giới đang hấp hối (7–9) được tiếp nối bởi ba chữ *bây giờ* thật đáng chú ý (10).

1–6, sự cứu rỗi của Si-ôn. Cuối cùng thì sự cứu rỗi cũng sẽ đến Si-ôn.

1. *Kẻ hủy diệt... kẻ phản bội:* bối cảnh là cách sống hai mặt của A-si-ri qua việc họ dường như chấp nhận tiền chuộc của Ê-xê-chi-ên (2 Vua 18:13–18), rồi sau đó tiếp tục tấn công Giê-ru-sa-lem như thể chưa từng có thỏa thuận nào. Như ở 21:2; ở 24:16, Ê-sai nhìn thấy giải pháp dối trá đối với các vấn đề đạo đức là đặc điểm của thế giới đang đi đến ngày Tận thế. *Chưa bị hủy diệt:* A-si-ri trong thời của nó, và tất cả những kẻ kế thừa A-si-ri trong quyền lực đời này; đều 'trốn thoát'. *Chưa bị ai phản bội:* không phải hành động phản bội của người khác dẫn đến sự phản bội; mà chỉ là vấn đề thiếu cân nhắc về đạo đức. *Khi ngươi ngưng:* nghĩa là khi nghề phản bội của ngươi đi theo hướng đã được ấn định. *Bị phản bội:* dưới sự cai trị thiên thượng, thế giới là hệ thống báo thù đạo đức chính xác. Hình phạt sẽ xứng với tội đã phạm.

2. *Lạy Đức Giê-hô-va:* ngay trong một thế giới lầm lạc về đạo đức (1), dân sự Đức Chúa Trời sống bởi nguồn giúp đỡ từ trời có được qua sự cầu nguyện. *Thương xót:* xem 30:18. *Trông đợi*, giống như 30:18, phải là 'chờ đợi' ($\sqrt{q\bar{u}w\hat{a}}$), kết hợp sự kiên nhẫn đợi chờ với niềm hy vọng chắc chắn. Đó đặc điểm của dân sót (8:17; so sánh 40:31). *Sức mạnh...chúng con:* nghĩa đen là 'cánh tay của họ'. 'Cánh tay' là bộ phận chỉ về sức mạnh cá nhân khi hành động (52:10). Có lẽ ở đây chúng ta có một đoạn hội thoại ngắn lấy từ nghi thức thường được dùng trong thời của Ê-sai, trong đó người hướng dẫn cầu nguyện: 'Xin Chúa hãy là cánh tay của họ mỗi buổi sớm mai', và hội chúng đáp: 'Hãy là sự cứu rỗi chúng tôi trong lúc hoạn nạn'. Thay vì nói như vậy mỗi ngày (*buổi sáng*) một cách tẻ nhạt, và để đối phó với khó khăn (*hoạn nạn*), dân sự Chúa nhớ vào lời cầu nguyện, Ê-sai đưa nhanh vào đây một phần nhỏ lời cầu nguyện thật sự đang diễn ra (Công 4:24 và các câu tiếp theo; 12:5).

3–4. Quay trở lại với thế giới. Dân sự biết cầu nguyện (2) bày tỏ lòng tin rằng cả thế giới bất lực trước quyền lực thiên thượng (3ab) và sẽ bị cướp bóc hoàn toàn (3cd). *Chạy trốn... chạy tán loạn* là những động từ ở thì hoàn thành chỉ sự chắc chắn: 'chắc chắn/tất phải'. *Đứng lên:* Đức Giê-hô-va là Đấng đang ngồi, chờ đợi đến thời điểm đã ấn định (Hê

10:12–13), và khi thời điểm đến, tất cả mọi điều Ngài cần làm trước mặt các cường quốc thế giới đang tập trung lại là đứng lên. Trận đánh (*của cải*) kết thúc trước khi nó bắt đầu (Khải 19:19–20). *Người ta xông vào:* động từ này là một phân từ số ít không có bất kỳ chủ ngữ nào đi theo – 'có một người đang xông vào'. Nếu ám chỉ hoạt động của con người thì đó là sự tiếp nhận đầy hào hứng đối với chiến thắng mà Đức Giê-hô-va đem tới, nhưng có nhiều khả năng nói đến hành động thiên thượng, kết thúc chiến thắng hoàn toàn bằng việc nhận lấy chiến lợi phẩm (53:12).

5–6. Ê-sai đi từ thế giới bị đánh bại (3–4) đến *Si-ôn* tương lai. Đức Giê-hô-va đứng lên ra trận (3). Si-ôn sẽ ra sao khi Ngài được tôn cao? – vì Ngài không thay đổi, *Ngài ngự trên cao*, và đó cũng là Đức Chúa Trời siêu việt, Đấng đã phá đổ uy quyền (3) và lấy hết chiến lợi phẩm (4) của các dân, với những người mà họ phải thực Thi Trước tiên (5b), Ngài sẽ hành động để làm cho Si-ôn trở nên như Ngài đã hứa (1:26–27), công lý trong thực tiễn, công chính về nguyên tắc. thứ hai (6a), chính Ngài sẽ là sự bền vững của Si-ôn. Ngược với mọi thời kỳ ('*ēt*) hoạn nạn họ đã kinh qua (2), họ sẽ nhận lấy thời kỳ ('*ēt*) an ninh thật sự. Thứ ba (6b), Đức Giê-hô-va sẽ là nguồn lực của dân sự Ngài. *Sự phong phú* (từ chữ √*ḥāsan*; 'mạnh mẽ') là nguồn thực tế cho đời sống. *Ơn cứu rỗi* ở đây là số nhiều về độ rộng, cho nên bản NIV [và bản TTHĐ - ND] dịch là *phong phú*, sự đầy đủ từ thiên thượng cho mọi nhu cầu xuất hiện. *Sự khôn ngoan* cung cấp sự hiểu biết và quản trị đời sống cách thực tiễn. *Tri thức* là kiến thức về lẽ thật theo đúng nghĩa, kết quả từ 29:18. *Sự kính sợ...:* nghĩa đen là 'sự kính sợ Đức Giê-hô-va, đó là kho báu của Ngài'. 'Của Ngài' ám chỉ ai? Si-ôn là giống cái, còn Giu-đa không được nói đến trong phân đoạn này. Do đó, chắc hẳn phải là Đức Giê-hô-va. Ở 29:23, một trong những phước lành được tiên báo là 'sự tôn kính' trước Đức Giê-hô-va. Kính sợ Ngài với lòng kinh sợ thật không phải là cảm xúc của con người tạo ra mà là món quà Ngài ban cho những người Ngài muốn ban phước.

7–12, Phán xét thế giới. Đã đến lúc (10) Đức Giê-hô-va đứng lên (3).

7–9. Cuộc khủng hoảng A-si-ri tạo bối cảnh cho khải tượng về sự sụp đổ của thế giới trước khi Đức Giê-hô-va đứng lên phán xét. *Dũng sĩ:* binh lính tập trung lực lượng để nổi dậy chống lại A-si-ri đã muộn màng nhận ra rằng họ không còn hy vọng gì (37:3), và khi sức mạnh con người không còn, thì sự khôn ngoan của con người cũng vô ích: *các sứ giả* được sai đi (2 Vua 18:14), nhưng để khóc lóc vì sự giả dối phá vỡ *giao ước*. Bởi thế, điều xảy ra liên quan đến A-si-ri chỉ là sự phản chiếu ngày cuối cùng. Nỗ lực của con người với sức mạnh và sự khôn ngoan nhằm sắp đặt thế giới mà không có Đức Chúa Trời sẽ kết thúc bằng sự sụp đổ, sức mạnh cạn kiệt (7a), sự khôn ngoan làm cho lúng túng (7b), thế giới nhộn nhịp phải im lặng (8ab), các giá trị đạo đức bị vứt bỏ (8c). *Nhân chứng* là 'các thành'. Để theo đuổi việc thống trị thế giới, A-si-ri đã để lại con đường mòn của sự hủy diệt. Đến ngày cuối cùng, quyết tâm tạo dựng trật tự thế giới, một thành của thế giới (24:10) theo nguyên tắc con người, sẽ vỡ vụn, và bản thân đời người bị giảm xuống (8d). Cuối cùng (9), điều bắt đầu với gai góc ở Sáng Thế Ký 3:18 sẽ kết thúc với sự tàn héo của cả cõi thiên nhiên. *Li-ban* tiêu biểu cho những gì vĩnh cửu, những gì còn mãi. *Sa-rôn* tiêu biểu cho cái đẹp; *Ba-san,* sự phì nhiêu; và *Cạt-mên,* 'vườn cây ăn trái', được trồng và sắp xếp'. Từ *khô héo* chỉ xuất hiện ở đây và trong ngữ cảnh tương tự ở 19:6. Nó có thể có nghĩa là 'lúc nhúc (chấy, rận)' - nhưng ở đây, sâu bọ độc hại đến nỗi ngay cả Li-ban cũng là nạn nhân. Đây là điều mà tội lỗi con người gây ra lúc ban đầu, tiến triển và ảnh hưởng lâu dài đến môi trường.

10–12. *Đứng dậy:* Việc Chúa đứng dậy (so sánh câu 3) dẫn đến hai hậu quả cùng lúc, sự tự tiêu diệt của tội lỗi (11) và hành động phán xét trong lửa từ thiên thượng (12). *Mang* *thai... sinh ra:* những quyết định trong quá khứ dẫn đến hậu quả không thể tránh được; hành động sản sinh kết quả (Ga. 6:7). Cuộc đời không có Chúa giống như *rơm rạ sinh ra cỏ rác*, và tác nhân gây hủy diệt là một phần của cơ chế tương tự: *hơi thở của các ngươi*. Tội nhân vừa là nguyên nhân tối hậu (*mang thai*), vừa là nguyên nhân trực tiếp (*lửa*) dẫn đến sự hủy diệt chính họ. Nhưng thể bị động *bị nung...bị đốt* chỉ đến một tác nhân khác. *Vôi...nung* nhấn mạnh cường độ của ngọn lửa. *Như thế* phải được lược bỏ và 'trong lửa' được thêm vào. 'Lửa' là sự thánh khiết của Đức Chúa Trời đối nghịch với tội lỗi và tội nhân. Bi kịch của tội lỗi là nó làm cho cuộc sống thành ra cỏ rác, mối nguy của tội lỗi là nó kích thích cơn thịnh nộ của Đức Chúa Trời.

Lời công bố toàn cầu đầu tiên: Si-ôn mới (33:13–24). Bây giờ, Ê-sai đem chúng ta vào bên trong Si-ôn được mong chờ. Ông đã nói đến thành cách chung chung (5–6), bây giờ ông mô tả dân cư và vua của thành. Câu trọng tâm của phần này là câu 20, thành hòa bình. Điều này được hậu thuẫn bởi sự hiện diện của Vua (17–19, 21–23) và bức tranh được hoàn tất nhờ dân của Si-ôn (14–16, 24).

13, Lệnh triệu tập. Hai từ đối nghịch *xa* và *gần* diễn tả toàn bộ. Trong sự thờ phượng, Y-sơ-ra-ên thường ý thức về phạm vi toàn cầu (Thi 47:1; 96:3, 10; 98:4). Việc này ngụ ý điều Đức Giê-hô-va bày tỏ về chính Ngài và điều Ngài đã làm cho dân Ngài, tức sự cứu rỗi, cũng là cho thế giới (so sánh 2:2–4). Thế giới phải nghe *việc Ta đã làm* (Công 2:11). Sức mạnh (*gĕbûrâ*) là sức mạnh của người chiến sĩ, sức mạnh để hoàn thành công việc. Nhưng *nghe* và *nhận biết* (nghĩa đen 'biết') cho thấy thế giới sẽ không bị thua bởi sự phô bày sức mạnh áp đảo, mà bởi sự thuyết phục của lẽ thật.

14–16, dân của Si-ôn (phần 1). Trước tiên (14); dân chúng bị kẹp chặt bởi tính nghiêm trọng của tội lỗi và những điều tội nhân ở với Đức Chúa Trời thánh khiết không thể thực hiện được. *Bọn tội nhân* (*ḥaṭṭāʾim*): xem 1:28; 30:1. Tội là sự thiếu hụt (Rô 3:23). *Vô đạo* nghĩa là 'phỉ báng' (9:16; 10:6; 24:5; 32:6). Từ này ngụ ý sự phỉ báng bản tính thiên thượng và xem Đức Chúa Trời không ra gì. *Lửa cháy* được dịch là 'lửa bàn thờ' ở Lê-vi Ký 6:9 và do đó mang ý nghĩa tương tự như A-ri-ên (29:1). Luôn luôn có *lửa cháy* trên bàn thờ của Đức Giê-hô-va để công bố sự hiện diện của Đấng Thánh. Lửa này là sự đe dọa (*thiêu nuốt*) và là một thực tế bất biến (*đời đời*). Ở động từ chỉ sự cư ngụ tạm thời, như là sự cư ngụ của một người không có quyền đương nhiên được ở đó.

Tuy nhiên, có những điều kiện để đi vào (15). Câu này được gọi là 'nghi thức vào cổng' (như Thi 15; 24:3–6), nghĩa là sự kiểm theo nghi thức người nào ao ước bước vào cung điện của Đức Giê-hô-va, để nhận được quyền được bước vào. Trình tự trong bài thơ của Ê-sai hoàn toàn phù hợp với Kinh thánh: trước khi dân sự có thể nghe lời tha thứ (24), họ phải đối diện với sự nghiêm khắc của luật pháp Chúa, vì chỉ những người đáp ứng những yêu cầu của luật pháp mới có thể bước vào Si-ôn mới. Các động từ từ đầu đến cuối đều ở số ít: yêu cầu mang tính cá nhân, và trước tiên là toàn diện: *bước* bao gồm toàn bộ nếp sống của người đó thể hiện ra bên ngoài, hành vi tiêu biểu; *công chính* (nghĩa đen 'trong sự công chính') số nhiều chỉ độ rộng, công chính trong mọi khía cạnh và cả cuộc đời. Thứ hai, lời nói có sự ngay thẳng: *chính trực* nghĩa là 'ngay thẳng'. Thứ ba là tài chính, với sự đề cập cụ thể đến cách kiếm tiền: *tống tiền*, không đồng ý hạ thấp giá trị của con người để được lợi; *hối lộ*, không đồng ý hạ thấp giá trị của lẽ thật để được lợi. Thứ tư, liên quan đến tâm trí: *tai* tiếp thu điều người khác nói, *mắt* nhìn theo hướng người quan sát chỉ dẫn. Cả mắt và tai đều là những kênh dẫn vào đời sống tư duy. *Âm mưu giết người* nghĩa đen là 'nghe về tội làm đổ máu', là nghe điều sẽ khiến người nghe cảm thấy có tội trước Chúa, hoặc nghe về tội lỗi do người khác gây ra. Vì với người công chính thì vô số đặc ân mở ra cho họ (16):

tình bạn với Đức Giê-hô-va, nghĩa là *ở nơi cao* (của Si-ôn); sự an ninh: *nơi trú ẩn* là 'an ninh tối đa', được đặt trên nơi cao không thể tới gần được; và sự chu cấp (*bánh* và *nước*).

17–19, *Vua của Si-ôn (phần 1).* Ê-sai thể hiện vị Vua với vẻ thu hút riêng của Ngài (17a), phạm vi cai trị rộng lớn của Ngài (17b), vắng bóng kẻ thù đã từng thống trị (18) và cả mọi bằng chứng về sự cư ngụ của dân ngoại (19). *Mắt ngươi sẽ chiêm ngưỡng:* tức là chính người sẽ thấy. Bên cạnh việc loại trừ tội nhân (14) và những yêu cầu bất khả thi của luật pháp (15), thì làm sao có thể có ai ở trong sự hiện diện của Vua để nhìn thấy sự ưu việt của Ngài (*vẻ đẹp;* Thi 45:2)? Đây là câu hỏi đang chờ câu trả lời. Từ *Vua* thiếu mạo từ xác định trong tiếng Hê-bơ-rơ và như ở 32:1, đây là minh họa điển hình về tính không xác định được dùng với mục đích nhấn mạnh. Mọi người yêu thích sự hiện diện của Vua thế nào, thì cũng yêu thích khi kẻ thù trước đó vắng bóng thế ấy. Phần mô tả các quan chức thì mơ hồ. *Quan chức* là 'người viết', *kẻ thu thuế* là 'người cân nhắc', còn *người kiểm tra* một lần nữa chỉ về 'người viết'. Có lẽ quan chức là người liệt kê danh sách tù nhân bị lưu đày, kẻ thu thuế ghi vào sổ chiến lợi phẩm và người kiểm tra làm công tác kiểm kê các tòa nhà để phá bỏ. Nhưng bây giờ họ và quân lính cùng tất cả cuộc trò chuyện không thể hiểu được của họ đều thuộc về quá khứ (*chẳng còn*). Không điều gì có thể chi phối sự hiện diện và sự ngẫm nghĩ về 'một vị vua - các bạn biết tôi muốn nói đến ai rồi chứ!'

20, Thành yên tĩnh. Đây là linh hồn của bài thơ. *Hãy nhìn xem* (√*ḥāzâ*) cũng là động từ, được dịch là *chiêm ngưỡng* trong câu 17. Bản thân động từ này chỉ có nghĩa là 'nhìn', nhưng ở đây nó được dùng với nghĩa xem xét thành một cách cố định, chẳng hạn như vẻ đẹp của chính nhà Vua ra lệnh. *Các kỳ đại lễ:* Si-ôn là thành đầu tiên mang đặc ân tôn giáo và có mối thông công vui vẻ với Đức Giê-hô-va. Các lễ hội chính trong quá khứ là những kỷ niệm về cuộc xuất hành và sự cứu chuộc (Phục 16:1–7; đặc biệt lưu ý câu 3, 12; Lê 23:42–43). Do đó, Si-ôn tương lai là thành tập trung vào sự cứu chuộc. *Yên tĩnh:* 'không bồn chồn' (32:9, 18). *Không còn dời đi... nhổ đi...bị đứt:* từ chỗ tập trung vào sự cứu chuộc; Ê-sai đi đến sự an ninh của Si-ôn: không bị đe dọa từ bên ngoài, và không còn cần phải di chuyển, và không bị đe dọa bởi bất kỳ sự yếu đuối nào trong bản thân thành (*dây thừng, cọc lều*). *Lều* quay về những ngày trong đồng vắng, thường được nghĩ đến như là hình ảnh lý tưởng trong mối quan hệ với Chúa (Giê 2:1–3), nhưng ở đây cọc buộc lều không hề được di chuyển nữa, vì vậy cuộc lữ hành cũng kết thúc và lữ khách cuối cùng trở về nhà.

21–23, Vua của Si-ôn (phần 2). Hai ý thay phiên nhau: Đức Giê-hô-va quyền năng (21a); nhiều nước, không tàu bè qua lại (21bcd); Đức Giê-hô-va là vua (22); tàu bè không thể hoạt động, nhiều chiến lợi phẩm (23). Trong các câu tương tự (17–18), Ê-sai đã giới thiệu Vua cùng các vùng đất rộng lớn của Ngài. Ở đây là Vua và biển cả rộng lớn của Ngài. Bởi thế, về nguyên tắc, Ngài là Vua của tất cả. Ngài cũng là *Đức Giê-hô-va,* Vua thiên thượng (9:5). *Uy nghiêm* ('*addîr,* Thi 93:3) biểu thị uy quyền tuyệt đối hoặc lấn át. *Ở với chúng ta* có nghĩa là 'thuộc về chúng ta' hoặc 'về phe chúng ta'. *Sông suối* là 'các dòng kênh thuộc sông Nin', ngụ ý nguồn cung cấp nước vô tận giống như ở Ai Cập. *Thuyền chèo...tàu lớn:* có thể chuyển đi đòi hỏi những tàu chiến hùng mạnh, và vì nước quá nhiều nên không có sự tấn công bằng đường thủy. Nhưng cách diễn đạt không rõ ràng. *Lớn* là '*addîr* như ở trên, nhưng có thể có nghĩa là 'có khả năng thống trị biển'. Trong trường hợp này, ý muốn nói là không có hoạt động thương mại, chỉ về tính tự mãn của Si-ôn. Điều này phù hợp với lời giải thích được đưa ra trong câu 22: chúng ta có Đức Giê-hô-va rồi, chúng ta còn cần gì hơn nữa chứ! Ngài là *vị thẩm phán,* có đủ khả năng lãnh đạo, giành chiến thắng và cai trị như các thẩm phán thời xưa; *Đấng lập pháp,* đủ khả năng hướng dẫn từng ngày một, nhưng không như các thẩm phán tạm thời xưa, Ngài còn là *vua* đời đời và có thể *cứu rỗi.* Chức năng cuối cùng được giải thích qua hình ảnh đáng chú ý về con tàu bị hỏng nhưng chuyên chở nhiều chiến lợi phẩm (23). Là một nhà nước; Si-ôn bơ vơ. Nhưng con tàu hư hỏng này có được chiến lợi phẩm! *chiến lợi phẩm... phần:* trận chiến kết thúc và chiến thắng chắc chắn thuộc về Vua - Đấng Cứu Rỗi!

24. Dân cư ở Si-ôn (phần 2). Trong các câu 13–16, dân cư Si-ôn đối diện với tình trạng không thể chấp nhận và bất lực của tội nhân trước Đức Chúa Trời thánh khiết và trước những đòi hỏi của luật pháp; nhưng trong câu 17, có những người vui thích khi đích thân nhìn thấy nhà Vua Quan điểm thứ hai về dân cư của Si-ôn là lời giải thích mà không cần lời giải thích: dân ở Si-ôn là những tội nhân đã được tha thứ, nhưng ở đây chúng ta không biết được sự tha thứ đến với họ như thế nào hay yêu cầu của luật pháp được thỏa mãn trong trường hợp của họ ra sao. Tuy nhiên, nơi mà phân đoạn trước kia là 'tiếng sấm lớn của luật pháp', thì tiếng sấm đó giờ đây im bặt và phúc âm thế chỗ. Tại Si-ôn không có bệnh tật (*bệnh*) cũng không có tội lỗi (*được tha tội*). Chúng ta có thể hiểu chỗ này nói đến sự khỏe mạnh thuộc thể bên cạnh khỏe mạnh thuộc linh; hoặc có thể hiểu *bệnh* theo nghĩa bóng (giống như người què trong câu 23; so sánh 53:4; Thi 107:17–20), nghĩa là bệnh tật của tội lỗi cũng như mặc cảm tội lỗi của nó đã không còn. *Được tha tội* (*nāśā*): 'nhắc lên, mang, vác'. Cách dùng này bắt nguồn từ hình ảnh 'con dê' gánh tội bị đuổi ra hoang mạc (Lê 16:21). Tất cả những vi phạm của Y-sơ-ra-ên được đặt lên đầu con dê, để nó mang hết mọi tội đó đi, không bao giờ được gặp lại con dê đó. Cho nên, ở đây Ê-sai muốn nói đơn giản là 'và về những người sống trong đó, tội lỗi sẽ được mang đi hết'. *Tội* ('*âwôn*): xem 1:4; 6:7.

Lời công bố toàn cầu thứ hai: sự phán xét cuối cùng (34:1–17). Đây chính là chủ đề được mong đợi ở đây trong lời rủa khốn thay thứ sáu. Phần mở đầu (33:1–12) giới thiệu các đề tài về sự cứu rỗi (1–6) và sự phán xét (7–12). Đề tài đầu được giải thích chi tiết trong lời công bố hoàn vũ thứ nhất (33:13–24); còn đề tài thứ hai bây giờ được triển khai.

1–10b, sự phán xét là của Đức Giê-hô-va. Tiếp theo lời kêu gọi các nước và các dân hãy lắng nghe (1), Ê-sai thông báo về cơn giận của Chúa đối với trời và đất (2–4), gươm của Đức Giê-hô-va giáng xuống Ê-đôm (5–6d), sinh tế của Đức Giê-hô-va tại Ê-đôm (6e–7), và sự trả thù của Đức Giê-hô-va vì cớ Si-ôn (8–10b). Trong tiếng Hê-bơ-rơ; mỗi phần như vậy bắt đầu bằng từ 'Vì' và thông báo chủ đề của phần đó với từ ngữ tương ứng: 'sự căm phẫn' (2), 'gươm' của Đức Giê-hô-va (6); 'sinh tế' của Đức Giê-hô-va (6e), 'ngày' của Đức Giê-hô-va (8).

1. Như thường thấy trong Kinh thánh, lời triệu tập mọi người đến nghe sự phán xét sắp đến không phải lời đầu tiên Chúa phán cho thế giới. Lời triệu tập đầu tiên là nghe về tội lỗi (33:14), về tiêu chuẩn luật pháp của Chúa (33:15) và về sứ điệp tha thứ (33:24). Thế giới phải nghe về những việc Đức Giê-hô-va đã làm cho Si-ôn vì cũng sự cứu rỗi đó phải đi đến tận cùng trái đất (Thi 96–98). Nhưng nếu 'lời mời gọi của phúc âm' không được ai chú ý, thì sự phán xét thiên thượng vẫn còn đó; và thế giới cũng phải nghe điều đó.

Trong các câu *2–4*, sự phán xét phát xuất từ bản chất của Đức Chúa Trời (*nổi giận*). Nếu Đức Giê-hô-va không phải là một Đức Chúa Trời thánh khiết, và nếu sự thánh khiết của Ngài không phải là một sức mạnh tuyệt đối chống nghịch tội lỗi và tội nhân, thì không cần đến sự cứu rỗi (Rô 1:16–18). Đất (2–3) và trời (4) đều bị 'dính' trong sự phán xét cuối cùng: mọi nước (2), mọi cá nhân (3ab), môi trường (3c), vũ trụ (4).

2. Giới thiệu lại từ 'Vì'. Đây là lời giải thích đầu tiên cho lệnh triệu tập thế giới. *Nổi giận* (*qeṣep*): đối với danh từ, so sánh 54:8; 60:10; với động từ, so sánh 8:21; 47:6; 54:9; 57:16–17; v.v... Đây là cơn giận bộc phát rõ ràng. *Cơn thịnh nộ* (*ḥēmâ*), 'sự giận dữ', là sự thù địch mãi mãi. *Hủy diệt* là √*ḥāram*, từ chữ này mới ra chữ 'hậu cung' (harem), tức nơi chia cắt. Trong ngữ cảnh của sự phán xét, đây là việc chấm dứt sự tiếp xúc sâu xa hơn của con người vốn rất xấu xa, bắt buộc phải phó thác cho Chúa để Ngài quyết định ngay lập tức. Danh từ *ḥerem* xuất hiện trong câu 5 (so sánh 11:15; Dân 21:2; Giô 2:10; 6:17–18). Cuối cùng; *cuộc tàn sát* là sự chết bởi cớ tội lỗi và tội nhân.

3. *Xác chết*: Chắc chắn là Đức Chúa Trời ghét tội và yêu tội nhân, nhưng nếu tội nhân từ chối 'lời mời gọi của phúc âm' thì họ phải gánh chịu hình phạt vì tội của họ. Khi đó sự phân biệt giữa tội lỗi và tội nhân bị phá vỡ. *Đầm đìa*: nghĩa đen là 'tan chảy ra' vì sự xói mòn đất khủng khiếp vừa mới xảy ra qua dòng huyết cuồn cuộn của những người bị giết.

4. Ở đây chỉ nói đến 'cấu trúc' của bầu trời (không phải 'đạo binh', 24:21; 27:1). Toàn cõi vũ trụ bị nhiễm tội của con người. *Tan tác*: 'suy tàn', 'mục nát', sự thối rữa bên trong dẫn đến sự suy sụp. *Cuốn lại*: Đức Giê-hô-va quyết định thời điểm kết thúc câu chuyện và đóng sách lại. Sự mục nát bên trong tương ứng với quyết định bên ngoài để viết nên chữ 'xong rồi'. *Tàn lụi...khô... khô*: sức sống bên trong không còn, mùa thu hoạch đã đến và vụ mùa đã được gặt.

5–6d. *Ê-đôm* được giới thiệu như một trường hợp điển hình. Cho dù chính Ê-sau không có khả năng duy trì mối hận thù (Sáng 33:4–16), nhưng bởi ông mà mối quan hệ với Gia-cốp không còn tốt đẹp (Sáng 27:41). Và đến Dân Số Ký 20:14–21 thì tình trạng thù địch trở thành một khuôn mẫu được thiết lập. Sau-lơ gây chiến với Ê-đôm (1 Sa 14:47). Đa-vít trở thành vị vua duy nhất đánh bại và thôn tính Ê-đôm (2 Sa 8:14; so sánh 1 Vua 11:15–16). Ê-đôm nổi dậy chống lại Sa-lô-môn (1 Vua 11:1–17, 23–25) và vẫn còn nổi loạn một thế kỷ sau đó (2 Vua 8:20). Năm mươi năm sau, vẫn còn đánh nhau (2 Vua 14:7, 10), và khi Giê-ru-sa-lem thất thủ, sự thù địch cay đắng của Ê-đôm trở nên hiển nhiên (Thi 137:7; Áp-đia 10–14). Hậu quả là lời buộc tội của A-mốt (1:11) về sự thù địch đời đời là hoàn toàn có căn cứ. Giê-rê-mi 49:7–22 cho thấy rằng ngay cả trước hành động của Ê-đôm khi Giê-ru-sa-lem sụp đổ, sự phán xét Ê-đôm đã là một phần trong thế giới quan của nhà tiên tri. Áp-đia nhìn thấy Ê-đôm vừa là một nơi chốn, vừa là một biểu tượng: sự phán xét tự nó đáng nhận lãnh nhưng cũng mô tả sự phán xét là đặc điểm của Ngày của Chúa. Không phải ông đang đối mới: trong Thi Thiên 60:8; 83:6, Ê-đôm đã là một biểu tượng trong chủ đề về sự thù địch với Si-ôn. Hai yếu tố khiến Ê-đôm đặc biệt phù hợp để trở thành ý chủ đạo cho cả thế giới trong sự phán xét cuối cùng: thứ nhất, họ luôn thù địch với dân sự Chúa, và thứ hai là việc họ chỉ thật sự chịu thua trước Đa-vít mà thôi. Do đó, bởi nhìn thấy trước Đa-vít sẽ đến (34:23) nên Ê-xê-chi-ên ngay lập tức đi đến việc chinh phục Ê-đôm (35:1–15). Ê-sai cũng theo truyền thống này bằng cách đi theo lời báo trước về Vua (chương 33) với sự thất bại của Ê-đôm trong sự phán xét cuối cùng (so sánh 11:14; 63:1–6). Hồi tưởng lại 29:22 và thiết lập gia đình Gia-cốp; việc lật đổ Ê-đôm/Ê-sau làm cho ngày cuối cùng trở thành sự ứng nghiệm chính xác điều có từ ban đầu (Sáng 25:23). Mục đích của Đức Chúa Trời liên quan đến sự lựa chọn vẫn đứng vững. *Sự hủy diệt*: nghĩa đen 'dân của *ḥerem* của Ta' (xem câu 2). *Mỡ... máu* là các phần của con thú bị giết chỉ thuộc về một mình Đức Chúa Trời (Lê 3:16–17; 7:23–27). Trong sự phán xét, Đức Giê-hô-va tìm kiếm điều gì đặc biệt đối với Ngài, điều mà chỉ một mình Ngài có quyền trên đó.

6e–7. Gợi ý về nghi lễ dâng sinh tế trong câu 6a-c bây giờ được triển khai rõ ràng. *Bốt-ra*, cách Biển Chết hơn bốn mươi ba ki-lô-mét về phía nam, là thủ phủ của Ê-đôm. *Sinh tế* là phương cách được chỉ định nhằm đáp ứng những đòi hỏi của sự thánh khiết thiên thượng. *Bò rừng* không được dùng làm sinh tế. Do vậy, có lẽ Ê-sai đang sử dụng những ẩn dụ liên quan đến thú vật để chỉ những người và lãnh đạo nổi bật của Ê-đôm.

8. *Báo thù*: sinh tế mà sự thánh khiết thiên thượng đòi hỏi (6e–7) cũng chính là sự đền bù xứng đáng với tội lỗi của con người. *Vì cớ Si-ôn* thêm vào động cơ thứ ba cho cuộc dâng sinh tế và sự báo thù. Si-ôn có lý do chính đáng để chống lại Ê-đôm, và Ngài có quyền quyết định sự báo thù thuộc về ai.

9–10b tóm tắt lại toàn bộ bức tranh về sự phán xét bằng cách, trước nhất là lưu ý môi trường bị hư hỏng, chứng minh cho quan điểm Kinh thánh rằng mối đe dọa lớn nhất đối với môi trường là tội lỗi con người, và thứ nhì, hậu quả vĩnh viễn, *ngày đêm không bao giờ*. Suy nghĩ này tạo thành cầu nối bước vào nửa sau của phần này.

10c–17, Sự phán xét vĩnh viễn. Ê-sai tiếp tục phát triển chủ đề sự phán xét của Chúa đối với thế giới.

10c–15. Những từ ngữ mở đầu *từ đời này sang đời kia* không chỉ tạo mối liên kết với nửa đầu của bài thơ (1–10b) mà còn thông báo chủ đề của nửa phần sau. Việc nhân loại biến mất (10d–13) và loài thú xuất hiện (14–15) chứng tỏ sự phán xét lớn của Chúa là vĩnh viễn. Các hoạt động bình thường của cuộc sống (10d, *đi qua*), và những nhiệm vụ đặc biệt trong cuộc sống (12, *giới quý tộc, quan chức*) là những gì thuộc về quá khứ, còn chỗ của họ thì dành cho loài vật hoang dã (11ab, 13cd) và cỏ dại (13ab). Tất cả xảy ra bởi hành động thiên thượng (*Chúa sẽ giăng*). *Dây đo* là hình ảnh về sự phân chia xứ cho chủ sở hữu mới, còn *dây dọi* mô tả thế nào những việc xảy ra phù hợp với điều đã được ấn định. *Hỗn độn...trống rỗng* lần lượt là *tōhû* và *bōhû*, 'sự vô hình và trống không' ở Sáng Thế Ký 1:2; xem 24:10. Trước khi bàn tay sắp đặt của Chúa phủ lên nó vẻ đẹp, mục đích và kiểu mẫu, thì nền vật lý của thế giới lúc được tạo ra là vô nghĩa, tối tăm, không người ở, không có hình dạng, và trống rỗng (so sánh Giê 4:23). Đây chính là thế giới mà tội lỗi đem lại vào ngày cuối cùng. Ngày cuối cùng là một thế giới không có con người hay mục đích, không có hình dạng hay ý nghĩa. Đức Giê-hô-va bắt thế giới của tội nhân phải chịu điều họ đã chọn và đạt lấy. Tính chất vĩnh viễn được khẳng định trong câu 10 được mô tả trong câu 14–15. Các câu này được mở đầu và kết thúc với những ám chỉ về thú vật (đực và cái), và những dòng thơ này nói đến sự *nghỉ ngơi* và nuôi thú con. Tất cả là một khung cảnh ấm cúng về sự an ninh trong gia đình có sự ổn định và yên tĩnh. *Loài dê ma quái* có thể ngụ ý loài dê được cho là ma quái (13:21), còn *yêu quái* ngụ ý *lîlît*, 'yêu quái ban đêm', nhưng có lẽ Ê-sai cho các loài thú tên gọi tạo xúc cảm để làm tăng cảm giác về sự thay đổi ghê sợ.

16–17. Những câu này là lời triệu tập cuối cùng, với các mạng lệnh ở số nhiều tương ứng với câu 1 và kết thúc phần giới thiệu. Chúng ta thấy sự phán xét kinh khủng sắp đến và với sự hiểu biết mập mờ về sự thánh khiết cùng khả năng nổi giận vì vấn đề đạo đức ngày càng suy giảm, chúng ta có khuynh hướng nói rằng 'chắc chắn không có chuyện đó đâu!' Cũng như thính giả của Ê-sai, chúng ta cần lời nhắc nhở nghiêm khắc rằng điều đó chắc sẽ xảy ra như thế. *Đủ đôi* nhắc lại từ ngữ tương tự trong câu 15. *Dùng dây đo* phản chiếu ẩn dụ trong câu 11. Sự việc sẽ xảy ra như đã nói! Trình tự *miệng...Thần Ngài...tay* bảo đảm rằng sự việc sẽ khớp với lời Chúa phán, được thực hiện bởi quyền năng Ngài, và xảy đến qua sự đụng chạm trực tiếp của chính Ngài. *Trong sách:* không có phân đoạn Kinh thánh nào khác có lời yêu cầu này. Tuy nhiên, chúng ta có quyền hiểu rằng Ê-sai muốn nói 'và đọc rằng....', tức là có những phân đoạn trong Kinh thánh ủng hộ điều vừa được khẳng định không? Có lẽ chúng ta nên dịch liên từ *kî* (bản NIV bỏ qua từ này) là 'và đọc, vì ...' Trong trường hợp này, Ê-sai đang kêu gọi chúng ta đến với sự hiểu biết sâu sắc lời thành văn của Đức Chúa Trời, trên cơ sở là từng chi tiết nhỏ nhặt nhất – đến cả loài chim và loài thú - ra từ miệng Ngài, đều sẽ được thực hiện bởi Thánh Linh Ngài và được áp dụng bởi tay Ngài.

Những hiện thực tối hậu: người hành hương đến Si-ôn (35:1–10). Trong lời rủa khốn thay tương ứng thứ ba, có ý ám chỉ sự cứu chuộc (29:22). Bây giờ là đỉnh điểm của toàn bộ chuỗi lời rủa khốn thay, được diễn đạt qua một trong những bài thơ tuyệt vời nhất từng được viết. Đó là bài thơ dựa trên cuộc xuất hành. Người hành hương đi qua vùng đất hoang (1–2) nhìn thấy môi trường hoang vắng thay đổi vì họ - và hân hoan để thay đổi (2b)! Thế nhưng chính người hành hương (3–4) ở dưới sự áp bức, như chính những người được xuất hành từng bị áp bức, nhưng họ được lệnh phải dũng cảm chịu đựng với lòng tin chắc hoàn toàn vào sự cứu rỗi thiên thượng. Trong các câu 5–7, một lần nữa họ ở trong hoang mạc, nhưng lần này không chỉ hoang mạc đang được biến đổi vì lợi ích cho họ (6c–7) mà còn có một sự biến đổi khác nữa: người hành hương được hồi phục để thực hiện cuộc hành trình (5–6ab). Sự cứu rỗi của họ đã xong. Giờ đây, một con đường quang đãng bày ra trước mắt họ (8a); một con đường được đắp cao. Con đường ấy chỉ dành cho người thánh (8bc); con đường thông thoáng không thể nhầm lẫn được (8e) và không chút nguy hiểm (9). Do đó, cuối cùng, những người được chuộc của Đức Giê-hô-va đến Si-ôn với sự vui mừng (10).

1–2, thế giới mới, lời hứa cho người lữ hành. Bối cảnh xuất hành trong những câu này thật rõ ràng. Khi Y-sơ-ra-ên rời Ai Cập, những nơi không có triển vọng nhất lại ủng hộ họ (Xuất 15–17) và chính trong đồng vắng họ đã nhìn thấy vinh quang của Đức Giê-hô-va (Xuất 16:10). Chúng ta phải thêm chữ 'vì/về họ' vào từ *vui vẻ* như trong nguyên bản Hê-bơ-rơ.² Những con người vô danh này tái xuất hiện trong câu 2e với đại từ *chúng*, trong 8d là *những người được chuộc* (nghĩa đen là 'họ') và cuối cùng, trong câu 10b họ được nhận diện là *người Đức Giê-hô-va cứu chuộc* đến Si-ôn. Hoặc là sự hiện diện của họ đem lại sức sống mới cho thế gian ('vui vẻ về họ') hoặc là thế gian vội vã mặc lấy vẻ đẹp mới 'vì họ'. Ý đầu phù hợp với Rô-ma 8:19–21; ý sau ngụ ý việc xóa bỏ lời rủa sả và phục hồi quà tặng miễn phí mà với món quà đó, Vườn Ê-đen đã chào đón người nam và người nữ trước sự sa ngã. Rõ ràng trong Xuất Ê-díp-tô Ký 17, nước chảy ra cho dân sự Chúa khiến hoang mạc nở hoa ngay tức khắc; nhưng Ê-sai thấy trước những người hành hương cuối cùng đi qua một môi trường đáng được ca tụng, trong đó 'bầu trời xanh nhẹ trên cao,/dưới đất đầy một màu xanh ngọt ngào;/trong từng sắc màu đều có vật sống,/mà cặp mắt vô tín không hề nhìn thấy'.³ *Li-ban* tượng trưng cho công việc của Đức Chúa Trời, không phải của con người (Thi 104:16); *Cạt-mên* thật ra có nghĩa là 'vườn cây ăn trái', được vun trồng một cách có kế hoạch; còn *Sa-rôn* (Nhã. 2:1) là chuẩn mực của vẻ đẹp. Tất cả làm biến đổi *hoang mạc ...đồng hoang* trước kia; nhưng những người đi qua nó không phải chỉ thấy vẻ đẹp của sự sáng tạo: họ nhìn thấy *vinh quang* và *sự huy hoàng* của Đấng Sáng Tạo. Giờ đây, không điều gì có thể ngăn cản vinh quang Chúa phô bày đầy đủ trong những công việc của Ngài. *Vinh quang* của Ngài là giá trị cố hữu của Ngài; *sự huy hoàng* của Ngài là sự oai nghiêm và phẩm giá nhìn thấy từ bên ngoài.

3–7, đời sống mới, sự cứu rỗi cho người lữ hành. Người lữ hành trong cuộc xuất hành nhìn về phía trước, không thấy trổ hoa, chỉ thấy sự cằn cỗi (Xuất 15:21). Sự nở hoa xảy ra khi họ bước đi trên con đường lữ hành.

3–4. Đây chính là lý do mà bây giờ Ê-sai kêu gọi người lữ hành *làm cho mạnh mẽ những bàn tay* của họ. *Bàn tay* có nghĩa là sức mạnh để cá nhân hành động (như khi chúng ta nói

---
²Động từ 'sẽ vui vẻ' bao gồm tiếp vĩ ngữ của đại từ ngôi thứ ba số nhiều giống đực. Tuy nhiên, tiếng Hê-bơ-rơ là ví dụ điển hình cho tân ngữ trực tiếp đi cùng với ngoại động từ (GKC 117x, vd: 27:4; 35:9; Xa. 7:5), cho nên 'hãy vui vẻ vì họ' là chính xác về ngôn ngữ học. Về mặt thần học, từ này liên kết sự giải phóng công trình sáng tạo với sự mặc khải về con cái Đức Chúa Trời, như ở Rô-ma 8:22.

³Từ G. W. Robinson, 'Loved with everlasting love'.

'bắt tay vào làm việc'); *đầu gối* ngụ ý sự vững vàng và kiên trì, sức bền để gắn bó với người hành hương; *lòng* cần được nuôi dưỡng trong những niềm xác tín giúp chúng ta tiếp tục trung thành với cam kết thuộc linh, tình cảm và tâm trí. Trong vấn đề cuối cùng, chúng ta đặc biệt phải khích lệ lẫn nhau (*bảo…'hãy vững lòng, đừng sợ…'*; so sánh Hê 10:24–25). Nhưng lý do quan trọng để khích lệ nhau là *Đức Chúa Trời của anh em*. Mặt khác, chúng ta có thể nghĩ đến những ngày đen tối nhất ở Ai Cập khi người này người kia nhớ lại lời hứa của Chúa với Gia-cốp 'Chính Ta sẽ xuống Ai Cập với con, và cũng chính Ta chắc chắn sẽ dẫn con trở về' (Sáng 46:4, theo nghĩa đen), hoặc những lời của Giô-sép: 'chắc chắn Đức Chúa Trời sẽ thăm viếng anh em, đem anh em ra khỏi xứ nầy' (Sáng 50:24, theo nghĩa đen). *Sự báo thù* (*nāqām*, 34:8) xem xét điều sai trái mà dân Ngài phải chịu đựng; *sự báo trả* (*gĕmûl*) hoàn lại điều sai trật đã làm cho dân sự. *Sự báo thù* và *báo trả* là điều Ngài sẽ làm đối với kẻ thù của Ngài; nhưng với dân Ngài thì Ngài sẽ thực hiện sự cứu rỗi.

5–7. Câu 5 và 6 đều bắt đầu với từ *Bấy giờ* nhằm nhấn mạnh. Hai câu này nói đến công việc cứu rỗi thiên thượng (4f). Công tác cứu rỗi mà Đức Chúa Trời sẽ làm cho dân Ngài trở nên mới (5–6ab). Sự yếu đuối của dân trong hiện tại (3–4ab) sẽ được biến đổi trở thành những khả năng mới. Sự tương phản giữa hai cơ quan tiếp nhận (*mắt, tai*) và hai hành động (*nhảy nhót, ca hát vang lừng*) nhằm diễn tả tính toàn bộ. Về *mắt* và *tai*, xem 29:11–12, 18; 30:20–21; 32:3. Đứng trước chữ *nước* là chữ 'Vì'. Việc phục hồi sự sống trong tự nhiên giải thích cũng như minh họa cho điều xảy ra với người được cứu. Chỉ Đức Chúa Trời mới có thể đem lại sự biến đổi như thế (*dòng nước…trong hoang mạc*), những sự thay đổi hoàn toàn như thế (*nóng và khô hạn… ao hồ và suối nước*; nghĩa là những nơi hút ẩm thì bây giờ giữ lại và cung cấp độ ẩm), và những sự phục hồi như thế (*chó rừng* – cư dân của vùng không thể ở được - đi và hồn ma trước kia của chúng trở thành *đồng cỏ, sậy và cói*): đây là điều trái ngược với việc loài thú sẽ xuất hiện như là dấu hiệu cho thấy sự trú ngụ của con người không còn (34:14–15).

8–10, con đường mới, những lữ khách hồi hương

8–9c. *Đường cái* đúng như tên gọi: đường đắp cao hơn so với địa hình xung quanh ở vùng quê để dễ nhìn thấy. *Đường Thánh*: rõ ràng đây là một yêu cầu quan trọng vừa phải vì *kẻ bất khiết* không thể đi qua. Điều này tương đương với phân đoạn nói về 'luật pháp của Chúa' ở 33:14–16. Đức Giê-hô-va không bao giờ hạ thấp tiêu chuẩn của Ngài để cho phù hợp với sự yếu đuối của dân Ngài; mà Ngài nâng họ lên ngang bằng với những tiêu chuẩn đó. Việc này diễn ra như thế nào thì Ê-sai không cho biết; ông hoàn toàn để cho chúng ta giả định rằng việc đáp ứng những đòi hỏi như thế của luật pháp được thực hiện cho dân Ngài qua công tác cứu rỗi (4f) và sự cứu chuộc của Ngài (9d, 10a), vì *những người được chuộc sẽ bước đi trên đường ấy! Kẻ bất khiết* (*ṭāmē*) ám chỉ những sự ô uế được tẩy sạch bởi sinh tế. Do đó, những người không đủ tiêu chuẩn bước trên *Đường Thánh* cũng tự loại mình vì không dùng đến phương tiện của ân sủng dành sẵn cho họ. *Những người này là* 'họ', xem câu 1. *Khờ dại* ('*ĕwîlîm*') là kẻ 'ngu xuẩn', những người chắc chắn sẽ hiểu sai cho dù không có cơ hội cho việc hiểu sai, những người thiếu các nguyên tắc hướng dẫn đúng đắn. Ý muốn nhấn mạnh ở đây là việc đi đến đích là chắc chắn nhưng sự chắc chắn đó không phụ thuộc vào khả năng hay 'trí tuệ' của con người. Việc bảo đảm sự cứu rỗi cuối cùng gắn liền với công tác cứu rỗi ban đầu (4f), với kết quả là việc khắc phục hoàn toàn những yếu đuối của con người (5–6ab). Ý này được tiếp tục trong việc nhắc đến (*không có sư tử*) sự vắng mặt của tất cả các mối đe dọa từ bên ngoài khiến cho người hành hương không đến được cuối con đường.

9–10d. *Được chuộc…cứu chuộc:* động từ 'chuộc' lần đầu xuất hiện trong sách Ê-sai là ở đây.[4] √*gā'al* nhấn mạnh thân vị của Đấng cứu chuộc, mối liên hệ với người được chuộc, và sự can thiệp của Ngài vì cớ họ. Phân từ *gō'ēl* là thuật ngữ chuyên môn chỉ người thân gần nhất có quyền xem nhu cầu của người thân đang cần được giúp đỡ là nhu cầu của chính mình (Lê 25:25; Dân 5:8); *gō'ēl* thường được dịch là 'người báo thù', tức là người có quyền đeo đuổi kẻ giết người thân của mình. Điều này ngụ ý tính chất thay thế thiết yếu trong mối quan hệ - người chết; người kia thế chỗ (Dân 35:12; Phục 19:6). Vị trí của *gō'ēl* là điều gì đó không ai khác dám chiếm (Ru 3:12; 4:1–6). Tuy nhiên, đây là quyền lợi hơn là trách nhiệm không thể chuyển nhượng. Cho nên, ở đây ý muốn nói Đức Giê-hô-va là Đấng duy nhất có thể chuộc dân Ngài, đó là quyền lợi không thể chuyển nhượng, chính Ngài là Đấng xem mình là Người Thân Gần Nhất của họ, xem nhu cầu của họ là của chính Ngài, Đấng Hùng mạnh thay chỗ cho kẻ đang cần được giúp đỡ, trả giá thay cho họ (Lê 27:13, 19, 31). Về *pādâ* ('chuộc'), xem 1:27. *Họ sẽ đến:* đến (810b) thay cho đi (8–9). *Niềm vui…sẽ ở trên đầu họ* (10c) hoặc 'họ sẽ tràn ngập niềm hân hoan…' như thế cả cuộc đời họ đeo đuổi hạnh phúc thật mà họ chẳng bao giờ đạt được. Dù hiểu theo cách nào, cuối cùng dân của Chúa và niềm vui của Chúa cũng hợp nhất. *Buồn bực than văn* tương ứng với *hân hoan vui mừng* theo ý tiêu cực. Sự ra đi của chúng để lại *niềm vui* trong thành và trong đoàn người hành hương hạnh phúc.

b. Lời kết: vầng đá của lịch sử (36:1–37:38)

Những chương này là phần tường thuật lịch sử tương ứng với 2 Các Vua 18–19.[5] Ê-sai chen vào câu chuyện ở 2 Các Vua 18:13–16. Vua A-si-ri dường như đã chấp nhận sự đầu hàng của Ê-xê-chia và việc đền đáp bằng tiền bạc, nhưng ngay lập tức lại gây áp lực trên Giê-ru-sa-lem. Đây là 'sự phản bội' được nói đến ở 21:2; 24:16; 33:1. Do vậy, trong phần tường thuật của Ê-sai, bối cảnh là cuộc xung đột liên tiếp giữa hai vua: vua 'lớn' trên đất (36:4) và Vua thuộc dòng dõi Đa-vít bị bao vây trong thành của lời hứa (28:16). Ê-sai nói đến bối cảnh quan trọng khiến sự kiện này có ý nghĩa hết sức quan trọng. (a) Ở 14:24–27, 'sự ứng nghiệm trước mắt' lần đầu tiên trong chương 13–27, Ê-sai báo người nghe phải coi chừng

---

[4] So sánh với 35:9; 41:14; 43:1, 14; 44:6, 22–24; 47:4; 48:17, 20; 49:7, 26; 51:10; 52:3; 9; 54:5, 8; 59:20; 60:16; 62:12; 63:4, 9. 16.

[5] Có phải Ê-sai lấy phân đoạn này từ nguyên bản ở 2 Các Vua 18:13–20:21 (như cách nghĩ của đa số các chuyên gia) hay sử gia của Các Vua lấy từ Ê-sai (Oswalt, *The Book of Isaiah 1–39*; Young, *Studies in Isaiah*) hay cả hai điều chính cho phù hợp với mục đích của họ từ cùng một nguyên bản (J, Wilderberger; *Jesaja*, Neukirchner Verlag, 1982)? (a) Nếu sử gia của Các Vua đã soạn thảo ra, thì tại sao đây là đoạn độc đáo trong sách của ông? Ngoài 2 Các Vua 14:25, đây là chỗ duy nhất gọi đích danh nhà tiên tri viết và là phần trích dẫn duy nhất được mở rộng từ lời tiên tri của ông. Một sự đổi mới thế đòi hỏi lời giải thích. Nó là cái đáng so sánh nhất với chu kỳ Ê-li-Ê-li-sê, và hầu hết sẽ đồng ý rằng Các Vua lấy phân đoạn này từ một nguồn độc lập. (b) Nếu tài liệu này tài liệu gốc đối với Các Vua, thì tại sao hai sự kiện (36–37, 38–39) lại không theo trình tự thời gian? Sẽ không có gì để chứng minh điều này trong câu chuyện của Các Vua (c) Hai ký thuật không hề giống nhau, và trong những điểm khác nhau, cũng không có sự nhất quán trong thực tế. Phần thêm vào chính trong sách Ê-sai (lời cầu nguyện của Ê-xê-chia) nhất quán với lời khẳng định (2 Sử 32:32) rằng Ê-sai viết ký thuật về thời trị vì của Ê-xê-chia. (d) Tốt nhất là nghĩ rằng Ê-sai và Các Vua đều có thể tiếp cận các ghi chép của triều đình. Điều này sẽ giải thích; ví dụ, tại sao Các Vua (18:14–16) nói đến còn Ê-sai loại bỏ chi tiết Ê-xê-chia thuận phục - Các Vua nhắm đến việc ký thuật đầy đủ chi tiết; còn Ê-sai nhắm đến việc kết hợp lịch sử với mục đích thần học. Ngoài ra, ký thuật vắn tắt về bệnh tật của Ê-xê-chia và phần thêm vào ở Ê-sai 38:9–20 cho thấy nhà tiên tri không muốn hút sự chú ý vào bản thân trong khi mục đích của ông là khuấy động đức tin vào Đức Giê-hô-va, và cũng cho thấy ông có đặc quyền được tiếp cận các tài liệu riêng tư của Ê-xê-chia. (e) Chỉ có Ê-sai quan tâm đến, và chứng minh cho, trình tự sự kiện bị đảo ngược, sử dụng câu chuyện của San-chê-ríp làm đỉnh điểm cho các chương 12–39 và sự thất bại của Mê-rô-đác Ba-la-đan làm phần giới thiệu hoàn hảo cho các chương từ 40 trở đi. Dù phần lớn các bằng chứng của Các Vua và Ê-sai cho thấy sự tiếp cận độc lập với các ký thuật hiện có, nhưng trình tự sự kiện bị đảo ngược chỉ ra rằng ký thuật của Ê-sai đã được xác minh kỹ lưỡng vào thời điểm sử gia của Các Vua xuất hiện.

việc đập tan 'quân A-si-ri trong đất Ta' (14:25). Đây là điều Đức Giê-hô-va đã 'định' và 'sẽ đứng vững' (14:24), nhưng cũng là mục đích của Chúa cho 'cả thế giới' (14:26), tức là một thí dụ điển hình về sự tể trị tối thượng trong vũ trụ của Ngài. 'Sẽ đứng vững' (14:24) và 'ai có thể làm cho rút lại?' (14:27) là ý nhấn mạnh, muốn nói rằng đây là điều (nếu có thể nói như vậy) Đức Giê-hô-va chắc chắn sẽ thực hiện. Mục đích của bức tranh toàn cảnh vũ trụ trong các chương 13–27 là phô bày các chiều kích của vương quốc của Vua tương lai thuộc dòng dõi Đa-vít (9:5,6; 11:1–16). Ê-sai dùng bản đồ thế giới trong thời của ông và – như ở 19:24–25 và 27:13 - làm cho Ai Cập và A-si-ri trở thành biểu tượng cho quyết định và quyền năng của Đức Giê-hô-va nhằm khiến các nước trở thành vương quốc của Ngài. (c) Chuỗi sáu lời rủa khốn thay trong các chương 28–35, về mặt lịch sử, tập chú vào tình hình sáu năm cuối của thế kỷ thứ tám T.C; trong đó những quốc gia này, vương quốc Đa-vít, Ai Cập và A-si-ri, bị lôi kéo vào nhau. Bây giờ là lúc Đức Giê-hô-va chứng tỏ quyền tể trị của Ngài trong lịch sử! Bằng cách này, các chương hiện tại đặt vầng đá của lịch sử dưới cơ cấu lại thế học.

i. Sứ thần A-si-ri đầu tiên: vị vua bơ vơ (36:1–37:7). San-chê-ríp lên ngôi vua của A-si-ri năm 705 T.C và được chào đón bởi các cuộc khởi nghĩa trong khắp tập đoàn đế quốc của ông. Cuộc nổi dậy nghiêm trọng nhất là của Mê-rô-đác Ba-la-đan ở Ba-by-lôn, và phải mất hai năm để dập tắt. Sau đó, vua quay sang những người chống đối ở phía tây, trong đó có Ê-xê-chia (2 Vua 18:7; so sánh Ê-sai 38:1). Theo San-chê-ríp, bốn mươi sáu thành của Giu-đa thất thủ còn dân chúng thì bị trục Xuất Vì cuộc khởi nghĩa vũ trang bị thất bại, Ê-xê-chia chấp nhận các điều khoản (2 Vua 18:13–16). Ê-sai không buồn ghi lại tất cả: ông chỉ muốn dẫn chúng ta vào ngay chỗ ông có thể cho thấy kết quả của đức tin, không phải hậu quả của sự vô tín.

Diễn văn đầu tiên của A-si-ri: không có sự cứu rỗi trong đức tin (36:1–10).

1. Vì cuộc tấn công của San-chê-ríp diễn ra năm 701 T.C; nên *năm thứ mười bốn* cho biết năm Ê-xê-chia lên ngôi sẽ là năm 715 T.C. Điều này mâu thuẫn với 2 Các Vua 18:1, 9 nói rằng ông lên ngôi năm 729/728. Do đó, một số người sửa lại một chút trong bản văn Hê-bơ-rơ là 'hai mươi bốn'. Nhưng cả 2 Các Vua 18:13 và Ê-sai 36:1 dường như đều ghi rõ rằng *năm thứ mười bốn* là lúc San-chê-ríp đến Giu-đa. Những người khác dựa vào thuyết đồng nhiếp chính. Vương quyền của Đa-vít không hoạt động trên nguyên tắc quyền trưởng nam. Ví dụ, mọi người mong đợi Đa-vít chỉ định người kế vị (1 Vua 1:5–30). Do vậy, giả sử A-cha; Ê-xê-chia và Ma-na-se đều có những khoảng thời gian đồng nhiếp chính với người tiền nhiệm của họ lẫn thời gian trị vị một mình, thì có lẽ Ê-xê-chia cùng giữ quyền nhiếp chính với cha mình năm 729–715 và thời gian mình ông làm vua các năm 715–696, rồi ông cho Ma-na-se giữ quyền nhiếp chính cho đến năm 687. Một chút suy đoán như thế sẽ giải quyết hài hòa vấn đề niên đại được ghi lại cho chúng ta.[6]

2–3. *Ráp-sa-kê* là người chỉ huy chiến trường, một tước hiệu của người A-si-ri, có lẽ ban đầu là 'quan hầu rượu' nhưng đến thời điểm này trở thành quan chức cấp cao của đất nước. *La-ki:* cách Giê-ru-sa-lem bốn mươi tám ki-lô-mét về phía tây nam. Đó là một cái hố được đào lên với khoảng một ngàn năm trăm thi hài trong cuộc tấn công của San-chê-ríp. Lúc này, San-chê-ríp đã đánh bại những kẻ nổi loạn ở Ty-rơ và Phi-li-tin, và quân đội Ai Cập (trong một lần can thiệp) tại El Tekeh, phía bắc La-ki. Ê-xê-chia bây giờ bị cô lập. Về mặt chính trị; không có lý do gì để San-chê-ríp trở về nhà mà không xử lý nhà nước nổi

---

[6] Xem H. H. Rowley, *Men of God* (Nelson, 1963), trang 98 trở đi.; K.A. Kitchen and T. C. Mitchell; 'Old Testament Chronology', in *NBD*.

loạn cuối cùng này. Đến mức này, việc ông ta chấp nhận vàng của Ê-xê-chia một cách giễu cợt là yếu tố phi luân lý tiêu biểu trong chính trị: nó làm giảm khả năng Ê-xê-chia mua chuộc đồng minh và do đó, mục tiêu xa hơn nữa là phơi bày cho Ê-xê-chia thấy sức mạnh của A-si-ri. *Cống dẫn nước* nơi các quan chức khác nhau gặp Ráp-sa-kê chính là nơi (7:3) A-cha đã khước từ con đường đức tin; Ê-xê-chia sắp gặt vụ mùa của lòng vô tín.

Trong các câu **4–10**, bài diễn thuyết của Ráp-sa-kê có bốn chủ đề: Ai Cập không đem lại hy vọng gì (4–7); tin cậy Đức Giê-hô-va không còn là một lựa chọn vì họ đã từ bỏ Ngài (7; 2 Vua 18:4); Ê-xê-chia không có nhân lực (8–9) và A-si-ri được hậu thuẫn bởi thẩm quyền thiên thượng (10).

4–5. *Đại đế* là danh hiệu các vua A-si-ri thường dùng. *Sự tin tưởng* ám chỉ sự can đảm của Ê-xê-chia trong việc gây nên cuộc nổi loạn. *Ta hỏi ngươi:* [bản NIV dùng 'ngươi nói'] dựa theo bản Qª và 2 Các Vua 18:20. Bản văn Ê-sai ghi là 'Ta hỏi', nghĩa là ý của riêng Ráp-sa-kê là cuộc nổi loạn của Ê-xê-chia không dựa trên kế hoạch khôn ngoan (*mưu lược*) cũng không dựa trên khả năng quân sự (*gĕbûrâ*, xem 30:15). Ê-sai đã nói (28:9–11) rằng nếu họ từ chối sứ điệp rõ ràng của ông, thì họ sẽ nghe những lời tương tự từ người ngoại quốc. Ở đây chính là những lời ông đã nói: tin tưởng, dựa vào, tin cậy và sức mạnh.

6. *Ai Cập* đã từng cố gắng thực hiện lời hứa (28:14) và quân đội của họ đã bị đánh bại tại El Tekeh. Chính Ráp-sa-kê đã nhìn thấy việc này, nhưng lời nói của ông ta có ảnh hưởng rộng hơn và có hại nhiều hơn, phơi bày sự ngu dại đầy tội lỗi của giới lãnh đạo Giu-đa: ông nói chắc chắn họ biết bất kỳ ai tin tưởng Ai Cập cũng đều đau khổ, xác nhận lời đánh giá của Ê-sai rằng liên minh với Ai Cập là ký vào án tử của chính mình (28:15).

7–9. Ê-xê-chia đã tập trung tuân giữ nghi lễ tôn giáo (2 Vua 18:1–7; 2 Sử 29–31). Việc đóng cửa các nơi thờ phượng trong nước (dù cho đúng) cũng không thể không bị chống đối và chỉ trích. Ráp-sa-kê biết cách lợi dụng đầu dây thần kinh của bất kỳ ai thiếu niềm tin vào những việc vua làm. Rồi ông cố gắng thương lượng bằng *ngựa* (8), là thứ ở Y-sơ-ra-ên luôn luôn thiếu.

10. Có vẻ như đằng sau câu nói này phải là sự hiểu biết về điều Ê-sai đang nói (vd: 10:5–6). Thám tử không phải là phát minh của thời hiện đại. *Xứ này:* ký thuật ở 2 Các Vua 18:25 ghi là 'nơi này'. Không thể giải thích sự khác biệt này nếu ký thuật của Ê-sai dựa vào sách Các Vua Thần học lấy Si-ôn làm trọng tâm của Ê-sai sẽ không bao giờ cho phép 'nơi' trở thành *xứ*.

Diễn văn thứ hai của A-si-ri: lời kêu gọi hòa bình được nhiều người ưa thích (36:11–21). Ráp-sa-kê làm ngơ các chính trị gia mà đi thẳng đến dân chúng, nhắc họ (12) nhớ rằng người cai trị tuyên chiến nhưng dân chúng là người lãnh đủ. Khuyên dân chúng đừng tin Ê-xê-chia hay Đức Giê-hô-va (14–15) là một thủ đoạn không có gì khó hiểu; đó là một bước đi hợp lý để mang đến một ngôi nhà mới thay vì nỗi kinh khiếp của sự bao vây (16–17), nhưng Ráp-sa-kê đã phạm phải một sai lầm nghiêm trọng khi đánh đồng Đức Giê-hô-va với các thần khác và khinh bỉ quyền năng giải cứu của Ngài (18–20).

11–12. *A-ram* là ngôn ngữ dùng trong lĩnh vực ngoại giao; nhưng Ráp-sa-kê phớt lờ việc này và nói chuyện với thường dân; *những người ngồi trên tường thành*, nghĩa đen là 'cư dân sống trên tường thành'. *Cùng với các ngươi:* [ND - bản NIV dùng 'như các người' và đúng là phải] nên được dịch là 'với các ngươi', ngụ ý 'hễ ngày nào họ còn gắn bó một cách điên cuồng với ngươi và các chính sách của ngươi'. Với một câu nói, ông đã làm cho dân chúng sợ hãi và khiến họ lánh xa những người lãnh đạo.

13–17. Dường như ông ta biết rõ về chức vụ của Ê-sai và sự nhấn mạnh của Ê-sai về con đường đức tin, vì nếu không thì tại sao việc phủ nhận sự tồn tại của nhân vật đáng tin lại nổi bật trong lý lẽ của ông? *Tin cậy* là từ vựng của Ê-sai (30:15); *giải cứu* là lời hứa cho Ê-xê-chia (38:6 và các câu tiếp theo). Ráp-sa-kê đang thúc ép để có một giải pháp nhanh chóng. Câu Kinh thánh 37:9 cho thấy San-chê-ríp không muốn cuộc chiến kéo dài ở miền tây Pa-lét-tin, có lẽ vì vị trí của ông ở quê nhà chưa hoàn toàn yên ổn. Ông ta đưa ra lời đề nghị sao cho nghe càng hấp dẫn càng tốt: hiện tại yên ổn (16) và một tương lai dễ chịu (17). Ông ta không thể che giấu chính sách lưu đày nổi tiếng của A-si-ri, nhưng ông cố gắng hết sức để làm cho viên thuốc trở nên ngọt dịu.

18–21. Còn bây giờ là sai lầm chết người, lời phạm thượng mà Đức Giê-hô-va đã nghe (37:7). *Ha-mát... At-bát;* xem 10:9. Sê-phạt-va-im là địa danh không xác định.

Phản ứng của vua: cuối cùng cũng tin! (36:22–37:7). Vua phản ứng ngay bằng sự ăn năn và quay về với Đức Giê-hô-va (1). Ông cử đại diện đến gặp Ê-sai (2) xin lỗi (3); lưu ý lời báng bổ và xin cầu nguyện (4). Tuy nhiên, Ê-sai không cầu nguyện, cũng không có phương cách tiếp xúc mới mẻ nào với Đức Giê-hô-va: lời Ngài một khi đã phán sẽ đứng vững (5–6): Đức Giê-hô-va sẽ cất bỏ mối đe dọa lẫn kẻ đe dọa (7).

1. Chúng ta không biết điều gì đã diễn ra giữa Ê-xê-chia và Đức Giê-hô-va trong chuyện này. Chúng ta chỉ biết *cách* ông hành động – xé quần áo và mặc *áo sô* là dấu hiệu của sự ăn năn; rồi đi đến 'nhà' Đức Giê-hô-va, nơi Ngài ở giữa dân Ngài và luôn luôn gặp được Ngài.

2–4. Ý muốn nói là điều người đại diện phải nói với nhà tiên tri bộc lộ bản chất của điều Ê-xê-chia sẽ nói với Đức Giê-hô-va. Thứ nhất là thừa nhận thất bại (3). *Hoạn nạn* là thực tế của nghịch cảnh; *quở phạt* thừa nhận khó khăn là điều đem lại ích lợi; *ô nhục* nhận thấy nỗi xấu hổ công khai theo sau; và *sinh con* là tâm trạng thất vọng về tất cả những gì đã lên kế hoạch, bất lực không thể thực hiện. Áo sô của Ê-xê-chia (1) không phải là hình thức giả tạo! Ngoài ra, khi Ê-xê-chia tiếp tục nài xin sự giúp đỡ, ông không hề dựa trên nhu cầu của bản thân. Cứ như thế ông xấu hổ và nhận thức được thất bại và bất lực đến nỗi ông loại mình ra khỏi bức tranh, vì, thứ hai, còn có danh dự của Đức Giê-hô-va (4). *Đức Chúa Trời hằng sống* là ví dụ nổi bật về thành ngữ chỉ tính vô hạn với mục đích nhấn mạnh: 'một vị Đức Chúa Trời hằng sống'. Mạo từ bất định dồn hết mọi ý nhấn mạnh lên tính từ. Ráp-sa-kê đã liệt kê các tượng thần của người ngoại và của Sa-ma-ri (36:18–20), còn ở đây là một Đức Chúa Trời thuộc một phân loại hữu thể khác, 'một *Đức Chúa Trời hằng sống*'. Đức Giê-hô-va há chẳng sẽ đứng vững bởi chính danh dự của Ngài sao (so sánh Dân 14:11–16; Phục 9:28; Giô 7:8–9)? Thứ ba, Ê-xê-chia đề cập nhu cầu của dân sự Chúa (4), *những người còn sót lại đây*, hoặc 'điều đó xảy ra ở đây'. Hết thành này đến thành khác rơi vào tay San-chê-ríp và những người bị đi đày đang rồng rắn xếp hàng trong cay đắng - tất cả do lỗi của Ê-xê-chia! Ông đã đi theo chính sách nổi loạn điên rồ và bị mê hoặc bởi những lời hứa của người Ai Cập. Nhưng ngay cả khi vấn đề hoàn toàn do lỗi của chúng ta, chúng ta vẫn có thể cầu nguyện. Và chúng ta có thể luôn luôn tin cậy Chúa thương xót dân Ngài (so sánh Dân 14:17–20).

5–7. Các quan chức của Ê-xê-chia đến xin Ê-sai cầu nguyện (4), luôn là một trong những trách nhiệm của tiên tri (Sáng 20:7; 1 Sa 7:5; Giê 11:14; 14:11), nhưng ông không cầu nguyện, cũng không tìm kiếm Chúa. Ông cho rằng điều Đức Giê-hô-va đã phán thì đương nhiên Ngài sẽ làm (Dân 23:10). Cho nên, ông có thể trả lời ngay bằng một lời bảo đảm (6) và lời hứa hành động (7). *Đầy tớ:* cách nói cố ý xem thường, 'những chú bé/tôi tớ của vua A-si-ri'. Ê-sai ắt hẳn lấy làm thích thú khi cho Ráp-sa-kê và các quan chức khác của vua A-si-ri (2 Vua

18:17) thấy rằng họ không khôn ngoan như họ nghĩ! Thật là một sự phô trương trong chức danh và cách nói dài dòng - chẳng qua họ chỉ là những đứa bé luôn ngoan ngoãn phục tùng San-chê-ríp! *Ta sẽ đặt...ngã chết...*: đây là sự tể trị thật sự - và trên cả những quyền lực mạnh mẽ nhất trên đất lúc bấy giờ. *Thần linh*: so sánh 19:14; 29:10 (1 Vua 22:21–23; 2 Tê 2:11; Khải 17:17). Những người sống trong ảo tưởng thường mắc sai lầm. *Tin đồn*: xem câu 9 ở dưới. Đức Giê-hô-va cũng tể trị trên Ai Cập.

ii. Sứ thần A-si-si thứ hai: vị vua tin kính (37:8–35). Trong phần này, chúng ta được biết Ráp-sa-kê rút lui khỏi Giê-ru-sa-lem và lá thư của San-chê-ríp gửi cho Ê-xê-chia (8–9), nội dung bức thư (10–13), phản ứng của Ê-xê-chia (14–20) và phản ứng của Ê-sai (21–35). Khủng hoảng tiếp tục, nhưng được giải quyết ở mức độ con người, nhờ sự cầu nguyện và lời phán của Đức Chúa Trời.

8–9. Ê-xê-chia có đáp lại diễn văn của Ráp-sa-kê không? Có lẽ chúng ta thấy mầm mống của câu trả lời trong các câu 10–13. Nhưng dù là như vậy, Ráp-sa-kê đã nghe rằng hoàng thân di chuyển từ *La-ki* đến *Líp-na*, mười dặm về phía bắc. Việc này xảy ra là do vua nghe *tin đồn* rằng Ai Cập đang kéo quân một lần nữa, và việc tiến quân về phía bắc chắc chắn nói lên điều đó, bất chấp chiến dịch dài hơi của Pa-lét-tin, San-chê-ríp nghĩ rằng tốt nhất là bắt đầu rút lui trở về nhà. Tiệt-ha-ca, ở đây gọi là 'vua Cút', là Pha-ra-ôn thứ sáu trong triều đại 'Ê-thi-ô-pi-a' thứ hai mươi lăm ở Ai Cập.[7] Năm 701 T.C, ông được hai mươi tuổi, và lên ngôi ở Ai Cập năm 690. Nếu bản dịch NIV là chính xác trong việc giới thiệu *Vua Ai Cập* tại đây [cách dịch bản NIV cho thấy ông là 'vua Ai Cập người Cút' còn bản TTHĐ trình bày ông là 'vua Cút' – ND], thì đây sẽ là thẩm quyền được đoán trước qua danh hiệu mà sau này Tiệt-ha-ca được biết đến nhiều hơn bởi danh hiệu đó. Khả năng Ai Cập can thiệp sau trận chiến El Tekeh không lớn, dù rõ ràng từ phản ứng của San-chê-ríp là không thể có chuyện đó, nhưng trong bất kỳ sự việc nào, tin đồn cũng được linh hứng từ thiên thượng. Chúa của lịch sử biết khi nào một lời thì thầm là đủ vì (theo như lời cầu nguyện xa xưa) 'Ngài cai trị và kiểm soát tấm lòng của vua'.

Ê-xê-chia, người có đức tin (37:10–13). Ê-xê-chia là một con người khác. Như được Ráp-sa-kê kể lại ở 36:6–7; ông đã chuẩn bị xong và tin cậy Chúa (theo thứ tự đó), nhưng ở đây không có nhắc đến Ai Cập, chỉ nói đến (nghĩa đen) 'Đức Chúa Trời, là Đấng mà ngươi tin cậy' (10). Cho nên, dù chúng ta có thể nói rằng Ê-xê-chia đã trả lời Ráp-sa-kê bằng lòng tin đơn sơ hay không, thì đó cũng là nơi chúng ta nhìn thấy chỗ đứng của ông: một con người với đức tin cá nhân rõ ràng. San-chê-ríp nói chuyện với Ê-xê-chia vừa bằng lời nói (9b; nghĩa đen là 'sứ giả nói rằng'), vừa bằng thư từ (14). Ông ta tấn công đức tin của Ê-xê-chia (10), khẳng định tính vô địch của A-si-ri trước các nước (11) và các thần (12), và nói bóng gió về rủi ro cụ thể mà các vua chống đối mình sẽ gặp phải (13). Có vẻ như rõ ràng là cuối cùng Ê-xê-chia cũng nghiêm túc nhận lấy lời Chúa hứa giải cứu khỏi A-si-ri (38:6) và đánh cược tất cả trên lời hứa này khi nói với A-si-ri: '*Giê-ru-sa-lem sẽ không rơi vào tay...*' (10).

11–13. *Tiêu diệt hoàn toàn* ($\sqrt{ḥaram}$): xem 34:2, 5. Từ ngữ được dùng nói đến việc lấy ra khỏi sự tiếp xúc của con người và đưa vào tài sản của Đức Chúa Trời - hoặc, trong trường hợp của San-chê-ríp, đưa vào tài sản của thần của ông ta. Đây là cuộc chiến thuộc linh trước mắt: thành của Đức Chúa Trời có thể nào bị nộp cho thần khác không? *Gô-xan...*: tất cả những nơi này thuộc vùng Thượng lưu Ơ-phơ-rát, cực bắc của Pa-lét-tin. San-chê-ríp

---

[7] K. A. Kitchen, *The Third Intermediate Period in Egypt* (Warminster, 1973), trang 154ff., 387ff., and *Ancient Orient and Old Testament* (Tyndale Press, 1966), trang 82 trở đi.

cố gắng khiến cho Ê-xê-chia run sợ trong địa vị một vị *vua*, nhưng thật ra, ông đang thử nghiệm một người có đức tin theo một hướng khác mà ông không biết. Ê-xê-chia là người kế thừa những lời hứa của dòng dõi Đa-vít. Liệu ông sẽ tin cậy những lời hứa bảo đảm ông là vua trước những sự đe dọa đến với ông trong tư cách là vua chăng? *Ha-mát...*, xem 36:19; *Hê-na và Y-va* là những địa danh không rõ ở đâu.

Ê-xê-chia, người hay cầu nguyện (37:14–20). Trong các câu 1–4, Ê-xê-chia xé quần áo mình và nhờ Ê-sai cầu nguyện. Giờ đây, không còn xé quần áo và ông tự cầu nguyện! Ông biết tất tần tật trong lĩnh vực đức tin. Trước tiên, ông giao phó tất cả cho Đức Chúa Trời (14), rồi sau đó cầu xin (15–20).

14. Có vẻ như Ê-xê-chia chỉ đọc thư, rồi nói 'cám ơn và tạm biệt' các sứ giả, và đi lên nhà Đức Giê-hô-va. San-chê-ríp sẽ hỏi họ 'ông ấy nói gì?' và họ sẽ trả lời 'À, không nói gì cả'. Ê-sai nói thật đúng rằng ai tin thì sẽ không hốt hoảng (28:16; so sánh 7:9).

Câu *15–20* là lời cầu nguyện của Ê-xê-chia và, như với tất cả những lời cầu nguyện khác trong Kinh thánh (vd: Nê. 9; Đa. 9; Công 4:24–31), lời cầu nguyện này hoàn toàn hướng về Đức Chúa Trời: Ngài là ai (16), danh tiếng của Ngài (17), tính độc nhất vô nhị của Ngài (18–19) và sự mặc khải về vinh quang của Ngài trong thế gian (20).

16–17. Thực chất của lời cầu nguyện không phải là lời cầu xin, mà là sự thừa nhận về Đức Chúa Trời. Ngài là Đấng vô sở bất năng trong chính thân vị của Ngài là *Đức Giê-hô-va Toàn Năng* ('Đức Giê-hô-va vạn quân') và vô sở bất năng trong sự sáng tạo vì là Đấng đã tạo nên *trời và đất*; Ngài là *Đức Chúa Trời của Y-sơ-ra-ên và Đức Chúa Trời của mọi vương quốc trên đất*; và; ngay giữa câu 16, Ngài *ngự trên các chê-ru-bim*. Đây là những sinh vật trên trời được đặt ở hai đầu của nắp thi ân (Xuất 37:6–9). Chúng tạo thành bệ cho ngai vô hình của Đức Giê-hô-va (Êxê 1:22–28). Chân của Đấng ngồi trên ngai đặt trên nắp thi ân (Thi 99:1–5; 132:7). Như Ê-xê-chi-ên nhìn thấy, chê-ru-bim đại diện cho toàn bộ tính ưu việt của loài sinh vật: sư tử trưởng trong vòng các loài thú hoang, con bò đực giữa các loài thú nuôi, chim đại bàng trong các loài chim và là người trội hơn hết thảy loài người. Còn Đức Giê-hô-va của tất cả mọi loài thật sự hiện diện ngay giữa đời sống của dân sự, ngồi trên ngai và chạm đến họ ngay tại điểm của lòng thương xót. *Đức Chúa Trời hằng sống* (17) nói đến tính vô hạn với mục đích nhấn mạnh, xem câu 4.

18–20. *chỉ là sản phẩm bằng gỗ:* dĩ nhiên, những người thờ phượng ngoại giáo nhìn thấy ảnh hưởng thuộc linh vượt ra ngoài hình dạng vật lý tượng trưng cho thần của họ, nhưng Cựu Ước luôn luôn bình tĩnh nhận diện thần và tượng. Thuyết độc thần của Cựu Ước nghiêm ngặt đến nỗi không chấp nhận bất kỳ một hiện thực nào vượt ra ngoài thế giới vật chất (so sánh 41:5–7). *Chỉ một mình Ngài là Đức Giê-hô-va:* bản NIV sửa lại bản văn của Ê-sai dựa theo 2 Các Vua 19:19 [bản NIV viết 'Lạy Giê-hô-va, chỉ một mình Ngài là Đức Chúa Trời' – ND]. Tuy nhiên, ở Ê-sai, Ê-xê-chia chỉ nói 'chỉ một mình Ngài là Đức Giê-hô-va'. Cũng như ông xem ngoại thần đồng nhất với hình tượng của nó thế nào, thì ngược lại, ông xem danh xưng Đức Chúa Trời của ông, tức Đức Giê-hô-va; tương đương với danh từ 'Đức Chúa Trời' thế ấy: cho nên nói 'Đức Giê-hô-va' là nói 'Đức Chúa Trời'. Cả hai đều tuyên bố chỉ một mình Giê-hô-va là Đức Chúa Trời, và cũng xem Đức Chúa Trời duy nhất này đồng nhất với Đức Giê-hô-va, Đấng cứu dân sự và đánh đổ kẻ thù (như Ngài đã từng làm tại Ai Cập).

Sứ điệp của Ê-sai: Ê-xê-chia, người có lời của Đức Chúa Trời (37:21–35). Ở 37:6, Ê-xê-chia nhận được lời Chúa phán về việc ông xin Ê-sai cầu nguyện. Còn ở đây, ông nhận được Lời Chúa dù ông không xin. Cam kết đi theo con đường đức tin mở ra cho ông cánh cửa để nói chuyện với Đức Chúa Trời (14–20) và để Chúa phán với ông (21–35). Hai điều này đi chung với nhau: *Vì con đã cầu xin....đây là lời Đức Giê-hô-va đã phán* (21–22). Lời tiên tri theo sau cho biết toàn bộ vấn đề được giải quyết. Do đó, lời cầu nguyện với lòng tin là phương cách thật sự thiết thực để đối phó với những thực tế khắc nghiệt của cuộc sống trong thế giới này. Điều mà vũ khí (36:9), tài ngoại giao (30:1–2) hay tiền bạc (2 Vua 18:13–14) đều không thể làm được, thì lời cầu nguyện làm được. Nhưng điều Đức Giê-hô-va sẽ làm thì Ngài đã hoạch định từ lâu rồi (26–29). Đây là sự mầu nhiệm của lời cầu nguyện: đó là cách Đức Giê-hô-va làm ứng nghiệm những ý định đời đời của Ngài. Ngài thực hiện những mục đích đã được định trước để đáp lời cầu nguyện của con dân Ngài (so sánh Mal. 3:1 với Lu 1:13,17). Lời tiên tri của Ê-sai bắt đầu với sự việc là lời cầu nguyện được nhậm qua việc người A-si-ri ra đi (22) và kết thúc (33–35) với lời giải thích về việc này, Đức Giê-hô-va bảo vệ thành của Ngài. Phần giữa, tức câu 23–25, cho thấy hai 'người cầm quyền' xung đột nhau; 26–29 khẳng định quyền tối thượng của Đức Chúa Trời là Đấng điều khiển lịch sử; và câu 30–32 làm chứng về sự thành tín của Đức Chúa Trời tối cao đối với những lời hứa của Ngài.

21–22, Đức Chúa Trời nhậm lời cầu nguyện. *Trinh nữ* được dùng ở đây với ý nghĩa không bị kẻ cướp chạm đến. Người A-si-ri đến với ý định hãm hiếp nhưng nạn nhân của họ không bị hãm hại *vì Con đã cầu xin*.

23–25, Đấng Tể trị thánh khiết. Vua A-si-ri tự tôn mình là chúa của trời (23, 24ab) và đất (24c–25).

Lên...ngước là những động từ chỉ về sự tôn cao Chúa ở 6:1 và chắc chắn được cố ý dùng ở đây vì lý do đó. Vua là hình ảnh chiếu trước của 'kẻ phạm tội' (2 Tê 2:4). Cụ thể, ông thách thức, trước nhất là sự thánh khiết của Đức Giê-hô-va, tức là tính riêng biệt của Ngài vì là Đức Chúa Trời; thứ hai, cam kết đặc biệt của Ngài làm Đức Chúa Trời của Y-sơ-ra-ên (23d); và thứ ba, quyền tể trị thực sự của Ngài là *Chúa* ('*ădōnāy*, 24b). Bên cạnh đó, ông cũng bày tỏ lời tuyên bố cá nhân về quyền lực trên đất (24d) và thống trị cả trái đất về chiều *cao* (24e-h), cả những nơi xa xôi hẻo lánh (24ij), về nguồn lực (25ab) và cư dân trên đất (25cd). *Ta đã làm cạn khô* có thể là động từ ở thì hoàn thành chỉ sự chắc chắn: 'Ta quyết tâm làm'. *Với đôi bàn chân:* nông dân Ai Cập dẫn nước từ sông Nin chảy qua các dòng kênh tưới tiêu nhỏ để vào đồng ruộng của mình. Người nông dân có thể chặn dòng chảy bằng cách dùng chân đắp một đống đất nhỏ. Bàn chân của vua cũng có khả năng ngăn chặn dòng chảy sông Nin!

26–29, Đấng tể trị tối cao. Chủ quyền thiên thượng là tuyệt đối trên dòng lịch sử (26a-d), trên cả sức mạnh kiên cố (26ef), trên cả con người (27) và các vua (28–29).

26. *Đã định:* nghĩa đen là 'đã làm', động từ ở thì hoàn thành chỉ sự chắc chắn: kế hoạch chắc chắn đến nỗi có thể nói như đã làm xong rồi. *Đã hoạch định* là động từ của người thợ gốm √*yāṣar*, 'nặn, đúc'. *Khiến nó xảy ra:* kế hoạch được thành hình trong tâm trí thiên thượng (26ab) và được khuôn đúc bởi bàn tay Ngài trên bánh xe sự kiện lịch sử (26c) đúng y những điều đã xảy ra vào lúc cuối cùng (26d). Các sự kiện trong lịch sử con người là kế hoạch của Đức Chúa Trời (45:7; A-mốt 3:4–7; 4:6–11). *Các thành* tượng trưng cho nỗ lực của con người để có được sự an ninh và cộng đồng, để tổ chức thế giới mà không cần nhờ đến Chúa (so sánh 24:10; Sáng 11:1–9), nhưng như ở Sáng Thế Ký 3, ngay cả những nỗ lực lớn nhất để cởi bỏ 'ách' của Đức Chúa Trời cũng không làm thay đổi một chút xíu nào quyền tể trị của Ngài. Từ 'ngươi' chỉ vua A-si-ri; nhưng kế hoạch (26ab), tiến trình (26c) và tác nhân (26d) là của Đức Giê-hô-va.

27. Với vua A-si-ri, dân chúng chỉ là *cây cỏ ngoài đồng*, không phải con người, chỉ là vụ mùa để gặt cho lợi ích cá nhân; *cỏ non*, bất lực dưới giày của A-si-ri; *cỏ non*, chẳng có ý nghĩa cơ bản gì hơn cỏ dại cả. Thế giới chính trị vũ lực là một nơi buồn bã cho người nào sống trong đó. Vinh quang đế quốc luôn đòi hỏi phải trả giá bằng sinh mạng của dân thường. Nhưng ngay cả ở đây con mắt đức tin được dạy phải thừa nhận rằng Đức Chúa Trời tối cao đang hành động, hoàn thành những mục đích đã định từ trước, thánh khiết, đạo đức và công chính trong mọi việc Ngài làm (10:5–15).

28–29. Ngay cả San-chê-ríp cũng không nằm ngoài sự sắp xếp tối cao của thiên thượng! Cuộc đời (28ab) và ý nghĩ của ông (28c) Chúa đều biết, và chính những yếu tố bên trong này mời gọi và thúc đẩy sự trừng phạt của thiên thượng (29ab). *Điên cuồng* ($\sqrt{rāgaz}$): trong tình trạng bối rối (so sánh Thi 2:1). *Ngạo mạn:* 'tự mãn' (như ở 32:9, 28), ở đây ý nói vua ra vẻ ta đây có toàn quyền một cách tẻ nhạt. *Móc khoen* là hành động hung bạo thích đáng, theo những bia tưởng niệm thì đây là cách A-si-ri dẫn tù binh của họ đi. Vì họ đã làm như vậy, nên bây giờ điều đó được thực hiện cho họ: đó là cách Đức Chúa Trời cai trị thế giới. *Hàm thiếc* là minh họa rất thích hợp của Ê-sai để nói đến mối liên hệ giữa quyền tể trị của Chúa và quyền lực thật sự của các hoàng đế tội lỗi: mọi năng lực, sức mạnh tàn bạo, thậm chí bạo lực, đều ở con ngựa; mọi sự khôn ngoan, sự điều khiển, chủ đích, cú chạm để dẫn dắt, đều do người cưỡi ngựa (so sánh 10:5–15). *Trở về theo con đường mà ngươi đã đến:* đây là sự tuyệt đối trong quyền kiểm soát tối cao của thiên thượng. Vua đến theo mục đích của Đức Giê-hô-va và bị giới hạn trong mục đích đó. Vua không thể vượt ra ngoài mục đích đó. Sự cai trị tối thượng không phải chỉ là sự kiểm soát rộng và thúc đẩy sự việc cách chung chung; mà đó là chi tiết của lịch sử, là dòng chữ in nhỏ của lịch Sử

30–32, Đấng tể trị thành tín. Sợ có người sẽ cho rằng sự tiêu diệt A-si-ri và việc họ rút quân chỉ là dịp may, Ê-sai thêm vào chữ *dấu hiệu*, một biểu hiện rõ ràng cho thấy Đức Giê-hô-va đang hành động. Trong hai năm, vì sự xâm lược của A-si-ri mà không thể khai thác nông nghiệp, nhưng tự thân đất đai vẫn cung cấp đủ nông sản cho đến *năm thứ ba* khi đất trồng trọt bình thường được khôi Phục

30. *Tự mọc* (*sāpîah*): xem Lê-vi Ký 25:5, 11. *Mọc lên* (*šāḥîs*) chỉ xuất hiện ở đây và ở 2 Các Vua 19:29; và có vẻ như có nghĩa là hạt giống tự rơi (vd: giống như trong vụ khoai trong vườn, một vài củ khoai nhỏ vẫn nằm dưới đất rồi tự chúng lớn lên vào năm sau). Cuộc xâm lăng đã ngăn trở việc gieo trồng năm 702 T.C; nhưng khi mối đe dọa được cất đi năm 701 thì chúng có thể tự sinh trưởng để duy trì sự sống. Năm 701, sự rút quân của người A-si-ri vẫn ngăn trở nền nông nghiệp, nhưng đến năm 700 họ vẫn có đủ nhờ vào sản vật 'tình cờ mọc lên'. Do đó Đức Giê-hô-va khẳng định rằng từ trước đến nay, chính bàn tay của Ngài đã gieo rắc mối đe dọa. *Nho*: nghề trồng nho đòi hỏi kiên nhẫn chăm sóc trong nhiều năm (5:2; 7:25; Lê 19:23–25; Phục 20:6). Xa-cha-ri 8:12 gọi cây nho là 'hạt giống bình an', vì muốn ra trái thì phải có điều kiện môi trường thuận hòa.

31. Sức sống trong tự nhiên mô tả sức sống của những người sẽ bước vào thời kỳ an ninh (*đâm rễ*) và thịnh vượng (*ra trái*). Quyền tể trị của Đức Giê-hô-va về phương diện đạo đức thật nhân từ biết bao! Ê-sai biết quốc gia suy tàn ngay cả trước khi A-si-ri tấn công (22:14; 31:6), còn Ê-xê-chia ăn năn (37:1) và tin cậy (37:10) cách muộn màng, và Đức Giê-hô-va sẽ ban thưởng vì việc này (so sánh 1 Vua 21:27 và các câu tiếp theo).

32. *Dân sót lại*: từ này luôn luôn nhìn xa hơn tình huống trước mắt mà hướng đến việc Đức Giê-hô-va sẽ bảo toàn cho Ngài một Dân *Lòng sốt sắng của Đức Giê-hô-va* – cam kết toàn tâm toàn ý của Ngài - sẽ giải quyết việc này, và quyền năng tối thượng của Ngài trong vai trò là Đức Giê-hô-va vạn quân sẽ bảo đảm điều này.

33–35, Đức Chúa Trời Đấng bảo toàn. San-chê-ríp sẽ không đến gần (*vào* là 'đến') hay đe dọa từ xa (*mũi tên*) lẫn từ khoảng cách gần (*khiên, lũy*). Ông bị bao vây trên con đường mà Chúa đã ấn định và sẽ *trở về* như lúc *đã đến*. Ông ở dưới sự điều khiển của Chúa; thành ở dưới sự chăm sóc của Chúa. Cho nên điều mà câu Kinh thánh 38:6 đưa ra như một lời hứa và 37:21–22 xem nó như là câu trả lời cho lời cầu nguyện ở đây là quyết định thiên thượng dựa vào động cơ bên trong bản tính thiên thượng (*vì Ta*) và trên những lời hứa giao ước đã có từ lâu (*vì Đa-vít*).

iii. Đoạn cuối: A-si-ri bị lật đổ (37:36–38). Ê-sai báo trước việc đánh đổ quyền lực của A-si-ri ở Giu-đa (14:24–27) và đây là cách việc này đã xảy ra. Bằng chứng về sự kiện này từ nguồn tài liệu ngoài Kinh thánh khá thưa thớt, vì người A-si-ri thường không ghi lại thảm họa. Tất cả những gì chúng ta biết là một hành động thiên thượng với quy mô to lớn, được thực hiện một cách hết sức nhẹ nhàng, đã giải quyết vấn đề và đem lại bằng chứng hoàn hảo cho luận điểm của Ê-sai rằng Đức Giê-hô-va là chủ của lịch sử và con đường đức tin đem lại hiệu quả cho những vấn đề trong cuộc sống.

36. *Thiên sứ của Đức Giê-hô-va:* Cách tốt nhất là xem xét phần còn lại của Cựu Ước, vì trong số nhiều thiên sứ chỉ có một thiên sứ đặc biệt. Thiên sứ đó là Đức Giê-hô-va, nhưng Ngài được biệt với Đức Giê-hô-va (Sáng 16:7, 11; Quan 13:21–22); và Ngài kết hợp vào chính mình sự thánh khiết và sự hạ mình của thiên thượng (Xuất 23:20–23). (So sánh Sáng 22:11 và các câu tiếp theo; Xuất 3:2 trở đi; Quan 2:1 trở đi; 13:2 và các câu tiếp theo; Ê-sai 63:8–9; Êxê 44:2; Ô-sê 12:4 [so sánh Sáng 32:24 và các câu tiếp theo]; Xa. 1–6 [so sánh 1:12–13 với 3:6–10]; Mal. 3:1) Rồi Ê-sai gom lại năm biểu hiện chính từ thiên thượng: lời phán (31:2), Thần Linh (30:1; 31:3; 37:7), bàn tay (31:3), cánh tay (30:30) và thiên sứ. Chúa là 'Đức Giê-hô-va vạn quân'.

37–38. *San-chê-ríp... rút quân về:* mặc dù cai trị thêm hai mươi năm nữa, nhưng ông không hề mở chiến dịch đánh vào Pa-lét-tin thêm lần nào nữa: con đường đó đã bị đóng lại đối với ông. Ông bị ám sát năm 681 T.C - và có lẽ Ê-sai đã sống để nhìn thấy cú đánh cuối cùng này và ghi lại sự khác biệt giữa 'một Đức Chúa Trời hằng sống', Đấng nghe lời cầu nguyện và trong nhà của Ngài mà vua Ê-xê-chia bắt đầu tìm thấy sự an ninh thật, với một thần gỗ đá mà trong nhà của thần ấy, vua San-chê-ríp đối diện với sự chết của chính mình (38). *A-tra-mê-léc* được gọi là Ardamulissi trong tài liệu ngoại kinh. Sử ký của Ba-by-lôn ký thuật cuộc ám sát San-chê-ríp và sự lên ngôi của Ê-sạt-ha-đôn.

QUYỂN CỦA ĐẦY TỚ (38–55)

5. Ê-XÊ-CHIA VÀ CON ĐƯỜNG ĐỨC TIN: TỘI MANG TÍNH QUYẾT ĐỊNH (38–39)

Chúng ta không bao giờ biết trước được ý nghĩa đầy đủ trong những quyết định của chúng ta, và thỉnh thoảng sau này chúng ta mới phát hiện ra rằng những hành động đơn giản nhất, dù tốt hay xấu, lại gây hậu quả sâu rộng nhất. Trong 1 Sa-mu-ên 14, cuộc tấn công mang tính cá nhân của Giô-na-than vào đồn của Phi-li-tin (1) đem lại chiến thắng cho quốc gia (14), khiến nỗi khiếp sợ lan truyền giữa vòng người Phi-li-tin (15); khiến quân xâm lược tan tác (16), phục hồi những người thỏa hiệp (21); đem những người lưu đày trở về (22) và một chiến công vang dội (31) có lẽ còn rõ ràng hơn (30). Giô-na-than không hề biết trước điều này. Hay Đa-vít đã nông nổi phạm tội ngoại tình với Bát-sê-ba (2 Sa 11:3–4) và với tinh thần lo sợ của 'Ông Sửa Chữa' (Mr. Fixit), Đa-vít bắt đầu che đậy dấu vết tội lỗi (6–24). Liệu ông có biết trước rằng chỉ một hành động này sẽ dẫn đến tội cưỡng hiếp và giết người trong chính gia đình mình (13:14, 28), sự lưu vong và nổi loạn sau đó của Áp-sa-lôm (13:38; 15:1 và các câu tiếp theo), tình trạng chia rẽ trong vương quốc (20:1 và các câu tiếp theo), và sau cùng những ngày cuối đời của chính Đa-vít giống như con cọp không có răng (1 Vua 1) đã để lại cho Sa-lô-môn một di chúc kinh khủng (1 Vua 2:1–10, đặc biệt câu 5–6) không?

Chúng ta phải ghi nhớ điều này khi đọc Ê-sai 38–39 (so sánh 2 Vua 20). Câu chuyện được kể thật đơn giản: trong những ngày lâm bệnh sắp chết (38:1), Ê-xê-chia cầu xin được chữa lành và Đức Giê-hô-va đã trả lời bằng một lời hứa kép (5–6): thứ nhất là Ê-xê-chia sẽ bình phục và sống thêm mười lăm năm nữa; thứ hai – lời hứa thiên thượng được thêm vào chỉ bởi ân điển - là vua và thành sẽ được giải cứu khỏi tay A-si-ri. Những lời hứa này thật quan trọng trong tâm trí của Đức Giê-hô-va đến nỗi Ngài khẳng định bằng một dấu hiệu rõ rệt nhất (7–8). Thật vậy, trong sách 2 Các Vua, những lời hứa thiên thượng được chứng thực bởi dấu hiệu kép: không chỉ dấu hiệu về mặt trời trong câu 7–8 (2 Vua 20:8–11), mà còn là dấu hiệu đáng chú ý rằng, sau khi hết bệnh, vua sẽ đi đến nhà của Đức Giê-hô-va 'vào ngày thứ ba' (2 Vua 20:6), tức là ngày mốt.

Thật khó để nghĩ rằng những lời hứa có thể nhận được sự xác nhận rõ ràng hơn, khách quan lẫn chủ quan, hoặc ngay lúc đó Ê-xê-chia đã có thể hiểu với lòng tin chắc chắn hơn. Ông sẽ được chữa lành trong thân thể và được giải cứu về chính trị!

Nhưng Kinh thánh nói rõ rằng chúng ta vẫn bị thử nghiệm khi nắm lấy lời hứa của Đức Chúa Trời (Lu 8:12–14; 1 Tê 1:5–6; 2:13–14; 3:5), và với Ê-xê-chia cũng vậy. Thử nghiệm đến dưới hình thức các sứ giả của Mê-rô-đác Ba-la-đan (39:1). Với người A-si-ri, Mê-rô-đác Ba-la-đan là một tên khủng bố; còn ông ta thì cho mình là một người đấu tranh vì tự do, với cả cuộc đời cống hiến cho sự nghiệp giải phóng Ba-by-lôn dấu yêu khỏi bạo chúa A-si-ri. Ông đã thành công vượt trội. Trong mười hai năm từ 722 T.C, ông bảo vệ được sự độc lập của Ba-by-lôn và làm vua cai trị. Việc để mất vương quốc vào tay Sạt-gôn không làm giảm đi nhuệ khí vì chính nghĩa vĩ đại này. Các tập đoàn đế quốc của thế giới cổ đại đoàn kết lại với nhau chỉ khi chính vị hoàng đế bám chặt vào chính quyền. Hậu quả là cái chết của hoàng đế báo hiệu một sự suy yếu về quyền lực trung tâm và một cơ hội để được tự do. Mê-rô-đác Ba-la-đan đã lợi dụng cái chết của Sanh-ma-na-se năm 722 T.C thế nào, thì ông cũng sẵn sàng cho cái chết của Sạt-gôn năm 705[1] thế ấy. Nhờ kế hoạch cẩn thận của Mê-rô-đác Ba-la-đan mà cả phía đông lẫn phía tây đế quốc A-si-ri đều nổi dậy.

Ê-xê-chia cũng nằm trong âm mưu to lớn này. Nắm lấy cơ hội vua phục hồi sức khỏe, Mê-rô-đác Ba-la-đan sai 'khách đến thăm bệnh' đem theo quà và một lá thư (39:1). Chúng ta không biết trong thư viết gì, nhưng chúng ta đều biết Ê-xê-chia đã phản ứng thế nào. Ông dẫn các sứ thần đi một vòng xem kho tàng, tiền bạc và kho vũ khí (2). Lá thư rõ ràng là lời mời hợp tác trong cuộc nổi loạn, và Ê-xê-chia đã tán thành việc đó.

Ê-sai 36–37 đã kể lại những hậu quả trong lịch sử: sự đau khổ thảm thương của Giu-đa và chiến thắng của ân điển vào giờ thứ mười một. Ê-sai 39:3–7 nghiên cứu ý nghĩa thuộc linh đối với hành động của Ê-xê-chia; chỉ từ một quyết định riêng lẻ đem đến những hậu quả có ảnh hưởng lớn. Vì chúng ta phải hỏi 'Lẽ ra Ê-xê-chia phải nói gì với các sứ thần?' Câu trả lời thật rõ ràng: 'Cám ơn quý vị đã đến, và cám ơn món quà cũng như lời mời của Mê-rô-đác, nhưng sự thật là tôi có một lời hứa thiên thượng để nương cậy; lời hứa đó

---

[1] Muốn biết thêm thông tin về Mê-rô-đác Ba-la-đan, xem D. J. Wiseman, *NBD*, trang 751f.

được chứng thực cách cá nhân khi sức khỏe tôi được phục hồi và trong dấu hiệu liên quan đến mặt trời trong vũ trụ. Tôi không thể không tin vào những lời hứa của Đức Chúa Trời'. Nhưng ông đã không tin. Và Ê-sai đáp lại với lập luận hoàn hảo: ngươi muốn giao tất cả những gì ngươi có cho Ba-by-lôn nên tất cả những gì ngươi có sẽ đến với Ba-by-lôn (3–7; Rô 6:16).

Cách sắp xếp phần này giúp chúng ta thấy được ý nghĩa của nó:

A¹ (38:1a) Ê-xê-chia đối diện sự chết

   B¹ (38:1b) Ê-sai...đến...nói...Đức Giê-hô-va phán...

      C¹ (38:8–22) lòng tận hiến của Ê-xê-chia

      C² (39:1–2) Ê-xê-chia bỏ đạo

   B² (39:3–7) Ê-sai ...đến...nói...lời Đức Giê-hô-va ...

A² (39:8) Ê-xê-chia nhìn về sự sống

Không có điều gì trong tất cả những việc này có thể tạo sự hoài nghi về tính chất lịch sử của các sự kiện.² Các tài liệu ngoài Kinh thánh mô tả nhân vật Mê-rô-đác Ba-la-đan chính xác như vậy; Ê-sai hành động và phản ứng giống y như điều mà phần còn lại của sách khiến chúng ta nghĩ đến và đúng như vai trò của một tiên tri, theo cách hiểu hiện đại nhất; còn Ê-xê-chia vẫn là một con người tốt bụng, không hoàn hảo; cố gắng xử lý vấn đề ngoài khả năng của mình.

a. Một lời cầu xin, hai lời đáp (38:1–8)³

a. Một lời cầu xin, hai lời đáp (38:1–8)

1–3. Có phải thái độ của Ê-sai đối với người bệnh là hoàn toàn không thích hợp không? Chắc chắn, ông đã nói với vua cách thận trọng lẫn nghiêm túc, với hàng nước mắt cũng như với sự ngay thẳng, và sự thẳng thắn của ông đã đem lại lợi ích mà cách nói nước đôi trong ngành y không làm được. Ê-xê-chia không vui (*quay mặt vào tường*; so sánh 1 Vua 21:4), nhưng ông cầu nguyện và khóc lóc. Khi Đức Giê-hô-va đáp lời (5), Ngài chỉ hướng về lời cầu nguyện và nước mắt; chứ không nhận xét về việc Ê-xê-chia nương dựa vào lời tuyên bố kiên định trong hành động (*bước đi... cách trung tín*) và tính liêm chính (*trung tín hết lòng*). Chính bởi sự thương xót mà Chúa nghe lời cầu xin cho dù lời cầu nguyện dựa trên một giả định sai trật giống như năng lực thương lượng việc lành.

4–6. Câu Kinh thánh trong 2 Các Vua 20:4 giải thích nhu cầu phải *trở lại và nói*. Cơ sở cho *lời cầu nguyện* được nhậm không phải là sự trung tín của con người, mà là sự thành tín thiên thượng. Đức Giê-hô-va đã hứa (2 Sa 7:16) với Đa-vít và dòng dõi ông và Ngài sẽ không thất hứa, nhưng Ngài cũng có phán *Ta đã nghe lời cầu nguyện của con*. Chính khi nhậm lời cầu nguyện của con dân Ngài là lúc Đức Giê-hô-va thể hiện ơn thương xót, thành tín và giữ lời hứa (Lu 1:13). Nhưng sự nhậm lời vượt xa hơn điều được cầu xin (Êph 3:20): Đức Giê-hô-va giải quyết nhu cầu cụ thể trong lời hứa cho ông sống thêm *mười lăm năm*,

---

²Đối chiếu Clements, *Isaiah 1–39*, trang 288–289.
³Mauchline đề xuất 710 T.C là năm Ê-xê-chia bệnh nhưng không giải thích điều này hòa hợp thế nào với việc hứa gia thêm 15 năm cho ông. Cái chết của Ê-xê-chia, vào năm 687, cung cấp niên đại xấp xỉ 702 T.C khi Mê-rô-đác Ba-la-đan đang trong giai đoạn cai trị thứ nhì ở Ba-by-lôn. Có lẽ, nếu đúng như vậy, thì ông đang cố thúc đẩy cuộc nổi loạn ở phía tây để giảm nhẹ áp lực cho mình.

nhưng rồi Ngài đi xa hơn lời hứa đó để đáp ứng nhu cầu Ê-xê-chia đã không nói đến, tức sự giải cứu vua lẫn thành khỏi quyền lực của A-si-ri, nghĩa là phục hồi quyền cai trị của dòng dõi Đa-vít, kết thúc tình trạng làm bù nhìn, và Giu-đa sẽ trở lại là một Dân Điều đáng chú ý tại điểm này là 2 Các Vua 20:6 nói thêm *'vì Ta và vì đầy tớ Ta là Đa-vít'* – lời quở trách ngầm đối với việc Ê-xê-chia cậy vào sự công bình riêng. Lòng thương xót của Chúa dựa trên nền tảng chắc chắn hơn, tức là mục đích và những lời hứa của Ngài.

7-8. Tính không chắc chắn về vấn đề bản văn[4] trong câu 8 không làm giảm đi tính xác thực của dấu hiệu. *Các bậc của đồng hồ mặt trời của A-cha:* [Bản NIV viết là "Bậc thang của A-cha" – ND], có lẽ dẫn đến 'phòng cao' của ông (2 Vua 23:12). Không biết là tình cờ hoặc do thiết kế mà các bậc thang của nó là đồng hồ mặt trời. *Dấu hiệu* xác nhận lời hứa kép rằng bóng mặt trời sẽ lùi lại. Đưa ra cách việc này được thực hiện hay phủ nhận điều được ghi lại đều không đúng như nhau. Đấng Sáng Tạo là ông chủ của công trình sáng tạo và ngay cả thời gian cũng là đầy tớ mà Ngài đã dựng nên (Giô 9:12–14). *A-cha* là vị vua được mời để cầu xin dấu hiệu di chuyển trời và đất (7:11) để bảo đảm cam kết của Đức Giê-hô-va với nhà Đa-vít (7:12). Thật thích hợp khi Đức Giê-hô-va cung cấp một dấu hiệu như thế về sự thành tín của Ngài đối với nhà Đa-vít và với thành. Yêu cầu tối thiểu của câu này là *bóng di chuyển* - rồi nó có trở lại vị trí cũ không? Dù thế nào, phép lạ của Đức Chúa Trời được thực hiện để xác nhận lời hứa kép. Việc cố tình liên kết Ê-xê-chia và A-cha vào lúc này tự nó là lời cảnh báo cho Ê-xê-chia rằng ông đang đứng ở chỗ của cha mình đã đứng, tại ngã tư nguy hiểm nơi con đường đức tin và con đường của việc làm giao nhau, nơi lòng tin cậy Chúa và dựa vào nỗ lực riêng gặp nhau. Và cũng như A-cha, nếu ông không tin; thì ông sẽ không đi tiếp được (7:9).

b. Sống và chết (38:9-22)

Ê-sai đã tiếp cận được 'hồ sơ' của Ê-xê-chia (2 Sử 32:32) và do đó đọc được 'lời' này (9). Dĩ nhiên, điều này tự thân nó không làm cho ông đề cập nó ở đây. Ngược lại, vấn đề là bài thi thiên có một vai trò trong cốt truyện của hai chương này khi cung cấp bối cảnh thiết yếu cho chương 39, và quyết định mà Ê-xê-chia đưa ra trong chương đó. Tựa đề của bài thi thiên (9) là (nghĩa đen) 'khi ông bệnh và thoát khỏi bệnh để trở về với sự sống'. Đây là lời của một người biết mình đã ở dưới án tử - người cảm biết mình sắp chết dưới cơn thịnh nộ thiên thượng (13), vô vọng (17), tội lỗi không được tha (17); người biết lời cầu nguyện được lắng nghe (14), bởi việc làm của Đức Chúa Trời (15); và người đã bày tỏ cam kết đáp ứng lại việc được chữa lành trong tương lai (15). Lời đề nghị của Mê-rô-đác Ba-la-đan đến với chính con người này, người có trải nghiệm và cam kết cá nhân với Chúa. Vậy thì khi ông quyết định sai trật; điều đó công khai chống lại những lời hứa đã được chứng thực của Đức Chúa Trời (38:7-8) và chống lại đánh giá cũng như đáp ứng của chính ông với trải nghiệm này.

10-11. *Âm phủ:* nơi ở của người đã chết (5:14; 14:9). Đau buồn vì cái chết 'không đúng lúc' không phải là việc chỉ có ở Cựu Ước (xem Phil 2:27). Xuyên suốt Kinh thánh, sự sống đời này là vô cùng quý giá, đến nỗi nhận thức về sự sống đời đời trong Đấng Christ (2 Ti

---

[4]Nghĩa đen là 'Nhìn kìa, Ta sẽ đem cái bóng trở lại [giống đực] trên bậc thang mà nó [giống cái] đã đi xuống trên bậc thang của A-cha bởi mặt trời [giống cái] mười bậc thang. Vì vậy, mặt trời lui lại mười bậc trên thang mà nó đã đi xuống.' Thật dễ thay đổi *baššemeš* (bởi mặt trời) thành *haššemeš*, mặt trời, cung ứng chủ ngữ cho động từ tiếp theo. Cụm từ kỳ lạ 'mười bậc trên thang' có lẽ là sự lặp lại ngẫu nhiên, mà đòi hỏi phải điều chỉnh mạo từ xác định nguyên thủy thành một giới từ; 'trên'. Nhưng như thường thấy, tính không rõ ràng của chi tiết này không che khuất ý nghĩa của bản văn.

1:10) cũng không lấy nó đi được. Ê-xê-chia không viết rằng ông sẽ không bao giờ nhìn thấy Đức Chúa Trời hay con người nữa, mà ông viết rằng các mối quan hệ trên đất của người sống bị sự chết làm kết thúc. *Đức Giê-hô-va* ở đây là chữ 'Yah' giảm nhẹ cách trìu mến (như 12:2). *Người sống* liên quan đến sự thay đổi trong bản MT, ghi là ḥeled, 'thế giới', thay vì ḥedel, là danh từ bắt nguồn từ động từ 'kết thúc', do đó có nghĩa là 'sự chấm dứt', nhưng chỉ xuất hiện ở đây. Nếu từ ḥeled được giữ lại, thì bên kia sự sống đời này; Ê-xê-chia thấy mình ở 'với những người sống trong sự kết thúc' – vẫn sống nhưng đời này đã chấm dứt.

Trong câu *12–14*, bốn bức tranh tạo nên khung cảnh: cuộc sống thật mong manh làm sao (12a), sự chết thật rõ ràng (12b), Đức Giê-hô-va tỏ ra là Đấng thù địch (13), và lời cầu nguyện có vẻ vô hiệu (14). Những điều này tượng trưng cho cảm xúc của Ê-xê-chia khi ông chờ đợi tại 'cửa âm phủ' (10).

12. *Nơi ở* [bản NIV dùng "nhà" – ND]: nghĩa đen 'sự cắm trại'. Sự sống đời này không ổn định hay vững chắc hơn cái lều (2 Cô 5:1). *Nhổ lên:* nghĩa đen là 'bị giam cầm'. Sự chết đã đến như kẻ chiến thắng. *Thợ dệt... khung cửi:* một khi toàn bộ khổ vải đã được dệt, thì người ta sẽ cắt chỉ và cuốn thảm lại. Tuy nhiên, lưu ý *Tôi...Chúa:* con người dệt nên kiểu mẫu đời mình; nhưng Chúa quyết định thời gian dệt. *Sớm còn tối mất:* 'từ ngày sang đêm', một thành ngữ chỉ hành động sắp xảy ra, hàm ý 'trước khi ngày tàn'. *Kết thúc* hoặc là 'sẽ kết thúc'. Cho dù cách nào, từ liệu này cũng thừa nhận rằng thời khắc qua đời, dù là sắp đến, cũng thuộc quyền quyết định của Chúa.

13–14. *Tôi kiên nhẫn chờ đợi:* cách dịch hay hơn là 'tôi bình tĩnh lại'. Người bệnh sống thêm một ngày nữa và an nhiên hết mức có thể qua đêm đó nhưng sự thù địch của thiên thượng vẫn còn. Ê-xê-chia không nói rằng bệnh tật tự thân nó là sự thù địch của thiên thượng, mà rằng, trong trường hợp của ông, ông biết nó là như thế. Khi sự chết đến nhanh, ông cảm nhận chính mình ở dưới cơn thịnh nộ của Đức Chúa Trời; nhưng so sánh câu 17. *Tôi rầm rì* là 'tôi cứ huyên thuyên...' Cách duy nhất để chạy trốn Chúa là chạy đến với Ngài. Ê-xê-chia cứ tiếp tục cầu nguyện không ngừng, nhưng ngoài việc nghe không hiệu quả như tiếng chim líu lo, thì ông cũng *mòn mỏi* vì nỗ lực cầu nguyện. Vậy thì, Ê-xê-chia đã rất nỗ lực để tiếp tục kêu khóc *Xin Ngài cứu giúp con*, nghĩa đen là 'đứng ra bảo lãnh con' – người đứng cạnh con khi con không còn nguồn lực nào. Lời cầu nguyện có vẻ vô ích (14ab) nhưng không phải vậy; yếu đuối là lời mời gọi đến với sự cầu nguyện (14c) chứ không hề là lý do bào chữa cho việc không cầu nguyện. Nhu cầu của chúng ta là cơ sở để kêu cầu sự trợ giúp thiên thượng (14d).

15–17. Những khó khăn được trình bày qua cách diễn đạt mang tính biểu tượng cao trong các câu 15–16 không che khuất dòng tư tưởng khái quát. Ê-xê-chia đang ở 'cửa âm phủ' (10–11), mất hết hy vọng về sự sống nhưng vẫn kiên trì trong lời cầu nguyện đơn sơ (12–14). Vậy thì bây giờ ông có thể nói gì (15a)? Khi được bình phục, ông nhận biết giọng nói (*Ngài đã phán*) và hành động (*Ngài cũng đã làm*) của Đức Chúa Trời (15b). *Sư tử* (13b) đã nghe tiếng gù gù của *chim bồ câu* (14b), nói ra lời chữa lành (Thi 107:20) và chữa lành (15b). Ê-xê-chia không thể giải thích lời cầu nguyện được nhậm (*Con biết nói gì đây?*) nhưng ông có thể nhìn thấy ý nghĩa của tất cả những điều này: *vì nỗi đắng cay này mà cuộc đời ông giờ đây sẽ khác - Con sẽ bước đi cách khiêm nhường*, không phải như một phản ứng hời hợt, mà là một cam kết lâu dài *suốt đời*. Điều thú vị là cụm từ *suốt đời* chỉ xuất hiện ở đây trong Kinh thánh, cụm từ thường dùng là 'trọn các ngày tôi'. Nhưng với Ê-xê-chia thì Đức Giê-hô-va đã phán (theo cách có vần dễ nhớ, nếu không có chú ý, của Bản dịch Authorized) 'Ta đã nghe lời cầu nguyện của con; Ta đã thấy nước mắt của con; Kìa, Ta sẽ thêm vào các ngày của con mười lăm năm' (5). Chính những *năm* này mà bây giờ ông đáp ứng bằng sự hiến dâng. Nhưng (16) ở đây có một bài học cho tất cả mọi người: *nhờ những điều ấy*, nghĩa là nhờ đối diện với đau khổ trong sự cầu nguyện, nhờ Chúa nhậm lời cầu nguyện và nhờ đáp ứng qua sự cam kết. Đây là cách sống mà tất cả nên thực hành, và (16b) Ê-xê-chia có thể bảo đảm điều này trong chính kinh nghiệm của mình: *thần linh* của ông đã tìm được sự *sống và sinh lực. Xin…bảo tồn mạng sống của con* [bản NIV viết "hãy cho con sống" – ND] là cách nói quá yếu: 'Ngài đã cho con sức khỏe và khiến con sống'- tức là khi đau khổ, con kêu xin Ngài ban sức mạnh trong sự yếu đuối của con. Do đó (17) sự đau khổ là có mục đích. Với Ê-xê-chia, sự đau khổ trước tiên đem lại lợi ích cá nhân (17ab). Sự đau khổ tăng lên (*nỗi cay đắng*) nhưng *đã trở nên sự bình an*; nghĩa đen là vì sự trọn vẹn, khỏe mạnh và bình an (tiếng Hê-bơ-rơ là *šalôm*). Thứ hai, nó đem đến nhận thức đặc biệt về tình yêu của Chúa (17cd). Đức Giê-hô-va đã là kẻ thù nguy hiểm của ông, uy hiếp như *sư tử* (13); vậy điều gì đã đem ông trở về từ hầm hố kinh khủng đó? Còn điều gì khác ngoài *tình yêu thương* của Ngài! Từ ngữ √*ḥāšaq* chỉ sự vui sướng và khao khát mãnh liệt của tình yêu (Sáng 34:8; 1 Vua 9:19; so sánh Phục 7:7; 10:15) - 'Ngài đã yêu thương linh hồn con từ hầm hố' (nghĩa đen). Thứ ba, ông kinh nghiệm tội lỗi được tha (17ef). Làm thế nào sự thù địch của cơn thịnh nộ thiên thượng (13) lại biến thành sự khao khát tình yêu thiên thượng (17cd)? Từ đầu tiên của câu 17e 'Vì' mang hàm ý giải thích. Sự biến đổi lớn diễn ra khi tội lỗi được giải quyết. (So sánh 12:1–2, khi 'sự cứu rỗi' là thuật ngữ trung gian giữa sự tức giận và an ủi). Ê-xê-chia không giải thích việc này xảy ra như thế nào, ông chỉ biết rằng nó đã xảy ra: *tội lỗi* của ông (xem 1:4) không còn đứng giữa ông và Đức Chúa Trời vì chính Ngài (nghĩa đen) 'đã ném' chúng ra sau *lưng* ông (Mi. 7:18–19).

Trong các câu *18–20*, với cách xoay vòng tài tình; Ê-xê-chia kết thúc 'tác phẩm' của mình. Với chủ đề trở về cuộc sống từ bờ vực của sự chết, câu 18–19 tương ứng với câu 11 với chủ đề từ đất của người sống lún xuống 'đất của sự chấm dứt'; câu 20 cho thấy Ê-xê-chia ở trong 'nhà Đức Giê-hô-va', tương ứng với câu 10 khi ông sắp sửa đi qua 'cửa sự chết'. Những sự tương phản này làm nổi bật toàn bộ sự chuyển động của thi thiên từ sự chết sang sự sống.

18–19. Khi Ê-xê-chia nói rằng *âm phủ không thể cảm tạ Chúa*, dĩ nhiên, ông không nói đến sự chết theo cách hiểu thông thường, mà là loại sự chết chính ông đang trải nghiệm, sự chết dưới cơn thịnh nộ thiên thượng vì tội lỗi không được tha.[5] Trong cái chết đó, không có hy vọng, không có mối liên hệ vui mừng tiếp tục với Đức Chúa Trời (18ab), không có tương lai để hướng đến, để kinh nghiệm *sự thành tín* thiên thượng (18cd). Từ *Vì* ở đầu câu 18 báo hiệu đây là lời giải thích về ân điển giải cứu của Chúa dành cho Ê-xê-chia. Đức Giê-hô-va không vui mừng về cái chết như thế; ngược lại; chính vì 'để ca ngợi ân điển vinh quang của Ngài' (Êph 1:6) mà Ngài đã hoạch định và tuôn đổ ân điển cứu rỗi, là *tình yêu thương đã đem tôi ra khỏi hầm hủy diệt* (17). Do đó, *cảm tạ* là dấu hiệu của người được cứu. Họ thật sự là *người sống* (lưu ý sự lặp lại nhằm nhấn mạnh rằng sự sống này mới là sự sống đích thực, Giăng 10:10; 20:31; Rô 5:17). *Cha…con cái*: Phục Truyền Luật Lệ Ký 6:4–9; 11:18–19; Châm Ngôn 4:1; Ê-phê-sô 6:4. Ê-xê-chia trung thành với Kinh thánh khi ông hứa nguyện một lời tận hiến của người làm cha (19cd) sau khi hứa nguyện trở thành một người tận hiến cho Chúa (19ab).

---

[5] Thi Thiên 6:5; 30:9; 88:10–12 thường được hiểu là dạy rằng Cựu Ước thiếu niềm hy vọng sau sự chết. Tuy nhiên, trong từng trường hợp, ngữ cảnh (giống như ghi chép của Ê-xê-chia) là viễn cảnh về sự chết không có sự thương xót thiên thượng. Xem J. A. Mortyer; *After Death* (Christian Focus, 1996), trang 18–26.

20. *Sẽ cứu:* nghĩa đen 'là để cứu rỗi'. Thành ngữ này mô tả 'chiều hướng, khuynh hướng hay mục tiêu'.[6] Chúng ta có thể nói rằng 'Đức Giê-hô-va toàn tâm toàn ý giải cứu tôi'. Sự cứu rỗi xuất phát từ tâm trí và ý muốn của Đức Chúa Trời (Êph 2:4) và được hoàn thành bởi việc làm của Đức Chúa Trời (Tít 3:4–6). *Chúng tôi sẽ hát:* từng người được cứu (17) ngay lập tức nhận thấy rằng mình thuộc về cả một đoàn người đầy dẫy niềm vui. Nhưng từng cá nhân không bị lạc mất trong nhóm người đó, vì (theo nghĩa đen) 'chúng tôi sẽ sáng tác nhạc bằng âm nhạc của mình'. *Trong nhà Đức Giê-hô-va:* Bản NIV dịch "trong đền thờ", chính xác hơn là 'nhà', vì đó là tính chất của đền thờ – nhà của Đức Giê-hô-va. Khi dân sự Chúa là đoàn người cắm trại; Ngài truyền dặn họ phải dựng lều cho Ngài (Xuất 25:8–9). Ngài là Đức Chúa Trời ngự giữa dân sự (Xuất 29:42–46). Tương tự, khi dân sự Chúa trở thành dân đã an cư lập nghiệp, Ngài ra lệnh cho họ xây nhà cho Ngài (2 Sa 7:13) với cùng một mục đích, để Ngài có thể ngự ở giữa họ (1 Vua 8:13). Khi chúng ta gọi nhà thờ là 'nhà Chúa', chúng ta muốn nói rằng đó là nơi chúng ta đến với Ngài; khi Cựu Ước gọi đền thờ là 'nhà Đức Giê-hô-va', có nghĩa là đó là nơi Ngài đã đến ở với chúng ta. Nhà Đức Giê-hô-va là nơi dâng của lễ chuộc tội, vì tội nhân không thể đến gần Đấng Thánh mà không ở dưới sự bảo vệ và hiệu lực của huyết được đổ ra. Tất cả những điều này đều là nền tảng trong lời nói của Ê-xê-chia rằng 'trọn đời chúng tôi sẽ ở trong nhà Đức Giê-hô-va': sự cứu rỗi là vấn đề cá nhân (20a); nó tạo nên nhóm người được cứu đầy dẫy sự vui mừng (20b); và mở ra con đường vĩnh cửu đi vào sự hiện diện và mối thông công với Đức Giê-hô-va (20c).

21–22. Đúng như mong đợi, sách 2 Các Vua bao gồm phần ký thuật về 'đơn thuốc' của Ê-sai và việc Ê-xê-chia cầu xin dấu hiệu trong mạch văn tường thuật ở tại điểm thích hợp (20:7–8). (Xem phần Ghi chú thêm bên dưới về sự đưa vào đột ngột cùng một tài liệu ở đây, khi hầu như chuyện kể đã kết thúc) *Bánh trái vả... chỗ ung độc* (21): vấn đề sức khỏe của Ê-xê-chia là ung nhọt tự hoại hay sự nhiễm độc nào đó bên trong thì chúng ta không được rõ. Chúng ta cũng không biết cây vả lúc đó có đang được dùng trong y khoa không, hay đơn giản là Ê-sai chỉ dùng (theo nghĩa đen) 'mớ lá vả' như biểu tượng thấy được về quyền năng chữa lành của Đức Chúa Trời, một 'lời tiên tri được thể hiện qua hành động'. Mạng lệnh thực sự của ông là 'chà lên chỗ ung nhọt.' Dĩ nhiên; không có sự mâu thuẫn giữa việc chữa lành do nhậm lời cầu xin (2–5) và chữa lành nhờ thuốc men. Ngoài Chúa ra thì không có sự chữa lành (Xuất 15:27). Ngài là Đấng giữ thẩm quyền tối thượng trong việc sử dụng hay miễn trừ 'phương tiện'.[7] Cây vả, cùng với lời tiên tri, là lời bảo đảm rõ ràng với vua rằng ông đang được chữa lành. Cùng với lời bảo đảm rõ ràng về cây vả, Ê-xê-chia đã cầu xin (22) và nhận lãnh (2 Vua 20:7–8) dấu hiệu trong vũ trụ về sự di chuyển của bóng trên bậc thang. Do đó, chúng ta đi tiếp đến chương 39, dựa vào những lời hứa được đưa ra và được bảo đảm theo cách thông thường lẫn cách lạ thường. Chắc chắn vua hoàn toàn được trang bị để ở trong con đường đức tin....?

Ghi chú thêm về phần tường thuật 'được thêm vào bất ngờ' ở Ê-sai 38:21–22
Ê-xê-chia đã cầu nguyện và được nhậm, và ông đã đáp ứng bằng sự nhận biết cách vui mừng công việc của Chúa và bằng cam kết cá nhân. Cho nên; chuyện kể dường như đã kết thúc. Vậy thì có phải ở đây người biên tập nào đó sau này đã bất cẩn đưa

---

[6] Nghĩa đen là 'Đức Giê-hô-va cứu tôi', trong đó động từ nguyên thể tiếng Hê-bơ-rơ diễn tả chiều hướng, khuynh hướng hay mục đích. Xem GKC, tr. 114–115.

[7] B. Webb, *The Message of Isaiah* (IVP, 1996), trang 156.

vào chương này, lấy một chút từ 2 Các Vua dường như đã bị những người biên tập trước đó lãng quên, rồi chắp vá vào mà không cần biết có thích hợp không? Nhưng chắc chắn bất kỳ nhà biên tập nào đúng nghĩa cũng đều đủ khéo léo để thêm vào tại điểm này điều ông tìm được ở sách Các Vua: gán cho những người canh giữ bản văn đã qua đời từ lâu sự ngu ngốc về văn chương không bao giờ là giải pháp đem lại sự thỏa mãn cho vấn đề! Nhưng câu hỏi vẫn chưa được giải đáp là tại sao câu nói kép (nghĩa đen 'Ê-sai bảo.... Ê-xê-chia nói...') lại ở chỗ này. Dĩ nhiên, cũng hợp lý khi cho rằng Ê-sai muốn làm giảm vai trò của mình trong việc vua được chữa lành, nên đến cuối cùng mới đưa vào; và đây có thể xem là lời giải thích, dù không hoàn toàn cân xứng với lời trích dẫn câu nói tương tự của Vua Hai 'câu nói' đứng chung tạo cảm giác cố tình làm ngưng dòng mạch của câu chuyện: như thế nói rằng 'trước khi chúng ta đến với điều xảy ra tiếp theo, hãy tạm dừng để nhớ lại trọng tâm của điều đã xảy ra: đây là điều nhà tiên tri đã nói... đây là điều vua đã nói.' Hiểu theo cách này, câu nói kép nằm ở thế làm cho cân bằng toàn bộ phần chuyện kể của chương 38–39. Ở 38:1, Ê-xê-chia bị bệnh và Ê-sai đến gặp ông, còn ở 39:1, Ê-xê-chia bình phục và người của Mê-rô-đác Ba-la-đan đến tìm ông; 38:2–3 ghi lại phản ứng của vua, 39:2a cũng vậy; ở 38:4–8 Đức Giê-hô-va hứa giải cứu, nhưng ở 39:2b Ê-xê-chia bám lấy lời hứa giải cứu của con người; 38:9–20 là lời xác nhận của Ê-xê-chia về điều Chúa làm cho ông và cách ông đáp ứng, còn 39:3–4 là ký thuật của Ê-xê-chia về phương cách của con người và cách ông đáp ứng; 38:20–21 là câu nói kép 'Ê-sai bảo... Ê-xê-chia hỏi', và câu này tương đương với 39:5 'Ê-sai nói với' và 39:8 'Ê-xê-chia đáp lời'.[8] Do đó, mỗi yếu tố trong chuỗi những điều tương phản này góp phần vào toàn bộ sứ điệp đau buồn, nhưng không có yếu tố nào có thể sánh với sự tương phản cuối cùng mà trong đó ở 38:21–22, Ê-xê-chia nhận được bằng chứng của ân điển, còn ở 39:5–8 ông tỏ ra là người tạo ra thảm họa, hài lòng một cách hời hợt với chính sự miễn nhiễm của mình.

c. Thời điểm quyết định (39:1–8)

1–2. Việc Ê-xê-chia *chào mừng* các sứ thần là điều dễ hiểu. Đó là phép lịch sự để đáp lại một hành động tử tế. Nhưng ngoài hành động đó còn có *thư*, một chương trình nghị sự kín giấu. Nội dung thư không được tiết lộ, nhưng thể hiện rõ qua phản ứng của Vua Ắt thư phải nói gì khi khiến vua đáp ứng bằng cách phô bày các nguồn tài nguyên và sức mạnh quân sự của vương quốc? Từ một người như Mê-rô-đác Ba-la-đan, thì thư chỉ có thể nói một việc là: 'hãy cùng tôi nổi dậy'- và Ê-xê-chia đồng ý. Đó là một sự lựa chọn rõ ràng: lời hứa của Đức Chúa Trời (38:4–8) hay sức mạnh của con người (39:2), và Ê-xê-chia đã quên mất lời hứa.

3–4. Nhưng bên cạnh việc quên còn có lòng tự cao. Lưu ý sự nhấn mạnh trong câu 4. Trước câu hỏi của Ê-sai, vua trả lời bắt đầu bằng *Từ xứ xa xôi* và kết thúc là *từ Ba-by-lôn* [bản NIV viết '*Từ xứ xa xôi...Họ đến thăm tôi từ Ba-by-lôn*' – ND]. Đây là hai ý được nhấn mạnh: 'Hãy tưởng tượng họ từ xa đến đây để gặp tôi! Hãy tưởng tượng Mê-rô-đác Ba-la-đan muốn tôi trở thành một đồng minh!' Kẻ thù đầu tiên của đức tin là quên mất Lời Chúa. Kiêu ngạo về tầm quan trọng của chính mình cũng là kẻ thù ngang ngửa.

5–7. Câu trả lời của Ê-sai không thể ảm đạm hơn: thất bại, giam cầm, lưu đày. Nhưng nó không thể thích đáng hơn, một *sự đáp trả hoàn hảo*. Ê-xê-chia trả lời 'mọi thứ trong cung điện của tôi' (4); Ê-sai đáp lại *mọi vật trong cung điện của con* (6). Vua nói 'Ba-by-lôn (3);

nhà tiên tri trả lời *Ba-by-lôn*. Các nhà giải kinh tranh cãi liệu Ê-sai có thể và đã báo trước về sự giam cầm ở Ba-by-lôn chăng.[9] Ngày nay, việc Cựu Ước có những lời dự báo không còn bị tranh cãi nhiều, nhưng điều người ta thắc mắc một cách hợp lý là lời dự báo rõ ràng - chỉ là lời báo trước về tương lai nhằm thỏa mãn tính tò mò của chúng ta muốn biết 'điều gì xảy ra kế tiếp'. Lời dự báo phải (a) bắt nguồn từ tình huống hiện tại và (b) thích hợp với tình huống đó. Tiếng kêu của Giăng Báp-tít: 'hãy ăn năn, vì vương quốc thiên đàng đã đến gần' (Mat 3:2), là một ví dụ hoàn hảo: ông nói với những người đương thời; ông nói cho họ biết tương lai; ông làm cho tương lai có liên quan đến hiện tại. Rõ ràng lời Ê-sai nói với Ê-xê-chia khớp với cấu trúc này. Thứ nhất, Ê-sai không chụp lấy tên *Ba-by-lôn* cách vô căn cứ. Vua nói ra tên này với ông trước khi ông đáp lại với Vua Ê-sai không có lựa chọn nào khác ngoài việc diễn giải ra. Thứ hai, sứ điệp của ông về Ba-by-lôn có liên hệ trực tiếp đến hiện tại: từ bỏ con đường đức tin là bước đi trên con đường dẫn đến sự hủy diệt (7:9). Ba-by-lôn sẽ là sự hủy diệt của ông. Thứ ba, Ba-by-lôn là một phần của bản đồ thế giới hiện tại. Đó là nơi đã thiết lập một sự thống trị có thể đứng vững thay thế cho A-si-ri. Mê-rô-đác Ba-la-đan có đủ thành tích để chứng tỏ mình là kẻ thống trị giỏi nhất. Nếu Ê-xê-chia hiểu lời dự báo là sự giam cầm ở Ba-by-lôn trong tương lai khá gần, thì không có gì trong khung cảnh chính trị hiện tại mâu thuẫn với khả năng này.[10] Nhưng, thứ tư, điều này dẫn đến một vấn đề là chúng ta thật ra đang đòi hỏi Ê-sai dự báo chuyện thuộc tương lai xa vời, cách hơn một thế kỷ, và điều này có vẻ có sức thuyết phục thậm chí còn lớn hơn nếu chúng ta xem 'sự an ủi' ở 40:1 là những lời nói thật sự của Ê-sai. 'Sự an ủi' ở đâu khi nói rằng mọi chuyện sẽ tốt đẹp trong 170 năm nữa? Nhưng hãy hỏi một câu hỏi khác: Ê-sai nói 'hơn một thế kỷ' hay 'trong 170 năm nữa' ở đâu? Chúng ta chỉ biết sau khi sự việc xảy ra nhiều năm; còn vị tiên tri không hề nói gì cả, thậm chí có thể là không hề biết đến sự việc đó! Ngay từ thời điểm ông kêu gọi, ông đã biết có một thế lực tối tăm sắp đến sẽ tiêu diệt Si-ôn và mang dân chúng đi (6:11–13); ông biết rằng A-si-ri không phải là thế lực này (10:5–15; 14:24–25; 29:1–8; 30:31–33); có lẽ ngay chính thời điểm này, tên của 'thế lực tối tăm' đã được tiết lộ, khi Ê-xê-chia nói 'Ba-by-lôn'! Ê-sai không tra hỏi gì thêm: đó là đích đến họ đang hướng tới và là nơi (48:20–21) họ sẽ trở về vào đúng thời điểm. Sứ điệp tương lai, về sự phán xét lẫn thương xót, là không thể tránh khỏi khi nhà tiên tri đối diện với Vua.

8. Lời báo trước ở 39:6 là xác thực về mọi mặt như lời báo trước ở 38:1, được ứng nghiệm qua lời cầu nguyện, và lòng thương xót thiên thượng đã biến điều đó thành phước lành. Nhưng trong chương này; việc làm đã thay cho đức tin, con người thay thế Đức Chúa Trời, sự tự cao thế chỗ cho sự hạ mình. Khi thái độ cho mình là quan trọng thay cho những giọt nước mắt và lời cầu nguyện, thì lời Đức Chúa Trời thành ra sắt đá và thực hiện mục đích đáng sợ của lời ấy.

6. SỰ AN ỦI CHO CẢ THẾ GIỚI (40:1–42:17)

Việc phân chia Kinh thánh thành chương và câu là một điều rất hữu ích; nhưng điều đó không đúng với nguyên bản, và việc không 'đọc thẳng một mạch' thường khiến bỏ sót những ý nghĩa quan trọng. Cần phải nhớ rằng trong bản Q^a, phần hai dòng bắt đầu Ê-sai 40:1 như chúng ta có thật ra chính là phần cuối của cột kết thúc 39:8 trong Cuộn Biển Chết sách Ê-sai, mà không có dấu hiệu cho thấy có sự gián đoạn hay bắt đầu một phần mới.

---

[9]Xem A. S. Herbet, *The Book of the Prophet Isaiah* (CUP, 1973); Kaiser, *Isaiah 13–39;* và so sánh câu trả lời ấn tượng của Oswalt.

[10]Erlandssen, *The Burden of Babylon.*

Điều đáng chú ý là lời hủy diệt (39:5-7) và lời an ủi (40:1) nằm cạnh nhau. Ngay khi sự phán xét công bằng vừa được công bố thì lời an ủi công bằng (tương đương) cũng được rao ra. Thật vậy, trong khi một giọng nói ra lời hủy diệt (39:5 và các câu tiếp theo), thì những mạng lệnh ở số nhiều của 40:1 triệu tập một đoàn người an ủi mà từ đó có ba tiếng nói được nghe thấy (40:3,6,9) để sự an ủi nhiều hơn sự đoán phạt. Không chỉ thế, mà trong khi sự phán xét giáng trên một dân tộc tội lỗi (39:5 và các câu tiếp theo), thì sự an ủi, như chúng ta sẽ thấy, lan tỏa bao trùm cả thế giới.

a. Sự an ủi cho dân Chúa (40:1–41:20)

Sứ điệp an ủi bắt đầu tại nơi nhu cầu đó được thể hiện rõ ràng nhất. Hoàn cảnh phù hợp với điều chúng ta biết về Ê-sai, là người, tiếp theo lời nói với vua về việc lưu đày sang Ba-by-lôn, chắc hẳn thấy mình ở trong tình huống khó xử nhất khi nhóm các môn đồ của ông chất vấn (8:16): nếu thời kỳ của nền quân chủ đã hết - tất cả bị đày sang Ba-by-lôn và những người nam của hoàng gia bị hoạn nạn - vậy những lời hứa vĩ đại về vương triều là trọng tâm của chức vụ tiên tri cho đến bây giờ thì sao (vd: 9:1-6; 11:1-16)? Rõ ràng, Ê-sai hoặc phải hủy bỏ những lời tiên tri trước đó hoặc phải tìm kiếm lẽ thật sâu xa hơn liên quan đến tương lai.

Thật ra ông có tìm kiếm lẽ thật sâu xa hơn, và ông bắt đầu trong một lời tuyên bố hết sức cân xứng: ba tiếng nói công bố lời hứa về sự an ủi (40:1-11); những lời hứa được bảo đảm bởi bản tính của Đức Giê-hô-va; trong vai trò Đấng Sáng Tạo (40:12-31), là Đấng cai trị toàn bộ công trình sáng tạo và không thể quên dân Ngài (40:25-31), và là Chúa của lịch sử (41:1-7), Ngài điều khiển toàn bộ tiến trình lịch sử, dấy lên những nhà cai trị thế giới (41:1-4), và phơi bày các hình thức sùng bái thần tượng trên thế giới (41:5-7); cuối cùng, tương ứng với ba tiếng nói (40:3-11), có ba bức tranh về sự an ủi (41:8-20).

i. Sứ điệp an ủi (40:1-11) Dẫn nhập: sứ giả đem sự an ủi (40:1-2). *1. Hãy an ủi, hãy an ủi:* các động từ số nhiều ở thể mệnh lệnh truyền lệnh cho một nhóm người vô danh đem sự an ủi đến cho những người Đức Giê-hô-va gọi là *dân Ta.* Họ đã từ bỏ Ngài nhưng Ngài không khước từ họ. Giống như trẻ con, họ trượt chân vào con đường không đáng tin cậy của thế gian và sẽ bị bầm tím vì té ngã, nhưng họ có một Đức Chúa Trời chạy đến nâng họ lên trong cánh tay Ngài (11).

2. Nói cách dịu dàng: 'nói với lòng', giống như chàng trai trẻ tán tỉnh cô gái (Sáng 34:3), ai đó làm cho yên tâm (Ru 2:13); một người chồng bị ruồng rẫy tìm cách đem vợ trở về (Ô-sê 2:14). *Cuộc chiến:* từ ngữ *ṣābā'* nghĩa là 'đội quân/đạo quân' (Quan 8:6), nhưng ý nghĩa mở rộng của nó bao hàm một khoảng thời gian phục vụ cố định (Dân 4:3) hoặc một khoảng thời gian cố định trong cuộc đời (Gióp 7:1) và ở đây là một khoảng thời gian vất vả được ấn định. *Tội lỗi... đã được tha:* ở đây là yếu tố công bằng nằm sau lời an ủi. Làm thế nào Đức Chúa Trời của sự phán xét (39:5 và các câu tiếp theo) trở thành Đức Chúa Trời của sự tha thứ? Không phải chỉ bằng lời nói - vì như vậy là xem sự thánh khiết của Ngài là điều có thể thương lượng và tội lỗi là không đáng kể. Động từ *được tha* ($\sqrt{raza}$, 'ưu ái') được dùng để nói đến 'sự vui thích' của Chúa (1 Sử 28:4) và đặc biệt là sự chấp thuận của Đức Giê-hô-va đối với của lễ chuộc tội (Lê 1:4; 22:27). Do đó, nó không nhấn mạnh nhiều ở việc của tế lễ được dâng đủ để trả cho tội lỗi đã phạm (dù điều đó cũng đúng), mà là nó làm thỏa mãn những đòi hỏi của một Đức Chúa Trời thánh khiết. *Tội lỗi* ('*awōn*): thực tế bên trong của bản chất tội lỗi bị méo mó (1:4; 6:7). Từ ngữ này chủ yếu nói đến 'điều tội lỗi' nhưng cũng nói đến 'sự đoán phạt tội lỗi' như ở đây (Lê 26:41), cái giá phải trả để xử lý tội. *Đã chịu... tay*

Đức Giê-hô-va: với tội nhân, đây là quà tặng, được ban cho để 'nhận lấy'; người ban tặng và tác nhân là Đức Giê-hô-va. *Tay* tượng trưng cho sự can thiệp cá nhân. Sự cung ứng vì tội lỗi không phải là mưu chước của con người, hy vọng sẽ đem lại điều tốt đẹp nhất, mà là sự chu cấp (Lê 17:11; Ê-sai 53:6, 10) và hành động thiên thượng. *Gấp đôi* ($\sqrt{k\bar{a}pal}$) có nghĩa là 'gấp qua; gấp làm đôi' (Xuất 26:9); danh từ này (*kiplayim*) chỉ xuất hiện ở Gióp 11:6, nói đến sự khôn ngoan thiên thượng có 'hai mặt' với ý nghĩa luôn luôn bao gồm những hiện thực được giấu kín vượt ra khỏi sự hiểu biết của tâm trí con người. Vì vậy ở đây, ý không phải muốn nói đến sự đoán phạt quá mức cần thiết, mà là nói đến cách giải quyết tội lỗi bao gồm những hiện thực nằm ngoài trí hiểu của chúng ta. Mặt khác, khi cái gì đó được gấp qua, thì nửa này vừa khớp với nửa kia, và điều này dẫn đến ý nghĩ về sự tương ứng hoàn toàn giữa tội lỗi và sự trả giá.[1] *Về:* nghĩa là 'trả cho'. Như chúng ta sẽ thấy, nhiệm vụ của các chương tiếp theo là từ từ tiết lộ cái giá này hóa ra là gì. Tội lỗi (*ḥaṭṭa't*): xem 6:7.

Sứ điệp an ủi (40:3–11). Ba tiếng nói vô danh vâng theo sự kêu gọi *an ủi dân Ta* (1). Tiếng nói thứ nhất (3–5) nói rằng *Đức Chúa Trời chúng ta* đang đến để bày tỏ vinh quang Ngài trên khắp thế giới; tiếng nói thứ ba (9–11) đem sứ điệp này đến trên Si-ôn: Đức Giê-hô-va sẽ đến là người chăn, Đấng sẽ tập hợp dân sự Ngài và dẫn họ về nhà; tiếng nói thứ hai khẳng định tính chất vĩnh viễn của lời Ngài: Ngài đã hứa mặc khải cho cả vũ trụ (5) và đem tin tốt lành cho Si-ôn (9) và Ngài sẽ thực hiện. Những lẽ thật này tóm tắt toàn bộ sứ điệp của các chương 40–55. Đức Giê-hô-va có kế hoạch trước mắt để an ủi những người lưu đày ở Ba-by-lôn (43:14; 44:24–45:7; 48:20–21), nhưng Ngài cũng có kế hoạch thứ nhì, đem lời Ngài và sự cứu rỗi đến với họ và với cả thế giới (42:1–4; 49:1–6; 55:1–13).

3–5. *Tiếng kêu,* hay cách dùng danh từ như tiếng kêu (13:4; 66:6): 'Hãy nghe! Có người đang kêu to'. *Đường* không phải là bức tranh theo thể loại xuất hành của dân sự Chúa trên đường từ nơi lưu đày về nhà (xem 48:20–21), mà là bức tranh xa xưa của cuộc hành trình trong hoang mạc của Đức Giê-hô-va đến giúp dân Ngài (Phục 33:2; Quan 5:4; Thi 68:4, 7); và cũng có nhắc đến ở nơi khác phù hợp với ngữ cảnh này. Một bài ca của Ba-by-lôn viết 'Hãy làm cho đường [của Nabu] được thuận lợi, làm mới lại đường của người. Hãy làm cho đường người được thẳng', nói đến việc tạo những tuyến đường diễu hành đặc biệt cùng với hình ảnh các thần trong các lễ hội. Việc làm một con đường cho *thẳng* (3đ), dễ nhìn thấy (*đường cái,* hay đường đắp cao; 3e), không dốc (4ab) và bằng phẳng (4cd) mô tả một hành trình không gặp khó khăn gì và do đó chắc chắn sẽ đi đến đích. *Vinh quang của Đức Giê-hô-va* (5) có nghĩa là 'Đức Giê-hô-va với tất cả vinh quang của Ngài', không nhất thiết phải thể hiện trong sự đáng sợ lừng lẫy nhưng là đầy trọn sự hiện diện cá nhân. *Vì …đã phán vậy:* cách khẳng định thường thấy trong sách Ê-sai (1:20; 58:14; 21:17; 22:25; 25:8); nhấn mạnh nguồn gốc của lời phán trong Đức Giê-hô-va [bản NIV viết 'miệng Đức Giê-hô-va đã phán vậy' – ND) lẫn sự đồng nhất của điều nhà tiên tri nói với điều Đức Giê-hô-va phán.

6ab. *Tiếng nói:* hay, như ở trên, 'Hãy lắng nghe, có người đang nói.' *Và có tiếng đáp:* [bản NIV viết 'và tôi đáp' – ND] bắt chước theo cách viết của bản Qᵃ và bản LXX và được hiểu rộng rãi là ngụ ý 'tiếng kêu' của 'Ê-sai thứ hai'; được cho là tác giả của các chương 40–55. Đây là ví dụ kinh điển của việc làm cho 'sự việc' khớp với thuyết. Tốt hơn là theo bản MT, viết là 'và ông đáp' hay 'và có tiếng đáp' [như trong bản TTHĐ – ND]. Cách viết này hoàn toàn phù hợp với sự ẩn danh của 'tiếng nói' trong câu 3 và câu 9. Điều quan trọng là sứ điệp, không phải sứ giả.

---

[1] Ý cho rằng người giao hàng ghim bản kê khai được xếp lại lên cửa của khách hàng một khi nó đã được thanh toán và việc nó được gọi là 'gấp đôi' có nhiều khả năng bắt nguồn từ Ê-sai 40:2 hơn là khả năng đây là lời giải thích. Tuy nhiên, đây là hình ảnh hữu ích.

6c–8. Sứ điệp là sự tương phản giữa tính chất ngắn ngủi của con người và sự vĩnh cửu thiên thượng, nhằm khẳng định rằng điều Đức Giê-hô-va hứa thì Ngài chắc chắn sẽ giữ và làm thành. Cho nên, nếu Ngài hứa tự mặc khải cho cả vũ trụ (5) và chăm sóc như người chăn (11), thì không điều gì có thể ngăn cản những việc này xảy ra. *Loài người*: nghĩa đen là 'loài xác thịt', nhân loại với tính chất dễ bị tổn thương. *Vẻ đẹp* (*ḥesed*): tư liệu được dùng (vd: 54:8, 10) nói đến tình yêu thủy chung 'không hề thay đổi' của Đức Giê-hô-va đối với dân Ngài. Từ này cũng xuất hiện khi nói đến tình yêu mà con người cần phải đáp lại Đức Giê-hô-va, nhưng khi so sánh thì tình yêu đó hóa ra thật chóng qua và không kiên định (Ô-sê 6:4)! Ý ở đây không nói đến 'vẻ đẹp' vật lý chóng tàn của chúng ta hay điều gì tương tự mà nói đến tính không đáng tin cậy về đạo đức và thuộc linh. *Vì hơi thở*: nghĩa đen là 'thần linh'. Có thể ám chỉ Đức Thánh Linh. Chắc chắn Ngài là 'Đức Giê-hô-va, Đấng ban sự sống' (Thi 104:30), đồng thời cũng là 'Đức Giê-hô-va, Đấng ban sự chết'. Như hoa tàn trong điều kiện bất lợi thế nào, thì tình trạng đạo đức và thuộc linh cũng ở dưới sự thử nghiệm thế ấy (Mác 4:16–19). Ngoài ra, điều Ê-sai nói về 'mọi xác thịt' (6cd) thì ông lưu ý là cũng đúng đối với những người được mong đợi nhiều hơn: *thật vậy* (nghĩa đen là 'tại sao, ngay cả') *loài người* - dân sự Chúa! - cho thấy tính không ổn định tương tự về đạo đức (*là cỏ*). *Nhưng*, bởi sự tương phản lạ lùng, có một yếu tố bất biến đang vận hành trong thế giới: *lời của Đức Chúa Trời chúng ta* (Dân 23:19; Thi 119:89).

Các câu *9–11* cho thấy lời hứa Đức Giê-hô-va sẽ đến (3–4) sẽ không vô ích. Lưu đày không phải là dấu chấm hết cho dân sự Chúa - cho dù lưu đày ở Ba-by-lôn cổ đại hay cuộc 'lưu đày' đang diễn ra của dân sự bị tản lạc (Gia 1:1; 1 Phi 1:1). Hồi hương là điều chắc chắn.

9a-f. *Ai rao*: động từ giống cái – gợi nhớ lúc Mi-ri-am cầm trống cơm và hát về chiến thắng của Đức Giê-hô-va (Xuất 15:20; so sánh 1 Sa 18:6–7; Thi 68:11) – mô tả đoàn phụ nữ hát mừng chiến thắng được dẫn ra khỏi Si-ôn để gặp Đấng Chăn Chiên chiến thắng trở về. *Núi cao*, để tất cả đều nghe; *ra sức*, 'với sức mạnh', vì không có gì nghi ngờ về sứ điệp, không có gì đáng phải do dự.

9g–11. *Đây là…nầy…nầy*: cũng từ này được dùng ở cả ba duyên cớ, 'Kìa/Nhìn xem!' Tất cả đều xảy ra ngay trước mắt họ: sự hiện đến siêu phàm của Đấng được gọi là *Đức Chúa Trời*, sự hiện đến phi thường của Đấng *đến trong quyền năng* (nghĩa đen 'như Đấng mạnh sức') và sự hiện đến thành công của Đấng đem theo điều Ngài đã giành được. Từ đồng nghĩa *ban thưởng…báo trả* mô tả điều Ngài 'giành được' qua chiến thắng của Ngài (so sánh chiến thắng của Đa-vít ở 1 Sa 30:20). Nhưng, dù Ngài mạnh sức, quyền năng của Ngài không hề tàn nhẫn. Đối với dân Ngài, đó là quyền năng vận hành bởi tình yêu: *chăn bầy* với sự chăm sóc của người chăn chiên, sự nhẹ nhàng cung ứng cho người yếu (*chiên con*) và cung cấp những nhu cầu đặc biệt (*các chiên cái đang cho bú*). Lưu ý sự tương phản giữa 'cánh tay cai trị' ở câu 10b và 'cánh tay' tập hợp (theo nghĩa đen) ở câu 11b.

ii. Đức Chúa Trời, Đấng Sáng Tạo, là Đấng đảm bảo mọi lời hứa (40:12–31).

Bài thơ tuyệt vời này đi đến cao trào trong các câu 27–31, sự an ninh của *Gia-cốp/Y-sơ-ra-ên* dưới sự cai trị của một Đức Chúa Trời như vậy: Đức Chúa Trời – là Đấng Sáng Tạo khôn ngoan tối thượng (12–14) phối hợp tất cả lại với nhau cách chính xác (12); trong sự vĩ đại của Ngài (15–17), Ngài thống trị cả cõi sáng tạo và mọi nước (17); chỉ một mình Ngài là Đức Chúa Trời (18–20); Ngài cai trị (21–24) mọi 'quyền lực' trên đất (23), và điều khiển (25–26) công trình sáng tạo đến tận chi tiết cuối cùng (26). Vậy thì làm thế nào *Gia-cốp/Y-sơ-ra-ên*, là chính dân Ngài, có thể bị lãng quên (27) hoặc bị bỏ mặc cho yếu sức (31)? Đây là một trong những phân đoạn trọng tâm của Cựu Ước nói đến giáo lý về sự sáng tạo. Phân đoạn này dạy rằng cơ cấu vật lý của sự sáng tạo là vật tạo tác trực tiếp của Đấng Sáng Tạo: *bụi đất* và *biển cả* (12) được cân đo trong *tay* Ngài. Sự hiện diện của sức mạnh có tổ chức của con người (*các nước*, 15, 17) không tạo nên sự khác biệt gì đối với quyền tể trị tuyệt đối của Đấng Sáng Tạo trên cõi tạo vật. Đức Chúa Trời, Đấng Sáng tạo là Chúa duy nhất (18–20); so với tất cả những kẻ xưng là thần nhưng chỉ là sản phẩm từ tài khéo léo của con người (19–20). Đấng Sáng Tạo điều khiển thế giới có người ở (22) và cai trị những kẻ cai trị trên đất (23–24). Chú ý đến các chi tiết, Ngài ra lệnh cho sự chuyển động của vũ trụ (26). Bằng cách này hay cách khác, giáo lý về Đức Chúa Trời, Đấng Sáng Tạo gồm bốn phương diện trong Cựu Ước được trình bày ở đây: Ngài tạo ra mọi thứ, duy trì sự tồn tại của mọi thứ, kiểm soát hoạt động của mọi thứ, và điều khiển mọi thứ hướng đến kỳ cuối cùng Ngài đã định.

Đấng Sáng Tạo khôn ngoan (40:12–14). 12. Sự tương phản giữa *biển cả* và *bụi*, *tầng trời* và *đất* là ví dụ điển hình cho thành ngữ Hê-bơ-rơ chỉ về 'tính toàn bộ được diễn đạt bằng sự tương phản'. Đức Chúa Trời, Đấng Sáng Tạo là Đấng tạo dựng tất cả. *Lường...đo...đong... cân:* cả công trình sáng tạo là sản phẩm chính xác với số lượng chính xác của từng thành phần có mặt. *Đo* là động từ chúng ta dùng để diễn tả 'sự điều chỉnh tỉ mỉ'. *Lòng... gang...đấu... cân...cân bàn:* trong cách nói của con người, đây là những dụng cụ đo lường chúng ta sử dụng cho công việc ở phạm vi nhỏ. Ở đây, chúng nhấn mạnh sự bao la của Đấng Sáng Tạo khi so sánh với tạo vật của Ngài.

13–14. Như câu 12 chứa đầy từ ngữ chỉ dụng cụ thế nào; thì trong hai câu này toàn những từ chỉ sự khôn ngoan: *lường...cố vấn...dạy...hỏi ý kiến...thông hiểu...dạy...tri thức...nhận thức.* Dĩ nhiên, có nhiều tầng ý nghĩa trong những chữ này, nhưng tác dụng của chúng nằm ở ảnh hưởng chung: sự khôn ngoan vô tận, vượt trổi hơn tất cả và nguyên thủy của Đấng Sáng Tạo. *Lường* là động từ được dịch là *đo* trong câu 12. Đấng Tạo Dựng không cần ai 'tinh chỉnh' (điều chỉnh cách tỉ mỉ từng chi tiết – ND) Ngài! *Hỏi ý kiến... đường công lý...nhận thức* tất cả đều mang ý nghĩa về khả năng nhận thức sâu sắc, nhìn thấy cốt lõi của vấn đề. Cho nên, tóm lại là cho dù chúng ta xem công trình sáng tạo như một công tác đã hoàn thành (12) hay (13–14) chúng ta nghiên cứu công tác đó để thấy sự khôn ngoan đã hoạch định ra nó, thì cũng chỉ có một Đức Chúa Trời, Đấng Sáng Tạo duy nhất.

Đấng Sáng Tạo vĩ đại (40:15–17). Bây giờ, Ê-sai quay sang thế giới có người ở. Mối liên hệ giữa Đấng Sáng Tạo và tạo vật (12–14) là không thể hoán đổi cho nhau - tức là Đấng Sáng Tạo có toàn quyền trên cõi sáng tạo; cõi sáng tạo không có quyền gì trên Đấng Sáng Tạo. Sự xuất hiện của loài người có thay thế điều này được không? Không; mối liên hệ đó vẫn là không thể hoán đổi! *Các nước* (15,17) mô tả nhân loại trong phương diện sức mạnh tập thể, có tổ chức. Nhưng trong mối liên hệ với Đấng Sáng Tạo, họ chỉ là *giọt nước nhỏ...hạt bụi...không là gì cả...trống không...hư vô.*

15. Việc bản dịch NIV bỏ đi hai chữ 'Kìa' trong câu này là một mất mát [bản TTHĐ viết 'kìa...nầy' – ND]. Nhà tiên tri nói 'hãy nhìn này': một người kéo một thùng nước từ giếng lên và giọt nước văng ra. Anh ta có chú ý sự mất mát đó không? Một nhà hóa học phân chia một chất nào đó; sự chính xác hoàn toàn là điều quan trọng, vì vậy anh ta chùi hay thổi những hạt bụi bám vào dĩa cân. Bây giờ 'hãy nhìn này': với Đấng Sáng Tạo, toàn bộ khối đất (*hải đảo*) đem cân thật dễ dàng! Chữ 'kìa' trước tiên chỉ về con người, chữ 'nầy' sau đó là 'cơ cấu'. Trong mỗi trường hợp, và tương tự, sự tể trị của Đấng Sáng Tạo là tuyệt đối.

16. Từ một nhân loại có tổ chức, Ê-sai đi đến một nhân loại có tín ngưỡng. Chúng ta không thể làm gì cho tương xứng với sự vĩ đại của Đấng Sáng Tạo - ngay cả khi chúng ta phải đốt cả *Li-ban* và tàn sát toàn bộ thú vật ở đó (Thi 50:9–13). Trong câu 15, chúng ta ở dưới quyền năng của Ngài. Trong câu 16, Ngài vượt ra ngoài năng lực của chúng ta. Không điều gì chúng ta làm có thể khiến Ngài mang ơn chúng ta hay thuộc quyền sử dụng của chúng ta. Đây là hồi chuông báo tử đối với tất cả các hệ thống cứu rỗi 'tự làm'. Mọi nỗ lực của con người nhằm thay đổi Chúa, nhằm đáp ứng yêu cầu của Ngài, nhằm thỏa mãn đòi hỏi của Ngài; điều khiển Ngài để chúng ta được lợi và tìm cách lấy lòng Ngài, thì Ê-sai chỉ viết rằng 'Không đủ'.

17. Bây giờ, nhà tiên tri quay sang *mọi nước*. Giả sử cả thế giới trở thành một 'tập hợp' khổng lồ, thì chúng ta sẽ so sánh thế nào với Đấng Sáng Tạo? *Không là gì cả...trống không...hư vô!* Có phải những từ ngữ này ngụ ý rằng nhân loại 'chẳng có ý nghĩa gì' với Đấng Tạo Hóa không? Điều này không đúng, vì Kinh thánh khẳng định con người là đỉnh điểm của sự tạo dựng, là người mang hình ảnh thiên thượng, được chọn vào địa vị 'phó nhiếp chính' trong thế giới được tạo dựng (Sáng 1:26–28; Thi 8), chứ không phải là 'chẳng có ý nghĩa gì.' Vậy thì, không phải là câu này đang xem xét *giá trị* của con người đối với Đức Chúa Trời, mà là đánh giá *tầm vóc* tương đối của con người. Đây là lời khẳng định tối hậu về mối quan hệ 'không thể hoán đổi cho nhau'. *Trước mặt Ngài:* đứng 'trước mặt Ngài'; sức mạnh tập thể của nhân loại *không là gì cả*; 'họ phải được xem xét trong mối liên hệ với Ngài là phi thực thể'. Chỉ một mình Ngài sở hữu sự sống; còn tự họ thì không có sự sống. *Hư vô* là 'không có hình dạng' như ở Sáng Thế Ký 1:2, nghĩa là 'thiếu mục đích và ý nghĩa rõ ràng': 'so với Ngài, họ phải được xem là vô dụng'.

Đấng Sáng Tạo, chân thần duy nhất (40:18–20). Chủ đề này nằm ở giữa bài thơ. Trong chương trước và chương sau, Ê-sai xem xét mối liên hệ giữa Đấng Sáng Tạo với nhân loại có tổ chức: các nước (15–17); vương quyền và những nhà cai trị (21–24). Trong các chương trước nữa và tiếp theo nữa, ông nói đến Đấng Sáng Tạo và tạo vật: sự khôn ngoan đã hoạch định và quyền năng để thực hiện (12–14); kỹ năng quản trị giúp mọi việc ở đúng chỗ của nó (25–26). Nhưng ở đây, ngay phần trọng tâm, là thần tính độc nhất của Đức Giê-hô-va, và không có gì có thể được gọi là Đức Chúa Trời cả. Vì ngoài Đức Chúa Trời là Đấng tự mặc khải trong Kinh thánh, thì con người bị giới hạn trong chính suy nghĩ, những sự tưởng tượng, và sáng chế của mình. Đây là một lẽ thật hầu như được nhìn thấy rõ ràng qua việc tạo thần tượng. Tín ngưỡng đơn thuần như thế của con người được phơi bày ở hai điểm. Trong câu 19, vẻ đẹp của hình tượng là vẻ đẹp của nghệ thuật của con người và sự phong phú của đất, và trong câu 20, sự sống của *gỗ* ('cây') đến từ đất; tính lâu bền của gỗ chỉ là tính lâu bền của thiên nhiên (*không mục*), hình dáng và 'đặc tính' của nó là món quà từ *thợ lành nghề* (tức khả năng mường tượng của con người), và độ chắc chắn của nó là điều gì đó được thiết kế (*vững chắc*). Ý nhấn mạnh xuyên suốt là về con người, mặt đất, nguồn gốc của 'vị thần' như thế và việc 'năng lực' của nó không thể vượt ra ngoài bản chất tự nhiên vốn có của nó. Lưu ý câu 19 bắt đầu và câu 20 kết thúc với việc nhắc đến *người thợ*. Điều này nói lên tất cả; đó là sự sáng tạo của con người.

Đấng Sáng Tạo trong vai trò Vua của các vua (40:21–24). **21.** Kiểu câu hỏi chất chồng tương tự câu 12–14. Ở đó, câu trả lời được mong đợi khẳng định chỉ có một Đức Chúa Trời là Đấng vô cùng khôn ngoan; còn ở đây, câu trả lời được mong đợi chỉ về sự khôn ngoan mà con người cần có - và thật sai lầm nếu chúng ta bỏ qua. So sánh Thi Thiên 19:1–6; Rô-ma 1:20; Hê-bơ-rơ 11:2 - theo đó có một 'giọng nói' phát ra từ và nói về thế giới, công bố rằng tiếng nói đó không tự nhiên mà có. Đây chính là 'giọng nói' mà Ê-sai nhắc đến khi ông hỏi

Các ngươi chưa nghe sao? (21b).² Điều ông nói thích hợp với 'tín ngưỡng tự nhiên', nhưng thật sự ông đang nói với Y-sơ-ra-ên và từ từ đi đến chỗ thách thức sự thất bại của họ trong đức tin (27). Họ từng biết một Đấng Sáng Tạo vô cùng khôn ngoan, vô sở bất năng (12–14), một Chúa của các nước mà con người không thể tranh cãi (15–17), là Đức Chúa Trời duy nhất (18–20) và bây giờ là Vua của các Vua Họ nhận sự mặc khải từ ban đầu, và là một phần của giáo lý về sự sáng tạo, họ luôn luôn thừa nhận một Đức Chúa Trời, Đấng Sáng Tạo duy nhất (Thi 96:5) và tối cao (Giê 10:12–16; 27:5–6; 32:17–20).

22–24. Nhìn thấy trước số phận của dân sự ông là bị các nước nuốt chửng, bị thống trị bởi kẻ xâm lược chuyên chế - tất cả những điều này xâm chiếm suy nghĩ của ông tiếp theo lời dự báo về Ba-by-lôn ở 39:5–7, Ê-sai biết rằng việc họ có một quan điểm thần học về vấn đề quyền lực thế gian là quan trọng ra sao. Bởi thế, ông lần lượt chỉ cho họ thấy uy quyền siêu việt của Đức Chúa Trời của họ (22), so với Ngài thì các nhà cầm quyền trên đất như thế nào (23), và lịch sử trong quá khứ phán xét họ như thế nào (24). *Trại để ở* hoặc là mô tả trái đất có người ở như là cái lều của nhân loại, căng ra dưới tấm bạt bầu trời, với Đấng Sáng Tạo được tôn cao trên tất cả, hoặc là mô tả sự vĩ đại của một Đức Chúa Trời cần cả bầu trời rộng mới cung ứng lều đủ lớn cho chính Ngài. Dù là cách nào, cụm từ này cũng nhấn mạnh quyền thống trị của Ngài trên thế giới con người. *Con số không...hư không*, như trong câu 17, diễn tả một sự phán xét tương đối. *Con số không* là từ được dịch là 'không là gì cả' trong câu 17, còn *hư không* là 'hư vô' (Sáng 1:2, *tōhû*, chứng tỏ không có ý nghĩa hay mục đích). Theo đánh giá của riêng ông và của những người xung quanh ông, kẻ cai trị là 'người quan trọng', nhưng với Đức Giê-hô-va, quyền lực và thanh thế của người đó chẳng có nghĩa lý gì; chỉ một mình Ngài là Vua *Như rơm rác*: hình ảnh rơm rác mau chóng bị phân tán. Lịch sử là quãng thời gian dài khi chúng ta trải qua, nhưng nếu nhìn lại thì thấy lịch sử thật ngắn ngủi. 'Thời gian, như dòng nước chảy mãi không ngừng,/Mang theo tất cả con cháu của nó;/Thời gian trôi qua, bị quên lãng, như một giấc mơ...'³

Đấng Sáng Tạo trực tiếp cai quản cả vũ trụ (40:25–26). Khớp với câu 18–20 là hai câu nói đến thần tính vô song của Đức Giê-hô-va; còn ở đây Ngài là độc nhất trong vai trò 'Giám đốc điều hành'.

25. *Đấng Thánh:* Quyền năng và sự khôn ngoan (12–14), sự vĩ đại (15–17), thần tính (18–20) và quyền thống trị (21–24) của Ngài không chi sánh được, nhưng sự thánh khiết và sự oai nghiêm độc nhất về đạo đức của Ngài là đòn chí tử cho bất kỳ sự so sánh nào (xem 6:3). Sự thánh khiết và sự sáng tạo thường đi chung với nhau (Thi 104:24–25; so sánh 93:5). Cứ như thế Cựu Ước thấy không thể nào suy ngẫm về Đấng Sáng Tạo và Đấng Cai Trị thế giới mà trực giác lại không đi đến sự thánh khiết trong cách Ngài cai trị trái đất. Ở đây cũng vậy. Chắc chắn sự thánh khiết của Đức Giê-hô-va nhấc Ngài ra khỏi phạm vi so sánh với bất kỳ ai khác, nhưng phải chăng đây cũng là lời nói đúng lúc dành cho Y-sơ-ra-ên? Với nhu cầu trên đất này, họ có thể yên nghỉ trong sự chăm sóc tối cao của Đấng Sáng Tạo, tin cậy sự khôn ngoan tối thượng của Ngài, v.v... nhưng lúc nào cũng là quyền tối cao của *Đấng Thánh*; một trong những điều họ cần hiểu trong hoàn cảnh khốn khó của mình là tình trạng tội lỗi của họ trước một Đức Chúa Trời như thế xứng đáng nhận lấy cơn thịnh nộ thánh của Ngài và đòi hỏi họ phải ăn năn. Sống trong thế giới của Đấng Sáng Tạo đòi hỏi một mức độ đạo đức khắt khe.

---

²Xem W. Temple; *Nature, Man and God* (Macmillan, 1940), Lecture XX; P. Davies; *The Mind of God* (Simon và Schuster, 1992).

³Trích từ I Watts, 'O God, our help in ages past'.

26. Thế giới cổ đại cũng có đầy những nhà thiên văn học giống như thế giới hiện đại, nóng lòng nói cho chúng ta biết các vì sao tạo nên điều kiện sống như thế nào. Tuy nhiên, Ê-sai chỉ đơn giản muốn chúng ta ngưỡng mộ công trình của Đấng Sáng Tạo và hiểu những chuyển động của các tầng trời (không phải để tạo ảnh hưởng) mà là bày tỏ sự kỳ diệu và chính xác về sự kiểm soát trực tiếp của Ngài trên vũ trụ. Sự điều khiển của Ngài có tính riêng lẻ (26c): các vì sao giống như nhiều con chó cưng được gọi bằng tên trong kế hoạch của chủ (26d), và dù chúng nhiều vô số, nhưng số lượng của chúng luôn được đếm đầy đủ (26ef).

Đấng Sáng Tạo ban cho những gì vốn là của Ngài (40:27–31). *27.* Các câu hỏi phơi bày sự yếu đuối của đức tin và cũng là sự vô lý của lòng vô tín. Thứ nhất, có thể nào *đường lối tôi* trên đất rối tung đến nỗi Đức Giê-hô-va không nhìn thấy tôi không? Và thứ hai, chẳng ích lợi gì khi nài xin *quyền lợi của tôi* trước mặt Ngài chỉ để bị xua đuổi ngay lập tức. Dĩ nhiên, giá trị đặc biệt của giáo lý về Đức Chúa Trời, Đấng Sáng Tạo là nó đem tất cả những điều chân thật về Đức Chúa Trời để tác động đến thế giới này. Vậy thì, hãy xem xét sự vô lý khi đánh mất đức tin nơi Đấng mà đối với thế giới này, Ngài hết sức quyền năng (12), hết sức khôn ngoan (13–14); có ảnh hưởng lớn (15–17), không thần nào có thể thách thức, ngăn trở hay đối địch với Ngài (18–20), Vua của các vua (21–24), cầm quyền tối thượng trên thế giới này đến từng chi tiết nhỏ nhặt nhất để mọi thứ đều ở đúng chỗ của nó, không điều gì bị bỏ qua, không điều gì bị thất lạc!

28. Những lẽ thật này bây giờ được tóm tắt lại thành nguyên tắc. Ngài là *Đức Chúa Trời đời đời*, cho nên không có lúc nào không có Ngài; *toàn cõi đất* là của Ngài, cho nên không có chỗ nào không có Ngài; *chẳng mỏi mệt, chẳng yếu sức*, sức mạnh của Ngài không giảm sút, sự thiếu hụt nguồn lực bên trong không thể giới hạn Ngài, sự thiếu *hiểu biết* cũng vậy.

29–31. Một chuỗi những thuộc tính của Đức Giê-hô-va – đời đời, vô sở bất tại, sức lực dẻo dai, khôn ngoan (28) - tiếp tục trong phân từ mở đầu trong tiếng Hê-bơ-rơ: Ngài cũng là Đấng ban năng lực, không phải bột phát hay thỉnh thoảng mà đó là một phần của Ngài. *Mệt mỏi* (29) và *mòn mỏi* (30) là một từ (được dịch là *mỏi mệt* trong câu 28). Từ này có nghĩa là thất bại vì mất đi sức mạnh vốn có. *Mệt nhọc* (30) là một từ khác, nói đến sự kiệt sức vì sự khắc nghiệt của cuộc sống. Chính nhờ 'sự hiểu biết' (28) của Đức Chúa Trời không hề mỏi mệt mà Ngài biết sự yếu đuối của chúng ta và cung ứng thuốc giải độc. *Các thanh niên*, những người đang trong thời kỳ đẹp nhất của tuổi trẻ; *người trai tráng* - bắt nguồn từ động từ 'chọn lựa' - những người 'được chọn' vì khả năng dựa trên vẻ bề ngoài. Do vậy, sức mạnh tự nhiên, dù là hoàn toàn tự nhiên hay được trau dồi cách đặc biệt, đều thất bại, nhưng *ai trông đợi Đức Giê-hô-va... được sức mới*. *Trông đợi* (dĩ nhiên với lòng tin chắc phù hợp với Kinh thánh) là một nghĩa của từ $\sqrt{qāwâ}$, cũng có nghĩa là 'chờ đợi' (cách kiên nhẫn) và 'an nghỉ' (cách tin cậy). Ở đây là một phân từ, chỉ về một mối liên hệ được duy trì. *Sức mới*, từ nghĩa cơ bản 'thay đổi' ($\sqrt{hālap}$) đến nghĩa 'mặc lấy một lần nữa': ở đây có nghĩa là 'cứ mặc lấy sức lực tươi mới'. Đó là một sức mạnh khác, như thể con người trở nên như chim đại bàng, một sức mạnh có được nhờ sự biến đổi; đó là sức thiêng, là sức mạnh giống như sức mạnh của chính Đức Giê-hô-va *chẳng mỏi mệt, chẳng yếu sức* (28e). *Chạy*, những yêu cầu ngoại lệ của cuộc sống; *đi*, công việc bình thường hằng ngày.

iii. Đức Chúa Trời, Đấng cai trị thế giới là Đấng đảm bảo mọi lời hứa (41:1–7). Bây giờ, Ê-sai chuyển sang tập trung vào những lẽ thật mà ông đã khẳng định thành nguyên tắc: Đức Giê-hô-va thống trị các dân (40:15–17) là Đấng Cai trị các nhà cai trị (40:21–24) và không có thần đối địch nào có thể thách thức hay ngăn cản Ngài (40:18–20). Mục đích của

Ngài vẫn y nguyên: bắt nguồn từ những lời hứa an ủi ở 40:3–11 đến những hình ảnh đem đến sự an ủi ở 41:8–20, lẽ thật Đức Giê-hô-va là người điều khiển duy nhất dòng lịch sử là sự bảo đảm cho những lời hứa của Ngài. Trọng tâm của phân chương này là câu hỏi kép *Ai ....?* (câu 2–3 và 4). Ngay cả những người ấn tượng nhất trong những người 'quyền cao chức trọng' của thế gian có sự nghiệp cũng là do Đức Chúa Trời duy nhất khởi xướng. Lẽ thật cốt lõi này được đặt giữa lời kêu gọi các nước hãy suy ngẫm lẽ thật này (1) và việc phơi bày tính phù phiếm mà họ đáp ứng đối với những mối đe dọa của lịch sử (5–7).

Phiên tòa được triệu tập (41:1). Trong khung cảnh tòa án mở đầu chương này, Đức Giê-hô-va là Thẩm phán, triệu tập cả thế giới đến trước mặt Ngài (1ab), nhưng Ngài cũng là một trong những người kiện cáo (1cd), ở đó để tranh luận với các luật sư đối thủ về vụ kiện của Ngài. Cơ sở cho việc sử dụng hình ảnh phiên tòa là lẽ thật rằng Đức Giê-hô-va có thể và sẽ tiếp tục chỉ trên nền tảng của sự công bằng tuyệt đối. *Im lặng:* nghĩa là trong sự nhận biết phẩm giá của Thẩm phán. *Các hải đảo:* xem 11:11; 40:15. Ê-sai dùng từ ngữ *'iyyîm* như là cách viết nhanh chỉ những nơi xa xôi của trái đất. *Nhận lấy sức mới:* cách nói này cũng giống cách nói ở 40:31, 'mặc lấy sức mới'. Ở 40:31 là lời mời gọi trở lại với thái độ đức tin không nghi ngờ để kinh nghiệm sự đổi mới mà đức tin đem lại; còn ở đây là sự ngụ ý rằng cách thức đổi mới tương tự mở ra cho cả thế giới: họ cũng được mời gọi đặt lòng tin vào Đức Chúa Trời của Y-sơ-ra-ên và tìm kiếm sức mới. Cho nên, Ê-sai kín đáo giới thiệu chủ đề ông đã khẳng định ở 19:24–25; 27:13, và là chủ đề mà ông sẽ quay lại ở 41:21–42:17; 45:14–25; 55:1–13. *Phán đoán* [bản NIV và bản TT dùng "xét đoán" - ND], như thường thấy trong Cựu Ước, không có nghĩa là 'kết tội' hay 'kết án', mà là 'quyết định.' Các nước được mời đến cách thẳng thắn để tranh luận về vụ kiện rồi sau đó nghe quyết định chính thức của tòa án.

Vấn đề là: ai cai trị thế giới? (41:2–4). Ai là người chiến thắng mà những câu này nói đến? Cách giải thích lâu đời nhất cho rằng đó là Áp-ra-ham, nói đến việc ông chinh phục các vua thế gian ở Sáng Thế Ký 14; hầu hết các nhà giải kinh bây giờ cho rằng những câu này nói trước về Si-ru (44:24–47:15). Vấn đề là bất kỳ và tất cả các quan điểm đều có thể được giải thích cho phù hợp trong phân đoạn không cụ thể này, dù đồng thời, Ê-sai cũng sắp áp dụng những lẽ thật được phát họa ở đây vào trường hợp cụ thể của Si-ru Nhưng tốt nhất vẫn là để ông nói cho chúng ta vào lúc ông thấy thích hợp và xem những câu này, về nguyên tắc, chủ yếu là thăm dò vấn đề: Những người chiến thắng trong tương lai từ đâu đến (2a)? Họ đang phục vụ cho mục đích của ai (2b)? Chiến thắng của họ được giải thích như thế nào (2c–3)? Tóm lại, ai thật sự cai trị thế giới? Có phải lịch sử là một mớ lộn xộn của những sự kiện vô nghĩa hay đó là kế hoạch trong bàn tay của người chủ.

2–3. Nổi lên: nghĩa đen là 'đánh thức' như thế đang ngủ; 'nổi lên' để hoạt động, không phải thúc đẩy người đã hoạt động mà là tạo sức đẩy ban đầu để hành động. *Phương đông:* đây là tình hình ở Pa-lét-tin, nơi mọi cuộc tấn công nghiêm trọng đều xuất phát từ phương đông (xem câu 25) ở Mê-sô-bô-ta-mi. *Sự công chính:* theo đuổi mục đích công chính. *Chân mình* [bản NIV viết 'phục vụ mình' - ND]: nghĩa đen là 'đến chân mình', một thành ngữ thông thường có nghĩa là 'theo ông ta'. Mục đích công chính này được thể hiện trong việc cai trị (*phó...chinh phục*), trong chiến thắng tuyệt đối (*lưỡi gươm...cây cung*), trong cuộc tiến quân không thể bị đánh bại (*truy đuổi...bình an*) và trong việc mở rộng đế quốc (*chưa ...đến*). Tóm lại, Ê-sai nêu lên toàn bộ vấn đề về bạo lực trong lịch sử: lý do có bạo lực ngay từ đầu là gì? Tại sao một ai đó lại được phép lên đến mức độ quyền lực như thế? Tại sao bạo lực như vậy lại được phép thành công? Tại sao tất cả lại rối tung như thế? Nhà tiên tri khẳng định trong từng chuyển biến của các sự vụ trên thế giới, Đức Giê-hô-va đều khởi xướng, có mục đích và hoàn thành, và tất cả đều phù hợp với mục đích *công chính*. Ông không nói rằng chúng ta có thể thấy như vậy; ông dạy rằng nó là như vậy. *Bình an* (3): 'trong sự bình an', đối chiếu sự thanh bình và tự mãn của người chiến thắng với sự hỗn loạn người đó tạo ra. *Trước đây* [không có trong bản TTHĐ]: bản NIV thêm vào từ này để giải thích, theo nghĩa đen là 'con đường mà bàn chân người chưa đi đến', có lẽ nhằm ngụ ý di chuyển với vận tốc mà chân người đó dường như không chạm đất! – một hình ảnh về việc con đường của kẻ chinh phục vừa mở rộng bờ cõi, vừa dễ dàng có được thành Công

4. Câu hỏi trong câu 2 được nhắc lại cùng với bản án của Thẩm phán. Hai động từ *thực hiện...hoàn thành* đơn giản là '*làm việc... hành động*': tác nhân nào nằm sau những sự kiện làm rung chuyển thế giới? *Kêu gọi* có nghĩa là 'thông báo' (Đức Giê-hô-va lên kế hoạch cho chương trình của lịch sử) hoặc 'gọi (tên)' (Đức Giê-hô-va ấn định số phận mà lịch sử và các tác nhân của nó sẽ đi đến). *Đấng Đầu Tiên và Cuối Cùng* [bản NIV viết '(với) cái đầu tiên (trong số chúng) và với cuối cùng' – ND]: trong dấu ngoặc đơn là những từ được bản NIV thêm vào. Bản MT như hiện có khẳng định Đức Giê-hô-va là Nguồn duy nhất ('Đầu Tiên') và ngụ ý sự hiện diện tể trị của Ngài xuyên suốt dòng lịch sử cho đến cuối cùng, Ngài ở với 'Cuối Cùng'. *Ấy chính là Ta* có lẽ chỉ là câu trả lời cho câu hỏi *Ai...?* nhưng rất có thể nói lên tính tự nhất quán không hề thay đổi của Đức Giê-hô-va (46:4; Thi 102:27-28) hoặc sự hiện hữu không bị giới hạn của Ngài (43:10; 48:12) trong khi những loài khác sống được là bởi ý muốn và sự cho phép của Ngài.

Lựa chọn thảm bại thay thế lời mời và bản án (41:5-7). Trên hoàn vũ (*các hải đảo*, câu 1; *tận cùng cõi đất*), lựa chọn duy nhất để thay thế Đức Chúa Trời, Đấng bày tỏ chính Ngài (*Ấy chính là Ta, Đức Giê-hô-va*) là những thần tượng do con người làm ra. Ê-sai giới thiệu chủ đề này trong 40:1-20; ông tiếp tục chủ đề này ở đây và đây là một trong những ý chính của các chương 40-48. Chuỗi ý tưởng tại đây mang tính điển hình: sự lo lắng của cả vũ trụ (5ab) đẩy nhân loại tìm đến sự an ninh tập thể (5c, 6ab) và nhóm anh em cùng chung nỗi sợ hãi (6b). Từ đây nảy sinh nhu cầu cần có sức mạnh 'thuộc linh' đứng về phía họ (7) nhưng sản phẩm tạo ra không thể vượt trội hơn nguồn của nó: khả năng con người (7abc), sự chấp thuận của con người (7d), sự bền vững của con người (7e). 'Các thần' của con người chỉ là những hình phản chiếu sự yếu đuối của con người.

iv. Ba hình ảnh: sự an ủi được đảm bảo (41:8-20). Chủ đề chung của ba hình ảnh này là tình trạng bất lực được thay đổi. Trong các câu 8-13, Y-sơ-ra-ên hai lần được gọi là *đầy tớ* (nghĩa đen là 'nô lệ'), tức là một người không có địa vị hoặc quyền lợi - nhưng nô lệ này thuộc về ông chủ lớn: người đó là *đầy tớ Ta* (8-9) và *tay phải công chính của Ta* ở về phía người nô lệ đó (10), cho nên các thế lực nhắm vào người đó phải thất bại. Trong các câu 14-16; *Gia-cốp là sâu bọ* (14), nhưng với sự *giúp đỡ* của Đức Giê-hô-va (14) sâu bọ chiến thắng những trở ngại không thể vượt qua (15). Trong các câu 17-20 là hình ảnh bất lực của cuộc xuất hành trước sự khắc nghiệt của hoang mạc: cơn khát khủng khiếp đe dọa tính mạng. Nhưng bây giờ, *Đức Chúa Trời của Y-sơ-ra-ên* đến để giải cứu, biến đổi hoàn cảnh và làm mới lại cõi tạo vật. Nhờ đó, các thế lực thù địch bị đánh bại (8-14), những rào cản không thể vượt qua bị cất bỏ (15-16) và những điều kiện sống nguy hại được biến đổi (17-20). Tất cả những việc này đều bởi hành động thiên thượng: *Ta sẽ làm cho con mạnh mẽ* (10), *Ta sẽ khiến* (15), *Ta ...sẽ nhậm lời* (17). Cho nên, trong văn mạch, ba hình ảnh khẳng định rằng sức sống thiên thượng được hứa ở 40:31 không phải là điều mơ tưởng, nhưng là một hiện thực; ngay cả trong một thế giới với các thế lực mạnh hơn (8-13), với những khó khăn to lớn (14-16) và những hoàn cảnh bất lợi (17-20).

Chiến thắng cho kẻ thấp hèn (41:8–13). *8–9. Đầy tớ Ta* (8–9): từ ngữ chính và quan trọng của các chương 40–55 xuất hiện lần đầu tiên ở đây. Thông thường, chúng ta muốn biết điều *đầy tớ* làm, nhưng phân đoạn này không cho chúng ta biết gì về nhiệm vụ của đầy tớ. Trước tiên, chúng ta biết rằng *Y-sơ-ra-ên* trở thành *đầy tớ* của Đức Giê-hô-va bởi sự lựa chọn thiên thượng (8b, 9d; Êph 1:4); thứ hai, rằng mối liên hệ bắt đầu với *Áp-ra-ham*. *Bạn Ta* (2 Sử 20:7; Gia 2:23) nghĩa đen là 'người yêu của Ta'/'người Ta yêu'. Thứ ba; phân đoạn này cho chúng ta biết rằng sự mở rộng lời hứa giao ước với *dòng dõi* của Áp-ra-ham (nghĩa đen, 'hậu tự', Sáng 17:7) vẫn có hiệu lực (*chọn con...không từ bỏ con*); và thứ tự, rằng trong sự lựa chọn và kêu gọi Áp-ra-ham, Đức Giê-hô-va cho thấy quyền năng Ngài vươn ra đến *tận cùng cõi đất...các miền xa xăm*. Trong tất cả những việc này, *đầy tớ* không hề thực hiện một chức năng nào cả; chỉ duy nhất một điều là Y-sơ-ra-ên có một địa vị đáng trọng. Nói cách khác, một nô lệ như thế là một kẻ vô danh tiểu tốt trong xã hội, nhưng trước khi đụng vào người đó, hãy hỏi chủ của người đó là ai!

10–13. Bây giờ Ê-sai chuyển sang người Chủ. Giống như ý nghĩ về địa vị (được diễn tả qua từ *đầy tớ*) bao bọc câu 8–9 thế nào, thì ý nghĩ về sự an toàn (*đừng sợ, tay phải, giúp đỡ*) bao bọc câu 10–13 thế ấy. Trong những câu này, các từ ngữ mô tả những lực lượng chống nghịch được nhấn mạnh trong mỗi trường hợp (*nổi giận...chống nghịch...kẻ gây hấn...kẻ tranh chiến*, 11–12). Do đó, mọi sự chống nghịch đều ở trong sự kiểm soát của sự hiện diện và giúp đỡ thiên thượng, và kết quả là sẽ chẳng còn gì cả (*sỉ nhục...diệt vong...không tìm thấy...không còn gì cả*). Sự hiện diện (*với con*, câu 10) và cam kết của Đức Giê-hô-va (*Đức Chúa Trời của con*) là thuốc giải độc nỗi *sợ*. *Kinh khiếp* là liếc nhìn hướng này hướng kia, bối rối không biết phải làm gì cho tốt nhất. Tuy nhiên, Đức Giê-hô-va không phải chỉ là bạn đồng hành thụ động. Sự hiện diện của Ngài mang lại sức mạnh thiết thực, được diễn tả như cơn thủy triều trợ giúp ngày càng gia tăng: 'Phải, Ta sẽ thêm sức mạnh cho con; Ồ đúng vậy, Ta sẽ giúp đỡ con; Tại sao à, Ta sẽ nâng đỡ con...!' Về *nắm giữ* [bản NIV và bản TT dùng 'nâng đỡ' – ND]: xem Xuất 17:12. *Tay phải công chính của Ta*: tay (40:12) là bộ phận chỉ sự hoạt động cá nhân; (nghĩa đen) 'tay phải của sự công chính Ta' là hành động mang tính cá nhân của Đức Giê-hô-va để thực hiện những lời hứa và mục đích công chính của Ngài.

Trước tiên, câu 11–12 diễn tả làn sóng thù địch ngày càng gia tăng, bắt đầu với *sự nổi giận*, rồi tạo thành lời phàn nàn (*chống nghịch con* nghĩa là 'kiện cáo con'); tiếp theo là sự chống đối thực sự (*kẻ gây hấn* là 'người con tranh chiến', nghĩa đen là 'những người thực sự chống đối con') dẫn đến *sự tranh chiến* công khai. Nhưng mỗi câu (11d, 12d) đều kết thúc với sự chống nghịch đi đến chỗ *không còn gì cả*. Câu 11 mô tả sự đi xuống đến chỗ không còn gì cả từ góc nhìn của kẻ thù; 12, từ quan điểm của người bị đối địch, được mô tả như đang tìm kiếm kẻ thù hiện không tồn tại. Những lời Đức Giê-hô-va hứa và tái cam đoan (10) là cơ sở cho sự an toàn và giải cứu thật sự (13).

Sự biến đổi cho số người ít ỏi (41:14–16). Đây là một bức tranh đáng chú ý: *sâu bọ* đối mặt với *các núi* và *các đồi!* Một rào cản không thể vượt qua! Nhưng *sâu bọ* được biến đổi thành *dụng cụ đập lúa* với kích thước đồ sộ đến nỗi núi cũng bị nghiền thành *rơm rác* và bị gió mang đi.

14. Trái ngược với sự bất lực của con người (*sâu bọ*) khi đối diện với những chướng ngại làm cho nhụt chí, trước nhất là có hành động từ chính Chúa (*chính Ta*), sau đó, thứ nhì là lời hứa thiên thượng được khẳng định (*phán*, nghĩa đen là '[đây là] lời của', xem 1:4). Thứ ba, *Đức Giê-hô-va*, 'Yahweh', Đấng có mục đích khi hành động, đã chứng tỏ sự vui lòng lẫn quyền năng để làm điều đó qua cuộc xuất hành (Xuất 3:15). Thứ tư, chính Ngài bảo đảm điều chúng ta cần: *Đấng cứu chuộc* là *gō'ēl*, xem 35:10, là Người thân gần gũi nhất mang lấy nhu cầu của dân sự Ngài như thể đó là nhu cầu của chính Ngài; và thứ năm, Đức Chúa Trời đứng về phía dân sự với sự đầy trọn của bản tính thiên thượng: *Đấng Thánh của Y-sơ-ra-ên* (xem 1:4). Danh hiệu này luôn mang hai ý: vì là *thánh* nên Ngài sở hữu thần tính cách trọn vẹn; *của Y-sơ-ra-ên* nên Ngài cam kết tận hiến cho dân sự Ngài.

15–16. Lưu ý sự cân xứng giữa *Ta sẽ khiến* và *con sẽ rê*. Quyền năng biến đổi của Đức Giê-hô-va không phải để giữ cố định nhưng để ban năng lực cho dân sự hành động. *Dụng cụ đập lúa* là một bệ nặng bằng gỗ có cạnh bén để cắt, được đóng vào mặt dưới bệ. *Giày đạp…các núi*: nghĩa là giải quyết cái dường như bất khả thi, lấy đi cái dường như không thể xuyên thủng (Xa. 4:7). *Gió…gió lốc*: 'sức mạnh tự nhiên' thường được nói đến như biểu tượng cho hành động thiên thượng (Thi 18:7–15; 104:4). Vì vậy, ở đây Đức Giê-hô-va, Đấng biến đổi (15a) và huy động (16a) dân sự Ngài; mạnh mẽ nhảy về phía họ để phân tán và cất đi điều ngăn cản họ. *Đức Giê-hô-va … Đấng Thánh của Y-sơ-ra-ên* xuất hiện ở đây như là 'dấu ngoặc' cuối cùng phù hợp với câu 14. *Vui mừng…tự hào*: ở đây, niềm vui (so sánh với sự ca hát ở 54:1) tượng trưng sự sung sướng bước vào những gì Đức Giê-hô-va đã làm cho chúng ta; Ngài là Tác nhân, chúng ta là người thụ hưởng; công việc là của Ngài, niềm vui là của chúng ta.

Cung ứng cho người thiếu thốn (41:17–20). Đức Chúa Trời công chính nâng đỡ (8–13), Đấng cứu chuộc biến đổi (14–16); bây giờ là Đấng Sáng tạo cung ứng. Ngài biến đổi tạo vật vì lợi ích của dân sự Ngài theo nhu cầu của họ. Chi tiết của bức tranh được lấy từ Xuất Ê-díp-tô Ký 13–17.

17. *Nghèo* nghĩa là 'hèn mọn' và chỉ về việc 'bị áp bức', bị đè bẹp dưới gánh nặng cuộc sống (10:2). *Thiếu thốn* mang nghĩa tích cực là 'sẵn lòng' (đặc biệt là sẵn lòng đi theo đường lối Chúa) nhưng nghĩa tiêu cực là 'dễ bị tác động', bị khuất phục trước tác động mạnh hơn của cuộc sống, không trông mong vào đâu được (14:30). Trong Xuất Ê-díp-tô Ký 17, đứng trước việc thiếu nước, dân sự lằm bằm; Môi-se cầu nguyện, và cầu nguyện chứ không phải lằm bằm mới chính là giải pháp cho khủng hoảng. Khi đối diện với nhu cầu bằng lời cầu nguyện; thì *Ta là Đức Giê-hô-va sẽ nhậm lời…không từ bỏ họ*.

18–19. Nước (18) và bóng mát (19) là hai nhu cầu lớn của người đi trong hoang mạc (Xuất 15:27). Không có cây nào được nhắc đến là cây ăn trái cả: ý chính là nơi ẩn náu, không phải sự nuôi dưỡng. Các giống cây cũng toàn ở Pa-lét-tin, không thuộc vùng Mê-sô-bô-ta-mi, cho biết vị trí của tác giả. Chúa đáp lời bằng sự đổi mới (*sông chảy ra trên các đồi trọc*), sự nhân cấp (*suối trào ra từ nơi nước đã chảy vào thung lũng*) và sự biến đổi (*hoang mạc và đất khô thành ao hồ và nguồn nước*). *Chung với nhau*: 'tất cả cùng một lúc', một phép lạ ấn tượng về sự chu cấp.

20. *Mọi người*: đơn giản là 'họ', nghĩa là 'người thiếu thốn' ở câu 17, cùng với cụm từ *Đức Giê-hô-va* và *Y-sơ-ra-ên*, tạo thành dấu ngoặc đóng khung phần này lại. Về *Đức Giê-hô-va…Đấng Thánh*, xem câu 14; *đã dựng nên*; xem 4:5.

b. Niềm hy vọng cho dân ngoại (41:21–42:17)

Hai giọng nói đầu tiên trong ba giọng nói an ủi ở 40:3–11 mang chiều kích toàn cầu cách rõ ràng: *mọi người…loài người* (40:5–6). Các phân đoạn nói về Đức Chúa Trời, Đấng Sáng Tạo và Chúa của lịch sử (40:12–31; 41:1–7) đều tuôn trào sự bảo đảm cho Y-sơ-ra-ên (40:27–31; 41:8–20). Nhưng ba bức tranh ở 41:8–20 hoàn toàn tập trung vào *Y-sơ-ra-ên* (8), *Gia-cốp*

(14), 'dân xuất hành' ở dưới sự chăm sóc của *Đức Chúa Trời của Y-sơ-ra-ên* (17,20). Vậy thì, điều gì đã xảy ra cho cả thế giới? Ê-sai đã khiến cho độc giả của ông đối diện với một thực tế ảm đạm là họ thuộc về một thế giới bên ngoài Y-sơ-ra-ên - cụ thể là tình trạng thuộc linh tuyệt vọng của việc thờ phượng các thần do con người làm ra (40:18–20) và hậu quả là một cuộc sống trên đất không được bảo vệ, không có ai để giúp đỡ ngoài những thần mà bản thân chúng là sản phẩm từ sự lo sợ của con người (41:5–7). Nhưng Đức Chúa Trời Sáng Tạo, Đấng không thể quên những kẻ Ngài đã chọn (40:27 và các câu tiếp theo), không quên phạm vi rộng lớn của công trình sáng tạo của Ngài, và đây là đề tài mà bây giờ Ê-sai nói đến, cho thấy phương diện toàn cầu của sứ điệp an ủi sẽ được đáp ứng như thế nào.

i. Được triệu tập trước tòa: nỗi tuyệt vọng của thế giới dân ngoại (41:21–29). Phần này được chia thành hai phần tương đương. Trong câu 21, các tượng thần được triệu tập trước tòa, và tương tự (25) Đức Giê-hô-va làm chứng trước tòa; câu 22–23 nêu câu hỏi sẽ được thẩm tra tại tòa: tượng thần có báo trước được tương lai không? Dường như là không! Nhưng (26–27) Đức Giê-hô-va thì có thể! Kết quả là, Thẩm phán kết luận sự vô ích của tượng thần (24) và sự khốn khổ của những kẻ thờ nó (28–29). Như thường thấy trong các khung cảnh tòa án trong Cựu Ước, chúng ta phải chấp nhận rằng Đức Giê-hô-va triệu tập phiên tòa, xuất hiện trước tòa như một trong những nhân chứng, và cuối cùng chính Ngài công bố phán quyết trong vai trò Thẩm phán. Đề tài đang được thẩm tra trước tòa - khả năng dự đoán - xuất phát từ điều chúng ta đã được cho biết về thế giới dân ngoại. Trong 41:2–7, đối diện người chiến thắng, thế giới run sợ và đổ xô đi làm tượng thần để giải quyết thách thức khiến họ bị bất ngờ. Giống như họ; các tượng thần chỉ biết sau khi sự việc xảy ra.

Phòng xử án (1): thách thức dành cho tượng thần và người thờ thần tượng (41:21–24). 21. *Đức Giê-hô-va...Vua của Gia-cốp:* chú ý nhấn mạnh một Đức Chúa Trời (chỉ) của quốc Gia Đức Giê-hô-va đến trước tòa như một vị Thần giữa nhiều thần khác - vì đây chính là vấn đề đang được bàn cãi: ai trong số tất cả những nguyên đơn xưng mình có thần tính là chân thật?

22–23. *Hãy đem các tượng thần của các ngươi đến...;* nghĩa đen là 'đem chúng đến gần đây để chúng nói cho chúng ta biết' (22a) được hiểu cách chính xác nhất (theo bản NIV) là một mệnh lệnh bảo những người thờ hình tượng đem các tượng thần của họ đến. Thách thức được diễn đạt bằng thuật ngữ chung chung: dự báo tương lai (22ab)! Điều này bày tỏ hai phương diện: thứ nhất, câu 22cde giải thích 'dòng chảy' của lịch sử, để dựa vào *những điều đã có từ trước* (điều đã xảy ra) họ có thể suy ra *kết cuộc* sẽ là gì. Họ có thể nào nói trước tương lai bằng cách hiểu quá khứ chăng? Một cách khác là họ có thế chỉ cho biết chuyện gì sẽ xảy ra tiếp theo không (23ab)? Ê-sai nói những khả năng dự đoán này sẽ chứng minh *các ngươi là thần. Cũng [hãy] ban phước hoặc giáng họa:* tốt hơn là dịch 'đúng vậy, hãy làm bất kỳ điều gì!' Ê-sai cho họ *được toàn quyền hành động*. Lý lẽ của ông là thần sẽ tự bày tỏ theo hai cách: bằng hành động (23d) chứng tỏ sức sống, và bằng lời dự báo chứng tỏ quyền tể trị trên cả thế giới với tất cả sự phức tạp của nó. Một Chân Thần sẽ tự bày tỏ bằng lời phán và sau đó xem lời phán của mình thành hiện thực (Dân 23:19; Giê 1:9,11).

24. Để đạt được hiệu quả, hãy giữ một khoảng lặng giữa câu 23 và 24. Các thần không thể làm gì cũng không thể nói được gì (Thi 115:4–7). Vì vậy, Thẩm phán bất ngờ tấn công lại họ như thể ý của Thẩm phán đã được chứng minh là đúng. 'Nầy' (bản NIV bỏ chữ này) hay là 'Nhìn kìa!' *Chẳng ra gì,* 'những kẻ tham gia vào điều tưởng tượng'; vô ích, một chữ xa lạ khác, có lẽ liên quan đến động từ 'thở hổn hển', do vậy là 'tiếng thở dài', điều gì đó không có thực và phù du. *Chọn các ngươi:* sự tương phản rõ rệt với câu 8. *Đáng ghê tởm:*

từ chuyên môn, 'gớm ghiếc (đối với Đức Giê-hô-va)' (Phục 7:25–26). Dân sự trở nên giống như các thần tượng mà họ chọn (Thi 115:8; Giê 2:5).

Phòng xử án (2): Đức Chúa Trời chân thật hành động và báo trước (41:25–29). Các thần tượng bị phơi bày là không biết gì về tương lai (22–23) và không thể hành động (23) nhưng, ngược lại, Đức Giê-hô-va là Tác nhân đứng sau lịch sử (25) và là Đấng báo trước những điều Ngài sẽ làm (25–27).

25–26. *Khiến...nổi lên:* giống động từ trong câu 2 với cùng ý nghĩa 'đánh thức như thể đang ngủ', khởi xướng dòng chảy các sự kiện tiếp theo. Những người ủng hộ thuyết 'Ê-sai thứ Nhì' (xem tr. 23–27) cho rằng nhà tiên tri ở Ba-by-lôn, sống và phục vụ trong thời kỳ của kẻ đi chinh phục là Si-ru Nếu chúng ta chỉ có câu 26 thì đây có thể là một quan điểm khả Thi *Từ ban đầu* có thể chỉ ra rằng Đức Giê-hô-va là Đấng có thể làm điều thứ hai mà Ngài đã thách thức các thần tượng làm: đó là nhận biết dòng sự kiện và nhận định khuynh hướng của chúng; đặc biệt là hiểu và giải thích hoạt động của Si-Ru Nhưng việc *khiến...nổi lên* trong câu 25 khẳng định nhiều điều hơn thế. Đức Giê-hô-va khởi xướng; kẻ đi chinh phục có thể nói là vẫn còn ngủ cho đến khi Đức Giê-hô-va đánh thức ông dậy. Ngài có thể làm điều đầu tiên Ngài yêu cầu các thần tượng làm: nói trước tương lai từ con số không! Đây là ngụ ý của từ *trước*, nghĩa là trước khi có điều gì khác (Giô 11:10; 14:15). Do đó, ở đây, 'từ ban đầu và (thậm chí) từ trước lúc ban đầu'. Đức Giê-hô-va là Đấng khởi xướng các sự kiện. *Phương Bắc...mặt trời mọc:* từ góc nhìn của một người ở xứ Pa-lét-tin; Ê-sai mô tả kẻ đi chinh phục sắp đến bằng thuật ngữ điển hình: trong suốt cuộc đời mình mối đe dọa lớn nhất đối với các lãnh địa phía tây đều xuất phát từ phương đông và xâm lược từ phương bắc. Nhưng, như Ê-sai khai triển chủ đề này, kẻ đi xâm chiếm vô danh trở thành Si-ru (44:24–45:7), người thật sự đã xuất phát từ phương đông và đi xuống Ba-by-lôn từ phương bắc. *Kêu cầu danh Ta:* trong tiếng Hê-bơ-rơ (*qārā' běšēm*) từ này mang bốn ý nghĩa: thờ phượng (Sáng 12:8); gọi bằng tên (40:26), dẫn vào mối quan hệ thân mật (43:1) và xưng danh (Xuất 34:5). Trong ngữ cảnh này, ý nghĩa thích hợp là Ngài sẽ công bố Đức Giê-hô-va là Đức Chúa Trời duy nhất bởi sự hiện đến và hành động của Ngài, vì sự nổi lên và sự nghiệp của kẻ đi chinh phục xác nhận lời dự báo. *Người ấy đúng:* được dùng trong tòa án để nói về người nhận được sự ủng hộ từ phán quyết của tòa.

27. Thật lạ lùng, cách ngắt âm trong tiếng Hê-bơ-rơ để lộ sự phấn khích của Ê-sai: nghĩa đen là 'điều đầu tiên - đối với Si-ôn - là quan sát, chờ đợi họ - người đem tin tốt lành - Ta sẽ sai!' 'Điều đầu tiên' không phải là sự kiện mà là lời báo trước của Đức Giê-hô-va. Những ai tin thì chờ đợi điều đó ứng nghiệm. Đối với dân bị giam cầm; một kẻ đi chinh phục nữa xuất hiện luôn luôn là tin xấu, nhưng cùng với việc báo trước những sự kiện sẽ đến, Đức Giê-hô-va cũng nói về tầm quan trọng của chúng: người chiến thắng này là tin tốt lành.

28–29. Sau khi làm cho câu 24 khớp với việc phơi bày sự vô dụng của các tượng thần, bây giờ Ê-sai chuyển sang tình trạng khốn khổ của những người sống mà không có sự mặc khải thiên thượng. Không ai cố vấn cho họ hoặc trả lời những câu hỏi của họ. Họ là *hư ảo, lừa gạt, dối trá* (32:6). *Công việc* ở đây nói đến 'công việc' chế tạo thần tượng. Nơi nào không có tiếng nói thực sự từ thiên đàng (28) thì không điều gì con người làm có thể lấp đầy khoảng trống đó - ngoại trừ điều không có thật (*không là gì cả,* xem 40:17), sự mong manh (*gió*) và sự vô nghĩa (*hỗn loạn,* tōhû, 24:10; 40:17).

ii. Người đầy tớ: giải pháp tuyệt vời (42:1–9). Bản dịch NIV không làm nổi bật được mối liên hệ đáng chú ý giữa 42:1 và những việc trước đó. Trong hai phân đoạn song song

(41:21-24, 25-29) Ê-sai phơi bày tình trạng không có sinh khí của thần tượng. Mỗi phân đoạn kết thúc với lời triệu tập ấn tượng (tiếng Hê-bơ-rơ là *hēn*); 'Hãy nhìn!' hay 'Nầy': câu 24 'Nhìn này! - những thần tượng vô nghĩa!'; câu 29 'Nhìn này – những kẻ thờ thần tượng đáng khinh!' Bây giờ, lần thứ ba cũng từ ngữ này vang lên (42:1, *hēn*): 'Nhìn này! – Đầy tớ của Ta!' Xem phần Dẫn nhập, tr. 21-22. Đầy tớ của Đức Giê-hô-va đến thình lình nhưng không phải không thích hợp: Ngài đến như là câu trả lời của Chúa cho tình trạng khốn khổ của thế giới khi không có sự mặc khải thiên thượng. Chức vụ của Ngài là *công lý* (câu 1d, 3c, 4b): *cho các nước*, sự công lý trên khắp thế gian (1d); *lấy đức thành tín*, công lý thực sự; và công lý được thiết lập *trên mặt đất* (4b), công lý vĩnh viễn. Chúng ta thường nghĩ về *công lý* là một xã hội công bằng và trong sạch, và dĩ nhiên từ *mišpāṭ* mang ý nghĩa này - nhưng chỉ là nghĩa phái sinh. Điểm tương đồng trong câu 4bd giữa *công lý* và *luật pháp* cho chúng ta manh mối rằng trong phân đoạn này, Ê-sai đang dùng từ ngữ để mô tả một phương diện của lẽ thật được bày tỏ từ thiên thượng. *Luật pháp* nghĩa là 'sự dạy dỗ' (1:10): *mišpāṭ* - không nói đến các trường hợp khác thì từ này xuất hiện gần ba mươi lần trong Thi Thiên 119 (7, 13, 20, v.v...) và gần hai mươi lần trong Phục Truyền Luật Lệ Ký (4:1; 5:1, v.v...) như là một phương diện của cái chúng ta gọi là 'Lời Đức Chúa Trời'. Động từ đứng sau danh từ ($\sqrt{šāpaṭ}$) có nghĩa là 'đưa ra phán quyết', sự tuyên bố đầy thẩm quyền của vua hoặc thẩm phán. Cũng như *Luật pháp* của Đức Giê-hô-va là sự dạy dỗ của Ngài, thì *công lý* của Ngài ('phán quyết') là điều Ngài tuyên bố là đúng, là quyết định Ngài đưa ra. Vậy thì, Đầy tớ đến như là người mang đến cho *các nước* điều họ thiếu cho đến nay: lời thực sự của Đức Chúa Trời, giải pháp cho nhu cầu của họ như được phơi bày ở 41:24, 28-29. Ở đây, Ê-sai không hỏi Đầy tớ là ai. Nhiệm vụ của ông, trong vai trò Tác nhân của sự mặc khải toàn cầu, tương đương với vai trò của Áp-ra-ham và 'dòng dõi' ông trên toàn thế gian (Sáng 12:3; 18:18; 22:18; 26:4). Ngoài ra, ở 41:8; 'Y-sơ-ra-ên' được gọi là 'đầy tớ ta' để rồi tại thời điểm này, mối liên hệ được thiết lập: Đầy tớ là Y-sơ-ra-ên, 'dòng dõi' của Áp-ra-ham. Chúng ta phải chờ đợi để xem cách Ê-sai khai triển lẽ thật cơ bản này.

1. *Nâng đỡ*: nghĩa đen là 'nắm chặt'. Ý ở đây không nói quá nhiều về việc truyền sức mạnh như thế đó là quyền của Đức Giê-hô-va đối với Đầy tớ Ngài và việc Ngài quyết định giữ Đầy tớ cho riêng mình. *Ta hài lòng*: theo nghĩa đen là 'người mà linh hồn Ta hài lòng'. 'Linh hồn' ở đây tượng trưng cho cam kết cá nhân, như khi chúng ta ta nói 'hết sức vui lòng'. Ai đó có thể được chọn làm một công việc mà không nhất thiết là phải được chính người đó đồng ý hay thậm chí là thích - mọi người chủ đều biết điều này! Nhưng ở đây thì không như vậy! Ngài không chỉ là người thích hợp của Đức Giê-hô-va cho công việc đó, mà Ngài còn là (giống như Đa-vít, 1 Sa 13:14; Công 13:22) người của Đức Giê-hô-va cho chính Đức Giê-hô-va. *Thần Ta* là sự hiện diện cá nhân của Đức Giê-hô-va (Thi 139:7) trong hành động (40:7; Thi 33:6), phú cho khả năng lãnh đạo (Dân 11:16 và các câu tiếp theo; 1 Sa 16:13; so sánh 11:1-2; 61:1-2). Kết quả của sự phú ban từ thiên thượng là Đầy tớ sẽ thực hiện nhiệm vụ toàn cầu là đem lẽ thật thiên thượng (*công lý*) *cho các nước*, cho dân ngoại trên khắp thế giới.

2-3. Từ ngữ chính *công lý* xuất hiện lần thứ nhì (3c), bây giờ được kết nối với tính cách của Đầy tớ khi mang đến sự mặc khải của Đức Chúa Trời. Ngài không tự khẳng định (2): có lẽ ba động từ ở đây tạo hiệu ứng tăng dần, nhấn mạnh thái độ im lặng, ôn hòa của Ngài; nhưng *kêu la* ('thét') ngụ ý Ngài không xuất hiện để gây giật mình, *lên tiếng* không xuất hiện để thống trị hay hét lớn để ngăn không cho người khác nói, *nghe tiếng mình* không xuất hiện để quảng bá bản thân. Ngài không khinh thường người khác: cho dù họ có vô ích hay 'hết thuốc chữa' (*cây sậy đã giập*), cho dù họ dường như 'quá già' và gần chết (*tim đèn gần tàn*) như thế nào đi nữa. Những câu phủ định hàm chứa những ý khẳng định tương đương: Ngài có thể cải thiện cây sậy đã giập, thêm dầu vào tim đèn gần tàn. Cây sậy bị tổn hại từ bên trong, tim đèn thiếu dầu nuôi dưỡng từ bên ngoài. Đầy tớ vừa có khả năng chữa lành vừa có khả năng chu cấp.

4. *Mòn mỏi* và *ngã lòng* ('lụi dần... [dễ dàng] bị thâm tím') khớp với các từ ngữ tương ứng trong câu 3. Đầy tớ bước vào ngay trong tình cảnh của con người. Ngài sẽ trải qua những việc gây đè nát và dập tắt, nhưng Ngài sẽ chiến thắng và thành công trong việc 'thiết lập' công lý, sự mặc khải về Đức Chúa Trời; *trên đất. Thiết lập* ($\sqrt{sim}$): được dùng ở Phục Truyền Luật Lệ Ký 4:44 để nói về việc Môi-se 'đặt' luật pháp của Đức Giê-hô-va trước mặt Y-sơ-ra-ên. Qua *luật pháp* của Đầy tớ (sự dạy dỗ), đặc ân của một quốc gia trở thành tài sản của chung. *Hải đảo:* nơi xa nhất của trái đất (xem 40:15). *Trông đợi:* khi họ nghe, thế giới dân ngoại sẽ đặt tương lai của họ (với sự tin tưởng) vào điều Ngài bày tỏ.

Câu **5–9** gồm 'phần đuôi' của câu 1–4. Một trong những nét đặc trưng của các phân đoạn chính nói về Đầy tớ - thường được gọi là 'Bài ca người Đầy tớ' (cũng có chép ở 49:1–6; 50:4–9; 52:13–53:12) - là mỗi phân đoạn đều có 'phần đuôi' (49:7–13; 50:10–11; 54:1–55:13), xác nhận điều mới được nói đến. 'Phần đuôi' đặc biệt này trước nhất (5) xác nhận công tác toàn cầu của Đầy tớ bằng cách ngự vào Chúa của cõi sáng tạo, thứ hai (6–7) 'phần đuôi' cam kết sự trợ giúp của Đức Giê-hô-va cho Đầy tớ Ngài (so sánh câu 1), và thứ ba (8–9) xác nhận thành công của Đầy tớ (so sánh câu 4) bằng cách báo trước sự lật đổ các thần giả và khẳng định khả năng Chúa của lịch sử sẽ đem đến hoàn cảnh mới như đã hứa.

5. *Đức Chúa Trời* ở đây là *hā'ēl*. Từ liệu *'ēl* là Đức Chúa Trời siêu việt (40:18). Việc thêm vào mạo từ xác định (*hā*) là để nhấn mạnh: 'Ngài, Đấng quả thật là Đức Chúa Trời siêu việt đích thực'. *Giê-hô-va* [bản NIV dùng từ CHÚA (LORD) viết hoa tất cả các chữ cái - ND], chỉ về 'Yahweh', Đức Chúa Trời Đấng tự mặc khải cho Y-sơ-ra-ên (Xuất 3:15). Ở 40:12 và các câu tiếp theo, lẽ thật về Đức Chúa Trời Sáng Tạo được chuyển sang lời an ủi dành riêng cho Y-sơ-ra-ên (40:27–31), nhưng Đấng Sáng Tạo muôn loài không thể quên 'muôn loài' Ngài đã tạo dựng. Ơn thương xót cứu rỗi Ngài bày tỏ cho Y-sơ-ra-ên dành cho cả thế giới của Ngài. Các động từ *dựng nên...giương... trải rộng... ban* đều là những phân từ trong tiếng Hê-bơ-rơ mô tả mối liên hệ không thay đổi giữa Đức Giê-hô-va và thế giới của Ngài. Đấng đã tạo dựng từ ban đầu, tiếp tục chăm sóc và kiểm soát một cách sáng tạo; *trời và đất* được gìn giữ trong trật tự bởi hoạt động không ngừng của Ngài; mọi sự sống đều từ Ngài mà có. *Đã dựng nên:* xem 4:5. *Mọi vật ra từ...hơi sống...sự sống* ('thần linh') lần lượt là năng suất, tự thân sự sống, và sức sống hay khả năng cá nhân. 'Sự sống' của thế giới tự nhiên; chẳng khác nào sự sống của con người, là sự sống được Đức Chúa Trời không ngừng ban cho. Sự sống không tự có trong đất đá, sự sống của con người cũng không phải là sản phẩm của quá trình tự tiến hóa mà là quà tặng trực tiếp của Đấng Sáng Tạo. Sự sống không phải là vĩnh cửu, mà được tận hưởng bởi sự thành tín trong việc 'ban cho' liên tục của Ngài.

6–7. *Ngươi* là Đầy tớ. *Sự công chính:* cả người đi chinh phục (41:2) và Đầy tớ đều được kêu gọi đeo đuổi mục đích công chính của Đức Giê-hô-va. Cũng một Đức Giê-hô-va đó cai trị lịch sử và bằng ân điển. *Nắm...gìn giữ...lập* diễn tả mục đích: 'để nắm', v.v... Chúa không kêu gọi (6a) rồi bỏ mặc Đầy tớ tự xoay sở. Đi kèm với lời kêu gọi là lời cam kết thiên thượng rằng Ngài sẽ đi cùng (*nắm tay*), giữ an toàn (*gìn giữ*) và đạt được mục tiêu (*lập*). *Gìn giữ* ($\sqrt{nāṣar}$) là bảo vệ, canh giữ; nhưng hình thức của từ liệu tại đây có thể bắt nguồn từ $\sqrt{yasar}$, nghĩa là nặn thành, tạo thành: người Chúa kêu gọi thì Ngài sẽ 'nặn' để thích hợp với công tác được giao. *Giao ước:* Đầy tớ là giao ước - không chỉ là qua Ngài mà *dân...các nước* được đem vào mối liên hệ giao ước với Chúa, mà là trong Ngài họ tận hưởng những phước hạnh của giao ước. 'Giao ước' là quyết định và lời hứa tự nguyện của Đức Chúa Trời, nhận và gìn giữ một dân làm tài sản riêng của Ngài. Đó là đặc ân độc nhất vô nhị của Y-sơ-ra-ên – được kéo đến gần Chúa trong sự giải thoát và cứu chuộc (Xuất 6:2–7), để biết và vâng phục Ngài là Cứu Chúa (Xuất 20:1–3). Giao ước bắt đầu ở phạm vi phổ quát với Nô-ê (Sáng 6:17–18; 9:8–17); trở nên cụ thể với Áp-ra-ham (Sáng 15, 17), người chịu trách nhiệm về nguồn phước cho cả thế giới; rồi đạt đến hình thức quy chuẩn với Môi-se (Xuất 2:24; 24:7–8); và bây giờ, trong Đầy tớ, giao ước một lần nữa mở rộng cho cả thế giới. Cho nên, tính phổ quát không vi phạm hay điều chỉnh giao ước; mà là thực hiện giao ước. Trong Đầy tớ; giao ước đem đến *ánh sáng* của lẽ thật, sự chữa lành những khuyết tật (*mở mắt*), giải phóng ra khỏi những giới hạn vì bị áp bức (*đem tù nhân ra*) và sự biến đổi hoàn cảnh (*chốn tối tăm ra khỏi*): giống như Ê-đen, có con người hoàn hảo, xã hội tuyệt vời và môi trường lý tưởng (61:1).

8–9. Những câu này lặp lại hoặc là chủ đề chính hoặc là chủ đề phụ trong các chương 40–41: không có Đức Chúa Trời nào khác ngoài Đức Giê-hô-va (8) và Ngài tể trị mọi sự kiện xảy ra (9). Chúng ta có thể tưởng tượng Đầy tớ, đối diện với nhiệm vụ đem sự mặc khải thiên thượng đến cho thế giới dân ngoại. Đó là một thế giới đầy dẫy 'tượng' mà cho dù chúng hư ảo ra sao, thì cũng thể hiện quyền lực phi thường trên tâm trí và tấm lòng con người. Vậy nên, thật là một sự đảm bảo rằng trong thực tế chỉ có một Đức Chúa Trời, không nhường *danh* và *vinh quang* cho ai, một Đức Chúa Trời kiểm soát tương lai cũng như quá khứ; do đó Ngài là Đấng bảo đảm Lời Ngài được ứng nghiệm. *Danh Ta* là nhân dạng cá nhân riêng biệt của Đức Giê-hô-va, khiến Ngài khác biệt với *tượng thần*. Ngài không hiện hữu *một cách kín giấu* ở giữa họ; *vinh quang* của Ngài, bản tính vinh hiển của chính Ngài, thì Ngài không chia sẻ với ai. Cho dù họ có bắt chước Ngài, thì cũng là trùng hợp ngẫu nhiên: Ngài không có ở đó. Ngoài ra, Ngài là kẻ thù của họ và cuối cùng sẽ không dung thứ sự tồn tại của họ. Trong chuỗi tư tưởng của Ê-sai từ 41:1 trở đi, *những việc trước đây* là những sự kiện được liên kết với người đi chinh phục không thể chống lại được (41:1–4, 25–27) và *những việc mới* là công việc của Đầy tớ được báo trước bây giờ (42:1–4). Để tạo ấn tượng, Ê-sai tự dự tính khi nhìn lại cái này và hướng đến cái kia, để sự ứng nghiệm chắc chắn của chuỗi dự báo này sẽ bảo đảm cho sự ứng nghiệm trong tương lai của chuỗi kia.

iii. Thế giới ca ngợi, Chúa giải cứu (42:10–17). Kết thúc phần nói về tình trạng vô vọng và hy vọng của thế giới dân ngoại bắt đầu ở 41:21, *nơi tận cùng của đất, các hải đảo* (10), và các thành của dân ngoại là *Kê-đa* và *Sê-la* (11), kết hợp trong sự ca ngợi Đức Giê-hô-va là Đấng hành quân đánh lại kẻ thù của Ngài (12–13). Chính Đức Giê-hô-va (14–17) nói thêm về căn nguyên của sự ca ngợi. Sự im lặng của Ngài trong thời gian dài đã được phá vỡ (14); Ngài có kế hoạch biến đổi thế giới (15), người thiếu thốn trong thế gian được quan tâm (16) và kẻ thờ thần tượng bị xấu hổ (17). Bài ca đáng yêu này hoàn toàn phù hợp với ngữ cảnh của nó. Người Đầy tớ mang hy vọng đến cho các hải đảo (4) và *các hải đảo giờ đây reo mừng* (10); Đức Giê-hô-va bảo đảm rằng Đầy tớ sẽ mở mắt người mù (7) và sự *tối tăm* của họ thành ra *ánh sáng* (16); Ngài hứa rằng vinh quang của Ngài sẽ không được ban cho thần tượng nữa (8) và những người trước kia tận tụy với thần tượng bây giờ ngợi khen Ngài (12). Thật đúng là bài ca của thế giới hát cho Đức Giê-hô-va!

10–13. Có lời kêu gọi ca hát (10–11), chủ đề của bài ca (12) và nguyên nhân của sự ca tụng (13). Quan điểm mang tính phổ quát: góc nhìn rộng (10) từ *đất* và *các hải đảo* tương phản với góc nhìn cục bộ (11) từ *hoang mạc*, *Kê-đa* ở miền Bắc (Sy-ri) hoang mạc Ả-rập và *Sê-la* ở Mô-áp; nơi *tận cùng cõi đất* xa xôi tương phản với *Kê-đa* cạnh bên, *hải đảo* tương phản với *hoang mạc*, *đất* với *biển*, và dưới biển tương phản với *đỉnh núi*. Do đó, cả thế giới hiệp lại trong *bài ca mới* (10), tức là, bài ca (Thi 33:3; 96:1; 98:1) đáp ứng sự phô bày mới mẻ về lòng nhân từ của Đức Chúa Trời, *một bài ca mới* được thôi thúc bởi 'những việc mới' (9) và, như thường thấy, ý chủ đạo là vui mừng bước vào phước hạnh được ban cho cách nhưng không (54:1). Kẻ đi chinh phục gây kinh hoàng trên cả thế giới (41:1–7); người Đầy tớ thúc giục cả thế giới ca hát. Đất (*hải đảo, hoang mạc*) kết hợp với dân trên đất (*cư dân*) trong sự ca ngợi vì chính cõi sáng tạo được giải thoát khỏi ách nô lệ của sự bại hoại để bước vào sự tự do của con cái Đức Chúa (Rô 8:19 và các câu tiếp theo). Lời kêu gọi ngợi khen được nhắc đi nhắc lại (12) giới thiệu căn nguyên của tất cả niềm vui dâng tràn này (13): chiến thắng của chiến binh Giê-hô-va. *Người hùng mạnh* cụ thể là 'chiến binh', danh từ *gibbor* phù hợp với động từ *chiến thắng* ($\sqrt{g\bar{a}b\bar{a}r}$), 'tỏ mình là chiến binh thực sự'.

Trong các câu **14–17**, Ê-sai đột ngột chuyển hướng khỏi ẩn dụ về chiến tranh ở câu 13. Trong các chương 40–55, ông tiết lộ rằng Đức Giê-hô-va có kẻ thù và ngày chúng bị đánh bại sẽ đến, nhưng đây là chủ đề của các chương 56–66, giống y như cách mà Đức Chúa Giê-xu kết thúc câu trích dẫn của Ngài ở 61:1, 2–3 (Lu 4:17–19) mà không nói đến *ngày báo thù*, vì điều đó thuộc về sự đến lần thứ hai của Ngài; không phải lần thứ nhất.

14. Sự yên lặng *lâu* bao gồm toàn bộ lịch sử của thế giới dân ngoại. Việc lẽ ra thế giới đó phải bị bỏ lại mà không có một lời nào từ Đức Chúa Trời không phải việc tình cờ hay không có mục đích. Đó là sự kiềm chế tự áp đặt từ thiên thượng, nhưng như với sự thai nghén, đó là giai đoạn từng bước một dẫn đến kết quả đã được hoạch định; có ngày tháng cụ thể và chắc chắn. Đức Giê-hô-va chưa bao giờ quên cả thế giới trong cuộc gặp gỡ trước đó với gia đình của Áp-ra-ham. Ngài đang thai nghén một mục đích lớn, và bây giờ đã đến lúc sinh nở.

15–16. Sẽ đến lúc trật tự cũ phải kết thúc: sự màu mỡ (*cỏ cây*) và nước (*sông ngòi, ao hồ*) duy trì sự sống sẽ biến mất, nhưng điều đó không có nghĩa là cuộc sống chấm dứt, mà chỉ là một con đường sống khác - một đời sống phụ thuộc vào sự chăm sóc của Chúa dành cho những người Ngài dẫn dắt. Ngài chăm lo mọi thứ: sự mù lòa và ngu dốt của cá nhân (16ab), những vấn đề về sự tối tăm địa thế gồ ghề liên quan đến hoàn cảnh (16cd) - và tất cả với lời bảo đảm về sự hiện diện và hành động của cá nhân Ngài (*dẫn...dắt...biến...không từ bỏ*). Thật hoàn toàn không thích hợp khi cho rằng điều này nói đến cuộc hồi hương từ chốn lưu đày Ba-by-lôn. Đó là con đường mà họ không cần sự hướng dẫn. Thật sự chính Đức Giê-hô-va đang đảm nhận công việc mà trước đó (7) có lẽ Ngài đã ủy quyền cho Đầy tớ mình. Chính thế giới dân ngoại, mù lòa, không có mặc khải thiên thượng, được đem từ chỗ tối tăm ra ánh sáng, và từ quyền lực của Sa-tan sang quyền lực của Đức Chúa Trời (Công 26:15–18).

17. Tuy nhiên, chủ đề chiến thắng kẻ thù không thể bị quên lãng, và câu 17 tương ứng với câu 13. Câu trước đó chỉ lưu ý cuộc đối đầu và chiến thắng; câu sau đưa ra lời giải thích. Ai là kẻ thù của Đức Giê-hô-va? Những người ngoan cố bám lấy đức tin vào các thần tượng. Trong thế giới của sự ngợi khen (10–12), chính họ sẽ xấu hổ; một số sẽ được dẫn đến sự an toàn dưới sự chăm sóc thiên thượng (16), một số khác sẽ khước từ. *Xấu hổ* luôn luôn mang ý niệm 'gặt lấy sự xấu hổ'; trải nghiệm sự thất vọng vì hy vọng, chịu mất mát khi họ vươn tới để nắm lấy. Lòng *tin cậy* của họ là ở *tượng thần...tượng đúc* - tượng thần là do chạm khắc, tượng đúc do kim loại được nấu chảy: cách nào thì cũng chỉ là đồ tạo tác của con người. Cuối cùng họ tin cậy chính mình và tin vào điều họ có thể làm. Đó là con đường của việc làm - không phải lòng tin cậy đơn sơ vào Chúa, được minh họa cách tuyệt vời qua hình ảnh người mù nắm lấy bàn tay đưa ra (16).

7. KẾ HOẠCH CỦA CHÚA ĐƯỢC BÀY TỎ (42:18–44:23)

Ê-sai nhìn thấy dân mình bị mắc kẹt trong tình trạng tuyệt vọng kép: *giam cầm vì tội lỗi* - và đó là tội lớn nhất trong các tội; sự từ bỏ con đường đức tin, khước từ lời hứa của Chúa để ủng hộ phương cách tự cứu mình (chương 38–39). Nhưng tình trạng tuyệt vọng kép thì tương ứng với phương thuốc kép, lời an ủi (40:1–2): rằng thời kỳ giam cầm sẽ kết thúc, và rằng tội lỗi sẽ được tha. Phần này tiếp tục đi theo con đường đôi này - và đây thật sự là con đường đôi: sự khai triển song song của hai chủ đề. Sự giam cầm sẽ kết thúc nhờ vào cuộc giải phóng dân tộc (42:18–43:21) và tội lỗi sẽ được giải quyết nhờ sự cứu chuộc tâm linh (43:22–44:23). Dưới tiêu đề đầu tiên, Ê-sai đi qua bốn chủ đề: cảnh giam cầm (42:18–25), nhu cầu này được đáp ứng (43:1–7), Đức Giê-hô-va; là Đấng Cứu Thế và Đức Chúa Trời duy nhất, tương phản với thần tượng (43:8–13), và sự cứu chuộc từ Ba-by-lôn (43:14–21). Sau đó, ông đưa ra bốn chủ đề tương ứng: tội lỗi (43:22–24), nhu cầu này được đáp ứng (43:25–44:5), Đức Giê-hô-va, Đấng Cứu chuộc và Đức Chúa Trời duy nhất tương phản với thần tượng (44:6–20), và sự cứu chuộc khỏi tội lỗi (44:21–23). Điều quan trọng là phải hiểu được chương trình tổng Quan Ê-sai viết sách, khai triển vấn đề có kế hoạch và mọi việc đều ở đúng chỗ của nó. Ví dụ, với các phân đoạn tương ứng về thần tượng (43:8–13; 44:6–20) hãy lưu ý cách từng phân đoạn phù hợp với ngữ cảnh của nó: phân đoạn đầu tập trung vào sự bất lực không thể hành động của 'các thần' khác trong lịch sử, phân đoạn sau tập trung vào sự bất lực không thể cứu về phương diện tâm linh.

a. Ách nô lệ và sự giải phóng của Y-sơ-ra-ên (42:18–43:21)

i. Đầy tớ mù lòa (42:18–25). **42:18–19.** Trong câu 18, *mù* (giống như *điếc*) ở số nhiều, trong câu 19 *mù* ở số ít. Số nhiều quay lại câu 7 và 16, là câu nói người *mù* là thế giới dân ngoại tăm tối mà Đức Giê-hô-va; bởi Đầy tớ Ngài và bởi hành động mang tính cá nhân, sẽ dẫn những người Ngài soi sáng từ đó ra. Vì câu 19 nói đến đầy tớ của Đức Giê-hô-va, nên đây rõ ràng là chủ đề về mối quan tâm sống còn đối với thế giới dân ngoại, vì sự soi sáng và giải cứu tâm linh đang bị đe dọa. Nhưng khi họ nhìn, là để nhìn thấy *đầy tớ mù* giống như họ! *Đầy tớ* này là người được nói đến ở 41:8, dân sự của Chúa, tức Y-sơ-ra-ên: nhưng bây giờ là một *Y-sơ-ra-ên* 'trong ngục' (22), được phó cho 'kẻ cướp bóc' (24); và như thế điều này chưa đủ gây thất vọng cho dân ngoại *mù*, một Y-sơ-ra-ên ở dưới sự trừng phạt vì tội lỗi (24) và không có sự nhạy bén thuộc linh (25). Vậy thì, Ê-sai đang làm hai việc: thứ nhất, ông đang loại trừ khả năng việc một quốc gia đầy tớ (41:8) có thể là vị Đầy tớ đem đến mặc khải và giải cứu (42:1–7). Kẻ *mù* có thể dẫn kẻ *mù* được chăng? Nếu phải thực thi vai trò quan trọng này thì một vị Đầy tớ nào khác phải xuất hiện. Nhưng, thứ hai, Ê-sai đang giới thiệu một cách ấn tượng chủ đề của phần này: nhu cầu của Y-sơ-ra-ên thật quá lớn! Việc chất chồng các tước hiệu kính cẩn *đầy tớ… sứ giả…người tận hiến…đầy tớ* nhấn mạnh giá trị về sự kêu gọi của dân sự Chúa. *Đầy tớ* như được định nghĩa ở 42:1–4 mang trách nhiệm đem sự mặc khải thiên thượng cho một thế giới bị hư mất; *sứ giả* (nghĩa đen là 'sứ giả Ta sai đến') nói đến sứ mạng được giao cho người mà Chúa đích thân chọn ('của Ta'); *người tận hiến* bắt nguồn từ √*šalēm*, 'bình an, tận hưởng sự đầy đủ/khỏe mạnh'. Hình thức phân từ bị động được thấy ở đây có nghĩa là 'được đem vào sự bình an, được giải hòa', tức là tận hưởng những lợi ích và phước hạnh của sự cứu rỗi. Nhưng điều đáng buồn là Y-sơ-ra-ên *điếc* đối với lời Ngài và *mù*, hay chưa được biến đổi tâm linh. Ý thứ nhì là điều Ê-sai nghĩ ra, *mù…mù…mù*,[1] điếc phải ở dòng đầu, đã gây ra lời bình luận trái chiều. Whybray (*Isaiah 40–66*) gọi đây là điều 'vô cùng khó chịu'. Nhưng trong thi ca Hê-bơ-rơ, cấu trúc song hành là

---

[1] Cách dùng hai lần từ *mù* trong câu 19cd trong khi cấu trúc song hành đòi hỏi từ

một công cụ, không phải sự lệ thuộc. Đặc điểm nổi bật trong thi ca Hê-bơ-rơ là làm cho 'hình thức' được linh động theo ý nghĩa, và từ *mù* xuất hiện bất ngờ ở đâu chính là ý nhấn mạnh đúng lúc trong ngữ cảnh. nhấn mạnh nhu cầu cần đến ân điển biến đổi, là công tác người đầy tớ đem đến cho thế giới.

20. Tình trạng mù và điếc của đầy tớ, tức Y-sơ-ra-ên; giờ đây được chẩn đoán cẩn thận. Đó không phải là sự tối tăm hoàn toàn của thế giới dân ngoại (41:7, 16). Y-sơ-ra-ên của Đức Giê-hô-va có thị lực, *người thấy nhiều điều*, Ngài đã ban cho họ cách dư dật sự mặc khải lẽ thật thiên thượng; tình trạng điếc thuộc linh được chữa lành; *ngươi có tai*. Vấn đề với dân sự Chúa (thỉnh thoảng) không phải là công tác biến đổi căn bản chưa được thực hiện, mà là sự biến đổi đã xảy ra, nhưng *không được chú ý*, lỗ tai mở ra *mà không nghe gì cả*. Lời Chúa thì có nhưng không được chú ý.

21. Câu này nói đến điều làm Chúa vui thích (*vui lòng*, như ở 53:10), điều bày tỏ bản tính công bình của Ngài và hoàn thành mục đích công chính của Ngài (*công chính*) - *luật pháp* hay 'sự dạy dỗ' của Ngài, lẽ thật về Đức Chúa Trời được truyền đạt qua sự mặc khải cho dân sự Ngài - và lẽ thật về mục đích mà Ngài vạch ra khi ban *luật pháp*, theo nghĩa đen là 'Ngài làm cho luật pháp trở nên quan trọng và vĩ đại/tuyệt vời'. Chữ 'Ngài' có thể là chính Đức Giê-hô-va: Ngài ban cho dân Ngài sự dạy dỗ này, với mục đích qua sự vâng phục của họ người ta sẽ nhìn thấy tính quan trọng và tuyệt vời của lẽ thật thiên thượng. Chữ 'ngài' cũng có thể là Y-sơ-ra-ên [có thể dịch là "sự công chính người" - ND]: rằng họ phải bắt đầu phô bày những điều kỳ diệu của lẽ thật thiên thượng cho thế gian, bằng sự trung tín gắn kết với Kinh thánh trong niềm tin và thực hành (so sánh Phục 4:5–7; Tít 2:10).

22. Nhưng thế gian đã chinh phục được Y-sơ-ra-ên (so sánh 2:5–9) chứ không phải Y-sơ-ra-ên chiến thắng thế gian! Bởi không thể 'làm cho luật pháp trở nên quan trọng', Y-sơ-ra-ên đánh mất địa vị riêng biệt của họ trong thế gian (22a-c) và tình trạng được bảo vệ trước mặt Đức Giê-hô-va (22d-g) - lẽ thật được dạy trong Bài ca Vườn Nho: không sanh trái, không được bảo vệ (5:1–7). *Hang...ngục*: việc không có tiên tri nào sống với Y-sơ-ra-ên bị lưu đày ở Ba-by-lôn có thể mô tả cuộc lưu đày như vậy. Tình trạng không hoàn toàn tệ như thế (Giê 29). Ê-sai đang dùng những đặc điểm thường thấy của sự giam cầm để nhấn mạnh tính nghiêm trọng cực kỳ trong sự suy sụp của Y-sơ-ra-ên so với ý định thiên thượng.

23–25. Nhận thấy rằng lẽ thật mình cần chia sẻ không dễ chịu (*Ai trong các ngươi là người lắng nghe điều này?*), Ê-sai dẫn chúng ta đến với tâm điểm thần học của tình trạng của Y-sơ-ra-ên. Thứ nhất, câu hỏi chính cần hỏi không phải là 'Tại sao?' mà là 'Ai?' 'Tại sao?' là tiếng kêu khi đi tìm phương cách hợp lý để khiến những bi kịch cuộc sống khớp với khuôn mẫu làm cho con người thỏa mãn. Với câu hỏi này thì không có câu trả lời (55:8). 'Ai?' dẫn chúng ta đến yên nghỉ trên sự tể trị tối cao của Đức Giê-hô-va. *Chẳng phải là Đức Giê-hô-va?* Thứ hai, bi kịch xảy ra bởi tội lỗi. *Không ai muốn đi theo...chẳng tuân giữ*: tức cụ thể là tội biết lẽ thật được bày tỏ nhưng không làm theo. *Không muốn đi theo*: (nghĩa đen) 'không sẵn sàng đi vào', nghĩa là không có ý muốn phục tùng. *Tuân giữ*: 'lắng nghe', tâm trí phục tùng lời phán của Đức Chúa Trời. Thứ ba, thực tại của sự sửa phạt thiên thượng: *cơn giận phừng phừng* của Ngài. Về *cơn giận*, so sánh 5:25. *Chiến tranh khốc liệt*: Chúa của lịch sử dùng sức mạnh của lịch sử để trừng phạt dân sự bất tuân. Thứ tư; sự bất tuân gây đau khổ và mất mát, *lửa...thiêu đốt*. Nhưng; thứ năm, ngay cả sự đau khổ vì bị đánh bại, nô lệ và cướp đoạt (22) cũng không đem đến sự sửa đổi: khi Ê-sai nhìn dân sự, ông thấy ở họ sự ngu dốt thuộc linh, họ *không hiểu...chẳng quan tâm*. Dù là dân sự của Chúa, dù họ sở hữu lẽ thật về Ngài, nhưng họ vẫn hết sức cần đến công tác biến đổi bên trong, trước tiên là chạm đến tâm trí (*hiểu;* nguyên văn 'biết'), rồi sau là *tấm lòng*, nơi sâu kín ra sự đáp ứng và điều khiển (Châm 4:23).

ii. Sự chăm sóc không thay đổi của Chúa (43:1–7). Với ngòi bút đầy kịch tính, Ê-sai chuyển từ dân sự của Chúa đang trong ngọn lửa của Chúa (42:25) sang Đức Giê-hô-va là Đấng sẽ không để cho lửa thiêu đốt họ (43:2).

1. *Bây giờ* tạo sự liên kết hợp lý với điều đã diễn ra trước đó: 'vậy thì bây giờ'. Y-sơ-ra-ên đã tỏ ra là dân mù lòa (42:19); lơ là (42:20), không đạt đến kế hoạch của Chúa (42:21), bị đánh bại (42:2), phạm tội bất tuân (42:24), thiếu hiểu biết và thiếu sự nhạy bén thuộc linh (42:25). 'Vậy thì bây giờ' đủ để khiến chúng ta run sợ! Đức Giê-hô-va sẽ phản ứng thế nào với hàng loạt tội lỗi như thế? *Đã dựng nên...đã tạo thành*: những động từ được dùng với nghĩa đã được thiết lập, động từ đầu tiên là tạo ra, *một lần nữa*, chỉ bởi hành động tự nguyện của Đức Chúa Trời, còn động từ thứ nhì là nặn và đúc thành khuôn như người thợ gốm. Vậy, Đức Giê-hô-va quyết định có một dân cho riêng Ngài, tạo nên họ và khuôn đúc họ trên bánh xe của hoàn cảnh. Đây là cơ sở đầu tiên để Đức Giê-hô-va nói *con thuộc về Ta* (Êph 1:4; 2:10). Cơ sở thứ hai là sự cứu chuộc. Động từ là $\sqrt{ga'al}$ (35:10). Đức Giê-hô-va làm cho chính Ngài trở thành Người Thân Gần Nhất của dân sự mà Ngài đã dựng nên. Họ là gia đình của Ngài và Ngài mang lấy mọi nhu cầu của họ như là của chính Ngài. Cơ sở thứ ba là mối liên hệ cá nhân giữa Đức Giê-hô-va và dân sự (*gọi đích danh con*) mà bởi đó; họ thân thiết đến mức gọi nhau bằng tên.

2. Đức Giê-hô-va sẽ không từ bỏ dân Ngài. Họ có thể từ bỏ Ngài (41:18–25) chứ Ngài thì không từ bỏ họ! Nhiều người xem những khó khăn được nói đến ở đây là những khó khăn của dân lưu đày trở về; nhưng những khó khăn cùng cực như vậy ngụ ý những khốn khó của những tù nhân do kẻ bắt giữ mình gây ra (so sánh 47:2). Khi Ê-sai nói đến việc hồi hương, ông nói bằng ngôn ngữ của cuộc xuất hành mới, với sự chu cấp diệu kỳ (48:20–21).

3–4. Sự an toàn mà họ tận hưởng dưới và trong những trải nghiệm đe dọa tính mạng (2) được giải thích (*Vì*) theo năm cách. (a) Bởi danh Đức Giê-hô-va, *Giê-hô-va*, "Yahweh", lời tuyên bố đời đời về bản tính Ngài (Xuất 3:15). Giê-hô-va là Đức Chúa Trời được xác định trong sự mặc khải của cuộc xuất hành là Đấng giải phóng và cứu chuộc dân sự (Xuất 6:6–7) và lật đổ kẻ thù (Xuất 12:12). Nếu Ngài không thay đổi danh xưng (thay đổi bản tính), thì Ngài cam kết tận hiến với Y-sơ-ra-ên của Ngài. (b) Bởi mối liên hệ giữa chính Ngài và dân sự: bất chấp những thất bại của họ (42:18–25), Ngài vẫn gọi chính Ngài là *Đức Chúa Trời của con*. (c) Bởi sự thánh khiết của Ngài: danh xưng lớn trong Ê-sai, *Đấng Thánh của Y-sơ-ra-ên* (1:4), kết hợp thực tại của sự thánh khiết Ngài với thực tại của mối liên hệ Ngài với Y-sơ-ra-ên. Nếu sự thánh khiết Ngài và tình trạng tội lỗi của họ không cản trở việc hình thành mối liên hệ, thì nó không thể ngăn cản mối liên hệ đó được tiếp tục. (d) Bởi khả năng cứu rỗi của Ngài: dù động từ $\sqrt{ya\check{s}a'}$ diễn tả sự cứu khỏi tội (64:6), nhưng ý chính là sự giải cứu khỏi những đau khổ (1 Sa 9:16; 2 Sa 22:4), phù hợp với ngữ cảnh này. (e) Bởi bằng chứng trong quá khứ: bản NIV [và bản TTHĐ - ND] theo nhiều bản dịch khác, dịch *Ta sẽ ban*. Dĩ nhiên, thì hoàn thành trong tiếng Hê-bơ-rơ có thể diễn tả cách rõ ràng sự tin chắc về tương lai ('Ta đã quyết định ban'), nhưng điều này chỉ có thể hiểu được khi chúng ta xem cụm từ này có nghĩa là 'Ta đã quyết định ban (nếu Ta phải)' vì Ai Cập không có vai trò gì trong sự chăm sóc của Chúa cho dân sự Ngài trong tương lai. Ngoài ra, việc dịch thì hoàn thành ở đây như thì tương lai là phá hủy sự tương phản với cụm từ *Ta sẽ ban* ở cuối câu. Đúng hơn, các danh hiệu của Chúa trong câu 3ab tự nhiên gợi nhớ ngược trở lại cuộc xuất hành: vì Ngài là Giê-hô-va, Đức Chúa Trời và Đấng Thánh của Y-sơ-ra-ên, Cứu Chúa của họ, nên thật sự Ngài đã ban Ai Cập cho họ như là tiền chuộc. Trước sự từ chối thẳng thừng của người Ai Cập không để cho dân sự đi, Đức Giê-hô-va, có thể nói như vậy, cân nhắc liệu Ngài có sẵn sàng đập tan Ai Cập để giải phóng Y-sơ-ra-ên không. Không có 'cuộc chiến', mà đó là 'sự trả giá' (*giá chuộc, kōper,* giá phải trả; xem 6:7) của Ai Cập để Y-sơ-ra-ên được tự do. *Cút* và *Sê-ba* theo thứ tự là cực nam của Ai Cập và là vùng đất ở tận phía nam. Đó là cách mô tả bức tranh về giá chuộc theo kiểu thơ ca. *Thay thế con* nói lên rằng người này thế chỗ cho người kia (Sáng 22; 13; 1 Vua 11:43). Y-sơ-ra-ên đang chịu án tử (Xuất 1:16, 22), nhưng Ai Cập 'đã chết' thay (Xuất 14:27, 31). Quá khứ này tuôn chảy vào hiện tại, trong đó Đức Giê-hô-va trân quý dân Ngài (*quý báu*) và không rút lại địa vị *đáng chuộng* là dân sự Ngài. Kết quả là, trong tương lai, ngay cả chính loài người (*người*) hay mọi *dân tộc* đều không quá quan trọng.

5–7. *Ta sẽ đem:* việc nhắc đến 'nhân loại' trong câu 4 bây giờ được giải thích. Chúa nhìn thấy trước sự phân tán toàn cầu và sự tái hợp toàn cầu. Từ mọi hướng, la bàn (5–6) bao gồm *tất cả những người* trong dân sự Ngài (7). *Các con trai Ta...các con gái Ta:* ngay đến thời kỳ cuối cùng, mối quan hệ với Người Thân Gần Nhất (1; Xuất 2:21) vẫn không thay đổi, và ý nghĩ ban đầu về việc được *dựng nên* và *tạo thành* được nâng cao thêm bởi ý tưởng cho rằng khi làm điều đó, Đức Giê-hô-va làm vì *vinh quang* của chính Ngài. Do đó; danh dự của Ngài gắn liền với sự an ninh cuối cùng của những người Ngài chọn làm dân sự Ngài.

iii. Không có Đức Chúa Trời nào khác: những lời hứa chắc chắn (43:8–13). Cho dù chúng ta nghĩ về dân sự của Ê-sai như đang ở Pa-lét-tin hay bị đem đi lưu đày hay đang sống ở Ba-by-lôn, thì họ cũng ở giữa các thần khác và những người thờ hình tượng. Cho nên, họ cần hiểu đúng quan điểm thần học của mình: những thực thể dường như quyền lực này và đối tượng mà những người khác thờ phượng với lòng tin chắc như thế là gì? Vì vậy; phân đoạn ngắn ngủi này luôn luôn thích hợp. Hãy chú ý đỉnh điểm của phân đoạn là lời công bố của Đức Giê-hô-va rằng Ngài là *Cứu Chúa* duy nhất (11). Lời công bố này không chỉ liên kết với câu 1–7 (xem câu 3), mà nó còn chuyển phần thảo luận sang câu hỏi thực tế: ai có thể giải cứu cách hữu hiệu ngay trong nghịch cảnh cam go. Về hình thức, phân đoạn này là một vở kịch khác trong phòng xử án (so sánh 41:21–29). Phiên tòa được triệu tập (8–9b), vấn đề được công bố (9c-f), nhân chứng của Đức Giê-hô-va trình diện (10a-d) và lời công bố của Ngài được xác nhận (10e–11), vấn đề được giải quyết (12), và bản án được đưa ra (13). Ý chính của buổi trình diện gần như hợp pháp này là điều Ê-sai khẳng định về Chúa (11–12) không phải chuyện bịa đặt nhưng là chân lý được kiểm tra tại tòa, một kết luận được xác minh dựa trên bằng chứng.

8–9. Chúng ta không được bỏ qua tình tiết bi ai này: tưởng tượng một người kiện cáo nào đó cần người mù để làm chứng về điều họ thấy và người điếc làm chứng về điều họ nghe! Dân sự của Chúa có lẽ rất khác: trường hợp của họ là sự khiếm khuyết thật đáng trách, vì họ có *mắt* và *tai*; họ được ban cho những khả năng nhận thức tâm linh nhưng lại chọn đui và mù, từ chối nghe và thấy (6:9–10; 29:9; 42:20, 24) - và vụ kiện của Chúa phụ thuộc vào lời chứng của họ. *Ai trong họ:* tiếng của Thẩm phán đang ngồi ghế chủ tọa. *điều này...những điều từ trước:* cách giải thích câu này tùy thuộc vào cách chúng ta hiểu câu 3. Lưu ý rằng nhiều người xem câu 3–7 chỉ về tương lai (xem tr. 208). Nếu vậy thì *điều này* có thể nói đến kẻ chinh phục sắp xuất hiện (41:1–4, 25) như trong khung cảnh phiên tòa trước, và *những điều từ trước* (nghĩa đen là 'đầu tiên') là lời yêu cầu công khai đối với thần tượng, yêu cầu chúng hãy đề cập đến bất kỳ lời dự báo nào trước đó của chúng. Nếu (theo quan điểm của chúng ta) câu 3 chỉ về cuộc xuất hành, thì *điều này* và *từ trước* đều hướng trở lại về hành động vĩ đại đầu tiên của Chúa làm cho Y-sơ-ra-ên. 'Thần tượng' có thể làm những việc như vậy không (so sánh Phục 4:34–37; 2 Sa 7:22–24)? *Đúng:* nghĩa là làm điều đúng, đạt được sự chứng thực. Vụ kiện phải thuộc về người có thể chứng minh khả năng tối cao trong việc quyết định trước điều Ngài sẽ làm, và sau đó thực hiện mà không thay đổi, không bị cản trở, với bằng chứng đáng tin. Đây là đặc trưng của thần tính.

10–11. Tình tiết bi ai tiếp tục. *Các con là nhân chứng của Ta* – như thế Đức Giê-hô-va phải nhắc nhân chứng của Ngài nhân danh Ngài mà làm chứng! Ê-sai thật biết rõ sự im lặng đầy tội lỗi của chúng ta! *Phán,* xem 1:24; *đầy tớ,* như ở 41:8 (xem 42:1). 'Dân đầy tớ' thừa hưởng thiên hướng đi vào thế gian của Áp-ra-ham, nhưng đặc quyền bắt buộc của họ đối với Đức Giê-hô-va (*chọn*) là có chủ đích nhằm (*để*) đem họ đến niềm xác quyết thuộc linh (*biết...hiểu,* nghĩa đen 'nhận biết, thấy trọng tâm của') và đến đức tin. *Tin Ta:* cấu trúc *ha'ămîn lẽ* thường có nghĩa là tin điều ai đó nói (Sáng 45:26) nhưng cũng bao gồm lòng tin cậy (Phục 9:23). *Ta là Đấng ấy* là câu trả lời cho câu hỏi *Ai trong họ?* trong câu 9. *Trước Ta...:* nỗ lực thúc đẩy *nhân chứng* hành động không thành, và Đức Giê-hô-va lên tiếng vì chính nghĩa của Ngài về tính độc nhất (10ef) và công việc của Ngài (11). *Được tạo thành:* người ta thường nói về các thần của thế giới ngoại giáo là ra đời, còn Đức Giê-hô-va không bắt nguồn từ đâu cả (*trước Ta*) và không có ai kế thừa (*sau Ta*). Là hữu thể độc nhất, Ngài cũng độc nhất trong hành động (*không có cứu chúa*). Chỉ có Ngài mới có thể bước vào hoàn cảnh của dân Ngài (Xuất 3:8) và 'cứu' họ ra khỏi hoạn nạn (Xuất 14:18, 30; 15:2; Phục 33:29).

12–13. Do đó, vấn đề được giải quyết (12) và bản án được công bố (13). *Rao truyền* ('tuyên bố') là động từ được dịch là 'rao truyền' trong câu 9. Chỉ Đức Giê-hô-va, không phải thần tượng, là Đấng đã tuyên bố điều Ngài sẽ làm. Chuỗi ba động từ *rao truyền* ('tuyên bố') *... cứu rỗi...chỉ bảo* (làm cho [người ta] nghe) là quan trọng. Môi-se và dân sự Ngài không bị bỏ để nhìn lại cuộc xuất hành, giả định rằng đó là hành động của Đức Chúa Trời, và dò dẫm để nhận biết ý nghĩa của nó. Sự mặc khải đến trước (Xuất 3–4) trong trong lời phán rõ ràng từ thiên thượng: lời nói thật sự từ Đức Chúa Trời báo trước hành động của Ngài; sau đó những sự kiện xác nhận lời nói; và cuối cùng là chức vụ của Môi-se, giải thích rõ điều Đức Giê-hô-va đã làm và ý nghĩa. *Các con là nhân chứng của Ta*: một lần nữa đây là lời nhắc cho nhân chứng, nhưng cũng một lần nữa (13) Chúa phải tự đảm nhận công việc. Để cho phù hợp với khung cảnh tòa án, lời khẳng định cuối cùng từ thiên thượng ở hình thức của lời tuyên án. Chỉ một mình Đức Giê-hô-va là Đức Chúa Trời. *Từ thuở xa xưa* (*miyyôm*) có thể có nghĩa là 'kể từ lúc thời gian bắt đầu' hoặc 'ngày nay' hay 'từ nay trở đi' – lời tuyên bố toàn diện cho rằng mình là thần xuyên suốt mọi thời đại. *Chẳng ai có thể thoát:* đây không phải vị thần thờ ơ hay chỉ để trang trí, nhưng là Đấng cầm quyền tối cao trên mọi tác nhân có thể có, con người hay 'thần linh'. Giê-hô-va là Đức Chúa Trời, Đấng nắm quyền tuyệt đối trên mọi dân và, như được thêm vào *ai có thể lật ngược....?,* trên toàn bộ dòng sự kiện vì Ngài định thì sẽ xảy ra như vậy.

iv. Cuộc xuất hành mới: ách nô lệ được giải quyết (43:14–21). Phân đoạn này kết thúc phần trình bày được bắt đầu ở 42:18: tình trạng nô dịch của đất nước và lời hứa giải cứu của Đức Giê-hô-va. Trình tự trình bày mạch lạc: vấn đề (42:18–25), sự chăm sóc của Chúa đối với dân Ngài vẫn không thay đổi (43:1–7), khả năng giải cứu với uy quyền tối cao (43:8–13), và cuối cùng sự giải cứu mà Ngài sẽ thực hiện. Cuộc xuất hành đã được gián tiếp nói đến xuyên suốt (43:3, 9, 11) thì giờ đây là hình ảnh chủ đạo (16–17, 19–20): điều Đức Giê-hô-va đã làm là kiểu mẫu cho hành động sắp đến của Ngài.

14–15. Đấng Cứu Chuộc: *gō'el* (xem câu 1). *Ba-by-lôn*: đây là lần đầu tiên nói đến Ba-by-lôn trong chương 40–48, tiếp tục từ ám chỉ về Ba-by-lôn ở 39:6: họ sẽ đến *Ba-by-lôn* và Đức Giê-hô-va sẽ sai đến *Ba-by-lôn*. 'Người Canh-đê' là thành phần nổi tiếng trong dân số của Ba-by-lôn. Từ này xuất hiện ở đây như một sự thay đổi mang tính thi ca để chỉ về Ba-by-lôn. *Tàu*: Ba-by-lôn thường không được liên kết với tàu bè nhưng Giê-rê-mi (51:13, 26) lưu ý rằng nó có liên quan đến nước. Thật dễ dàng nghĩ rằng thành phố thích thú với nền thương mại hàng hải và bây giờ tưởng tượng cũng chuyến tàu đó chở đầy những người tị nạn. Điều này không xảy đến khi Ba-by-lôn sụp đổ (xem chương 47). Một lần nữa (xem 42:22) không phải Ê-sai đang mô tả mà là đang dùng những hình ảnh người ta thường nghĩ đến khi nói về sự sụp đổ của một thành. Nhà tiên tri có mặt tại sự kiện sẽ không nói như thế. *Đấng Thánh...Đấng Thánh*: sự nhấn mạnh như thế về sự thánh khiết của Đức Chúa Trời của Y-sơ-ra-ên là điều khác thường. Có lẽ Ê-sai đang đưa ra một tiêu chuẩn cho tương lai bằng cách nhắc Y-sơ-ra-ên rằng sự giải phóng về chính trị không phải là toàn bộ câu chuyện; vẫn còn một vấn đề sâu xa hơn là làm sao để có mối liên hệ đúng đắn với Đức Chúa Trời thánh khiết. *Đấng Sáng Tạo*: xem câu 1. *Vua* thêm chiều kích cá nhân vào mối liên hệ, vì vua là cha và là người chăn dân sự (9:5; Thi 78:71).

16–21. Ê-sai lấy bức tranh này từ sự kiện Biển Đỏ (16–17; Xuất 14) và từ những dấu lạ của hành trình trong hoang mạc trước đây (19c–20; Xuất 15–17), nhưng ông đưa ra một lời nhắc nhở quan trọng: quá khứ có thể dạy dỗ và minh họa nhưng đừng để quá khứ trói buộc (18–19b). Đức Giê-hô-va luôn dự trữ những điều lớn lao hơn; Ngài được bày tỏ ra trong quá khứ, nhưng Ngài không chỉ là những gì được bày tỏ trong quá khứ. *Vạch... khiến*: những động từ ở đây là các phân từ trong tiếng Hê-bơ-rơ. Điều Chúa đã làm vẫn là một phương diện bất di bất dịch của bản tính Ngài: không nao núng trước nghịch cảnh (16) hoặc bởi những con người thù địch (17). *Những việc đã qua* (18); nghĩa là cuộc xuất hành, như trong câu 9; *một việc mới*, nghĩa là giải cứu khỏi Ba-by-lôn, lấy cuộc xuất hành làm kiểu mẫu. *Dân mà Ta đã chọn* (20): 'dân' là mối liên hệ được đóng ấn tại cuộc xuất hành (Xuất 6:7); 'chọn' là ý muốn thiên thượng nằm phía sau và việc thực hiện ý muốn đó. *Tạo*: mô-típ về người thợ gốm có nghĩa là chúng ta có thể tự tin đối diện những khó khăn trong cuộc sống - ngay cả khi, như ở đây, chúng ta là nguyên nhân gây ra bất hạnh cho chính mình vì không vâng lời. Những áp lực trong cuộc sống là những cú va chạm đầy yêu thương từ bàn tay của Người thợ thủ công khi Ngài hoàn thành điều Ngài đã hoạch định.

b. Tội lỗi và sự cứu chuộc của Y-sơ-ra-ên (43:22–44:23)

Xem trang 206 ở trên để biết bố cục của toàn bộ từ 42:18 đến 44:23; và để biết vị trí cũng như nội dung của phần này. Động từ 'cứu chuộc' và danh hiệu 'Đấng Cứu Chuộc' liên kết các phân đoạn tiếp theo với phần trước (xem 43:1, 14; và 44:6). Ý căn bản là Người Thân Gần Nhất có quyền đi cạnh bên người bà con mình và gánh lấy nợ, khó khăn hay gánh nặng; *bất kỳ điều gì có thể*, của người đó lên chính mình. Đây chính là lý do mà việc giải cứu người lưu đày khỏi Ba-by-lôn (43:14) và giải cứu tội nhân khỏi tội (44:21–22) đều có thể được gọi là sự cứu chuộc. Chủ đề thứ nhì là điều mà bây giờ Ê-sai nói đến.

i. Chẩn đoán (43:22–24). Ở đây, lời cáo buộc dường như nhắm vào việc không tham dự nghi thức dâng tế lễ (23ab, 24ab) là lời cáo buộc đầy quan ngại vì không có thời điểm nào trong lịch sử Y-sơ-ra-ên chứng minh cho việc này. Trước khi lưu đày; lời than phiền của Chúa qua tiên tri là hoạt động lễ nghi thất thường và quá câu nệ (1:10–15; Giê 7:21; A-mốt 4:4–5; 5:21–23; Mi. 6:6–7). Trong thời kỳ lưu đày, xa cách nhà Chúa, việc dâng của lễ không thể thực hiện nên không thể trách dân sự đã không làm một điều không dễ làm. Sau lưu đày, việc đầu tiên họ làm chung với nhau là phục hồi việc dâng của lễ (Era. 3:3), và A-ghê (2:10–14) và Ma-la-chi (1:7) đều ngụ ý việc dâng sinh tế trong sự thờ phượng đang tồn tại. Cho nên, ý nghĩa của các câu này nằm ở dưới câu chữ chứ không nằm trên bề mặt.

Vậy thì, trước tiên, ý nhấn mạnh ở câu 22a trong tiếng Hê-bơ-rơ 'con chẳng từng kêu cầu Ta...', một lời buộc tội tương ứng với 1:10 và các câu tiếp theo, không phải là nghi lễ và sự cầu nguyện đã chấm dứt, mà là họ không đến với Đức Chúa Trời được cho là Đấng họ nói đến. Ý nhấn mạnh này chỉ xuất hiện trong câu 22a, nhưng nếu chúng ta xem đây là khuôn mẫu xuyên suốt thì phân đoạn này trở nên hợp lý. Họ đã thất bại trong niềm tin tôn giáo.

Thứ hai, động từ *đặt gánh nặng/phiền lòng* (23c, 24c) theo nghĩa đen là 'Ta không khiến con trở thành nô lệ với những tế lễ chay...con khiến ta trở thành nô lệ bằng tội lỗi của con.' Với cuộc xuất hành, Đức Giê-hô-va đem dân Ngài ra khỏi ách nô lệ (Xuất 6:6) và ban cho họ luật pháp của Ngài, cả luật đạo đức lẫn luật tế lễ, như một dấu hiệu cho thấy họ không còn là nô lệ nữa (Xuất 20:2, 3 và các câu tiếp theo) nhưng họ có thể bước đi trong tự do (Thi 119:45). Tuy nhiên; như chúng ta thấy ở 1:10–15, họ đã tự đưa mình vào ách nô lệ mới, đó là một tôn giáo với việc tuân thủ nghiêm ngặt không ngừng. Nhưng nghi lễ chỉ là nghi lễ, tuân giữ mà không có cam kết thuộc linh và đạo đức thì cũng không làm Chúa hài lòng (1:11, 13) cũng không đem lại phước hạnh cho dân sự (1:15). Trái lại, họ làm cho nghi lễ trở thành phương cách để thao túng phước lành, muốn Chúa hoàn toàn vâng phục họ. Do đó, khi họ tự biến mình trở thành nô lệ một lần nữa, thì họ cũng tìm cách khiến Ngài trở thành nô lệ cho họ.

Thứ ba, động từ *mệt mỏi* xuất hiện trong những câu này (22b, 23d; 24d). Câu 22b (nghĩa đen) 'con đã chán Ta'.[2] Trong các câu 23–24, câu cầu khiến ở thể chủ động có nghĩa là 'Ta không làm cho các con mệt mỏi...các con làm Ta mệt mỏi'. Đức Giê-hô-va muốn hệ thống tế lễ trở thành một phần của niềm vui khi sở hữu luật pháp: qua sinh tế, sự chuộc tội được thực hiện, tội lỗi được tha thứ và mối tương giao với Chúa được vui hưởng (Lê 1:4; 4:31; Phục 16:10–11). Nhưng khi sinh tế chỉ để dâng sinh tế, thì dân sự vẫn còn trong tội lỗi mình và trở thành gánh nặng chất trên Đấng Thánh. Hiểu theo những câu này, câu 22–24 có ý quở trách việc lạm dụng hệ thống tế lễ thời tiền lưu đày như các phân đoạn khác. Nhiệt tình tôn giáo rất cao, nhưng không có thực chất; điều họ cho là làm vui lòng Chúa, thì thật ra họ đang thử sự kiên nhẫn của Ngài; khi họ cảm thấy tự tin nhất về mối liên hệ đúng đắn với Chúa, thì thật ra họ đang chứng tỏ rằng họ vẫn còn sống trong tội lỗi. Bằng phương cách tinh tế, Ê-sai xác định tội lỗi của Y-sơ-ra-ên và nhu cầu cần sự tha thứ thiên thượng.

22. *Kêu cầu:* Sáng Thế Ký 13:4 cho thấy cách nói này bao gồm khía cạnh thờ cúng tôn giáo, nhưng nhấn mạnh phương diện cầu nguyện và tương giao cá nhân với Đức Chúa Trời. *Ta:* có ý nhấn mạnh. Họ loại bỏ Chúa ra khỏi niềm tin, xa cách hoàn toàn với ý muốn thiên thượng (1:15; A-mốt 5:21–23; Mat 15:9).

23–24. Đại từ *Ta...Ta* ở đây cần nhấn mạnh để giải thích đúng. *Sinh tế... tôn kính:* Ma-la-chi 1:6–7 nói rằng Đức Giê-hô-va bị ô nhục bởi tôn giáo rẻ tiền; sự ô nhục ở đây là do thứ tôn giáo máy móc, giả định rằng lễ nghi là công cụ hay phương thuốc hiệu nghiệm. Sự oai nghi của Chúa về mặt đạo đức bị sỉ nhục bởi xem Ngài là một hình thức ma thuật. *Gánh nặng...làm nhọc/mệt mỏi:* xem phần trên. *Xông hương* (Xuất 30:34; Lê 2:2): biểu lộ niềm vui

---

[2] Động từ là √*yāga'* với giới từ *bě* theo sau. Điều này có nghĩa là 'làm việc vì', tức là để nhận được (62:8), 'để có liên hệ với, để kết giao với' (47:12), 'để mệt nhọc' (57:10).

của Đức Giê-hô-va trong các sinh tế khi được dùng theo ý muốn Ngài. *Xương bồ:* xem Xuất Ê-díp-tô Ký 30:23; Giê-rê-mi 6:20. *Thỏa lòng* nghĩa đen là 'làm cho Ta tràn ngập', nghĩa là cho Ta sự thỏa lòng dồi dào. Đây là trọng tâm của tôn giáo thật - không phải chúng ta phải 'thấy hữu ích' mà là Đức Chúa Trời thấy vui lòng. 'Tôn giáo thật phải phù hợp với ý muốn của Đức Chúa Trời, xem đó là tiêu chuẩn luôn luôn chính xác.'[3] *Tội lỗi* (ḥaṭṭā't), và *sự gian ác* ('āwôn), xem 6:7.

ii. Phương thuốc (43:25–44:5). Ngay khi chẩn đoán được nhu cầu thì đơn thuốc được kê. Hãy so sánh sự sốt sắng tương tự của lòng thương xót khi 40:1–2 theo sau chương 39 hay khi 43:3–7 tiếp theo 42:18–25! Một Đức Chúa Trời phiền lòng và mệt mỏi bởi tội lỗi là Đức Chúa Trời *xóa các sự vi phạm* của họ (25) và mang lại sự khoan khoái (44:3).

25. Lưu ý không có từ nối giữa câu này và câu 22–24. Sẽ không hợp lý khi chúng ta liên kết tội lỗi với sự tha thứ, hay với lời tự giải thích của Đức Giê-hô-va. Tính hợp lý mà bởi đó một Đức Chúa Trời bị xúc phạm là một Đức Chúa Trời hay tha thứ được ẩn giấu trong tấm lòng Ngài. Từ ngữ nhấn mạnh *Ta, chính Ta* nắm bắt lấy lẽ thật này - như thể nói rằng 'Con sẽ không biết phải làm gì về việc này (22–24), con không có thuốc chữa - nhưng chính Ta là tất cả những gì con cần.' *Xóa:* 'lau sạch' (2 Vua 21:13; Thi 51:1). Tội lỗi để lại dấu vết chỉ Đức Giê-hô-va mới có thể lau. Hình thức động từ ở đây là phân từ; khiến khả năng lau sạch vết nhơ của tội lỗi trở thành một thuộc tính thiên thượng. *Vi phạm:* 'nổi loạn có chủ ý' (24:20). *Không nhớ đến...nữa* (Giê 31:34; Mi. 7:18–19): Đức Giê-hô-va không thể nhớ đến điều gì bất lợi cho chúng ta. *Tội lỗi,* như ở câu 24.

26–28. Cách đơn giản nhất để hiểu những câu này là xem chúng như một khung cảnh tòa án đơn giản, trong đó bị cáo được cho cơ hội chứng minh mình *đúng* (26), bên nguyên cáo khởi tố (27) và bản án thiên thượng được minh định (28).

Tranh luận (26), cụ thể là 'tranh cãi về vụ kiện tại tòa'. Cho dù tha thứ hay kết tội, Chúa sẽ chỉ tiếp tục dựa trên công lý. Trong trường hợp này, trước khi bản án bất lợi được ghi lại, bị cáo phải nhận ra sự tuyệt vọng trong vụ án của mình và sự nhẹ nhàng của bản án. *Thủy tổ:* truy nguyên tội lỗi trở lại từ tổ tiên lâu đời không phải để đánh lạc hướng lời buộc tội nhắm vào thế hệ hiện tại trong câu 26. Theo quan điểm Kinh thánh, mỗi thế hệ đều tiếp tục tội lỗi từ thế hệ cuối cùng theo kiểu tích lũy, và mỗi thế hệ mới lại 'làm đầy' thêm cái lường của những người đi trước (Mat 23:31–32, 35–36). *Thủy tổ* trong bi kịch của di sản đạo đức này có thể là A-đam (cha *đặc biệt*), Áp-ra-ham (tổ phụ tối hậu, 41:8), Gia-cốp (cha trực tiếp của dân gồm mười hai bộ tộc) hay A-rôn (người thiết lập thứ tự chức tế lễ; lưu ý các thầy tế lễ có thể là chủ đề trong câu 28a).[4] Sự đồng nhất tội lỗi không phải là điều chính yếu: ý ở đây là sức nặng của tội lỗi hiển nhiên mà thế hệ hiện tại tham dự vào. *Người phát ngôn:* động từ √*lîṣ* được biết đến nhiều nhất trong Kinh thánh qua danh từ của nó là *lēṣ,* kẻ bị khinh bỉ, người hay nhạo báng, người hoài nghi' (Thi 1:1); phân từ chúng ta thấy ở đây cũng có nghĩa này (Gióp 16:20); nhưng cũng được dùng với nghĩa 'người thông dịch' (Sáng 42:23) và 'đại sứ' (2 Sử 32:31). Ý muốn nói ở đây là 'người đại diện', thậm chí 'những người tiêu biểu của các con', những người tiêu biểu nhất cho thế hệ hiện tại. Đây sẽ là một bước chuyển tiếp thích hợp từ quá khứ (27a) sang hiện tại (28b).

---

[3] J. Calvin, *Institute of the Christian Religion* (SCM, 1960), 1.iv.3.
[4] Tôi có được gợi ý này là nhờ H. Blocher, *Original Sin,* New Studies in Biblical Theology (Apollos, 1997), trang 31.

Làm nhục (28): không thể xác định chắc chắn thì của động từ. Có thể là quá khứ ('đã làm nhục'), mới bắt đầu ('bắt đầu làm nhục'), từ hạn định ('quyết định làm nhục') hoặc tương lai ('sẽ làm nhục'). Nếu bản văn không được sửa để phù hợp với một trong những nghĩa này, thì tốt hơn là chúng ta nên nghĩ rằng sự mơ hồ là có chủ ý: tại mỗi thời điểm ngay từ ban đầu đã có tội lỗi và điều sai quấy; tại mỗi khoảnh khắc Chúa đã thi hành sự xét đoán và sự xét đoán đó là chính đáng; Đức Chúa Trời quyết định: tội lỗi phải bị đền bù. *Các chức sắc của nơi thánh:* nghĩa đen là 'hoàng tử của sự thánh khiết'. 'Sự thánh khiết' thường dịch là 'thánh đường', còn 'hoàng tử của thánh đường' là các thầy tế lễ (1 Sử 24:5). Hoặc 'hoàng tử của sự thánh khiết' thường có nghĩa là 'hoàng tử thánh' hơn, những người được đặt trên dân 'thánh' của Chúa. Nếu những từ này chỉ về thầy tế lễ, thì những người được dấy lên để nuôi dưỡng dân sự Chúa trong sự thánh khiết. Vậy thì chính họ mắc tội cách rõ ràng. Nếu những từ này chỉ hoàng tử (dù mô tả không có thí dụ minh họa) thì khớp với ám chỉ trước đó về cha (tổ tiên). Vua là cha của dân sự và, như cha trước kia và cha hiện tại đã phạm tội và chất sự vi phạm lên gia đình họ thể nào, thì những người với trách nhiệm chăm sóc như người cha cũng thỏa hiệp một cách chết người thể ấy. *Ta phó:* hoặc 'vì vậy Ta phải phó'. Sự hủy diệt (*ḥērem*) không phải 'sự hủy diệt' thuần túy và đơn giản nhưng là 'sự chia cách' hoàn toàn khỏi mặt đất của những gì Đức Giê-hô-va lấy làm gớm ghiếc (Giô 6:17; 8:26). Thật là một bản án khủng khiếp! - không tha bổng (26) nhưng là sự rủa sả từ thiên thượng (28).

44:1. *Bây giờ:* xem 43:1. Hậu quả phù hợp của lời buộc tội về tội lỗi và sự nổi loạn xa xưa lẫn đương thời ở 43:26–28 là gì? Quyết định tại tòa phản chiếu ở 43:25 như thế nào với lời hứa về việc giải quyết tội lỗi đầy đủ (*xóa*) và cuối cùng (*không nhớ đến nữa*)? Có phải điều kỳ diệu của 43:25 được đặt đầu tiên để chúng ta biết điều mình đã đánh mất vì cớ tội lỗi không? Không phải, vì bây giờ một lời hứa tương tự được ban cho chúng ta ở 44:2–5: không phải lời hứa tiêu cực 'xóa' mà là lời hứa tích cực tương ứng, món quà của sự sống mới - cho cùng một dân tộc, lưu ý thế nào 'Gia-cốp...Y-sơ-ra-ên' ở 43:28 được lặp lại ở 44:1. Lòng thương xót của Đức Giê-hô-va đối với chúng ta còn mãi đời đời.

2. *Đã tạo nên...lòng mẹ:* giống như 43:26–28 truy nguyên sự thật về tình trạng tội lỗi bắt nguồn từ *thủy tổ* như thế nào, thì bây giờ Ê-sai cũng truy nguyên việc kế thừa tính quên đi công việc tạo dựng của thiên thượng là từ *lòng mẹ* thể ấy. Vai trò cha thiên thượng có trước tội lỗi và không bị tội lỗi cướp mất (*sẽ giúp đỡ*). Do đó, địa vị của dân sự Chúa, *đầy tớ...đã chọn (1–2)*, vẫn không thay đổi. Quà tặng và sự kêu gọi của Chúa là điều không thể thay đổi được (Rô 11:29). *Sợ:* nỗi sợ đang nói đến ở đây không phải là sợ những khó khăn trong cuộc sống, mà là sợ hậu quả của tội lỗi; không phải sợ hãi trước con người nhưng là trước mặt Đức Chúa Trời. Lời hứa 'xóa' và 'quên' vẫn còn đó; khi tội đã được tha thì không có chỗ cho nỗi sợ hãi (Lu 5:8–10; 1 Giăng 4:17–18). *Giê-su-run:* xem Phục Truyền Luật Lệ Ký 32;15; 33:5, 26. Âm cuối 'un' là hậu tố chỉ tình cảm yêu mến. Tên gọi này có thể liên quan đến *yasar*, 'ngay thẳng'. Đây là điều Đức Giê-hô-va ao ước dân sự Ngài có được. Khi được dùng ở đây, từ ngữ này nhấn mạnh rằng dù họ không đạt đến tiêu chuẩn lý tưởng của Ngài, nhưng đây vẫn là ý muốn của Ngài đối với họ.

3–5. Bây giờ là cơ sở tích cực để không còn sợ hãi: món quà của *Thần Ta*, Tác nhân của *phước lành* đang tuôn tràn (*dòng dõi...hậu tự*), sức sống của đời sống mới (4), sự bảo đảm cá nhân về tình bạn với Đức Giê-hô-va ở giữa dân sự Ngài (5). Trong câu 3, đời sống mới được ban truyền; trong câu 4–5 đời sống mới được phô bày. Về *Thần* của Chúa, xem 11:2; 30:1; 31:3; 40:7; 42:1. Về Thần 'được tuôn đổ', xem 32:15. Sự tương đồng giữa *Thần* và *phước lành* cho thấy rằng nhờ ban chính Ngài mà Đức Giê-hô-va đem đến sự sống mới cho dân sự. Trong câu 5, công tác đối mới của Thần Đức Giê-hô-va trở nên rõ ràng trong đáp ứng của từng cá nhân và việc tạo dựng một dân được kết nối lại với nhau bởi lời tuyên xưng chung. Hơn hai lần Ê-sai cho thấy việc tìm đến với Đức Giê-hô-va (5ac) và tìm đến với dân sự của Đức Giê-hô-va (5bd) là không thể tách rời. Ý ở đây không phải chỉ về người ngoại quốc trở thành thành viên trong Y-sơ-ra-ên của Đức Chúa Trời (Ga. 6:16) - nói như vậy là hoàn toàn đi ngược với ngữ cảnh (đối chiếu 45:22–25) - mà là người Y-sơ-ra-ên 'theo hình thức' trở thành người Y-sơ-ra-ên 'thật, được đảm bảo'. Để có được việc này, cần kết hợp ba điều: tội lỗi được giải quyết (43:25), sự sống mới được trao ban (44:3–4) và đáp ứng cá nhân (45:5). *Tay*: bộ phận chỉ hành động cá nhân. Viết *trên tay mình* tượng trưng cho cam kết của một đời sống thật sự cá nhân cho Chúa (so sánh Phục 6:8). Nếu dịch là 'bằng tay mình' thì ý nghĩa cũng như vậy: cam kết cá nhân.

iii. Không có Đức Chúa Trời nào khác: những lời hứa chắc chắn (44:6–20). Xem 43:8–13. Mục đích của phần này được thông báo ở câu 6–8: vì chỉ có một Đức Chúa Trời, nên không điều gì có thể ngăn cản mục đích của Ngài. Lẽ thật này sau đó được nhấn mạnh qua việc công bố toàn bộ tư tưởng về 'các thần' khác (9–20). Ở 40:18–20 và 41:5–7, thần tượng được phơi bày tương phản với vinh quang của Đức Chúa Trời của Y-sơ-ra-ên; ở 43:8–13 và phân đoạn này, cách lập luận được đảo ngược: vinh quang của Đức Chúa Trời của Y-sơ-ra-ên được trình bày tương phản với sự vô lý và vô dụng của thần tượng. Khúc Kinh thánh này có trọng tâm riêng. Không phải vô lý khi nói rằng, nếu sự việc thành ra khác đi, đối tượng những người thờ hình tượng thờ phượng lại được dùng để nấu bữa trưa (15–17), điều họ thờ phượng không có sức mạnh biến đổi tâm linh, chỉ đảo ngược lại thôi 18–20) - không giống Đức Chúa Trời chân thật (43:25; 44:3–5)! Ê-sai không quên bài thử nghiệm về sự dự báo và ứng nghiệm (7), mà ông còn thêm vào: hậu quả của sự thờ phượng như vậy là gì? Biến đổi (44:3–5) hay suy đồi (18–20)?

Câu **6–8** bắt đầu và kết thúc với lưu ý về Đức Chúa Trời duy nhất (6cd, 8cd), và ở giữa là tính độc nhất vô nhị của Ngài (7). Toàn bộ lẽ thật này về Đức Chúa Trời có liên quan đến lợi ích của dân sự Ngài: Đức Chúa Trời duy nhất là *Vua*, v.v... của *Y-sơ-ra-ên* (6) và *Vầng Đá* của họ (8), Đấng tể trị toàn bộ diễn biến trong lịch sử của họ, cả quá khứ lẫn tương lai (7). Trong tất cả những việc này, không một người thách thức nào có thể cản trở Ngài.

6. *Vua... Đấng Cứu Chuộc*, xem 43:14–15; *Đấng Toàn Năng* ('Đức Giê-hô-va vạn quân'), xem 1:24. Trong các chương 38–55 thì đây là lần đầu tiên danh hiệu này xuất hiện (45:13; 47:4; 48:2; 51:15; 54:5). Không như thần tượng, chỉ sở hữu cái gì mà người làm ra chúng truyền cho (9–17), Đức Giê-hô-va, chính Ngài, có mọi khả năng và quyền lực. *Đầu tiên... cuối cùng*: như ở 41:1, không phải 'với cái cuối cùng' trong ý niệm về sự kiểm soát lịch sử có mục đích. Là *đầu tiên*, Ngài không bắt nguồn từ một hữu thể nào khác, mà là tự hữu; là *cuối cùng*, Ngài vẫn là tối cao cho đến Cuối cùng. *Đức Chúa Trời* là *'ĕlōhîm*, một từ ngữ số nhiều thường gặp; nhưng vì hình thức số ít của nó xuất hiện trong câu 8 nên có lẽ số nhiều ở đây nên hiểu theo nghĩa độ lớn, phạm vi 'Đức Chúa Trời trong sự đầy trọn của những thuộc tính thiêng liêng'.

7. Điều gì khiến Ngài không thể sánh được với ai? (a) Chỉ một mình Ngài hiểu được toàn bộ lịch sử từ ban đầu. *Lên tiếng*: √*qārā'*. Ở 40:26, 'gọi' là sự kiểm soát tối cao của Ngài trên từng tạo vật trong vũ trụ vật lý, còn ở 41:4, 'kêu gọi' là sự điều khiển của Ngài trên các sự kiện lịch Sử *Trình bày*: *'ārak*; làm chủ mọi chi tiết (Xuất 40:4), vạch ra kế hoạch (đánh trận). Chỉ một mình Đức Giê-hô-va làm chủ và truyền lệnh cho những điều phức tạp của lịch Sử (b) Cụ thể, *từ khi Ta lập* chứng minh sự chăm sóc quan phòng của Chúa trên dân sự

Ngài ngay từ ban đầu. (c) *Sắp xảy đến* cho thấy khả năng tiên đoán của Ngài, bằng chứng cho thấy chính Ngài hoạch định rồi điều khiển mọi việc để hoàn thành mục đích của Ngài.

8. Ý của lập luận này (7) không phải phơi bày các thần giả mà là chứng minh sự vinh hiển của một Đức Chúa Trời chân thật và bởi đó, chứng minh sự an ninh của dân sự Ngài. Họ không cần phải sợ hãi (8a) nhờ lẽ thật được bày tỏ (8b) và có thể xác minh lẽ thật ấy (8c). *Đức Chúa Trời:* từ *'ĕlôah* số ít, đây là lần duy nhất từ liệu này được dùng trong sách Ê-sai. Mục đích là để nhấn mạnh tính duy nhất của Đức Chúa Trời có một này (khi so sánh với số đông của nguyên đơn được ngụ ý trong câu 7). *Vầng Đá:* biểu tượng của nơi trú ẩn (Thi 71:3), tính bất biến đáng tin cậy (26:4), một thực tại 'vững chắc' (Phục 32:31), một Đức Chúa Trời ban sự sống cho dân sự Ngài (Xuất 17:6 với Thi 95:1).

Trong các câu *9–20*, sứ điệp của câu 6–8 rằng chỉ có một Đức Chúa Trời vô song, được chứng minh bằng cách xem xét kỹ lưỡng việc thờ thần tượng. Câu 9 trình bày một giả định cơ bản: rằng thờ thần tượng là vô lý (9a), chẳng đem lại lợi ích gì (9b) và chỉ có ngu dốt mù lòa mới có thể chấp nhận được điều đó (9cd). Với ý sau, câu 18–20 tạo thành một đối xứng đầu cuối: người thờ thần tượng ngu dại và mù lòa (18); thờ thần tượng là việc không thể biện hộ được về tính hợp lý (19); nhưng ở mức độ sâu hơn, việc làm vô ích, vô nghĩa và chết người này kiềm kẹp người thờ hình tượng đến nỗi người đó không thể thoát ra được (20). Ở phần giữa, lập luận có hai ý chính: thần tượng không thể trồi hơn người làm ra nó (10–13), cũng không thể vượt lên trên vật liệu tạo ra nó (14–17). Ê-sai vừa thừa nhận vừa phủ nhận bất kỳ thực tại thuộc linh vô hình nào mà thần tượng là biểu tượng bên ngoài của nó. Một mặt, thần tượng chỉ là một tạo tác: 'Người ngoại đạo trong sự mù lòa đã cúi lạy trước gỗ đá' - hay như nhà thơ La Mã Horace đã viết 'Tôi từng là một cây sồi ...nhưng người thợ thủ công muốn tôi phải làm một vị thần'. Phao-lô cũng đồng tình: 'Chúng ta biết thần tượng trong thế gian không thật sự hiện hữu; chỉ có một Đức Chúa Trời chứ không có thần nào khác' (1 Cô 8:4). Đối với vị Sứ đồ, cũng như đối với nhà tiên tri, thuyết độc thần rõ ràng xác định vấn đề. Không có gì phía sau thần tượng hữu hình vì chỉ có một Đức Chúa Trời duy nhất. Nhưng mặt khác, thần tượng nắm chặt người thờ lạy nó bằng chiếc kẹp sắt mà (20) *người đó không thể tự cứu mình* (nghĩa đen 'cứu linh hồn mình'); và Phao-lô đồng tình với ý này, trong cùng phân đoạn, rằng 'họ tin có nhiều 'thần', nhiều 'chúa'' (1 Cô 8:5), và ở mức sâu xa nhất, đáng sợ nhất, thì 'những gì người ngoại đạo cúng tế là cúng tế các quỷ, chứ không phải dâng lên cho Đức Chúa Trời' (1 Cô 10:20). Thần tượng chết và vô nghĩa có sức mạnh đáng sợ để khiến cho người thờ nó giống y như nó (Thi 115:8).

9. Câu này bắt đầu với người làm hình tượng (9a), chuyển sang thần tượng (9b) rồi từ đó sang kẻ thờ thần tượng (9cd). *Hư ảo* (*tōhû*): xem 24:10; 29:21; 34:11; 40:17, 23; 41:29; 'vô nghĩa', 'vô lý' là cách dịch phù hợp ở đây.

Trong các câu *10–17,* phần mô tả cơ sở đúc tượng chỉ ra hai điểm yếu của tượng thần. Thứ nhất (10–13), tượng là sản phẩm hoàn toàn từ con người (10–11), cho nên bản thân năng lượng hạn hẹp của con người cần được nuôi dưỡng từ bên ngoài (12), và sự khéo léo (13a-d); phác họa của con người sẽ không thể vượt hơn điều tốt nhất mà nó biết (13e). Thứ hai, tượng, về bản chất, là sản phẩm của đất (14) và sự may rủi (15–17). Hai điểm yếu này được nhìn thấy rõ nhất trong việc thờ thần tượng mà Ê-sai đang nói đến - những đối tượng thờ phượng thuộc về vật chất - nhưng cũng đúng trong những thần tượng mà Giăng nói đến (1 Giăng 5:21): hễ điều gì chiếm giữ tâm trí và tấm lòng của con người thay thế Chúa Giê-xu và con đường đức tin, nghĩa là những thần tượng tinh vi hơn từ 'những tác động của thị trường', cách quản lý kinh tế gian xảo (và tất cả những khía cạnh như thế của chủ nghĩa tôn thờ Ba-anh hiện đại); hay sự an ninh nhờ chủ nghĩa quân phiệt, xem xét thanh thế quốc gia về lực lượng.

10–11. *thần...tượng:* kẻ thờ hình tượng hoạch định điều thuộc linh và đạt được điều thuộc thể (vật chất)! *Mọi kẻ...loài người:* việc làm mang tính tập thể cũng không tạo sự khác biệt gì. Cho dù nhiều thợ thủ công chế tạo đi nữa, họ cũng không thể phá vỡ giới hạn rằng họ chỉ là con người. *Đứng lên...kinh hãi... xấu hổ:* họ không vô tội khi làm tượng thần. Họ biết rõ hơn hết. Giá mà họ *đứng lên,* tức là dừng lại và nhìn một cách thẳng thắn vào việc họ đang làm – thì ngay lập tức họ sẽ sợ hãi (*kinh hãi*) và 'xấu hổ' (như trong câu 9), hoặc 'nhận ra họ thật là ngu ngốc' (ô nhục). Sợ hãi và điên rồ sẽ *tụ họp lại* trên họ. Họ đang sống mà không có lòng tự trọng một cách thật đáng trách.

12–13. *Cánh tay mạnh mẽ...nước...mệt lả:* tiếp tục chỉ ra suy nghĩ sai trật - không chỉ dại dột (11) khi con người tạo ra điều thiêng liêng, mà còn dại dột khi dùng sức mạnh của con người để tạo ra đấng toàn năng, khi dùng sức mạnh cần sự nuôi dưỡng từ bên ngoài để tạo ra sự sống tự có, tự duy trì của thần linh. Rồi nhà tiên tri chuyển từ xưởng chế tạo sang bảng vẽ, khía cạnh nhận thức của việc làm tượng thần. Sản phẩm cuối cùng có thể vô cùng ấn tượng về vẻ đẹp hoặc trông thực sự dữ tợn. Dù thế nào, đó cũng chỉ là sản phẩm của một bản thiết kế được vẽ cách cẩn thận của một nhà thiết giỏi. *Hình dạng con người ...tượng người đẹp đẽ* (13ef): nhưng dĩ nhiên không phải lúc nào cũng như thế. Thỉnh thoảng tượng mang hình dáng vì sao hay thú vật, đôi khi lai giữa người và thú, có lúc béo phì, ghê tởm. Nhưng lúc sung sức nhất, nhà thiết kế cảm nhận bằng trực giác rằng con người là cao quý nhất và thiết kế theo như vậy. *Đẹp đẽ* [bản NIV viết "vinh quang" - ND] là 'vẻ đẹp'. *Đặt trong nhà* [bản NIV viết "ở điện thờ" - ND]: nghĩa đen là 'nhà'. Tượng được làm giống con người nên tượng phải làm việc con người làm! Xem Ê-sai tấn công dồn dập vào tính người của thần tượng! Cho dù ý định của họ là gì, thì kết quả từ nỗ lực của con người cũng không thể vượt lên trên con người.

14–17 giới thiệu một khía cạnh vô cùng đáng mỉa mai khác của tính người này: sự lựa chọn và may rủi. Cây trưởng thành, *cây bá hương...cây bách...cây sồi,* là vật vô cùng oai vệ, nhưng nếu truy nguyên nguồn gốc thì chúng ta thấy gì? Một hạt giống hoặc cành giâm, một vật nhỏ bé, được *trồng* dưới đất, được lớn lên nhờ *mưa*. Nguồn gốc của nó là thuộc về đất, được con người nuôi dưỡng; sự sống của nó bắt nguồn từ sự sáng tạo - và 'thần tính' của nó là sự may rủi. Sự may rủi này cho phép nó sống sót nhờ căn bếp cần nó để đốt lửa! Và tính hợp lý của kẻ thờ thần tượng cho rằng điều đem lại cho anh ta lợi ích thuộc thể, tức thức ăn được nấu (*nướng,* 16), và sự thoải mái của cơ thể ấm áp (*lửa*) cũng có thể nuôi dưỡng linh hồn anh ta: '*Xin giải cứu tôi, vì ngài là thần của tôi*' (17).

18. *Biết...hiểu* (nghĩa đen 'có kiến thức... thấy trọng tâm của vấn đề'): xem 29:14. *Nhắm lại:* ai đã làm cho 'nhắm lại'? Có một tác nhân bên ngoài gây đui mù được ngụ ý ở đây. Công lý của Đức Chúa Trời giáng xuống dân sự với điều họ chọn, và đây có thể là sự mù quáng do bị trừng phạt (6:9; 2 Tê 2:10–11); hoặc phải chăng Ê-sai đang ngụ ý rằng, dù thần tượng không có sự sống, nhưng nó có quyền năng làm mù lòa tâm trí của kẻ không tin (2 Cô .4:4)? *Không hiểu* (√*śākal*) nói chung có nghĩa là hành động cách thận trọng để đạt được thành công (Giô 1:8); ở đây muốn nói khả năng đánh giá tình hình; để sàng bỏ lẽ thật sai trật (rồi hành động cho phù hợp).

19. *Không chịu suy nghĩ lại... trí khôn....nhận thức:* đây là sự phân tích gây tổn hại của tâm trí sa ngã. Trước tiên; với tiến trình suy nghĩ: *suy nghĩ lại* (nghĩa đen 'cho là quan trọng'), khả năng đánh giá sự kiện đơn giản; thứ hai, nội dung của *tri thức*: lẽ thật được nắm giữ và nuôi dưỡng trong tâm trí và bộ nhớ; và thứ ba, *nhận thức:* sự sáng suốt để sàng sảy và thăm dò; để biết được lẽ thật. Tất cả sự sa ngã của tâm trí được minh họa bởi *vật đáng ghê tởm...khúc gỗ.* Liên quan đến giáo lý về Đức Chúa Trời, trực giác nói cho mọi người biết rằng tỏ lòng tôn kính một cách thiêng liêng đối với vật do con người làm ra là 'kinh tởm' (so sánh Công 17:29); liên quan đến giáo lý về con người, trực giác cho mọi người biết rằng con người phủ phục trước thế giới vật chất là không đúng. Tâm trí sa ngã 'không thể hiểu được' (1 Cô 2:14).

20. Người thờ hình tượng bị 'mắc' vào việc sùng bái thần tượng. Toàn bộ phạm vi tự do đã chết và người ấy không thể tự cứu mình. Thứ nhất, người ấy tự chọn hành động cho riêng mình: *nuôi mình bằng tro bụi. Tro bụi* quay lại với các câu 15, 16, 19. Khi gỗ bị biến đổi thành thực chất của nó, chẳng phải nó là tro bụi sao? Tượng thần có thể gây ấn tượng, nhưng thực tế nó chỉ là chất nền, là những cục than hồng trong đám lửa sắp tắt. Thứ hai, sự lựa chọn này có hậu quả bên trong kèm theo: *mê muội.* Người thờ hình tượng chọn sự mê muội và trở nên mê muội (Thi 115:8). Ai là tác nhân đằng sau sự mê muội này? Có phải Đức Giê-hô-va đang hành động theo luật từ trời mà Ngài đã thiết lập rằng lựa chọn sai lầm tạo ra con người sai lầm không? Có phải tượng thần, vật lừa dối sản sinh ra thứ giống y như nó không? Thứ ba, tiếp theo là tình trạng nô lệ. *Chẳng thể cứu...tay phải:* kẻ thờ thần tượng nhặt bức tượng nhỏ trong tay, giữ nó, nhưng thực tế là bức tượng nắm giữ người đó. Người đó làm nô lệ cho *đồ giả dối.*

iv. Cứu chuộc khỏi tội lỗi (44:21-23). Xem tr. 206 để biết vị trí của phần này trong bố cục tổng quát. Yếu tố đầu tiên trong kế hoạch thiên thượng cho Y-sơ-ra-ên là cứu chuộc họ ra khỏi Ba-by-lôn (43:14-21). Yếu tố thứ nhì, cứu chuộc khỏi tội lỗi, bây giờ được hoàn tất: trước tiên, chúng ta được mời bước vào tâm trí của Đức Chúa Trời (21-22), và thứ nhì, chúng ta được mời tham dự vào lời ca ngợi đáp ứng của người được cứu chuộc. Các thì của động từ trong câu 22-23 (*trở lại...ca hát...*) hoặc là ở mệnh lệnh cách đòi hỏi sự đáp ứng; thì hoàn thành diễn tả quyết tâm của Đức Giê-hô-va (Ngài đã có ý định cứu chuộc, cho nên đây là điều chắc chắn), hoặc thì quá khứ chưa hoàn thành, báo trước điều Ngài sẽ làm.

21. *Nhớ* nhìn lại bao quát toàn bộ phần này (43:22–44:20): hãy nhớ đến nhu cầu cần sự cứu chuộc của các con (43:22-24), lời hứa tha thứ và ban sự sống mới của Ta (43:25–44:5), và sự chắc chắn của những lời hứa của Ta vì Ta là Đức Chúa Trời duy nhất (44:6-20). Hãy "nhớ" nhấn mạnh tầm quan trọng hàng đầu của tâm trí và ký ức trong kế hoạch của Đức Chúa Trời: dân sự Chúa phải luôn luôn suy ngẫm trước nhất về lẽ thật họ biết. *Tạo* (nghĩa đen 'hình thành'): không như người thờ hình tượng tạo ra chúa của họ (12-13), ở đây là một Đức Chúa Trời tạo ra dân Ngài (43:1), nhào nặn họ cho chính Ngài trong mọi hoàn cảnh sống. *Đầy tớ...đầy tớ:* chắc chắn sự lặp lại là có chủ ý và liên quan đến việc đầy tớ là 'nô lệ', nhưng không như kẻ thờ hình tượng ở trong sự đui mù và ách nô lệ không thể thoát ra được (20); ở đây là địa vị của đặc ân - đầy tớ của một Chúa như thế, 'ách nô lệ' của người được đem ra khỏi vòng nô lệ để bước vào luật pháp của sự tự do (Xuất 20:1-3, v.v...; Rô 6:17-22; Gia 1:22-25). *Không quên:* tương đương với *hãy nhớ* mở đầu câu này, chúng ta có thể mong đợi cụm từ phủ định tương ứng là 'hãy đừng quên', nhưng Ê-sai khéo léo xoay chuyển: *Ta sẽ không quên con.* Trong sự sùng bái thần tượng, mọi thứ phụ thuộc vào người thờ lạy, còn ở đây, mọi thứ phụ thuộc vào Đức Chúa Trời hằng sống. Ngay cả nếu họ quên, thì 'Ta sẽ không quên con' (49:15).

22. *Xóa:* 'lau sạch' như ở 43:25. *Sự vi phạm:* 'sự chống nghịch', nguồn gốc của tội lỗi là cố ý (43:25). *Mây dày đặc:* có thể được xóa sạch cách dễ dàng như thế chưa từng có (Ô-sê 6:4; 13:3). *Trở lại...vì...:* trở lại ăn năn không phải là việc tốt được ban thưởng bằng sự cứu chuộc; sự cứu chuộc đã xảy ra, mở cửa cho sự quay về, làm cho cả hai trở nên khả thi và hiệu quả. *Đã chuộc* ($\sqrt{gā'al}$): xem 35:9–10; 43:1, 14.

23. *Ca hát:* hình ảnh những người với niềm vui đáp ứng; bước vào sự cứu rỗi mà họ không có chút đóng góp gì trong đó (54:1) nhưng được hoàn tất cho họ - vì *Đức Giê-hô-va đã hành động. Đất...núi...rừng:* khi Đức Giê-hô-va hoàn tất sự cứu chuộc cho dân Ngài, sự rủa sả được lấy ra khỏi toàn bộ công trình sáng tạo (Thi 96:10 và các câu tiếp theo; 98:7 và các câu tiếp theo, trong những câu này 'phán xét trái đất' có nghĩa là 'sắp đặt mọi thứ cho có thứ tự'; Rô 8:19–21). *Cây cối:* kẻ thờ thần tượng đốn cây, nhưng sự cứu chuộc giải phóng họ được tự do để vui mừng trong Chúa. *Bày tỏ:* ở đây là thì quá khứ chưa hoàn thành; tốt hơn nên dịch là 'sẽ bày tỏ' khi sự cứu chuộc mà Ngài đã hoàn thành trở nên hiển nhiên hoàn toàn trong dân Ngài. *Vinh quang:* 'vẻ đẹp' (Êph 4:24; 1 Giăng 3:2).

8. Sự Giải Cứu Lớn: Công Việc của Si-ru (44:24–48:22)

Ê-sai chuyển chủ đề của mình về tương lai. Đức Giê-hô-va nhìn thấy nhu cầu của dân Ngài về mặt chính trị và thuộc linh (42:18–25). Ông đã nói trong phần bố cục rằng những nhu cầu này sẽ được đáp ứng (42:18–43:21; 43:22–44:23). Bây giờ ông chuyển qua câu hỏi 'Bằng cách nào?' Về việc giải cứu dân Y-sơ-ra-ên bị lưu đày trên phương diện chính trị, tác nhân của Đức Giê-hô-va là *người được xức dầu của Ngài...Si-ru* (45:1); còn về sự cứu chuộc thuộc linh, Tác nhân của Đức Giê-hô-va là *đầy tớ Ta* (49:3). Như thế, hai phân đoạn nói đến sự ứng nghiệm (44:24–48:22; 49:1–55:13) song song với hai phân đoạn về lời hứa (42:18–43:21; 43:22–44:23).

Phân đoạn hiện tại bàn đến ba chủ đề: thứ nhất, công việc của Si-ru (44:24–45:8); thứ hai, phản ứng của Y-sơ-ra-ên đối với Si-ru và những lời bảo đảm của Đức Giê-hô-va (45:9–46:13); và thứ ba, sự sụp đổ của Ba-by-lôn (47:1–15) và sự giải thoát các phu tù (48:1–22).

a. Si-ru: người xây dựng và người đi chinh phục (44:24–45:8)

Ba lời tự xác nhận của Đức Giê-hô-va liên kết phân đoạn này lại với nhau. Lời tự xác nhận đầu tiên là khái quát nhất (44:24de; nghĩa đen là 'Ta là Đức Giê-hô-va, Đấng làm mọi việc'), một lời khẳng định về quyền kiểm soát chi phối toàn bộ vũ trụ; lời thứ hai (45:7c; nghĩa đen là 'Ta là Đức Giê-hô-va, Đấng làm tất cả những việc này') khẳng định trách nhiệm rõ ràng đối với những sự kiện liên quan đến Si-ru, sứ mạng của ông đối với Giê-ru-sa-lem, Giu-đa và đền thờ (44:26-28) và toàn bộ sự nghiệp của ông trong vai trò người đi chinh phục (45:1–4); và thứ ba *Ta là Đức Giê-hô-va, chính Ta đã dựng nên điều đó*, trong ngữ cảnh này, rất có thể là thì hoàn thành nói đến một quyết định: 'Ta đã quyết định dựng nên nó' đưa sức mạnh sáng tạo thiên thượng vào toàn bộ tạo vật, khiến nó trở thành hành động trực tiếp, duy nhất và độc nhất vô nhị của Đức Chúa Trời. Tất cả điều này làm cho phân đoạn này trở nên hết sức long trọng: chỉ một mình Đức Giê-hô-va hành động (44:24), hành động từ đầu đến cuối (45:7) và hành động cách sáng tạo (45:8).

i. Đức Giê-hô-va và Lời Ngài (44:24–26b).
Đức Giê-hô-va, Đấng 'làm mọi việc' (24) thực hiện lời Ngài đã phán với các sứ giả (26).

24. Thông thường, những việc Đức Giê-hô-va làm dường như đe dọa đến dân sự Ngài - và như chúng ta sẽ thấy, kế hoạch Si-ru là điều khiến họ càu nhàu (45:9–13; 46:8–13). Giải pháp dĩ nhiên là nhìn vào bản tính của Đức Chúa Trời, *Đấng Cứu chuộc con, Đấng đã tạo* *nên con từ trong lòng mẹ:* thẩm quyền đầy yêu thương của Ngài, Ngài là Đấng Cứu chuộc, *gō'ēl,* là Người Thân Gần Nhất, đã thề hứa nhận và gánh lấy mọi gánh nặng như thể của chính Ngài; trong tình yêu có mục đích của Ngài, Ngài đã tạo ra dân sự trong lòng mẹ. Họ là gia đình của Ngài theo ý muốn Ngài (Gia 1:18), và không điều gì sẽ đụng đến họ trừ điều mà tình yêu thương của cha cho phép. *Một mình... giương...trải....:* công việc của Ngài vẫn tiếp tục trong vai trò Đấng Sáng Tạo là lời bảo đảm rằng chỉ một mình Ngài tể trị mọi việc (40:26); không có thần nào khác (Thi 96:5).

25–26b. *Kẻ tiên tri giả* dịch từ chữ *baddîm,* được sử dụng ở 16:6, Gióp 11:3 và Giê-rê-mi 48:30 với nghĩa 'cuộc trò chuyện không đâu'; ở đây và ở Giê-rê-mi 50:36 thì nói đến lời khoe khoang của thầy bói. *Trở nên ngu dại:* 'bỏ bùa mê, làm cho nổi điên'. Vì họ chọn sự ngu dại, nên Đức Giê-hô-va bảo đảm rằng họ sẽ trở nên ngu dại (44:18, 20)! *Thầy bói* khẳng định có phương pháp đặc biệt để nói trước tương lai; *người khôn ngoan* cố gắng áp dụng sự khôn ngoan của con người. Không phải Ê-sai cất hết mọi sự khôn ngoan của con người vào đống rác: trong văn cảnh, bên cạnh *thầy bói,* còn có một loại 'khôn ngoan' tìm cách làm cho cuộc sống, cho dòng chảy lịch sử và những xu hướng đi từ hiện tại đến tương lai trở nên có ý nghĩa, và tìm cách áp dụng điều này cách hữu ích vào nhu cầu cá nhân. Nhưng, khi so sánh với sự khôn ngoan cao hơn sắp xếp mọi sự việc, thì loại 'khôn ngoan' này chỉ là sự *dại khờ* hoàn toàn lộn xộn *(thất bại)* (1 Cô 1:18–25). Nhưng lời của *sứ giả* (26b), những người mang lời của Đức Chúa Trời có thể dễ dàng bị coi thường bởi sự phức tạp của thế gian (28:7–13), thì chứa đựng lẽ thật sâu nhiệm đời đời. Về vấn đề này, Đức Giê-hô-va bảo vệ lập trường của Ngài và không một lời nào trừ ý muốn Ngài sẽ được thực hiện. *Lời* đơn giản là 'lời khuyên, lời cô vấn' mà không nhất thiết có nghĩa là lời báo trước.

ii. Đức Giê-hô-va và mục đích của Ngài (44:26c–28). Ê-sai lần lượt nói đến sự khôi phục Giu-đa (26d-f), việc mở ra con đường hồi hương cho dân lưu đày (27) - đây là cách dùng từ cố tình nhắc nhớ lại cuộc vượt Biển Đỏ, rời Ai Cập, thẳng tiến về nhà - và khôi phục thành cùng đền thờ (28). Một lần nữa, chúng ta phải chú ý yếu tố bảo đảm chắc chắn. Chúng ta có lợi thế là biết sau khi mọi việc đã xảy ra rồi; và chúng ta biết Si-ru là 'tốt', có thể nói như vậy. Tuy nhiên; Y-sơ-ra-ên ở Ba-by-lôn chỉ nhìn thấy một kẻ đi chinh phục vĩ đại đang đi tới và chắc chắn họ nói rằng 'Chúng tôi không muốn thế.' Họ muốn được giải phóng, không muốn bị nô lệ thêm nữa. Do đó, theo nghĩa đen, Đức Giê-hô-va có bao hàm ám ý chỉ về *Si-ru* (28ab) khi nói đến điều dân lưu đày thật sự muốn: sự phục hồi (26), trở về nhà (27) và sự tái thiết (28cd). Trong mục đích của Ngài, cái tốt thống trị và tồn tại lâu hơn cái tàn ác (Xem phần Ghi chú thêm về Si-ru bên dưới).

28. *Người chăn chiên của Ta:* vua được gọi là 'người chăn' vì là người canh giữ và chăm sóc dân sự của mình (56:11; 2 Sa 24:17; 1 Vua 22:17; Giê 2:8). Danh hiệu ở đây cho biết kẻ chinh phục sắp đến là người chăm sóc do Chúa chỉ định - vì vậy, như người chăn sẽ làm; dẫn họ đến những đồng cỏ tươi tốt. *Nền móng:* điều thú vị là, như E-xơ-ra ghi lại (3:10–13; 5:16), trong thời của Si-ru, công trình tái thiết đền thờ không tiến triển gì thêm ngoài việc đặt nền móng.

Ghi chú thêm về lời tiên tri về Si-ru ở 44:28 Nhiều người xem lời báo trước một cách cụ thể chi tiết về tên riêng của Si-ru ở 44:28 là có vấn đề, và đề xuất nhiều giải pháp. Những người thấy khó chấp nhận lời báo trước đặt tác giả của lời tiên tri ở

Ba-by-lôn ngay giữa những sự kiện liên quan đến Si-Ru Đây chính là cái được gọi là quan điểm 'Ê-sai Thứ Nhì' (xem tr. 23–27). Trong trường hợp này, lời tiên tri có liên quan là nhận thức của nhà tiên tri về Si-ru như một người giải phóng. Khó khăn chính của quan điểm này là nó không phù hợp với điều mà những chương này tuyên bố: rằng tiên tri không chỉ báo trước kết quả sự nghiệp của Si-ru, mà còn báo trước cả sự khởi đầu (41:25–27). Ngoài ra, nếu nhà tiên tri là cư dân ở Ba-by-lôn, thì điều đáng chú ý là lời tiên tri của ông hoàn toàn thiếu 'màu sắc địa phương' - cụ thể là ông tưởng tượng tình huống cho dân lưu đày mà lại không phù hợp với tình trạng thật sự của họ (xem ở 42:22) nhưng phải nhờ đến những hình ảnh quy ước; điều này cũng xảy ra với mô tả đậm chất thi ca của ông về sự sụp đổ Ba-by-lôn (47:1 và các câu tiếp theo).[1] Dầu vậy, những người khác lập luận rằng điều thiết yếu là phải khẳng định rằng Cựu Ước là nguồn duy nhất nói về chủ đề tiên tri của Cựu Ước. Dĩ nhiên, chúng ta có thể lựa chọn không tin, nhưng chúng ta không được điều chỉnh lời chứng để cho phù hợp với quy tắc, sở thích hay định kiến hiện đại. Bằng chứng của Cựu Ước (cũng như của Tân Ước) là sự biết trước về tên cá nhân có được khi, vì bất kỳ lý do gì, hoàn cảnh bảo đảm điều đó xảy ra (so sánh 1 Vua 13:2 với 2 Vua 23:15–17; Công 9:12). Khía cạnh đặc biệt này của lời tiên tri rất quen thuộc với Ê-sai, là người làm cho lời tiên tri và sự ứng nghiệm trở thành yếu tố then chốt để chứng tỏ rằng Đức Giê-hô-va là Đức Chúa Trời duy nhất. Không có tiên tri nào thường làm điều này như Ê-sai.

iii. Đức Giê-hô-va và người được xức dầu của Ngài (45:1–7). Có nhiều điều trong phân đoạn này mà dân sự của Ê-sai có lẽ chấp nhận mà không bình luận gì: đó là khi kẻ chinh phục nổi lên, 'thẩm quyền đang tồn tại' được 'thiết lập bởi Đức Chúa Trời' (1; Rô 13:1); đó là sức mạnh chinh phục họ có được là tặng phẩm từ thiên thượng (2–3), đó là dân sự của chính Chúa luôn luôn là tâm điểm trong mối quan tâm của Ngài (4) và Đức Giê-hô-va đang thực hiện một kế hoạch toàn cầu (6). Nhưng gọi *Si-ru là người được xức dầu* của Đức Giê-hô-va lại là vấn đề hoàn toàn khác! Đây là danh hiệu chỉ dành cho Vua Đó là một tước vị đặc biệt (1 Sa 12:3, 5; 26:11; 2 Sa 1:14, 16) và mang tính bất khả xâm phạm (1 Sa 24:6, 10; 26:9, 11, 23) của Sau-lơ trong vai trò là một vị vua; trên hết tất cả, đó là địa vị được Chúa ban cho Đa-vít (1 Sa 16:6; Thi 18:50; 132:10), cho vua thuộc dòng dõi Đa-vít (Thi 84:9) và cho 'Đa-vít' được mong đợi của tương lai (Thi 2:2). Khải tượng về vua sẽ đến thuộc dòng dõi Đa-vít, cho đến bây giờ, đã chiếm hữu phần mô tả về tương lai của chính Ê-sai (1:24; 9:1–7; 11:1–16; 14:28–32; 16:4–5; 32:17) - vậy mà bây giờ, vua sẽ đến, người được xức dầu của Đức Giê-hô-va, không phải là Đa-vít mà là một người ngoại bang tên Si-ru! Đây không hề là điều họ muốn nghe hay là cách họ hy vọng sẽ thấy trong tương lai. Như chúng ta sẽ biết, việc nhắc lại điều đã đề ra là cần thiết để hiểu 45:1–46:13 (xem 45:9). Nhưng mục đích của Đức Giê-hô-va luôn luôn ở phạm vi lâu dài hơn (Lu 1:32–33) và ở trên miếng vải rộng hơn con người có thể hiểu thấu, lại được lấp đầy bởi sự khôn ngoan phức tạp hơn (55:8).

1–3b. Thành công liên tục trong sự nghiệp của Si-ru ngay từ ban đầu tại vương quốc Anshan xa xôi cho đến việc ông thay thế đế quốc Ba-by-lôn bằng chính đế quốc Ba Tư của mình là điều đáng kinh ngạc đối với những người đương thời. Có thể họ chỉ nhìn ông như là 'người được các thần yêu mến.' Ê-sai dẫn chúng ta đi ra phía sau hậu trường để thấy một hiện thực: chính Đức Giê-hô-va đã dẫn ông bước lên vũ đài lịch sử (*nắm lấy*), tạo ra mục đích Si-ru phải hoàn thành (*chinh phục*), sắp đặt những chiến thắng của ông (*mở các cửa*), làm cho bước tiến của ông được dễ dàng (*san phẳng...phá vỡ...bẻ gãy*) và làm cho ông được giàu có nhờ *kho báu* của đất này (3a). Câu 7 tóm tắt cách chính xác sự điều khiển của Chúa trong lịch sử qua câu 'Ta là Đấng làm mọi điều này'.

3c 6. *Để ngươi biết rằng:* Ê-sai không nói rằng Si-ru sẽ nhận biết Chúa, mà là Chúa đã đặt tất cả bằng chứng trước mặt ông để ông nhận biết. Tương tự, trong kế hoạch Si-ru, Đức Giê-hô-va có hai mục đích khác nữa: lợi ích của tuyển dân (*vì*, 4; xem 14:1–2) và sự mặc khải cho thế giới (6). Như chúng ta sẽ học (45:9–13; 46:1–13); Y-sơ-ra-ên vẫn còn đui mù và thế giới đang quan sát họ vẫn không hay biết gì cả. Si-ru là trọng tâm trong mục đích của Chúa nhưng đã không thực hiện được mục đích đó. Với lòng thương xót, Đức Giê-hô-va chuẩn bị một con người và một kế hoạch khác xuất sắc hơn đang chờ đợi trong bóng tối (49:1–55:13)! Có phải chúng ta định hỏi xem Si-ru nhận biết Đức Giê-hô-va bằng cách nào không? Không có gì nghi ngờ về câu trả lời của Ê-sai. Khi Si-ru đến Ba-by-lôn, dường như tất cả các 'thần' cư trú ở đó hối hả tuyên bố chiến thắng của Si-ru là nhờ mình. Thật vậy, trên Lăng trụ Si-ru,[2] ông thừa nhận Marduk là vị thần đứng sau sự nghiệp của mình giống như cách ông dâng vinh hiển cho Đức Giê-hô-va ở E-xơ-ra 1:2. Tất cả các thần đều chiến thắng và tất cả phải được trao giải. Làm lính là một công việc không thỏa hiệp, nhưng người lính trở thành chính trị gia phải đối gươm trong tay để lấy sự mỉa mai. Nhưng (Ê-sai sẽ nói) trong số tất cả các thần, chỉ có một Đấng khôn ngoan nói trước khi sự kiện xảy ra; chỉ có một Đấng dự báo (không chỉ sự nghiệp và thành công của Si-ru, mà còn) sự nổi lên của ông trên trường thế giới - và ngay cả tên của ông! Đức Chúa Trời có thể báo trước phải là Đức Chúa Trời duy nhất (5–6). Si-ru có bằng chứng nhưng ông hoặc là đã không hoặc là sẽ không đối diện với những hệ quả của nó.

7. Việc ôn lại sự nghiệp của Si-ru như đã nói ở trên được tóm tắt trong lời nói rất ấn tượng của Đấng Duy nhất Tiếp Thêm Sinh Lực trong lịch Sử *Ánh sáng...bóng tối* ở đây hoặc theo nghĩa ẩn dụ, điều lấy làm thích thú tương phản với những khía cạnh gây đe dọa trong cuộc sống, hoặc theo nghĩa đen, tức thứ tự của ngày và đêm. Hiểu cách nào cũng đúng: Đức Giê-hô-va đứng sau điều khiển mọi sự việc trong cuộc sống và duy trì hoạt động thường xuyên đều đặn của nó (Sáng 1:16; 8:22; Giê 31:35; 33:20).[3] *Bình an...tai họa* [bản NIV viết "thịnh vượng...tai hoạ" - ND]: cách dịch theo nghĩa đen trước kia là 'bình an...điều ác' gây ra khó khăn không cần thiết. Đức Giê-hô-va có thể 'tạo ra điều ác' chăng? Trong số 640 lần xuất hiện của từ *ra*', mà ý nghĩa đi từ vị 'đắng' đến điều xấu xa hoàn toàn về đạo đức, thì có khoảng 275 trường hợp từ liệu này ám chỉ sự rắc rối hay tai họa. Mỗi trường hợp phải được xem xét trong văn cảnh và bản dịch NIV [và bản TTHĐ] đã đúng tại đây. Si-ru là 'tin xấu' đối với những vị vua mà ông chinh phục và những thành mà ông lật đổ. Nhưng quan điểm của Ê-sai (và của Kinh thánh) về sự quan phòng thiên thượng thì chặt chẽ - và vì lý do đó đem lại nhiều sự an ủi. Tâm trí tội lỗi muốn có sự an ủi của Đức Chúa Trời tối cao nhưng không thích nói như Gióp (2:10) 'Tại sao phước hạnh từ tay Đức Chúa Trời ban cho thì chúng ta đón nhận, còn tai họa (*ra*') từ tay Ngài giáng xuống thì chúng ta lại không nhận?' Nhưng khi chúng ta xưng nhận rằng Đức Chúa Trời, Đấng 'đã làm nên mọi

---

[2]Về Lăng trụ Si-ru, xem D. W. Thomas (btv); *Documents from the Old Testament Times* (Nelson, 1958), trang 92–94; D. J. Wiseman, 'Cyrus', trong *NBD*, trang 250. Đó là một mô tả về người truyền giáo, do các thầy tế lễ của Marduk làm ra để trừng phạt Nabonidus, và do đó quyết định không để cho tảng đá nào lật úp lại để nịnh hót Si-ru như là người được Mardul dấy lên để trừng phạt Nabonidus. Nhưng dĩ nhiên, Mardul giữ kín tất cả những điều này cho đến khi sự việc xảy ra.

[3]Ánh sáng và bóng tối là hai chủ đề tiêu biểu trong Bái hỏa giáo (đạo do nhà tiên tri Ba Tư tên Zoroaster khởi xướng, chủ trương thờ phượng Ormazd trong cuộc chiến giữa bóng tối và ánh sáng- ND) và được dùng để ngụ ý bối cảnh Ba Tư cho câu này. Đây là sự áp chế quá mức sự xuất hiện của hai mô-típ nổi tiếng trong Kinh thánh. Dù sao, bản văn mà Zoroaster đặt nền tảng cho nhị nguyên luận sáng/ tối của mình quay trở về khoảng 1200 T.C và do đó không thể được dùng để chứng minh niên đại hậu Ê-sai cho phân đoạn này.

vật' (44:24) làm mọi điều (45:7), thì chúng ta thấy điều đó 'hoàn toàn ngọt ngào, dễ chịu và mang đến sự an ủi không tả xiết.'[4]

23@Ê-sai!4508 @45:8   ).]iv. Đức Giê-hô-va và quyết tâm tạo dựng của Ngài (45:8).[5]

Lẽ thật mà 44:24–45:7 khẳng định cách rõ ràng bây giờ được nhắc lại bằng hình ảnh. Những sự kiện dưới đất bắt nguồn từ trên trời. Sự bắt đầu; tiếp tục và đỉnh cao sự nghiệp của Si-ru là việc Chúa làm: như Ngài là Đấng làm mọi việc thế nào (44:24), thì *lời* Ngài cũng nằm sau tất cả mọi việc (44:25–26) về phương diện kết quả (44:26–28), chi tiết (45:1,3) và động cơ (45:3cd, 4ab, 6) thế ấy. Điều này giống y như việc đất đai được màu mỡ là nhờ mưa xuống từ trời.

Sự công chính: mục đích tuyệt đối đúng đắn của Chúa cho thế giới và cho dân sự Ngài được thực hiện bởi Si-Ru *Cứu rỗi*: mục đích Chúa giải cứu dân sự Ngài (ra khỏi Ba-by-lôn) qua Si-Ru Đây là những kết quả trên đất của tiến trình được khởi động từ trời. Về việc này, Đức Giê-hô-va cam kết bằng 'thì hoàn thành chỉ sự quyết tâm'. *Đã dựng nên điều đó:* là 'tạo vật', đó là điều mà bởi sự mới mẻ và lớn lao của nó thì chỉ có thể là hành động của Đức Chúa Trời; *đã* là thì quá khứ, tức điều này là chắc chắn trong tâm trí và mục đích của Đức Chúa Trời; là điều chưa xảy đến trên đất, đây là điều 'Ta, Đức Giê-hô-va, đã quyết định dựng nên.'

b. Sự nổi loạn và quyết tâm, ngụy biện và an ủi (45:9–46:13)

'Hình dáng' của phần này là yếu tố quan trọng để hiểu ý nghĩa của nó. Phần này được bao bọc bởi các phân đoạn tương ứng với nhau (45:9–13; 46:1–13), mỗi phân đoạn tương ứng nói đến cùng một nguyên cớ. Những người hay tranh cãi được nói đến ở 45:9–10 xuất hiện trở lại trong tư cách những kẻ chống đối ở 46:8; việc tái xác nhận kế hoạch Si-ru (45:11–13) được lặp lại ở 46:1–7, 11–13. Mỗi phân đoạn chứa đầy sự an ủi từ thiên thượng dành cho Y-sơ-ra-ên đang lo lắng: Giê-ru-sa-len sẽ được tái thiết và người lưu đày được tự do (45:13), Đức Giê-hô-va tiếp tục bồng ẳm dân Ngài trên đôi vai rộng của Ngài (46:3–4). Lịch sử có thể không *trông* giống như thể đang được gọt vì lợi ích của con dân Chúa nhưng thật sự là *như thế*! Trong phân đoạn giữa hai phần bao bọc, 45:14–25 tiếp tục chủ đề về vị trí của Y-sơ-ra-ên trong kế hoạch của Đức Giê-hô-va cho thế giới. Kế hoạch Si-ru không thành công trong việc bày tỏ Đức Giê-hô-va ở phạm vi toàn cầu; Y-sơ-ra-ên thời đó có thể nghĩ rằng Si-ru là sự vô hiệu hóa những hy vọng toàn cầu mà họ đã ấp ủ; nhưng Đức Giê-hô-va không từ bỏ ý định của Ngài rằng một ngày kia *các nơi tận cùng trái đất* sẽ *quay về.... và được cứu rỗi* (45:22–23). Trước vẻ bối rối của những người chống đối và ngụy biện, sẽ có một Y-sơ-ra-ên của Đức Chúa Trời hân hoan ca ngợi (45:24cd, 25).

i. Thợ gốm và người làm cha mẹ (45:9–13). **45:9–11.** Kế hoạch Si-ru được thông báo là mục đích của Đức Giê-hô-va để đem đến cho Y-sơ-ra-ên phước hạnh của sự phục hồi nhà ở; thành thánh và đền thờ (44:26–28). Vậy thì tại sao lại có sự ngụy biện nơi chúng ta mong chờ một sự háo hức vui mừng? Nhưng vấn đề của họ là thật, và sự căn nhẳn của họ là điều căn bản thật sự. Khi họ sống ở Giê-ru-sa-lem trước lưu đày, họ là thần dân dưới sự cai trị của vị vua bù nhìn. Cho dù những cuộc nổi loạn liên tiếp chống lại bạo chúa A-sy-ri và

---

[4] Điều XVII trong điều Ba mươi chín của Giáo hội Anh quốc.
[5] Ở 45:8, bản văn Hê-bơ-rơ của Ê-sai không hề dễ dịch (tại sao lại như vậy?) nhưng ý nghĩa thì rõ ràng. Bản NIV dịch bản văn tiếng Hê-bơ-rơ 'cách đại khái' nhưng đưa ra lời giải thích chính xác. So sánh các bản dịch RV, NKJV, NSAB.

Ba-by-lôn của họ bị hiểu sai như thế nào, thì họ cũng là bằng chứng cho một làn sóng mạnh mẽ của sự khao khát trở thành một quốc gia có chủ quyền dưới sự lãnh đạo của vua thuộc dòng dõi Đa-vít. Dĩ nhiên, còn lâu mới đạt được điều này, những cuộc nổi loạn của họ thật ra chỉ làm cho vương quốc, vua, xứ sở, thành và đền thờ mau chóng kết thúc. Còn bây giờ, được biết rằng cuộc lưu đày sẽ kết thúc nhờ vị vua ngoại bang và dù hồi hương, họ vẫn sẽ là một thần dân có thành và đền thờ được tái thiết nhờ sự chỉ đạo của vua - và không hề ám chỉ gì đến sự phục hồi dòng dõi Đa-vít - họ thậm chí còn khổ hơn trước! Việc tranh cãi nổi lên, không phải từ sự kiêu ngạo bị tổn thương vì phải chịu ơn kẻ ngoại bang, mà từ; nếu có thể nói như thế, tình trạng tồi tệ hơn trước khi lưu đày. Khi đó; ít ra cũng có vua thuộc dòng dõi Đavít ở Giê-ru-sa-lem, cho dù đó là người bất đắc dĩ phải chấp nhận! Bây giờ họ chỉ có thể nhìn thấy cú đấm tàn bạo vào những hy vọng của họ, đổi ách nô lệ này để lấy ách nô lệ khác. Về tất cả những điều này, nhà tiên tri đưa ra câu trả lời gồm hai phương diện: đồ vật được tạo nên mà chất vấn thợ gốm là điều không thể (9), và con cái mà đi chất vấn cha mẹ là điều không được phép (10). Thợ gốm thực thi quyền tối thượng không ai được tranh cãi; người làm cha mẹ có toàn quyền. *Đấng đã làm ra* (11): 'thợ gốm/người tạo hình dáng.'

12–13. Việc chúng ta mãi bận tâm đến cách công cuộc sáng tạo bắt đầu khiến chúng ta không nhìn thấy tầm quan trọng của lời khẳng định ở đây. Trong Cựu Ước, Đấng Sáng tạo không chỉ là Đấng bắt đầu mọi thứ, mà còn là Đấng duy trì sự tồn tại của mọi thứ, kiểm soát và chỉ đạo mọi thứ. Do đó, nếu Ngài quyết định *khiến người này [Si-ru] nổi lên* (13), thì không có gì để bàn thêm! Không đòi giá chuộc: Đấng Sáng Tạo không có sự thỏa thuận nào với Si-ru! Cả việc ông được dấy lên (*nổi lên* là 'thức dậy/ tỉnh dậy' như ở 41:2,25), việc chinh phục được dễ dàng (*đường lối người bằng phẳng*) lẫn trách nhiệm của ông (*xây dựng lại... phóng thích*) đều là mệnh lệnh tối cao của Đức Giê-hô-va Toàn năng, 'Chúa của đạo quân' (1:4), Đấng có mọi khả năng và quyền lực.

ii. Mục đích không thay đổi trên toàn thế giới dành cho Y-sơ-ra-ên (45:14–25). Phân đoạn này trả lời cho giả định ngầm nằm sau câu 9–13 (và 46:1–13) cho rằng những lời hứa liên quan đến Đa-vít đã bị đánh mất khi người ngoại bang tiếp quản. Đó là một phần của khải tượng liên quan đến Đa-vít rằng một vị vua được hứa ban sẽ cai trị các nước (9:6; 11:12–16; Thi 2:7–12) và rằng họ sẽ phải phục tùng vua ấy (7:23; Thi 72:8–12). Ê-sai không liên hệ cách rõ ràng phân đoạn hiện tại với hy vọng cho dòng dõi Đa-vít, nhưng nội dung của phân đoạn thì không thể tách rời khỏi niềm hy vọng về một vị vua sẽ đến. Đoạn này được chia thành hai phần, 14–17 và 18–25, mỗi phần bắt đầu với cụm từ *Đức Giê-hô-va phán thế này* (14a, 18a) và mỗi phần kết thúc với chiến thắng của Y-sơ-ra-ên (17; 25). Trong câu 14–17, ý chủ đạo là vai trò chốt của Y-sơ-ra-ên trong kế hoạch toàn cầu của Đức Giê-hô-va khi dân ngoại phục tùng Y-sơ-ra-ên trên cơ sở Đức Chúa Trời duy nhất ở giữa họ (14); ở câu 18–25, ý chủ đạo là thực tế về tư cách thuộc viên bình đẳng trong Y-sơ-ra-ên của Đức Chúa Trời khi dân ngoại đáp ứng với lời mời gọi khắp thế giới hãy đến với Chúa để được cứu. (So sánh khải tượng về 'một thế giới, một dân, một Chúa' 19:24–25; 27:12–13).

14–17, Sự phục tùng của thế giới. Ở 8:23–9:6, chúng ta nhận thấy dường như có sự mâu thuẫn về ý: chiến thắng của vị vua - trẻ con là nhờ quân lực (4–5), nhưng việc mở rộng vương quốc trong thực tế là hòa bình lan rộng (7). Ở 11:1–16, Vua hoàn hảo thuộc dòng dõi Đa-vít bắt chước tổ tiên mình với cuộc chinh phục quân sự vào Phi-li-tin, Mô-áp và Ê-đôm (14). Ê-sai hoàn toàn trung thành với mô-típ nói về Vua Các vua mở rộng phạm vi của họ bằng con đường vũ trang, xung đột, chiến thắng và chinh phục. Vì vậy, ở đây, con đường đến với Đức Chúa Trời là qua sự hiệp nhất với Y-sơ-ra-ên trong tinh thần phục tùng. Đó là con đường mà lòng kiêu ngạo của Mô-áp đã khước từ (16:5–6) và không có con đường nào khác. Đức Chúa Trời chân thật duy nhất đã tự tỏ mình cho chỉ một dân; Ngài sắp đặt con đường đến với chính Ngài chỉ ở một nơi, đó là đền thờ Giê-ru-sa-lem và các của tế lễ.

14. Các nước không xuất hiện với vẻ yếu đuối, vì họ đem theo của cải (*tài sản...nguồn lợi*); họ không đánh mất sức sống hay năng lực tự nhiên của mình (*cao lớn*). Họ đến cách nghiêm túc (*về tay ngươi...thuộc về ngươi*); họ đứng sau (không phải *lê bước* [như cách dịch của bản NIV - ND] mà chỉ đơn giản là 'bước theo" [như cách dịch của bản TTHĐ - ND] ngươi); họ đến cách khiêm nhường (*xiềng...quỳ lụy*); họ đến cách thành khẩn (cầu xin); họ đến vì Chúa, như ở 2:2–4. Những cản trở mang tính sắc tộc được khắc phục (*về tay*), tư cách thuộc viên thật sự được thừa nhận (*thuộc về ngươi*) và họ chấp nhận một nếp sống mới ('bước theo'). *Ai Cập... Cút...Sa-bê:* xem 43:3. Ê-sai đang dùng những biểu tượng của cuộc xuất hành: các dân phục tùng Y-sơ-ra-ên khi ấy tiêu biểu cho những người một ngày kia sẽ tìm kiếm những phước lành Y-sơ-ra-ên có trong Đức Giê-hô-va. *Về tay ngươi...thuộc về ngươi...theo ngươi...trước mặt ngươi:* các đại từ đều ở số ít giống cái. Đây có thể là sự cố ý vì sợ rằng đại từ giống đực có thể được hiểu là ám chỉ Si-Ru

15–17. *Đức Chúa Trời ẩn mình:* luận điệu này có thể là tiếng nói của những người tiếp nhận Chúa từ giữa các dân, những người sau này đến với sự mặc khải của Đức Chúa Trời duy nhất; đó có thể là nhận xét của Y-sơ-ra-ên (hoặc của Ê-sai) rằng kế hoạch Si-ru dường như làm vô hiệu hóa những lời hứa cho dòng dõi Đa-vít, nhưng không phải vậy. Việc Y-sơ-ra-ên phục tùng dân ngoại sẽ không bị nuốt chửng trong việc dân ngoại phục tùng Y-sơ-ra-ên. *Đức Chúa Trời của Y-sơ-ra-ên là Cứu Chúa* [bản NIV viết "Đức Chúa Trời và Cứu Chúa của Y-sơ-ra-ên" - ND] (nghĩa đen là 'Đức Chúa Trời của Y-sơ-ra-ên, Cứu Chúa'): Đức Chúa Trời của Y-sơ-ra-ên là Cứu Chúa của thế gian. Ê-sai theo quan điểm phổ quát về sự cứu rỗi, nhưng không phải giáo lý theo thuyết cứu rỗi đại đồng: tức sự cứu rỗi dành cho tất cả, nhưng không phải tất cả sẽ được cứu. *Rút lui* (16) là 'bước đi', động từ được dịch là 'bước theo' trong câu 14. Đây là những số phận thay thế: những người không bước theo Y-sơ-ra-ên sẽ bước đi trong sự xấu hổ. *Được...giải cứu... cứu rỗi* (17): khi câu 15 mô tả *Đức Chúa Trời của Y-sơ-ra-ên là Cứu Chúa* là ám chỉ sự cứu rỗi toàn cầu. Cho nên, ở đây *Y-sơ-ra-ên được giải cứu...với sự cứu rỗi đời đời* không thể là một quốc gia mà loại trừ cả thế giới; phải là toàn bộ những người được cứu, là điều mà Phao-lô sẽ gọi là 'Y-sơ-ra-ên của Đức Chúa Trời' (Ga 6:16).

18–25, Sự cứu rỗi của thế giới. Ê-sai giải thích thêm cách rõ ràng hơn việc tập hợp một dân trên cả thế giới vào cộng đồng cứu rỗi. Ông nói đến Đức Chúa Trời trong sự sáng tạo (18), sự mặc khải (19), sự cứu rỗi (20–22) và sự quả quyết (23–25).

18. *Vì:* phân đoạn này nhằm giải thích phân đoạn trước đó. Chúng ta phải hiểu sự cứu rỗi trên toàn thế giới và Y-sơ-ra-ên toàn cầu như thế nào? Thứ nhất, Đức Chúa Trời là Đấng Sáng Tạo, Ngài nghĩ đến một dân trên khắp thế giới khi Ngài tạo dựng trái đất. Bốn động từ tóm tắt công việc của Ngài: Ngài khởi xướng (*sáng tạo*), nặn thành hình (*tạo nên* như cách thợ gốm làm) cho đến khi tất cả được hoàn tất (*tạo nên*) và Ngài truyền tính ổn định cho toàn bộ công trình (*lập*). Công trình tạo dựng này chứng tỏ rằng Ngài *là Đức Chúa Trời* (Thi 96:5). Việc sáng tạo này là có mục đích: *bỏ hoang* là *tōhû* (24:10; 29:21; 40:17; 41:29; 44:9), đặc biệt xem Giê-rê-mi 4:23–25, một nơi trống rỗng, không vững chắc, hoang vắng không có ánh sáng hay sự sống. Khi Đức Giê-hô-va tạo lập thế giới, Ngài cũng muốn có một dân trên toàn thế giới (*làm nên để có người ở*). Cho nên, hiển nhiên là Đấng Sáng Tạo sẽ quan tâm đến tất cả tạo vật của Ngài.

19. Thứ hai, khải tượng về thế giới trong các câu 14–17 phải được hiểu dựa trên sự mặc khải trong lời khiển trách thầm kín đáo cho luận điệu (15) rằng 'Ngài ẩn mình', Đức Giê-hô-va khẳng định Ngài không bao giờ phán *cách bí ẩn* (nghĩa đen là 'giả danh'): lời Ngài có hiệu lực công khai; không phải *trong vùng đất tối tăm* nơi con người có thể bị lạc: lời Ngài về bản chất là rõ ràng và dễ hiểu; và dẫn họ đến thẳng với chính Ngài: lời Ngài không *vô ích* (*tōhû*; 18), nên vững chắc không phải cát hay xê dịch. Điều Ngài phán là *chân thật và đúng đắn*: chân thật là 'sự công bình' phù hợp với tiêu chuẩn tuyệt đối của lẽ thật thiên thượng; đúng đắn là 'rõ ràng; dễ hiểu' không có sai lệch hay hai mặt. Việc liên kết với câu 15, được nhận thấy trong sự tương phản giữa *ẩn* và *không...bí ẩn*, làm cho câu 19 trở thành lời nhận xét về hy vọng của dân ngoại: nếu Y-sơ-ra-ên chú ý đến lời phán với họ, thì họ đã biết rằng Đức Chúa Trời của họ, Đấng Sáng Tạo, có kế hoạch cho cả thế giới có người ở. Ví dụ; những kế hoạch rõ ràng trong lời hứa cho dòng dõi Áp-ra-ham (Sáng 12:2–3; 22:18) và trong khải tượng về vương quốc toàn cầu thuộc dòng dõi Đa-vít (9:5–6).

Thứ ba, câu **20–25** mô tả cuộc nhóm hiệp hoàn vũ này sẽ thật sự xảy ra như thế nào.[6] Lời mời tổng quát *hãy tập hợp lại....của các nước* (20) được hậu thuẫn qua việc vẽ nên sự tương phản giữa các thần *gỗ* (20c) và Đức Chúa Trời duy nhất (21f), giữa các thần *không cứu được ai* (20d) và *Đức Chúa Trời công chính và là Cứu Chúa* (21g). Sự khác biệt này dựa trên bằng chứng: *Ai đã tiên báo...?* (21cd). Kết quả là vì Đức Chúa Trời duy nhất chứng tỏ tính xác thực của Ngài bằng lời tiên báo và sự ứng nghiệm và tự khẳng định mình là Cứu Chúa, nên lời mời tổng quát (20a) có thể được cụ thể hóa như là lời mời để được cứu rỗi (22). Đến lượt lời mời này dựa trên *lời công chính* của Đức Chúa Trời (23ab): Đức Chúa Trời cứu rỗi này đã thề rằng cả trái đất thuộc về Ngài (23de). Không phải tất cả đều sẽ được cứu (24cd), nhưng *Y-sơ-ra-ên* toàn cầu sẽ có cùng bản tính thiên thượng ('công chính', 25b).

20. *Những người lánh nạn* (*palîṭ*, nghĩa đen 'người trốn thoát') ngụ ý sự nguy hiểm, nguy hiểm khi nấn ná ở nơi không có sự cứu rỗi (20d), nguy hiểm khi chọn các thần giả và nhận lấy sự xấu hổ (16, 24cd; 42:13, 17). *Khiêng*: nghĩa là trong đám diễu hành; nhưng Ê-sai nhìn thấy sự mỉa mai về việc 'khiêng' các vị thần trơ trơ vô ích như thế. *Thần*: nghĩa đen là 'một vị thần'. Với ý mỉa mai thêm, Ê-sai dùng danh từ *ēl*, từ liệu chỉ Đức Chúa Trời siêu việt! Thử tưởng tượng khẳng định mình là 'Đức Chúa Trời' trên tất cả mà lại 'không cứu được' (nghĩa đen) - việc không thể cứu không phải là một sai sót nhất thời, mà là một tình trạng cố hữu.

21 mô tả khung cảnh đơn giản ở tòa án. Như thường gặp trong những chương này, đặc điểm của thần là khả năng báo trước và kiểm soát lịch sử để làm ứng nghiệm lời tiên đoán. Đây là cuộc tập hợp của một dân tộc ở khắp thế giới trước Đức Giê-hô-va. Về bản chất, đó là lời báo trước về sự quay trở về với Áp-ra-ham (Sáng 12:1–3; 22:18); đó là đặc điểm thường xuyên xuất hiện trong sách Ê-sai (2:2–4; 9:1; 11:10; 19:23–25; 25:6–9; 27:13; 42:1–4). *Công chính* nhìn lại ví dụ đầu tiên ở câu 19 (có nói đến 'lẽ thật', nghĩa đen là 'điều công chính'). Do vậy, từ này nói đến tính đáng tin cậy của lời Chúa phán, để rồi khi Ngài mời *những người lánh nạn tập hợp lại*, thì họ có thể tin tưởng lời mời của Ngài. Nhưng ngoài ra, một Đức Chúa Trời công chính là Đấng mãi mãi trung thực với chính Ngài và có thể bảo đảm sẽ hành động theo cách làm thỏa mãn bản tính của chính Ngài. Việc Phao-lô ám chỉ đến

---

[6] Cách giải thích thông thường là *người lánh nạn* (20b) là những người đã sống sót sau cuộc chinh phục của Si-ru và kết quả là họ cảm kích những gì Chúa đã làm. *Điều này* (21c) chỉ sự nghiệp của Si-ru, bằng cách nói trước về điều Đức Giê-hô-va dùng để bày tỏ thần tính độc nhất của Ngài. Tất cả nói chung khớp với các chương này, nhưng không phù hợp với ngữ cảnh trước mắt và trong cấu trúc của 44:24–48:22.

câu này ở Rô-ma 3:26 là hoàn toàn hợp lý. *Cứu Chúa:* nghĩa đen là 'cứu'. Công tác cứu rỗi của Ngài không phải sự thôi thúc tạm thời mà là một thuộc tính đời đời.

22. *Quay:* Dân Số Ký 21:8–9 minh họa điều này một cách hoàn hảo. *Được cứu rỗi:* tiếng Hê-bơ-rơ thường dùng thể mệnh lệnh để diễn tả sự chắc chắn tuyệt đối với kết quả theo sau: 'Hãy đến với Ta thì sự cứu rỗi của con sẽ là chắc chắn không chút nghi ngờ.' Lời mời dành cho mọi người, *tất cả những ai ở các nơi tận cùng cõi đất.* Đức Chúa Trời: Ê-sai dùng từ *'ēl* (so sánh 20d) nhưng ở đây ông dùng với hàm ý đầy đủ hơn: Đức Chúa Trời siêu việt, duy nhất, đem sự cứu rỗi.

23a-c. *Chính Ta...thề:* đúng nguyên văn như trong lời hứa cho dòng dõi Áp-ra-ham (Sáng 22:16; so sánh Hê 6:13). *Miệng Ta:* giống như 'chính mắt thấy' (Phục 4:3) là chính mình nhìn thấy thế nào, thì 'chính miệng nói' nghĩa là chính mình nói ra thế ấy. *Công chính:* lời phán chứa đựng bản tính của chính Đức Giê-hô-va, thể hiện mục đích của Ngài, hoàn toàn đáng tin cậy. *Không ...trở lại:* so sánh 55:11.

23d–25. Ở đây, là 'lời công chính': (a) sẽ có sự phục tùng Đức Giê-hô-va trên khắp thế giới được diễn tả bởi từ *đầu gối* (phục tùng) và *lưỡi* (tán thành) (23de; Phil 2:9–11); (b) dù tất cả phục tùng, nhưng không phải tất cả đều đến với Chúa để được cứu (24): một số đang trông cậy vào *một mình Đức Giê-hô-va* (24a), còn những người khác tức giận trong lòng - sự phục tùng do bị thúc ép của kẻ thù không chịu giải hòa - và bỏ đi trong sự hổ thẹn (24cd); (c) nhóm người được cứu được gọi là *dòng dõi Y-sơ-ra-ên* (Thi 87). *Thề:* nghĩa là 'thề trung thành'. *Công chính* ở số nhiều, biểu thị 'sự công chính thật, công chính cách đầy dẫy trọn vẹn', tức là tất cả những gì làm cho dân sự có mối quan hệ đúng đắn với Chúa, phù hợp với bản tính và những yêu cầu của Ngài. Hiện thực bên trong này tương đương với *sức mạnh* để sống bày tỏ mối liên hệ và địa vị mới. *Sẽ đến với Ngài:* [bản NIV dịch khác ý ở câu này, viết là "mọi kẻ nổi giận cùng Ngài sẽ đến với Ngài" – ND], và thật khó hiểu điều này có ý nghĩa gì liên quan đến những người cứ giữ cơn giận đối với Chúa, và rất có thể không nên hiểu theo cách bản NIV dịch câu này từ bản Kinh thánh Hê-bơ-rơ. Chắc chắn có thể dịch các dòng này theo cách khác: 'Mỗi người sẽ nói về Ta, 'chỉ ở trong Đức Giê-hô-va....'. Mỗi người sẽ đến ngay với Ngài, nhưng những người nổi giận với Ngài sẽ bị hổ thẹn' [ý này tương tự với cách dịch của bản TTHĐ - ND]. Nói cách khác, cùng với tình trạng *công chính* và việc phú cho *sức mạnh* là đặc ân được đến gần Ngài. *Nổi giận ...công chính:* cũng như các câu 14–17, câu 18–25 kết thúc với hai lời tuyên bố cạnh nhau: những kẻ gặt sự hổ thẹn (24cd, so sánh câu 16), và Y-sơ-ra-ên được cứu (25, so sánh câu 17). *Nổi giận:* là một phân từ phản thân, 'tự làm họ nổi giận', một cam kết mang tính quyết định với các thần liên quan đến sự hận thù dai dẳng đối với bất kỳ lời khẳng định nào trái ngược. *Dòng dõi* (nghĩa đen là 'con cháu') *Y-sơ-ra-ên:* chỉ có quyền lợi quốc gia Y-sơ-ra-ên thì sẽ không có nghĩa lý gì đối với toàn bộ lập luận từ câu 14 trở đi. Đức Giê-hô-va đã hứa và báo trước về sự cứu rỗi trên toàn thế giới, và ở đây, như trong câu 17, tên *Y-sơ-ra-ên* đáng kính chuyển giao nhiệm vụ quan trọng của họ cho cộng đồng toàn cầu tuyên xưng đức tin. Trong cộng đồng này, không có công dân hạng nhất và hạng nhì: từ *dòng dõi* (nghĩa đen 'con cháu') nói lên thực tại của tình trạng thân thiết gần gũi và bình đẳng. Tất cả được 'sanh tại đó' (Thi 87:4–6). Trong câu 24, *sự công chính* (địa vị mới trước mặt Chúa) đem đến *sức mạnh* cho cuộc sống và mối tương giao thường nhật với một Đức Chúa Trời đem đến sự cứu rỗi; ở đây người *công chính* đáp ứng bằng sự ngợi khen hoan hỉ.

iii. Đức Giê-hô-va không thay đổi và những kẻ nổi loạn ương bướng (46:1–13). Những câu này vừa song song vừa khác với 45:9–13. Cả hai phân đoạn đều phơi bày sự chống nghịch của Y-sơ-ra-ên trước kế hoạch Si-ru (45:9–10; 46:8, 12), tuy nhiên lại tái xác nhận rằng kế hoạch sẽ được thực hiện: Đức Giê-hô-va có thể ngoan cường như dân Ngài (45:13; 46:10–11, 13)! - nhưng 46:1–13 chú trọng vào sự chăm sóc của Ngài đối với họ (3–4) và còn đi xa hơn phân đoạn trước đó để nói đến tính khắc nghiệt của lời kết tội Y-sơ-ra-ên nổi loạn. Nói cách khác, dù 46:1–13 về cơ bản tương tự như 45:9–13 ở nội dung, nhưng 46:1–13 còn xem xét đến tài liệu được nói qua ở 45:14–25, rằng Y-sơ-ra-ên là trọng tâm trong mục đích của Ngài cho thế giới và rằng, trong mọi việc Ngài làm, Ngài đều bảo vệ họ như một dân đặc biệt. Và vì thế, Ngài sẵn sàng vạch trần một cách không thương xót sự chống nghịch hết sức đáng khiển trách của họ ra sao.

1–2, các thần mang gánh nặng. Ê-sai 44:24–28 loan báo sự xuất hiện của Si-ru và 45:1–8 cho thấy ông đã bắt đầu sự nghiệp sáng chói của mình. Bây giờ, trọng tâm vấn đề về phía Y-sơ-ra-ên sắp xảy ra - sự sụp đổ của Ba-by-lôn - và chúng ta có được chỗ ngồi vinh dự khi 'các thần' lớn của Ba-by-lôn xoay khỏi bệ của chúng mà nằm sõng soài trên những chiếc xe bò để được chở một cách thô thiển ra khỏi thành bị tiêu diệt. Dĩ nhiên, điều này không xảy ra theo cách như vậy. Ê-sai đang nói đến hình ảnh và nguyên tắc (xem 10:28–32); mục đích của ông không phải mô tả mà là vạch trần. Không có ghi chép nào cho thấy người Ba-by-lôn đã di tản vì biết trước cuộc tấn công của Si-ru. Nhưng với cách nhìn thu hút sự chú ý, Ê-sai trình bày lẽ thật rằng các thần không thể cứu (so sánh 2:20), và khi tiếng lạo xạo đến, chính các thần này phải phụ thuộc vào những súc vật chuyên chở! *Bên* (1, cùng một danh hiệu chỉ Ba-anh; 'chúa') là Marduk, thần bảo trợ của Ba-by-lôn; *Nê-bô*, con trai của Bên, bảo trợ Borsipa kế bên. Ông ta là thần khôn ngoan, và hằng năm được mang đến Ba-by-lôn để hộ tống cha mình trong đám rước dịp Năm Mới và để viết lên 'bảng số phận' điều sẽ đến với Ba-by-lôn trong năm tới. Dường như ông đã hiểu sai về Si-ru! *Gánh nặng*: nghĩa đen là 'bị chất nặng' – như thể có quá nhiều kiện hàng! Vào năm 703 T.C khi San-chê-ríp tấn công Ba-by-lôn, Mê-rô-đác Ba-la-đan đã tổ chức một cuộc di tản 'các thần' như thế. Do đó, Ê-sai tìm thấy những thành phần tạo nên bức tranh này chính trong thời của mình. *Gánh nặng* (2) là chính 'các thần', và *chúng* được cho là thực thể thuộc linh nằm sau hình ảnh nhìn thấy được, nhưng không có năng lực gì để can thiệp.

3–4, Đức Chúa Trời mang gánh nặng. câu 1–2 đi 'theo thứ tự thời gian' hướng về sự xuất hiện của Si-ru đến Ba-by-lôn thế nào, thì Ê-sai cũng nói với Y-sơ-ra-ên thời đó, là những người đã sống sót sau cuộc lưu đày hoặc được sanh ra trong thời gian lưu đày thế ấy. Việc bị giam cầm và trải nghiệm lưu đày không mâu thuẫn với sự thật là Đức Chúa Trời đã bồng ẵm họ và tiếp tục bồng ẵm họ. Họ đã thay đổi – đứa trẻ trong tử cung (*trong lòng mẹ*), trẻ sơ sinh lớn lên thành thanh niên rồi người trưởng thành (*từ lúc mới sinh*), lúc bắt đầu thời kỳ *đầu râu tóc bạc* của tuổi già - nhưng có một điều vẫn không thay đổi: Đức Chúa Trời mang gánh nặng (*mang nặng...bồng ẵm...gánh vác*), 'Đấng hôm qua và ngày nay không thay đổi,/Và mãi mãi y nguyên;/ Ta là Đức Giê-hô-va, là Cha vĩ đại'.[7] *Gìn giữ*: cùng một động từ chỉ *gánh nặng* (nghĩa đen là 'bị chất nặng, câu 1): 'người bị chất nặng (lên tôi)', là gánh nặng của tôi. Trong câu 4, ngoài *Ta sẽ giải cứu*, tất cả các đại từ *Ta* đều ở dạng nhấn mạnh, nghĩa là 'Chính Ta' - một sự nhấn mạnh về sự chăm sóc yêu thương nhẹ nhàng của đích thân Đức Giê-hô-va. *Ta sẽ giải cứu* được diễn đạt như một động từ cùng chức năng với động từ *gánh vác*, để nói rằng giải cứu không phải một hành động riêng biệt nhưng là bản chất cho sự phục vụ mà Đức Chúa Trời, Đấng mang gánh nặng, tự nguyện làm cho dân sự Ngài. *Gánh vác* (*sābal*, 'vác lên vai')...*bồng ẵm* (*nāśā'*): nếu có sự khác biệt nào được nhấn

---

[7] Trích từ T. Olivers, The God of Abraham praise'.

mạnh, thì gánh vác là 'chấp nhận gánh nặng', còn bồng ẵm là 'mang lấy gánh nặng' (xem 53:11–12).

5–7, các thần được tạo ra không thể cứu. Sự tương phản được trình bày trong câu 1–2 và 3–4 được nhấn mạnh thêm. *So sánh* (5) nói đến điểm giống chung chung (kiểu như nét giống giữa các thành viên trong gia đình), cảm giác thuộc về một nhóm chung. *Bằng* có nghĩa là 'với điều kiện như nhau', bình đẳng về địa vị hay khả năng. Đức Giê-hô-va phủ nhận Ngài thuộc về một phân loại được dán nhãn là 'thần' mà trong đó cũng có những thần khác; sau đó Ngài tiếp tục khẳng định rằng, cho dù như thế, Ngài cũng không thể được xem là ngang hàng trong hành động và thuộc tính thiên thượng. *Đối chiếu* ($\sqrt{māšal}$; động từ được dùng để nói đến việc làm cho vật này trở thành 'ngụ ngôn' của vật khác) phủ nhận có bất kỳ điểm so sánh nào. Về cơ bản, không thể có điểm chung nào giữa Đức Chúa Trời là Đấng nói 'chính Ta đã tạo nên' (4) và 'các thần' mà nguồn gốc của chúng phải nhờ đến các chất trong đất (*vàng…bạc*, 6), từ hoạt động của con người (*lấy*), sự chính xác (*cân*), phí tổn (*thuê*), và kỹ năng (*thợ bạc*). Thảo nào Ê-sai kết thúc cách khinh bỉ (nghĩa đen) 'rồi cúi xuống thờ lạy!' Việc vạch trần thần tượng cách tai hại tiếp tục với tính vô tri vô giá trong chính các thần tượng đó (7): phụ thuộc vào những kẻ tin theo khi di chuyển (*vác…đem*), hoàn toàn bất động (*đặt…đứng*), và sự vô lý khi một 'thần' như thế lại là đối tượng để cầu nguyện và hy vọng cho sự cứu rỗi.

8–11, Đức Chúa Trời hằng sống. Phân đoạn này (với câu 12–13) hóa ra là lời kêu gọi cuối cùng của Ê-sai, kêu gọi Y-sơ-ra-ên chấp nhận ý muốn của Đức Giê-hô-va và tin cậy sự quan phòng của Ngài.

8. *Hãy ghi nhớ:* cách xem xét vấn đề là nghĩ về Đức Chúa Trời: cụ thể là nhớ lại Ngài là ai và việc Ngài đã làm. 'Tình yêu của Ngài trong quá khứ/ Ngăn cấm tôi nghĩ rằng/ Cuối cùng Ngài sẽ từ bỏ tôi.'[8] Nhưng thật khó mà loại bỏ thất vọng và sự bối rối ở thời điểm an ủi này. Y-sơ-ra-ên muốn dòng dõi Đa-vít được phục hồi, nhưng họ được Si-ru! Thật là thất vọng! Họ thấy bối rối trước điều Đức Chúa Trời của họ đang làm. Nhưng họ phải chú ý đến một ký thuật về sự chăm sóc thiên thượng từ xa xưa (câu 3–4; Thi 77:7–20, đặc biệt câu 10). *Hãy suy xét:* động từ $\sqrt{'ašaš}$ chỉ được dùng ở đây, và với ý nghĩa 'vững chắc'. Cách giải thích xưa nhất liên hệ từ liệu này với danh từ *'îš*, 'một người', và do đó có nghĩa là 'hành động như một người sẽ hành động, xem xét sự việc cách sáng suốt'. Trong số những lỗi đã sửa được đề nghị, thì $\sqrt{'āšam}$ ('có lỗi') là thích hợp nhất. Hình thức ở đây có nghĩa là 'thừa nhận mình có tội'. Nhưng không có ích gì khi làm ra vẻ rằng kiến thức tiếng Hê-bơ-rơ của chúng ta - về từ vựng hay ý nghĩa - là đầy đủ, và 'những người tự cho mình' rất có thể là ý định của nhà tiên tri. Ông đang chống lại sự ngu dốt hoàn toàn của việc thờ hình tượng. Y-sơ-ra-ên biết và có thể biết rõ hơn - nếu như họ suy nghĩ cẩn thận theo cách con người nên làm. *Hãy nghĩ lại:* suy nghĩ nghiêm túc về việc gì.

9. *Những việc trước đây:* tất cả những gì Đức Giê-hô-va đã làm trong khoảng thời gian được nói đến trong câu 3–4. *Ta là Đức Chúa Trời* (9b) phải có từ 'Vì' đứng đầu [bản NIV không dịch từ này – ND]. Việc nhớ lại rất cả những gì đã xảy ra trước đây có ý nghĩa vì chính *Đức Chúa Trời* là Đấng đã hành động như vậy và không thể thay đổi. *Đức Chúa Trời…Đức Chúa Trời:* chữ đầu tiên là *'ēl*, Đức Chúa Trời với thần tính siêu việt; chữ thứ nhì là *'ĕlōhîm*, Đức Chúa Trời với đầy đủ những thuộc tính thiên thượng. Ngài là Đức Chúa Trời duy nhất (*chẳng có Chúa nào khác*) và độc nhất vô nhị (*chẳng có ai giống*).

---

[8] Trích từ J. Newton, 'Begone, unbelief; my Saviour is near.'

10–11. Ban đầu…cuối cùng… chưa thực hiện: nghĩa là toàn bộ dòng chảy của lịch sử, từ lúc ban đầu cho đến những việc đang diễn ra, và đến cuối cùng, đều ở dưới sự tể trị tối thượng của Ngài. Ngài không chờ đợi sự việc thay đổi rồi tự hỏi phải làm gì: tất cả đều xuất hiện theo thứ tự trên sân khấu lịch sử (giống như các vì sao; 40:26) khi Ngài ra lệnh (*Ta đã báo*, nghĩa đen 'tuyên bố'). *Từ thuở xưa* chỉ có nghĩa là 'từ trước'. *Kế hoạch của Ta sẽ thành tựu:* nói cách khác, Đức Giê-hô-va là Đức Chúa Trời, Đấng thật sự là Chúa. Giống như trong cuộc sáng tạo thể nào, thì trong lịch sử cũng vậy, không ai có thể ngăn trở hay phủ nhận Ngài. Ngay cả khi một điều cụ thể nào đó trong kinh nghiệm con người làm cho dân Ngài lo lắng, thì đó vẫn là ý muốn không thể thay đổi của Đức Chúa Trời. Ở đây, Đức Giê-hô-va không che giấu hay thay đổi kế hoạch của Si-ru. Ông ấy đến như kẻ chiến thắng tham lam (*chim săn mồi*, 11) dưới sự ép buộc của ý muốn thiên thượng (*muốn*). Đức Chúa Trời đã phán (*phán*), thì Ngài sẽ hành động (*hoàn thành*); đó là sản phẩm của sự khôn ngoan thiên thượng (*đã hoạch định*) và được hậu thuẫn bởi hành động thiên thượng (*thực hiện*).

12–13, Đức Chúa Trời cứu rỗi. câu 10–11 nói đến ý muốn của Đức Chúa Trời về mặt lý thuyết. Bây giờ, Ê-sai nói lên những lời bảo đảm về cách ý muốn Chúa sẽ luôn luôn được thực hiện cho dân Ngài. Điều đáng buồn là họ nằm trong trường hợp *cứng lòng*, 'mạnh mẽ trong lòng'; giống y khái niệm 'cứng cổ'; *xa cách sự công chính*. Sự công chính (như thường thấy) là 'điều đúng đắn với Đức Chúa Trời'. Họ không muốn đi theo mục đích công bình của Ngài. Tuy nhiên, ý muốn của Ngài là *công chính…sự cứu rỗi…vinh quang* (13). Đó là hiện thân và thực hiện tất cả những mục đích đúng đắn tuyệt đối của Đức Giê-hô-va, đem sự cứu rỗi/giải cứu đến cho dân Ngài và vì 'vẻ đẹp' của họ (nghĩa đen), nghĩa là làm cho họ trở nên đáng yêu như Ngài ao ước. Kẻ thờ hình tượng tạo ra thần theo hình ảnh của chính họ; Đức Giê-hô-va muốn tạo ra dân Ngài theo hình ảnh của Ngài.

c. Cuối cùng cũng được tự do (47:1–48:22)

Bảy mươi năm dài đằng đẵng cũng trôi qua kể từ khi nhóm người lưu đày đầu tiên bị trục xuất khỏi Giê-ru-sa-lem. Cuộc sống ở Ba-by-lôn không hề ngọt ngạt (Giê 29), nhưng vẫn có những người mãi khắc khoải nỗi khao khát về Si-ôn (Thi 137). Với họ, ngày cứu rỗi/giải cứu (48:20–21) khó có thể ló dạng đủ nhanh. Nhưng rồi ngày đó đã đến, và, cuối cùng, với tốc độ ánh sáng nổi tiếng của Si-Ru Đây chính là điều mà bây giờ Ê-sai suy ngẫm: sự sụp đổ của Ba-by-lôn (47:1–15) và lời kêu gọi kẻ phu tù trở về nhà (48:1–22). Vị tiên tri nhìn thấy trước rằng Si-ru sẽ phóng thích phu tù (44:24–28) và chinh phục Ba-by-lôn (45:1–8) - đặt ưu tiên điều quan trọng nhất đối với ông. Bây giờ, ông bàn đến những chủ đề này theo trình tự thời gian.

i. Sự kiêu ngạo đi trước sự sa ngã (47:1–15). Vào tháng 10 năm 539 T.C., Si-ru tiến vào vùng thượng lưu Mê-sô-bô-ta-mi và, bỏ lại Ba-by-lôn cho đến phút cuối cùng, chinh phục và chiếm lấy vùng lãnh thổ xung quanh. Nhìn xem gió thổi hướng nào, Nabodinus của Ba-by-lôn bỏ thành, giao cho con trai là Bên-xát-sa chịu trách nhiệm. Vì lý do gì đó, giống như điều mà Đa-ni-ên 6 thể hiện, việc chiếm lấy Ba-by-lôn không hề đổ máu và không tốn công sức. Chắc chắn các thầy tế lễ của Marduk, thần bảo hộ của Ba-by-lôn, đã cảm thấy khó chịu vì nhiệt thành tôn giáo của Nabonidus dành cho các thần khác, và Lăng trụ Si-ru cho thấy Marduk đã đi cùng Si-ru trong cuộc hành quân và 'khiến ông vào được thành… miễn tai họa cho Ba-by-lôn.' Rất có thể các thầy tế lễ của Marduk đã đồng lõa với Si-ru và giúp ông vào thành được an toàn trong lúc Bên-xát-sa đang ăn tiệc. Nhưng Ê-sai không nói gì cả về màn kịch này. Không thể giải thích nếu thật sự chúng ta đang bàn đến một cư dân 'Ê-sai thứ nhì' trong thành vào thời điểm đó. chương 47 ngẫm nghĩ về tình huống: Ba-by-lôn sụp đổ vì sự báo thù thánh (1–7), kiêu ngạo (8–11) và sự bất lực của niềm tin giả tạo (12–15).

1–7, Sự báo thù thánh được thực hiện và giải thích. 1. Ba-by-lôn bị hạ xuống (*bụi đất*; so sánh 4:1); bị tước đoạt vinh quang trước kia (*chẳng còn ở trên ngai*) và danh tiếng (*không còn...được xưng*). *Dịu dàng...thanh tú*: điều dễ bị tổn thương và điều cần được bảo vệ trước khó khăn của cuộc sống.

2–4. Ba-by-lôn có những trải nghiệm mới (2–3b): người con gái được nuông chiều trong câu 1 làm việc như một nô lệ (*cối xay*), đi lưu đày như một phu tù trần truồng (*vén*; nghĩa đen 'cởi ra',...*ống chân... sông*, so sánh 43:2); và chịu đựng sự xâm hại tình dục (*lõa lồ...sỉ nhục*). Phía sau tất cả những đau đớn tàn khốc này là *sự báo thù của Đức Giê-hô-va* (3c). Từ liệu được dùng (*nāqām*) diễn tả sự tương đồng giữa sự vi phạm và sự báo trả. Sự sụp đổ của Ba-by-lôn chỉ là điều nó đáng nhận. *Chừa* (3d): động từ 'gặp' thay đổi ý nghĩa cho thích hợp với ngữ cảnh của nó (so sánh Sáng 23:8, 'can thiệp giùm'; Giô 16:7, 'đụng'; 1 Sa 10:5 'gặp'; 1 Vua 2:32 'tấn công'; ở đây (cũng như ở 64:5) từ liệu có nghĩa là 'nhận được đặc ân' hay chỉ đơn giản là 'được đặc ân'. Đây phải là một tình huống không được thương xót. Câu 4 thêm vào ba lời nhận xét. Thứ nhất, trong việc lật đổ Ba-by-lôn, Đức Giê-hô-va đã hành động vì Y-sơ-ra-ên (so sánh 14:1–2). Ngài là *Đấng Cứu Chuộc* của dân sự Ngài, Người Thân Gần Nhất mang lấy nhu cầu của người bà con mình (41:14; 43:14; 44:6, 24). Thứ hai, Ngài thể hiện quyền năng mạnh mẽ của Ngài: *Đức Giê-hô-va vạn quân* (1:9). Thứ ba, Ngài hành động trong sự thánh khiết: *Đấng Thánh của Y-sơ-ra-ên* (1:4). Đó là cách thế gian được điều khiển: bởi một Đức Chúa Trời toàn năng, hành động trong sự thánh khiết, tập trung vào và đáp ứng nhu cầu của dân Ngài.

5–7. Ba-by-lôn mất đi quyền lực (*yên lặng* thay cho sự cai trị, điều khiển người khác, 5), tự do (*bóng tối* của địa lao; so sánh 42:7) và địa vị (*nữ hoàng*). Như ở 10:5–15, dù hành động của người Ba-by-lôn nghịch lại *dân Ta...cơ nghiệp Ta* (6ab) nằm trong ý muốn của Chúa, nhưng đó là một sự xúc phạm đến Ngài. Không phải tình huống nằm ngoài tầm kiểm soát của Chúa và Ba-by-lôn bị trừng phạt nặng hơn mức đáng nhận lãnh. Tội lỗi của họ nằm trong những giả định phía sau hành động và tính cách của họ: không có lòng thương xót (*không tỏ ra thương xót*, 6d; đặc biệt là 'lòng trắc ẩn', sự nhạy bén về cảm xúc lẽ ra phải kiềm chế họ), không phân biệt (*trên người già cả*, 6e), tự phụ (*mãi mãi... nữ hoàng*, 7b), không có sự sâu sắc về đạo đức (*không để tâm...cuối cùng của nó*, 7c; nghĩa đen 'kết quả của nó'). Ý muốn thánh của Đức Chúa Trời thánh phải được thực hiện sao cho phù hợp với sự thánh khiết đó - trên phương diện cá nhân lẫn tập thể. Cựu Ước không tán thành quan điểm cho rằng 'chiến tranh là chiến tranh' - một tình huống mà những ràng buộc mang tính đạo đức và nhân quyền vốn có tạm thời không được áp dụng, và tình huống mà những hành động vô nhân đạo có thể được thực hiện mà không bị trừng phạt. Cựu Ước không tin rằng nhu cầu của quốc gia có thể biện minh cho tội lỗi do một cá nhân thực hiện (vd: A-mốt 1:3, 6, 9, 11, 13). Ba-by-lôn cho rằng mình có quyền tại chức (*ta sẽ* [Bản TTHĐ không có từ này]); thẩm quyền (*nữ hoàng*) và sự miễn nhiễm (*cuối cùng của nó*) - luôn luôn là những điểm mù của chủ nghĩa đế quốc và của những người ở trên cao. *Để tâm*: 'để tâm suy nghĩ kỹ', có cái nhìn cẩn thận. *Nghĩ đến cuối cùng của nó*: [Bản NIV viết 'Nghĩ đến...xảy ra' – ND] đúng ra phải nói mạnh hơn: 'nhớ đến...kết quả'. Đây không phải vấn đề 'có thể xảy ra' mà là 'nhớ' rằng họ sống trong một thế giới đạo đức được cai trị bởi một Đức Chúa Trời thánh khiết mà tội lỗi và hình phạt không thể tách rời.

8–11, Những việc đáng nhận sự trừng phạt. Chỉ một từ 'kiêu căng' cũng mô tả đầy đủ những lời buộc tội nhằm giải thích cho sự sụp đổ của Ba-by-lôn, nhưng cụ thể, có sự tự tin trong hiện tại và tương lai (8), và sự tự mãn đạo đức (10). Với mỗi tội còn có thêm lời cảnh báo rằng những tai họa xứng đáng với tội không thể được ngăn chặn hoặc bởi biện pháp tâm linh (9) hoặc bởi tài chính (11).

8–9. Bụng bảo dạ: Ba-by-lôn bị nghe lén. *Dâm đãng* đúng hơn là '(tự) nuông chiều' hay 'bị làm hư', ngược với người *góa bụa* trong tình trạng tứ cố vô thân, và được che chắn khỏi những tai họa như là *mất con*. Không phải sở hữu và tận hưởng những điều tốt lành là sai trật (1 Ti 6:17); mà đây là vấn đề tâm linh liên quan đến cách nhìn những đặc ân như thế. Ba-by-lôn xem những đặc ân đó là quyền họ đáng được (8cd). Nuông chiều bị thay thế bởi sự nghèo khó (*góa bụa*, 9), niềm vui bị thay bằng sự mất mát cay đắng (*con*) - và *trong cùng một ngày*! Tương lai mà Ba-by-lôn làm ngơ (7) mang đến những thảm kịch mà Ba-by-lôn bỏ ngoài tai (8). *Ma thuật...phù chú*: từ liệu được dịch là *phù chú* có nghĩa là 'xiềng xích' với ý nghĩa ở đây là bước vào 'những mối liên kết' với quyền lực huyền bí để 'trói' tương lai; *ma thuật* là những bùa ngải được dùng để gọi những quyền lực đó.

10–11. Ở đây là sự lạc quan đáng kinh ngạc của tất cả những người nói rằng không có Đức Chúa Trời và không có đời sau. Họ chọn một thế giới không có hậu quả đạo đức. Đó là một sự *khôn ngoan* (hướng dẫn thực tế của cuộc sống) *và tri thức* (thông tin thuộc khái niệm hay triết lý cuộc sống) sai lạc. Những điều này lần lượt bắt nguồn từ cách nhìn về bản thân: tính tự phụ tự mãn (*ta đây*) và không có trách nhiệm – *ngoài ta chẳng còn ai*; trong ngữ cảnh này, không có thẩm quyền nào ngoài chính mình mà tôi phải giải trình. *Tai họa* là từ liệu được dịch là *sự gian ác* trong câu 10a. Họ chọn 'sự gian ác' và họ sẽ gặt 'sự gian ác'! *Chẳng biết từ đâu*: cách dịch này có thể chấp nhận khi tham khảo các ngôn ngữ cùng gốc với tiếng Hê-bơ-rơ; trong tiếng Hê-bơ-rơ, cụm từ này có nghĩa rõ ràng là 'ngươi sẽ không biết lúc bắt đầu của nó', mang ý nghĩa của sự bất ngờ làm cho tính chất thình lình phù hợp với phần kết của câu. *Ngăn cản:* [Bản NIV dịch 'ngăn cản với Tiền chuộc' – ND], tiền chuộc (√*kāpar*): cụ thể là 'giá tiền chuộc'. Không thể dùng tiền đút lót để thoát khỏi tai họa. *Không thể lường trước* là 'không biết', tức là chưa từng xảy ra.

12–15, Niềm tin vô ích. Niềm tin thật ban sức mạnh lúc có cần (12) và sự hiểu biết đầy đủ về điều tương lai nắm giữ (13). Lúc khó khăn phơi bày niềm tin giả dối là niềm tin không có khả năng giải cứu (14) và tu sĩ của nó là những người không xứng đáng - hay tư lợi (15).

12–13. *Phù chú...ma thuật:* xem câu 9. *Hãy đứng lên* [bản NIV dịch là 'hãy tiếp tục' – ND]: thật là điều đáng buồn trong mạng lệnh này! Những người không biết Đức Chúa Trời chân thật không có nguồn nào khác ngoài việc tiếp tục trong việc tự nỗ lực (*tập luyện*) và trong tình trạng không chắc chắn (*có lẽ*). *Lắm lời bàn* (13) là 'nhiều', ám chỉ những hệ tư tưởng mâu thuẫn nhau và những lời hướng dẫn của chủ nghĩa đa thần và (ngày nay cũng như hồi đó) *lời bàn* mâu thuẫn của thuật tử vi. *Những kẻ nhìn trời, xem sao, xem trăng mới* ở đây là 'những người phân loại bầu trời'; nghĩa là phân thành các cung hoàng đạo khác nhau. *Việc tương lai:* so sánh 41:5–7, đổ xô kinh doanh ngành chế tạo thần tượng trước những sự kiện sắp đến.

14–15. Thật vậy, niềm tin giả dối, không hề đem lại sự bảo vệ (12) mà chỉ đổ dầu vào lửa. *Rơm rạ*: xem 5:24. Không hề cứu người khác (13), chúng *không thể cứu mạng mình*. *Lửa ấy chẳng phải*: niềm tin giả dường như đem lại sự ấm áp của 'sự hữu ích'; nhưng đó không phải *lửa để ngồi kế bên*, mà là *lửa thiêu đốt*, một lò lửa hủy diệt. Ba-by-lôn *khó nhọc* vì niềm tin của họ nhưng các tu sĩ tôn giáo lại lấy việc đó để kinh doanh. Hậu quả là khi niềm tin sụp đổ, thì *mỗi người một ngã* (nghĩa đen là 'lang thang; đi ra'). *Cứu:* về chữ $\sqrt{yāša}$' ở đây và $\sqrt{nāṣal}$ trong câu 14, xem 25:9.

ii. Nhà, nhưng chưa phải là nhà (48:1–22). Trong chương này, Ê-sai báo trước sự ra đi của dân lưu đày từ Ba-by-lôn và cuộc hành trình trở về nhà được bảo vệ an toàn – một cuộc xuất hành phiên bản nhỏ (20–21). Do đó, Si-ru đã hoàn thành sự nghiệp của mình trong kế hoạch của Đức Chúa Trời (44:27–28) trong bản tuyên ngôn giải cứu được phác thảo ở 42:18–43:21. Từng bước một, nhà tiên tri triển khai chủ đề của mình. Tuy nhiên, bên cạnh niềm vui được giải cứu và viễn cảnh hồi hương còn có một lẽ thật khác đen tối hơn. Với sự xuất hiện đột ngột khiến một số nhà giải kinh tuyên bố câu này được đưa đại vào bản văn sau này, câu 22 nói thẳng thừng rằng *kẻ ác chẳng bao giờ được bình an*. Dù đột ngột, nhưng nếu đọc kỹ chương này sẽ thấy không phải là không thích hợp. Dân được giải cứu khỏi Ba-by-lôn và dẫn về nhà là ai? Họ là dân đã đánh mất quyền được gọi là Y-sơ-ra-ên (1–2); *cứng đầu* (4), thờ hình tượng (5), lơ là, kém hiểu biết; *phản bội* và *phản loạn* (8). Bản cáo trạng nghiêm khắc và tàn khốc đến nỗi các nhà giải kinh lại một lần nữa thắc mắc làm thế nào nó có thể xuất phát từ một người được họ gọi là (từ 40:1) 'vị tiên tri an ủi'. Làm sao ông lại có thể 'bực bội khó chịu' đến vậy? Nhưng chúng ta nên hỏi, dựa vào sự khai triển chủ đề từ 38:1 trở đi, phải chăng ở đây Ê-sai có thể đã nói bằng ngôn ngữ khác. Suy cho cùng, đó là tội vô tín đáng sợ đã đưa dân sự đến Ba-by-lôn lúc ban đầu (39:1–8). Họ bị ám ảnh bởi tính tự thương hại bệnh hoạn (40:27); đầy tớ mù lòa của Đức Giê-hô-va (42:18), bị tù tội vì vi phạm luật pháp Ngài; thiếu nhạy bén với sự sửa phạt thuộc linh (42:21–22,25); mù và điếc một cách đáng trách (43:8); không quan tâm đến Đức Giê-hô-va và làm hỏng niềm tin chân thật (43:22–24); bị châm chích bởi lòng kiêu ngạo quốc gia khiến họ khước từ kế hoạch Si-ru và trơ trơ đối với sự cảnh báo (45:9–13), lời xác nhận (45:14–25) và lời kêu gọi (46:1–13); tranh cãi với Đức Giê-hô-va về điều vượt ra ngoài khả năng của họ và thiếu sự đứng đắn (45:9 và các câu tiếp theo); chống nghịch (46:8), cứng cổ (46:12) và không hề có sự công chính (46:12). Do đó chương 48 nổi bật lên từ chương 38–47, không phải vì nó khác lạ mà vì nó là đỉnh điểm. Điều được rao truyền trong suốt các chương trước được tập trung ở đây. Từ Ba-by-lôn trở về nhà không phải là về nhà với Đức Chúa Trời: *những kẻ ác chẳng bao giờ được bình an*. Thay đổi địa chỉ không phải là sự thay đổi tấm lòng. Dù sự giải cứu khỏi sự giam cầm về chính trị là điều tuyệt vời, nhưng sự bình an với Chúa, sự giải cứu khỏi tội lỗi là một vấn đề hoàn toàn khác và chưa được hoàn tất. Nhưng về nguyên tắc, việc này cũng được thông báo ở đây. Câu 3–6b) và 6c–7 lần lượt bàn đến *những việc qua rồi* và *những việc mới*; trong hai phần mở rộng song song của chương 48 (1–11, 12–22); các câu tương ứng đưa ra lời giải thích: *những việc qua rồi* là kế hoạch Si-ru (14–15), còn *những việc mới* bắt đầu với sự đến của Đầy tớ (16).[9] Với sự thành tín, Đức Giê-hô-va đã thực hiện những lời hứa liên quan đến Si-ru, nhưng Ngài còn có nhiều lời khác nữa cho dân sự Ngài.

1–2, Y-sơ-ra-ên được mô tả: hão huyền. Một danh đáng tôn quý (1b), một dòng dõi hoàn hảo (1c), lòng trung thành với niềm tin chân thật (1de), một quyền công dân được hưởng đặc ân (2a) và một Đức Chúa Trời toàn năng (2bc) để nương cậy - nhưng (1f) tất

---

[9]Ê-sai dùng 'những việc qua rồi' và 'những việc mới' một cách linh động. 'Những việc qua rồi' có thể là quá khứ nói chung (41:22), những sự kiện được liên kết với kẻ chiến thắng sắp đến (44:28), hoặc với cuộc xuất hành (43:9, 18); 'những việc mới' là chức vụ của Đầy tớ (42:9) và cuộc hồi hương từ Ba-by-lôn (43:19); ngữ cảnh sẽ quyết định. Ở đây, phân định những việc qua rồi hoàn toàn là sự nổi lên của Si-ru, còn những việc mới là sự hồi hương (Skinner) là điều không được phép, vì trong phân đoạn này, những việc qua rồi phải là việc thuận lợi cho Y-sơ-ra-ên, mà không hề có gì thuận lợi trong việc xuất hiện của kẻ chiến thắng như thế. Whybray xem những việc mới là sự sụp đổ của Ba-by-lôn và cuộc hồi hương, nhưng, trong giả thuyết Ê-sai Hai quyển, điều này xảy ra như thế nào? Điều 'mới' và chưa được nghe đến trước trong điều đã được Ê-xê-chi-ên và Giê-rê-mi tiên báo là gì?

cả đều không thật. Không có sự thành thật (*lòng chân thật*) trong đó, cũng không làm thỏa mãn tiêu chuẩn của Đức Chúa Trời (*công chính*).

1. *Gia-cốp...Y-sơ-ra-ên...Giu-đa:* lần lượt nói đến nguồn gốc, địa vị giao ước và tổ tiên cụ thể của dân sự. *Nguồn:* 'nước' (xem Phục 33:28; Thi 68:26). *Thề:* thề trung thành. *Kêu cầu:* tham gia vào toàn bộ lĩnh vực liên quan đến tập tục tôn giáo mà bởi đó họ kêu cầu danh Đức Giê-hô-va.

2. *Xưng mình là người xuất thân từ* là 'gọi mình theo'. Ê-sai thu hẹp trọng tâm lại: nhà Gia-cốp (1a); nhà Y-sơ-ra-ên (1b), nhà Giu-đa (1c) và bây giờ là người Giê-ru-sa-lem. Một lời xưng nhận đầy tự hào - và tất cả đều không thật. Điều này cũng áp dụng cho tâm điểm nhỏ nhất của tất cả: nương cậy *Đức Chúa Trời của Y-sơ-ra-ên*. Điều này đem chúng ta vào lĩnh vực của lòng tin cá nhân. Hiểu một cách đơn giản; những từ ngữ này là dấu hiệu phân biệt sự chân thật trong tôn giáo, là yếu tố khiến tất cả những hoạt động tôn giáo và tâm linh khác thành vàng, nhưng trong ngữ cảnh này, điều này cũng không thật. Câu 2 trong tiếng Hê-bơ-rơ có từ giới thiệu (*kî*) mà bản NIV bỏ đi. Ở đây đòi hỏi phải dịch là 'cho dù', do đó cả hai lời xưng nhận của họ đều rỗng tuếch, lời xưng nhận quyền công dân và đức tin cá nhân. *Danh Ngài là Đức Giê-hô-va vạn quân:* khi cách nói này được dùng ở 47:4, nó nhấn mạnh quyền tối cao của Đức Giê-hô-va trong vai trò Đấng cai trị thế giới, Đấng có quyền lực và thẩm quyền để báo thù trên Ba-by-lôn. Ở 48:2; Đức Giê-hô-va đối diện với một tình huống rất khác: toàn bộ tương lai của những người xưng là dân Ngài. Nhưng Ngài là 'Đức Giê-hô-va vạn quân' trong tình huống này nữa: Ngài có thể giải quyết. Họ thất bại nhưng Ngài không bị đánh bại. Là 'Đức Giê-hô-va', Ngài bày tỏ ý nghĩa danh Ngài; 'Yahweh', khi Ngài đến Ai Cập để đem dân Ngài ra khỏi hàm sự chết. Lời xưng nhận họ thuộc về Ngài là lời tuyên xưng hão huyền, nhưng Ngài khẳng định Ngài vẫn là *Đức Chúa Trời của Y-sơ-ra-ên*. Một lần nữa, Ngài sẽ chứng minh Ngài là Cứu Chúa của họ.

3–6b, Những việc qua rồi: phước lành cho kẻ không xứng đáng. Những sự kiện liên quan đến Si-ru (xem tr. 230–231) là đề tài của lời báo trước rất lâu trước khi ông ta xuất hiện (3) Lý do cho lời dự báo trước kỳ hạn này là sự bất trung thuộc linh của một dân đi lấy thần tượng. Lập luận của Ê-sai trước đó phơi bày sự vô tri vô giác của hình tượng được sử dụng ở đây để vạch trần tình trạng chết chóc của Y-sơ-ra-ên! Lời dự báo xa xưa và sự ứng nghiệm thành lình đều cướp đi cơ hội quy gán công trạng cho thần tượng của họ.

Cứng đầu (*qāšeh*, 4): 'cộc cằn' (1 Sa 20:10), 'hay gắt gỏng' (1 Sa 25:3), khó tính. *Cổ...sắt*: không thể phục tùng; không tự tin. *Trán...đồng*: ngoan cố, bảo thủ. *Thuật lại* (6): đối với tất cả những lời buộc tội khác mà ông nhắm vào họ, Ê-sai thêm vào ở đây thái độ không sẵn sàng thừa nhận dù có bằng chứng.

6c–11, những việc mới: vinh quang của Đức Chúa Trời. 6c–8. 'Những việc qua rồi' (3) được giữ kín cho đến khi họ bất ngờ nhận ra, kẻo e họ quy gán cho thần tượng; *những việc mới* (6c) được bày tỏ trước khi được ứng nghiệm, kẻo e Y-sơ-ra-ên kiêu ngạo cho rằng họ đã biết trước rồi. Trung thành với thần tượng (5) tương ứng với trung thành với bản thân (7). Bất trung thuộc linh (5) tương ứng với sự cố ý của kẻ phản loạn (8). Làm thế nào Đức Giê-hô-va có thể tiếp tục quấy rầy dân sự Ngài? Sẵn sàng hiểu sai (5), không tin vào bằng chứng (6ab), ngạo mạn cho rằng 'biết tất cả' (7), không hiểu được lẽ thật được bày tỏ - tội lỗi chủ yếu của dân Chúa (A-mốt 2:4). *Phản bội* (8): tương tự lời cáo buộc nhắm vào A-si-ri (33:1). Y-sơ-ra-ên, với sự kêu gọi làm cho thế giới trở nên giống họ, thay vì để cho thế giới khuôn đúc họ (xem 2:1–4, 5 và các câu tiếp theo; Rô 12:1–2).

9–11. Vậy thì điều gì khiến Đức Giê-hô-va kiên trì với một dân hoàn toàn không xứng đáng như vậy? Trước tiên, Ngài hành động *vì danh Ta*. *Danh* Ngài là một lời khẳng định tóm tắt về chính bản chất của Ngài, và ngay trong bản chất đó có cái gọi là lô-gic học thiên thượng đang vận hành (55:8) mà nhờ đó *cơn giận* họ đáng nhận được kiềm chế. Nhưng danh Ngài cũng là điều Ngài tự mặc khải, và (xem câu 2) 'Yahweh' (Xuất 3:15) không chỉ là Đức Chúa Trời thánh khiết giáng sự đoán phạt (Xuất 12:12) mà còn là Đức Chúa Trời cứu chuộc và giải cứu (Xuất 6:6–7; 12:13). Dân sự Ngài đã làm sai với những gì được bày tỏ, nhưng Ngài thì luôn trung tín với điều Ngài đã bày tỏ qua lời Ngài. Thứ hai, có sự *khen ngợi Ta*, sự khen ngợi vì cớ ta (xem câu 11). Điều này được minh họa ở Xuất Ê-díp-tô Ký 32:12 và Dân Số Ký 14:13–14, việc từ bỏ Y-sơ-ra-ên nổi loạn làm cho bản tính và quyền năng của Đức Giê-hô-va sẽ bị hiểu lầm. Thứ ba, có sự lựa chọn của Chúa (câu 10),[10] xem 41:8–9; 43:10; 44:1–2 (so sánh Phục 4:37; 7:6–8; 10:15; 1 Vua 11:24). Tại sao Đức Giê-hô-va chọn như vậy là một bí mật Ngài giữ cho riêng mình, nhưng sự lựa chọn đó không phải là ý nghĩ tình cờ: đó là một cam kết không thể thay đổi được. Ngài biết chính xác bản chất của dân sự Ngài (8), và Ngài sẽ không thay đổi sự lựa chọn cho đến khi Ngài hoàn thành mục đích của sự lựa chọn đó.

Luyện…không phải như luyện bạc (10): bạc chịu được sự nấu chảy cho đến khi mọi cặn bã không còn. Nếu Đức Giê-hô-va cũng đối xử với dân Ngài y như vậy, thì chẳng có gì còn lại cả (1:22). Cho nên, dù Ngài đưa dân sự trải qua thử thách, nhưng Ngài luôn luôn đưa ra giới hạn: họ không bao giờ bị đối xử như cách họ đáng bị, luôn luôn là để hoàn thành mục đích của Ngài (Hê 12:10). *Lò hoạn nạn*: theo kinh điển thì điều này nói đến Ai Cập (Phục 4:20; 1 Vua 8:51), và (10b) Ngài sẽ không bao giờ thay đổi lựa chọn. Trong ngữ cảnh hiện tại, *lò* có thể là Ba-by-lôn, và động từ 'chọn' có thể diễn đạt cùng ý nghĩa như ở 14:1 và Xa-cha-ri 1:17, 'nhắc lại lựa chọn'. *Vinh quang…cho thần nào khác*: nếu tình trạng tội lỗi của Y-sơ-ra-ên đánh bại mục đích của Chúa; thì tội lỗi sẽ giành lấy vinh quang hơn Ngài; nếu dân sự vẫn còn bị lưu đày, thì các thần của Ba-by-lôn sẽ chiến thắng. Nhưng chẳng có thế lực nào của lịch sử (Ba-by-lôn) lẫn quyền lực của tội lỗi sẽ chiến thắng cả.

12–16, Đức Giê-hô-va điều khiển mọi sự. Câu 12a nhắc lại câu 1 và cho thấy rằng chúng ta đang bước vào nửa sau của bài thơ. Lời kêu gọi hãy lắng nghe được lặp đi lặp lại (12a, 14a, 16a) đánh dấu sự chia đoạn trong phần này: Đức Giê-hô-va điều khiển toàn cõi vũ trụ (12–13), Ngài kiểm soát lịch sử, đưa vào khung cảnh người Ngài chọn để hoàn thành mục đích của Ngài (14–15), và Ngài điều khiển sự hiện đến của Đầy tớ được giao nhiệm vụ của Ngài (16).

12–13. *Gọi:* lưu ý động từ giống trong câu 1, phơi bày sự bất trung rành rành của Y-sơ-ra-ên. Nhưng sự bất trung của họ không làm vô hiệu sự thành tín của Đức Chúa Trời: họ phủ nhận sự kêu gọi; Ngài khẳng định đã kêu gọi họ. *Ta là Đấng ấy:* Ngài là Đức Chúa Trời không thay đổi và không bị thay đổi. *Gọi* (13), một lần nữa được dùng ở đây. Bởi sự kêu gọi, Ngài chỉ huy toàn cõi vũ trụ và giữ cho nó ổn định và tồn tại. *Đứng lên:* 'đứng trong vị trí của họ'. Sự tể trị tối cao của 'lời kêu gọi' thiên thượng chứng tỏ việc kêu gọi Y-sơ-ra-ên không làm thất bại mục đích của nó. Là *đầu tiên*, Đức Giê-hô-va không chịu bất kỳ sự ép buộc nào từ bên ngoài để làm điều Ngài đã làm (trong việc tạo dựng thế giới hay trong sự kêu gọi Y-sơ-ra-ên); là *cuối cùng*, Ngài đứng cuối cùng không bị thách thức bởi bất kỳ

---

[10] Bản MT ghi là *beḥartîkā*, 'Ta đã chọn ngươi'; bản Qᵃ ghi là *beḥantîkā* 'Ta đã thử/ luyện ngươi'. Sự thay đổi không đáng kể xét về bản văn. Đó là vấn đề liên quan đến ý nghĩa thích hợp. Vì 'bạc' của Y-sơ-ra-ên đều là 'cặn bã' (1:22), nên việc luyện cũng chẳng để lại gì. Nhưng khi bạc này ở trong 'lò' thì việc nói rằng Đức Giê-hô-va 'đã chọn' giới hạn cho tiến trình và 'nhắc lại lựa chọn của Ngài' là chính xác.

thế lực nào có thể chống nghịch Ngài, đem đến kết thúc khải hoàn (cho thế giới và cho Y-sơ-ra-ên) cho điều Ngài đã bắt đầu (Phil 1:6).

14–15. Trọng tâm sau đó thu hẹp từ vũ trụ (13) đến cái cụ thể (14), và đi từ sự tạo dựng đến lịch Sử Đức Giê-hô-va khác với tất cả các thần khác ở chỗ Ngài báo trước và thực hiện (14ab); kế hoạch Si-ru sẽ thành công chống lại Ba-by-lôn (14cd); sự kêu gọi của Đức Chúa Trời là yếu tố chủ đạo trong lịch sử (15ab); và trong việc này, Đức Giê-hô-va không phải một vị thần xa cách nhưng là một Đấng đang thực hiện mục đích của Ngài trong từng chi tiết của tiến trình lịch sử (15cd). Do đó, Ngài vừa ở trên và ở trong lịch sử: chuyển động của lịch sử bắt đầu từ tâm trí của Ngài (14ab), Ngài quyết định quyền lực nào nổi lên và mục đích họ sẽ đạt được (14cd), và sau khi nói lời khẳng định chắc chắn (15ab), đích thân Ngài giám sát sự ứng nghiệm của lời ấy (15cd). Lời Đức Chúa Trời (14ab, 15) bao bọc lịch sử thế giới.

Lập luận về sự báo trước và ứng nghiệm được dùng để thách thức thần tượng (vd: 41:21–24) và để nhắc lại cho Y-sơ-ra-ên về đức tin thật (48:6). Lập luận được dùng ở đây, trong câu 14 nhằm bảo đảm với dân sự Đức Chúa Trời một lần nữa trong nhận thức về kế hoạch Si-ru mà họ đang nghi ngại (45:9–10; 46:8, 12). Chính Đức Giê-hô-va đứng phía sau, và vì thế tất cả đều phải tốt đẹp. *Người được chọn của Đức Giê-hô-va sẽ*...(14): nghĩa đen là 'người Đức Giê-hô-va yêu sẽ thực hiện...', và cụm từ 'người Đức Giê-hô-va yêu' trở thành một danh hiệu. Thật là một sự biết trước thú vị về điều mà Lăng trụ Si-ru nói về Marduk rằng 'ông gọi Si-ru....đi bên cạnh như một người bạn...' Nhưng Marduk chỉ khôn ngoan sau khi sự kiện xảy ra, và cho dù là như thế, ông cũng không nói gì về Ba-by-lôn và tình trạng của nó ra sao. Ê-sai báo trước thế nào 'người bạn' lớn hơn đã lập kế hoạch và giám sát Si-ru từ lúc mới bắt đầu cho đến đỉnh điểm. *Gọi* (15): so sánh câu 12–13. Lời kêu gọi tối thượng của Đức Chúa Trời là yếu tố chủ đạo trong giao ước (12), trên cõi tạo vật (13) và trong các sự kiện trên thế giới (15).

16. Một lần nữa, Lời Đức Chúa Trời là yếu tố ban đầu và khởi xướng, giờ đây được thể hiện trong việc sai phái một người nói vô danh. Tuy nhiên, chúng ta biết rằng người đó được sai phái bởi *Đức Giê-hô-va Tối Cao* ('*ădōnāy yahweh*) và (được ban cho) *Thần của Ngài*. Người duy nhất được ban cho Thần Linh trong những chương này là Đầy tớ (42:1), và trong ngữ cảnh hiện tại, danh hiệu thánh 'Chúa Giê-hô-va (Yahweh)' xuất hiện trong Bài ca của người Đầy tớ (bài thứ ba) là Đấng phú ban (50:4), chỉ dẫn (50:5) và giúp đỡ (50:7) Đầy tớ. Ngoài ra, khi Đầy tớ tái xuất hiện trong chương 56–66 như là Đấng Chiến thắng; thì 61:1 mở đầu bằng *Thần của Chúa Giê-hô-va ngự trên ta.*[11] Vậy thì chúng ta khó mà nghi ngờ rằng câu 16 là lời nói xen vào của Đầy tớ Đức Giê-hô-va trong vai trò Tác nhân của 'những việc mới' đã được thông báo trong câu 3–6b tương ứng. Sự đối xứng của các phân đoạn là một minh họa đáng chú ý về phương cách mà cấu trúc bản văn hỗ trợ cho sự giải thích bản văn: những việc đã qua (3–6b), những việc mới (6c–7); Si-ru (14–15) và Đầy tớ (16). Dĩ nhiên, mặc dù lời nói xen vào khiến chúng ta ngạc nhiên, nhưng không phải là không thích hợp khi người Đầy tớ phải bước ra từ bóng tối như vậy. Thứ nhất, điều này phù hợp với điều vừa xảy ra trước đó. Đức Giê-hô-va là Đấng cai trị tối cao trong cõi tạo vật (13); sự cai trị của Ngài trong dòng chảy lịch sử nổi bật trong Si-ru (14–15); nhưng Đầy tớ, như được tiết lộ bởi Ê-sai, là đỉnh điểm mà mọi sự kiện lịch sử đều đang hướng đến. Thứ nhì, điều này thích hợp với điều xảy ra tiếp theo: với 48:20–21, tầm quan trọng của Si-ru chấm

---

[11] Ê-sai đề cập sự phú ban Thánh Linh chín lần (11:2; 30:1; 32:15; 42:1; 44:3; 48:16; 59:21; 61:1; 63:11). Dĩ nhiên, năm trong số này liên quan đến Đấng Mê-si-a.

dứt. Nhưng với vấn đề được nêu lên trong câu 22, Đầy tớ là giải pháp được ấn định. Khi một diễn viên rời sân khấu, thì một người khác phải kín đáo đi vào.

17–22, một vấn đề được giải quyết; một vấn đề được nêu lên. Tư tưởng bình an bao bọc những câu này, sự bình an đáng lẽ phải có được (17–19) và sự bình an không thể được (22). Ở giữa là cuộc khởi hành lớn ra khỏi Ba-by-lôn (20) và hành trình trở về nhà giống cuộc xuất hành (21). Giải pháp chính trị - những người từ Ba-by-lôn trở về nhà - không lấy lại được *sự bình an* có lẽ đã có. Chính tội bất tuân (18) đã làm mất đi sự bình an, và chừng nào sự gian ác chưa được giải quyết thì vẫn không cảm nhận được sự bình an.

17. *Đấng Cứu Chuộc* (47:4): là Người Thân Gần Nhất của họ, Đức Giê-hô-va đã gánh lấy nhu cầu cần được giải phóng của họ. Quyền năng tối cao của Ngài đã điều khiển lịch sử trong việc đánh thức Si-ru; người giải phóng - kẻ đi chinh Phục *Đấng Thánh của Y-sơ-ra-ên*: trong các chương 40–55, Ê-sai gọi Đức Giê-hô-va là 'Đấng Cứu Chuộc' mười lần, và sáu trong số mười lần đó, ông liên kết vai trò người thân gần nhất của Đức Giê-hô-va, như ở đây, với danh hiệu *Đấng Thánh của Y-sơ-ra-ên* (41:14; 43:14; 47:4; 49:7; 54:5). Việc Đấng Thánh phải đến gần trong vai trò Người Thân Gần Nhất thật là sự phô bày dư dật ân điển và sự hạ mình, nhưng nó nêu lên hình thức cốt yếu của vấn đề không chỉ về tình trạng không xứng đáng, mà còn về tội lỗi nữa. Người Thân Gần Nhất cũng có thể gánh vác vấn đề này sao? Chắc chắn đây là lý do mà Ê-sai cứ khăng khăng giữ hai khái niệm chung với nhau. Hễ sự giúp đỡ nào Ngài đem đến cho dân sự (41:8), hễ sự giải cứu nào Ngài thực hiện (43:14), hễ chiến thắng nào Ngài giành được (47:4) - hễ gánh nặng nào Ngài lấy khỏi họ và chất lên chính mình - thì Ngài vẫn là Đấng Thánh. Chẳng sớm thì muộn, sự cách biệt giữa sự thánh khiết của Ngài và tình trạng tội lỗi bất xứng của họ phải được xem xét kỹ lưỡng. Bằng cách này, Ê-sai chuẩn bị cho lời thông báo rõ ràng trong câu 22 và cho sự cứu chuộc thuộc linh tiếp theo qua Đầy tớ. *Dạy dỗ...dẫn*: Đức Giê-hô-va chăm sóc dân sự Ngài qua lời Ngài phán. Đây là đặc ân nổi bật của họ: sở hữu lời được mặc Khải Trước tiên, đó là lời Chúa phán với tâm trí ('dạy dỗ'), rồi kế đến là qua tâm trí đến với ý chí ('dẫn') và cuối cùng, trong đời sống vâng phục, đó là *để ngươi được ích lợi*, con đường đem lại lợi ích cao nhất.

18–19. Những câu này triển khai ý tưởng chủ đạo ở câu 17, lời Đức Chúa Trời, con đường phước hạnh, nhưng lại triển khai trong cách nuối tiếc, nhớ lại điều có thể đã có. Sự vâng phục trước tiên hứa hẹn *sự bình an*, hạnh phúc chung - hướng đến Chúa, đến con người; đến bản thân (9:6; 26:3, 12; 32:17) - và sự bình an đó giống như một thực tại trọn vẹn, không thay đổi, một *dòng sông* (66:12), không phải dòng suối thay đổi theo mùa; và thứ nhì, *sự công chính*, ở đây là đời sống làm theo điều đúng đắn trước mặt Đức Chúa Trời. *Sóng biển* thường mô tả sức mạnh lấn át (Thi 42:7; 65:7; 107:25); và có lẽ đó là ý muốn nói ở đây: một đời sống không lo sợ trước mối đe dọa đến từ các thế lực chống nghịch, một cuộc đời công chính nhất quán; vững vàng. Thứ ba, bởi sự vâng phục, dân sự Chúa bước vào những phước hạnh của giao ước với Ngài: *dòng dõi...như cát* (Sáng 15:5; 22:17), bao gồm phước hạnh đặc biệt (được ghi ở Châm 20:7) về ảnh hưởng của lòng tin kính lan truyền qua các thế hệ. Phước hạnh thứ tư, kết quả của sự vâng phục, là liên tục ở trong ân huệ của Chúa: *danh...không bị diệt*. Dĩ nhiên, không phải vì vâng lời mà chúng ta hưởng an ninh đời đời, nhưng đời sống vâng phục là bằng chứng của thực tế về địa vị của chúng ta trước mặt Đức Chúa Trời (Giăng 15:7–8; 1 Giăng 2:3–6).

20–21. Dù câu 17–18 ghi lại thất bại, nhưng lòng thương xót của Đức Chúa Trời bày tỏ trong lời kêu gọi ra khỏi Ba-by-lôn để nhận lấy những phước hạnh yêu thương trong cuộc xuất hành mới. *Ra khỏi* (nghĩa đen 'đi ra') và *trốn* đều là những động từ trong cuộc xuất hành (vd: Xuất 12:41; 13:3; 14:5). Chúng được dùng ở đây không phải để bày tỏ sự nguy hiếm của việc chạy trốn mà là để bắt đầu vẽ nên bức tranh về một cuộc xuất hành khác. Thực tế về cuộc hồi hương lịch sử (Era 1–2) với số lượng ít ỏi không làm giảm đi sức mạnh trong hành động của Đức Chúa Trời như Ngài đã làm trong cuộc xuất hành khỏi Ai Cập: việc đánh thức và đem Si-ru đến, sự kỳ lạ khi kẻ đi chinh phục thành ra người giải phóng, hạnh phúc của lời hứa được thực hiện (Giê 25:12–13; 29:10; với Era. 1:1). Việc dân sự không thể xứng đáng bước vào cánh cửa được Chúa mở ra không khiến chúng ta ngạc nhiên qua sự dạy dỗ của câu 17–18, và chúng ta cũng không để cho điều đó biến tầm quan trọng của những việc Ngài đã làm thành sự đáp ứng thấp kém của họ. *Loan báo...reo hò* (20): nếu họ đáp ứng một cách thích đáng và vâng phục, thì việc họ được giải phóng có thể đã là lời chứng cho thế gian. Thật vậy, sẽ là một sự kiện tầm cỡ thế giới, dù họ không thấy như thế. *Đã cứu chuộc:* mang lấy trên mình gánh nặng về nhu cầu của họ và đáp ứng nhu cầu đó. *Khát...vầng đá* (21): đây là sự hồi tưởng bao quát về hành trình không hề thiếu vắng sự chu cấp từ thiên thượng (Phục 8:1–4), nhưng Xuất Ê-díp-tô Ký 17:1–7 đã được cẩn thận lựa chọn, vì phân đoạn này cũng là ví dụ về sự chăm sóc thiên thượng dành cho một dân hay lằm bằm - giống như ở đây họ được ban phước qua kế hoạch Si-ru của Chúa mà họ đã cằn nhằn (45:9–10; 46:8 và các câu tiếp theo).

22.[12] Việc đổi cảnh không làm thay đổi tấm lòng. Rời khỏi Ba-by-lôn, họ không để lại sau lưng tính nết và đặc điểm của mình. Họ là dân của câu 17–18, đã từ bỏ con đường *bình an*. *Kẻ ác* là một từ mang nghĩa rộng, một tóm tắt thích hợp về những lời buộc tội nhắm vào Y-sơ-ra-ên trong chương này. Từ ngữ này viết lên một văn bia đối với trải nghiệm tại Ba-by-lôn. Họ đến đó vì phạm tội (42:18–25); họ ở đó mà không có sự sửa đổi về đạo đức, hay thậm chí không nhận biết nhu cầu của mình; họ trở về như khi ra đi. Họ quay về Ca-na-an, nhưng vẫn cần được đem trở lại cùng Đức Giê-hô-va.

9. Sự Giải Cứu Lớn Hơn: Công Việc của Đầy Tớ (49–55)

Sự nhấn mạnh về tình trạng tội lỗi của Y-sơ-ra-ên (48:1–8), sự xen vào bất ngờ từ Đầy tớ (48:16), và lời quả quyết dân sự đã trở về từ Ba-by-lôn nhưng vẫn cần được đem trở về cùng Đức Giê-hô-va (48:22); chuẩn bị cho chúng ta chương 49–55, công tác cứu chuộc của Đầy tớ. Ngài được giao một nhiệm vụ kép liên quan đến Y-sơ-ra-ên và thế giới (49:5–6), và khi Ngài thực hiện công việc vĩ đại là mang lấy tội lỗi (52:13–53:12) thì lời kêu gọi vang ra đến Si-ôn (54:1 và các câu tiếp theo) và thế giới (55:1) để bước vào điều Ngài đã làm cách vui mừng và tự do.

a. Nhiệm vụ kép của Đầy tớ (49:1–6)

Ê-sai 49:1–6, Bài ca thứ hai của người Đầy tớ, có cùng mối liên hệ với 48:1–22 giống như mối liên hệ của Bài ca thứ nhất (42:1–4) với phần trước đó (41:21–29). Ở đó, nhận thức đang dâng cao về nhu cầu của dân ngoại (41:21–29) được đáp ứng bởi lời thông báo rằng Đức Giê-hô-va đã có một Đầy tớ ở tư thế sẵn sàng đem lại công bằng – sự mặc khải thiên thượng - cho người không có ai giúp đỡ và cho thế giới vô vọng (42:1; 3–4). Tiếp theo là một nhân tố mới bước vào phương trình. Y-sơ-ra-ên; đầy tớ 'chính thức' của Đức Giê-hô-va (41:8), bị

---

[12]Các nhà giải kinh thắc mắc liệu những từ này có trong nguyên bản hay không. F. Delitzsch (*Commentary on Isaiah* [T. & T. Clark; 1873]) và Young (*Studies in Isaiah*) nhận ra ý nghĩa của chúng nhưng không giải thích vị trí của chúng ở đây. Kissane (*The Book of Isaiah*) quan sát cũng những từ ngữ này ở 57:21 mà ông tin rằng chúng được đặt đúng chỗ, nhưng cho là chúng được đặt sai chỗ ở đây. Whybray (*Isaiah 40–66*) thắc mắc liệu cả hai lần xuất hiện có thể là sự đánh dấu phân chia bản văn thành các phần của người biên tập hay không, nhưng ông không phân tích để chứng minh ý này.

trói, đui mù và tội lỗi (42:18–25), không phù hợp cho công tác này, còn nhận thức của Ê-sai về nhu cầu của Y-sơ-ra-ên chi phối phần trình bày của ông, đạt đến đỉnh điểm ở 48:1 và các câu tiếp theo. Đây là lời ám chỉ về Đầy tớ một lần nữa chiếm lĩnh sân khấu chính khi Ngài xác nhận lời kêu gọi trước đó *hãy dẫn Gia-cốp trở về cùng Ngài...đưa...Y-sơ-ra-ên* (49:5–6) trong khi cũng đem *sự cứu rỗi...đến tận cùng trái đất* (49:6). Mô tả công việc của Đầy tớ được viết lại: Ngài vẫn tận tâm với cả thế giới như ở 42:1–4, nhưng bây giờ, để phù hợp với sự triển khai ở 42:18–48:22, Ngài có một nhiệm vụ ưu tiên liên quan đến Y-sơ-ra-ên. Lời chứng của Ngài được chia thành hai phần.

i. Lời chứng đầu tiên: Y-sơ-ra-ên sống đúng với mục đích của họ (49:1–3). **1ab** là lệnh triệu tập cả thế giới về phạm vi (*hải đảo*; 11:11; 24:15; 41:1; 42:1, 10, 12) và các dân của nó (*lĕummîm*, từ liệu chung có lẽ nhấn mạnh yếu tố con người). Do đó; lời chứng bắt đầu như khi nó sẽ kết thúc (6) ở mức độ hoàn vũ, một thông điệp (1) và một chức vụ (6) cho cả nhân loại. *Hãy nghe tôi*: các tiên tri vô cùng kiệm lời khi nói với cả thế giới (41:1; Giê 31:10) nhưng cả Giê-rê-mi (dù được kêu gọi phục vụ toàn thế giới, 1:5) hay bất kỳ tiên tri nào khác đều chưa từng nói: 'Hãy nghe tôi' như thế này. Chỉ có Ê-sai dùng chữ *tôi*, rồi sau đó thì chỉ có Đức Giê-hô-va dùng ['hãy nghe Ta' – ND] (46:3,12; 48:12; 51:1, 7; 55:2; so sánh 41:1). Vậy làm thế nào Đầy tớ lại nói với thế giới? Dựa trên những điều kiện được liệt kê trong các câu 1c–3, đòi hỏi cả thế giới phải nghe Ngài là đòi hỏi tuyệt đối như câu 'Hãy nghe lời Người' trong Mác 9:7. Chí ít, Ngài không phải chỉ là tiên tri!

1c–3. Đầy tớ chứng minh lời kêu gọi của mình với thế giới bằng địa vị (1ed), sự chuẩn bị (2) và thân vị của Ngài (3). Có tám dòng được xếp theo cặp, cân xứng một cách chu đáo: dòng đầu tiên trong mỗi cặp (*gọi...miệng...mũi tên...đầy tớ*) nói đến sự phục vụ: kêu gọi, chuẩn bị, hiệu quả, địa vị; dòng thứ hai (*tên...bóng...ống tên...Y-sơ-ra-ên*) nói về nhân thân và bí mật. *Bụng mẹ...lòng mẹ* [bản NIV viết 'được sinh ra...sinh ra]: nghĩa đen 'từ/trong bụng mẹ...trong lòng mẹ'. Tuy nhiên, là tiên tri của Đức Giê-hô-va (Giê 1:5), Ngài thật sự đặc biệt. Về Đấng Mê-si-a, thường có lời ám chỉ đến mẹ Ngài như thế này: 7:14; Sáng Thế Ký 3:15; Thi Thiên 22:9–10; Mi-chê 5:2 và có lẽ câu khó hiểu Giê-rê-mi 31:22. *Đã gọi* ($\sqrt{qārā}$') không được dùng để chỉ sự 'kêu gọi' làm tiên tri nhưng được dùng để nói về sự sắp xếp tối thượng của Đức Giê-hô-va (vd: 40:26 [các vì sao]; 41:4; 44:7, NIV 'loan báo' [những sự kiện trong lịch sử]}, đặc biệt về Y-sơ-ra-ên (41:7; 43:1), Si-ru (41:2; 45:3–4; 46:11; 48:15) và Đầy tớ (42:6). Vậy thì ý tưởng ở đây không phải nói về sự 'kêu gọi' làm tiên tri, mà là sự cưỡng bách tối thượng vào một nhiệm vụ hay địa vị đặc biệt. *Miệng* (2): Đầy tớ có nhiệm vụ của một tiên tri. Tính sắc bén của *gươm* làm cho nó trở nên hiệu quả. Si-ru có *thanh gươm* hiệu quả (41:2); còn *gươm* của Đầy tớ lại có bản chất khác: hình ảnh chiến tranh được dùng vì lợi ích của tin lành bình an (8:23:9:6; 11:11–16; so sánh Hê 4:12; Khải 1:16; 19:15). *Mũi tên nhọn*: đầu nhọn của mũi tên được mài nhẵn để làm cho nó có khí động lực và không bị thô ráp làm chệch hướng bay. Sự tương phản giữa *gươm* để đánh ở cự ly gần và *mũi tên* dùng tấn công ở khoảng cách xa ngụ ý rằng Đầy tớ được trang bị sẵn sàng cho mọi trận chiến. *Ống tên*: dưới sự chăm sóc từ chính *tay* Ngài, Đầy tớ cũng được dành riêng cho mục tiêu đặc biệt mà Đức Giê-hô-va đã định. *Y-sơ-ra-ên, đầy tớ Ta*: Y-sơ-ra-ên là tên gọi của một cá nhân trước khi nó trở thành tên của một dân tộc; và cùng với tên gọi này là trách nhiệm đối với những lời hứa dành cho dòng dõi Áp-ra-ham về phước lành cho thế gian (Sáng 28:13–14; 35:9–15). Toàn bộ gánh nặng chất trên đôi vai của một con người. Bây giờ, Ê-sai đem trách nhiệm đó trở về vị trí ban đầu. Ông nhận biết rằng người đầy tớ là một quốc gia thì không phù hợp (42:18–25) - thật vậy, không phù hợp đến nỗi không thể đảm nhận danh xưng (48:1–2). Vậy thì Đức Giê-hô-va có phải thừa nhận thất bại không? Không, Ngài đã chuẩn bị một Y-sơ-ra-ên xứng đáng! - Đầy tớ được khuôn đúc từ thiên thượng cho nhiệm vụ này, và như chúng ta sẽ sớm khám phá (49:14–50:11), là Đấng duy nhất xứng đáng với danh xưng.[1] *Được tôn vinh* (nghĩa đen là 'vẻ đẹp') xuất hiện mười ba lần trong Cựu Ước, trong số đó ở sách Ê-sai hết chín lần. Trong tất cả những trường hợp khác, Đức Giê-hô-va bày tỏ vẻ đẹp của Ngài bằng những việc do chính Ngài làm (44:23; 60:21), nhưng ở đây là bằng điều được làm cho Ngài. Ở chỗ khác; số nhiều được dùng chỉ về những người mà Đức Giê-hô-va bày tỏ vẻ đẹp của Ngài trong họ, còn ở đây chỉ là Đầy tớ. Điều này chưa hề được nói với một cá nhân nào, với Y-sơ-ra-ên hay bất kỳ nhóm người nào trong Ê-sai: Ê-sai nói ra điều độc nhất về Đấng ông thấy là người độc nhất.

ii. Lời chứng thứ hai: Tác nhân, nhiệm vụ và kết quả (49:4–6). Người Đầy tớ thất vọng (4) trở thành Đầy tớ vui vẻ với nhiệm vụ chính yếu (5) và được bảo đảm từ thiên thượng về mục tiêu tối hậu (6).

4. *Làm việc luống công; tốn…vô ích:* không cần đến nỗ lực nào; không đạt được kết quả nào. Nếu đầy tớ được xem là Đức Chúa Giê-xu Christ, thì chúng ta không thể không hỏi chúng ta tìm thấy sự tối tăm này ở đâu trong Ngài? Ghết-sê-ma-nê không phù hợp, vì tối tăm ra từ tương lai sắp đến. Nhưng xuyên suốt các sách Phúc Âm, Chúa Giê-xu đối diện với sự khước từ, vô tín, thành kiến và hiểu lầm. Ngài kêu lên: '…cho đến chừng nào? (Lu 9:41), đau đớn vì các môn đồ không hiểu (Mác 8:21), và thấy trước nhóm môn đồ nòng cốt sẽ bỏ đi (Mác 14:27). Có lẽ điều được lan truyền trong suốt giai đoạn chức vụ của Chúa Giê-xu được Ê-sai cô đọng lại trong một câu duy nhất, có thể nói như vậy. *Còn* ('*ākēn*): 'Nhưng thực vậy', một liên từ rõ ràng ngược lại với điều đã được nói trước đó. Khi sự thất vọng đe dọa, thì có thuốc giải độc. *Công minh cho tôi* tương đương với nỗi thất vọng cho rằng 'Tôi thất bại'. Theo nghĩa đen là 'sự phán xét tôi ở nơi Đức Giê-hô-va.' Đức Giê-hô-va quyết định tôi có phải là kẻ thất bại hay không. Tất cả những điều tôi có thể làm là làm việc và bỏ công sức ra; ngoài điều đó thì tùy Ngài phán xét. *Phần thưởng cho tôi* tương đương với phương diện kia của sự thất vọng: 'không đạt được điều gì.' Nhưng đây cũng là việc của Đức Giê-hô-va; đó là bởi Ngài 'làm cho lớn lên' (1 Cô 3:7–9). Giải pháp cho sự thất vọng là nhìn xem Chúa, thừa nhận quyền tối thượng của Ngài và nương dựa Ngài với lòng tin cậy rằng Ngài thực hiện ý muốn hoàn hảo của Ngài. Nhưng lưu ý Ê-sai thấy trước một Đầy tớ là con người thật sự, bị thử thách, và chính Ngài thử nghiệm con đường đức tin, nhưng vẫn nói rằng *Đức Chúa Trời tôi* khi mọi việc dường như *không có mục đích*, 'trống rỗng' (*vô ích; tōhû*), không có ý nghĩa, và *luống công* (*hebel*), không có cốt lõi hay sự vững chắc, phù du.

5. Câu này bắt đầu với nhận thức (mới mẻ?) của Đầy tớ về cách tay của Đức Chúa Trời ở trên người (5ab), và kết thúc với cảm nhận của người về phẩm giá của mình trước mặt Đức Chúa Trời (5e) và về sức sống thuộc linh mới mẻ (6–7). Về việc này, người đưa chúng ta vào một bí mật khác trong mối liên quan với sự thất vọng: công tác mà Đức Chúa Trời kêu gọi không bao giờ có thể thất bại; người vâng theo sự kêu gọi có phẩm giá cao trọng trước Đức Chúa Trời và có sức lực bền bỉ. *Trong bụng mẹ* giống với câu 1c và lưu ý rằng mỗi một trải nghiệm trong cuộc sống từ lúc thụ thai trở đi đều là sự mài dũa thanh gươm và đánh

---

[1] Các nhà giải kinh hoặc là thấy việc quy kết danh xưng 'Y-sơ-ra-ên' cho đầy tớ là điều không thể giải thích được đến nỗi họ bỏ qua luôn (Smart), hoặc với khuôn mẫu chung do Skinner đưa ra, cố gắng dùng danh xưng để đồng nhất Đầy tớ với quốc gia hoặc Y-sơ-ra-ên 'thật', dân sót trong quốc Gia Xem phần Dẫn nhập trang 21–22. Một bản thảo (Kennicott 96) thiếu từ 'Y-sơ-ra-ên', nhưng bản này thiếu độ tin cậy vì các biến thể của nó và không có gì quan trọng trong việc thiếu sót này (Rowley, *The Servant of the Lord*, trang 8). C. R. North lưu ý rằng 'ngay cả nếu K 96 là một bản thảo tốt thì chúng ta khó có lý do chính đáng để tin theo nó bất chấp bằng chứng khác của bản văn được nhiều người nhất trí' (*Second Isaiah* [OUP, 1964], trang 187).

bóng mũi tên (2). Vì vậy, với mỗi đầy tớ của Đức Giê-hô-va, không có chỗ cho sự thất vọng: 'Công việc mà sự nhân từ của Ngài bắt đầu/ Cánh tay sức mạnh của Ngài sẽ hoàn tất.'[2] *Dẫn Gia-cốp trở về cùng Ngài*: công tác được làm mới lại cho Đầy tớ là sự khôi phục cho Đức Giê-hô-va của *Gia-cốp...Y-sơ-ra-ên*,[3] hành động thuộc linh tương ứng của sự phục hồi từ Ba-by-lôn (48:20–22), sự ứng nghiệm lời hứa ở 43:22–44:23. *Là sức mạnh của tôi*, nghĩa là ngay từ đầu, ngay cả khi bị che khuất bởi bóng tối của thất vọng.

6. Y-sơ-ra-ên trong vai trò Đầy tớ (3) trước nhất khác biệt với quốc gia Y-sơ-ra-ên, vì nhiệm vụ của Ngài là đem dân sự trở lại: quốc gia không thể tự cứu mình khỏi tội lỗi. Thứ nhì, Ngài là Y-sơ-ra-ên chân thật và duy nhất, vì Ngài sẽ làm điều Y-sơ-ra-ên luôn được định phải làm (so sánh 2:2–4) - tập hợp cả thế giới lại. *Những người Y-sơ-ra-ên được bảo vệ*:[4] nāṣûr, một phân từ bị động có cùng ý nghĩa. 4:3 mô tả 'những người bị bỏ lại Si-ôn' là (nghĩa đen) 'được viết vào sách sự sống', tức là được Đức Giê-hô-va định trước để được thanh tẩy như đã hứa (4:4). Với ý nghĩa tương tự, nhiệm vụ của Đầy tớ là đem đến cho Đức Giê-hô-va, không phải tất cả những người xưng danh *Y-sơ-ra-ên*, mà là những người Đức Giê-hô-va đã giữ với ý định đó. *Ánh sáng...sự cứu rỗi*: Đầy tớ trong chính thân vị của Ngài là Ánh sáng của thế gian (so sánh 42:1–4, 5–9). Chúng ta nên dịch là 'để con làm sự cứu rỗi của Ta'. Do đó, 'con là đầy tớ Ta' (3) đối xứng với 'con là sự cứu rỗi Ta'. Cũng như thế gian sẽ nhận biết Ngài là ánh sáng họ cần thế nào, thì Ngài cũng là sự cứu rỗi họ cần thế ấy. Nhiệm vụ này vượt ngoài khả năng thực hiện của bất kỳ nhà tiên tri hay con người nào.

b. Lời xác nhận thiên thượng: thành công khắp thế giới (49:7–13)

Bài ca đầu tiên của Người Đầy tớ (42:1–4) đặt ra khuôn mẫu mà mỗi bài sau lần lượt lặp lại - thêm vào 'phần đuôi' xác nhận (xem 42:5–9): ở đây, tầm quan trọng của người đối với cả thế giới được xác nhận từ thiên thượng khi Đức Giê-hô-va báo trước sự phục tùng của dân ngoại đối với Đầy tớ (7), làm cho cân xứng với *giao ước* cho một Y-sơ-ra-ên được phục hồi (8); cuộc xuất hành trở về của Y-sơ-ra-ên (9–10) cân xứng với cuộc tập hợp từ khắp thế giới (11–12) và lời kêu gọi cả vũ trụ hãy ngợi khen (13). Điều Đầy tớ được kêu gọi thực hiện (1–6) được bảo đảm bởi lời phán thiên thượng (7–13).

7. *Y-sơ-ra-ên* (dòng b và h) chỉ về Đầy tớ. Xuyên suốt các chương 49–55, quốc gia này được gọi là *Si-ôn-* theo sau lập luận ở 48:1; và bởi vì nó đã để mất quyền được gọi bằng tên, tức quyền đã được chuyển qua cho Đầy tớ (3). Trong thực tại đầy trọn của bản tính thiên thượng (*Đấng Thánh*), Đức Giê-hô-va là Người Thân Gần Nhất (*Đấng Cứu Chuộc*) để đáp ứng mỗi nhu cầu của Đầy tớ và bảo đảm sự thành công của người. Ê-sai nhận biết rằng Đầy tớ sẽ bị *khinh thường* bởi chính dân mình và bị thống trị (*đầy tớ*) bởi thế giới (*kẻ có quyền thế...các vua*), nhưng Người Thân Gần Nhất *thành tín* sẽ giúp Đầy tớ Ngài vượt qua đến mức độ *các vua sẽ...đứng lên* và *các thủ lĩnh...quỳ lạy*. Những hành động tương phản 'đứng lên' và 'quỳ lạy' cho thấy sự thừa nhận với thái độ tôn trọng hoàn toàn.

8–9b. Việc nhắc đến *dân, xứ sở* và *cơ nghiệp* cho thấy chủ đề bây giờ là điều Đầy tớ sẽ làm cho dân tự xưng của Đức Giê-hô-va. Qua lời cầu nguyện (8b), với tư cách người của

---

[2]Trích từ A. Toplady, 'A debtor to mercy alone'. So sánh với Phi-líp 1:6.
[3]*Tập hợp Y-sơ-ra-ên cho Ngài* là cụm từ dường như có sự phân vân giữa *lō'* ('không') và *lô* ('cho Ngài'). So sánh với 9:2. 'Và việc Y-sơ-ra-ên không bị quét sạch' là cách hiểu mang tính khả thi dựa theo ngữ cảnh, nhưng bản Masoretes (bây giờ được hậu thuẫn bởi bản Q^a) đề nghị cụm từ thích hợp hơn: 'cho Ngài'.
[4]Có một chút không rõ ràng về bản văn ở đây. Từ liệu trong bản văn (*nāṣîr*) không xuất hiện chỗ nào khác nữa, dù đó là một danh từ bị động được tạo thành cách đúng đắn, 'những người được bảo vệ'. Bản MT đề nghị cách đọc

giao ước (8d); Đầy tớ sẽ đem đến phước lành gồm bốn phương diện: sự khôi phục (8f), tài sản (8g), sự giải phóng (9a) và sự biến đổi (9b). *Sự cứu rỗi* là 'khi ngươi cần hành động giải cứu của Ta' - mô tả Đầy tớ bị cưỡng ép - cũng như ý nghĩa rộng hơn của điều Đầy tớ sẽ thực hiện cho người khác. *Làm giao ước:* người sẽ *là giao ước* trong chính con người mình, tức là chỉ có ở trong Ngài, kết hiệp với Ngài, thì mới có thể tận hưởng các phước lành của giao ước. *Phân bổ lại:* nghĩa đen là 'làm cho thừa kế/sở hữu', nghĩa là đưa vào sự sở hữu thật sự, chắc chắn. Ê-sai nhìn thấy tương lai trên phương diện những việc sẽ tự nhiên đến với ông. Dựa vào Giăng 18:36 và Công Vụ Các Sứ Đồ 15:15–18, chúng ta thấy rằng xứ sở, sự khôi phục, phu tù và tối tăm, tất cả đều tượng trưng cho phước hạnh thuộc linh.

9c–10. Cuộc xuất hành khỏi Ai Cập đưa đến hành trình ở dưới sự chăm sóc của Đức Chúa Trời thể nào, thì trong hành trình của tấm lòng quay về với Đức Giê-hô-va cũng có sự chu cấp thể ấy (9cd), với đồng cỏ *trên đường đi*, nghĩa là có sẵn để dùng, và đồi *trọc* trở nên màu mỡ; sự bảo vệ (10ab) từ sự yếu đuối bên trong của cơn *đói* và *khát* và mối đe dọa bên ngoài của *hơi nắng* và *mặt trời* (*hơi nắng* được dịch từ *šārāb*, có lẽ có nghĩa là 'ảo tưởng'- trong văn cảnh này có nghĩa là sự thất vọng đe dọa); và *trách nhiệm bảo vệ* (10cd), vì hành trình ở dưới sự chăm sóc thiên thượng. Đức Giê-hô-va yêu mến dân sự với lòng *thương xót* (√*rāḥam*, tình yêu của người mẹ [1 Vua 3:26] lẫn của người cha [Thi 103:13]), trong sự chăm sóc của Ngài (*dẫn dắt...đem*), và lòng rộng rãi của Ngài (*các suối nước*).

11–12. Không điều gì ngăn cản việc tập hợp toàn thế giới lại: *núi,* cản đường, trở thành *đường đi.* Không ai đi lạc: *các đường cái, được* bồi đắp cao hơn các vùng xung quanh, dễ dàng được nhìn thấy. Không có khoảng cách (*từ nơi xa*) hay sự phân tán nào (*phương bắc...phương tây*) có thể ngăn cản họ, nơi chốn xa lạ cũng không thể: *Si-nim* [bản NIV dịch là 'Aswan' – ND] là tên suy đoán từ chữ gốc *sînîm*.[5] Rất có thể là Ê-sai hoàn toàn không rõ. Ngay cả những địa danh không có trên bản đồ thì Chúa cũng biết, và Ngài sẽ tập hợp những người hành hương từ chính những nơi đó.

13. *Trời* và *đất* là những thực tại trái ngược tạo nên tổng thể. *Núi* có lẽ được chọn ra vì là những nơi mà từ đó tin tức tốt lành được rao ra (40:9), hay có lẽ tiêu biểu cho chính trái đất rắn chắc, đã từng bị hư hoại bởi tội lỗi của con người và bây giờ được giải phóng trong sự giải cứu con cái Đức Chúa Trời (Rô 8:20–21). *Reo hò...vui mừng...hát ca:* ca hát diễn tả việc bước vào nhận lấy điều Đức Giê-hô-va đã hoàn tất mà dân sự không góp phần vào (12:1; 24:16; 25:1; 30:39; 54:1). Đức Giê-hô-va đã thực hiện; tất cả mọi điều họ làm là ca hát! *Dân Ngài:* trong 45:17 và câu 25, ngữ cảnh đòi hỏi *Y-sơ-ra-ên* phải bao gồm mọi dân được tập hợp từ khắp thế giới thế nào, thì ở đây *dân Ngài* là tất cả những người được bao bọc bởi công việc của Đầy tớ (5–6, 7–12). *Kẻ khốn khổ:* kẻ bị áp bức, trong ngữ cảnh hiện tại chỉ về nhu cầu và sự bất lực thuộc linh của họ. *An ủi* là điều Đức Giê-hô-va thực hiện, *thương xót* (xem câu 10) là điều Ngài cảm nhận.

c. Dân tộc và Đầy tớ, sự tương phản: không đáp ứng và đáp ứng (49:14–50:11)

Tiếng phàn nàn (14) là sự tuột dốc thảm thương từ đỉnh điểm sau sự sôi nổi ở câu 13, nhưng nó tạo nên sắc thái cho bước tiếp theo trong lập luận của Ê-sai. Si-ôn đổ nát, vỡ vụn, hoang vắng sau nhiều năm dài trống rỗng, đưa ra bức tranh về chính dân sự - đúng như lúc chúng ta gặp họ ở 40:27; 45:9–11; 46:8–12, thất vọng, chủ bại và lầm bầm. Nhưng, mặc

---

[5]*'Sinim',* bản NIV mg., là từ liệu xa lạ với chúng ta. 'Aswan' chỉ là sự suy đoán (so sánh với Êxê 29:10; 30:6 [các bản Việt ngữ viết "Sy-e-nê" - ND]). Bản Q^a đọc là *swnyym* mà, một lần nữa, có thể là Aswan, nhưng nhiều khả năng bản Q^a cũng chỉ suy đoán như chúng ta. Việc đồng nhất *Sinim* với Trung Hoa là thiếu bằng chứng.

dù họ thích sự đau đớn hơn những lời hứa của Chúa (49:14–50:3), thì Đầy tớ một lần nữa nói trong sự vâng phục đáng tin cậy (50:4–9). Ở 42:18–25, tình trạng không xứng đáng của Y-sơ-ra-ên không phù hợp để làm Đầy tớ của Đức Giê-hô-va; còn bây giờ sự xứng đáng của Đầy tớ khiến Ngài đủ điều kiện cho công tác này. Một mặt, Si-ôn được dẫn dắt để tin cậy (49:14–26) nhưng sẽ không tin cậy; mặt khác Đầy tớ được cảnh báo về sự chịu khổ sẽ đến (50:5,6) nhưng đáp lại với sự cam kết. Sự tương phản giữa Đầy tớ; tức là Y-sơ-ra-ên (49:3) và Si-ôn, vốn từng là Y-sơ-ra-ên (48:1–2) là điểm đáng chú ý. Nhưng Đức Giê-hô-va không từ bỏ dân Ngài mà tìm cách thu phục họ về với đức tin bằng những lời hứa quý giá của Ngài.

Những lời hứa về tính không bao giờ quên (49:14–16). 14. *Từ bỏ...đã quên* tương ứng với 'xa mặt cách lòng'. Đức Giê-hô-va (Yahweh) là Đức Chúa Trời, Đấng đã chọn và cứu chuộc dân phu tù của Ngài ở Ai Cập (Xuất 3:15): lẽ nào Ngài có thể quên dân Ngài đang bị giam giữ sao? *Đức Giê-hô-va* (*'ǎdōnāy*) là Đấng Tối Cao không thể bị ép buộc hay ngăn cấm.

15–16. Mẹ và trẻ sơ sinh bị ràng buộc bởi sợi dây phụ thuộc (*cho con mình bú*) và cuộc sống (*đứa con nàng đã sanh*; nghĩa đen là 'con ruột mình'), nhưng cho dù mối quan hệ này bị lơ là; thì Đức Giê-hô-va vẫn không như vậy. *Ta* là để nhấn mạnh, 'còn đối với Ta'. Tình yêu không bao giờ quên của Chúa vượt trội hơn cả điều tốt đẹp nhất trên đời này. *Nầy*, ngụ ý một cử chỉ, bàn tay giơ ra để kiểm tra, được chạm bằng những vết thương của tình yêu tự gây ra cho mình. *Các tường thành của con* hoặc là tường thành bị đổ nát trong lời thỉnh cầu thầm lặng của họ (Thi 74:3; 102:13–14) hoặc có lẽ là bản thiết kế Giê-ru-sa-lem mới của Chúa.

Lời hứa về sự gia tăng (49:17–20). Theo cách hiểu của con người, gia đình sum họp[6] là liều thuốc hảo hạng đối với nỗi nhớ nhung của người làm cha mẹ.

17. *Phá hoại, hủy diệt* là hai động từ trong tiếng Hê-bơ-rơ, 'làm con sụp đổ và tàn phá con' như thế Đức Giê-hô-va bảo đảm với Si-ôn đáng thương rằng Ngài hiểu tiến trình phá hủy và cảnh hiu quạnh sau đó kinh khủng như thế nào.

18–20. Có ba phương diện trong lời hứa về sự biến đổi: người mẹ nản lòng được ban cho một khởi đầu tươi mới trong niềm vui mừng giống như *cô dâu* (18), thành trống vắng được lấp đầy và không còn bị đe dọa (19) và những cư dân mới lạc quan và hướng đến tương lai (20)

Lời hứa về sự thống trị thế giới (49:21–23). Câu hỏi của Si-ôn cũng là câu hỏi của chúng ta: sự tụ họp và gia tăng mà nhà tiên tri hứa hẹn là gì (20)? Nó sẽ xảy đến như thế nào? Đó không phải sự phát triển tự nhiên (21) mà là hành động của Đức Chúa Trời (23ef) trên phạm vi toàn cầu, liên quan đến sự phụ thuộc của thế giới vào lợi ích của dân sự Chúa (22–23d). Đằng sau điều này là ngọn cờ liên quan đến Đấng Mê-si-a ở 11:12, Năm Hân Hỉ ở 27:12–13 và khải tượng về thế giới ở 44:14–25. Lời giải thích cho sự cằn cỗi được biến đổi sẽ đến ở 54:1–17. Ê-sai đang sử dụng hình ảnh của thành đổ nát, dân lưu đày bị bắt giữ, người nữ son sẻ và sự đoàn tụ từ khắp thế giới nhưng, ngược với bối cảnh của 49:1–6; 7–13, sự biến đổi là thành quả của công việc của đầy tớ, dân và thế giới được đem trở về cho Đức Chúa Trời.

---

[6]Trong câu 17, bản MT ghi *bānayî*, 'các con trai của con' nhưng nhiều người thích từ liệu trong bản Q[a] hơn, *bônayî*, 'người xây dựng của con', đưa ra một sự tương phản hay với 'những người tàn phá con'. Tuy nhiên, sự tương phản thật sự là giữa những người trục xuất con cái và sự trở về của con cái, kết thúc sự cai trị của những kẻ tiêu diệt. Chủ đề về con cái là trọng tâm của phần này.

21. *Mất hết con cái...không con:* sự son sẻ kép, không chồng không con. *Lưu đày...tản lạc:* 'bị bắt giữ và đuổi đi/xua đuổi', bây giờ thuộc về người khác, bị chính người thân mình khước từ.

22–23. *Giá tay:* 'Giơ tay lên'. Sự tể trị thiên thượng là sự tể trị mà ra cử chỉ thôi cũng đủ. *Dân ngoại* (nghĩa đen là 'các nước') *...muôn dân...các vua...các hoàng hậu:* cho dù trong tổ chức được tập trung hay trong bản thân của những con người vĩ đại, thì thế giới cũng luôn ngoan ngoãn phục tùng Đức Giê-hô-va để phục vụ cho những nhu cầu liên quan đến hoàn cảnh (*bồng... vác*) hay cá nhân (*cha nuôi... vú nuôi*) của các con cái Si-ôn và làm điều đó với tinh thần khúm núm thật sự (*cúi...liếm*). Như ở 45:14 bức tranh về thân phận nô lệ nhấn mạnh một chân lý thuộc linh rằng những người gia nhập vào dân sự Chúa phải trước hết phục tùng họ (1 Cô 14:25). Hình ảnh nói đến sự phụ thuộc chính trị, còn thực tế là sự mang ơn thuộc linh. *Trông cậy* là 'chờ đợi (với sự mong đợi trong sự tin cậy): (40:31).

Lời hứa về sự giải cứu (49:24–26). 24. Gọi con cái Si-ôn trở về nhà trước nhất đòi hỏi phải phá bỏ những thế lực cầm giữ họ (*chiến lợi phẩm...từ tay kẻ mạnh,* 24), nhưng còn có điều khác nữa: [*"công chính"* trong bản TTHĐ được viết là "kẻ bạo ngược" trong bản NIV - ND]. Từ *bạo ngược* là bản văn được chỉnh sửa;[7] MT dịch là 'công chính' - tức là giải cứu người bị bắt giam đòi hỏi không chỉ sức mạnh mà còn phải có quyền hợp pháp để làm điều đó. Giả sử họ có quyền hợp pháp để giữ tù nhân thì sao? Nếu người bắt giam có quyền bắt giữ tù nhân, thì có thể phủ nhận quyền đó không?

25. Cả hai câu hỏi trong câu 24 đều được trả lời: *người mạnh bạo* - ngay cả *kẻ bạo ngược* - đều phải phục tùng quyền lực mạnh hơn; ngoài ra Đức Giê-hô-va đề nghị dùng luật pháp đối với những kẻ tuyên bố có quyền hợp pháp trên dân Ngài: *chống cự* được dùng ở đây với ý nghĩa pháp lý, 'bào chữa vụ kiện'. Quyền năng lớn lao của Đức Giê-hô-va đủ để chống lại bất kỳ kẻ thù nào nhưng Ngài sẽ không bao giờ sử dụng quyền năng đó trừ khi nó phù hợp với những yêu cầu của luật pháo (45:21; 53:11; 54:14, 17; Rô 3:26), không vi phạm bản tính công bình của chính Ngài lẫn quyền của chính kẻ thù Ngài (15:16).

26. Hình ảnh *ăn thịt mình* và uống *máu mình* được lấy từ nỗi kinh hoàng của tình trạng bị bao vây. Thực tế là những người chống nghịch Chúa và dân sự Ngài kinh nghiệm sự tự hủy diệt của tội lỗi - một điểm đặc trưng thường gặp trong những cuộc chiến của Đức Giê-hô-va (Quan 7:22; 1 Sa 14:20; 2 Sử 20:23–24). Điều này sẽ tạo thành một sự mặc khải trên khắp thế giới (*Mọi người sẽ biết rằng*) rằng Chúa là Yahweh (Đức Giê-hô-va) - Đấng giải cứu dân sự Ngài, như ở Ai Cập, và lật đổ kẻ thù Ngài; là *Cứu Chúa* ($\sqrt{y\bar{a}\check{s}a'}$, 25:9); là *Đấng Cứu Chuộc,* hay Người Thân Gần Nhất (35:9–10); và là *Đấng Toàn Năng của Gia-cốp. Toàn năng* chỉ tập chú vào thuộc tính quyền năng, sức mạnh tuyệt đối của Chúa được kết hợp với sự thịnh vượng của một *Gia-cốp* không xứng đáng.

Lời hứa về tiền chuộc (50:1–3). 1. Ê-sai theo đuổi vấn đề về tính hợp pháp được nêu lên ở 49:24–25. Ông đưa ra hai bức tranh: ly hôn và nô lệ. Theo Phục Truyền Luật Lệ Ký 24:1–4, một cuộc ly hôn có thể khởi xướng một loạt những sự việc khiến cho việc khôi phục lại cuộc hôn nhân ban đầu là không thể được. Việc không có *giấy* cho thấy tiến trình này chưa bắt đầu. Đối với tình trạng nô lệ, trong trường hợp không có tiền bồi thường, thì người chủ nợ được quyền bắt những người phụ thuộc vào người mắc nợ làm nô lệ một cách hợp pháp (Xuất 21:7; 2 Vua 4:1 và các câu tiếp theo; Nê. 5:1–5), và hễ chừng nào tình trạng này vẫn còn tồn tại, thì mọi quyền đều thuộc về chủ nợ, người mắc nợ không có quyền gì cả.

---

[7]Việc sửa đổi *zaddîq* ('công chính') thành '*arîş*, bắt chước theo bản Q[a], là điều thường thấy, nhưng chỉ có thế thực hiện khi không ảnh hưởng đến sự trọn vẹn của giáo lý.

Trong cả hai trường hợp, phải đáp ứng những yêu cầu pháp lý. Nhưng nó có áp dụng vào những tình huống này không? Lỗi của sự ly dị là vì không có tình yêu bất diệt; lỗi của tình trạng nô lệ là vì sự yếu đuối của quyền năng tối thượng, và lạm dụng nguồn lực tối cao. Tuy nhiên, sự thật thì hoàn toàn khác, vì tất cả đều là vấn đề thưởng phạt tội lỗi cách thích đáng ('*awōn*, 1f), là vấn đề lầm lạc bên trong của tấm lòng (6:7), và *sự vi phạm* (*pešaʻ*, 1g), 'cố tình nổi loạn'. *Bị bán*: so sánh Quan 2:14; 3:8; 4:2; 10:7.

2–3. *Tại sao...không ai?* Vì ly hôn lẫn tình trạng nô lệ đều không giải thích được sự lưu đày của Si-ôn, nên họ không thể biện hộ cho sự sụp đổ không thể cứu vãn hay những rào cản pháp lý; họ không thể biện minh cho sự thất vọng đáng thương. Nếu Đức Giê-hô-va chọn gọi họ quay về với chính Ngài, thì Ngài có thể làm điều đó - Ngài là bên bị xúc phạm, không phải họ! Vậy tại sao không ai đáp lại? Cách diễn đạt rất dứt khoát - 'chẳng có một ai...không ai' – và đưa ra một sự tương phản ấn tượng với (4) một giọng nói đáp ứng của Đầy tớ. *Tay...ngắn* là (nghĩa đen) 'bàn tay...ngắn'. Ý niệm 'tay ngắn' xuất hiện ở 59:1 (xem Dân 11:23) và có liên hệ đến cách dùng từ 'tay' với ý nghĩa nguồn lực (tài chính) (Lê 5:7, *không đủ khả năng* = 'tay không thể với tới'; 12:8; 14:21). Động từ *chuộc* bao hàm ý 'trả giá' (1:27; 35:10) theo yêu cầu để có được tự do. Do đó, ở đây nêu lên câu hỏi đầy phẫn nộ, liệu rằng có phải Chúa thiếu tiền để mua lại vợ Ngài hay không (Ô-sê 3:2), để chuộc nô lệ hay tìm được số tiền bồi thường thích đáng vì tội lỗi của họ - tóm lại là Chúa có thể làm thỏa mãn luật pháp không? Câu hỏi tiếp theo là liệu Ngài có quyền năng *để giải cứu* không (tức là khỏi quyền lực của chủ nợ). Và nó được trả lời bằng bằng sự kêu gọi về bằng chứng của sự sáng tạo (2e–3; so sánh A-mốt 4:13; 5:8–9; 9:4–5). Quyền năng của Đức Giê-hô-va trên cõi tạo vật chứng minh rằng Ngài có khả năng làm bất kỳ điều gì Ngài muốn; hứa hoặc là đe dọa. Cụ thể, Ngài có thể tạo sự thay đổi sâu sắc trên đất (2ef; Thi 106:9), giữa những loài vật sống (2gh; Xuất 7:17–18) và ở trên bầu trời (3; Xuất 10:21–23). Ê-sai chọn những minh họa về quyền năng thiên thượng cũng minh họa về sự can thiệp của Đức Giê-hô-va để giải cứu, quyền năng vì lợi ích của dân sự Ngài chống lại những kẻ áp bức. Không đáp ứng một Đức Chúa Trời như thế là việc làm không thể bào chữa được.

Y-sơ-ra-ên vâng phục: Đầy tớ đáp ứng (50:4–9). (Về phần này, xem thêm ở 53:7–9). Một tiếng nói mới cắt ngang lời phê bình nhận xét đầy phẫn nộ của Đức Giê-hô-va (2–3). Trái với 'chẳng có một ai cả' ở câu 2, có một người chứng tỏ có nghe và đáp ứng (5). Người nói dùng ngôi thứ nhất nhưng không tự nhận diện mình, và mãi đến 'phần đuôi' (10–11), chúng ta mới biết chúng ta đang nghe Đầy tớ nói. Bắt nguồn từ manh mối dễ bị bỏ qua ở 47:9 rằng Đầy tớ là người chịu khổ ('bị khinh thường và ghê tởm') và bị giáng cấp, những nỗi đau khổ sâu xa mà chính người phải chịu được mô tả và truy nguyên nhân, đó là vì kiên quyết vâng lời Đức Giê-hô-va. Bốn lần *Chúa là Đức Giê-hô-va*, Đức Chúa Trời cứu rỗi với tất cả quyền năng tuyệt đối của Ngài, được đặt ở vị trí nhấn mạnh (4, 5, 7, 9) và chia lời chứng thành các bộ phận cấu thành.

4. Nhờ quà tặng của *Chúa là Đức Giê-hô-va*, người có *cái lưỡi của người được dạy dỗ*, (nghĩa đen) 'lưỡi của những người được/đang được dạy dỗ': tóm lại là 'lưỡi của môn đồ'. Cũng từ này (*limmûdîm*) được dịch là 'môn đồ' ở 8:16. Và vì người được Đức Giê-hô-va môn đồ hóa trong cách nói và trong điều phải nói, nên người có thể thi hành mục vụ bằng lời một cách hiệu quả: *để Ta biết dùng lời nói nâng đỡ*. Động từ được dịch là *nâng đỡ* (√*ût*) không xuất hiện chỗ nào khác nữa. Một số gợi ý bao gồm 'có khuynh hướng thiên về = an ủi', 'đáp ứng (với nhu cầu)'; những bản đã sửa lỗi bao gồm ý nghĩa 'dẫn dắt' và 'chăm sóc', nhưng gợi ý lâu đời nhất vẫn có giá trị, liên hệ động từ với danh từ *ʻēt*, 'thời điểm đúng lúc, thời cơ', do đó còn có nghĩa là 'đúng lúc', 'lời nói đúng lúc'.[8] Điều này nhấn mạnh vai trò 'tiên tri' của Đầy tớ, nổi bật xuyên suốt (42:2; 49:2; 53:9). *Mệt mỏi:* 'ngất' dưới những đòi hỏi của cuộc sống. Trong câu 4cd chúng ta đi từ lời được nói đến lời được nghe. Mối liên kết không được giải thích nhưng lại rõ ràng: chỉ những người nghe lời mới có thể chia sẻ lời ấy. Người làm chứng về một kinh nghiệm (*Ngài đánh thức*), một thời điểm (*buổi sáng*), sự đều đặn (*mỗi*), một mục tiêu (*tai Ta để lắng nghe*, nghĩa đen 'nghe') và một đặc điểm (*như người*, nghĩa đen 'những người này', là người *được dạy dỗ,* hay 'như các môn đồ'). Chính Đức Giê-hô-va là Đấng khởi xướng, đánh thức Đầy tớ của Ngài để tương giao vào buổi sáng; lời Đức Chúa Trời là trọng tâm của sự tương giao đó; mục tiêu là chuyển tải lẽ thật qua lỗ tai đến tâm trí - và đây là ý nghĩa cốt lõi của môn đồ: 'phiên gác buổi sáng' không phải sự chu cấp đặc biệt cho một Đầy tớ đặc biệt; đó là chương trình giảng dạy tiêu chuẩn cho tất cả những người là môn đồ.

5–6. Trong tiến trình môn đồ hóa *mỗi buổi sáng,* Đầy tớ học biết ý muốn của Chúa. Chính trong buổi học như thế mà Đức Giê-hô-va *đã mở tai Ta* (nghĩa đen 'tai'). *Không chống lại* chỉ ra điều được bày tỏ: điều Đức Giê-hô-va muốn người thi hành và trở thành. Đó là vấn đề vâng phục, mà người đã *không chống lại. Thối lui:* nghĩa đen là 'trốn ra sau', có hành động lẩn tránh. Nói cách khác, sự mặc khải người nhận được là sự mặc khải có những đòi hỏi mà khuynh hướng tự nhiên là 'lùi lại' trước những đòi hỏi đó. Cho nên; người đang thể hiện sự cương quyết sẽ tái xuất hiện trong câu 7, và vì lý do này mà chúng ta có thể dịch cách hợp lý những động từ sau là 'những động từ chỉ sự quyết tâm ở thì hoàn thành': khi ý muốn của Đức Chúa Trời được bày tỏ 'Ta quyết tâm xoay lưng lại...không trốn đi...' Có lời cảnh báo trước về sự khốn khổ sẽ đến, và dũng cảm đối diện nó, kiên quyết chấp nhận và kiên trì hoàn thành: đánh bằng roi (*lưng*), tra tấn (*má*) và sự sỉ nhục đáng ghê tởm (*sỉ vả và nhổ nước bọt*; Mat 27:26–30; Mác 15:15–20; Giăng 19:1–3).

7–8. Cũng *Chúa là Đức Giê-hô-va* này, Đấng trang bị và dạy dỗ (4) và kêu gọi đến với sự khốn khổ khi vâng lời (5–6), bây giờ Đấng ấy đồng hành để giúp đỡ. Nhận biết sự giúp đỡ từ thiên thượng (7a), thêm sức mạnh cho Đầy tớ để người tin rằng mình có thể làm được (7b), quyết tâm làm nhiệm vụ (7c) với sự tự tin (7d): lẽ phải đứng về phía người và Đức Giê-hô-va sẽ bênh vực cho người (8). *Xấu hổ...hổ thẹn* (7): đây là 2 động từ đồng nghĩa, ở đây có nghĩa là; sau khi bắt tay vào công việc cụ thể này, sẽ không ai thấy rằng người đã có cam kết đối trá. *Làm cho mặt Ta*: so sánh Lu-ca 9:51, 'quyết tâm lên đường' (nghĩa đen 'làm cho mặt Ngài') và 9:53 'Ngài đi về hướng' (nghĩa đen 'mặt Ngài ở'). *Minh oan*: ở 45:21 và 49:24–25, ý được nhấn mạnh là tính thiêng liêng của luật pháp phải được bảo toàn. Cho nên, ở đây sự xung đột giữa Đầy tớ và những kẻ đàn áp người được mô tả như một khung cảnh ở tòa án. Cho dù người được Đức Giê-hô-va kêu gọi làm gì (5), cho dù việc đó đòi hỏi phải chịu khổ như thế (6) và quyết tâm như thế (7), thì cũng phải thỏa mãn mọi yêu cầu pháp lý. *Gần* (8) tương đương với cách dùng từ *gōʾēl,* Đấng Cứu Chuộc, Người Thân Gần Nhất (Lê 21:2–3; 25:25; Dân 27:11; Ru 2:20; 3:12). *Tranh tụng với Ta*: chính Đầy tớ ở ghế bị cáo, nhưng người tin rằng cho dù vấn đề *tranh tụng* có là gì đi nữa (8b) hay ai tranh tụng (8d), thì những lời cáo buộc cũng không thể giải thích được (Mat 27:3–4, 19, 24; Mác 15:3; Lu 23:4, 10, 14–15, 41; Giăng 8:46; 19:6).

---

[8] Từ quan điểm về ngôn ngữ học, √*ût* là từ hợp lý nhất có liên quan với *ʿēt,* 'đúng lúc'. North (*Second Isaiah*) ghi lại một ý nghĩa có thể có bắt nguồn từ tiếng Ả-rập, 'an ủi'. Thay vì *lāʿût, BHS* thích việc sửa lỗi của từ *lirěʿōt,* 'chăn giữ'. C. C. Toeery cho rằng *lāʿût* là sự lấy âm sai của từ đứng ngay trước đó *lādaʿat* ('biết'), nhưng từ một động từ được đánh vần giống như vậy 'chăm sóc' (*Second Isaiah* [T & T. Clark, 1928]).

9. Ở đây tiếp tục bối cảnh tòa án nhưng ý nhấn mạnh được thay đổi: Đầy tớ tự tin (8) vào bản án thế nào, thì người cũng tin tưởng (9) vào sự thất bại của đối thủ thế ấy. Vì Đức Chúa Trời ở về phía người, thì ai có thể chống lại người? – nhưng không phải vì thiên vị hay quyền lực mạnh hơn theo đúng nghĩa, mà vì không có lời kết tội nào có thể chống lại người. *Định tội* nghĩa là 'chứng tỏ tôi có tội'. Những yếu tố bên trong (*cũ mòn*) và yếu tố bên ngoài (*mối*) sẽ phơi bày tính chất tạm thời của những kẻ buộc tội người.

Đầy tớ, mẫu mực và kiên quyết (50:10–11). 'Phần thêm vào' của hai Bài ca về Đầy tớ (42:5–9; 49:7–13) xác nhận những phương diện trong nhiệm vụ của Đầy tớ; 'phần thêm vào' hiện tại và cuối cùng (54:1–55:13) là những lời kêu gọi đáp ứng với Đầy tớ. Ý tưởng kết hợp những câu này là sự sáng (10d, 11c). Có hai loại người: một loại (10) *không có sự sáng* nhưng *nghe theo tiếng của Đầy tớ Ngài* bằng cách đối diện với bóng tối bằng sự *tin cậy* và nương tựa. Những người khác (11) tìm cách chinh phục bóng tối bằng những ngọn lửa do họ tự làm ra. Kết quả của loại người thứ nhất không được chỉ rõ; những người khác phải chịu phản ứng bất lợi từ thiên thượng (11e) và *nằm xuống trong đau khổ* (11f). Sự toàn hảo của Đấng mà không lời buộc tội nào có thể nghịch lại (8) khiến Ngài trở thành mẫu mực cho chúng ta (10); số phận của những kẻ tố cáo (9) sẽ giống như số phận của những kẻ từ chối con đường của Ngài (11). Cũng như Ngài đã sống vâng phục (5), tin cậy và nương tựa (7, 9) thể nào thì những người noi gương Ngài cũng phải sống như vậy (10).

10–11. *Kính sợ Đức Giê-hô-va* và *nghe theo...đầy tớ Ngài* song song với nhau. Con đường dẫn đến lòng kính sợ Chúa là vâng lời Đầy tớ. *Bóng tối...không có sự sáng:* đối với người, con đường vâng phục (5–6) đem đến những ngày tối tăm. Như Ngài là gương mẫu thế nào, thì những trải nghiệm của Ngài cũng là chuẩn mực thế ấy. *Nương tựa:* 'dựa'. Không đơn giản (11) là những người chọn phương cách tự giải quyết trước bóng đêm cuộc đời không có nguồn lực nào khác để nhờ cậy (*đi giữa ngọn lửa*); nhưng khước từ con đường của sự tin cậy và nương tựa, thì họ phải gánh chịu sự chống nghịch thiên thượng. *Tay* của Đức Chúa Trời giơ ra nghịch lại họ. *Sự đau khổ* (*ma'ăṣēbâ*), từ liệu chỉ xuất hiện ở đây, nhưng động từ của nó √'*āṣēb* (vd: 63:10) bảo đảm rằng từ liệu mang ý nghĩa đau khổ, đau đớn và khó chịu - thậm chí là 'nơi đau đớn' - cụ thể là nỗi đau của tội lỗi dưới sự rủa sả của Đức Chúa Trời (Sáng 3:13–14; 5:29).

d. Viễn cảnh cứu rỗi: dân sót đang nhìn xem (51:1–52:12)

Ê-sai 50:10 là câu Kinh thánh quan trọng trong sự mô tả tiệm tiến của Ê-sai về Đầy tớ. Khi Đầy tớ lần đầu xuất hiện ở 42:1, việc liên kết người với đầy tớ, là Y-sơ-ra-ên, ở 41:8 là hợp lý; nhưng việc phơi bày Y-sơ-ra-ên đui mù, bị trói buộc và phạm tội thuộc linh (42:18–25) đã loại trừ sự nhận diện đó. Hai câu Kinh thánh trong Ê-sai 48:1 cùng 49:3 chứng thực sự tương phản giữa Y-sơ-ra-ên, là đối tượng đã đánh mất quyền được gọi bằng tên; và Đầy tớ, là người duy nhất sở hữu tên gọi đó. Phần đuôi cho lời chứng của Đầy tớ ở 50:4–9 đưa vấn đề đi đến một bước nữa: Đầy tớ nổi lên cách đặc biệt như là gương mẫu cho tất cả những ai sống đời sống tin cậy và nương tựa - nói cách khác, Đầy tớ không phải là dân sót có lòng tin trong quốc gia Y-sơ-ra-ên. Ở 8:9–20, Ê-sai cho rằng kính sợ Đức Giê-hô-va (8:13), nương tựa nơi Ngài (14) và trung thành với 'lời chứng', 'luật pháp' và 'lời phán' của Ngài (16, 20) là những đặc điểm nổi bật của dân sót; nhưng bây giờ sự 'kính sợ' và vâng lời đó tập trung vào Đầy tớ, là tâm điểm phân biệt giữa người tin (50:10) và người không tin (50:11). Đây chính là ý mà 51:1 bắt đầu phần tiếp theo với bài nói chuyện mở đầu dành cho tất cả *những người đeo đuổi sự công chính* và *tìm kiếm Đức Giê-hô-va,* nghĩa là dân sót trung thành. Đây là phần trình bày liên tục và mạch lạc: ba lời kêu gọi mở đầu bằng 'hãy nghe' (51:1, 4, 7) tương ứng với ba lời kêu gọi kết thúc hãy tỉnh thức và hành động (51:17; 52:1, 11). Ở giữa là lời kêu gọi hành động đầy ấn tượng của Đức Giê-hô-va (51:9–11), theo sau là phần 'nghỉ giải lao' để suy ngẫm (51:12–16).

i. Mạng lệnh hãy lắng nghe: những lời hứa về sự cứu rỗi (51:1–8). Ba lời kêu gọi này tiếp nối nhau theo trình tự: lời thứ nhất (1–3), nói với dân sót, hứa *an ủi* Si-ôn (3). Tuy nhiên, lời hứa được diễn đạt trong những thuật ngữ liên quan đến Ê-đen và Áp-ra-ham (2), và những ý nghĩa trên phạm vi toàn cầu được tiếp tục trong lời kêu gọi thứ hai (4–6) với những lời hứa cho *các dân* và *các hải đảo* (5). Lời kêu gọi thứ ba (7–8) là lời khẳng định rằng không có sự chống nghịch nào có thể tồn tại (8ab) và rằng mục đích của Đức Giê-hô-va là đời đời (8cd).

Áp-ra-ham, Si-ôn và Ê-đen (51:1–3). Chữ *Ta* trong câu 1 cũng là *Ta* trong câu 2, là Đức Giê-hô-va, Đấng kêu gọi Áp-ra-ham; nhưng tiếng nói cuối cùng bảo *Hãy nghe Ta* (1) là Đầy tớ (49:1). Liệu chúng ta có thể nói rằng Ê-sai đang bắt đầu ngụ ý nhiều điều hơn về Đầy tớ chứ không chỉ là nguồn gốc con người (49:1), vấn đề mà ông sẽ khai triển rõ ràng hơn ở 53:1 được không?

1–2. *Đeo đuổi...tìm kiếm:* cả hai động từ đều thuộc vốn từ chỉ lòng sùng đạo. (Với 'đeo đuổi', xem Phục 16:20; Thi 34:14; 38:20; Châm 21:21; Ô-sê 6:3; với 'tìm kiếm', xem Phục 4:29; 2 Sử 15:15; 20:4; Thi 27:8; 105:4; Ô-sê 3:5). Cả hai đều diễn tả sự quyết tâm hay cam kết; cũng như từ 'đeo đuổi' không mô tả điều vượt quá tầm với thế nào, thì từ 'tìm kiếm' cũng không ngụ ý điều bị đánh mất thế ấy. Những người trung thành đeo đuổi *sự công chính* - tức là kiên trì để cho đời sống mình trở nên phù hợp với những tiêu chuẩn luật pháp Chúa đã được bày tỏ - và *tìm kiếm* sự hiện diện của Đức Chúa Trời. Từ khởi đầu không mấy triển vọng của *Áp-ra-ham* và *Sa-ra* (2), Đức Giê-hô-va đã tạo ra con cái, các dân và các vua mà Ngài đã hứa (Sáng 17:3–7; Rô 4:17–21; Hê 11:11–12). Ê-sai không chú tâm vào sự bất lực của con người trong điều Đức Giê-hô-va đã làm để đem một gia đình ra khỏi tình trạng son sẻ; ông tập chú vào tình trạng cô độc của tổ tiên - ông là một đã trở nên *nhiều* - và ông xem đây là thước đo điều Đức Giê-hô-va có thể làm.

3. *An ủi...an ủi* cùng một động từ Hê-bơ-rơ, như ở 40:1. Việc lặp lại hai lần là cách diễn đạt chỉ sự chắc chắn (Sáng 41:32). Đằng sau cụm từ *nơi đổ nát* là ý chỉ sự khô cằn, vì vậy không sinh sản được. *Hoang mạc*, tổng quát hơn là chỉ về vùng quê rộng lớn, đất đai chưa được canh tác nhưng *đồng hoang* nắm bắt chính xác ý này (Biển Chết được gọi là 'Biển của đồng hoang', Giô 3:16 [bản TT dùng 'biển đồng bằng' – ND]). Bức tranh của sự biến đổi này - cằn cỗi trở thành màu mỡ, thứ hoang dại trở nên ngăn nắp, thứ bỏ hoang trở nên phong phú và dư dật - trở nên rực rỡ bởi lời ám chỉ đến *Ê-đen* được phục hồi, một hình ảnh vượt ra ngoài tính trật tự, vẻ đẹp và sự phong phú để nhìn thấy lời rủa sả bị cất bỏ (Sáng 3:18) và sự sáng tạo được khôi phục theo ý định thiên thượng: đất mới.

Thế giới, ánh sáng và sự cứu rỗi (51:4–6). Nếu có, thì phần này xác nhận ý nghĩa cho rằng *Hãy nghe* (nghĩa đen 'chú ý') *Ta* rất có thể là tiếng nói của Đầy tớ, nói trong thần tính của Ngài. Các câu này chứa đầy những hồi ức về phân đoạn đầu tiên nói về Đầy tớ (42:1–4, 5–9) với những từ ngữ *công lý, ánh sáng* và *sự công chính*. Trật tự được tạo dựng ở 42:5 minh họa quyền năng của Đức Giê-hô-va để thực hiện điều Ngài hoạch định qua Đầy tớ Ngài; ở đây tính tạm thời của nó là nền cho sự cứu rỗi đời đời của Ngài. Tương tự, việc nói đến *cánh tay* (5) chuẩn bị cho câu 9 và hướng đến 53:1.

4. Dân Ta: từ liệu *lĕ'ûm* được dùng ở số nhiều với nghĩa 'các dân', nhưng từ số ít chỉ xuất hiện thêm ở Châm Ngôn 11:26; 14:28 và ở Sáng Thế Ký 25:23, phân biệt dòng dõi Gia-cốp với dòng dõi Ê-sau. Ê-sai có lẽ đang nhớ lại điều này và giải thích rằng, trong toàn bộ con cháu, có một dân thật sự - là 'những người đeo đuổi' ở câu 1. Ở 2:2–4, chính việc luật pháp ra từ thành Đức Giê-hô-va là điều lôi kéo các dân, và Ê-sai nhớ lại lẽ thật đó ở đây. *Công lý*, như ở 42:1–4, là một phần từ vựng của lẽ thật được bày tỏ, lời tuyên bố dứt khoát từ tâm trí của Đức Giê-hô-va.

5. Về khía cạnh con người, *sự công chính* là làm theo bản tính được bày tỏ và những lời khẳng định của Chúa, đặc điểm của dân thật của Ngài (1); về phía thiên thượng, đó là phẩm chất và tiêu chuẩn của tất cả những điều Đức Giê-hô-va thực hiện - cho dân Ngài (49:25), cho Đầy tớ Ngài (50:8, 'minh oan' = xác nhận sự công bình của tôi) hay điều Đầy tớ làm (53:11). Trong câu này, *sự cứu rỗi* là điều Đức Giê-hô-va làm; *sự công chính* là phẩm chất được truyền qua. Công tác cứu rỗi của Ngài làm thỏa mãn những đòi hỏi công chính. *Cánh tay của Ta* (5c) nghĩa đen là 'các cánh tay Ta'. Có lẽ số nhiều chỉ sự đầy đủ, sự đầy trọn của hành động mang tính cá nhân từ chính Chúa. Chỉ có một nơi khác dùng từ này ở số nhiều chỉ về Đức Giê-hô-va là ở Phục Truyền Luật Lệ Ký 33:27: điều trước kia chỉ dành cho Y-sơ-ra-ên thì bây giờ dành cho thế gian.[9] *Cai trị* [bản NIV viết là 'công lý'], lẽ thật thiên thượng không thay đổi; *các hải đảo* (11:11; 40:15; 42:4), 'những nơi xa xăm nhất trên đất'; *trông đợi*, so sánh 42:4. Họ chờ đợi và hy vọng theo ý nghĩa nào? Luôn luôn có những người như Cọt-nây (Công 10) tha thiết mong ước sự sáng lớn hơn; nhưng, ở mức độ sâu xa nhất, có một nỗi thèm khát mãnh liệt của con người không nói ra được, đó là khao khát một cuộc sống của con người thật sự - 'thiết tha trông mong' của chính cõi sáng tạo (Rô 8:19). Qua Đầy tớ - *cánh tay Ta* (xem 53:1) - cuộc sống sẽ trở nên đúng nghĩa của nó, một cuộc sống thật (Giăng 10:10).

6. Sự cứu rỗi mang tính hoàn vũ của Chúa (4–5) cũng là sự cứu rỗi đời đời. Ngay cả những điều lâu dài nhất mà chúng ta biết – *trời...đất* và sự tồn tại của nhân loại (*cư dân*) - cũng chỉ tạm thời, nhưng *sự cứu rỗi* làm thỏa mãn *sự công chính* của Đức Giê-hô-va thì không như thế. *Tan ra*, 'bị phân tán', 'vỡ làm nhiều mảnh'; *cũ mòn*, không chống nổi tính phù du của nó; *như ruồi* có lẽ chỉ là 'theo cách tương tự'.[10] *Còn...không bao giờ chấm dứt*: nghĩa đen là 'tồn tại...không bị phá hủy.' 'Tồn tại' ám chỉ tính lâu bền bên trong; còn 'không bị phá hủy' chỉ về tính vững chắc của các lực lượng bên ngoài.

Sự hiểu biết, điềm tĩnh và tin tưởng (51:7–8). Những người *hiểu biết* không cần phải sợ mà có thể tin chắc rằng tất cả sẽ yên ổn.

7. *Điều đúng* là 'sự công chính'. Sự công chính mà họ 'đeo đuổi' (1) không phải là bộ luật bên ngoài mà là hiện thực nằm trong tâm trí (*hiểu biết*) và *trong lòng* - ngay trong chính nhân cách của họ. Nhưng bản chất của họ kích thích sự thù địch, đem đến *sự đả kích* hay 'chế giễu' và *lời sỉ vả* - danh từ chỉ xuất hiện ở đây nhưng có 'họ hàng' gần ở 43:28 ('phỉ báng', cũng xem Sô. 2:8). Động từ ($\sqrt{gādap}$) chỉ được dùng một lần chỉ về sự thù địch bằng lời đối với con người ('mắng chửi', Thi 44:16); bảy lần khác từ này xuất hiện liên quan đến sự phỉ báng Đức Chúa Trời. Điều này chứng tỏ sức mạnh của từ ngữ mà Ê-sai chọn lựa.

---

[9] A. D. Mayes cho rằng Phục Truyền Luật Lệ Ký 33 ắt hẳn tồn tại 'một khoảng thời gian đáng kể trước khi được hợp nhất vào vị trí hiện tại trong Phục Truyền Luật Lệ Ký' (*Deuteronomy* [Oliphants, 1979], trang 397). Cho nên, dù chấp nhận niên đại nào cho Phục Truyền Luật Lệ Ký, thì Ê-sai có lẽ cũng đã nghĩ đến ý này.

[10] Bản MT, *kĕmôkēn*, bình thường có nghĩa 'tương tự như vậy'. Về 'giống như ruồi', từ liệu *kinnîm* (số nhiều); 'muỗi', xuất hiện ở Xuất Ê-díp-tô Ký 8:16. Từ này không có số ít.

Người ta ('*ĕnôš*) là con người trong tình trạng yếu đuối hay chết - là tất cả những gì mà sự chống đối của con người cuối cùng cũng đi đến!

8. Đức tin thừa nhận rằng, cho dù những sự thù địch của thế gian có mạnh mẽ và kéo dài đến đâu, thì những thế lực hủy diệt cũng đang hành động như *mối* và *mọt* trong quần áo (8). *Ăn...nuốt* là một động từ được dùng hai lần, một sự lặp lại đáng chú ý (so sánh câu 3). *Sự công chính... ơn cứu rỗi*, so sánh câu 5; *còn* (nghĩa đen là 'tồn tại'), so sánh câu 6. *Mãi mãi* diễn tả tính vĩnh cửu bên trong; *đời này sang đời kia* mô tả tính lâu dài ngay trong kinh nghiệm của con người.

ii. Lời kêu gọi ấn tượng: cuộc xuất hành trong quá khứ và tương lai (51:9–11). Cũng như 45:8 nối tiếp phần Kinh thánh 45:1–7, những lời hứa ở 51:1–8 thúc đẩy lời kêu gọi thú vị mà Đức Giê-hô-va sẽ hành động không chậm trễ. Ai là người nói? Lúc này không thể là Đầy tớ vì (53:1) người là Cánh tay của Đức Giê-hô-va, là đối tượng của lời kêu gọi; có lẽ đó là nhà tiên tri, vô cùng phấn khích bởi khải tượng ông đã trình bày; có lẽ đó là dân sót có lòng tin đang ao ước được nhanh chóng nhận biết tất cả những điều mà họ luôn mong muốn. Trước những lời hứa của Chúa, thực tế về thái độ đáp ứng là khẩn thiết cầu nguyện cho những lời hứa đó được ứng nghiệm (so sánh Thi 44:23).

9. *Hãy thức dậy, thức dậy:* việc lặp lại hai lần ở đây nhằm tạo sức mạnh cảm xúc cho lời kêu gọi. Như thuyết nhân hình luận (mô tả Đức Chúa Trời/thần linh trong đặc tính, hành động như con người - ND) ở Xuất Ê-díp-tô Ký 2:24 chỉ về việc Chúa đột nhiên phục hồi ký ức sau một thời gian dài, thì cũng vậy, ở đây trong mắt con người, dường như Đức Giê-hô-va đã ngủ quên trên lời hứa của Ngài. Nhưng điều này chỉ có tính chất nhân hình luận với ý nghĩa về việc kêu cầu Chúa hành động cách khẩn trương và cấp bách mới đúng với chúng ta nếu chúng ta thình lình nhớ lại một nhiệm vụ đã quá hạn lâu ngày. *Mặc lấy:* khi Đức Giê-hô-va mặc lấy chính mình như một người lính trong Giô-suê 5:13, quần áo của Ngài tiết lộ Ngài như thế nào và Ngài định làm gì. Nhờ 'mặc lấy sức mạnh' mà Đức Giê-hô-va tập trung toàn bộ sức toàn năng từ bản chất thiên thượng và dấn thân hành động. Cánh tay *Đức Giê-hô-va*, giống với nhiều ý khác trong những câu này, nhìn lại cuộc xuất hành (Xuất 6:6; Phục 4:34; 5:15; so sánh Xuất 15:16; 1 Vua 8:42). Như 'Tay' tượng trưng cho tác nhân mang tính cá nhân thế nào, thì 'cánh tay' cũng tượng trưng sức mạnh mang tính cá nhân trong hành động thế ấy (52:10); ở đây là chính Đức Giê-hô-va trong sức mạnh can thiệp. Ngay cả những con người vĩ đại nhất của Cựu Ước cũng không được mô tả là *cánh tay* của Đức Giê-hô-va. Thay vào đó, 'cánh Tay' đã đi với Môi-se (63:12) và thêm sức mạnh cho Đa-vít (Thi 89:20–21). Phép ẩn dụ kêu cầu chính Đức Giê-hô-va hành động. *Ra-háp* (nghĩa là 'lớn miệng') là biệt danh của Ê-sai chỉ về Ai Cập (30:7; so sánh Thi 87:4) và chắc chắn Ai Cập bị phân tán bởi hành động xuất hành của Đức Giê-hô-va, nhưng ở đây vượt xa hơn yếu tố lịch Sử *Ra-háp* ('Tiamat') cũng là *quái vật* biển, trong thần thoại Ca-na-an - Ba-by-lôn việc nhân cách hóa sự lộn xộn được tôn sùng, tiêu biểu là hình ảnh biển ồn ào đe dọa, mà vị thần sáng tạo Marduk phải đánh bại trước khi có thể đeo đuổi công việc tạo dựng có trật tự. Dĩ nhiên, Kinh thánh không hề đề cập đến một cuộc chiến của các thế lực đối nghịch trước sáng thế như vậy, nhưng Kinh thánh không nề hà việc dùng biển và Ra-háp làm phương tiện để khẳng định sức mạnh tối cao duy nhất của Đức Giê-hô-va (Gióp 26:11–12; Thi 89:8 và các câu tiếp theo; A-mốt 9:3). Ê-sai không tin vào sự hiện hữu của những 'vị thần' như thế, nhưng báo hiệu bằng cách cho rằng dân sự Đức Chúa Trời luôn luôn bị thách thức về lòng trung tín bởi các nguyên cáo khác trong sự tận hiến, nhưng lịch sử của họ cho thấy Đức Chúa Trời của họ là Đức Chúa Trời duy nhất và là Đấng có quyền năng trên mọi quyền lực của kẻ thù. Cuộc vượt Biển Đỏ (10) minh họa rằng 'biển' với tất cả sự tác oai tác quái của nó chỉ có thể làm theo mệnh lệnh của Đức Giê-hô-va (Thi 93:3–4). Không điều gì có thể ngăn cản Ngài, dù là những rào cản vật lý không thể xuyên qua hay là quyền lực siêu nhiên.

10–11. Xem 35:9–10, là những câu Ê-sai đã dùng các từ ngữ này. So sánh sự lặp lại của 48:22 ở 57:21. Qua việc chen vào từ ngữ và ý tưởng, ông kết hợp tác phẩm lại với nhau. Ở đây, *được cứu chuộc* nhắc lại Xuất Ê-díp-tô Ký 6:6, và *giá chuộc* hướng đến việc làm sắp đến của Đức Chúa Trời để thực hiện sự cứu rỗi công chính của Ngài (5, 7) và phục hồi Si-ôn (3). Dưới ảnh hưởng của những hành động của Đức Chúa Trời trong cuộc xuất hành (10), lời cầu nguyện ở câu 9 điều chỉnh cho hợp với nốt nhạc của đức tin hướng về tương lai với lòng tin chắc (11).[11].

iii. Thời gian nghỉ ở giữa: lời chỉ dẫn cuối cùng (51:12–16). Việc lặp lại hai lần chữ *Ta...Ta* (12) đáp lại hai lần *hãy thức dậy, hãy thức dậy* (9) - 'Ta cũng tỉnh thức về mọi mặt như khi con cần!' Thoạt nhìn, những câu này tạo nghi ngờ về tính đáng cậy của bản văn: trong câu 12a, *các ngươi* là từ giống đực số nhiều; trong 12bc, là giống cái ở số ít; còn trong 13–16 thì là giống đực ở số ít. Trong 13–14, *các ngươi* là kẻ *bị bắt đem đi*, nhưng trong câu 15–16 là hình ảnh của nhà tiên tri với một chức vụ hoàn vũ.[12] Để làm hài hòa tất cả những điều này thì rất đơn giản; nhưng ai đang được nói đến là câu hỏi chưa được trả lời. Tốt hơn hết là hỏi, trong ngữ cảnh, có ai phù hợp với sự thay đổi giữa giống đực và giống cái hay không. Số ít giống đực trong câu 15–16 phù hợp với Đầy tớ; Người được ban cho lời của Đức Giê-hô-va (16a, 42:4; 49:2; 50:4), được bảo vệ (16b, 49:2) và với sứ mạng hoàn vũ, tập trung vào Si-ôn (16c-e; 42:1; 49:5–6). Tù nhân với số phận bi đát trong câu 13–14 là hình ảnh lấy từ sự giam cầm. Lời buộc tội (13a) hay quên tập trung vào lời phàn nàn ở 49:14. Do vậy, giống cái ở 12bc là Si-ôn đổ nát, là 'mẹ' của cư Dân Điều này khiến cho lời an ủi ở số nhiều (12a) trở thành lời nói với tất cả (Si-ôn, dân bị bắt và Đầy tớ), và điều nổi bật là 12b-16 đi theo cùng một thứ tự (thành, dân bị bắt, Đầy tớ) đã xuất hiện ở 49:14–21; 49:22–50:3, và 50:4–9, và sẽ được lặp lại ở 51:17–52:2; 52:3–12; 52:13–53:12. Vì vậy, bức tranh ghép trong các câu 12–16 kết dính với nhau. Đức Giê-hô-va đưa ra lời cam đoan với tất cả *các vai trong vở kịch* của những việc sẽ đến.

12. Ta...Ta: sự lặp lại chỉ mức độ nhấn mạnh (xem tr. 250). Đức Giê-hô-va bày tỏ Ngài là Đấng không ngừng an ủi (động từ này là một phân từ) đối với Si-ôn chết đứng. *Loài người* là *'ĕnôš* (so sánh câu 7), nhưng ở đây sự yếu đuối của con người được nhấn mạnh bởi ba ý thêm vào: *hay chết, con cái loài người* ('A-đam/nhân loại') và *cỏ* (40:7–8). Họ phải chịu sự yếu đuối ở ba phương diện: sự chết đang vận hành, họ (hoàn toàn) thuộc dòng dõi con người, và về bản chất là yếu ớt.

---

[11] Ý cho rằng cũng như phần Ê-sai kết thúc ở 35:10 thế nào, thì những từ ngữ tương ứng ở 59:11 cũng báo hiệu đoạn kết của một phần khác thế ấy - và tương tự với 48:22 và 57:21- đã được thảo luận. Xem trang 240 mục 1. Việc này chỉ có thể được quyết định trên phương diện thực tế: điều đó có 'hiệu quả' không? Việc này có thuyết phục hơn những cách phân tích văn chương khác không? Cá nhân tôi không thể tìm ra cách phân tích Ê-sai tương tự, và vì vậy tôi nhìn kỹ những từ ngữ và ý tưởng được tóm tắt lại là chính Ê-sai ghi xuống những chỗ đánh dấu trong một tác phẩm liên tục mà ông là tác giả [duy nhất].

[12] Về câu 12–16, North (*Second Isaiah;* trang 214) nhận xét rằng các câu này là nhược điểm chết người của bất kỳ học thuyết nào không có phần thêm vào công việc ban đầu của nhà tiên tri. Tuy nhiên, điều này hầu như vẫn khó thực hiện, vì chắc chắn giải quyết vấn đề bằng cách giả định những người này là những phó tổng biên tập điên rồ, làm việc mà không suy nghĩ đến trình tự hay cú pháp là điều không được phép. Nhiệm vụ đầu tiên của chúng ta là sử dụng bản văn mà chúng ta thừa hưởng; nhiệm vụ thứ hai là tôn trọng những người mà nhờ sự cẩn thận bảo vệ bản văn của họ mà chúng ta nhận được cơ nghiệp này.

Trong các câu **13–15**, Si-ôn được khuyến khích (12bc) nhìn xung quanh để đánh giá đối thủ cách ngay thẳng; từ *các ngươi* giống đực nói đến kẻ bị bắt ở câu 14, đang đối diện điều khiếp sợ nhưng được khích lệ nhìn lên Chúa. Tất cả những yếu tố gây kinh hoàng (13d-g; 14) được bao bọc bởi một Đức Giê-hô-va là *Đấng đã tạo nên ngươi* (13a-c), là Chúa của *trời và đất*, và (15) *Đức Giê-hô-va vạn quân* (1:9), toàn quyền trên mọi thế lực đời này.

13–14. *Đấng Tạo nên:* Đấng đã tạo nên các ngươi cho chính Ngài (44:2) và sẽ tiếp tục 'tạo' (từ liệu này là một phân từ trong tiếng Hê-bơ-rơ) cho đến khi các ngươi trở nên như Ngài muốn. *Ngươi:* tận tụy với các ngươi. *Giương...đặt nền* đều là những phân từ. Quyền tể trị tuyệt đối mà Đức Giê-hô-va bày tỏ trong hành động tạo dựng lúc ban đầu được tiếp tục trong sự kiểm soát để trực tiếp quản trị thế giới Ngài đã tạo dựng, nơi Ngài mãi mãi ở trên (*tầng trời*) và ở dưới (*nền*). *Quên* Ngài - sống mà không nhận biết và ghi nhớ Ngài là ai, Ngài đã làm gì và hứa gì - là sống trong thất bại (Thi 78:9–11) và bất tuân (Thi 78:40–42). *Run sợ...cơn giận...kẻ áp bức...hủy diệt* không phải là tình cảnh của cuộc lưu đày Ba-by-lôn (Giê 29), và một tiên tri thật sự sống trong cảnh lưu đày sẽ không nói theo cách như vậy. Ở đây và trong câu 14 (*đem đi...chết...ngục tối...lương thực*), Ê-sai đang dùng những hình ảnh mọi người thường nghĩ đến khi nói về tình trạng giam cầm để nhấn mạnh nhu cầu của con người trong thực tế là cấp thiết đến dường nào - sợ hãi, chết và cầm tù - mà Đức Giê-hô-va có thể và sẽ giải cứu ra khỏi những điều ấy. *Chết trong ngục tối:* (nghĩa đen) 'chết trong hố', 'chết như một người chắc chắn bị xuống hỏa ngục'. Đây có thể là một ẩn dụ về tù nhân bị kết án - chết và bị quăng vào mộ chung; nhưng cũng là hình ảnh về cái chết mà không nhận được ân điển của Chúa (38:17; Thi 49:9), đối lập với linh hồn được chuộc (Thi 49:7–8; 14–15).

15. *Vì Ta là* (nghĩa đen 'Về phần Ta, Ta là') hướng cái nhìn từ sự tuyệt vọng và chết chóc (14) đến sự đầy đủ từ thiên thượng. *Biển* mô tả những thế lực khiến cuộc sống hỗn loạn mà con người đối diện (Thi 93), nhưng sự dữ dội tự thân nó là công việc của Ngài (Thi 107:25–26; Giê 31:35; A-mốt 4:13; 5:8; 9:4–5). Nếu chúng ta thấy mình 'đang bị xào nấu', thì chính Ngài là Đấng đã ra công thức và nhiệt độ. *Toàn năng* (nghĩa đen 'vạn quân': xem 1:9).

16. Bây giờ Đức Giê-hô-va bảo đảm với Đầy tớ Ngài: sự trang bị của Ngài (16a), sự an ninh (16b) và nhiệm vụ (16c-e). Địa vị tiên tri của Đầy tớ được đặt trước nhất để nhấn mạnh điều gì là quan trọng hàng đầu. Điều đúng với mỗi tiên tri - lời thiên thượng trong môi miệng con người (Giê 1:9; Êxê 2:7–3:4; Amốt 1:1,3) - cũng sẽ đúng với Đấng vĩ đại này. Nhưng bàn tay che chở được đặt thứ nhì để bảo đảm rằng cùng bàn tay đó là bàn tay đã che giấu người cho đến khi thời điểm đến (49:2) vẫn che phủ người khi người đi làm nhiệm vụ mình. *Ta...dựng* (nghĩa đen 'trồng') là cách dịch rất không xác thực, ba động từ nguyên thể đầu tiên trong tiếng Hê-bơ-rơ cho thấy điều Đức Giê-hô-va định cho Đầy tớ làm: 'để Ta có thể (nghĩa là qua ngươi)' hoặc 'để ngươi có thể (nhân danh Ta) trồng...đặt...nói'. Trồng là một khởi đầu mới; đặt nền tượng trưng cho thành tích lâu bền. Đầy tớ là khởi nguyên của một thực tại mới trong vũ trụ. Giê-rê-mi (1:9–10) được kêu gọi 'trồng vương quốc'; Đầy tớ sẽ trồng trời và đất, một công việc tạo dựng mới mà chỉ Đức Chúa Trời mới có thể thực hiện. Cuối cùng; Đầy tớ phải 'nói với Si-ôn': dân sự Ngài là trung tâm của mục đích hoàn vũ của Ngài. *Dân Ta:* sự ứng nghiệm cuối cùng lời hứa giao ước (49:8; Xuất 6:7).

iv. Mạng lệnh phải đáp ứng: điều Đức Giê-hô-va đã làm (51:17–52:12). Ba mạng lệnh kép, cân xứng với ba lời hứa ở 51:1–8, ngụ ý rằng lời hứa đã được ứng nghiệm và đã đến lúc bước vào. Si-ôn được kêu gọi hãy thức dậy trước sự thật là cơn thịnh nộ thiên thượng đã xong và không còn nữa (51:17–23, đặc biệt câu 22), hãy thức dậy trước sự thánh khiết (52:1–10) và bắt đầu cuộc xuất hành mới như những người hành hương trong sạch (52:11–12). Nhưng câu hỏi vẫn còn đó: những lời hứa được ứng nghiệm như thế nào? Cơn thịnh nộ được cất đi bằng cách nào, sự thánh khiết được thiết lập và con đường cho người hành hương được mở ra như thế nào? Câu trả lời đến với mạng lệnh cuối cùng trong chuỗi mạng lệnh: 'Nầy, đầy tớ Ta' (52:13).

Cơn thịnh nộ được cất đi (51:17–23). Lời hứa đầu tiên (51:1–3) là lời hứa Ê-đen được khôi phục, sự rủa sả được cất bỏ. Vì vậy, ở đây cơn thịnh nộ của Đức Chúa Trời đã xong. Đây là nơi sự cứu rỗi bắt đầu: sự thỏa mãn những đòi hỏi của một Đức Chúa Trời thánh khiết (Rô 1:16–18). Phần này được chia thành hai phần nhỏ hơn: chén phải uống (17–20) và chén được lấy đi (21–23). Cơn thịnh nộ thiên thượng khiến Giê-ru-sa-lem trở nên bất lực, nhưng trong khi Giê-ru-sa-lem ngủ thì chén được cất đi: cơn thịnh nộ không còn nữa.

17–18. *Chén:* hình ảnh của chén là hình ảnh Đức Giê-hô-va pha trộn mọi trải nghiệm của cuộc sống cho dân Ngài (Thi 16:5), và điều này bao gồm việc pha trộn chén thịnh nộ cho tội nhân (Thi 11:6, bản NIV 'phần'; 75:8). Vì vậy, Giê-ru-sa-lem bị trừng phạt vì sự vô tín của mình bằng cách bị cướp đi tất cả những con trai và bị bỏ không ai giúp đỡ.

19–20. Lặp lại là cách để diễn đạt một tổng thể, và các nan đề của Giê-ru-sa-lem đến từng cặp: *tàn phá và hủy diệt* phá hủy kết cấu của thành, *đói kém và gươm đao* phá hủy dân số của thành. *Ai có thể an ủi ngươi?* là (nghĩa đen) 'Ai mà Ta có thể an ủi ngươi?' có nghĩa là 'Ta có thể an ủi ngươi như thế nào?' – có lẽ Ê-sai thừa nhận sự bất lực - hoặc 'Ai ngoại trừ ta có thể an ủi ngươi chứ?', tức là Đức Giê-hô-va, Đấng ra lệnh an ủi (40:1; 51:3, 12), tự 'quảng cáo' mình là nguồn hy vọng duy nhất. Câu đầu tiên có lẽ là cách diễn đạt thường gặp hơn và phù hợp với ngữ cảnh: hư hại và bất lực; không có sự an ủi khi Đức Chúa Trời giáng cơn thịnh nộ. Sự lặp lại tiếp tục với bức tranh *con cái* không được giúp đỡ trong hai vấn đề (20), vừa *ngất xỉu* vừa *mắc lưới*, dưới hai sự chịu đựng: *cơn giận* và *quở trách*. Tóm lại, khi cơn thịnh nộ giáng xuống thì không có sự giúp đỡ nào (18), không có sự an ủi nào (19) và không có tương lai (20a-c).

21–22. *Vậy* giới thiệu kết luận (không phải của con người mà là) từ thiên thượng từ câu 18–20. *Khốn khổ* ('bị áp bức'): trong trường hợp này là ở dưới cơn giận thiên thượng. *Say* tiếp tục ẩn dụ về 'chén' (câu 17; so sánh 29:9), đo lường chính xác khi nổi giận. Từ *vậy* ở câu 21 - được giữ trong tình trạng chờ đợi trong khi tiên tri mô tả thành bị sỉ nhục - bây giờ được trì hoãn thêm nữa trong khi ông mô tả Đức Giê-hô-va. Thứ nhất, Ngài là *Chúa*. Cá biệt ở đây, Ê-sai dùng hình thức số nhiều của từ này ('*ădōnayîk*). Từ này thường chỉ được dùng cho mối quan hệ của con người - chẳng hạn chồng đối với vợ (1 Vua 1:17), cha mẹ với con cái (Sáng 31:35). Phải chăng Ê-sai đã chọn hình thức này ở đây để nhấn mạnh rằng uy quyền thiên thượng giáng xuống trong những sự việc bình thường của cuộc sống? Dù Ngài siêu việt, nhưng sự tể trị của Ngài không xa vời mà thực tiễn mỗi ngày. Thứ hai, Ngài là *Đức Giê-hô-va*, đã bày tỏ một lần đủ cả là Đức Chúa Trời, Đấng cứu dân Ngài và đánh bại hoàn toàn kẻ thù (Xuất 3:15; 6:6–7); thứ ba, *Đức Chúa Trời ngươi*, là Đức Chúa Trời đã tự nguyện ban chính Ngài cho các ngươi và vì lợi ích của các ngươi; và thứ tư, Đức Chúa Trời của công lý và hợp pháp tuyệt đối là *Đấng bênh vực* ($\sqrt{rib}$), 'bào chữa vụ kiện' của dân sự Ngài; đem vụ án của họ đến tòa án công lý của Ngài. Cuối cùng thì giờ đây cũng đã ghi xuống lời kết luận rằng Đức Giê-hô-va đã đạt được: *Kìa, Ta đã lấy* (22c). Kẻ say đáng thương được cảnh tỉnh về một sự thật kỳ diệu: *chén được cất đi khỏi tay* đã giữ nó một cách chính đáng. Cơn thịnh nộ là xứng đáng, cơn giận đã được đo lường, cơn giận đã xong - và xong mãi mãi (*ngươi sẽ không còn uống nó nữa*). Đây là chuỗi lý luận của Đức Chúa Trời được

được giới thiệu bởi chữ *vậy* (21) – tính hợp lý vận hành ngay trong bản tính thiên thượng mà nhờ đó phần thưởng xứng đáng cho những việc làm của họ, với công lý hoàn hảo, được ngăn chặn và cơn thịnh nộ được thỏa mãn.

23. Tại cuộc xuất hành, sự cứu chuộc của Đức Giê-hô-va dành cho dân Ngài trùng hợp với sự trừng phạt công bình dành cho kẻ bắt giữ là người không vâng theo lời phán của Ngài (so sánh 10:5–15). Nhưng không phải việc giáng cơn thịnh nộ trên Ai Cập cứu chuộc Y-sơ-ra-ên (nếu vậy thì tại sao còn cần đến con sinh lễ Vượt qua?). Việc cất bỏ cơn thịnh nộ từ người này và giáng cơn thịnh nộ lên người kia là hai mặt của công lý trọn vẹn từ thiên thượng. Nhưng câu hỏi vẫn chưa được trả lời ở đây là công việc của Đức Chúa Trời trong lễ Vượt qua chờ được tiết lộ như là lời giải thích cho câu 22 là gì. Vì cơn giận của Ngài không tan biến, mà nó cần được thỏa mãn.

Tận hưởng sự thánh khiết (52:1–10). Trong các câu 1–2, Si-ôn nhận thấy rõ một tình trạng mới của sự thánh khiết (1b-d), phân rẽ (1ef) và trung thành (2); từ bắt đầu *Vì* của câu 3 giới thiệu một lời giải thích: sự cứu chuộc miễn phí (3), ách nô lệ (4–5) chấm dứt bởi sự tự mặc khải của thiên thượng (6), đem lại tin đắc thắng cho Si-ôn (7–10). Có một tình trạng đối lập giữa việc 'đã rồi' trong các câu 1–2; Si-ôn đã nhận thấy sự thánh khiết; và việc 'chưa đến' từ câu 3 đến câu 6, Đức Giê-hô-va suy nghĩ về nhu cầu của dân Ngài; và việc 'bây giờ' trong các câu 7–10, hành động thiên thượng được thực hiện. Về mặt lô-gíc và niên biểu thì các phần này phải được trình bày theo một thứ tự khác; nhưng ở trong kịch thì cách viết sẽ khác. Vậy thì, trong thực tế, Si-ôn có thể nhận thấy rõ sự thánh khiết (1–2) bởi vì (*vì,* 3) Đức Giê-hô-va ngẫm nghĩ về nhu cầu của họ (3–6) và Ngài hành động (7–10).

1. Lý tưởng về vương quốc thầy tế lễ (Xuất 19:4–6) chưa bao giờ được nhận biết (so sánh Xuất 33:26; Dân 8:5–22), nhưng, khi nhận thức được (1a), Si-ôn thấy quần áo thầy tế lễ được trải ra cho mình (1bc) và một thực tế mới là thành thánh (1d) và là thành được phân rẽ (2). Suy cho cùng, không phải Đức Giê-hô-va là Đấng ngủ (51:9) – dù trong một ngày đen tối thật dễ đổ lỗi cho Ngài hơn là bước đi trong bóng tối với lòng tin (50:10). Bối cảnh của *trang phục lộng lẫy* (nghĩa đen là 'vẻ đẹp') là Xuất Ê-díp-tô Ký 28:2. Những đòi hỏi về sự thánh khiết của Đức Giê-hô-va được đáp ứng ở 51:17–23; bây giờ sự thánh khiết thiên thượng được chia sẻ với dân Ngài. *Không cắt bì và kẻ ô uế:* trong Si-ôn này, thành thánh được nhìn thấy trước, mỗi người là một hội viên hợp pháp (một trong những ý nghĩa của phép cắt bì, Xuất 12:43–44) và mỗi người phô bày bản tính và đời sống thích hợp (không còn *ô uế*). Khi A-rôn mặc quần áo của sự thánh khiết, có một yếu tố không thực: sự khác biệt giữa lời khẳng định và bản tính. Sự khác biệt đó sẽ không còn nữa (Hê 12:22–24; Khải 21:27).

2. Ách nô lệ Ba-by-lôn đã kết thúc ở 48:21. Sau đó, Ê-sai tiếp tục dùng hình ảnh về ách nô lệ, nhưng chỉ để minh họa cho tình trạng thuộc linh cần được chữa trị. Trong câu này, điều Đức Giê-hô-va thật sự làm cho nguyên mẫu vua Đa-vít (1 Sa 30:1; 2 Sa 1:1; 2:1–4; Thi 113:7–8) thì bây giờ Ngài cũng làm cho dân Ngài. Họ đã là các thầy tế lễ (1), và bây giờ họ cũng là vua nữa. Chắc chắn Ê-sai không chỉ nghĩ đến sự tương đồng với Đa-vít, mà cả sự tương phản với Ba-by-lôn nữa (47:1).

Trong các câu 3–6, trong lời giải thích về thành mới (*Vì,* 3), Đức Giê-hô-va nhìn vào quá khứ (3b) và hứa ban sự cứu chuộc tương lai (3c); kế đến Ngài nhìn vào hiện tại (4) và thấy danh Ngài bị sỉ nhục; rồi cuối cùng Ngài nhìn vào tương lai, và thông báo sự mặc khải sẽ đến về chính Ngài (5–6).

3. *Bị bán*: được chuyển qua một quyền sở hữu khác (xem 50:1); đặc biệt lưu ý những lần được nói đến trong Các Quan Xét cho thấy Đức Giê-hô-va vẫn giữ lại quyền sở hữu mà Ngài có thể lấy lại nếu Ngài muốn (2:14; 3:8; 4:2). *Không được trả tiền*: việc bán không đi đến chỗ tiền bạc được trao tay và thỏa thuận được đóng ấn. *Được chuộc lại* ($\sqrt{gā'al}$): xem 35:10. Chuộc về cơ bản là một khái niệm liên quan đến việc trả giá, vậy thì *không cần tiền bạc* (nghĩa đen là 'không vì tiền') có nghĩa gì? Hoặc là các ngươi không phải trả tiền; hoặc trả bằng hình thức khác chứ không bằng tiền. Người nào đó khác sẽ trả - và giá sẽ không phải là bạc (1 Phi 1:18–19).

4. Lưu ý sự thay đổi từ *Đức Giê-hô-va* (3) sang *Chúa là Đức Giê-hô-va*. Nhớ lại *Ai Cập* và nghĩ đến *A-si-ri*, Ê-sai nhắc lại một cách thích hợp quyền tối thượng trên mọi thế lực của trái đất này. *Tạm trú* ($\sqrt{gûr}$): chấp nhận sự cư trú như một người nước ngoài được bảo vệ. Gia-cốp vào Ai Cập bởi lời mời của Pha-ra-ôn (Sáng 45:16 và các câu tiếp theo), nhưng sau này Pha-ra-ôn vi phạm luật hiếu khách và ban hành sắc lệnh xóa sổ người sắc tộc (Xuất 1:10–22). *Về sau, người A-si-ri*: một tiên tri sống ở Ba-by-lôn trong suốt những năm cuối cùng của đế quốc Ba-by-lôn thì không thể nói *về sau* (nghĩa đen 'đến cuối cùng, *bě'epes*). Thật Đức Giê-hô-va rất quan tâm đến dân sự đang chịu khổ biết bao! (Xuất 3:7)

5–6. Hai điều khuấy động Đức Giê-hô-va: nỗi đau khổ của dân Ngài (5bc) và lòng tôn kính danh Ngài (5de). *Bây giờ Ta làm gì đây?*: so sánh 22:1, 16.[13] Cách diễn đạt được dùng hoặc là với ý hoài nghi 'Ta nghĩ Ta đang giả làm gì đây?/ 'Ta có thể đang nghĩ đến điều gì đây?' hoặc với ý nghiêm túc 'Việc này có quan trọng với Ta không?' *Những kẻ cai trị họ cất tiếng kêu la*: nghĩa đen, theo bản MT, là 'những kẻ cai trị họ la khóc'. Ê-sai đã sống qua thời điểm khi ông nhìn thấy sự than khóc trong bất lực của Ê-xê-chia trước người A-si-ri (37:1–4)- và nếu những kẻ cai trị bất lực, thì tình trạng của dân sự đáng lo ngại đến thế nào (2 Vua 6:26–27)! Ở đây, những giọt nước mắt bất lực mô tả tình trạng tuyệt vọng thuộc linh, bất lực trong tội lỗi của họ. *Ngày này sang ngày khác*: ở 51:13, cũng những từ tiếng Hê-bơ-rơ này nói đến cảnh ngộ khốn khổ của dân sự; còn ở đây là sự sỉ nhục đối với danh Ngài. Điều làm họ tổn thương cũng làm Ngài tổn thương. *Vậy...thật* (6): sự lặp lại diễn tả cảm xúc gia tăng. Thứ nhất, dân sự sẽ có nhận thức sâu sắc mới mẻ về danh của Đức Giê-hô-va (6a) - những sự kiện sẽ xác nhận tất cả những ý nghĩa của danh Ngài, danh đời đời ở Xuất Ê-díp-tô Ký 3:15, Đấng Cứu chuộc của Y-sơ-ra-ên. Thứ hai, trong những ngày đến, chính Đức Giê-hô-va sẽ hiện diện (6b-d), bằng lời phán (*Ta là Đấng phán rằng*) và đích thân Ngài (*Ấy chính là Ta*). Tại cuộc xuất hành, Đức Giê-hô-va lập nên một người trung gian để nói cho Ngài (Xuất 6:28–7:3; 19:9); trong *ngày* sẽ đến chính Ngài sẽ nói và chính Ngài sẽ ở đó.

Trong các câu **7–10**, trọng tâm lần nữa thay đổi. Ê-sai đem chúng ta đến với chính thời khắc khi tiếng kêu 'hãy thức dậy, hãy thức dậy' (1) vang lên trong tai của Si-ôn như là sứ giả đến trên các ngọn đồi để loan báo *sự cứu rỗi* và công bố một Đức Chúa Trời tối cao (7). Người canh gác của Si-ôn không thể kiềm chế bản thân (8), và niềm vui lan khắp thành (9ab). Chính Đức Giê-hô-va hành động để cứu rỗi (9c–10). Sứ điệp gồm bốn phương diện ở câu 7 và bốn lý do để vui mừng (9c–10) bao bọc niềm vui ngày càng dâng trào của thành (8–9b).

---

[13]Thành ngữ *mah-lî-pōh* ('Điều gì - đối với - tôi - ở đây?" có những sắc thái ý nghĩa khác nhau: 'Điều gì đem các ngươi đến đây?' (1 Vua 19:9); 'Các ngươi gặp vấn đề gì?' (Sáng 21:17); 'Ngươi muốn gì?' (ÊTê 5:3); 'Các ngươi có quyền gì?' (Ê-sai 3:15); 'Ngươi nghĩ đang tắc trách trong việc gì?' (Giô-na 1:6); 'Ngươi quan tâm đến việc gì?' (Ô-sê 14:8); 'điều này có ý nghĩa gì với ngươi?' (Xuất 12:26).

7–8. *Những người* ở số ít trong tiếng Hê-bơ-rơ, 'người'; không phải đám người lánh nạn đi lung tung sau khi bị đánh bại, mà là một người đang chạy (như ở 2 Sa 18:24 và các câu tiếp theo) với gương mặt sáng ngời và bước chân nhún nhảy vì người đem *tin lành* đến. *Tin lành* [hay 'tin tốt' được lặp lại 2 lần như cách dịch trong bản TT] được lặp lại để thể hiện cảm xúc mãnh liệt (nghĩa đen 'tin tốt về phước lành'). *Bình an:* bức tranh là tin tức từ chiến trường; nhưng thực tế là việc chấm dứt cơn thịnh nộ của Đức Chúa Trời (51:17–23), thành nhận ra được sự thánh khiết (52:1), tình trạng của dân thành là thầy tế lễ và vua (52:1, 2), sự cứu chuộc mà không tốn tiền (52:3) - tóm lại, sự bình an với Đức Chúa Trời. *Sự cứu rỗi:* chiến thắng thiên thượng trước mọi kẻ thù trói buộc, sức mạnh đàn áp của tội lỗi bị đập tan. *Đức Chúa Trời ngươi trị vì:* tiếng hò reo của sứ giả đem tin tốt lành quay về điểm xuất phát từ tiếng nói an ủi thứ ba ở 40:10–11. Họ từng hát 'Đức Giê-hô-va cai trị' trong các bài ca về đền thờ (Thi 93:1; 97:1; 99:1), sống với cùng đức tin mà các Cơ Đốc nhân hát những bài thánh ca Thăng Thiên về sự cai trị của Cứu Chúa Giê-xu trong hiện tại. Nhưng Ê-sai thấy trước một ngày (vẫn là tương lai đối với chúng ta) khi đức tin sẽ trở thành điều mắt thấy và, *họ sẽ tận mắt thấy Đức Giê-hô-va trở lại Si-ôn* (8). Theo ngay sau sứ giả là chính Đức Giê-hô-va. *Tận mắt thấy:* nghĩa đen là 'mắt nhìn mắt'. Điều này không có nghĩa là 'đồng ý', như với chúng ta, mà là 'thấy hoàn toàn rõ ràng'.

9–10. *Những nơi đổ nát:* như chúng ta đã thấy, 42:18–25 dựng khung cảnh cho tất cả những gì xảy ra sau đó theo nhiều cách: không chỉ tạo sự khác biệt rõ ràng giữa Đầy tớ ở 42:1–4 và dân-đầy tớ Y-sơ-ra-ên, mà còn liên kết những sự việc chính trị ('cướp giật', 'tước đoạt', 'mắc bẫy trong hang', 'ngục', 42:22) với tội lỗi thuộc linh ('chẳng lưu tâm', 'không nghe gì cả', 20; 'chúng ta phạm tội', 'không đi theo', 'chẳng tuân giữ', 24; 'chẳng quan tâm', 25) khi trình bày lý do tại sao dân này không thể là vị Đầy tớ đó. Đến 48:20–21 vấn đề chính trị đã được giải quyết, và ở 48:22–49:13, Đầy tớ được phê chuẩn để giải quyết nan đề thuộc linh. Vậy thì, chúng ta phải luôn nhớ rằng từ thời điểm đó trở đi, những hình ảnh về hành động giam cầm, giống như ở 42:18–25, là bằng chứng về nhu cầu thuộc linh. *An ủi:* xem 40:1; 49:13; 51:3, 12. Đức Giê-hô-va đã làm điều Ngài phán: Ngài đã *chuộc*. *Cánh tay:* biểu tượng cho sức mạnh cá nhân khi hành động; *trần:* tay áo được xắn lên để làm việc. *Trước mắt...thấy:* ý đầu là tính chất công khai của việc Chúa làm; ý sau là sự tham gia cá nhân vào trải nghiệm (Thi 49:19; 89:48; 90:15).

Cuộc xuất hành lớn hơn (52:11–12). Lời kêu gọi 'hãy thức dậy' (51:17; 52:1) mời gọi bước vào những phước hạnh đã được cung ứng; *hãy đi ra* (11) kêu gọi bước vào một nếp sống mới, nếp sống của cuộc lữ hành thánh khiết đòi hỏi phải từ bỏ đời sống cũ. Một khi lễ Vượt qua đã diễn ra thì không thể có sự nán lại ở Ai Cập! Cùng một của lễ để hòa giải với Đức Chúa Trời (Xuất 12:13) có thể được ăn bởi những người kết ước với cuộc hành trình mà thôi (Xuất 12:11), và cửa có vết máu chào đón họ vào sự cứu rỗi (Xuất 12:24) cũng đưa họ đi ra trong cuộc hành hương (Xuất 12:33,37).

11. *Đừng đụng...hãy thanh tẩy:* sự thánh khiết tiêu cực và tích cực, phân rẽ khỏi và phân rẽ cho. *Vật dụng:* hầu hết các nhà giải kinh đều liên kết ý này với E-xơ-ra 1:7–11, cuộc hồi hương lịch sử từ Ba-by-lôn về Si-ôn. Điều này bỏ qua sự thay đổi mạnh mẽ về trọng tâm mà chúng ta đã lưu ý ngay phía trên, mà nhờ đó, từ 48:22 trở đi, mô-típ về sự giam cầm - hoặc ở đây là sự giải thoát - nằm trong ngữ cảnh nói về công tác cứu chuộc khỏi tội lỗi của Đức Giê-hô-va. Cuộc hành hương của sự xuất hành cung cấp mọi manh mối, ngoại trừ việc bây giờ toàn thể dân sự Chúa là dòng dõi thầy tế lễ thánh của Ngài (52:1) và được kêu gọi để sống theo phẩm hạnh được Đức Chúa Trời ban tặng. Dân Số Ký 1:50–51 là chỗ duy nhất mà từ 'mang' và vật dụng của Đức Giê-hô-va cùng xuất hiện; nói đến nhiệm vụ khuân vác của người Lê-vi chỉ dành cho một mình họ mà thôi (Dân 3:5 và các câu tiếp theo). Bây giờ tất cả những người ra đi trong cuộc xuất hành lớn hơn và xác đáng hơn này đều thuộc chi tộc Lê-vi, thầy tế lễ của Đức Giê-hô-va.

12. *Vội vàng...trốn tránh:* đối chiếu 48:20; Xuất Ê-díp-tô Ký 12:11. Bây giờ không còn thế lực chống nghịch nào có thể giữ họ trong ách nô lệ. Ngược lại, họ ở dưới sự chăm sóc của Chúa, từng điều một có thể có (*trước...sau*); so sánh chiến binh chăm sóc ở 40:10–11. Hình tượng ở đây lấy từ Giô-suê 6:9, những lính gác hành quân trước và sau thầy tế lễ, và lấy từ Xuất Ê-díp-tô Ký 13:21; 14:19 nói đến trụ dẫn đường lẫn bảo vệ.

e. Sự cứu rỗi cho cả thế giới (52:13–55:13)

Như chúng ta mong đợi trong lúc này, phần đỉnh điểm được chia thành hai phần: Bài ca thứ tư về Đầy tớ (52:13–53:12) và 'phần thêm vào' của nó. Phần thêm vào kéo dài ra hai chương (54:1–55:13), trong đó, thứ nhất; Si-ôn được gọi vào giao ước bình an (54:10) và, thứ hai, lời mời đến dự buổi tiệc miễn phí được rao ra cho tất cả (55:1–13).

i. Chiến thắng của Đầy tớ (52:13–53:12).

Ê-sai bắt đầu bằng một ý khó hiểu: làm thế nào một lời tán dương như vậy (13) lại phát ra từ nỗi đau khổ như thế (14); làm thế nào nỗi đau khổ như thế (14) lại dẫn đến ích lợi và sự thừa nhận mang tính hoàn vũ (15)? Lời chứng của Đức Giê-hô-va cho Đầy tớ Ngài (13) hòa vào lời khẳng định về sự chịu khổ và lợi ích (14–15). Để hài hòa với phần mở đầu này, phần kết (53:10–12) đưa ra lời giải đáp cho điều khó hiểu: Đầy tớ chịu khổ là đang gánh lấy tội lỗi. Lần này, lời giải thích về những đau khổ của người (10–11b) hòa vào lời chứng của Đức Giê-hô-va cho Đầy tớ Ngài (11c–12). Ba khổ thơ giữa đi theo chủ đề về sự ra đời (53:2) rồi đến sự chết (53:9): người đã trưởng thành, sống một cuộc đời bị khước từ và đau khổ (1–3) như thế nào, lời giải thích ẩn giấu về nỗi buồn phiền và sự đau khổ của người (4–6), và sự đau khổ như thế đi đến kết cục trong sự chết và sự chôn như thế nào (7–9).

Thành công đáng ngạc nhiên (52:13–15). Lời tán dương (13) được tiếp nối bởi sự đau khổ tàn bạo (14), đem đến kết quả toàn cầu (15).

13. Thực ra, mệnh lệnh hãy nhìn xem (*này*) là mệnh lệnh cuối cùng trong chuỗi mệnh lệnh được bắt đầu ở 51:1. Những mệnh lệnh này chứa đựng hàm ý hết sức thú vị, nhưng thiếu lời giải thích. Lần lượt sau mỗi mệnh lệnh, chúng ta lại muốn nói 'đúng vậy, nhưng chuyện này xảy ra như thế nào?' *Này* đem chúng ta vào lĩnh vực thành quả: hãy xem Đầy tớ và điều người đã làm. *Hành động cách khôn ngoan*: √*śākal* là sự khôn ngoan để biết chính xác phải làm gì trong một tình huống cụ thể nhằm đem lại kết quả mong muốn. Hành động khôn ngoan và đem lại thành công này sẽ cho Đầy tớ lời tán dương gồm ba mức độ (*tán dương...tôn vinh...tôn cao tột cùng*) – bộ ba mà nhiều người liên kết với lời tán dương ba phương diện về Chúa Giê-xu Christ trong sự sống lại, sự thăng thiên và sự lên ngai trên thiên đàng.

Về mặt cấu trúc, câu *14–15* có thể được hiểu theo hai cách. Thứ nhất, mệnh đề *nhưng* [bản NIV và bản TT dùng 'như' – ND] ở câu 14a được tiếp tục bởi mệnh đề *cũng vậy* trong câu 15a. Tương ứng với phản ứng có thể hiểu được trước sự kinh khủng (14a) là kết quả thanh tẩy/làm hoảng hốt [từ mà bản TTHĐ dịch "thanh tẩy" trong câu 15a được dịch khác nhau trong các bản dịch, cả Anh ngữ lẫn Việt ngữ, bản TT dùng "vẩy rửa", BDM dùng "làm ngạc nhiên" - ND]. *Nhiều người sẽ ngạc nhiên* thế nào, thì *nhiều người cũng sẽ được lợi ích* thế ấy. Có lẽ điều này đòi hỏi sự nhấn mạnh trên chữ *nhiều* nhiều hơn trong tiếng Hê-bơ-rơ, còn ngược lại thì không có khó khăn gì. Thứ hai; không phải lúc nào trong tiếng Hê-bơ-rơ cũng có chữ 'thế ấy' để hoàn tất cấu trúc '...thế nào... thì... thế ấy'. Có lẽ, trong trường hợp này; nỗi kinh khiếp ban đầu (14a) được giải thích bằng lời giải thích kép (*tiều tụy...không giống*, 14bc) dựa trên điều họ nhìn thấy, và phản ứng theo sau (*ngậm miệng lại*, 15b) được mô tả chi tiết bằng lời giải thích kép (15cd). Do vậy, cấu trúc của những câu này sẽ là 'cũng như nhiều.... thế nào, thì cũng vậy) các vua.... thế ấy' – thước đo nỗi kinh hoàng choáng váng sẽ là thước đo đáp ứng kinh ngạc. Trong trường hợp này, lời bình luận *cũng vậy, Người sẽ thanh tẩy* (15a) đứng ở điểm giữa như là điểm mấu chốt của toàn bộ vấn đề. Nhìn chung, quan điểm thứ hai đầy đủ hơn và chính xác hơn.

14. *Nhiều* (xem 15a; 53:11c, 12ae) là từ ngữ chính trong phân đoạn này, chỉ về người được lợi từ sự đau khổ của Đầy tớ. *Ngạc nhiên* (√*šāmam*): 'sốc, vô cùng bối rối' (49:8, 19; 54:1), một từ liệu mang ý nghĩa rất mạnh. *Người...giống con loài người*: từ đầu nói đến một cá nhân, từ sau nói đến nhân tính chung. Sự chịu khổ của Đầy tớ đem đến sự biến dạng đến nỗi những người nhìn thấy không chỉ hỏi 'có phải người không?' mà còn hỏi 'đây có phải con người không?'

15. *Thanh tẩy* (mô hình hilphil √*nāzâ*): động từ này (xuất hiện trong Cựu Ước hai mươi lần) nói đến những người được thánh hóa (Xuất 29:21) và những vật được biệt riêng ra thánh (Lê 8:11); sự thanh tẩy (Lê 14:7) và sự chuộc tội (Lê 16:14–16). Chúng ta không tìm thấy ý nghĩa 'hoảng hốt' ở đâu cả. Cả hai nghĩa đều không hoàn toàn rõ ràng. Trong cách dùng rất điển hình với nghĩa 'rảy' [chỉ về sự "thanh tẩy" - ND], luôn luôn có một giới từ ('trên') chi phối đối tượng được rảy (vd: 63:3), nhưng ở đây thì không có giới từ đứng trước *nhiều dân tộc*, là cụm từ đóng vai trò như một tân ngữ trực tiếp. Còn về nghĩa 'hoảng hốt', nghĩa này lấy từ tiếng Ả-rập, động từ của nó có nghĩa là 'nhảy lên', nhưng nó chỉ được dùng theo nghĩa đen và không hề chỉ về cảm xúc ('anh khiến tôi nhảy'). Do đó, 'hoảng hốt' là một động từ không điển hình trong Cựu Ước, với ý nghĩa không điển hình ở đâu cả, để giải quyết một sự biến đổi rất nhỏ từ cách dùng thông thường của một động từ rất phổ biến với ý nghĩa đã ổn định.[14] Khái niệm thầy tế lễ rảy lên của lễ chuộc tội (vd: Lê 4:6, 17; 5:9) thích hợp với ngữ cảnh này, và điều ngạc nhiên là những kết quả phước hạnh như thế từ sự thanh tẩy và chuộc tội phải theo sau sự đau khổ ghê gớm như vậy là điều khiến *các vua ngậm miệng*, nghĩa là lặng người. Lẽ thật mới đã đến với họ, trước đây chưa được nói, chưa được nghe nhưng bây giờ được nhìn thấy và hiểu ra. Ba khổ thơ tiếp theo của bài thơ giải thích lẽ thật đó là gì.

Người là Đức Chúa Trời: thấy Người chịu khổ nhưng hiểu lầm (53:1–3). Khổ thơ này khẳng định hai lẽ thật về Đầy tớ, một mặt, người là *cánh tay của Đức Giê-hô-va* (1); mặt khác, người thật sự là con người (2–3).

1. *Tin* (*he'ĕmīn lě*) nghĩa là tin điều người khác nói, nhưng trong trường hợp này lời nói không chưa đủ; lẽ thật cũng cần phải *được bày tỏ*. Đã nghe (*điều*) và thấy (*diện mạo*; 2) nhưng không có sự bày tỏ thì không tin. *Được bày tỏ* (√*gālâ*): tiết lộ một cách khách quan (1 Sa 9:15, bày tỏ lẽ thật); hoặc chủ quan (1 Sa 20:12, nghĩa đen 'mở tai'). Lẽ thật cụ thể cần đến sự tiết lộ từ thiên thượng liên quan *cánh tay của Đức Giê-hô-va*. Ở 51:9, 'cánh tay của Đức Giê-hô-va' là chính Đức Giê-hô-va, đích thân Ngài hành động trong cuộc xuất hành; ở

---

[14] Đó hẳn không phải là một kết luận được dự tính trước khi nói rằng vật được rảy lên không bao giờ là tân ngữ trực tiếp. Ở Lê-vi Ký 4:16–17 (so sánh với câu 4); *'et-pěnê* mang dấu hiệu của tân ngữ xác định (*et*) và, dù cách dịch 'trước' vẫn khả thi (vd: *'et-pěnê*, Sáng 19:13), nhưng cũng không thể ngay lập tức loại bỏ cách dịch "trên mặt của/bề mặt của". Còn về Ê-sai 52:14, chắc chắn việc điều chỉnh nhỏ một động từ *đã có từ lâu* theo ý nghĩa *đã có từ lâu* để được chấp nhận hơn là nhập một động từ *xa lạ* với ý nghĩa *không được tìm thấy ở đâu cả*.

52:10 cánh tay để trần, tay áo xắn lên để hành động, vì Đức Giê-hô-va có ý đích thân hành động một lần nữa. Chúng ta có thể diễn giải ý của Ê-sai một cách thích hợp như sau: 'Ai có thể tin rằng đây là Cánh tay của Đức Giê-hô-va chứ?' nghĩa là chính Đức Giê-hô-va đến để hành động trong sự cứu rỗi, như đã hứa ở 52:10.

2–3. Điều đầu tiên khiến người ta không thể tin được khi nhìn Đầy tớ và thấy Cánh tay của Đức Giê-hô-va là *Người đã lớn lên trước mặt Ngài*. Người khác biệt với Đức Giê-hô-va (*trước mặt Ngài*). Người cũng là con người rõ ràng, với sự phát triển tự nhiên (*cái chồi*), và có dòng dõi con người có thể truy nguyên được (*rễ ra từ đất khô*). Ngoài ra, dáng vẻ người không có gì ấn tượng (*chẳng có vẻ đẹp...để nhìn ngắm*). Đến mức người chỉ là một người giữa những con người mà những thử nghiệm bình thường về *vẻ đẹp* ('ngoại hình'), *sự uy nghi* ('sự gợi cảm') và *diện mạo* có thể được áp dụng - đều cho kết quả tiêu cực. Người không phải Đức Giê-hô-va (*trước mặt Ngài*), không được mong đợi (*ra từ đất khô*), không có gì đặc biệt (*vẻ đẹp...diện mạo*). Chỉ những người mà lẽ thật *được bày tỏ cho* mới có thể thấy đây là *cánh tay của Đức Giê-hô-va*. Hậu quả là người bị xa lánh (3a-c) và hiểu lầm (3d). *Từng trải sự đau khổ*: đau khổ là quân cờ 'đô-mi-nô' nối giữa câu 3 và câu 4, và chỉ trong câu 4 chúng ta mới khám phá ra rằng đau khổ và sự đau đớn người chịu không phải do tình trạng đau yếu thể chất mà vì người gánh lấy những đau khổ của chúng ta lên chính mình người. *Coi* là từ trong ngành kế toán, là việc tính tổng cộng giá trị. Họ nhìn thấy những điều bình thường (2), thế gian gọi người là 'kém may mắn' (3b) vì vậy họ không đi theo người (3a) mà xây lưng lại với người (3c). Họ đánh giá điều họ nhìn thấy và nó cũng chẳng đem lại ích lợi gì (3d).

Người thay thế: giải thích về sự đau đớn (53:4–6). Những câu này là trọng tâm của cả phân đoạn nói về Đầy tớ: bao bọc phần này là những câu nói về sự ra đời và cuộc đời (1–3), thử thách và sự chết (7–9), cũng như bởi phần giới thiệu (52:13–15) và phần kết (53:10–12).

4. Đầy tớ là Tác nhân, chúng ta là những khán giả không tài nào hiểu nổi. *Thật* ('ā*kēn*): là liên từ nhấn mạnh điều không mong đợi (vd: 40:7). *Người...chúng ta*: nhấn mạnh 'người, về phần người/chính người là'..."còn về phần chúng ta, chúng ta...' *Mang...gánh*: hình ảnh được lấy từ Lê-vi Ký 16:22; là câu Kinh thánh dùng động từ đầu tiên trong số những động từ trên. 'Mang' (√*nāśā'*) là nhấc gánh nặng lên; 'gánh' (√*sābal*) là 'vác trên vai', chấp nhận gánh nặng đó như là của chính mình. *Đau ốm...đau khổ*: cả hai từ liệu đều lấy từ câu 3, trong câu đó, bản NIV dịch chữ "infirmities [nghĩa là 'sự yếu đuối' - ND]" là 'đau khổ'. Trong câu 3, đau khổ được cho là mang tính cá nhân và khiến Đầy tớ bị xa lánh; ở đây, đau khổ bị hiểu lầm là tai ương từ thiên thượng (sự ghét bỏ của Đức Chúa Trời nhắm vào cá nhân Đầy tớ). Cũng như chỉ có thể hiểu được con người của Đầy tớ (một người chân thật cũng là Cánh tay của Đức Giê-hô-va) qua sự mặc khải thế nào, thì hiểu biết đúng đắn về sự đau khổ của Ngài cũng thế ấy: rằng chúng được người cố tình 'mang lấy' và thực tế những đau khổ đó là của chúng ta. Ma-thi-ơ 8:17 (so sánh Khải 21:4) xem câu này được ứng nghiệm trong công tác chữa lành của Chúa Giê-xu, và thật sự là như vậy: vì sự cứu chuộc toàn diện của chúng ta; thân thể cũng như linh hồn, đến từ Ngài và từ công tác của Ngài trên thập tự giá, và trong trời mới đất mới, bệnh tật sẽ bị trục xuất hoàn toàn và tội lỗi cũng sẽ như vậy. Tuy nhiên, ở đây ý nhấn mạnh chính là ở thiệt hại (*đau ốm*) và tai họa (*đau khổ*) mà tội lỗi đem lại cho chúng ta.

5. Đại từ *người* một lần nữa được nhấn mạnh để đem Đầy tớ đến với chúng ta cách rõ ràng - 'Ngài (chứ không ai khác)'. *Bị vết*: như [từ "đâm" - ND] ở 51:9; khi họ kêu cầu cánh tay của Đức Giê-hô-va, Đấng đã giải quyết quái vật Ra-háp bằng một đòn chí tử, họ không biết họ đang gọi Cánh tay đến với cái chết của chính người. *Bị thương*: nói đến nỗi đau tàn bạo dẫn đến cái chết (từ "giày đạp" trong Ca. 3:34). *Vì...vì:* giới từ *min* có nghĩa là 'từ', do vậy nó được dùng để chỉ một việc bắt nguồn từ một việc khác; mối quan hệ nhân quả. *Tội lỗi* chúng ta là nguyên nhân, và hệ quả là Ngài đau khổ đến mức phải chết. Cũng như câu 4, không thể hiểu câu này mà không biết đến khái niệm sự thay thế phải được gắn liền với tính từ 'bị hình phạt' ở đây. *Tội lỗi (peša'),* cố tình chống nghịch (1:2, 28; 43:25; 44:22; 46:8; 50:1); *gian ác ('āwōn),* sự lầm lạc, 'sự cong quẹo', thuộc bản tính sa ngã của con người (1:4; 5:18; 6:7; 40:2; 43:24; 50:1). *Sự trừng phạt (mûsār):* 'sự sửa sai' bằng lời nói hoặc hành động, 'sự sửa phạt'. 'Giao ước bình an' (54:10) có nghĩa là 'giao ước cam kết và bảo đảm sự bình an' như thế nào, thì (nghĩa đen) 'sự trừng phạt vì sự bình an của chúng ta' cũng có nghĩa là sự trừng phạt nhằm bảo đảm sự bình an với Đức Chúa Trời cho chúng ta cũng thế ấy. Sự bình an này bị đánh mất (48:18) vì không vâng lời, và, bởi người gian ác không thể tận hưởng được bình an (48:22), nên Đầy tớ bước đến (49:1) để đem chúng ta trở về cùng Đức Chúa Trời (49:6). Đây là điều người đã đạt được qua sự chịu khổ thay cho chúng ta. *Chịu* [nguyên văn là một giới từ, bản NIV dịch là 'upon', nghĩa là "ở trên" – ND]: tương tự giới từ được dùng ở Lê-vi Ký 16:21–22. *Bởi:* tiểu từ chỉ giá phải trả, 'với sự mất mát là'. *Vết thương (ḥabbûrâ):* được dùng ở 1:6 chỉ vết rách hở, không được điều trị, do đó ở đây nói đến những cú đánh thật sự đã giáng xuống. *Được lành:* (nghĩa đen) 'có sự chữa lành cho chúng ta', thực tế là sự trọn vẹn được phục hồi.

6. Điều Đầy tớ làm là điều Đức Giê-hô-va đã làm. Sau khi tập trung vào Đầy tớ trong các câu 4–5, sự thay đổi chủ ngữ ở đây thật đáng chú ý, như thế đặc quyền mà chúng ta nhận được và ý riêng của chúng ta đang được đem ra so sánh với đặc quyền của công tác cứu rỗi của đầy tớ trong câu 4–5. Cùng với chủ ngữ mới, đây là cách bày tỏ sự ngạc nhiên, 'Nghĩ rằng người sẽ làm việc đó cho những người như chúng ta!' *Tất cả chúng ta* ở đầu câu tương ứng với *tất cả chúng ta* ở cuối câu: sự ngang bằng hoàn hảo về nhu cầu chữa lành. *Tất cả...ai:* tội lỗi chung, trách nhiệm cá nhân. *Như chiên đi lạc:* sự ngu dại và khinh suất của tội lỗi dẫn đến nguy hiểm thường trực đối với chiên không có người chăn. *Theo:* tính chất chủ tâm của tội lỗi. *Đức Giê-hô-va:* với chủ ngữ được nhấn mạnh này, Ê-sai sửa lại sự hiểu lầm liên quan đến 'bị Đức Chúa Trời đánh đập' (4) - mặc khải sửa lại điều khó hiểu: Ngài thật sự *bị Đức Chúa Trời đánh đập;* nhưng với mục đích đáng ngạc nhiên là để chất tội lỗi của chúng ta trên người. *Tội lỗi:* như ở câu 5. *Chất:* (nghĩa đen) 'khiến cho gặp', mô tả hành động thiên thượng gom lại một chỗ, trên một nạn nhân thay thế, tội lỗi của tất cả tội nhân mà Đức Giê-hô-va muốn giải cứu. Đầy tớ là giải pháp của *Đức Giê-hô-va* đối với nhu cầu của tội nhân.

Tình nguyện chịu chết (53:7–9). Để cho phù hợp với khía cạnh 'chuyện kể' của các câu 1–3, bây giờ Ê-sai ký thuật đoàn người đi đến nơi hành hình (7), cuộc hành quyết (8) và chôn cất (9). Câu 7 nhấn mạnh sự chấp nhận cách tự nguyện, câu 8 là sự bất công, và câu 9 là hành động cuối cùng.

7. *Bị ngược đãi:* vd: Xuất Ê-díp-tô Ký 3:7. *Bị khốn khổ* là động từ được dùng trong câu 4d, nhưng nếu ở câu 4d là bị ép buộc thì ở đây là tự nguyện chấp nhận. Hình thức động từ ở đây (mô hình niphal phản thân) với đại từ nhấn mạnh, có nghĩa là 'còn về phần người thì người tự phục tùng'. *Không hề mở miệng...câm lặng...không hề mở miệng*: thú vật không biết chúng đi đến lò mổ cũng như đến chỗ hớt lông, còn Đầy tớ, Người biết trước tất cả (Giăng 18:4), đi đến chỗ chết với sự im lặng cách bình tĩnh, không phải nói lên tâm trí kém hiểu biết, mà là tâm trí và môi miệng phục tùng. *Chiên con...chiên*: không phải chiên mà là chiên con mới được dùng làm sinh tế (Sáng 22:7–8, v.v..), tuy nhiên điều này không có ý nghĩa gì ở đây. câu 4–6 đã chứng minh rằng chúng ta phải hiểu sự chết của Đầy tớ trong sự dâng sinh tế theo luật của người Lê-vi. Ý ở đây là sự tương phản giữa sự im lặng vì không hiểu biết và sự im lặng vì cố tình tự vâng Phục Nhưng có một nguyên tắc tuyệt vời về hệ thống sinh tế ở đây. Câu 4–6 trước tiên chứng minh tình trạng tội lỗi của chúng ta (4–5), rồi sau đó cho biết đó là sự dại dột chung của chúng ta (6a) và là lựa chọn đáng khiển trách của mỗi cá nhân chúng ta (6b). Điều này có nghĩa là tội lỗi liên quan đến ý chí. Và đây chính là điều khiến con vật không thể thật sự trở thành vật thay thế cho chúng ta nhưng chỉ có thể là hình ảnh của người thay thế mà chúng ta cần: con vật không ý thức được điều đang diễn ra hay chủ tâm đồng ý tự phục tùng. Cuối cùng chỉ có Người mới có thể thay thế con người. Đây là tính quan trọng của ý nhấn mạnh trong câu 7 về sự tự nguyện của Đầy tớ được thể hiện qua việc Ngài chấp nhận bị sỉ nhục và cố tình im lặng.

8. *Bị ức hiếp, xét xử* có thể được dịch theo nhiều cách khác nhau. Cách dịch của bản NIV chỉ rõ tiến trình tố tụng theo kiểu đàn áp: 'không dè dặt, không đứng đắn' mô tả sự đối xử tàn nhẫn; 'không dè dặt và không công bằng' nói lên sự bất công đến mức không có giới hạn; 'từ lúc bị bắt/bỏ tù và định tội' đều trình bày sự kiện mà không có lời nhận xét - đây là điều đã xảy ra. *Ai có thể nói về con cháu người?* [ý nghĩa chính xác của câu này trong nguyên ngữ là không chắc chắn nên có sự khác nhau ở nhiều bản dịch, bản TTHĐ viết "Trong những kẻ đồng thời với Người, có ai suy xét" - ND]. Câu này trong bản NIV được dịch rất thoát ý, nghĩa là Đầy tớ bị chết trong tuổi thanh xuân, không để lại gia đình gì cả - (có lẽ) cũng như bản NKJV dịch 'Ai sẽ tuyên bố thế hệ của người?' Nhưng tốt hơn nên dịch là 'Ai trong thời của người suy xét....' (bản NIV mg.) [tương tự với bản TTHĐ - ND], nghĩa là sự đau đớn của người gia tăng bởi nỗi đau khi những người xung quanh hoàn toàn thiếu sự hiểu biết để cảm thông.

Bị cất khỏi: 'bị chặt bỏ' ($\sqrt{gāzar}$), một động từ bạo lực (1 Vua 3:24). *Khỏi đất người sống:* so sánh 38:11; Thi Thiên 27:13; 116:9; 142:5; v.v... Nếu động từ 'cất khỏi' không đủ để biểu thị rằng Đầy tớ bị xử cho tới chết, thì những từ ngữ thêm vào đòi hỏi phải hiểu như vậy. *Vì (min):* như trong câu 5, 'vì'. *Tội lỗi:* 'chống nghịch'. *Người đã bị đánh:* một lần nữa, Ê-sai đang sửa lại sự hiểu lầm ở câu 3. Cả bản NIV lẫn phần ghi ngoài lề trong bản NIV (*điều bất hạnh là tại ai*) đều hợp lý. Trong mỗi trường hợp, ý niệm căn bản là về sự thay thế, dù dĩ nhiên cách dịch ghi ngoài lề của bản NIV thể hiện điều này cách rõ ràng.

9. *Kẻ ác...kẻ giàu:* Kẻ ác ở số nhiều, còn kẻ giàu ở số ít. Nếu Ê-sai chỉ muốn cho thấy sự tương phản giữa việc chôn cất đáng xấu hổ và xa xỉ thì ông đã dùng cả hai ở số ít. Việc dùng một từ ở số nhiều và một ở số ít cho thấy không phải ông đang nói đến sự phân loại mà là nói về những cá nhân trong thực tế. Ông không đưa ra lời giải thích, cũng không có lời giải thích nào cho đến khi điều này được ứng nghiệm: chỉ có Phúc Âm Ma-thi-ơ nói cụ thể rằng Giô-sép người A-ri-ma-thê là "một người giàu' (27:57; so sánh Mác 15:43; Lu 23:50); Giăng làm nổi bật sự tương phản giữa sự chôn cất Chúa Giê-xu mà người ta mong đợi (19:31) và điều thực sự xảy ra (19:38 và các câu tiếp theo). Nhưng như Ê-sai đã nói trước 'người ta đã định chôn Ngài chung với kẻ ác nhưng (Ngài được) ở với người giàu trong sự chết mình.' *Chết*; nguyên ngữ là 'những cái chết', phải được hiểu như là số nhiều chỉ sự oai nghiêm, 'cái chết kỳ lạ, quan trọng nhất'.[15] *Dù* hay *bởi vì*: dù chỉ sự tương phản giữa điều đã xảy ra (7–9b) và điều đáng được nhận (9cd); bởi vì giải thích sự huy hoàng bất ngờ trong việc

---

[15] Số nhiều 'những cái chết' chỉ xuất hiện ở Ê-xê-chi-ên 28:10. Điều này không giúp giải thích Ê-sai 53:9. Hình thức số nhiều bất ngờ theo cùng một trật tự như 'những cái chết' ở đây được minh họa bởi từ 'những mồ mả' (Gióp 17:1; 21:32), mà GKC 124c và E. Dhorme (*A Commentary on the Book of Job* [Nelson, 1967]) phân loại là 'số nhiều chỉ sự mở rộng', tức là 'nghĩa địa/nơi của mồ mả'. Hình thức số nhiều tương tự ở 2 Các Vua 22:20 và 2 Sử Ký 1:14 phải là số nhiều chỉ sự khuếch đại/oai nghiêm, 'mồ mả tráng lệ/vương giả của người'. Khái niệm 'cái chết phi thường của Ngài' là rất thích hợp trong ngữ cảnh hiện tại.

chôn cất Ngài. *Hung dữ* là sự thù địch thật sự với người khác (vd: Sáng 49:5; Châm 10:6,11); *dối trá* là tình trạng của tấm lòng; *miệng* chỉ rõ tội trong lời nói (Mat 12:34). Những từ này kết hợp lại khẳng định tình trạng vô tội của Đầy tớ trong suy nghĩ, lời nói và việc làm. Do đó Ê-sai hoàn tất bức tranh về Đầy tớ như là Người thay thế cho chúng ta, vì ông phô bày tất cả những đặc điểm cần thiết: được Đức Chúa Trời; Đấng đang bị xúc phạm, chấp nhận (6), không có vết nhơ của tội lỗi (9); đồng cảm với nhu cầu của chúng ta (4–5) và tự nguyện đứng vào chỗ của chúng ta (7–8).

Đầy tớ đắc thắng (53:10–12). Ê-sai không dùng từ 'sống lại'; nhưng những câu này cho thấy Đầy tớ 'đang sống sau khi đã chịu chết' (Công 1:3). Tuy nhiên, không phải sống theo nghĩa thường được hiểu về sự sống tồn tại nơi Âm phủ [một người khi đã qua đời, nơi Âm phủ, Sheol; vẫn có ý thức, kinh nghiệm một phần nào đó của sự sống, không hoàn toàn giống với sự sống của người còn sống trên đất - ND]. Không thể có sự tương phản nào tuyệt vời hơn sự tương phản giữa tính dương dương tự đắc của vị vua ngày xưa ở 14:9–12 và Đấng oai nghiêm này. Người chết (9) đang sống (10), người bị định tội (8) là người công bình (11), người bơ vơ (7) là người chiến thắng (12).

10. Câu này bắt đầu và kết thúc với chủ đề *Đức Giê-hô-va vui lòng...ý muốn của Đức Giê-hô-va.* Đức Giê-hô-va hoàn thành ý muốn của Ngài qua sự chịu khổ của Đầy tớ Ngài (10a); Đầy tớ sống để làm *thành tựu* điều Đức Giê-hô-va đã làm. Hay nói cách khác: sự đau khổ của Đầy tớ hoàn tất sự cứu rỗi; Đầy tớ bây giờ Người Thực thi sự cứu rỗi mình đã hoàn tất. Đức Giê-hô-va là người 'kiến tạo' sự đau khổ của người; Đầy tớ sống để áp dụng những 'thành tựu' của nó. *Và dù* [dòng này trong nguyên ngữ không rõ ràng nên có sự khác nhau giữa các bản dịch - ND]: có ba cách dịch chính cho dòng này. (a) 'Khi ngài [ngôi thứ hai - ND] làm cho linh hồn người trở thành của lễ chuộc tội': bản NIV (chữ *dù* của bản dịch này chắc chắn là không đúng) sửa lại để cho rõ ràng 'ngài' là Đức Giê-hô-va. Điều này có nghĩa Đức Giê-hô-va là Tác nhân thật sự đứng sau công tác cứu rỗi của Đầy tớ và, do đó, đem đến hiệu quả trong thành quả khách quan (*dòng dõi;* 10c) lẫn phần thưởng chủ quan (*dài thêm*). (b) 'Khi linh hồn người là của lễ chuộc tội:' thực tại quý báu ngay trọng tâm của công tác cứu rỗi là thân vị ('linh hồn') của Đầy tớ. Vì chỉ một mình người thích hợp để thay thế, nên công tác cứu rỗi của người thành Công (c) 'Khi ngài [ngôi thứ hai - ND] làm cho linh hồn người trở thành của lễ chuộc tội': ở đây 'ngài' là cá nhân đến gần Đầy tớ để bổ nhiệm người làm của lễ chuộc tội có cần, theo đó có đáp ứng riêng tư, cá nhân với điều Đầy tớ đã làm. Mỗi một ý trên đều là cách dịch xác thực và là lẽ thật quan trọng. Nếu chúng ta có thể nhìn thấy nhiều hơn một ý nghĩa trong điều ông viết, thì chúng ta có thể chắc chắn rằng Ê-sai cũng thấy như vậy, và ông cố tình để nó như thế. *Tế lễ chuộc tội* được nói đến ở Lê-vi Ký 5:1–6:7. Trọng tâm của sự phân biệt là nhấn mạnh về tính chính xác đến từng chi tiết giữa tội lỗi và giải pháp. Nó được gọi là 'của lễ đem lại sự thỏa mãn' là phải lắm. Ở đây, nó được dùng không phải để khẳng định rằng Đầy tớ đã mang lấy và trả hết sự vi phạm của tội lỗi chúng ta; mà để xác nhận rằng điều người làm hoàn toàn tương đương với điều cần được làm. *Dòng dõi:* khi chúng ta đi lạc như chiên, chúng ta quay về như con cái. Công tác của Đầy tớ thành công trong việc 'đem nhiều con cái đến vinh quang' (Hê 2:10), nhưng vì điều đó được thực hiện cách hoàn hảo theo *ý muốn của Đức Giê-hô-va*, nên kết quả là cuộc đời của chính người được kéo dài thêm - như Rô-ma 4:25 nói về sự sống lại.

11. *Nhờ* [bản NIV dịch là "*Sau khi*" - ND] là giới từ *min* (như câu 5, 8) và một lần nữa, lẽ ra nên được dịch là 'bởi vì' (so sánh Hê 2:9). *Thấy kết quả và mãn nguyện* [bản NIV dịch "*Thấy ánh sáng của sự sống*" - ND]: Đây là sự khác biệt đáng kể duy nhất giữa bản MT và Q^a. Bản MT chép 'người sẽ thấy ...và thỏa mãn' còn Q^a ghi là 'người sẽ thấy ánh sáng'. Bản NIV mở rộng thêm 'ánh sáng của sự sống'. Nếu hiểu 'ánh sáng' là đúng, thì nó có nghĩa ẩn dụ là 'niềm vui', là một kết quả đầy vui mừng. Nhưng đây cũng là điều bản MT muốn nói: (nghĩa đen) 'người sẽ thấy, người sẽ được thỏa mãn' là cách nói mang tính thành ngữ 'người sẽ được thỏa mãn với điều mình thấy.' Câu Kinh thánh nói tiếp điều làm Đầy tớ vui thích là gì: *sự hiểu biết về mình*, nghĩa là vì người biết chính xác điều cần có để cứu tội nhân, *đầy tớ công chính của Ta*, nghĩa là 'Đầy tớ Ta, Đấng công chính', một lời khen ngợi mạnh mẽ từ thiên thượng; *làm cho nhiều người được xưng công chính* (một sự thay đổi độc đáo trong cụm từ tiếng Hê-bơ-rơ), nghĩ là 'sẽ cung ứng sự công chính cho nhiều người'. 'Nhiều người' là từ ngữ chính của Ê-sai chỉ những người Đầy tớ dự định cứu: điều Chúa Giê-xu gọi là 'tất cả những người Cha giao cho Con' (Giăng 6:37). Ngài ném áo choàng của sự công chính Ngài bao phủ họ. Chúng ta không chỉ là thành viên trong gia đình (10) mà còn mang nét giống nhau nữa. *Vì* [bản NIV và bản TT viết "và" - ND]: được dùng với nghĩa mang tính giải thích thường xuyên, 'ngươi thấy đó'. *Gánh:* 'vác' (xem câu 4). Mọi lợi ích và phước lành đến từ công tác thay thế này.

12. *Lớn* thật sự có nghĩa là 'nhiều, và một lần nữa nói đến những người mà Đầy tớ muốn cứu; nhưng *đồng với những người lớn...với những kẻ mạnh* không thể là cách dịch đúng. Không thể nào Đầy tớ này là người sẽ 'làm cho thành tựu' với lời tán dương ở ba mức độ (52:13), các vua phải im lặng vì kinh ngạc trước mặt người (52:15), là người sống từ cõi chết và Người Thực hiện kế hoạch của Đức Giê-hô-va (53:10), và trong trường hợp này, sẽ đồng ngôi ở nơi cao nhất với người nào khác. Theo đó, đọc kỹ hơn bản văn tiếng Hê-bơ-rơ thì thấy rằng 'Cho nên Ta sẽ chia cho người nhiều phần' (một lần nữa, so sánh Giăng 6:37); 'và người sẽ chia phần như chiến lợi phẩm với người mạnh'. *Vì thế:* chiến thắng to lớn này đặt trên bốn yếu tố. (a) *Người đã đổ:* Đầy tớ tự nguyện dâng của tế lễ là chính mình cho dù phải chết (Phi 2:8 và những câu tiếp theo); (b) *bị liệt:* đồng cảm với những người cần sự cứu rỗi (chúng ta có thể dịch 'Người để cho chính mình bị liệt vào'); (c) *đã mang lấy tội lỗi nhiều người* (nghĩa là của tất cả những người mà người định cứu): có hiệu lực như của lễ thay thế; và (d) *cầu thay*, có lẽ tốt hơn nên dịch là 'can thiệp', nhưng dĩ nhiên có thể ám chỉ sự cầu thay của người với vai trò người trung gian mà bởi đó người 'cứu toàn vẹn' (Hê 7:25): người hành động như người trung gian. Tuy nhiên, động từ thứ nhì được dùng trong câu 6 với nghĩa 'khiến cho gặp' (bản NIV dịch là 'chất'). Đức Giê-hô-va đã đặt người vào địa vị trung gian thế nào, thì cá nhân người cũng nhận lấy địa vị đó như của chính mình thế ấy.

ii. Lời mời gọi tuyệt vời (54:1–55:13). Cũng như những chương trước, tiếp theo phân đoạn cuối cùng nói về Đầy tớ là 'phần đuôi' chiếm hết hai chương để phù hợp với giá trị của nó. Ở 54:1, lời mời *ca hát* - bước vào phước hạnh được ban cho với niềm vui mừng - loan ra đến với *người hiếm muộn*, hóa ra là Si-ôn (11–15). Ở 55:1, lời mời cả thế giới đến dự tiệc được gởi đến tất cả những ai mong muốn đến ăn cách tự do, và đây được xem như sự ứng nghiệm của lời hứa rằng Đa-vít sẽ cai trị thế giới (3–4). Cho nên chương 54–55 tương ứng với 40:1–42:17, là phân đoạn mà sứ điệp an ủi Si-ôn được kết hợp với khải tượng về phước hạnh cho cả thế giới.

Si-ôn được phục hồi: năm hình ảnh về phước lành (54:1–17). Nhân loại chia thành hai nhóm: những người có sự mặc khải của Đức Chúa Trời (cho dù họ có sống đúng với sự mặc khải đó hay không), và phần còn lại là những người còn phải được đem vào nhóm người được hưởng đặc ân. Khi Đầy tớ thực hiện công tác cứu rỗi lớn lao của mình (52:13–

53:12), lời mời đầu tiên loan báo cho những người đã ở trong phạm vi của Đức Giê-hô-va, để họ có thể tự do bước vào (*ca hát*, 1) nhận lãnh những lợi ích từ việc Đầy tớ đã làm.

1-3, Sự gia tăng toàn cầu: người nữ hiếm muộn và gia đình lan rộng. Việc nói đến *dòng dõi* ('con cháu') trong câu 3 (so sánh 53:10, *dòng dõi* = 'con cháu'): con cháu người là con cháu của người phụ nữ hiếm muộn, con cái của sự cứu rỗi. Người *hiếm muộn* (câu 1; tức không có khả năng có con), người *chưa sinh con* (thật sự không có con), và người *bị bỏ* (không có cơ hội thụ thai vì không có sự chăm sóc của chồng), sẽ thật sự có nhiều con hơn người có chồng. Không có lời giải thích tự nhiên nào về khả năng sinh sản này. Lối sống ở trong *trại* (2) mô tả mối quan hệ 'lý tưởng' giữa Đức Giê-hô-va và dân sự Ngài (Giê 2:1–3); so sánh 16:5 chép rằng Đấng Mê-si-a cai trị 'trong trại của Đa-vít'. *Giương...đóng...cho chắc*: rộng rãi và vững chắc. Lan rộng: 'bùng ra', hình ảnh về sự tăng trưởng mạnh mẽ. *Chiếm* (nghĩa đen 'nắm quyền sở hữu')...*làm cho...trở nên đông dân*: Sáng Thế Ký 2:17 chép (nghĩa đen) 'dòng dõi con sẽ chiếm được' nhưng chỉ Xuất Ê-díp-tô Ký 34:24, Phục Truyền Luật Lệ Ký 9:1; 11:23 và Giô-suê 23:9 - cuối cùng tất cả đều được ứng nghiệm trong Đa-vít - ám chỉ việc 'chiếm các nước' (so sánh Thi 2:8). Do đó, nhờ công tác của Đầy tớ, những lời hứa cho dòng dõi Áp-ra-ham lẫn Đa-vít đều được ứng nghiệm.

4-8, An ninh trong Đức Chúa Trời: người vợ cô đơn và tình yêu bất diệt. Hai bức tranh về *cảnh góa bụa* (4) và *người vợ đã bị bỏ* (6) có thể lần lượt cho thấy một người chồng đã qua đời và không chung thủy, vì thế tạo nên một loạt ấn tượng sai lầm hoàn toàn. Ê-sai sẵn sàng liều mình để cho chúng ta cảm nhận càng sắc bén càng tốt về hậu quả chết người của tội lỗi, và từ đó cảm nhận kết quả đầy vui mừng của sự cứu rỗi.

4. *Hổ thẹn...xấu hổ...sỉ nhục* tượng trưng cho ba động từ đồng nghĩa trong tiếng Hê-bơ-rơ cùng diễn tả khái niệm cơ bản đánh mất niềm hy vọng, tâm trạng lo lắng khi mong đợi – cho dù được thông báo công khai - điều này nhưng nhận được điều khác. Trong ngữ cảnh tại đây, *hổ thẹn* và *nhục nhã* chuyển tải cùng một ý. *Cảnh góa bụa* là hoàn cảnh thất vọng, là sự tàn lụi của những hy vọng tươi sáng - đặc biệt khi điều đó xảy đến *lúc còn trẻ*. Nhưng nỗi sợ hãi có thể tan biến mãi mãi (4) vì có một người *chồng* không thể chết (5), muốn gọi vợ mình *về* (6) và hứa yêu vợ bằng tình yêu bất diệt (7–8).

5–8. *Đấng Tạo Hóa* (5), xem 44:2; *Đức Giê-hô-va vạn quân*, 1:9; *Đấng Thánh của Y-sơ-ra-ên*, 1:4; *Đấng Cứu Chuộc*, 35:9–10. Là Đức Chúa Trời của cả trái đất không một quyền lực chống nghịch nào có thể thách thức, ngăn cản hay làm thay đổi những lời hứa của Đức Chúa Trời. *Đức Chúa Trời ngươi* (6), như thường lệ, không phải Đức Chúa Trời mà ngươi đã chọn mà là Đức Chúa Trời đã tự nguyện thuộc riêng về ngươi. Nằm sau bức tranh cảnh góa bụa (4–5) và bị bỏ rơi (6) là thực tế về một Đức Chúa Trời xoay lưng, ẩn mặt. Đây là lý do tội lỗi giống như sự mất mát và ruồng bỏ, vì nó làm cho xa cách Đấng Thánh. *Lòng thương xót* (danh từ trong câu 7, động từ trong câu 8) là tình yêu theo cảm tính khiến trái tim đập nhanh hơn (1 Vua 3:26). *Lòng nhân từ* (8) là tình yêu bởi cam kết của ý chí. Một cặp đôi 'yêu nhau' (*lòng thương xót*) và trong hôn nhân họ hứa nguyện yêu nhau (*lòng nhân từ*). *Đấng Cứu Chuộc*: Người Thân Gần nhất luôn luôn có mặt, sẵn sàng đáp ứng mọi nhu cầu, mang lấy mọi gánh nặng; trả bất kỳ giá nào.

9–10, Kết thúc cơn thịnh nộ: Nô-ê và giao ước hòa bình. Phần suy ngẫm mang tính thơ ca về cơn nước lụt tiếp tục chủ đề 'cơn giận dâng trào' (6) từ bức tranh cuối cùng. Lời hứa *nước lụt thời Nô-ê* sẽ không bao giờ tràn ngập mặt đất nữa (Sáng 9:12–17) được liên kết với việc treo cây cung chiến tranh của Đức Giê-hô-va (bản dịch 'cầu vồng' là dịch theo ngữ cảnh; đây là từ chỉ cây cung chiến đấu): chiến tranh kết thúc, vũ khí trở thành dấu hiệu hòa bình, thật sự là dấu hiệu giao ước; một vật bảo đảm hữu hình về lời hứa của Chúa, một sự khuyến khích tin cậy Đấng lập lời hứa. Vậy thì bây giờ cũng có vật bảo đảm *sẽ không giận...không trách phạt*. Ý thứ nhất là cơn bực tức (cùng một từ dùng trong câu 8); ý sau là thái độ nằm sau cơn bộc phát đó, một cảm giác bị xúc phạm. Về mặt cảm xúc lẫn trong cách thể hiện - nghĩa là hoàn toàn - cơn giận không còn nữa. Với Nô-ê, một quy luật ổn định trong công trình sáng tạo trở thành sự bảo đảm hòa bình với Đức Chúa Trời, nhưng Ê-sai đi xa hơn nữa: cho dù tạo vật mất đi tính ổn định lâu dài khi *núi* (10) dời và *đồi* (nghĩa đen) 'lung lay', thì *giao ước* vẫn không thể (nghĩa đen) 'lung lay'. Đầy tớ đã mang lấy hình phạt đem lại hòa bình (53:5) và bây giờ hòa bình đó là một thực tại được ký kết, bền vững hơn cả cơ cấu vũ trụ và được xây trên *lòng thương xót* thiên thượng (xem câu 7–8). Cảm xúc giận dữ ra đi mãi mãi, còn tình yêu trào dâng vẫn ở lại.

11–14, An ninh vững bền: thành lẽ thật và công chính. Chủ đề về thành là chủ đề cơ bản trong Ê-sai: thành thuộc dòng dõi Đa-vít (1:26–27); thành thế gian (2:2–4); thành được thanh tẩy (4:2–6); thành vui mừng (12:1–6); 'chuyện kể về hai thành phố' (24–26) - một bị hủy diệt (24:10), một được cứu chuộc, trở nên thành chung và vững mạnh (25:1–9; 26:1–3); một 'chuyện kể khác về hai thành phố' (47–52) - một sụp đổ (47:1), một được xây dựng (52:1); thành được an ủi (66:10 và các câu tiếp theo). Trong hai bức tranh đầu tiên ở chuỗi này (54:1–3, 4–8); Si-ôn đổ nát tượng trưng cho dân được hưởng đặc ân của Chúa đang cần đến phước lành mà Đầy tớ giành được. Trong hai bức tranh cuối (54:11–15; 16–17), thành tượng trưng cho vẻ đẹp và sự an ninh. Lưu ý phương cách mà điều này đặt *giao ước bình an* (9–10) thành trọng tâm của toàn bộ chuỗi chủ đề.

11–12. *Cùng khốn*, 'bị sỉ nhục' bởi những quyền lực mạnh hơn; *bị dồi dập* ..., bị bão táp vùi dập, bị hoàn cảnh cản trở; và *mất sự an ủi*, không có sự giúp đỡ nào từ bên ngoài. Nhưng bây giờ, một người an ủi sẽ làm cho sự sỉ nhục (*xây*) và sự bất an (*nền...tường có tháp canh...cổng*) chấm dứt và sự chăm sóc của người sẽ được thể hiện qua việc làm cho thành được giàu có và đẹp đẽ.

13–14. Cộng đồng xung quanh tận hưởng mối quan hệ với Đức Giê-hô-va dựa trên ánh sáng lẽ thật của Ngài (13a) và trên nền tảng là sự công chính của Ngài (14a), và sự bình an tuyệt đối: bình an với Đức Chúa Trời (13b) và bình an trước sự bất an của đời này (14b-e). *Được...dạy dỗ* là limmûdîm, như ở 50:4ad. Giống như Đầy tớ, họ cũng là môn đồ, được dạy dỗ trong lời Đức Chúa Trời. Món quà lẽ thật được mặc khải luôn là dấu hiệu nhận biết dân Chúa giữa những người khác. Đó là đặc điểm phân biệt thành ở 2:2–4. Giê-rê-mi 31:34 báo trước phước lành tương tự, và không đưa ra lời giải thích nào khác hơn rằng đó là kết quả của việc giải quyết tội lỗi trọn vẹn và cuối cùng; trong Ê-sai cũng vậy, công tác cứu chuộc hoàn hảo đem những người được chuộc vào đặc ân chính là được dạy dỗ lẽ thật thiên thượng bởi người thầy thiên thượng. Vẻ đẹp bên ngoài của *đá quý* (12) tương ứng với việc sở hữu lẽ thật bên trong (13); thực tại bị che khuất của *nền* (11c) tương ứng với thành phần bí mật của *sự công chính* thiên thượng (14a), phước lành được ban xuống bởi Đầy tớ là người 'cung ứng sự công chính' (53:11) cho *nhiều người* mà người muốn cứu rỗi. *Sự áp bức* ('*ōšeq*), là từ liệu chung chỉ những thế lực phá hoại đang vận hành trong xã hội; *sự kinh hãi* (*mĕššittâ*); tấn công từ bên ngoài (Thi 89:40) cũng như sự hoảng sợ bên trong (Châm 10:14). *Sợ* vừa là cảm xúc vừa là hoàn cảnh (*không đến gần*) không còn nữa. Đây là hình ảnh sự bình an tuyệt đối và trọn vẹn.

15–17, Địa vị được bảo đảm: Đấng Sáng Tạo và đầy tớ của Ngài. Nguồn gốc sự an ninh của thành vững mạnh (11–14) phát xuất từ sự chăm sóc của Đức Chúa Trời, Đấng Sáng Tạo tối cao. Ngài sẽ không bao giờ (như là 10:5–15 chẳng hạn) để cho kẻ tấn công trừng phạt làm hại thành của Ngài lần nữa (15a), và không chỉ mọi kẻ tấn công giả định bị thất bại mà mục đích đó còn sẽ bị đảo ngược trong sự phục tùng Ngài (15b). Tại sao như vậy? Vì mọi việc cuối cùng đều là một phần của công trình sáng tạo và do đó ở dưới quyền kiểm soát quản trị của Đấng Sáng Tạo (16). Ngài bảo đảm dân sự Ngài được bảo vệ (17a) trước kế hoạch thù địch (17b), cho dù cũng có một Đấng Sáng Tạo tích cực bảo đảm sự miễn nhiễm của dân Ngài. Nằm sau tất cả những việc này là điều họ thừa hưởng và sở hữu (17c), một phẩm giá đặc biệt (*các đầy tớ*, 17ac) và địa vị (sự công chính, 17d).

15–17b. *Chịu thua:* (nghĩa đen) 'thất bại trước ngươi' hoặc 'theo phe các ngươi'. Hiểm nguy (*vũ khí*) bắt nguồn từ nghề thủ công (*than*) và thợ thủ công (*thợ rèn*), rồi xa hơn nữa là Đấng Sáng Tạo (*Ta đã dựng nên*). Đấng Sáng Tạo bắt đầu mọi vật; duy trì sự tồn tại của chúng, điều khiến chúng hoạt động và dẫn chúng đến số phận Ngài định cho chúng. Nếu Đức Chúa Trời vĩ đại này chỉ hành động trong những điều 'tốt đẹp', thì cảnh ngộ khốn khó của chúng ta trong thế giới nhiều đe dọa này thật đáng lo ngại biết bao; nhưng Ngài đang hành động, và toàn quyền kiểm soát mọi thứ. Ngài là Đức Chúa Trời; Đấng Sáng Tạo, và cũng là Đấng tể trị tác nhân khởi xướng (16a) lẫn tác nhân cuối cùng (16d).

17c. *Cơ nghiệp* (*naḥălâ*) không mô tả phương cách đạt được điều gì đó mà là mô tả thực tế của việc sở hữu. Có lẽ chúng ta nên xem câu 17cd không chỉ áp dụng trực tiếp cho những phước lành trong câu 15–17b mà còn áp dụng rộng rãi cho những phước lành có được từ công việc của Đầy tớ như được liệt kê trong chương này. Nhưng cụ thể, công việc của Đầy tớ tạo nên *các đầy tớ*, những người mà nhờ công tác cứu rỗi của người, cũng hưởng được phẩm giá của người. Từ chương 40 trở đi cho đến thời điểm này, Ê-sai dùng từ 'đầy tớ' chỉ ở số ít; từ đây trở đi, từ này chỉ xuất hiện ở số nhiều. Qua công tác cứu rỗi của mình, Đầy tớ tạo ra các đầy tớ. Theo 53:11 'đầy tớ công chính của Ta' đem lại sự công chính cho 'nhiều người'. Chính Đức Giê-hô-va giờ đây công nhận giá trị của món quà 'công chính' này (chứ không phải "*sự bào chữa*" như bản NIV dịch) bằng cách xác nhận rằng món quà ấy *do Ta* mà đến - giới từ nhấn mạnh ngụ ý 'trực tiếp từ sự hiện diện của Ta'.

Cả thế giới được mời bước vào thế giới mới (55:1–13). Ngược với mệnh lệnh cụ thể cho Si-ôn 'hãy ca hát' (54:1), lời mời cao quý (nghĩa đen) '*Hỡi* [không phải 'hãy đến' như bản NIV dịch] *tất cả những ai đang khát*' đem đến trước mắt chúng ta kết quả từ công việc của Đầy tớ trên khắp thế giới, tức là người được chọn để thiết lập 'công lý [lẽ thật được bày tỏ] trên đất' (42:4) và trở thành 'sự cứu rỗi của Ta cho đến tận cùng trái đất' (49:6). Vậy thì, công tác cứu rỗi ở 52:13–53:12 mang lại cho cả thế giới điều gì?

1–2, *Sự cung ứng miễn phí cho mọi nhu cầu.* Lời hứa tương phản cho *nước để uống* và *của béo để ăn* bao gồm mọi nhu cầu và nguồn cung ứng cần thiết. Lời mời đầu tiên, *Hãy đến nguồn nước*, nhấn mạnh nhu cầu đe dọa cuộc sống và nguồn cung cấp dư dật. Lời mời thứ hai, *hãy đến mua mà ăn*, được mở rộng cho người *không có tiền bạc*, nhấn mạnh sự bất lực và tình trạng không có sự giúp đỡ: một mặt, làm thế nào một người không có tiền có thể *mua*? Nhưng mặt khác, không thể có được điều gì mà không phải trả tiền (*mua*). Có người - trong văn cảnh, qua sự ngụ ý, Đầy tớ bởi hiệu lực từ công tác cứu rỗi của mình - đã trả giá phải trả. Lời mời thứ ba; *Hãy đến mua rượu và sữa, mà không cần tiền* nhấn mạnh sự cung ứng rời rộng: không chỉ nước là nhu cầu căn bản, mà cả rượu và sữa để thỏa mãn sở thích xa xỉ. Ê-sai đã mô tả người thờ thần tượng đổ vàng và bạc ra (46:6) để 'nuôi mình bằng tro bụi' (44:20). Thuốc giải cho sự thiếu khả năng phân biệt (44:19; so sánh 40:18–20, 25), sự lừa dối tâm trí (44:20) và cố gắng vô nghĩa (44:12) - thật đúng là lời vạch trần tôn giáo không có sự mặc khải! - là *hãy nghe* (theo nguyên ngữ là 'hãy chăm chú nghe'): phải chăm chú lắng nghe và đừng làm gì khác cả, phải hoàn toàn tập trung vào lời Đức Chúa Trời. Đó là cách để thay thế tro bụi của tôn giáo giả bằng *của béo*.

3–5, *Quyền công dân bình đẳng.* 'Thế giới bên ngoài' không được mời đến bếp ăn từ thiện hay chỉ là việc từ thiện. *Hãy...đến* (3a) tiếp tục lời mời đến buổi tiệc mang tính minh họa (1–2) nhưng đi tiếp từ hình ảnh đến hiện thực. Điều được hứa với những người *nghe và đến* – tức tất cả những gì họ cần làm! - là sự sống thật (3b), ngược với cái khát, cái đói hay thiếu sự thỏa mãn trong câu 1–2; sự an ninh của giao ước vĩnh cửu cùng với những lợi ích được hứa ban (3c); thật vậy, cuộc sống dưới quyền của Đa-vít (3d); người được hứa cho cai trị thế giới (4) và vương quốc của ông sẽ chứng tỏ là có sức hấp dẫn (5ab) bởi sự hiện diện thu hút của Đấng Thánh (5c-e).

3–4. *Hãy đến với Ta:* chính Đức Giê-hô-va là buổi tiệc được hứa. *Lập với các ngươi một giao ước* phải là 'giao ước cho các ngươi'. Cấu trúc *kārat bĕrît lĕ* (vd: Thi 89:3) nghĩa là 'khởi đầu một giao ước vì thiện cảm với', để đem người nào đó vào hưởng lợi ích được hứa trong giao ước. Những lợi ích được hưởng trong giao ước ở đây là (nghĩa đen) 'những tình yêu đáng tin cậy' được hứa với Đa-vít. Thi Thiên 89 là bản văn chính giải thích cụm từ này: 89:1 thông báo chủ đề, (nghĩa đen) 'tình yêu của Đức Giê-hô-va', được thể hiện trong cụm từ 'giao ước với Đa-vít' (3); 89:49 kết thúc Thi Thiên này bằng lời yêu cầu thực hiện 'những tình yêu' lớn lao này. Phần thân bài của Thi Thiên này giải thích tại sao 'tình yêu' ở số nhiều: 'những tình yêu' của Chúa dành cho Đa-vít, trước tiên, là tình yêu hứa cho ông quyền cai trị thế giới (22–27), và thứ hai là tình yêu (28) hứa ban cho Đa-vít vương quyền đời đời (28–37). Bước vào trong vương quốc thế gian này, và dưới sự cai trị của vị vua đời đời này, là tất cả những người đáp ứng lời mời. *Nhân chứng* (4): không chỗ nào chép Đa-vít là nhân chứng của Đức Giê-hô-va, nhưng ý niệm về lời chứng toàn cầu thuộc dòng dõi Đa-vít bắt nguồn từ các Thi Thiên của Đa-vít (9:11; 18:49; 57:9–11; 108:3–4; 145:21). Thi Thiên 18 khẳng định rằng 'một dân Ta không biết sẽ phục vụ Ta'. Nhưng nếu không có chỗ nào nói cách rõ ràng Đa-vít là nhân chứng của Đức Giê-hô-va, thì Đầy tớ là nhân chứng (42:1–4; 49:2–3; 50:4), và nhiệm vụ của phân đoạn này là kết hợp những phần trình bày về Đấng Mê-si-a thuộc dòng dõi nhà vua (chương 1–37) với Đấng Mê-si-a trong vai trò Đầy tớ (chương 38–55). Tất cả những phước lành làm tươi mới linh hồn ở 55:1–3 phải được nhận thấy trong sự cai trị của Đa-vít vì Đa-vít và Đầy tớ là một.

5. *Vì Giê-hô-va Đức Chúa Trời ngươi* (5): cùng một sức hấp dẫn mạnh mẽ vận hành ở đây như ở 2:2–4, một sức hấp dẫn thắng hơn mọi sự chống đối của chủ nghĩa dân tộc để đi theo Đức Chúa Trời và vua của một dân tộc khác (đối chiếu 16:4–6). Ở 49:7, Đức Giê-hô-va phú cho Đầy tớ Ngài đến nỗi các vua đứng dậy chào mừng người với lòng tôn trọng còn các vương quyền cúi lạy để thừa nhận uy quyền tối cao của người; ở đây cùng một sự phú ban tô điểm cho vị Vua được chỉ định, và sự nhân từ chắc chắn đang chờ đợi trong vương quốc của người cho tất cả những ai đáp ứng lời mời dành cho mọi người.

6–9, *Vấn đề căn bản.* Bí quyết để bước vào phước hạnh chắc chắn và đời đời thật đơn giản 'Hãy đến...hãy đến...hãy đến...hãy nghe, hãy nghiêng tai và đến với Ta' (1–3). Việc đến đơn giản này đòi hỏi điều gì? (a) một sự thừa nhận về tính cấp bách khi cơ hội vẫn còn (6); (b) một sự thừa nhận và từ bỏ tội lỗi (7ab) và quay về với Đức Chúa Trời hay thương xót và tha thứ (7cd); và (c) mọi điều chúng ta nghĩ hay làm đều phục tùng Đức Giê-hô-va (8–9).

6–7. Ba lần 'hãy đến' (với buổi tiệc, câu 1) và 'hãy nghe...hãy nghiêng tai' và 'đến với Ta' (2–3) bây giờ cho thấy ý nghĩa cụ thể hơn: *Hãy tìm kiếm...hãy kêu cầu...hãy lìa bỏ... hãy trở lại*. *Tìm kiếm* là, như thường thấy trong cách dùng trong tôn giáo (vd: 8:19), là không tìm kiếm điều đã mất nhưng cẩn thận đến nơi có thể tìm thấy Đức Giê-hô-va. Cho nên, tìm kiếm nói đến một cam kết, một quyết tâm, một sự kiên trì trong mối quan tâm thuộc linh và trong việc khao khát sự hiện diện và sự thông công của Đức Giê-hô-va. *Kêu cầu* là nhận biết Ngài trong sự thờ phượng (Sáng 13:4; Thi 105:1) đồng thời cầu khẩn Ngài khi có cần (Thi 50:15). *Lìa bỏ* và *trở lại* là hai mặt của sự ăn năn thật, xây bỏ và quay về (1 Tê 1:9). *Gian ác* (7) và *xấu xa* là những từ liệu chung chung, mang nghĩa rộng. Nếu có sự khác biệt nào, thì gian ác chỉ về bản tính nhiều hơn, còn xấu xa nói đến hậu quả tồi tệ của tội lỗi. *Đường lối* và *ý tưởng* (so sánh câu 8) lần lượt là 'lối sống' (như khi chúng ta biện hộ cho ai đó vì sự khiếm nhã của người đó bằng cách nói 'Cách của anh ta là vậy chứ anh ta không có ý gì cả.') và 'tâm trí' nằm phía sau, những ý nghĩ thú vị, những kế hoạch hợp thời. *Thương xót* là 'lòng trắc ẩn' (xem 54:8). Người biết ăn năn được bao phủ bởi tình yêu thiên thượng dâng tràn. *Dồi dào* là 'dư dật'; (nghĩa đen) 'Ngài sẽ tha thứ theo cấp số nhân' như thế được tha với số lãi kép. *Tha thứ* (√*sālaḥ*; được dùng rộng rãi khoảng bốn mươi lần, vd: Dân 14:20; 1 Vua 8:30, 34) là từ liệu mang ý nghĩa tổng quát: làm bất kỳ điều gì phải làm để giải quyết tội lỗi, một từ liệu tập trung vào sự tha thứ mà không cần đề cập lý do hay phương cách.

8–9. Đức Giê-hô-va hoàn toàn khác với con người (*không...chẳng*) về điều Ngài nghĩ và cách Ngài nghĩ (*tư tưởng*) và trong *đường lối* hành động tiêu biểu của Ngài. Đây là câu Kinh thánh với ý nghĩa áp dụng rất rộng, bao gồm mọi phương diện của đời sống. Nó xóa bỏ câu hỏi 'Tại sao?' vô ích và làm suy yếu con người khi đối diện những khó khăn trong cuộc sống; nó mở ra cánh cửa đến với hiện thực phước hạnh của đức tin nơi một Đức Chúa Trời thật sự là Đức Chúa Trời. Trọng tâm trong ngữ cảnh thì hẹp hơn. Người ta sẽ có nhiều câu trả lời khác nhau khi được hỏi về tính chất của nhu cầu của họ và loại tiệc nào họ muốn được tự do đến để đáp ứng nhu cầu đó. Nhưng Đức Giê-hô-va đang có suy nghĩ của riêng Ngài và theo đuổi con đường của riêng Ngài khi Ngài đáp ứng nhu cầu thuộc linh và đạo đức (được giải thích thêm trong câu 6–7). Nếu những từ ngữ *không...chẳng* có vẻ tuyệt đối trong cách diễn đạt sự khác biệt giữa ý tưởng của chúng ta và của Chúa, thì không có cách dùng nào thích đáng hơn cho bằng. Tầng trời *cao hơn* (9) bao nhiêu? Câu trả lời là 'vô cùng cao'. Liên quan đến người hỏi Chúa, sự so sánh này trau dồi một thái độ khiêm nhường đúng đắn. Về ý đang nói đến - sự tuyệt vọng về tâm linh và đạo đức của con người - chúng ta thấy điều kỳ diệu của sự ăn năn nếu nó thật sự có thể bắc cầu và xóa bỏ khoảng cách như thế, và thấy được phương thuốc của Chúa thật tuyệt diệu.

10–11, *lời chắc chắn.* Câu 10 bắt đầu với lời giải thích 'Vì'. Thật hợp lý khi thắc mắc có phải tính đơn giản của lời mời 'Hãy đến... hãy nghe... đến với Ta...hãy tìm kiếm... hãy kêu cầu...hãy lìa bỏ... hãy trở lại' có thể khiến người ta có được mối quan hệ đúng đắn với Đức Chúa Trời một cách hiệu quả thật sự. Nhưng không phải sự ăn năn đem lại hiệu quả mà là lẽ thật thiên thượng.

Mưa là món quà từ trời, *từ trời rơi xuống*, nhằm đem lại hiệu quả (*không trở về...luống công*), tạo sự biến đổi (*tưới...làm cho đâm chồi nẩy lộc*) và biến sự chết thành sự sống (*hạt giống*) và nuôi dưỡng (*bánh*). Dù vậy, *lời của Ta* (11) có nguồn gốc siêu nhiên (*ra khỏi miệng Ta*), thực hiện sứ mạng cách hiệu quả (*không trở về...luống công*) và là công cụ để thực hiện điều Đức Giê-hô-va muốn (*ý Ta muốn...việc Ta giao*). Một lần nữa, đây là một lẽ thật mang ý áp dụng rộng và quan trọng. Lời Đức Chúa Trời - trong thời kỳ ân điển của chúng ta, là Kinh thánh - bắt nguồn từ chính Đức Giê-hô-va và là công cụ được Ngài chọn để hoàn thành mục đích của Ngài. Kinh thánh bày tỏ ý tưởng và đường lối Ngài, đặt mục tiêu, nêu lên những lời hứa và có quyền năng để hoàn thành điều đã bày tỏ. Nhưng ngay trong đoạn Kinh thánh này, thì trọng tâm hẹp hơn. Trọng tâm nói cụ thể về lời thiên thượng trong lời kêu gọi ăn năn; trong mệnh lệnh trở về cùng Đức Chúa Trời, trong lời hứa về lòng thương xót và sự tha thứ. Đây là những cách hiệu quả để thực hiện điều chúng truyền đạt, không phải vì tội nhân đáp ứng và dùng những từ chỉ sự ăn năn và đức tin, nhưng vì Đức Giê-hô-va đã phán.

12–13, *lời hứa về một thế giới mới*. Một lần nữa (so sánh câu 10), có từ 'Vì' mở đầu. Điều đạt được qua lời Đức Chúa Trời là một hiện thực chắc chắn và đáng tin cậy, 'vì' những người đáp ứng sẽ thấy rằng họ *sẽ đi ra trong niềm vui* để bước vào một thế giới không giống với bất kỳ điều gì họ đã biết trước đây (12c-f), một thế giới được biến đổi (13ab) nơi mọi thứ đều vì sự vinh hiển của Đức Giê-hô-va (13c) và là một hiện thực đời đời (13de).

12. Mô tả việc đáp ứng với Chúa giống như đi đến dự tiệc (1–2) là cách tiêu biểu trong Kinh thánh, và bây giờ hành động này được thể hiện với *niềm vui* (12) trong Chúa và *sự bình an* Ngài ban cho (53:5; 54:10). Như tại cuộc xuất hành, *đi ra* khỏi ách nô lệ để đến sự tự do, từ tình trạng bị xa cách quay về với Đức Chúa Trời; qua công tác của Đầy tớ (49:5–6). *Được đưa đường*, nghĩa là bởi chính Đức Giê-hô-va (42:16; 52:12; Xuất 13:21–22). Sự biến đổi cá nhân – cảm xúc mới mẻ (*niềm vui*), những mối quan hệ và mong đợi mới (*bình an*), trách nhiệm bảo vệ mới (*được đưa*) - đều phù hợp với một môi trường mới. Điều này đúng ngay trước mắt ở chỗ 'Bầu trời xanh êm đềm trên cao/Dưới đất xung quanh ngọt ngào mơn mởn/Sức sống tràn dâng ở khắp mọi nơi/Nếu không có Chúa thì không bao giờ thấy.'[16] Nhưng hiện thực tối hậu là một trái đất mới, cõi tạo vật được giải thoát khỏi ách nô lệ của sự hư hoại để dự phần trong sự tự do của con cái Đức Chúa Trời (Rô 8:19–21). Sự rủa sả được cất đi và cả công trình sáng tạo nổ tung trong niềm vui tươi mới (*trỗi tiếng ca hát*) và ngợi khen (*vỗ tay*).

13. *Bụi gai* (*na'ăṣûṣ*; chỉ xuất hiện ở 7:19) và *gai góc* (*sirpād*) đều không có nghĩa rõ ràng. Gai góc dường như liên quan đến động từ 'than khóc' và Ê-sai có lẽ đã tạo ra một thuật ngữ về thực vật học để phản ánh nỗi đau buồn mà cõi tạo vật được giải thoát. Dù là trường hợp nào, thì cũng đang đảo ngược tình huống của Sáng Thế Ký 3:18. *Cây tùng...cây sim* cũng không rõ ý nghĩa ngoại trừ việc chúng là cây thường xanh. Sự chết và sự rủa sả đã bị thay thế bởi sự sống và sự tươi mới mãi mãi. *Làm cho biết danh Đức Giê-hô-va*: (nghĩa đen) 'điều này sẽ trở thành một tên gọi cho Đức Giê-hô-va'. Cộng đồng của niềm vui và bình an (12ab) trong cuộc xuất hành mới và những tạo vật hân hoan (12c-f), được biến đổi sẽ tự lên tiếng trong sự mặc khải về bản tính và thanh danh của Đức Giê-hô-va: lời mời miễn phí của Ngài, lời kêu gọi đến với sự ăn năn dễ dàng, lời bảo đảm của Ngài về lòng thương xót và tha thứ, tính đáng tin cậy của đường lối Ngài, quyền năng của lời Ngài, đi từ tình trạng xa cách sang mối thông công, từ chết sang sống, từ cũ sang mới, từ cái tạm thời vào cái đời đời, từ thiếu thốn được đầy đủ - Đức Giê-hô-va là như vậy và đó là điều Đầy tớ đã làm.

QUYỀN CỦA NGƯỜI CHIẾN THẮNG (56–66)

Chúng ta có thể có được những hiểu biết nhất định về những đoạn Kinh thánh này khi xem những phần Kinh thánh tương đồng ở Tân Ước. Với sự giáng sanh của Chúa Giê-xu Christ thì vị Vua được hứa ban đã đến, là người thừa kế ngai và quyền cai trị của Đa-vít (Lu 1:31–33); với sự chết của Ngài, công tác cứu rỗi của Đầy tớ được hoàn tất và được công

---

[16]Trích từ G. W. Robinson, 'Loved with everlasting love'. Nguyên văn những câu thơ này trong tiếng Anh là: "*Heaven above is softer blue,/ Earth around is sweeter green;/ Something lives in every hue,/ Christless eyes have never seen*'

nhận trong lời tán dương về sự sống lại, sự thăng thiên và xưng vương trên trời (Hê 10:12). Nhưng hiện tại, vương quyền của Ngài vẫn còn được *giấu kín*, và dù được cứu chuộc, cả chúng ta lẫn thế giới chúng ta đang sống đều chưa đạt đến mức lý tưởng. Những kẻ không xứng đáng; thường là thù địch và đầy tội lỗi đang cai trị. Có cả những kẻ cai trị thế giới mờ tối này vẫn đang hành động (Êph 6:12). Tóm lại, Vua đang cai trị, công tác cứu rỗi đã xong, nhưng thế giới vẫn đang trong giai đoạn chuyển tiếp, chờ đợi ngày kẻ thù sẽ khuất phục (Hê 10:13), mọi đầu gối sẽ quỳ (Phil 2:9–11) và dân Ngài sẽ trở nên giống Ngài vì họ nhìn thấy Ngài như vốn có (1 Giăng 3:2).

Về mặt lịch sử và chính trị, Ê-sai đã đi đến thời kỳ mà, nhờ Si-ru, dân sự từ Ba-by-lôn trở về (48:20–21), và đây chính là hoàn cảnh mà ông phải nhờ đến khả năng nói tiên tri của mình. Ông đã báo cho họ biết rằng họ sẽ trở về như khi họ đi. Trước lưu đày, Nhà Đa-vít là một vỏ khô. A-cha đã bán vương quyền của mình cho người A-si-ri và những người kế vị ông chỉ là vua bù nhìn. Ê-sai thấy trước rằng (45:9–13; 46:8–13) sẽ là điều tranh cãi với dân lưu đày khi hồi hương, họ vẫn sẽ chịu ơn của hoàng đế ngoại bang - không phải Đa-vít, không phải ngai vàng thuộc dòng dõi Đa-vít - và do đó, về nguyên tắc, vẫn ở dưới những nhà cai trị địa phương không xứng đáng, là những kẻ tư lợi như thời tiền lưu đày ở Giê-ru-sa-lem. Mọi lời hứa về vương quyền (8:23–9:5; 11:1–9; 32:1–8; 33:17–24) đều chính xác nhưng phải chờ đợi. Ngoài ra, dân hồi hương được cảnh báo rằng 'người gian ác không hưởng được bình an' (48:22). Phước lành chính trị là một việc, biến đổi tâm linh là một việc khác, để rồi; cũng như chúng ta, ngay cả những người 'vui lòng phục vụ Ngài cách tốt nhất là những người ý thức rõ nhất về sự sai trái bên trong'.[17]

Khi nêu lên sự tương đồng giữa hoàn cảnh của người Cơ Đốc và hoàn cảnh của Y-sơ-ra-ên năm 539 T.C, thật ra là chúng ta đưa ra một tóm tắt hợp lý về các chủ đề của Ê-sai 56–66. Trong cộng đồng hồi hương, Ê-sai nhìn thấy một sự sao chép xã hội Giê-ru-sa-lem mà ông đã biết - và ông dùng những thuật ngữ thời kỳ tiền lưu đày để mô tả nó.[18] Dưới sự lãnh đạo của những những người không xứng đáng (56:9–12), cộng đồng sẽ bị chia rẽ về phương diện thuộc linh (57:1–2; 59:14–15; 65:11–12), một mặt với nhiều bằng chứng về sự sai lạc trong niềm tin (57:3–13; 65:3–7), và mặt khác là nhận thức sâu xa về tội lỗi (59:1–15) và sự khao khát tâm linh (64:1–2). Nhà tiên tri đáp lại nỗi khát khao này bằng cách khuyến khích họ có những mong đợi lớn lao: chính Đức Giê-hô-va sẽ can thiệp (59:16–19; 66:14–16) đem lại sự chữa lành, bình an (57:15–21) và chu cấp (65:13–16); Si-ôn sẽ trở nên vẻ vang, thành tâm điểm của cả trái đất (60; 62; 66:7–13, 17–24); trung tâm của cõi tạo vật mới (65:17–24). Điều quan trọng là nhân vật liên quan đến Đấng Mê-si-a, Người Chiến thắng được xức dầu (59:20–21; 61:1–3; 61:10–62:7; 63:1–6), là mong đợi chủ yếu và Tác nhân duy nhất của sự cứu rỗi và báo thù sẽ đến.

---

[17] Trích từ H. Twells, 'At even, ere the sun was set'.
[18] Từ quan điểm về văn phong, các chương 56–66 hoàn toàn phù hợp với văn chương Ê-sai, thể hiện *thể loại* văn xuôi có nhịp điệu (phong cách các bài giảng của Ê-sai được ghi lại chi phối chương 1–37) và mang đậm tính thơ ca (văn phong chủ yếu trong các chương 38–55). Do đó, ví dụ, văn xuôi có nhịp điệu ở 1:10–20 tái xuất hiện ở 48:1–19 và gặp lại ở 57:3–10; lối viết đậm tính thơ ca ở 2:2–4 hoặc 35:1–10 có thể được so sánh với 43:1–3 hay 55:1–13 và tái xuất hiện trong phân đoạn rất hay 61:10–62:7, v.v... Đó là 'sự hỗn hợp như trước kia'. Các khái niệm được trình bày ở 56–66 rõ ràng thuộc giai đoạn tiền lưu đày. Những điều khác thường về tôn giáo mà Ê-sai vạch trần là điều ông thấy trong Giu-đa thời tiền lưu đày và không được biết đến trong thời hậu lưu đày. Cũng như tất cả những người nhìn xa trông rộng, ông cung cấp cho khải tượng của mình tri thức hiện tại trong tâm trí, dùng những điều ông biết như mô-típ tiêu biểu hay cung ứng mô-típ về tương lai - trong trường hợp này, không phải dự báo mà là chẩn đoán.

10. Điều Lý Tưởng và Điều Thực Tế: Dân Sự Chúa Túng Thiếu, Không Như Mong Đợi (56:1-59:13)

Phần này được chia thành bốn chương. Khải tượng về 'dân giữ ngày Sa-bát' gồm mọi người trên khắp thế giới (56:1-8) được trình bày một cách cân xứng với tình trạng thực sự của cộng đồng (56:9-57:21), bị chia rẽ; chống nghịch, pha trộn giữa người 'công chính' và người thỏa hiệp. Phần Kinh thánh 58:1-14 quay lại với chủ đề về ngày Sa-bát là đời sống lý tưởng của dân Chúa, và chủ đề này cân xứng với lời thú nhận thất bại (59:1-13).

a. Dân đang trông đợi (56:1-8)

Đức Giê-hô-va thông báo về một tương lai tươi sáng: một mặt, đó là sự nhận biết *sự cứu rỗi* và *sự công chính* của Ngài (1), mặt khác đó là việc tập hợp lại *Y-sơ-ra-ên* tan lạc cùng với *các dân khác* (8). Đặc điểm của những người quyết tâm chờ đợi ngày này là *chính trực* và *công chính* (1), kiên trì (2ab), giữ ngày Sa-bát (2c) và có đời sống phân rẽ (2d). Họ sẽ bao gồm *dân ngoại* (3ab, 6-7) và *người bị hoạn* (3cd-5). Dân Chúa thời tiền lưu đày cũng bao gồm mọi người trên thế giới. Xuất Ê-díp-tô Ký 12:48 dự liệu phương cách mà cư dân ngoại quốc tiếp nhận Chúa; Ru-tơ 2:12 ký thuật một người nữ Mô-áp ẩn núp dưới bóng cánh Đức Chúa Trời của Y-sơ-ra-ên; và sự hiện diện của Ê-sai 2:2-4 ở Mi-chê 4:1-3 (hoặc ngược lại) cho thấy tính phổ biến của ý tưởng về một dân toàn cầu. Ê-sai gọt giũa thuyết phổ độ này thành những hình thức rõ ràng hơn bao giờ hết. Ông bắt đầu với khải tượng tiêu biểu của thời kỳ tiền lưu đày về sự mở rộng vương quốc của Đa-vít (9:6; 11:12-16) rồi bước tiếp để báo trước về một thế giới, một dân, một Đức Chúa Trời (19:24-25; 27:12-13). Một bước tiếp theo nữa là mở rộng tên gọi 'Y-sơ-ra-ên' cho các dân trên khắp thế giới (45:14-25); và điều quan trọng nhất được đặt đúng chỗ là trong Đầy tớ, người đem lẽ thật được mặc khải cho thế giới (42:1-4), là sự cứu rỗi cho đến đầu cùng đất (49:6) và là người mời gọi tất cả đến bàn tiệc của mình (55:1-13) - cho nên, 56:1-8 là khải tượng về một cộng đồng thờ phượng trên khắp thế giới, không phải là một cộng đồng biệt lập.

1. *Chính trực...lẽ công chính* (nghĩa đen 'sự công bình'). Trong cách kết hợp giữa 'sự xét xử và sự công chính' tiêu biểu của sách Ê-sai (1:21; 5:16; 9:6; 16:5; 28:17; 32:1, 16), 'sự công chính' có nghĩa là những nguyên tắc sống công bình mà Đức Giê-hô-va đã bày tỏ và 'đánh giá' sự áp dụng cụ thể của những nguyên tắc đó. Những người sống theo gương của Đầy tớ (50:10) 'đeo đuổi sự công chính' (51:1). Một số người nhấn mạnh rằng khái niệm 'làm điều công chính' trong chương 56 trở đi khác với chương 40-55, nhưng điều này không được xác nhận. Ê-sai không mời gọi mọi người tìm kiếm sự cứu rỗi bằng những việc làm công chính, nhưng kêu gọi họ sống cuộc đời mà Đức Giê-hô-va đã bày tỏ là 'đúng đắn'. Ông không đưa ra phương cách để được cứu mà là một đặc điểm của những người trông chờ sự cứu rỗi. *Sự cứu rỗi của Ta* quay trở về với 49:6; 51:5-6; 52:7, 10 và hướng đến 59:11, 17; 60:18 (so sánh 26:1); 62:1. *Sự công chính của Ta* là cách viết nhanh của 'sự ứng nghiệm những mục đích công bình của Ta' (như ở 45:8, 23; 46:13; 51:6; 8).

2. Tất cả những điều này là đạo đức học tiêu biểu của Kinh thánh: lời kêu gọi đến với sự thánh khiết (1ab), dựa trên việc biết điều tương lai nắm giữ (1cd), dẫn đến phần thưởng trong hiện tại (2ab). *Ngày Sa-bát:* một vài học giả, khi nhắc đến Nê-hê-mi 10:31 và 13:15, xem việc nhấn mạnh ngày Sa-bát là bằng chứng của niên đại hậu lưu đày.[1] Nhưng Ê-sai

---
[1] G. A. F. Knight cho biết: 'Thật ra ngày Sa-bát tuần hoàn là thế chế duy nhất dân sự sở hữu có thể kết họ lại với nhau... năm mươi năm dài như thế' (*Isaiah 56–66* [Eerdmans, 19985]; trang 5). Tuy nhiên, điều này có vẻ là sự hiểu biết vô cùng mơ hồ trong đời sống của dân lưu đày trong đất nước của người bắt giữ họ.

1:13 và A-mốt 8:5 cho thấy việc tuân giữ ngày Sa-bát được vâng giữ cách tỉ mỉ như thế nào trong thời tiền lưu đày. Ê-xê-chi-ên 20:12; 22:8, 26 lên án việc không tôn trọng ngày Sa-bát như là tội của thời tiền lưu đày, còn Giê-rê-mi 17:19–27 khiến cho việc giữ ngày Sa-bát trở thành bài thử nghiệm sự vâng lời Đức Giê-hô-va. Ê-sai cũng nói điều tương tự. Chấp nhận ngày Sa-bát đòi hỏi phải tái tổ chức toàn bộ đời sống sao cho quen với nguyên tắc biệt riêng ra một ngày; đó cũng là lời Đức Giê-hô-va mời gọi đến với dân giao ước của Ngài (Xuất 31:16) để bước vào sự yên nghỉ của Ngài (Xuất 23:12; 31:17). Không thể có bằng chứng nào rõ ràng hơn để cho thấy mình thuộc về dân được biệt riêng của Đức Giê-hô-va.

    3. *Dân ngoại* và *người bị hoạn* là những ví dụ về sự bao gồm tất cả. Cựu Ước không bao giờ loại trừ dựa trên lý do dân tộc. Phục Truyền Luật Lệ Ký 23:3 và các câu tiếp theo nói đến các dân tộc cần được kỷ luật cách đặc biệt nhưng (Xuất 12:48–49) về nguyên tắc thì người ngoại quốc luôn được nghênh tiếp. Ngoài ra, E-xơ-ra 4:1–3 và Nê-hê-mi 2:19–20 không phải là chủ nghĩa dân tộc cực đoan, mà là biện pháp để gìn giữ một dân riêng biệt. Một khi tính khác biệt không còn; thì không có gì để người ngoài gia nhập! Việc loại trừ *người bị hoạn* (Phục 23:1) không hề được giải thích, và Ê-sai cũng bỏ ngỏ vì mục đích của ông không phải là giải thích sự loại trừ, mà là nhấn mạnh sự kết nạp. Mọi bức tường ngăn cách ở giữa đều bị hạ xuống.

    4–5. *Giao ước* bao gồm những lời hứa của Chúa với dân Ngài và luật pháp được Ngài bày tỏ mà dân sự phải cam đoan làm theo. *Người bị hoạn* cũng được tự do bước vào phạm vi của ân điển như những người khác. Đây là một cách nói khác để diễn đạt sự tham gia bình đẳng (không có nhóm hạng hai). Với họ, Đức Giê-hô-va ban cho quyền được đến gần sự hiện diện của Ngài (*nhà...tường thành*), được Ngài chấp nhận (*danh*) [bản NIV viết 'một nơi kỷ niệm và một danh' – ND], được ban thưởng dư dật hơn vì những gì bị cướp đoạt (*tốt hơn*) và sự an an ninh đời đời (*đời đời...chẳng hề mai một*).

    6–8. Lối vào rộng mở nhưng không phải vô điều kiện. *Trở về:* phải có quyết định cá nhân. *Phục vụ...yêu mến* (so sánh Phục 10:12, 20) là đặc điểm của lòng tận hiến của Y-sơ-ra-ên. Việc lặp lại *phục vụ...thờ phượng* (nghĩa đen 'trở nên đầy tớ Ngài') cũng nói lên ý tương tự: không chỉ là vâng theo mà là cam kết 'làm đầy tớ Ngài'. *Họ* (7), những người trước kia không có đặc quyền (dân ngoại) và không được tiếp đón (hoạn quan), được Đức Giê-hô-va đem đến nơi của Ngài (*núi*), đến mối quan hệ qua lời nói với Ngài (*cầu nguyện*), đến với những nghi lễ bảo đảm sự chấp nhận và chuộc tội (*sinh tế...bàn thờ*) - tất cả những điều này không phải là sự nhân nhượng nhưng là sự ứng nghiệm của mục đích dành cho *nhà Ta, cho mọi dân tộc*. Thứ tự *Y-sơ-ra-ên... dân khác* (8) là mô phỏng theo 49:6. *Người...tan lạc:* (nghĩa đen) 'dân tan lạc', không ám chỉ về sự lưu đày Ba-by-lôn, cũng không ám chỉ sự phân tán về địa lý, mà là những người bị tan lạc xa cách Chúa (Giăng 11:52). *Các dân khác:* cũng như dân ngoại và người bị hoạn, những người trước kia không đến được và không được tiếp đón. *Ngoài:* 'về với' thì chính xác hơn; Y-sơ-ra-ên và *các dân khác* đều được đem về nhà để trở thành một dân được tập hợp của Đức Giê-hô-va.

b. Dân bị phân chia (56:9–57:21)

Từ đỉnh cao khải tượng, chúng ta đâm sầm xuống hiện thực buồn rầu về những người lãnh đạo không xứng đáng (56:9–12) và cuộc sống trên mặt đất (57:1–21), nơi có tình trạng căng thẳng và còn tệ hơn giữa 'người công chính' (1) và những người bỏ đạo đi theo sự thờ hình tượng (3–13) và quên Đức Giê-hô-va (11). Một nhóm được định sẵn cho sự hòa bình (2, 19);

Đức Giê-hô-va ngự giữa họ (15) và dẫn họ về nhà (14); nhóm kia Ngài từ bỏ, để cho thần tượng của họ giúp đỡ (13) và họ không biết đến sự bình an (21).

i. Thất bại của giới lãnh đạo (56:9–12). Sự hung ác trong hình ảnh và phong cách phản chiếu sự ghê tởm của nhà tiên tri đối với yếu tố chính trong việc đánh mất điều lý tưởng: những người lãnh đạo đui mù và tư lợi. Có một bữa tiệc đang diễn ra, sự ham mê của những người cai trị chỉ biết đến mình (11). Họ thiếu tầm nhìn và sự hiểu biết cần thiết (10ab), họ vô dụng như những con chó giữ nhà ngủ gật (10c-f), chỉ tích cực cho điều mình yêu thích (11ab), những người chăn chăm sóc chính họ chứ không phải bầy chiên (11).

9. *Thú đồng* (so sánh Lê 26:22; Phục 28:26; 32:24; 2 Vua 17:25): việc thú đồng xuất hiện là dấu hiệu từ bỏ luật pháp của Chúa. *Đến:* lưu ý phần đối xứng đầu cuối có cùng từ ngữ trong câu 12. Điều Ê-sai mỉa mai thật kinh khủng: những kẻ cai trị tập hợp trong bữa tiệc, không biết rằng những vị khách khác đã được gọi.

10–12. *Những kẻ canh giữ...những kẻ chăn chiên* là hai khía cạnh song đôi của vai trò lãnh đạo thật: đề phòng mối nguy hiểm sẽ đến và đáp ứng nhu cầu hiện tại (Êxê 3:16–21; 33:1–9; 34:2–9). Giữa bức tranh của *kẻ canh giữ* không hề quan tâm đến sự an ninh (10a-d) và *những kẻ chăn chiên* khinh suất (11c-e), Ê-sai chỉ ra đúng tội lỗi cốt yếu của kẻ cai trị: quan tâm vô độ tới bản thân (10e–11b). Thật nực cười nếu không nói là bi kịch khi đọc cạnh nhau *những kẻ canh giữ* và *đui mù* (10a), *chó* và *câm* (10c). Họ không đủ điều kiện (*không hiểu biết*), không có mục đích (*nằm dài*), tham lam vô độ (*không biết no*); không sáng suốt (*hiểu biết*, khả năng nhìn thấy điểm mấu chốt của sự việc), hoang phí (*ngày mai...trọng thế hơn*). Sống bằng tiền của chung thì sẽ tiêu xài vô độ.

ii. Con cái của gái mại dâm và gia đình của Đức Giê-hô-va (57:1–21). Sự lộn xộn một cách rõ ràng của phân đoạn này phản chiếu 'sự pha trộn' của cuộc sống dưới mặt đất trong xã hội trần tục: 'người công chính' trải qua thời kỳ khó khăn (1), mọi người bị mê hoặc trong sự thờ cúng (3–5) và chính trị (9–10). Một số người thấy Đức Chúa Trời ở gần (15) và sống với sự bình an cũng như lòng tin cậy mà không phải tất cả đều được kinh nghiệm (19–21). Nhưng các câu này không thật sự là mớ lộn xộn mà là phần trình bày: sự bình an mà người công chính tận hưởng (1–2) tương phản với sự thiếu bình an của kẻ gian ác (20–21); gái điếm và gia đình cô (3–13) tương phản với Đức Giê-hô-va và gia đình của Ngài (14–19).

Sự an ninh, cho dù chuyện gì xảy ra (57:1–2). Đó là một xã hội chống nghịch những tín hữu thật - không nhất thiết là phi tín ngưỡng, vì thường những kẻ chống đối đức tin chân thật gay gắt nhất là những người tuân giữ các nguyên tắc trang trọng của giáo hội (A-mốt 5:12–13; so sánh 5:21–24; 7:10–17). Nhưng đằng sau tất cả mọi điều độc ác là một mục đích đang vận hành mà *chẳng ai lưu tâm...hiểu. Người nhân đức:* nghĩa đen 'người với tình yêu bất diệt', những người Đức Giê-hô-va yêu bằng tình yêu không bao giờ dứt. *Bị cất đi...được cất đi:* lần thứ nhất ở số nhiều, lần thứ hai ở số ít; lẽ thật tổng quát được theo sau bằng trường hợp cụ thể. Lúc nào cũng vậy: sự chết của *người công chính* (những người được giải hòa với Chúa) không bao giờ chỉ là một kết thúc không thể tránh được nhưng đến với tất cả, cũng không phải là chuyện ngẫu nhiên hay không đúng lúc, mà luôn luôn là có mục đích, có chủ ý, một sự 'cất đi' để *tránh khỏi tai họa sắp đến* (1 Cô 10:13; 2 Vua 22:20) và được đem vào *sự bình an* và *an nghỉ. Trên giường mình* [bản NIV viết 'như họ nằm xuống trong sự chết' – ND]: nghĩa đen là 'họ nằm trên giường mình', bước vào sự thoải mái. *Sống ngay thẳng* là cụm từ cuối cùng trong bản MT, cũng như *người công chính* là cụm từ đầu tiên; những người 'có mối quan hệ đúng với Đức Chúa Trời' bày tỏ một đời sống ngay thẳng khi người khác nhìn xem họ.

Gái mại dâm và gia đình của nàng (57:3–13). Thuật ngữ dùng trong phân đoạn này được lấy từ hình thức sùng bái thời tiền lưu đày và được viết một cách sống động để cho thấy rằng các hình thức sùng bái hoạt động mạnh mẽ khi Ê-sai viết sách này (xem tr. 27). Không có bằng chứng về những tập tục tương ứng thời hậu lưu đày. Nhà tiên tri trong thời hậu lưu đày có lẽ không thể viết được như thế này. Ê-sai trang hoàng cho khải tượng về thời hậu lưu đày của mình bằng sự hỗn loạn tôn giáo tiêu biểu trong thời của ông.

3–5, Dòng dõi và tập tục.

3–4. *Nhưng các ngươi:* trong xã hội pha trộn này, bên cạnh 'người công chính' là những người bất trung với Đức Giê-hô-va. *Phù thủy:* người để cho mình bị điều khiển bởi thần linh hoặc thực thể siêu nhiên. *Kẻ gian dâm…mại dâm:* gian dâm, phá vỡ giao ước hôn nhân, cách nói ẩn dụ chỉ việc bội ước; mại dâm là bước vào một mối quan hệ bất chính, cách nói ẩn dụ chỉ việc bày tỏ lòng trung thành.[2] *Nhạo cười…há miệng rộng…lưỡi* (4): họ thể hiện xu hướng khước từ Chúa ngày càng gia tăng, từ chế giễu đến nhếch miệng khinh bỉ và phản đối thô tục. *Con cái phản loạn… dòng dõi dối trá:* 'được sanh ra là kẻ phản loạn… mầm mống giả dối'. Kẻ 'phản loạn' là *kẻ gian dâm;* người đã thoái thác nghĩa vụ đã hứa thực hiện; 'giả dối' là kẻ mại dâm; người sống cả cuộc đời trong sự dối giá. Vậy thì xây bỏ Chúa là sự cố ý bất tuân, tẻ tách khỏi lẽ thật để đến với sự dối trá (2 Ti 4:3–4).

5. Ê-sai chọn hai phương diện quan trọng trong tín ngưỡng của người Ca-na-an: thứ nhất, sự sùng bái thần sinh sản, với hình ảnh *cây* xanh, tượng trưng cho sự sống bất diệt (1:29; Phục 12:2; 1 Vua 14:23; Giê 2:20), và các nghi lễ tình dục, cầu thần linh làm cho đất đai màu mỡ, thú vật và con người sinh sản. Ngày nay, sự sùng bái này ở dưới dạng tin cậy bất cứ điều gì có vẻ như bảo đảm sự thịnh vượng kinh tế. Với người Ca-na-an, việc dùng tính dục trong 'tôn giáo' là yếu tố cần thiết để đảm bảo nền kinh tế nông nghiệp; đối với Kinh thánh, những tập tục như thế không được xem là thiêng liêng dù mang tính 'tôn giáo': chúng là hành động *dâm dục,* sự thỏa mãn của người thờ phượng thay thế ý muốn của Đức Chúa Trời. Thứ hai, có một khía cạnh còn đen tối hơn; ghê tởm hơn trong tôn giáo của người Ca-na-an: Mo-lóc và *sinh tế* là con người (2 Vua 23:10; Giê 32:35), *con cái* bị thiêu sống như là điều đem lại sự may mắn chống lại sự chết, xoa dịu vị thần âm ti. Một lần nữa, hành động này không được xem là thiêng liêng nhờ nhân danh tôn giáo. Đó là (nghĩa đen) 'tàn sát, giết chết', xem trẻ con như súc vật.

6–13, *Cách của người mẹ.* Với việc dùng những động từ ở ngôi thứ hai, giống cái, số ít, Ê-sai đi từ gia đình (3–5) đến người mẹ; mà chính bà là gái mại dâm, và đưa ra một sự chẩn đoán của cái mà Ô-sê (4:12; 5:4) gọi là 'thói điếm đàng'. Từ liệu Hê-bơ-rơ ở đây mang đặc tính cuồng nhiệt quá mức, phản ánh tình trạng một người bị ma quỷ điều khiển, lúc thế này lúc thế khác, điên cuồng tìm kiếm an ninh - xuống thung lũng (6), lên núi (7), tận Âm phủ (9), trả bất kỳ giá nào (7–9) để có được sự an toàn đời này - mà lúc nào (13ef) sự an ninh cũng có trong Đức Giê-hô-va, không tốn kém gì.

6. *Bóng láng* có ý nghĩa gì? Một số người thấy trong từ liệu *ḥeleq* có sự liên kết với tiếng Ugaritic; nghĩa là 'các vị thần chết'.[3] Dùng từ liệu này với nghĩa 'không đáng tin cậy' là cách

---

[2] Nghề mại dâm là ẩn dụ xuất hiện khoảng 43 lần trong Cựu Ước. So sánh với Ê-xê-chi-ên 16:23 trở đi. Ẩn dụ này được phân tích sâu sắc nhất trong sách Ô-sê. So sánh Ê-sai 1:21; 23:15–17. Không có bằng chứng nào về nghề mại dâm được xem là lời buộc tội thời hậu lưu đày.

[3] Young, *Studies in Isaiah;* trang 402–403.

dùng từ tiêu biểu hơn của Ê-sai, vì khi đó, trong một bước đi, ông phơi bày sự ngu dại (*tảng đá*) và tính hai mặt ('không đáng tin cậy') của tôn giáo giả, nhưng có một 'khúc cong' nữa: *phần* là một từ liệu có cùng cách đánh vần. Thật ngu dại khi đổi Đức Giê-hô-va (Thi 16:5; 119:57) để lấy *những tảng đá!*

7–8. Từ đáy thung lũng lên đỉnh núi, thói điếm đàng đầy dẫy khắp cả xứ. *Giường ở trên núi* mô tả tình trạng đồi bại rành rành. *Các biểu tượng tà thần...phía sau cánh cửa...các trụ cửa:* toàn bộ cụm từ này không có ý nghĩa rõ ràng. 'Biểu tượng' là *zikkārôn*, 'vật kỷ niệm'. Từ này xuất hiện với hình thái sở hữu chỉ có ở Gióp 13:12, nghĩa là 'vật kỷ niệm của các ngươi'; nhưng tại sao vật kỷ niệm phải ở sau cánh cửa? Hay *zikkārôn* có thể có liên hệ với *zākār*, 'giống đực', và được dùng để chỉ về một loại biểu tượng tình dục. Nhưng một lần nữa, tại sao lại là phía sau cánh cửa? Bản NIV dường như hiểu *zikkārôn* là 'điều nhắc nhở các ngươi', những biểu tượng tiêu biểu cho người ngoại giáo bỏ đạo. Vậy thì, có phải ý nghĩa là 'phía sau cánh cửa' thì họ theo ngoại giáo dù vẫn công khai xưng nhận mình có niềm tin thật không? Nhưng Ê-sai đang nhấn mạnh sự công khai bỏ đạo rành rành. Rất có thể 'những điều nhắc nhở các ngươi' mang ý nghĩa tích cực: việc viết những lời của Đức Giê-hô-va lên khung cửa (Phục 6:9) như lời tuyên bố công khai về đức tin và là sự nhắc nhở liên tục về những điều căn bản. Nhưng bây giờ, tội thỏa hiệp giấu đi lời tuyên xưng truyền thống phía sau cánh cửa! *Mở...leo lên...làm cho...rộng thêm:* họ công khai hành vi đồi bại của mình, tự khoe rằng mình sẵn sàng tiếp tất cả mọi người tìm đến. *Lập giao ước với:* (nghĩa đen) 'lập giao ước cho các ngươi từ chúng' dự tính để chính họ được lợi nhất, bất chấp thiệt hại cho người khác. Nhưng giao ước nằm ngay giữa mối quan hệ của họ với Đức Giê-hô-va (so sánh 56:4,6); lập một giao ước khác phá vỡ lòng trung thành. *Giao ước* nhấn mạnh động cơ tài chính, nhưng không phải chỉ có thế: *ưa thích giường của chúng*, nghĩa là nếu không có tiền thì tấm lòng sẽ dành cho đối tượng khác. *Ngắm nhìn sự lõa lồ của chúng:* nghĩa đen là 'ngươi nhìn thấy bàn tay'. Không có bằng chứng cho thấy 'bàn tay' là cơ quan sinh dục. 'Tay' tượng trưng cho nguồn lực cá nhân, bao gồm tài chính. Trong Lê-vi Ký 25:26, 'có thể xoay sở nghĩa đen là 'bàn tay của người ấy bắt kịp'. Trước khi đóng ấn *giao ước*, gái mại dâm cẩn thận khen ngợi tài chính của khách hàng! 'Bàn tay' còn được dùng để chỉ tảng đá kỷ niệm (1 Sa 15:12; 2 Sa 18:18), bảo đảm luôn được nhớ đến. 'Ngươi nhìn thấy bàn tay' có thể có nghĩa 'ngươi thấy cơ hội giành được tiếng tăm cuối cùng'. Điều này phù hợp với chủ đề về sự an ninh (xem 9–10) - ví dụ như trong chứng hoang mang tự đại điên cuồng của Ê-xê-chia khi liên minh với Mê-rô-đác Ba-la-đan (39:1–8).

9–10. Ẩn dụ về gái mại dâm được giải thích. Với từ *Mo-lóc* hãy đọc là *Vua* Y-sơ-ra-ên đã làm đĩ (từ bỏ Đức Giê-hô-va, bày tỏ lòng trung thành với đối tượng khác) để bảo đảm uy quyền

quân sự, để 'các thế lực lớn' đứng về phía mình (so sánh Êxê 16, 23). Bối cảnh ở đây là chương 7 và 28–31 (so sánh 2 Vua 16:10–20) khi Giu-đa đùa cợt một cách tai hại với A-si-ri ('vua') và Ai Cập (*sứ thần:* so sánh 30:1–7). *Âm phủ:* được dùng ở 28:14–15 để phơi bày sự ngu dại của những nhà chính trị từ Ai Cập trở về reo mừng chiến thắng. Từ này không nói đến việc tìm kiếm sức mạnh qua các thế lực siêu nhiên, ở đây hoặc ở chỗ khác, mà ám chỉ việc ký kết giao ước với dân đó là ký vào bản án tử của chính mình. *Ngươi đã đem* nghĩa đen là 'ngươi đã đi xuống', tức là tự hạ phẩm giá mình xuống dưới giá trị thật trong cương vị dân sự của Chúa, phẩm giá của đức tin đặt vào một Đức Chúa Trời như thế, để đi làm một việc đánh mất phẩm giá là nịnh hót thế gian. Và bằng cách nào đó, khi tà linh của ý niệm tìm kiếm sự cứu rỗi bằng cách 'tự dùng sức mình' nắm lấy con người, thì dù bằng chứng ngày càng gia tăng rằng đó là một gánh nặng mà chúng ta không đủ sức mang (10a), là một mục tiêu không thể đạt được (10b), nhưng dường như lúc nào cũng có đủ sức để thử thêm một lần nữa (10cd)!

Trong các câu *11–13*, Ê-sai kết thúc phần chẩn đoán của mình về tôn giáo sai lạc - tôn giáo của sự bất trung (3–6) và theo đuổi điên cuồng sự cứu rỗi khác (7–10) - bằng cách chỉ ra sự uy nghiêm cao cả của một Đức Chúa Trời mà con người phải kính sợ (11a-d), chỉ ra sự hiểu lầm của con người về một Đức Chúa Trời, Đấng nhẫn nại (11e–12), sự công bằng của một Đức Chúa Trời, Đấng để cho chúng ta nhận lãnh hậu quả từ những lựa chọn của mình (13ab), và sự tương phản tuyệt đối giữa tính tạm thời trong kế hoạch an ninh của con người và cơ nghiệp đến từ lòng tin cậy (13c-f).

11. Trước tiên, tình trạng vô tín là không có căn cứ: có điều gì khác đáng để con người kính sợ hơn Đức Giê-hô-va không (11a)? Thứ hai, vô tín là tội (11b): *giả dối*, 'nói dối', trong trường hợp này là khẳng định rằng Đức Giê-hô-va là Đức Chúa Trời chúng ta; nhưng trong thực tế, không kính sợ Ngài như đáng phải làm mà kính sợ đối tượng khác. Thứ ba, vô tín là điều không thể biện hộ (11c): quên hết những việc làm nhân từ trước kia, những hành động lớn lao của Đức Giê-hô-va, và sử dụng danh Ngài - chính là điều Ngài mong ước họ ghi nhớ (Xuất 3:15) - nhưng lại quên Ngài! Thứ tư, vô tín là sỉ nhục (11d): *lưu tâm*, (nghĩa đen) chỉ là 'ghi nhớ', tức là 'nghĩ đến Ta', thực hành niềm tin vô thần khi sống không có Chúa. *Lâu nay...im lặng*: √*ḥāšâ* phần lớn chỉ về tình trạng thiếu hoạt động chứ không phải im lặng, và chắc chắn đó là ý nghĩa ở đây. Dân Chúa luôn nghe được tiếng của Ngài qua các tiên tri và trong luật pháp. Thế nhưng, Ghê-đê-ôn có thể thắc mắc 'Tất cả những việc kỳ diệu của Ngài mà tổ phụ chúng tôi đã thuật lại ở đâu?' (Quan 6:13). Tại sao Đức Chúa Trời không làm gì cả? Tình trạng thiếu hoạt động bên ngoài sinh ra hiểu lầm (Thi 50:21), và dẫn đến sự tự mãn thuộc linh lẫn đạo đức. Nhưng có thể nói việc Đức Giê-hô-va thiếu hoạt động trong khi dân sự theo đuổi các thần khác và tìm kiếm sự giải cứu trong các nước liên minh là vào giai đoạn nào? Chắc chắn không phải thời kỳ hậu lưu đày, khi không hề có những việc này; chắc chắn cũng không phải thời kỳ lưu đày, vì đó chính là hành động đoán phạt từ Đức Chúa Trời; chỉ có thời kỳ tiền lưu đày thì dân sự mới nhìn lại một thời kỳ dài được hưởng đặc ân, nhún vai coi thường những lời cảnh báo của tiên tri và cho rằng Chúa không hành động. Sứ điệp này không thể bắt nguồn từ thời kỳ nào khác hơn thời kỳ này. Ở đây, cũng như xuyên suốt các chương 56–66, Ê-sai nhìn Y-sơ-ra-ên hậu lưu đày bằng cặp mắt tiền lưu đày và dùng những lời tiên tri hiện tại để nói với thế hệ tương lai. Nhưng điều nhà tiên tri đang muốn nói quan trọng hơn việc xem xét niên đại rất nhiều: dân sự Chúa được kêu gọi để sống theo lời Chúa - phần ký thuật những việc làm trong quá khứ mãi mãi tuyên bố bản chất của Ngài; luật pháp thiên thượng, chỉ dẫn con đường sự sống một cách tuyệt đối, những sứ điệp được linh cảm đã được ban cho, lẽ thật thiêng liêng không thay đổi. Chính những điều này sản sinh và duy trì sự *kính sợ* (11f) Đức Giê-hô-va, dẫn đến sự vâng phục, đức tin, lòng trung thành và sự thánh khiết.

12–13. Thật ra, người ta có thể trôi dạt rất xa khỏi Chúa mà vẫn cho rằng mình đang ở trong mối quan hệ 'đúng đắn' với Ngài (*công chính*) và cho rằng việc họ làm (*những việc ấy*) được Ngài chấp nhận. Ngày phán xét của Đức Giê-hô-va – bao gồm sự phán xét sau cùng (Khải 20:12) - chỉ đơn giản là Ngài *sẽ phơi bày* tất cả những điều này. Phơi bày là 'Ta sẽ tuyên bố'. Nghe tiếng của Đức Chúa Trời đọc to chương trình hành động mà dân sự đã tin cậy chính là để qua đó nhìn thấy rằng: *những việc ấy không giúp ích gì*. Không có gì đáng sợ hơn việc Chúa phó mặc chúng ta với những điều chúng ta lựa chọn! *Khi ngươi kêu cứu*: nghĩa đen là 'gào thét'. Đây là gợi ý đầu tiên về sự phán xét thiên thượng sắp đến, là trọng tâm của những đoạn này. Ngày đó sẽ tuyên bố sự vô ích của từng đối tượng khác nhau mà người ta tin cậy (2:20; 31:7). *Các thần*: với từ này, Ê-sai quay lại phần đầu tiên trong lời trình bày của mình. Không phải ngẫu nhiên mà ông di chuyển dễ dàng từ việc thực hành tín ngưỡng sai lạc (3–6) đến bức tranh quảng cáo người yêu (7–8) và hiện thực mà nó mô tả, tìm kiếm liên minh quốc tế (9–10). Khi xây bỏ Đức Giê-hô-va, thì phải tìm kiếm sự an ninh ở đâu khác ngoài việc vận dụng hợp lý những hoạt động chính trị hùng mạnh? Nhưng tất cả đều mong manh đến nỗi bị *gió đe dọa, bị tiêu diệt chỉ bởi một hơi thở*. Các nhà chính trị không có thời gian cho phương pháp cứu chữa của Ê-sai (28:7–13) - họ gọi đó là đồ chơi mẫu giáo. Họ từ chối nương tựa lòng tin cậy trong Ngài (*xem Ta là nơi ẩn náu*). Nhưng đây là đức tin đem đến sự an ninh: sự chiếm hữu đời đời (*hưởng đất này*), đến trong sự hiện diện của Chúa, có sự bảo đảm về ý muốn tốt lành, sự chăm sóc và phước lành của Ngài (*núi thánh của Ta làm cơ nghiệp*).

Đức Giê-hô-va và gia đình Ngài (57:14–21). Nói đến sự chăm sóc đầy ân điển của Chúa đối với gia đình Ngài, phân đoạn này tiếp tục và phát triển các ý tiềm ẩn trong các câu 1–2. Trong 2 câu đầu, người công chính ra khỏi sự chống nghịch để bước vào sự bình an; còn ở đây, ý tưởng mở đầu là *đường* (nhà) và ý kết thúc dẫn vào sự *bình an* (18–19).

14. Ở 40:3, con đường được chuẩn bị để Đức Giê-hô-va đến giải cứu dân Ngài; còn ở đây, đó là con đường thông suốt để họ đi qua (35:1–10): đường đắp cao (*đắp*) và do đó không thể nào không thấy; không có *chướng ngại vật* nên những người đi trên đường không thể không đến đích. Họ là *dân Ta*, và từ *vì* [bản TTHĐ không dịch từ này - ND] mở đầu câu 15 báo trước lời giải thích về con đường; về những người đi trên con đường ấy và nơi đến.

Trong các câu *15–19*, Ê-sai giới thiệu Diễn giả thiên thượng (15ab) là Đấng có ý định chia sẻ nơi ở của mình (15c-f). Có ba phương diện của nhóm người được ưu ái này: không còn bị kết tội (16), tức giận được thay bằng sự chữa lành (17–18a), được ban cho sự an ủi và bình an (18b–19).

15. Đức Giê-hô-va nói về chính Ngài (15ab), gia đình của Ngài (15c), người nhà của Ngài (15d), mục đích của Ngài là đổi mới và những đặc điểm của gia đình Ngài (15ef). *Cao cả và tôn cao:* như ở 6:1; 52:13 lần lượt là bản chất của Đức Giê-hô-va trong chính Ngài và trong mối liên hệ với mọi loài khác. *Ngự nơi đời đời vô cùng:* giống như cụm từ 'cha đời đời' ở 9:5 có nghĩa 'đời đời là cha', thì đây 'người cư trú đời đời' cũng mang ý nghĩa 'mãi mãi là người cư trú'. Từ liệu √*šākan* (Xuất 25:8; 29:45) được dùng để chỉ việc Đức Giê-hô-va đến ngự giữa dân sự và như tại cuộc xuất hành, Đức Giê-hô-va tập hợp dân sự lại cho chính Ngài bởi sự cứu chuộc (Xuất 6:6–7) với mục đích để Ngài ngự ở giữa họ như thế nào (Xuất 29:42–46), thì bây giờ cũng với mục đích y như vậy nhưng ở phạm vi đời đời (so sánh 33:5, 16). *Cao và thánh:* một lần nữa, cũng như ở cuộc xuất hành, mục đích của Đức Giê-hô-va là dân Ngài phải được tập hợp lại cho Ngài mà không có sự thỏa hiệp nào về tính siêu việt và thánh khiết của Ngài. Điều này ngụ ý một sự chu cấp nào đó tương đương với sự chu cấp các sinh tế cho dòng dõi Lê-vi mà bởi đó người có tội có thể đến gần Đức Chúa Trời, và trong ngữ cảnh của sách Ê-sai, điều này chỉ có thể chỉ về công việc liên quan đến chức tế lễ/dòng dõi Lê-vi của Đầy tớ (52:13–53:12). Cho dù *ăn năn đau đớn*, nghĩa đen 'bị đè bẹp', nghĩa là ở dưới gánh nặng cuộc sống, ở dưới những sự chống đối hay bất kỳ điều gì, hoặc *khiêm nhường*, ở dưới đáy xã hội, cho dù theo cách đánh giá của chính họ (1 Ti 1:15) hay của thế gian (1 Cô 4:9–10), thì Đức Giê-hô-va cũng không hề có ý định bỏ dân Ngài, mà ngược lại, *làm cho họ tươi tỉnh*; ban cho bản chất (mới), trong *tâm linh* và *tấm lòng*. Khi được dùng chung như thế này, *tâm linh* chỉ khả năng bước vào cuộc sống với sự thích thú, còn *tấm lòng* là khả năng bên trong để có những tư tưởng chân thật, niềm vui thuần khiết, sự suy ngẫm chính xác.

16. Từ *Vì* mở đầu (được lược bỏ trong bản NIV và cả bản TTHĐ - ND) làm cho câu này trở thành lời giải thích. Đức Giê-hô-va sẽ đưa con người vào nơi ngự cao và thánh bằng cách nào? Thứ nhất, bằng cách làm thỏa mãn những đòi hỏi về pháp lý của chính Ngài (*kết tội*, nghĩa đen 'dính líu vào tiến trình pháp lý') và bằng cách chấm dứt cơn giận của chính Ngài (*cũng chẳng tức giận mãi mãi*). Nếu điều này không xảy ra, thì có nghĩa là mọi loài vật sống phải kết thúc (*mòn mỏi*, nghĩa đen là 'ngất xỉu'). Điều này sẽ xảy ra như thế nào thì Ê-sai không cần phải nói, vì ông đang nói ngược lại với bối cảnh của công việc Đầy tớ làm thỏa mãn. Nhưng ý của ông không phải là giải thích *như thế nào* mà là khẳng định *rằng* Đức Giê-hô-va muốn đem dân sự vào trong gia đình của Ngài, bằng cách làm thỏa mãn luật công chính và bản chất thánh khiết của Ngài.

17-18. Những câu này lần lượt tương ứng với Sáng Thế Ký 6:5–7 và 8. Lịch sử liên tục của việc phạm *tội tham lam* của con người – 'tội' (sự sai lầm, sự quanh co) đeo đuổi tư lợi một cách vô liêm sỉ - đã chọc tức (*nổi giận*), gây nên sự thù nghịch (*đánh*), xa lánh (*ẩn mặt với nó*) nhưng không đem lại hiệu quả tốt (*cứ*, nghĩa đen 'sa ngã trở lại trong đường lối của lòng mình'). Cần phải có một công việc khác nữa của Đức Chúa Trời nhưng không phải là bắt buộc, và Sáng Thế Ký 6:8 định nghĩa cách đúng đắn đó là công việc của ân điển (bản NIV 'ân huệ'): ở đây là sự chẩn đoán chính xác; *Ta đã thấy*; một phương pháp chữa trị hiệu quả, *chữa lành*; một nếp sống mới mẻ, *dẫn dắt*; một mối quan hệ khác với Đức Giê-hô-va, *ban sự an ủi*. Ý cuối cùng có nghĩa là (nghĩa đen) 'làm trọn sự an ủi cho người và những kẻ than khóc của nó': 'làm trọn sự an ủi', 'ban sự an ủi cách đầy đủ và dồi dào', bày tỏ một thái độ mới về phía Chúa, một sự thay đổi từ giận dữ thành quan tâm yêu thương; 'và những kẻ than khóc của nó' cho thấy việc đáp ứng nhu cầu của con người; đem sự an ủi đến nơi có cần.

19. Lời giải thích về điều Đức Giê-hô-va muốn làm để đạt được khải tượng trong câu 15 được tiếp tục. *Tạo:* sẽ có một hành động tạo dựng mới, Đức Giê-hô-va làm điều mà chỉ một mình Ngài có thể làm (xem 4:5): cụ thể Ngài sẽ tạo dựng khả năng đáp ứng bằng lời. *Lời ca ngợi trên môi miệng chúng:* [bản NIV viết 'Lời ca ngợi trên môi miệng của những kẻ than khóc ở Y-sơ-ra-ên' – ND] câu văn trong bản NIV không phải là câu dịch mà là một nỗ lực giải thích. Thứ tự bản Hê-bơ-rơ của Ê-sai là 'ban sự an ủi hoàn toàn cho nó và cho những kẻ than khóc của nó khi Ta tạo nên thành quả của môi miệng' (không nhắc đến *Y-sơ-ra-ên*). Đức Giê-hô-va sẽ khiến cho người than khóc có thể nói bất kỳ điều gì thích hợp, nghĩa là sử dụng món quà vừa mới được tạo nên là lời nói ăn năn đau đớn. Do đó, họ đến trong sự *bình an, bình an*. Việc nhắc lại (xem 6:3) có nghĩa là bình an thật sự trọn vẹn và chỉ có bình an. *Chữa lành:* nghĩa là đem đến sự nguyên vẹn hoàn toàn được ngụ ý trong sự bình an.

20–21. Ngược với 'người công chính' (1), ở đây là *kẻ ác*. Cặp hình ảnh tiêu biểu trong Kinh thánh đặc biệt thích hợp với phần Ê-sai này, là phần tập trung vào việc làm cho hài hòa tư tưởng về sự cứu rỗi và sự báo thù (59:17; 61:2; 63:4–6). Người công chính là những người có 'mối quan hệ đúng đắn với Đức Chúa Trời' và được tha bổng trước tòa án của Ngài; kẻ gian ác là những người bị tuyên có tội. *Động:* tốt hơn nên dịch là 'không yên'; bị ảnh hưởng bởi những lực gây rối loạn từ bên ngoài, nhưng đồng thời cũng bồn chồn bên trong (*không yên tịnh được*), xung đột trong chính bản chất của nó; thiếu khả năng tích hợp, và là nguồn của sự bại hoại (*bùn lầy và cáu cặn*). *Chẳng được hưởng bình an:* so sánh 48:22, những người không có sự bình an là những người từ Ba-by-lôn trở về, vẫn cần công tác của Đầy tớ để đem họ trở về với Chúa; ở đây, trái ngược với việc người công chính được đem trở về nhà đời đời của họ (1–2), kẻ gian ác trên con đường đi đến cơn thịnh nộ và sự phán xét, như Ê-sai sẽ cho chúng ta thấy.⁴

c. Dân giữ ngày Sa-bát (58:1–14)

Bây giờ, Ê-sai bắt đầu sự tương phản thứ hai. Trong các chương 56–57; ông cho thấy sự tương phản giữa sự hiệp nhất của dân giữ ngày Sa-bát (56:1–8) với những sự thiếu hụt và phân chia của cộng đồng thật sự (56:9–57:21). Còn ở đây ông cho thấy sự tương phản giữa nếp sống Sa-bát chân thật (58:1–14) với ý thức chán nản thật sự về chính họ (59:1–13). Như Ê-sai cho thấy, việc giữ ngày Sa-bát chân chính đòi hỏi phải dâng cho Chúa thời gian biểu của mình (so sánh Xuất 16:22–30; Dân 15:32–36); nhưng (xem 13–14) ngày Sa-bát cũng là một thử nghiệm để xem tấm lòng có yêu thích Đức Chúa Trời không. Trong sách Ê-sai, chương 58 liên quan đến 1:10–20, lên án cả 'liên minh bất khiết' giữa sự câu nệ tôn giáo với sự vô kỷ luật trong xã hội và của cá nhân, lẫn một tôn giáo thừa nhận mối liên hệ với Đức Chúa Trời nhưng xem thường mối quan hệ với người khác. Về mặt cấu trúc, lời quở trách (1) tương ứng với lời hứa (14); kiêng ăn mà không được phước (2–5) cân xứng với buổi tiệc phước hạnh (13–14a); và các câu ở giữa (6–12) giải thích sự kiêng ăn Chúa chọn và những phước hạnh từ sự kiêng ăn đó.

1. Lời kêu gọi thừa nhận *sự phản loạn* liên quan đến 57:19, là câu Kinh thánh nói về món quà ăn năn là đặc điểm của những người được hòa thuận với Đức Chúa Trời, và hướng đến 59:1–13; nơi chúng ta gặp một dân thừa nhận tội lỗi và nhu cầu của họ. Do đó; chính việc rao báo lời Ngài là cách Chúa dùng để tạo sự đáp ứng (Rô 10:17). *Phản loạn...tội lỗi*: trong Giê-rê-mi 17:19–27, Sa-bát là bài thử nghiệm sự vâng phục; còn ở đây việc lạm dụng ngày Sa-bát là tội chủ yếu.

Trong các câu *2–5*, từ [Vì] [bị lược bỏ trong bản TTHĐ – ND] giới thiệu toàn bộ phân đoạn này như một lời giải thích cho lời buộc tội 'phản loạn' và 'tội lỗi' (1). Theo tất cả những biểu hiện bên ngoài, họ có sự cam kết hành đạo (2) mà qua đó, họ đến với Chúa (2a) và muốn Ngài đến gần họ (2f). Nhưng bản NIV có sự giải thích đúng khi viết 'dường như' ['có vẻ' trong bản TTHĐ – ND] và 'như thế' trong những việc làm này. Điều này được giải thích khi nhà tiên tri vạch trần động cơ của họ (3a-d), hành vi của họ (3ef) và kết quả của việc họ kiêng ăn (4ab). Đó chỉ là biểu hiện bên ngoài (5a-d) mà Chúa không chấp nhận (5ef).

2. Siêng năng (*ngày lại ngày*), tận tụy (*tìm kiếm*, 31:1; 55:6), thuộc linh (*Ta* để nhấn mạnh); *muốn* (nghĩa đen là 'vui thích') - nhìn bên ngoài là một gương mẫu của một thực tại thuộc linh, và của tham vọng *biết* và làm theo *đường lối Ta...công chính...luật lệ. Vui mừng đến gần Đức Chúa Trời:* nghĩa đen 'vì sự đến gần Đức Chúa Trời'. Các động từ 'đến gần' và 'đem lại gần' là những động từ tiêu biểu khi nói đến hệ thống của người Lê-vi, trong đó sinh tế được 'đem lại gần' và nhờ đó người thờ phượng vui mừng đến gần Đức Chúa Trời. Đây thực sự là niềm tin mẫu mực: Đức Chúa Trời là trọng tâm (2a), quan tâm đến lẽ thật là điều ưu tiên; cùng với nếp sống phù hợp với lẽ thật (2b-d), sống bởi lời Đức Chúa Trời (2e), và xem các thánh lễ là phương tiện ân điển đích thực (2f).

3–4. Nhưng có một sai lầm chết người: tất cả được thực hiện trong tinh thần của người Pha-ri-si ở Lu-ca 18:12. Những gì có vẻ giống như lòng tận hiến đầy nhiệt tâm thật sự chỉ nhắm tìm kiếm lợi ích (3a-d). Không chỉ vậy, mà ngày nghỉ của người chủ là ngày bóc lột đối với người làm thuê (3ef). Chúng ta không được biết việc này xảy ra như thế nào, chỉ

---

⁴Trong nỗ lực phân tích tác phẩm Ê-sai, về chỗ 57:21, xem ở 51:10–11 với mục 11 (trang 251); cũng xem trang 238 mục 12.

biết điều đang làm một mặt là *điều mình ưa thích*; một mặt đó là nỗi đau: *áp bức* (√*nāgaś*), động từ chỉ về người đốc công (Xuất 3:7); *những kẻ làm công*, danh từ (không dùng các dạng khác) bắt nguồn từ động từ √'*aṣab*, bị đau đớn - công việc vất vả, lao động đổ mồ hôi. Ngoài ra, mỗi ngày kiêng ăn kết thúc bằng cuộc chiến. Mục đích của kiêng ăn là nhằm giành được sự tán thành từ thiên thượng, nhưng nó lại làm lộ điều tồi tệ nhất trong con người - có thể hiểu được nếu một gia đình, về cơ bản không phải là gia đình thuộc linh bị buộc phải nhịn đói cả ngày!

5. Đây là vấn đề: không có điều gì vượt ra ngoài chủ nghĩa tuân thủ, làm điều đúng theo cách đúng. *Như cây sậy* phơi bày toàn bộ chủ nghĩa hình thức của cả một ngày; ngay cả hành động tự hạ mình của họ cũng vô nghĩa như cây sậy ngã xuống trước gió. Dĩ nhiên, nói như vậy không có nghĩa là không có sự hạ mình đúng đắn trước mặt Đức Chúa Trời và kỷ luật tự hạ mình bằng cách *mặc vải sô* cách đúng đắn (Nê. 9:1). Con người là một thể thống nhất thân-hồn, và hai phần tử này có thể là phương tiện trợ giúp về phần xác cho thực tại tâm linh (cũng như kiêng ăn giúp tâm trí được thanh thản thanh khiết hơn để tìm kiếm Chúa), còn không 'có sự giúp đỡ' là được miễn, không bị thoái hóa thành sự biểu diễn.

Câu **6–12**, mô tả ngày kiêng ăn phải được sử dụng như thế nào và được chia thành hai phần, mỗi phần liệt kê những hành động cụ thể (6–7, 9c–10b) và những phước lành đầy hứa hẹn (8–9b, 10c–12). Trước tiên, một ngày kiêng ăn là để tạo nên một xã hội biết quan tâm (6), đáp ứng nhu cầu (7a-c) và phúc lợi gia đình (7c), và nó đem lại những phước hạnh cho cá nhân: khởi đầu mới (8a), sự hồi phục cá nhân (8b), sự an ninh (8cd) và mối liên hệ tự do thoải mái với Đức Giê-hô-va (9ab). Thứ hai, sự kiêng ăn thật là để sửa sai tình trạng vô nhân đạo (9c), dẹp bỏ việc gây bất hòa (9d) và đáp ứng nhu cầu (10ab) và kết quả là nhận được sự hướng dẫn rõ ràng trong những việc phức tạp của cuộc sống (10cd-11a); sự đổi mới (11b), sự lâu bền (11c), nguồn lực luôn luôn tươi mới (11de); sự hồi phục và tồn tại (12). Điều có vẻ như bị tước đoạt –kiêng ăn - thật ra là sự bồi bổ khi được sử dụng theo ý Chúa.

6–7. *Xiềng…dây:* thời gian tự do khi biệt riêng để kiêng ăn phải được dùng để sửa sai mọi phương diện mà trong đó cấu trúc xã hội hay những kẻ phạm pháp trong xã hội phá hủy hoặc làm giảm bớt sự tự do chính đáng của người khác. *Mở…ách:* loại bỏ mọi phương cách trong đó con người bị đối xử như thú vật bởi sự quản lý xã hội yếu kém. *Bẻ gãy…ách: mở dây* không thôi thì chưa đủ; phải có biện pháp để một cái ách như thế sẽ không bao giờ có thể được lặp lại. Hành động liên quan đến cấu trúc xã hội (6) phải phù hợp với sự quan tâm cá nhân dành cho từng cá thể (7) - người đói, người vô gia cư và người không có quần áo. *Đem…về nhà* (nghĩa đen): thức ăn được chia sẻ thế nào, thì nhà ở cũng được mở cửa thế ấy. *Khi thấy:* đáp ứng tức thì khi thấy nhu cầu. *Cốt nhục mình:* thấy rõ vấn đề xã hội nhưng thiển cận với vấn đề trong gia đình là điều hoàn toàn có thể xảy ra.

8–9b. *Bấy giờ:* kiêng ăn cách đúng đắn thì Đức Giê-hô-va sẽ đáp lại bằng phước lành! Trước tiên, Ngài sẽ ban cho một khởi đầu tươi mới, giống như *rạng đông*. Thứ nhì, sự hồi phục cá nhân; chữa lành các vết thương và những ốm yếu bệnh tật trong quá khứ: *chữa lành* ('*ărûkâ*) được dùng để chỉ về phần thịt mới phát triển trên vết thương (Giê 30:17) và chỉ về 'công tác sửa chữa' (Nê. 4:12). Thứ ba, Ngài sẽ ban sự an ninh với *sự công chính* như là quân tiên phong bảo vệ và *vinh quang* như quân đánh hậu (52:12). Đức Giê-hô-va cung cấp sự công chính (53:11; 54:17) và tín hữu mặc lấy nó như áo giáp (Rô 13:12; 2 Cô 6:7). *Vinh quang của Đức Giê-hô-va* là sự hiện diện cá nhân của Đức Giê-hô-va trong tất cả sự vinh hiển của Ngài, là sự hiện diện của Ngài ở mọi nơi (6:3); ở đây, vai trò bảo vệ là của chính Ngài. Thứ tư, mối quan hệ qua lại tự do với Chúa: lời cầu nguyện không bị giới hạn, đáp ứng tức thì. *Đức Giê-hô-va* (9a) với ý nhấn mạnh 'chính Đức Giê-hô-va' đích thân Ngài chú ý đến tiếng kêu của chúng ta. *Ngài sẽ phán:* cấu trúc ở đây (động từ cùng chức năng) ngụ ý 'Ngài sẽ phán ngay': *Có Ta đây:* nghĩa đen là 'Hãy nhìn Ta đây', đáp ứng của một đầy tớ vâng phục đang chờ đợi phục vụ (Sáng 22:1; 11; 1 Sa 3:4). Lời cầu nguyện được nhậm không giống như gửi đi một gói thực phẩm; mà giống bác sĩ đến nhà.

Câu *9c–12* nói cụ thể chuỗi nguyên tắc thứ hai cùng với những phước lành kèm theo (so sánh 6–9b).

9c–10b. *Vứt bỏ cái ách* (bản NIV thêm vào là '*cái ách của sự đàn áp*') tóm tắt lại câu 6, nhưng có lẽ ở câu 6 'sự bất công' chỉ về cơ cấu xã hội nô lệ phiền toái, còn ở đây cụm từ tiếp theo *xỉ vả* ngụ ý hành vi cá nhân khiến chúng ta có thể dễ dàng trở thành người gây rắc rối và chất gánh nặng lên người khác. *Xỉ vả* là từ không được dùng chỗ nào khác, nhưng Châm Ngôn 6:12–14 cho biết 'dùng ngón tay ra hiệu' nghĩa là hành động bằng cách ra hiệu và nói bóng gió, cái gật đầu hoặc nháy mắt đúng chỗ, 'nói lời độc ác', lời chế nhạo đem lại sự hủy diệt và sự rò rỉ không biết từ đâu. Có thể có ý thức sẵn sàng chấp hành nhiệm vụ rất cao (6) nhưng lại ác độc và gây bất hòa cá nhân (9). *Dốc lòng:* nghĩa đen là 'hướng tâm hồn về'; vì 'tâm hồn' (*nepeš*) có thể có nghĩa là 'ao ước, mong muốn', nên cụm từ này có thể có nghĩa 'cho người túng thiếu điều ngươi muốn cho chính mình', một cam kết dứt khoát, hy sinh thậm chí vượt ra khỏi câu 7.

10c–12. *Ánh sáng:* phước lành đầu tiên ở đây là sự rõ ràng trong sự tối tăm và rối rắm của đời sống. *Ánh sáng* không liên quan đến 'rạng đông' như trong câu 8, nhưng liên quan đến *bóng tối,* những lúc chúng ta không biết đi đường nào, những khi rắc rối ở gần xung quanh chúng ta. *Dắt đưa* giải thích hình ảnh ánh sáng trong bóng tối. Rất có thể chúng ta tiếp tục trải nghiệm *bóng tối,* và ngập ngừng bước vào đó theo cách tốt nhất mà chúng ta biết, nhưng thực tế là có sự dẫn dắt thiên thượng; Ngài không để cho chân chúng ta trượt ngã (Thi 121:3). Phước lành thứ hai được hứa ban là sự chu cấp đúng lúc: *nơi khô hạn* (11b) chỉ được nói đến ở đây; nhưng có liên hệ với √*ṣāḥaḥ*, 'trắng' (Ca. 4:7); do đó tính từ là '[trơ] trọi' (Êxê 24:7), 'không được bảo vệ' (hay 'bị phơi ra', Nê. 4:13). Chúng ta không biết Chúa sẽ ban cho sự thỏa mãn gì nhưng biết khi nào và ở đâu Ngài sẽ ban cho - khi mọi thứ có vẻ ảm đạm, khi chúng ta dễ bị tấn công Trong lúc như thế Ngài *sẽ làm vững mạnh các xương cốt ngươi,* ban sự dẻo dai trước những đòi hỏi khắc nghiệt. Thứ ba, phước lành về nguồn lực và sức sống tươi mới sẽ đến, như nước được dẫn vào trong *vườn* (11d), nhưng để cho cân bằng công việc của thùng tưới; thì có một *suối nước,* suối nước bên trong không hề cạn (11e; Giăng 4:13). Thứ tư là những phước lành về sự phục hồi (*xây lại;* 12) và tồn tại (*Dân cư ngụ*), khôi phục từ thảm họa trong quá khứ (*nơi đổ nát ngày xưa*), dự trữ để bảo đảm cho cuộc sống tương lai (*tường thành...phố xá*). Dĩ nhiên, ý này có thể ám chỉ việc xây dựng và công tác khôi phục sau khi từ Ba-by-lôn trở về, nhưng bên cạnh hình ảnh của ánh sáng (10), của người đi trong vùng đất khô hạn (11) và khu vườn (11), thì đây cũng rất có thể là một bức tranh, nhưng hoàn toàn thích hợp với cộng đồng của Ê-sai là những người đã trải qua sự tàn phá được tả ở 1:6–9.

13–14. Trong cấu trúc của bài thơ này, câu 13–14a là bữa tiệc với phước lành, tương ứng với ngày kiêng ăn không có phước lành ở câu 2–5, và câu 14b là một lời hứa, tương ứng với lời quở trách trong câu 1; nhưng các câu này cũng tạo thành một chuỗi *nếu...thì* thứ ba, nghĩa là nếu giữ ngày Sa-bát cách đúng đắn thì phước hạnh sẽ theo sau. Đức Giê-hô-va quan tâm đến việc vui hưởng những phước lành của Ngài qua việc vâng theo mạng lệnh Ngài hơn là những sự tước đoạt do tự áp đặt. Trong câu 13a-d, Ê-sai nhấn mạnh việc thừa nhận tích cực giá trị của ngày Sa-bát là *thánh* và *đáng trọng,* và trong 13ef nhấn mạnh việc bảo vệ ngày Sa-bát bằng cách không làm những việc không đúng đắn trong ngày này. *Giữ chân mình khỏi phạm*: (nghĩa đen) 'rút chân ngươi khỏi' tương đương với 'bảo vệ bước chân ngươi', thận trọng suy nghĩ cách sử dụng ngày Sa-bát. Đây không phải một 'cuộc loạn đả'; một ngày để *làm theo ý mình*, mà đó là một 'sự thích thú tuyệt vời' như cách từ điển ngôn ngữ dịch từ *vui thích* ('ōneg). Ê-sai nói đến các nguyên tắc, không phải chỉ thị: những gì được thực hiện trong ngày của Chúa phải nhận ra rằng đó là ngày thánh và đặc biệt; phải là điều có ích khi tìm thấy niềm vui thích thực thụ; đó không phải vấn đề sở thích cá nhân (*đi đường riêng*) hay nuông chiều cá nhân (*làm theo ý riêng*). *Nói những lời vô bổ* là 'nói một lời; nói một câu nói'. Cách diễn đạt ở Phục Truyền Luật Lệ Ký 18:20 có nghĩa là lời nói không có thẩm quyền thiên thượng, chỉ là lời của con người; còn ở đây nghĩa là 'tán gẫu'. *Thì bấy giờ*: từ nối với nghĩa nhấn mạnh như trong câu 8–9, chỉ về điều này chắc chắn theo sau điều kia. *Ngươi sẽ được vui thỏa* là hình thức phản thân của động từ tạo ra danh từ *vui thích* trong câu 13c: 'đem lại niềm vui thích tuyệt vời cho chính ngươi'. Ngoài ra, chúng ta sẽ *cưỡi lên các đỉnh cao*, vượt lên những khó khăn của đời này, tận hưởng một cuộc sống được nâng cao (Phục 32:13; 33:29; Ha 3:19) và bước vào sự đầy đủ và cung ứng (*nuôi*) mà Đức Giê-hô-va ban cho chúng ta, bao gồm tất cả những lời hứa trong quá khứ và lòng nhân từ của giao ước (*Gia-cốp tổ phụ ngươi*).

d. Dân phạm tội (59:1–13)

Những lời cáo buộc tiếp tục từ 58:1–14, nhưng bây giờ gặp phải sự thừa nhận về tình trạng tội lỗi và vô vọng (59:9–13). Trong phân đoạn rộng này có lời buộc tội (1–4b, được diễn đạt bằng những động từ ở ngôi thứ hai số nhiều), phần mô tả (động từ ngôi thứ ba số nhiều trong câu 5–7) và lời thú nhận (ngôi thứ nhất số nhiều trong các câu 9–12). Các câu 4cd, 8 và 13 là phần tóm tắt kết thúc.

i. Lời buộc tội (59:1–4). câu 1–2 đáp lại lời than phiền ở 58:3–4 về việc Chúa không lưu tâm bất chấp mọi nỗ lực thu hút sự chú ý của Ngài. Vấn đề không phải là Ngài không chú ý mà là tội của chúng ta. câu 3–4 giải thích chi tiết những tội đã khiến Đức Giê-hô-va ngoảnh mặt đi.

1–3. *Tay*, nghĩa đen 'bàn tay' tượng trưng cho hành động cá nhân; *tai*, khả năng và sự sẵn sàng để nghe. Không phải Ngài có quyền năng mà không nghe, cũng không phải Ngài nghe mà thiếu quyền năng. Vấn đề là *sự gian ác* 'gây phân cách' và *tội lỗi* làm cho xa cách. Chắc chắn Ngài *có thể* nghe nhưng *không nghe*. *Ngài*: bản thân Đức Giê-hô-va bị xúc phạm và bị xa lánh; điều đó thể hiện trên mặt Ngài, có thể nói như vậy. *Các ngươi…khỏi các ngươi*: không chỉ là tội mà tội nhân cũng xua đuổi Ngài. *Không nghe* được diễn đạt như một câu nói tuyệt đối, hoàn toàn loại trừ khả năng có thể nghe. Tội lỗi khiến bản thân Ngài lánh xa (*mặt*) chúng ta một cách cá nhân (*các ngươi*) mãi mãi. *Bàn tay* (3): không phải từ được dùng trong câu 1 (*yad*) mà là từ *kap*; lòng bàn tay hay cái nắm tay; một lời buộc tội cụ thể về việc tham gia; túm lấy, nắm lấy. *Ngón tay*: sự đụng chạm trực tiếp vào nhiều chi tiết (2:8; 17:8). *Ô uế* là 'bị vấy bẩn', tội lỗi để lại dấu vết mà Đức Chúa Trời mãi mãi nhìn thấy; *máu*, bạo lực với người khác (1:15). *Tội ác*: 'sự gian ác' như trong câu 2, sự bại hoại và làm lạc bên trong, là nguyên nhân gây ra mọi hành vi sai trái. *Môi miệng…lưỡi*: sự lặp lại để nhấn mạnh, mọi phương diện của lời nói. Duy nhất một chỗ khác nữa nhắc đến *môi* là ở Ê-sai 6:5; về *lưỡi*, xem 3:8; 32:4; 35:6; 57:14. *Lời dối trá* (*šeqer*), những lời nói dối cụ thể; *việc xấu xa* ('*āwĕlâ*), một từ liệu rộng hơn là 'sự sai lạc', không đáng tin cậy, vừa là điều không đúng vừa là điều không thích đáng. Như ở 6:5, tội về lời nói đứng đầu về tính chất quan trọng (so sánh Lê 19:11; Gióp 5:21; Châm 12:14; 22:21; Mat 5:37; 12:36-37; 15:18).

4. Hai dòng đầu (4ab) tiếp tục danh sách những điều xúc phạm Đức Giê-hô-va. *Lấy lẽ công chính mà kiện cáo*, hay 'rao truyền sự công chính', có lẽ ám chỉ việc công khai đứng về phía điều đúng; so sánh với A-mốt 5:13, khi im lặng là vàng. Cả hai tiên tri đều nghĩ đến cùng một tình huống - một xã hội chống nghịch với việc bày tỏ quan điểm đạo đức. *Tranh tụng:* không nói đến sự tham nhũng của tòa án, mà là việc lạm dụng tiến trình pháp lý vì mục đích phi pháp. Hai dòng cuối (4cd) được diễn đạt khác nhau (động từ nguyên mẫu không có 'to') như những phác họa rộng về tình huống hiện tại: 'Nhờ cậy điều hư không và nói điều vô ích, nghĩa ra điều ác và gây rắc rối'. *Điều hư không* là $tōhû$ (24:10), điều thiếu tính bền vững và ý nghĩa. Không phải Ê-sai đang mô tả mà là đang chẩn đoán. Có thể họ nghĩ họ đang hành động cách hợp lý nhưng thật sự tất cả đều vô nghĩa: theo biểu hiện bên ngoài, họ đạt đến vị trí được hoạnh định cách cẩn thận - tin cậy chính quyền, tin tưởng vào sức mạnh vũ trang, nhờ cậy liên minh, tin cậy bản năng cơ bản của những con người có thiện chí - nhưng sự thật là tất cả lòng tin, ngoại trừ lòng tin đặt nơi Chúa, đều là tin cậy vào $tōhû$, điều hay thay đổi. *Dối trá:* từ này trong câu 3 chỉ sự lừa dối cụ thể ($šeqer$), còn $šāw'$ ở đây có nghĩa là thái độ không đáng tin cậy, thái độ hoàn toàn xem thường lẽ thật.

ii. Mô tả (59:5-8). Đây là câu nói khách quan ở ngôi thứ ba về hoàn cảnh, được phát biểu theo nghĩa bóng (5-6b) và theo thực tế (6c-7), với phần tóm tắt (8).

5-6b. *Họ là ai?* Có lẽ đại từ bất định được dùng là có chủ ý, như khi chúng ta tường thuật 'họ nói rằng' hay 'mọi người nghĩ rằng'. Vậy thì với cách nhìn rộng về xã hội và các thành viên của nó, họ tạo ra thứ hãm hại người khác (*ấp trứng rắn*), ý tưởng được triển khai ở 5cd; họ tạo ra thứ vô ích đối với chính họ (*dệt màng nhện*), ý được triển khai ở 6ab. *Ăn... bị vỡ* là mối quan hệ tương phản chỉ sự thông công và chống đối. Có điều gì đó về con người tội lỗi là mối đe dọa tiềm ẩn liên tục cho người khác và mọi cố gắng cuối cùng đều không hiệu quả đối với bất kỳ mục đích tốt đẹp nào. *Trứng...rắn độc:* khởi đầu tồi tệ thì tình hình luôn luôn tệ hơn. *Không thể mặc được:* tội nhân không thể thỏa mãn những khao khát và nhu cầu chân chính của chính họ; những nỗ lực tốt nhất cũng không làm họ thỏa mãn (*không dùng làm áo được*) và không khả thi (*không thể mặc được*).

6c-7. Với phong cách đặc trưng, Ê-sai giải thích ẩn dụ của mình: hễ điều gì họ làm (*đôi tay*), hễ nơi nào họ đi (*chân*), hễ điều gì họ suy nghĩ (*tư tưởng*), họ đều không thể thoát khỏi ảnh hưởng từ bản chất của họ. *Công việc gian ác*, những việc gây rắc rối; *hung tàn*, hành vi phá hoại ($hāmās$; 53:9). *Chạy đến điều ác* là 'vội vã làm điều xấu', hướng về những mục đích sai, hành động sai. *Vô tội:* những người không làm gì xứng đáng với điều họ nhận. *Tư tưởng:* cách chúng ta khen ngợi sự việc, kết luận chúng ta đưa ra khi cân nhắc mọi thứ, những suy nghĩ dẫn đến kế hoạch. *Gian tà:* giống trong câu 6b, 'gây rắc rối'. *Tàn phá* ($šōd$), từ liệu chung chỉ sự tàn phá; *hủy diệt* là 'phá vỡ' một cách cụ thể. Hai từ này kết hợp diễn tả mọi điều thúc đẩy sự phá vỡ các tiêu chuẩn và phá vỡ xã hội, hay đe dọa điều đã được sắp đặt trật tự và bền vững.

8. Trong lời nhận xét tổng quát (giống câu 4cd) về những gì đã được nói đến, *bình an...bình an* là ý bao xung quanh. Họ không *biết con đường bình an* (8a), và cách sống của họ (*đường lối*) cũng không dẫn đến *bình an*. Đây là sự bình an với ý nghĩa toàn diện nhất: bình an với Chúa, bình an trong xã hội, bình an trong nhân cách trưởng thành, không còn xung đột với bản thân. *Sự chính trực:* về cơ bản, không có sự phục tùng sự 'phán xét' của

Đức Chúa Trời, điều Ngài đã dùng thẩm quyền quyết định là đúng; còn theo nghĩa rộng hơn, cũng không có sự điều chỉnh điều gì là đúng và công bằng - cho chính họ, cho người khác, cho xã hội như một thực thể - như là mục tiêu cho *đường lối họ*. Ngược lại, *họ tự làm quanh quẹo các lối của mình*, nghĩa đen là 'họ làm cho đường lối mình quanh co/khiến họ tổn thương'. Họ cố ý chấp nhận con đường quanh co/lộn xộn, và trên những con đường đó họ sẽ gặp tội lỗi như kiểu gậy ông đập lưng ông.

iii. Lời thú nhận (59:9–13). Sự thay đổi trong những câu này được biểu thị bởi những động từ ở ngôi thứ nhất số nhiều. Việc ban quyền năng thiên thượng cách kín giấu (57:19) và rao báo luật pháp Đức Chúa Trời (58:1–14) đã đem con người đến nơi họ thừa nhận là *bóng tối* (9), sự bất lực (10), sự cay đắng (11ab), sự vô vọng (11cd) và sự vi phạm (12) của tội lỗi. Những vấn đề nghiêm trọng được tiết lộ trong phần buộc tội (1–4) và mô tả (5–8) không phải dành cho những vị trí ngoài xã hội hay điều gì khác; chúng là biểu hiện bên ngoài của *chúng ta* (9) trong tình trạng tội lỗi của cá nhân mình. Câu 13 có cùng hình thức ngữ pháp riêng biệt (động từ nguyên mẫu không có 'to') như câu 4c, và cũng trình bày phần tóm tắt kết thúc theo cách như vậy.

9–10. *Công lý…công chính:* xem 56:1, là câu Đức Giê-hô-va mời gọi dân Ngài đến đời sống *chính trực,* hoặc 'sự suy xét, một đời sống phù hợp với những quyết định của Đức Giê-hô-va' (42:1; 3–4), và hứa sẽ sớm thực hiện những mục đích *công chính* của Ngài. Nhưng những tiêu chuẩn của lẽ thật được mặc khải và của đời sống phù hợp với lẽ thật đó là điều chúng ta không hiểu nổi, và sự cứu rỗi công chính Ngài hứa thì chưa đến. Trong thâm tâm và trong mọi phương diện, chúng ta *trông mong* ('hân hoan chờ đợi, hy vọng', 40:31) *ánh sáng*; nhưng *chỉ thấy* (nghĩa đen) *bóng tối*. Minh họa Ê-sai dùng cho thấy *bóng tối* này là gì: bóng tối của sự mù lòa cá nhân (10). Có lẽ chúng ta sống rất tốt trong một thế giới 'tối tăm', nhưng bóng tối trước tiên đòi hỏi sự sửa chữa nằm ngay bên trong. Cho dù tình trạng bên ngoài có thể ra sao – *giữa trưa* hay *chạng vạng* - thì cũng không có gì khác nhau. Bóng tối ở ngay trong chính chúng ta; chúng ta *như người chết* (14:9–12). Thế giới xung quanh dường như đầy *những kẻ mạnh mẽ*, nhưng chúng ta *mò mẫm* như những người không thể nhìn thấy mình đang đi đâu, *vấp ngã* như những người không có sự kiên định và ổn định, và như sức sống mà chúng ta cần để sống đời sống tin kính đã chết.

11. Câu này kết thúc phần thú tội đầu tiên: lưu ý thế nào *công lý…sự cứu thoát* ('sự cứu rỗi') tương ứng với 'công lý…công chính' (9); và so sánh lần nữa với 56:1. *Rên xiết* là tiếng rên giận dữ (5:29–30), cơn giận của tín hữu trước sự tàn phá do tội lỗi gây ra. (So sánh tiếng rên thánh của Chúa Giê-xu, Mác 7:34 và Giăng 11:38; tiếng rên của tạo vật đang tuyệt vọng mà chúng ta cũng có phần trong đó, Rô 8:22–23). *Rên rỉ như…chim bồ câu*: giống như 38:14, Ê-xê-chia là nạn nhân của bản án tử và khao khát sự sống. *Công lý*: so sánh câu 9. *Sự cứu thoát* phải là 'sự cứu rỗi' (như 56:1), công tác biến đổi, giải cứu của Đức Chúa Trời.

12. Là bậc thầy về kịch nghệ, Ê-sai đã dùng sự mù lòa (10), con gấu và chim bồ câu (11) để minh họa. Cuối cùng, ông trình bày khung cảnh tòa án, với tội lỗi là bên nguyên và Đức Giê-hô-va (nghĩa đen là *trước mặt Chúa*) là thẩm phán. Chúng ta có thể đau khổ vì những ốm yếu tàn tật của tội lỗi (10), than khóc về những tổn thương và thất vọng do tội lỗi gây ra (11), nhưng những điều này không còn ý nghĩa gì trước hiện thực của sự phán xét thiên thượng và bản án của luật pháp. *Sự vi phạm*: 'cố ý chống nghịch', và *tội lỗi*, những sai sót cụ thể, là những điều Chúa biết (*trước mặt Chúa*), tích cực kết tội chúng ta (*nghịch cùng chúng con*) và là một hiện thực luôn hiện hữu (*với chúng con*). *Chúng con nhận biết*: đây chỉ là cái cúi đầu xấu hổ vì tội lỗi một cách có ý thức, là chữ 'vâng' của lương tâm nặng nề. Từ này cũng là bí quyết dẫn đến sự ăn năn và thanh tẩy để được phước ở Thi Thiên 51:3.

13. Như trong câu 4, những từ bất định được dùng ở đây để đưa ra những nhận xét khái quát; như trong câu 4, tội trong lời nói được ghi ra cụ thể và ẩn dụ về sự thụ thai được sử dụng. Thẩm phán thiên thượng ở câu 12 không phải là một người ngoài cuộc được đưa vào để nghe vụ kiện; Ngài cũng là bên bị hại. *Phản loạn*, cố tình từ chối đường lối Ngài, so sánh 12; *chối bỏ*, lừa dối, giả dối và vờ vĩnh trong lời hứa nguyện trung thành. *Quay lưng không theo Đức Chúa Trời mình:* nghĩa đen là 'quay lưng khỏi việc đi theo'. Giê-rê-mi 2:2 dùng hình ảnh một nàng dâu mới âu yếm đi cùng với chồng mình – nhưng bây giờ sự việc đã đảo ngược. Tình yêu giữ cho hai người cùng đi chung và lòng trung thành chấp nhận vai trò lãnh đạo đó không còn nữa. *Nói điều* là 'nói' và cùng với (nghĩa đen) 'việc cưu mang và thốt ra những lời dối trá từ tấm lòng', từ này không chỉ nêu ra tính chất quan trọng đúng mức theo tiêu chuẩn Kinh thánh đối với tội lỗi trong lời nói mà còn xem lưỡi là thước đo của tấm lòng (Mat 12:34). *Cưu mang:* tội nhân không thể thừa nhận hành vi sai trái mà biện hộ cho sự trong sạch của tấm lòng: chính tấm lòng 'đã thai nghén' tất cả những gì nó sanh ra sau đó.

11. Đấng Chiến Thắng Được Hứa Ban: Sự Báo Thù và Sự Cứu Rỗi (59:14–63:6)

a. Đoạn mở đầu: tình hình và cách khắc phục (59:14–20)

Từ *Vì thế* nhìn lại tất cả lý do được nói đến kể từ 56:1 và giới thiệu câu tóm tắt (14–15a). Theo sau là phản ứng của Đức Giê-hô-va (15c; 16ab) và hành động được dự định (16c–18), và đoạn mở đầu kết thúc bằng một thế giới mới tập trung vào Si-ôn (19–20).

14–15ab. *Công lý...sự công chính* lần lượt là việc làm đạo đức phát xuất từ nguyên tắc đạo đức (vd: như ở 1:21; 56:1). Tuy nhiên, xã hội khước từ cái này (*bị đẩy lui*) và cách ly cái kia (*cách xa*). Điều này trước tiên (14cd) áp dụng cho hoạt động xã hội (*giữa quảng trường*), nơi chân lý – sự liêm chính, tính đáng tin cậy, tính trung thực - không còn (*vấp ngã, trượt ngã*) và *sự ngay thẳng* ('chính trực') không vào được. Thứ hai, điều này cũng đúng (15ab) với đời sống cá nhân (*ai*). *Chân lý* (như trong câu 14c) *đã không còn* - động từ *ādar* nghĩa là 'thiếu': sự trung thực cá nhân là yếu tố còn thiếu - và các quyền lực đang vận hành trong xã hội bắt đầu làm hại (*cướp giật*) bất kỳ ai *lánh điều dữ*. Sự việc không còn chỉ là hành động chống lại người muốn đứng lên ủng hộ điều đúng (A-mốt 5:10). Ngay cả cá nhân tránh điều xấu cũng trở thành người bị để ý. Đây là một tóm tắt rất đầy đủ về xã hội được nói đến ở 56:1–59:9. Vậy thì phải làm gì đây?

15c–16ab. Đặc trưng của Kinh thánh là mô tả Đức Giê-hô-va đi từng bước đến quyết định như thể Ngài ngạc nhiên về điều đã xảy ra (so sánh 52:5)! Có hai điều ngay lập tức khiến Ngài chú ý: tình trạng của dân sự (*bất công*; so sánh 9, 14) và sự bất lực của họ (*không có người*). Điều thứ hai phù hợp với 59:9–13 cũng giống như điều thứ nhất phù hợp với 59:3–8. Những người được Đức Giê-hô-va ban cho món quà của sự ăn năn (57:19) và những người chịu sự sửa dạy của lời Ngài cách có kỷ luật (58:1–14) còn bất lực, không xóa bỏ được tội của chính họ (12–13), huống hồ gì là thanh tẩy thế giới xung quanh. *Ngạc nhiên*, Ngài 'xem đây là điều tồi tệ'; *kinh hãi* là 'bị phá hủy, kiệt sức'. *Can thiệp*, (so sánh 53:12f) để cứu dân sự ra khỏi hậu quả của sự suy sụp của cá nhân và xã hội.

16c–18. Thứ nhất (16cd), Đức Giê-hô-va sở hữu trong chính Ngài tất cả những điều cần có để giải quyết vấn đề: *cánh tay* Ngài (51:9; 52:10; 53:1) là chính Đức Giê-hô-va hành động với tất cả năng quyền cá nhân. *Đem sự cứu rỗi đến:* vì công tác cứu rỗi vẫn còn ở phía trước, nên thì quá khứ ở đây diễn tả điều Đức Giê-hô-va đã quyết định - hành động cá nhân trong *sự công chính:* Ngài quyết tâm hoàn thành tất cả mục đích công chính của mình và thực hiện sao cho hoàn toàn phù hợp với những đòi hỏi công chính và tiêu chuẩn của bản tính thánh khiết của Ngài. Bản chất của Đức Giê-hô-va (*sự công chính*) và điều Ngài có thể làm (*cánh tay*) là giải pháp cho nhu cầu của thế giới. Thứ hai (17), Ngài mặc lễ phục để làm nhiệm vụ. Quần áo tượng trưng cho bản chất của Ngài và điều Ngài cam kết thực hiện (Giô 5:13). Ẩn dụ liên quan đến quân sự thật có ý nghĩa. Điều còn cần phải làm để ứng nghiệm khải tượng về Vua (chương 1–37) là kẻ thù của Ngài phải bị đánh bại hoàn toàn trên khắp thế giới; cũng vậy, điều còn lại từ công việc của Đầy tớ là sự chiến thắng đã được nói đến, ví dụ ở 42:13. *Đức công chính* (17) là sự liêm chính về đạo đức trong tất cả những việc Chúa sẽ làm, *cứu rỗi* là sự giải cứu dân sự Ngài; *sự báo thù* là sự đền đáp công bằng của kẻ thù, và *lòng sốt sắng* là quyết tâm sẽ hoàn tất công tác. Trên khắp thế giới (18) công tác này sẽ được thực hiện với sự công bằng chính xác (*tùy việc họ làm*).

19–20. Đầu tiên, thành tựu của Đức Giê-hô-va sẽ mang tính toàn cầu: Ngài sẽ được biết đến trong bản tính đời đời của Ngài (*danh*, Xuất 3:15) và nhận được sự tôn kính xứng đáng dành cho Ngài (*vinh quang*, 6:3). Không ai sẽ biết đến lẽ thật (*danh* được bày tỏ) mà không đáp ứng với lòng tôn kính; và sẽ không ai thờ phượng một *vinh quang* mà họ không biết. Thứ hai, đây sẽ là công việc quyền năng (19). Bản NIV (theo bản văn Hê-bơ-rơ đã được sửa đổi chi tiết) trình bày ý này bằng hình ảnh *dòng nước lũ bị dồn nén (a pent-up flood)*, được ngọn gió từ trời giải thoát và lèo lái. Tuy nhiên; sự thay đổi này không cần thiết và không rõ ràng về chi tiết. Câu này có nghĩa cơ bản là 'Khi kẻ thù đến như dòng suối, Thánh Linh của Chúa sẽ giơ ngọn cờ chống lại hắn'.[1] Đây rất có thể đây là cách diễn đạt bằng tục ngữ và được dùng một cách thích hợp ở chỗ này: 'kẻ thù' là tất cả những gì chống nghịch Đức Giê-hô-va và dân sự bơ vơ của Ngài, nhưng Thánh Linh của Chúa tập hợp lực lượng của chính Ngài (trong ngữ cảnh, 'cánh tay' và 'sự công chính' của Chúa, 16cd) dưới ngọn cờ của Ngài (11:10) và giành chiến thắng. Thứ ba (20), thế giới mới tập trung ở Si-ôn. Từ chiến thắng trước các kẻ thù toàn cầu, Người Thân Gần Nhất, Đấng vĩ đại, mang lấy mọi nhu cầu của họ; là người đến Si-ôn với tư cách đấng chiến thắng (40:9–11; 52:7–10). Nhưng ở Si-ôn cũng có sự sàng sảy. Không phải tất cả những người tự nhận là thuộc về Si-ôn sẽ được cứu ở Si-ôn, mà chỉ có những người ăn năn (1:27–28; 57:18–19; Hê 12:22–23; Khải 21:27). Đức Giê-hô-va là thánh trong sự cứu chuộc cũng như trong sự báo thù.

b. Người trung bảo của giao ước và thành tựu của người (59:21–60:22)

i. Người trung bảo của giao ước (59:21). Trình tự của 59:1–20 bị gián đoạn một cách đột ngột và khó hiểu. Ba phần gồm lời buộc tội (1–4), lời mô tả (5–8) và thú tội (9–13) được theo sau bởi phần hiệu chỉnh (14–20), trong đó chính Đức Giê-hô-va nhận trách nhiệm thực hiện điều dân Ngài không thể làm - đó là báo thù và cứu rỗi trên phạm vi khắp thế giới, với Si-ôn là trọng tâm của tất cả - và trình tự có thể kết thúc với vinh quang cũng là điều phải lẽ (60:1–22): Si-ôn; trung tâm trung hương của thế giới. Vậy thì chúng ta nghĩ gì về 59:21?

Trước nhất, khái niệm *giao ước Ta lập với họ* phù hợp với điều xảy ra trước đó. 'Họ' là dân toàn cầu trong câu 19 và những người ăn năn trong câu 20 (so sánh 1:27; 57:19), Y-

---

[1] Bản NIV thể hiện cách hiểu được nhiều nhà giải kinh ủng hộ. Bức tranh này là thích hợp và chỉ có một thay đổi nhỏ so với bản MT cùng với cách dịch hơi đáng ngờ, 'xua đuổi'. Hình thức này của √*nûs* không xuất hiện chỗ nào khác; 'khiến vội vàng' là cách dịch có thể chấp nhận, nếu không hoàn toàn chắc chắn. Nhưng hình thức *nōsĕsâ* có thể bắt nguồn từ động từ √*nāsas* (Xa. 9:16), 'sử dụng hoặc là phất cờ'.

sơ-ra-ên toàn cầu trong 19:24–25; 27:12–13; 45:14–25; 54:1–55:13. Với mỗi thành phần này, Đức Giê-hô-va đã hứa với họ mối quan hệ giao ước (54:10; 55:3; so sánh 42:6; 49:8). Do đó, câu 21 thật sự là phần kết thích hợp cho các câu 14–20. Thứ hai; trên cả thế giới, sự báo thù và cứu rỗi tập trung ở Si-ôn là do Thánh Linh của Chúa (19d, bản NIV và bản TTHĐ dịch là *hơi thở*). Câu 21 mở rộng lẽ thật này: Thánh Linh, Đấng thực hiện công tác thay đổi giờ đây ngự trong Y-sơ-ra-ên trên toàn cầu. Thứ ba, chúng ta đã gặp Cá nhân được ban cho Thánh Linh để thực hiện sứ mạng rao báo lời Ngài, Tác nhân của Đức Giê-hô-va cho thế giới và cho dân Ngài (42:1–4; 49:1–6; so sánh 50:4), Đầy tớ của Đức Giê-hô-va, Đấng đem sự mặc khải và sự cứu rỗi cho khắp thế giới (40:3–5; 52:10), tập trung ở Si-ôn (40:9–11; 52:7–9). Khi Đức Giê-hô-va nhận trách nhiệm điều chỉnh tất cả những gì sai trật (59:14–20), thì không có gì ngạc nhiên cả, vì thoạt nhìn, dường như Đấng trung bảo của giao ước xuất hiện ở câu 21. Thứ tư, giống như Đầy tớ của Đức Giê-hô-va (53:10), Đấng được ban cho Thánh Linh này có một gia đình mở rộng qua nhiều thế hệ. Tình trạng giao ước của người liên quan tới 54:10 (so sánh 53:5), sự bình an được bảo đảm bởi cái chết của Đầy tớ; và đến 55:3, các phước lành của giao ước tích lũy qua vương quyền đời đời của Đa-vít trên khắp thế giới. Thêm vào đó, người là người được ký thác và người trung bảo của Thánh Linh Chúa, mang đến món quà là lời của Đức Giê-hô-va. Như mọi khi, đặc điểm phân biệt một dân được biệt riêng là việc họ sở hữu và truyền đạt lẽ thật được mặc Khải

Cuối cùng, phần giới thiệu Người trung bảo của giao ước ở 59:21, cùng với 'phần thêm vào' (60:1–22) khẳng định ý nghĩa toàn cầu của thành Si-ôn, là đoạn đầu tiên trong bốn phân đoạn mà trong đó người xuất hiện như Người Thi Hành các mục đích của Đức Giê-hô-va được Ngài chỉ định (53:10). Phân đoạn thứ hai là 61:1–4, nói đến Đấng Được Xức Dầu trong ngày ân điển và ngày báo thù. Phần thêm vào (61:5–9) hứa ban sự phục hồi và ban một dân tế lễ đóng vai trò quyết định đối với các nước. Trong phân đoạn thứ ba, 61:10–62:7, người nhận được 'áo cứu rỗi' mà ở 59:17 chính Đức Giê-hô-va đã mặc để chịu trách nhiệm về dân sự bơ vơ của Ngài; và để giành được (so sánh 59:18–20) vinh quang của Si-ôn tại trung tâm thế giới, một lẽ thật được xác nhận trong phần thêm vào (62:8–12). Và phân đoạn thứ tư, 63:1–6, mô tả cách nhân vật được mặc áo choàng rực rỡ này trở về, sau khi hoàn thành sự báo thù và sự cứu chuộc. Về hình thức; bốn phân đoạn Kinh thánh này gợi nhớ Các Bài ca về Đầy tớ: cùng số lượng, đều có phần thêm vào; và trong mỗi chuỗi, đoạn đầu và đoạn thứ tư là phần tường thuật, đoạn thứ nhì và thứ ba là lời chứng. Cũng trong mỗi chuỗi, phân đoạn đầu tiên (42:1–4; 59:21) liên quan đến địa vị và nhiệm vụ, phân đoạn thứ nhì (49:1–6; 61:1–3) nói đến chức vụ và mục tiêu, đoạn thứ ba (50:4–9; 61:10–62:7) là cam kết cá nhân, và đoạn thứ tư (52:13–53:12; 63:1–6) là sự hoàn thành công việc. Tóm lại, đây là nhân vật thứ ba liên quan đến Đấng Mê-si-a, hoàn tất những bức chân dung của Vua (chương 1–37) và Đầy tớ (38–55). Vua cai trị, Đầy tớ giải cứu, và Đấng Được Xức Dầu hoàn thành sự cứu rỗi cùng sự báo thù.

ii. Thành của cả thế giới (60:1–22). Bài thơ này suy ngẫm về chủ đề liên quan đến Áp-ra-ham (Sáng 12:1–3) rằng những ai chúc phước cho ông sẽ được ban phước, còn ai rủa sả ông sẽ bị rủa sả. Cũng vậy, Si-ôn vinh hiển sắp đến (so sánh 2:2–4; 4:2–6; 25:6–10a; 26:1–6; 35:1–10) quyết định số phận của thế giới (12). Không có Si-ôn nào về địa lý có thể chứa đựng cả thế giới tập hợp lại cùng với cư dân của nó; Ê-sai đang nhìn thấy trước Si-ôn hiện tại của Hê-bơ-rơ 12:22 và Si-ôn sắp đến của Khải Huyền 21:9–25.

Đức Giê-hô-va ở Si-ôn (60:1-3). Thành không được đặt tên ngay tức thì, nhưng động từ giống cái thể mệnh lệnh trong câu 1 trở đi hướng về Si-ôn ở 59:20 và hướng đến Si-ôn trong câu 14.

1. *Ánh sáng* của *vinh quang Đức Giê-hô-va* vừa là hiện thực khách quan (*chiếu sáng*), một khởi đầu mới, vừa là một trải nghiệm chủ quan (*ánh sáng ngươi*; so sánh 9:1). Ánh sáng được ban cho như một lợi ích để tận hưởng ('*đứng dậy*'; 52:2) và như một trải nghiệm đem lại sự biến đổi (*tỏa sáng ra*).

2-3. Ngoài ra, vinh quang của Đức Giê-hô-va ở Si-ôn có liên quan đến bóng tối của thế giới, hiện diện khắp nơi (*mặt đất*), bao phủ tất cả mọi người (*các dân*). Ánh sáng ló dạng ở Si-ôn là sự trục xuất đầu tiên bóng tối này, và mục đích là để thu hút thế giới đến với phước hạnh (3). *Các nước...vua:* cặp tương phản (bị cai trị và người cai trị) là thành ngữ chỉ tính tổng thể; so sánh 49:7; 52:15, và lời kêu gọi hoàn vũ ở 55:1. Đức Giê-hô-va bắt đầu với dân sự Ngài để rồi Ngài có thể có được cả thế giới (Thi 67:1–2).

Thế giới ở Si-ôn (60:4-9). Sự thu hút – cách nói nhấn mạnh tiêu biểu trong Cựu Ước chỉ việc chinh phục các dân (2:2–4; Phục 4:5–8) - phát huy tác dụng. Si-ôn được vinh hiển trong nhóm người tập hợp lại (4–5), và nhóm người từ khắp nơi trên trái đất này sẽ được chấp nhận như những người thờ phượng Đức Giê-hô-va (6–7) và những khát vọng của họ được đáp ứng ở trong Ngài (8–9). Giới hạn khải tượng này hay thậm chí liên kết nó với sự hồi hương từ Ba-by-lôn là không nghe thấy điều Ê-sai đang nói. Ông hình dung cả thế giới đang di chuyển, thậm chí cả đi trên biển (9).

4. Việc nhắc đến *các con trai* (cũng xem câu 9; so sánh 49:18) và *các con gái* xem thế giới (49:22–23) bao gồm 'những phần nhỏ riêng biệt' theo quan điểm truyền thống của Kinh thánh: những người thuộc về Si-ôn do tổ tiên truyền lại nhưng cần được đem trở về với Chúa (49:5–6), và những người được kéo về từ thế giới 'bên ngoài' (Giăng 11:52), toàn bộ gia đình đức tin thuộc dòng dõi Áp-ra-ham (Rô 4:11–12). Nhưng *tất cả họ* (theo nghĩa đen) lúc ban đầu nói đến các dân và các vua trong câu 3. Nói cách khác, toàn thể 'Y-sơ-ra-ên' được tập hợp lại ở 45:14–25 đang hành hương về nhà, mà không gặp trở ngại nào về khoảng cách (*từ nơi xa*) hay trở ngại vì yếu đuối (*được bồng ẩm*).

5-7. Hai yếu tố hợp lại để đem đến niềm vui rạng rỡ cho Si-ôn: thứ nhất, đám đông tuyệt vời này đang đến với những món quà bày tỏ lòng tôn kính *đến với ngươi* (5c, bắt đầu với từ 'Vì', và câu 7a [trong nguyên ngữ - ND]) và với lòng tận hiến để *phục vụ ngươi* (7b); thứ hai, về phần họ, họ đến để (theo nghĩa đen) 'nói ra tin tốt lành về sự ngợi khen Đức Giê-hô-va' (6e) và, về phía Đức Giê-hô-va; họ đến như những người tham dự chính thức vào sự thờ phượng Đức Giê-hô-va (*tế lễ...bàn thờ Ta...nhà*). *Nhà* [bản NIV viết là 'đền thờ' – ND] phải nên dịch là 'nhà'. Ý chủ yếu ở đây không nói đến nơi thờ phượng, mà là một 'nhà' nơi Đức Giê-hô-va sống giữa dân Ngài. Nhóm người tập hợp lại đúng là đang trở về nhà cùng Đức Chúa Trời. *Ma-đi-an* (6, so sánh Quan 6:1, là câu Kinh thánh mà có lẽ Ê-sai đã nghĩ đến; kẻ cướp đoạt trước kia là người thờ phượng sắp đến) ở phía nam; *Ê-pha* ở về phía đông vịnh Ba Tư; *Kê-đa* (7) và *Nê-ba-giốt* thuộc phía đông bắc, trong hoang mạc Bắc Ả-rập. Đây là những địa danh ấn tượng đối với một thế giới cùng đổ về Si-ôn.

8-9. *Mây...tổ:* Mây là hình ảnh chỉ về tốc độ; tổ nói về việc trở về nhà và sự an toàn (Thi 84:3). *Các hải đảo*, xem 11:11; 24:15; 41:1; 59:18; *trông cậy Ta*, nghĩa đen 'chờ đợi' (42:4). Dù biết hay không, những niềm khao khát của thế giới chỉ có thể được thỏa đáp trong *Đấng Thánh của Y-sơ-ra-ên*. Họ đến không chỉ đem đến những hiểu biết sâu sắc mà đóng góp cả *bạc vàng*, những món quà của lòng vâng phục, tôn kính và yêu mến *để tôn vinh*; nghĩa đen 'cho danh của'. Không có ý nào cho thấy tín ngưỡng của họ là một phần của lẽ thật; họ đến nơi có lẽ thật (2:3), đến với Đức Giê-hô-va là Đấng mà danh Ngài chứa đựng điều Ngài đã bày tỏ về chính Ngài - chỉ được tìm thấy ở Si-ôn, nơi họ nhận ra 'vẻ đẹp' được thiên thượng ban cho. *Ta-rê-si* (2:16; 23:1) có lẽ ở Tây Ban Nha, trong trường hợp này Ê-sai thêm hướng tây vào phương hướng ở câu 7; nhưng trong bất kỳ trường hợp nào, *tàu* là thêm việc đi lại bằng đường biển vào đường bộ để làm trọn vẹn bức tranh đám đông đang tập hợp lại.

Thành quyết định số phận (60:10–14). Đây là trọng tâm của bài thơ tuyệt vời về Si-ôn. Câu 10 và 14 có cùng chủ đề nói về công trình xây dựng Si-ôn tầm cỡ quốc tế; câu 11 và 13 đem chúng ta vào bên trong thành được khôi phục: cổng thành luôn luôn mở nói đến sự an ninh không chút lo lắng (11; Xa. 2:4–5); đền thánh của Đức Giê-hô-va nói đến sự hiện diện thánh của Ngài (13). Câu trọng tâm 12 khiến Si-ôn trở thành yếu tố quyết định số phận: xa lánh Si-ôn là đi đến chỗ hủy diệt.

10. *Dân ngoại:* nghĩa đen 'con trai của người xa lạ'; so sánh 'con cái những kẻ áp bức ngươi' như một đối xứng đầu cuối trong câu 14. *Xây lại...phục vụ* không phải gợi ý về địa vị đầy tớ mà là bằng chứng cho sự phục vụ tận tụy. Họ là thuộc viên chính thức của cộng đồng (7) và thực hiện phần việc của họ. *Vì trong cơn tức giận...theo ân huệ của ta:* theo câu 3, họ đến vì bị thu hút bởi ánh sáng ở Si-ôn, và trong câu 9 họ đến vì danh của Đức Giê-hô-va; câu 3 diễn tả bằng hình ảnh, câu 9 nói khái quát và câu 10 cụ thể. Đây là ánh sáng đã kéo họ đến, là danh họ cần phải biết, là Đức Chúa Trời mà cơn giận của Ngài đã biến thành lòng *thương xót* (12:1–2, nghĩa đen là 'trong cơn tức giận Ta đã đánh ngươi và bởi ân huệ/sự chấp nhận, Ta thương xót ngươi'. Cơn giận là có thật: *qeṣep*, cơn giận bùng nổ (34:2; 54:8), nhưng nó đã được thay thế bằng 'tình yêu dâng tràn', tức sự *thương xót* (54:7).

11. Dù cổng thành mở toang không thể không nói đến vấn đề an ninh, nhưng lý do được đưa ra ở đây là có một dòng người không ngừng kéo đến. *Dẫn các vua họ về làm tù binh:* có lẽ cách dịch này là cách hiểu đúng. Nghĩa đen của câu này là 'và vua của họ được dẫn', có thể là hình ảnh về người bị bắt giam (45:14), mà dĩ nhiên, tượng trưng cho thái độ vui lòng phục vụ; nhưng cách diễn đạt vắn tắt có nghĩa là 'cùng với việc vua của họ được hộ tống', họ có quyền đến như những vị vua với đoàn tùy tùng, nhưng với tư cách thần dân tự nguyện của Si-ôn.

12. *Dân tộc (gôy)...dân tộc ấy* (dịch sát nghĩa là 'các dân'; *gôyîm*): từ liệu này thường có nghĩa là thế giới bên ngoài dân sự Chúa. Nhưng họ bị kết tội không phải vì họ là người xa lạ mà vì họ khước từ uy quyền của Si-ôn: ánh sáng của Chúa (3) ở đó nhưng họ sẽ không được kéo đến, 'danh' Ngài (9) ở đó nhưng họ sẽ không đến để học, lòng thương xót Ngài (10) ở đó nhưng họ không chú ý đến lời đe dọa về cơn thịnh nộ của Ngài. Số phận do họ tự chọn là chết trong sự tan nát.

13. Ê-sai đang gợi nhớ đến ký thuật về đền thờ của Sa-lô-môn, lúc dân ngoại Si-đôn được chọn vì họ là lựa chọn tốt nhất (1 Vua 5:2–9). *Đền thánh Ta:* không phải là nơi mà trong đó người gặp nguy hiểm được an toàn, như bây giờ, mà là 'nơi thánh' - thánh cho, và thánh vì, Đấng ngự trong nơi ấy là thánh (1 Vua 8:12–19). *Chân:* nghĩa là nơi để chân của Đức Giê-hô-va, là điểm mà tại đó Đức Chúa Trời siêu việt chạm trái đất. Ở đây, đó là Nơi Chí Thánh (trong Ca. 2:1 nơi đó là Si-ôn; trong 1 Sử 28:2; Thi 99:1–5; 132:7 đó là hòm giao ước; và trong Ê-sai 66:1 đó là chính trái đất).

14. Trong câu 10, ý muốn nói đến sự phục vụ vui vẻ; ý nhấn mạnh ở đây là sự đảo ngược vai trò: *kẻ áp bức ngươi*, 'những người sỉ nhục ngươi', bây giờ chính họ đến *cúi đầu* trước ngươi. Họ đã khiến ngươi ở vị trí thấp hèn nhất, thì bây giờ họ sẵn sàng nhận lấy vị trí đó để được bước vào những đặc ân và niềm vui của Si-ôn. Chỉ có chiến thắng của ân điển mới có thể đạt được điều này, vì không phải Si-ôn sinh ra tinh thần sẵn sàng phục tùng mà là sự nhận biết rằng Đức Giê-hô-va ở trong Thành của Ngài với tất cả tính chân thực trong vai trò *Đấng Thánh Y-sơ-ra-ên.*

Si-ôn được biến đổi (60:15–22). Trong các câu 15–16, ba ý nói về sự khước từ (*lăng quên, ghét bỏ, không ai*) tương ứng với ba điều được biến đổi (*cao trọng, sữa, Đấng Cứu Chuộc*) - sự biến đổi về danh tiếng và số phận được giải thích là chỉ bởi việc Chúa làm (16cd). Trong câu 17–18, Si-ôn được biến đổi về vật chất (17a-d), xã hội (17ef) và tâm linh (18). Sự soi sáng tâm linh không bao giờ tắt sẽ thay thế ánh hào quang của sự sáng tạo (19, 20a-c) và với sự soi sáng đó, mọi đau buồn sẽ biến mất (20d). Dân Si-ôn sẽ được giải hòa với Chúa (21a), được an ninh đời đời (21b), được Đức Giê-hô-va dựng nên với bản chất sao cho họ là 'hiện thân' cho vẻ đẹp của Đức Giê-hô-va (21c-e) và cá nhân được biến đổi với năng quyền (22ab). Khải tượng này không phải là quá tốt đẹp đến nỗi khó thành hiện thực, mà là khải tượng quá tốt đẹp đến nỗi không thể không thành hiện thực, khi được đảm bảo bởi Đức Giê-hô-va (22cd).

15–16. *Không ai đi qua:* nghĩa là tránh xa. *Mãi mãi...nhiều thế hệ:* mãi mãi là sự liên tục về thời gian, nhiều thế hệ là sự liên tục trong kinh nghiệm của con người. *Hút...bú:* bức tranh về sự tận hưởng điều tốt đẹp nhất của sự chăm sóc trong tình yêu thương, và sự hy sinh của người mẹ. *Các nước,* những nước ngày xưa bị loại, bây giờ được đem vào, không thể làm đủ cho Si-ôn, nơi mà họ tìm thấy tình yêu của Đức Giê-hô-va (10). *Vú của các vua:* ngay cả những người cao trọng nhất trên đất cũng sẵn sàng nhận lấy vị trí chăm sóc trong thành cứu rỗi (18c). *Đấng Cứu Rỗi* chỉ về việc hoàn thành sự cứu rỗi đã được hứa ở 56:1. Tất cả được hoàn thành vì Đức Giê-hô-va, là *Đấng Cứu Chuộc,* đã sẵn sàng hành động trong vai trò Người Thân Gần Nhất và gánh lấy mọi nhu cầu của dân Ngài.

17. Điều tốt nhất trong quá khứ của Giê-ru-sa-lem (1 Vua 10:21, 27) được đặt để trong sự góp phần bày tỏ vinh quang sắp đến khi mọi vật đều được biến đổi để hướng đến Chúa. *Sự bình an:* biến đổi xã hội tương ứng với sự sung túc vật chất. Ở đây là sự bình an của một xã hội hài hòa, sung mãn, nơi hạnh phúc và chính quyền là những từ đồng nghĩa - trong tiếng Hê-bơ-rơ *bình an* và *trông nom* [nghĩa làm cầm quyền - ND] (thay vì 'chính quyền') là ngữ đồng vị; nghĩa là từ này chính là định nghĩa của từ kia; nói 'bình an'/'hạnh phúc' tức là nói 'chính quyền' và ngược lại. *Sự công chính* là điều phù hợp với bản tính và ước muốn công bình của chính Đức Giê-hô-va. *Cai quản* là 'đốc công' (Xuất 3:7). Thậm chí chính điều tồi tệ nhất mà quá khứ là ví dụ điển hình cho sự cai trị theo kiểu đàn áp cũng sẽ trở thành điều tốt đẹp nhất mà Đức Giê-hô-va ao ước.

18. *Chuyện hung bạo* cụ thể là hành vi chống đối cá nhân; *Hoang tàn đổ nát* ở đây chính là sức mạnh phá đổ trật tự xã hội tốt đẹp. *Sự cứu rỗi...sự ca ngợi:* xem 26:1–3. Từ ngữ cân xứng với nhau: *sự cứu rỗi* là điều Đức Giê-hô-va thực hiện; *sự ca ngợi* là cách chúng ta đáp ứng. Công tác cứu rỗi của Chúa giữ cho Si-ôn được an toàn, và mối liên hệ hòa thuận trong tinh thần ca ngợi của chúng ta với Ngài loại trừ mọi điều nguy hại.

19–20. Trong trật tự tạo dựng cũ, cuộc sống bị chi phối cách nghiêm nhặt bởi ngày và đêm và không thể nói trước bởi sự thất thường của mặt trời và mặt trăng. Nhưng trong trật tự mới của sự cứu rỗi, nguyên tắc cai trị là sự hiện diện bất di bất dịch của Đức Giê-hô-va. *Ánh sáng...vinh quang* (nghĩa đen 'vẻ đẹp'): Đức Giê-hô-va sẽ chiếu sáng và tô điểm cho dân Ngài; bao phủ họ trong ánh sáng của Ngài và biến đổi họ trở nên giống như Ngài. 'Ánh sáng' được giải thích bởi lời hứa về sự soi sáng không thay đổi (20c, bắt đầu với từ 'Vì') còn 'vinh quang' được minh họa bởi sự trục xuất mãi mãi *những ngày sầu thảm* (20d), bất kỳ điều gì gieo rắc tai họa dù nhỏ nhất.

Trong các câu *21–22,* sau khi nói đến danh tiếng (15–16); xã hội (17–18) và hoàn cảnh (19–20), cuối cùng Ê-sai quay sang dân sự: địa vị của họ trước mặt Đức Chúa Trời (21a), quyền được tiếp tục thuê đất (21b), cách họ hiện hữu (21c-e), triển vọng của họ (22ab) và lòng tin để họ có thể đối diện tương lai (22cd).

21. *Công chính:* đúng đắn với Đức Chúa Trời, dẫn đến công chính trong nhân cách và hành vi. *Hưởng:* Ê-sai dùng điều ông biết để dự báo điều ông thấy trước. Ông có biết rằng những lời dự báo về lãnh thổ sẽ (không mâu thuẫn hay được sửa đổi mà là) được thực hiện trong một 'vương quốc không thuộc về thế giới này' (Giăng 18:36) không? Có lẽ ông biết, vì ông là người đã thấy trước sự sinh tế theo luật Lê-vi (không mâu thuẫn hay được sửa đổi mà là) được nhận ra trong sự chết thay của Đầy tớ (52:13–53:12). Dù là trường hợp nào, ông cũng đang dùng những thuật ngữ và điều kiện của món quà xứ thánh (Phục 6:18–25; 28:63–64; 2 Sa 7:10). Khi sự công chính được hoàn thiện, thì quyền sở hữu được bảo đảm (Rô 5:1–2, 21). *Mầm non...đã trồng...tay:* đằng sau việc tận hưởng sự công chính và sự an ninh là công việc cẩn thận của Người làm vườn thiên thượng. Ê-sai (11:1; 14:19) dùng từ *chồi* để nói về Vua thuộc dòng dõi Mê-si-a và nói về vị vua bị khước từ (chỉ được dùng ở một chỗ nữa là Đa. 11:7). Trong Si-ôn trên trời (Hê 12:22), tất cả cư dân đều sẽ giống như vua của họ, đã đặt họ ở nơi họ đang ở (*trồng*), dựng nên họ (*làm*) và làm tất cả vì mục đích của Ngài, *để Ta được vinh quang* (nghĩa đen 'vẻ đẹp'). Giống vua là giống Đức Giê-hô-va.

22. *Nhỏ nhất...nghìn...hèn yếu nhất...hùng mạnh:* 51:2 gợi nhớ một người *nhỏ nhất* khác trở thành *một nghìn* và *một Dân* Ê-sai đang mường tượng sự ứng nghiệm cuối cùng của lời hứa cho dòng dõi Áp-ra-ham (mà Giăng mô tả ở Khải 7:9–17). *Nhanh chóng thực hiện:* nghĩa là không trì hoãn hay cản trở ngay trong thời gian biểu của chính Ngài đã được định trước (2 Phi 3:18–19). Nhưng động từ có thể có nghĩa là 'tận hưởng' (Truyền 2:25), và vì vậy diễn tả lẽ thật thú vị là niềm vui mà Đức Giê-hô-va đã đánh mất khi tội lỗi bước vào thế gian (Sáng 1:10, 12,18, 21, 25, 31). Ngài cũng sẽ khôi phục Si-ôn và dân của nó. Vì Ê-sai nhận biết đầy đủ hai ý nghĩa này, nên chúng ta không phải chọn lựa giữa hai ý nghĩa, mà nắm giữ chúng trong sự phong phú của lẽ thật với lòng biết ơn.

c. Đấng Được Xức Dầu và công tác biến đổi (61:1–9)

i. Lời chứng đầu tiên của Đấng được xức dầu: sự biến đổi (61:1–4). Các bài ca về Đầy tớ khớp với ngữ cảnh của chúng, và điều này cũng đúng với ba phân đoạn tiếp theo nói về nhân vật thứ ba thuộc dòng dõi Mê-si-a trong sách Ê-sai, tức Đấng Được Xức Dầu. (Xem tr. 286–287). Ở đây; cũng như ở 59:21, Ngài được xức dầu bằng Thánh Linh của Đức Giê-hô-va để thi hành chức vụ. Ngoài ra, (a) như trong Bài ca thứ nhì về Đầy tớ (49:1–6), phần mô tả công việc của Ngài được giải thích chi tiết và mở rộng. Việc ban tặng Thánh Linh cho công dân Si-ôn (59:21) bây giờ là chức vụ an ủi (1–2) và biến đổi (3), và tất cả cùng chuyển hoàn toàn theo một chiều hướng khác nữa trong việc thực thi sự *báo thù* - mà người nhận sự báo thù không được xác định. (b) Cũng như Đầy tớ làm điều Đức Giê-hô-va đảm nhận (vd: 52:10; 53:1) thế nào, thì nhiệm vụ của *năm thi ân* và *ngày báo thù* trước kia cũng thuộc về Đức Giê-hô-va thế ấy (59:17). (c) Những kinh nghiệm được biến đổi của Si-ôn (2c, 3) được báo trước ở 60:17 và các câu tiếp theo, và công tác gieo trồng (3) liên kết với 60:21. Do đó, Ê-sai đưa bức vẽ chân dung của mình về Đấng Mê-si-a sang giai đoạn kế tiếp: Si-ôn được phú cho ở 59:21 trở thành Si-ôn được biến đổi ở 60:17–22 qua chức vụ được xức dầu ở

61:1–3. Đây là phân đoạn Chúa Giê-xu đã chọn để đọc ở Na-xa-rét (Lu 4:16–22); khiến cho phần giới thiệu của Ê-sai về Đấng Mê-si-a thêm đáng tin cậy. Cần lưu ý rằng Chúa Giê-xu kết thúc phần Ngài đọc ở *năm thi ân của Đức Giê-hô-va* (2a). Điều Ê-sai nhìn thấy là công tác của Đấng Mê-si-a được Chúa Giê-xu chia thành hai phần: mục đích cứu rỗi của lần hiện đến đầu tiên (Giăng 3:17), và yếu tố phán xét trong lần đến thứ hai (Giăng 5:22–29; so sánh 2 Tê 1:7–10). Lời chứng được chia thành ba phần không bằng nhau: sự chuẩn bị (1ab), công tác (bảy động từ nguyên thể từ 1c đến 3g), và kết quả theo sau (3h–4).

1. Thần...giảng: có sự liên kết ngay tức thì với 59:21, nhưng bây giờ chúng ta được cho phép học biết Đấng Được Xức Dầu chia sẻ Thần và lời Đức Chúa Trời với con cái Ngài vì mục đích gì: thật ra, đó là 'lời nâng đỡ kẻ mệt mỏi' ở 50:4, đem lại hiệu quả là sự biến đổi. *Chúa Giê-hô-va:* danh hiệu này có liên hệ với Bài ca thứ nhì về Đầy tớ (50:5,7,9). *Giê-hô-va* là 'Yahweh', Đức Chúa Trời của cuộc xuất hành (Xuất 3:15), Đấng cứu dân Ngài và đánh bại kẻ thù của Ngài lẫn của họ, thật sự là Đức Chúa Trời của sự *thi ân* và *báo thù* (2ab). Trong công tác này, Ngài là *Chúa*, tức là có khả năng và không thể kháng cự được. *Giảng tin lành:* xem 40:9; 42:1; 49:2; 50:4. *Người nghèo:* người bị áp bức và kém may mắn; không có sự giúp đỡ và phó mặc số phận cho những người quyền lực và nghịch cảnh định đoạt. *Rịt lành:* 'băng bó', nói đến chức vụ xoa dịu và chữa lành của cá nhân. *Tấm lòng tan vỡ:* cụm từ bao gồm bất kỳ và mọi tình trạng tan vỡ của con người, kiệt sức về tình cảm, cáo trách tội lỗi (57:15). *Tự do:* cụ thể là sự giải phóng nô lệ (Lê 25:10; Giê 34:8), liên kết chức vụ của Đấng Được Xức Dầu và Năm Hân hỉ (so sánh 27:13), so sánh *năm,* 2a. *Kẻ bị bắt giữ...người bị cầm tù:* cụm từ thứ nhất là những người bị con người bắt giữ, cụm từ thứ nhì là những người bị bỏ tù; sự tương phản diễn tả ý 'phóng thích mọi loại tù binh'. *Ra khỏi ngục:* động từ $\sqrt{p\bar{a}q\bar{a}h}$ có nghĩa là 'mở mắt'. Hình thức được lặp lại ở đây (*peqaḥ-qôaḥ*) có nghĩa là 'mở rộng (đôi mắt)', đem tù nhân ra khỏi ngục tối vào nơi sáng láng (42:7).

2. Việc nhắc lại từ *công bố* cho thấy Ê-sai đang bàn đến cùng một đề tài nhưng từ một quan điểm khác. Trong câu 1, sự công bố đề cập đến phía con người – tự do, phóng thích - còn bây giờ liên quan đến phần của thiên thượng. *Thi ân...báo thù:* ở 49:8, ân huệ của Chúa bảo đảm thành công của Đầy tớ; ở 60:7, Đức Giê-hô-va (nghĩa đen) 'bởi ân huệ chấp nhận' của lễ của dân ngoại; và ở 60:10, ân huệ của Ngài thể hiện qua 'lòng thương xót'. Việc xuất hiện của Đấng Được Xức Dầu ghi dấu *năm,* một thời kỳ kéo dài, trong đó thành tựu của Đầy tớ có thể được tận hưởng: Dân ngoại hoàn toàn được chấp nhận và lòng thương xót tự do tuôn đổ. Nhưng việc Ngài hiện đến cũng làm cho *ngày báo thù* là điều không thể tránh được. *Ngày* tương phản với *năm,* một công tác được hoàn tất cách nhanh chóng, thình lình. *Báo thù* (*nāqām*): sự báo trả công bằng, nhận lấy phần đáng được nhận cách công bằng (35:4; 47:3; 59:17; 63:4; so sánh động từ ở 1:24). *An ủi* là một khía cạnh khác của sự báo trả: đền bù chính xác cho những đau khổ đã gánh chịu bởi sự sai phạm (57:18).

3. Ban...ban: trong câu 2c, người bị tổn thương được xoa dịu, nhưng bây giờ mọi khả năng bị tổn thương thêm nữa được cất đi bởi một liệu pháp thay thế từ thiên thượng. Động từ đầu tiên [bản NIV dịch là 'cung ứng' – ND] chỉ về quyết định của Đức Chúa Trời, còn động từ thứ nhì [bản NIV dịch là 'ban cho' – ND] chỉ hành động của Chúa: Ngài muốn an ủi chúng ta, rồi sau đó ban cho điều đem lại và duy trì sự an ủi. Lưu ý chiều hướng đi xuống của sự biến đổi: từ *mão hoa* (nghĩa đen 'khăn trùm đầu của phụ nữ'; 3:20; so sánh 61:10; Xuất 39:28), đến đầu (*dầu*), đến quần áo (*áo*). (So sánh việc *chảy xuống* ở Thi 133:2–3, tầm quan trọng của việc tuôn đổ từ trời). Cũng lưu ý sự di chuyển bên trong của *tro bụi,* bằng chứng hữu hình của nỗi đau đớn (58:5; 2 Sa 13:19), hướng đến sự *khóc than,* đau đớn trong lòng, rồi đến *tâm linh sầu khổ* bên trong. Bởi đó, Đức Giê-hô-va hành động để từ từ đâm xuyên vào nhu cầu sâu thẳm nhất bên trong. *Dầu vui mừng*: trong Thi Thiên 45:7, 'dầu vui mừng' giải thích cho tính cách đặc biệt của Vua Cho nên, Đấng Được Xức Dầu thay thế sự than khóc bằng đời sống mới. *Áo*: chính xác hơn là 'đồ khoác ngoài' bao phủ toàn bộ. Giống như (xem 59:17) quần áo mặc vào tượng trưng cho tính cách và cam kết thế nào, thì quà tặng là áo che đậy tất cả cũng tượng trưng cho món quà là bản tính mới dẫn đến đời sống mới thế ấy. *Sầu khổ* (*kēhā*): được dùng ở 42:3 để nói đến tim đèn gần tàn, trở nên mờ đục, lờ mờ, hết hiệu lực. *Họ sẽ được gọi là:* dạng nguyên thể diễn tả mục đích của Đấng Được Xức Dầu nhường chỗ cho lời khẳng định về điều đạt được; nghĩa đen là 'Điều đó sẽ được gọi cho họ', nhấn mạnh thực tế khách quan của quà tặng là một tên gọi mới; tức một bản tính mới với những hiệu lực mới (Sáng 17:5-6). *Cây*: được dùng ở 1:29 và 57:5 khi đề cập đến tôn giáo giả, nhưng ở đây chúng được lấy lại cho Đức Giê-hô-va và được đặt ở một nơi vững chắc trong vườn của Ngài. *Công chính*: địa vị của họ được Đức Chúa Trời chấp nhận hoàn toàn là việc Chúa làm (như ở 53:11; 54:17): họ là *cây Đức Giê-hô-va đã trồng*. *Vinh hiển*: xem 60:21e.

4. Tương ứng với cụm từ 'họ sẽ được gọi' (3), chúng ta có *họ sẽ xây lại*. Sau khi được ban cho địa vị mới, một tên gọi mới với những khả năng mới, họ có thể bước vào hoạt động mới. Dĩ nhiên; bức tranh nói đến việc trở về từ Ba-by-lôn để đối diện với nhiệm vụ tái thiết; hiện thực là đời sống mới mà Đấng Được Xức Dầu sẽ đem dân Ngài bước vào (được chữa lành, 1de; được an ủi, 2c; được mặc áo, 3a-g; được trồng, 3h-i), cùng với năng lực tái thiết để sửa lại từng chỗ bị sụp đổ trong quá khứ, bất chấp nó đã tồn tại bao lâu (*ngày xưa, từ bao đời*).

ii. Sự biến đổi được xác nhận (61:5–9). Đây là phần thêm vào của Bài ca của Đấng Được Xức Dầu, và giống như phần thêm vào của Bài ca thứ nhì về Đầy tớ, phần này được chia làm hai đoạn: sự phục vụ của các nước (5–6; 49:7) và giao ước của Chúa với dân Ngài (7–9; 49:8). Bức tranh về cuộc sống và sự thịnh vượng xác nhận câu 3–4; đồng thời xây dựng chủ nghĩa quốc tế của 60:10, 14. Đây là một cộng đồng toàn cầu (5–6), được biến đổi (7ab), an cư (7c-e), vui mừng (7f), được đem vào trong giao ước (8), ở dưới phước hạnh thiên thượng (9).

5–6b, Được các dân nhận biết, gần gũi Đức Giê-hô-va. Đây không phải bức tranh nói về nô lệ hay công dân hạng hai, mà là một cộng đồng vui vẻ gồm những người từ 'bên ngoài' đến để phục vụ dân sự của Đức Chúa Trời, để nhận lấy vị trí trong cộng đồng phục vụ (so sánh 60:10). *Chăn chiên*: (nghĩa đen) 'đứng và chăn', được dùng để nói đến Đấng Mê-si-a (Mi 5:4); 'đứng' biểu thị sự tồn tại vững chắc. *Thầy tế lễ*: từ đây trở đi, điều lý tưởng ở Xuất Ê-díp-tô Ký 19:6 chưa được thực hiện được nhận thức cách đầy đủ trong chức thầy tế lễ của toàn bộ tín hữu. So sánh 66:21, nơi dân ngoại đang đến được liệt vào dòng dõi thầy tế lễ gần gũi với Đức Giê-hô-va.

6c–7d, Sự lật đổ, đền bù và biến đổi. *Của cải...vinh hoa*, xem 60:16 (Rô 15:27); *vinh hoa* là 'vinh hiển' (Khải 21:26). *Sự xấu hổ* không chỉ là cảm thấy bối rối; đó là gặt sự sỉ nhục; thất vọng vì hy vọng, phơi bày như sự lừa dối. *Gấp đôi*: dư dả; còn hơn cả đầy đủ. *Vui mừng*: 'ca hát' (54:1), nghĩa là vui mừng nhận lấy điều được cung ứng cách rộng rãi. *Phần bắt thăm*: nghĩa đen 'phần được chia', phần Đức Giê-hô-va cấp cho họ.[2]

---

[2] Ở 61:7de, cách dịch của bản NIV "inheritance...inherit" không lột tả được thực tế là tiếng Hê-bơ-rơ dùng hai từ khác nhau [bản TTHĐ dịch "*sản nghiệp...hưởng*" - ND]. Ở 7d, *ḥēleq* có nghĩa là 'chia ra từng phần'; ở 7e; √*yaraš* là 'sở hữu'.

7ef, Của cải và niềm vui. Hai dòng này là điểm mấu chốt của bài thơ. *Gấp đôi*, như trong câu 7b, có thể có nghĩa là 'dư dật, hào phóng' hoặc ở đây có thể là phần gấp hai được chia cho con trưởng nam (vd: Sáng 48:22; Phục 21:15; 2 Vua 2:9; so sánh Xuất 4:22).

8, Công lý thiên thượng, sự đền bù và giao ước. Từ mở đầu *Vì* giải thích những phước lành được liệt kê trong các câu 6–7, là do *sự chính trực* của Đức Giê-hô-va (8a), sự thù ghét của Ngài (8b) và *lòng thành tín* của Ngài (8c). Trước tiên, khi tạo dựng Y-sơ-ra-ên toàn cầu này, với địa vị và niềm vui được biến đổi hoàn toàn; Ngài hành động bằng *sự chính trực* mà Ngài yêu mến. Trong 'ân huệ' cũng như trong 'sự báo thù' (2), Đức Giê-hô-va hoàn toàn công bình. 'Ân huệ' của Ngài không phải sự thiên vị; mà đó là công lý mà bản chất công bằng của công tác cứu rỗi đòi hỏi. Thứ hai, Ngài hành động theo những tiêu chuẩn của chính Ngài: *trộm cướp và gian tà* là cách dịch đã được chỉnh sửa[3] từ 'Ta ghét trộm cướp trong của lễ thiêu', một cách diễn đạt đối xứng song song (nghĩa đen) với 'quyền lợi của họ trong sự trung tín' (8c). Của lễ thiêu 'không giữ lại điều gì cả' (Sáng 22:16), và bất kỳ điều gì ít hơn thế là cướp lấy phần Đức Giê-hô-va đáng nhận. Đức Giê-hô-va nhớ lại việc này khi Ngài thề hứa sẽ không giữ lại điều gì khi Ngài 'ban cho dân Ngài phần họ đáng nhận'. Vậy thì, 'gấp đôi' (7) là *sự chính trực* hoàn hảo của Đức Giê-hô-va (8a), sự đền bù đầy đủ và thích đáng (8c), và trở thành (8d) *giao ước đời đời với họ*, thay vì 'cho họ', vì lợi ích của họ (so sánh 55:3). Ý này ám chỉ 59:21, khi Đấng Được Xức Dầu chia sẻ với con cái Ngài những phước lành của việc xức dầu, nhưng phước lành được bảo đảm cho họ qua giao ước bây giờ cũng là thành quả từ chức vụ của Đấng Được Xức Dầu trong câu 3–4.

9, Được các dân biết đến, được Đức Giê-hô-va ban phước. *Dòng dõi* (9a) và *các nước* (9d) đều là 'dòng giống' ám chỉ 59:21 nói *các con...dòng dõi* đều là 'dòng giống'. Sự công nhận toàn cầu như thế này là điều lý tưởng được nhắm đến (Phục 4:5–8) nhưng cho đến nay chưa hề được thừa nhận. Nhưng chính Đức Giê-hô-va là Đấng sẽ 'được vinh hiển giữa dân thánh và được chiêm ngưỡng' (2 Tê 1:10) - đây là trường hợp đó, khi chúng ta sống trong thời kỳ chuyển tiếp giữa câu 2a và 2b.

d. Đấng Cứu Thế và dân được tập hợp của Ngài (61:10–62:12)

i. Lời chứng thứ hai: chấp nhận vai trò Đấng Cứu Thế (61:10–62:7). Sự tương đồng với bốn Bài ca về Đầy tớ tiếp tục. Trong Bài ca thứ ba (50:4–9), Đầy tớ chứng thực về việc người chấp nhận ý muốn của Đức Giê-hô-va, cam kết vâng phục và chịu khổ. Trong các câu này, có người vui mừng chấp nhận (Hê 12:2) nhiệm vụ *cứu rỗi* (61:10) và cam kết hoàn thành nhiệm vụ (62:1). Người đó là ai? Ngôi thứ nhất số ít tiếp tục từ 61:1, hướng ngược về Đấng Được Xức Dầu ở 59:21. Bài thơ tuyệt vời này có bốn phần, là hai cặp xen kẽ nhau. Niềm vui trong công tác cứu rỗi (61:10) tương ứng với niềm vui trong Si-ôn được biến đổi (62:4–5); lưu ý từng phần có cùng bức tranh về hôn nhân và trái đất sinh sản ra sao. Người trung gian duy nhất (62:1–3) tương ứng với nhóm người cầu thay (62:6–7): trong phần đầu, các vua nhìn thấy Si-ôn mới; trong phần sau; Si-ôn là lời ngợi khen trên đất.

10–11. Mô-típ về 'quần áo' nói lên đặc tính và cam kết. Được mặc *áo cứu rỗi* là được ủy thác và thích hợp để làm Cứu Chúa; chấp nhận bộ quần áo tượng trưng cho việc tự cam kết thực hiện nhiệm vụ. Mô tả về Đấng Được Xức Dầu đã đạt đến điểm quyết định:

---

[3] Bản MT ghi là *beʿōlâ*; 'trong của lễ thiêu'. Từ được sửa lại là *beʿawelâ*. Watts chấp nhận điều này và dịch là 'cướp bởi sự bất công', tước đoạt tài sản của người ấy bởi hành vi bất công trong xã hội (*Isaiah*, trang 87). Đây là một ý nghĩa tự nghĩ ra cho từ *ʿawelâ*, mà tự thân từ liệu này không mang ý nghĩa pháp lý và không được dùng chỗ nào khác. Từ liệu chỉ có nghĩa là 'chệch khỏi tiêu chuẩn'.

việc chính Ngài tham gia vào gia đình mình (59:21) và những phước hạnh Ngài mang đến (61:1–4) bây giờ được xem như một công tác cứu rỗi. Tại thời điểm bắt đầu (59:14–17), Đức Giê-hô-va đau buồn trước dân sự bơ vơ của Ngài đến nỗi Ngài khoác cho mình áo choàng như Đấng Cứu Rỗi. Bây giờ, Ngài chuyển giao trách nhiệm này cho Đấng Được Xức Dầu, là Đấng *vui vẻ* và *mừng rỡ* (10ab) chấp nhận nhiệm vụ. *Cứu rỗi...công chính*: 'cứu rỗi' là điều đáp ứng nhu cầu của chúng ta; 'công chính' là điều đáp ứng tiêu chuẩn thánh khiết của Chúa. *Áo choàng*: đồ khoác ngoài (xem câu 3). *Chàng rể...cô dâu*: quần áo của họ tuyên bố với tất cả rằng họ là chú rể và cô dâu và thông báo cam kết của họ trong hôn nhân như thế nào, thì cũng vậy Đức Giê-hô-va đã làm cho Đấng Được Xức Dầu thích hợp với công tác cứu rỗi cùng với sự chăm sóc tương tự thế ấy. Cho nên, đây là lý do đầu tiên để người vui mừng (*Vì*, 10c): người đã được Đức Giê-hô-va chọn và trang bị. Lý do thứ hai (*Vì*, 11a) là công việc này phải thành công; đây là điều chắc chắn như tiến trình nảy mầm và lớn lên. Cũng như với việc *mọc lên* ('chồi') và *hạt giống*, chính *Chúa Giê-hô-va* sẽ bảo đảm điều này sẽ dẫn đến thành công (*trổi vang*) khắp thế giới (*muôn dân*). *Sự công chính...lời ca ngợi*: 'sự công chính' là công tác cứu chuộc làm Đức Chúa Trời thỏa mãn (10c), 'lời ca ngợi' là đáp ứng được khơi gợi trong người nhận.

62:1–3. Để tương ứng với mặt cứng như đá (50:7), trong khi theo đuổi ý muốn Chúa, Đấng Được Xức Dầu quyết định rằng công tác cứu rỗi và sự công chính sẽ được hoàn tất.

1. *Vì cớ Si-ôn:* niềm vui của Đấng Được Xức Dầu trong Đức Giê-hô-va (61:10) tương ứng với sự khao khát hạnh phúc của Si-ôn, tức là hạnh phúc của những người người muốn cứu. *Nín lặng*: động từ √*ḥāšâ* áp dụng cho hành động (vd: Quan 18:9; Thi 107:29) cũng như lời nói (vd: Thi 28:1; 39:2). Tính song song của bài thơ (thấy điều ngược lại) làm cho phần này quân bình bằng việc đặt những người nói giùm (6), và điều này ngụ ý rằng điều đang nghĩ đến là chức vụ cầu nguyện (Hê 7:25). *Nghỉ yên* (√*šaqat*): không hoạt động. Đấng Được Xức Dầu cam kết hành động không ngừng, cũng như cầu nguyện không thôi. *Sự công chính...sự cứu rỗi*: so sánh 61:10cd. Đầy tớ (nghĩa đen) 'cung ứng sự công chính cho nhiều người' (53:11). Sự công chính thuộc về *Si-ôn* là theo ý nghĩa này, sự công chính mà Si-ôn được mặc lấy như là kết quả từ công việc của Đầy tớ, và bây giờ là của Đấng Được Xức Dầu. *Sự cứu rỗi*: nếu Đấng Được Xức Dầu được mặc áo để thực hiện sự cứu rỗi (61:10), thì sự cứu rỗi chỉ có thể là 'của Si-ôn' nhờ món quà của người. *Rạng đông* (nghĩa đen 'ánh sáng') và *ngọn đuốc* trước tiên đều ám chỉ đến phương cách lạ lùng mà trong đó công việc công chính và cứu rỗi được thực hiện, nhưng thứ nhì là nói đến 'buổi bình minh' của sự công chính và sự cứu rỗi trong đời sống những người được cứu.

2. Điều Đức Giê-hô-va làm cho Si-ôn là để cả thế giới nhìn thấy và (4ab) công nhận. *Các nước...các vua*: xem 49:7; 52:15; 60:3, 10–11, 16. Trước mặt thế giới (2ab), Si-ôn sẽ phô bày bản chất công chính mới của mình trong tất cả mọi *vinh quang* của nó; về phương diện cá nhân (2cd), Si-ôn sẽ ý thức được bản tính mới, được biểu thị bằng *một tên mới* (xem Sáng 17:5), cùng với những tiềm năng và quyền lực mới; trong mối liên hệ với Chúa (3) Si-ôn *sẽ là mão miện*. Mão miện là dấu hiệu chỉ địa vị vua chúa. Hình ảnh đáng ngạc nhiên tại đây là Đức Giê-hô-va xem dân Ngài là dấu hiệu chứng tỏ Ngài là vua đối với thế gian đang theo dõi họ.

4–5. Đấng Được Xức Dầu sẽ hoàn tất sự biến đổi giống như sự thay đổi từ tình trạng buồn phiền cô đơn (4ab) sang tình trạng hôn nhân hạnh phúc (4c–5) - là kết quả từ công việc của Đầy tớ ở 54:1–8. Thành hoang vắng và đất hoang vu trở thành đối tượng của sự vui mừng (4ce), lòng trung thành (4df) và niềm vui (5). Các tên mới *Hép-xi-ba* ('*người mà Ta vui thích*') và *Bu-la* ('*Người có chồng*') được giải thích trong hai nửa câu 5: lần lượt là đám cưới và trăng mật. *Con cái* của Si-ôn nói lời hứa nguyện hôn nhân với cô dâu của họ rằng họ 'yêu và coi trọng', hết lòng tận hiến phục vụ vì phúc lợi của Si-ôn, và Đức Giê-hô-va đi hưởng trăng mật với dân Ngài, vui mừng vì họ. Với cách truyền đạt bằng biểu tượng và vẻ đẹp của hình ảnh, Ê-sai mô tả sự thống nhất hoàn toàn đầy yêu thương, là đặc điểm tiêu biểu cho Si-ôn và sự hiệp nhất thân mật của Si-ôn với Chúa, là điều mà Khải Huyền 19:7 nhìn thấy trước như là Tiệc cưới Chiên Con.

6–7. Đấng Được Xức Dầu tận tâm với nhiệm vụ tạo nên một dân công khai bày tỏ địa vị công chính và được cứu để Si-ôn có thể trở thành *sự ca ngợi trong khắp đất*. Nhiệm vụ của những người đã nhận lãnh sự công chính và sự cứu rỗi của Đức Giê-hô-va là đứng trên tường thành Si-ôn và không ngừng cầu nguyện rằng điều này sẽ thành hiện thực. Việc ứng nghiệm những mục đích của Chúa cho Si-ôn xảy đến qua lời cầu nguyện của dân thành Si-ôn. Lời cầu nguyện của chúng ta, vì chúng ta vừa sống ở Si-ôn (Hê 12:22) vừa trông đợi Si-ôn (Khải 21:10), là cách chúng ta tham gia vào việc chăm sóc canh giữ thành (*lính canh*). Đây là nhiệm vụ liên tục (*ngày đêm* - nghĩa đen 'suốt cả ngày đêm'), lớn tiếng (*không bao giờ nín lặng*) và đầy sức sống (*đừng nghỉ ngơi chút nào...đừng để Ngài nghỉ ngơi*) - như thế, nếu không có lời cầu nguyện của chúng ta, Đức Giê-hô-va sẽ chậm chạp về lời hứa của Ngài ('cầu nguyện như thế chỉ có làm như vậy mới giải quyết được vấn đề') - và liên tục: *cho đến khi Ngài tái lập Giê-ru-sa-lem. Sự ca ngợi trong khắp đất:* điều mà trái đất bày tỏ sự ca ngợi. Tại sao trái đất ca ngợi Si-ôn thì phân đoạn này không giải thích, nhưng sự thật là sự cứu rỗi của Chúa đối với dân sự không chỉ vì mục đích phô bày (61:11cd; 62:2ab). Khi cứu dân sự, Đức Giê-hô-va cũng cứu một dân trên khắp thế giới (so sánh 55:1).

ii. Lời thề, lời triệu tập và lời công bố của Đức Giê-hô-va (62:8–12). Phần thêm vào này có mối liên hệ quan trọng với lời chứng trước đó về Đấng Được Xức Dầu (61:10–62:7). Thứ nhất là bức tranh bảo đảm về của cải và sự tận hưởng (8–9). Mất mùa là kinh nghiệm quen thuộc của thời kỳ tiền lưu đày, còn phủ nhận sự tái diễn của nó là cách nói gây ấn tượng mạnh về sự chiếm hữu và tận hưởng chắc chắn. Thứ hai, cả Si-ôn lẫn các nước đều xuất hiện trong lời chứng, và đều mong chờ điều gì đó chưa được trải nghiệm, điều gì đó Si-ôn cầu xin và các nước sẽ ca ngợi (6–7). Bây giờ, cả *dân chúng* (10a) và 'các dân' (bản NIV, 10e) được triệu hồi để bước đi trên hành trình như những người hành hương. Thứ ba, lời hứa nói rằng kẻ cô độc và kẻ bị ruồng bỏ sẽ kết hôn và được yêu mến (4); và bây giờ đây là đề tài của lời công bố thiên thượng: sự cứu rỗi đang đến (11) và Si-ôn hoàn hảo đang trong tầm nhìn (12). Tóm lại, câu 8–12 xác nhận tất cả những điều được hứa hay ngụ ý ở 61:10–62:7.

8–9. *Tay...cánh tay: tay* là sự can thiệp cá nhân, còn *cánh tay* là sức mạnh cá nhân - cam kết của Đức Giê-hô-va về mọi trách nhiệm của Ngài. *Ngũ cốc...kẻ thù*: không chỉ là bức tranh về sự an toàn mà còn về sự vâng phục (so sánh Lê 26:16; Phục 28:30–33; Quan 6:1–6). *Trong sân của nơi thánh Ta (*theo nghĩa đen): hoặc 'trong sân của đền thờ Ta'. Sự sung túc chắc chắn mà dân sự tận hưởng đi kèm với sự thân mật hoàn toàn với Đức Chúa Trời Thánh khiết.

10–11. Ê-sai thích lối mệnh lệnh kép vào những lúc cao trào (51:9; 52:1, 11; 57:14), và cuộc hành hương đến Si-ôn là điều gì đó thu hút trí tưởng tượng của ông (24:16; 25:1–9; 27:12–13; 35:1–10). Cho nên lời mời được rao ra, đường phố được làm lại (*dọn đường*), con đường không thể nhầm lẫn (*đường cái*), những trở ngại không còn (*đá*) và dân chúng trên khắp thế giới được triệu hồi (*ngọn cờ cho muôn dân*, nghĩa đen 'các dân'; so sánh 11:10, 12; 49:22). Trong câu 11 [nguyên bản – ND] có ba từ 'Nầy'. Từ 'Nầy' đầu tiên (11ab; được lược bỏ trong bản NIV) thu hút sự chú ý đến việc lời mời được rao ra với thẩm quyền của chính Đức Giê-hô-va. Từ thứ nhì (11cd) [chữ 'kìa' trong bản TTHĐ – ND] báo cho Si-ôn biết về 'sự cứu rỗi' sắp đến của mình (không phải *Đấng Cứu Rỗi* [như cách dịch của bản NIV – ND]): điều này không có nghĩa là rút lại lời công bố toàn cầu ở 11ab; vì sự cứu rỗi của Si-ôn (54:1) là sự cứu rỗi của thế giới (55:1). Đó là điều chính Đức Giê-hô-va đảm nhận thực hiện (59:16) rồi ủy thác cho Đấng Được Xức Dầu của Ngài (61:1f), mặc cho người *áo cứu rỗi* (61:10) để làm nhiệm vụ. Đó là điều đã được hứa là sắp đến (56:1) và bây giờ đã gần kề. Thần học Tân Ước cho rằng ở đây nói đến sự trở lại gần kề của Chúa Giê-xu (Phil 3:20–21; Hê 9:28). Từ thứ ba (11ef) [bị lược bỏ trong bản TTHĐ – ND] kêu gọi sự chú ý đến công tác đã hoàn tất của Đấng sẽ đến: *phần thưởng* và *sự ban thưởng* của Ngài được xác định trong câu kế tiếp là 'họ...Dân thánh'. Với những gì Ngài đã làm, Ngài được 'trả công' (*phần thưởng*), dân từ khắp thế giới mà Ngài tập hợp lại cho mình. Họ cũng là điều Ngài đã hoàn tất (*ban thưởng*, 'thành quả'). Ở 40:10, Người Chăn - Chiến Binh sắp đến chính là Đức Giê-hô-va. Trong mạch văn của ngữ cảnh hiện tại, đó chính là Đấng Được Xức Dầu.

12. Nhóm người (*họ*) được tập hợp từ khắp nơi là *thánh* (so sánh 4:3). Đây không còn là điều lý tưởng được giới thiệu bằng từ 'nếu' của Xuất Ê-díp-tô Ký 19:5–6; vì cụm từ *người ta sẽ gọi là* như thể được nói từ quan điểm của người quan sát: sự thánh khiết là điều người ta sẽ nhìn thấy. Họ là dân cuối cùng được trở nên trọn vẹn, sống trong thực tại hoàn toàn của sự cứu rỗi đã được hoàn tất (Hê 10:12–14). *Được cứu chuộc*: những người mà Đức Giê-hô-va tự làm cho mình trở thành Người Thân Gần Nhất của họ, nhận lấy mọi nhu cầu của họ như của chính Ngài (35:9–10). *Tìm đến*: động từ 'tìm kiếm' thường được dùng để nói đến những người siêng năng đến với Chúa (56:6; 65:10), nhưng ở đây chính Đức Giê-hô-va tìm kiếm, tìm thấy, và tập hợp dân Ngài từ khắp nơi trên thế giới (Êxê 34:11; Giăng 1:43; 9:35; 11:52). *Bị ruồng bỏ*: như ở 54:6. Mọi lời rủa sả trước kia đều là chuyện quá khứ.

e. Sự hoàn tất: Đấng Được Xức Dầu Hoàn Thành Nhiệm Vụ của Ngài (63:1-6)

Ở 62:11, chúng ta được mời gọi để nhìn xem 'sự cứu rỗi' đang đến, là điều mà 62:12 xác định cụ thể là sự đến của Đấng đã hoàn tất công tác cứu rỗi. Bây giờ, chúng ta được mời vào ngay tình huống đó, và được ban cho địa vị hưởng đặc ân cùng với lính gác trên tường thành Si-ôn như một nhân vật bí ẩn oai vệ tiến đến và công bố việc thi hành *sự báo thù*, *sự cứu chuộc* và *sự cứu rỗi*. Sứ điệp về áo của Đức Giê-hô-va (59:16), được ban cho Đấng Được Xức Dầu (61:10), bây giờ được công bố là đã hoàn tất, giống y như sự báo thù và sự cứu rỗi được chào đón bằng những tiếng Ha-lê-lu-gia vang rền ở Khải Huyền 19:1–8.

1. So sánh 52:8: trong lúc chờ đợi vua (52:7), vì Đức Giê-hô-va để trần cánh tay của Ngài (52:10), thì họ thật sự nhìn thấy 'Đầy tớ Ta' (52:13)... 'cánh tay của Đức Giê-hô-va' (53:1). Bây giờ, từ xa, họ thấy một nhân vật mà không biết là ai (*Ai...?*), chỉ biết rằng người đó từ *Ê-đôm...Bốt-ra* đến (xem 34:1 và các câu tiếp theo). Ê-đôm là kẻ thù muôn đời (Amốt 1:11), một trong những chiến thắng tiêu biểu của Đa-vít (2 Sa 8:13–14), kẻ thù cuối cùng vào ngày cuối cùng (34:5; Êxê 35). Như Đầy tớ là Đa-vít (55:3), thì cũng vậy, Đấng Được Xức Dầu bây giờ cũng đến như Đa-vít trong tư cách Kẻ chiến thắng Ê-đôm. Nhưng *Ê-đôm* có nghĩa là 'màu đỏ', phù hợp với áo quần nhuộm đỏ thắm (2), và *Bốt-ra*, thủ phủ của nó, có nghĩa là 'mùa hái nho', phù hợp với mô-típ về ép nho (2). Kẻ thù được chọn và sự báo thù công bằng phù hợp với nhau. Nhưng cho đến bây giờ, người lính canh chỉ có thể nhìn thấy những cái tổng quát: thứ nhất, *áo* của người - không phải *đỏ thắm* (từ ḥāmûṣ nghĩa là 'được làm cho sắc', ngụ ý màu 'sắc nét' họ nhìn thấy từ xa), mà là 'áo sặc sỡ'; thứ hai, *trang phục* của người - không phải xốc xếch mà là 'lộng lẫy'; thứ ba, dáng đi của người - *oai vệ*, bước đi mạnh mẽ có mục đích của Đấng tự tin; và thứ tư, *sức mạnh* của Ngài. Không có sự yếu đuối, thậm chí không có sự mệt mỏi - dù người đến từ cuộc chiến như chúng ta sẽ biết. *Vĩ đại* chính xác hơn là 'dư dật'. Người đầy ắp sức sống.

Người là ai? Trước tiên, đó là một người rao giảng (*phán*). Đấng Được Xức Dầu trước nhất được giới thiệu là được ban cho lời (59:21); người thực thi chức vụ rao giảng lời trong sự báo thù và sự cứu rỗi (61:1–2); khi người mặc *áo* của mình (61:10), người hứa không giữ yên lặng (62:1; Khải 19:13,21). Bây giờ người lại nói, và nói như một người mà *lời công chính* của người đó còn nguyên vẹn và người tự nhận thức rằng mình *có quyền năng cứu rỗi* - công tác cứu rỗi của Ngài có hiệu lực và phù hợp với mọi tiêu chuẩn của sự công chính. *Sức mạnh* (so sánh với *vĩ đại*) là 'dư dật'. Chỉ sức mạnh 'vĩ đại' mới có khả năng đối phó với tình hình, và có lẽ được sử dụng; sức mạnh 'dư dật' không thể bị cạn kiệt, và sức mạnh Ngài dư dật thế nào, thì sự cứu rỗi của Ngài cũng vậy, có hiệu lực vô tận.

2–3. *Tại sao....?* Người Tuần hành bây giờ đến đủ gần để người xem thấy rằng màu 'sắc nét' không phải là màu gì cả mà là một vết bẩn, giống như khi đạp nho. Đấng Được Xức Dầu nói đến sự so sánh giữa chúng (2). Thật sự có bàn đạp nho - nhưng để đạp cơn thịnh nộ; và có nho để đạp - nhưng đạp con người; và tạo ra màu đỏ - nhưng là máu! *Chẳng có ai:* như ở 59:16 (so sánh 50:2); nhấn mạnh sự cô độc. *Trong các nước:* ('các dân') như chúng ta thường nói 'không ai trong cả thế giới rộng lớn này'; nhưng cũng là 'các dân' khi nhìn lại 62:10e. Người nhận phước lành (62:11–12) không có phần gì trong việc đạt được phước hạnh đó. Toàn bộ công việc phán xét (3), giống như toàn bộ công tác cứu rỗi (5), chỉ dành riêng và đặc biệt thuộc về một mình Ngài. Sự mạnh mẽ trong hành động của Ngài (*đạp...giẫm nát*) tương ứng với cơn thịnh nộ thúc đẩy hành động đó: *cơn tức giận* ('ap) là tiếng khịt của một cảm giác giận dữ riêng tư; *cơn thịnh nộ* (*ḥēmâ*) là sức nóng và cường độ của cơn giận. *Máu* (*nēṣaḥ*), chỉ được nói đến ở đây và trong câu 6, là 'huyết phun ra'; *vẩy* ($\sqrt{ga'al}$) cũng có nghĩa là 'làm ô uế'. Về sự việc; quần áo của Ngài bị vấy bẩn; về ảnh hưởng, nó bị ô uế: nhiệm vụ của Ngài đòi hỏi phải phơi mình trước 'sự ô uế', nhưng Ngài trở về với *sự công chính* nguyên vẹn (1).

4. Bây giờ là phần giải thích (*Vì*). Một công tác được đảm nhiệm một mình (3ab), việc trút cơn giận được áp dụng cách nghiêm khắc (3cd), quần áo được ngâm trong máu, phải chịu sự ô uế (3ef) - giải thích thế nào? Điều này giống như hành động của Chúa trong cuộc xuất hành. Không được có bất kỳ tư tưởng trả thù sai trái nào trong *sự báo thù*. Đó là sự báo trả chính xác, xứng đáng - giống như những tai vạ giáng trên Ai Cập vì liên tục khước từ lời của Đức Chúa Trời. Đó là *sự cứu chuộc*, hành động yêu thương của người bà con; người không thể chấp nhận được việc người thân gần nhất của mình phải đau khổ thêm nữa mà mong ước họ được giải cứu.

5–6. Hành động đơn độc được khẳng định một lần nữa. Hành động này được nói đến trong câu 3, được ngụ ý qua việc đề cập đến *lòng* trong câu 4: câu 3 là sự đơn chiếc; câu 4 là tinh thần sẵn sàng hành động một mình; và câu 5 là ý thức về tính bi thảm đúng như bản chất của sự việc - nghĩa là không được để cho *cơn thịnh nộ* bị tác động và *sự cứu rỗi* không được hoàn tất. Về *cánh tay...cứu giúp*, xem 59:16. Điều Đức Giê-hô-va đã nhận thì Đấng Được Xức Dầu thực hiện. *Say:* so sánh hình ảnh của chén thịnh nộ (51:17, 21–22). *Máu...đổ ra trên đất:* nghĩa là máu đã đổ ra thì không thể lấy lại được và do đó, việc làm của sự thịnh nộ đã hoàn tất cách dứt khoát.

12. Trời Mới Đất Mới: Lời Cầu Nguyện và Lời Hứa (63:7–66:24)

Chủ đề của những chương này là dân sự biết cầu nguyện (63:7–64:12) và Đức Chúa Trời ban lời hứa (65:1–66:24). Phân đoạn ảm đạm 63:1–6 mô tả sự báo trả của từng kẻ thù và sự cứu chuộc của tất cả những người được cứu. Vậy thì có thể còn lại điều gì nữa? Chỉ còn lời cầu xin cho được ứng nghiệm, dựa trên những lời hứa chắc chắn của Đức Chúa Trời.

a. 'Điều nhắc nhở' khi cầu nguyện (63:7–64:12)

Ở 62:6, vì sốt sắng để cho vinh quang của Si-ôn được nhận biết trên khắp thế giới, Đấng Được Xức Dầu đã đặt lính canh - người cầu thay để cầu nguyện cho đến khi tất cả được ứng nghiệm. Họ được mô tả là 'các ngươi; những người kêu cầu Đức Giê-hô-va', nghĩa đen là 'các ngươi, những người tưởng nhớ Đức Giê-hô-va'. Cũng từ này bây giờ xuất hiện ở số ít (63:7): 'Tôi sẽ nhớ đến (ai đó)' (bản NIV *Tôi sẽ nói*). Ở đây, người lính canh - người cầu thay đang làm nhiệm vụ. Cũng như những lời cầu nguyện điển hình trong Kinh thánh, 'người gợi ký niệm' bắt đầu bằng cụm từ 'nói với Đức Chúa Trời về Đức Chúa Trời' (63:7–14) trước khi cầu thay (63:15–64:12). (So sánh Nê. 9:6 và các câu tiếp theo; Đa. 9:4; Công 4:24–30)

i. Nhớ lại (63:7–14). Dân sự Chúa mong ước cầu xin theo ý muốn Ngài. Mối quan tâm hàng đầu là biết Đức Chúa Trời mà họ cầu nguyện với. Do đó, 'người gợi ký niệm' nhắc họ về tình yêu bất diệt và sự nhân từ của Chúa (7), việc Chúa cam kết chăm sóc dân sự Ngài (8–9), và trên hết là nhắc nhở họ về lòng kiên nhẫn liên tục của Ngài với họ được bảo đảm bởi những hành động căn bản của sự cứu chuộc (10–14).

7. Trong tiếng Hê-bơ-rơ, câu này bắt đầu và kết thúc bằng *sự nhân từ*. Từ liệu *ḥesed* là tình yêu mà Đức Giê-hô-va thề hứa dành cho dân Ngài; ở đây, từ này ở số nhiều chỉ về cường độ và phạm vi, tình yêu không bao giờ thay đổi và chứa đựng đầy đủ mọi thành phần của tình yêu chân thật. Nói về tình yêu này, ông nhớ lại ba điều. Thứ nhất, tình yêu đó được bày tỏ qua hành động: *mọi điều...đã làm*; động từ √*gāmal* có nghĩa là 'làm một cách trọn vẹn' và nhấn mạnh sự đầy đủ phong phú trong tình yêu của Ngài thể hiện qua hành động. Thứ hai, tình yêu ấy dư dật và hữu ích: *ơn phước lớn lao*, nghĩa đen là 'sự nhân từ dư dật' (so sánh với 'dư dật' trong 63:1). Thứ ba, đó là tình yêu từ tấm lòng: *lòng thương xót* (49:15; 54:7; 55:7; 63:15), xúc cảm, tha thiết, và mang tính cá nhân (1 Vua 3:26).

8–9. Trong tình yêu thương, Đức Giê-hô-va đồng cảm với dân Ngài (8a), hy vọng điều tốt nhất cho họ (8b), cam kết cứu họ (8c); cảm nhận nỗi đau khổ của họ (9a), sống giữa họ để cứu họ (9b), nhận lấy vị thế của Người Thân Gần Nhất (9c) và kiên trì (9e) mang gánh nặng của họ (9d). Việc nhắc đến *con cái* (xem Xuất 4:22), *làm Đấng Cứu Rỗi* (Xuất 14:30), chia sẻ nỗi *khốn khổ* (Xuất 3:7) và *dân Ta* (Xuất 3:10) nói lên rằng Ê-sai đang nhớ lại cuộc xuất hành như là bằng chứng vĩ đại về mối quan hệ yêu thương. Tình yêu không thể được xem là tình yêu cho đến khi tình yêu làm điều gì đó hữu ích cho người được yêu thương. Đức Giê-hô-va không chỉ yêu trong lòng, trong lời nói, nhưng Ngài còn yêu bằng hành động và sự hữu hiệu: Ngài *làm Đấng Cứu Rỗi họ...cứu họ*.[1] *Thiên sứ trong sự hiện diện Ngài*: nghĩa đen 'trước mặt Ngài'. Chúng ta nhận diện con người qua khuôn mặt; 'mặt' là chính sự hiện diện của Đức Giê-hô-va (Thi 139:7), ngự giữa họ trong thân vị của thiên sứ - 'Thiên

---

[1] *Ngài cũng khốn khổ*, nghĩa đen là 'nghịch cảnh cho Ngài', là một trường hợp khác nữa trong đó phải chọn giữa *lỏ*, 'không' và *lô*, 'cho Ngài' (ở đây; với nghĩa sở hữu, 'nghịch cảnh là của Ngài'). Có thể chấp nhận một trong hai lựa chọn. Lựa chọn đầu sẽ dẫn tới cách dịch là 'trong mọi nghịch cảnh của họ, không có nghịch cảnh nào là của Ngài', câu trình bày phủ định trong việc Chúa đồng hóa với dân Ngài đang chịu khổ.

sứ độc nhất của Đức Giê-hô-va' (vd: Sáng 16:7; 21:17; 22:11, 15; Xuất 3:2; 14:19; 23:20–23; Mal. 3:1) Đấng phán như Đức Giê-hô-va nhưng phân biệt với Ngài, là Đấng mà qua Ngài, Đức Chúa Trời thánh khiết 'thích nghi' để sống giữa tội nhân, một sự báo trước trong Cựu Ước về Chúa Giê-xu. *Tình yêu*: danh từ *'ahăbâ* xuất hiện ở đây cũng là lần xuất hiện duy nhất trong Ê-sai (so sánh với động từ √*'āhēb*, 43:4; 48:14; 61:8). Đó là tình yêu thích thú khi được bầu bạn với người mình yêu. *Lòng thương xót* (*ḥemlâ*) được minh họa rõ ràng khi một lần xuất hiện duy nhất nữa ở Sáng Thế Ký 19:16 - lòng thương xót dịu dàng dẫn đến sự tha thứ. *Cứu chuộc*: xem 35:9; cũng được dùng ở Sáng Thế Ký 48:16 nói về việc nhận diện Người Thân Gần Nhất với tất cả những sự quan tâm chăm sóc.

Câu *10–14* suy ngẫm về trải nghiệm của Y-sơ-ra-ên trong cuộc xuất hành: sự đau đớn họ chịu bởi sự nổi loạn (10ab), khiêu khích sự đối kháng từ thiên thượng (10cd; so sánh Thi 78); tâm trí thiên thượng không thay đổi (11a, nghĩa đen 'và Ngài nhớ lại'), được thể hiện trong những hành động giải cứu thiết yếu (11–12) và sự chăm sóc quan phòng (13–14); sự hòa quyện giữa phúc lợi của dân sự và danh tiếng tốt của Ngài (14).

10. *Họ:* nhấn mạnh, 'họ thuộc mọi dân'. *Nổi loạn:* √*mārâ* (1:20; 3:8; 50:5), sự nổi loạn có tính khiêu khích. *Thánh Linh của Ngài:* 'Thần Linh thánh khiết của Ngài', sở hữu; tương thích và bày tỏ bản tính thánh khiết của Ngài (30:1; 31:3; 48:16; 59:19; Thi 51:11; so sánh Nê 9:20, 30; A-ghê 2:5). Phân đoạn này nói nhiều về thân vị của Thánh Linh là một Hữu thể Thiên thượng phân biệt: *Thánh* (10b, 11f), có mối liên hệ với con người (*làm buồn*; so sánh Êph 4:30), và là tác nhân trong việc chăm sóc dân sự Chúa (14). *Cùng với* (nghĩa đen) 'thiên sứ trước mặt Ngài' (9b) và 'cánh tay vinh quang' của Ngài (12; 51:9; 52:10; 53:1), những từ ngữ này chỉ về Đức Thánh Linh thể hiện sự phong phú trong cách Cựu Ước hiểu về bản tính thiên thượng. Đức Chúa Trời là 'một' (Phục 6:4) nhưng không phải là một đơn vị căn bản. Thay vào đó, Ngài là 'một' cũng như đền tạm là 'một' (Xuất 36:18), một sự đồng nhất phong phú gồm có nhiều yếu tố. Tân Ước không (có thể nói như vậy) nhân một Đức Chúa Trời của Cựu Ước lên ba lần nhưng tập trung sự đa dạng phong phú này vào ngay trong bản chất thiên thượng để bày tỏ Cha, Con và Thánh Linh (Mác 1:9–11; 2 Cô 13:14; 1 Phi 1:2). Đức Chúa Trời được bày tỏ trong Cựu Ước là Ba Ngôi Thánh được giấu tên. *Họ nổi loạn...Ngài trở thành:* những người khước từ đường lối Ngài trở thành kẻ thù của Ngài (1:24) - và Ngài là kẻ thù của họ.

11. *Dân Ngài nhớ lại:* xem *có lẽ Ngài nhớ lại*; nhưng được dịch là 'Và Ngài nhớ lại'. Lưu ý thứ tự: 'họ nổi loạn...Ngài trở thành...Ngài nhớ lại'. Giữa sự chống nghịch của họ và sự phẫn nộ thánh của Ngài, tâm trí Đức Giê-hô-va trở về với những điều căn bản. *Môi-se* sẽ 'nhắc' Đức Giê-hô-va về mục đích giải cứu của Ngài (Xuất 3:7–8); *Dân Ngài* sẽ nhắc Ngài về thành quả của sự giải cứu (Xuất 6:6–7). *Ở đâu...?* giới thiệu lời độc thoại của thiên thượng, như thể Đức Giê-hô-va đang suy ngẫm: 'Tại sao bây giờ Ta lại khác so với trước đây? *Biển:* sự giải cứu tại Biển Đỏ là sự hoàn tất công tác giải cứu (Xuất 14:13, 30–31). *Người chăn:* nguyên ngữ ở số nhiều, hoặc số nhiều chỉ sự oai nghiêm, nói đến Môi-se là 'người chăn cao nhất', hoặc số nhiều về số lượng, ám chỉ Môi-se và A-rôn (Thi 77:19–20); nhưng dù là trường hợp nào, sự chăm sóc thiên thượng cũng theo sau việc nhớ lại sự giải cứu đó (13–14). *Đặt Thánh Linh của Ngài:* xem A-ghê 2:5. Cụm từ này chỉ về việc chính Đức Giê-hô-va ngự giữa đền tạm (Xuất 29:44–46).

12. *Cánh tay vinh quang*: (nghĩa đen) 'cánh tay đẹp đẽ của Ngài'. Tương phản với 53:1, Môi-se không phải Cánh tay của Đức Giê-hô-va nhưng ông nhận biết sự đồng hành của Cánh tay đó. *Rẽ nước:* lúc bắt đầu hành trình, tại Biển Đỏ (Xuất 14); vào cuối hành trình, tại sông Giô-đanh (Giô 4). Điều Đức Giê-hô-va đã làm trong cuộc xuất hành là một công việc đã được hoàn tất: Ngài đem họ ra để đem họ vào (Phục 4:37–38) và câu hỏi được ngụ ý là 'Ta có thể từ bỏ chúng bây giờ không?' Với câu hỏi này, động cơ *để rạng danh đời đời* (nghĩa đen 'danh tiếng còn mãi mãi') đưa ra câu trả lời (so sánh Xuất 32:12; Dân 14:13–16; Giô 7:9; Êxê 20:9, 14, 22). Danh tiếng của Đức Giê-hô-va gắn chặt với cam kết của Ngài với dân sự.

13–14. Lúc đó, không có rào cản nào ngăn trở dân sự Ngài. Ngược lại, với Đức Giê-hô-va, ngay cả nước không thể băng qua (*sóng đào*) cũng không phải là điều phức tạp như *ngựa phi trong hoang mạc*, và dưới sự giám sát của *Thần Đức Giê-hô-va*, họ được *nghỉ ngơi*, được đem về nhà trong đất hứa. Nằm sau tất cả những hồi tưởng này là một giả định căn bản quan trọng: Đức Giê-hô-va không thay đổi; ngày trước Ngài thế nào thì bây giờ Ngài vẫn như vậy. Đây chính là ý nghĩ mà từ đó dẫn đến người gợi kỷ niệm (14cd). Thứ nhất; *dìu dắt* tóm tắt toàn bộ tiến trình từ ách nô lệ ở Ai Cập, đến sự cứu chuộc, sự chăm sóc hướng dẫn, cất bỏ những ngăn trở và vào Ca-na-an. Tình yêu là như thế! Thật là một sự kiên nhẫn chịu đựng! Thật quyền năng! Phải chăng tất cả không vì mục đích nào cả? Thứ hai, *dân Ngài* làm nhớ lại sự cứu chuộc trong cuộc xuất hành thiết lập một mối quan hệ vĩnh viễn (8, 11) không thay đổi. Đúng vậy, họ chưa bao giờ sống đúng với phẩm giá của mình, nhưng chẳng phải họ vẫn được yêu bằng tình yêu không hề thay đổi sao (7)? Thứ ba, tất cả đều nhằm bày tỏ 'danh đẹp đẽ' của Đức Giê-hô-va', một nhiệm vụ Ngài sẽ không bao giờ từ bỏ.

ii. Cầu xin (63:15–64:12). Vì ông đã xem xét bản chất của Đức Chúa Trời mình, nên người gợi kỷ niệm có thể cầu nguyện. Ông đã hiểu ra rằng Đức Giê-hô-va luôn đứng về phía dân Ngài: tình yêu của Ngài không bao giờ kết thúc (7); Ngài cảm nhận nỗi khốn khổ của họ ngay cả khi Ngài đau đớn vì tội của họ (8–10); dù họ xứng đáng nhận cơn thịnh nộ, nhưng cánh cửa thương xót vẫn mở ra cho họ (10–11); và Ngài sẽ luôn luôn hành động vì danh Ngài (12, 14). Với một Đức Chúa Trời như thế, người ta có thể tự tin cầu nguyện cho một dân như thế. Lời cầu nguyện gồm bảy phần.

Tình yêu của Đức Chúa Trời ở đâu? (63:15–16). Kỷ niệm đầu tiên của người nhắc nhở (7) trở thành một câu hỏi: nếu tình yêu của Đức Giê-hô-va không bao giờ thay đổi, thì bây giờ tình yêu ấy ở đâu? – đặc biệt (15ab) vì Đức Giê-hô-va vẫn là Đấng Tối Cao! Vì Đức Chúa Trời ở *trên trời* nên Ngài thống trị trái đất (40:22–24); thẩm quyền của Ngài (*chỗ ở*) cũng như bản tính của Ngài (*thánh và vinh quang*) đều không thay đổi, vậy thì tại sao có vẻ như Ngài thay đổi về sự quan tâm (*lòng sốt sắng*), về *quyền năng* của chiến binh có khả năng đối phó với mọi kẻ thù, và về *lòng thương xót* nhân từ? *Sự xúc động* nói đến việc được cảm động bởi những cảm xúc bên trong. *Lòng thương xót*: xem câu 7f. *Áp-ra-ham...Y-sơ-ra-ên*: ở 48:1–2 lời buộc tội được đưa ra là dân sự không có cơ sở để tự xưng mình là Y-sơ-ra-ên nữa; ở đây lời buộc tội đó được công nhận là đúng: so sánh Phục Truyền Luật Lệ Ký 33:9, cũng dùng những động từ này (*biết...nhận*) với ý nghĩa tách rời khỏi mối quan hệ gia đình và khước từ những nghĩa vụ trong gia đình. Tuy nhiên, cho dù tổ tiên không thừa nhận con cháu mình, thì chắc chắn Đức Giê-hô-va vẫn là *Cha...Cha...Đấng Cứu Chuộc*. Tại Ai Cập; Ngài tuyên bố Y-sơ-ra-ên là con Ngài (Xuất 4:22), hứa cứu chuộc họ (Xuất 6:6–7), và tuyên bố, vì vậy mà được tiết lộ, rằng *danh* Ngài còn đến đời đời (Xuất 3:15).

Vì sao Đức Giê-hô-va vẫn xa cách? (63:17–19). 63:17. *Để chúng con lầm lạc* không có ý đổ lỗi cho Chúa; mà là một sự thừa nhận rằng đó là lỗi lầm của dân sự đến nỗi Đức Giê-hô-va không có chọn lựa nào khác ngoài việc đuổi họ ra xa Ngài để đi đến vùng tội lỗi họ đã chọn. Tương tự, *lòng cứng cỏi* cũng không phải đổ lỗi cho Chúa. Tấm lòng chọn sự bất tuân cứng cỏi chống lại đường lối Chúa một cách tiệm tiến cho đến khi (chỉ có Chúa biết và do Ngài ấn định) không thể quay lại được nữa, khi họ đưa ra lựa chọn tội lỗi cuối cùng, một lựa chọn mang tính quyết định. Khi vượt qua điểm này, thì con người không thể cứu vãn được điều gì: chỉ có Đức Chúa Trời mới có thể thay đổi² – giá mà Ngài *trở lại*.

18–19. Cũng bình thường khi cho rằng những câu này chắc hẳn nói đến thời hậu lưu đày, mô tả việc quay về *nơi thánh* bị tàn phá (2 Vua 25:8), nhưng trải nghiệm hậu lưu đày không ủng hộ quan điểm này: sự trở về tự thân nó là bằng chứng cho thấy Đức Giê-hô-va tích cực bày tỏ tình yêu vì dân Ngài. Cho nên, họ không thể nói 'Lòng sốt sắng...quyền năng...lòng thương xót Ngài ở đâu?' khi sự hồi hương là bằng chứng của điều đó. Họ không thể kêu lên 'Hãy trở lại' vì Ngài đã quay về với họ trong tư cách Đấng Phục hồi một cách rất rõ ràng. Chúng ta có thể hình dung những câu này là lời cầu nguyện của dân lưu đày (phần nào giống Thi 137), nhìn lại trong đau khổ và hướng đến trong hy vọng ngập ngừng; nhưng dù là như vậy, cũng không thể giải thích vì sao những câu này xuất hiện ở đây. Tuy nhiên, Ê-sai có thể cầu nguyện như thế. Hoặc là ông tưởng tượng tình huống tương lai mà ông đã báo trước (6:12–13; 39:8–9) và cất lên lời cầu nguyện, xin lòng thương xót thiên thượng và ân điển biến đổi quay trở lại; hoặc những động từ này có lẽ là 'những động từ ở thì hoàn thành chỉ sự chắc chắn': 'Dân Ngài mới sở hữu trong một thời gian ngắn...kẻ thù của chúng con chắc chắn giày đạp...chúng con phải trở nên...'. Dù hiểu theo cách nào, ông cũng chọn lấy vai trò của một người khao khát sự thay đổi ở Đức Chúa Trời, xin Ngài đem lại những hành động hiệu chỉnh mới mẻ. Câu 19 không phải là câu dễ hiểu để có thể dịch, nhưng dịch sát nghĩa là 'Từ lâu rồi; chúng con là những người Ngài không cai trị, những người không được gọi bằng danh Ngài'. Tiếng Hê-bơ-rơ gần như khiến mệnh đề trở thành tiêu đề: 'Chúng con trở thành 'Ngài không cai trị họ', 'Danh Ngài không được ban cho họ.' Đây là điều cốt lõi của 'xứ lang thang', đã bước vào khi Đức Giê-hô-va áp đặt hậu quả của tội lỗi một cách công bằng: như thể hiện giờ họ vượt quá giới hạn của vương quốc và sự chăm sóc bảo vệ của Ngài cũng như đánh mất sự thân mật của danh họ được gọi chung với Ngài.

Tại sao Đức Chúa Trời không làm điều gì đó? (64:1–3). Những quy tắc trong tiếng Hê-bơ-rơ đòi hỏi câu 1 phải ám chỉ quá khứ: 'Ôi, vì Ngài đã xé....!' Ê-sai đang ôn lại quá khứ bi thương (17–19). Vấn đề không cần phải như thế; chỉ sự hiện diện của Đức Giê-hô-va thôi cũng làm thay đổi mọi điều. *Các tầng trời* bị xé, *núi non* rúng động và *lửa* là những mô-típ truyền thống được dùng để diễn tả sự đến của Đấng Thánh (Thi 18:7 và các câu tiếp theo; 46:1 và các câu tiếp theo). Cũng như tạo vật đang bơ vơ trước Ngài thế nào (1b), thì *các dân tộc* (2) cũng bơ vơ thế ấy. Vấn đề thường trực là: chẳng phải chúng ta quá lúng túng trước cách Ngài điều khiển thế giới - trong khi Ngài có thể dễ dàng hành động khác đi?

Có lẽ đã quá trễ để hy vọng (64:4–5). Câu hỏi buồn bã kết thúc khổ thơ này đối diện với hiện thực khắc nghiệt nhất. Nó là một khổ của bài thơ và nêu lên vấn đề trọng tâm. Đức Chúa Trời thật sự có thể giải quyết bất kỳ vấn đề nào một cách hoàn toàn thoải mái (1–3), nhưng tại sao một Đức Chúa Trời như thế lại phải can thiệp cho những người như chúng ta? Trong tiếng Hê-bơ-rơ, *từ xưa* (4) và *ở lâu* (5) là cùng một từ; Đức Chúa Trời còn đến mãi mãi - nhưng tội lỗi cũng vậy! Vấn đề của tình thế nan giải này không phải là một

---

²Tấm lòng của Pha-ra-ôn là nơi kinh điển để nghiên cứu vấn đề về sự cứng lòng. Ba động từ được dùng: √*ḥāzaq*, ở mô hình *qal*, 'trở nên cứng cỏi' (Xuất 7:13, 22; 8:19; 9:35) và trong mô hình *piel*, 'làm cho cứng' (4:21; 9:12; 10:20, 27; 11:10; 14:4; 8, 17); √*kābēd*, mô hình *qal* nghĩa là 'nặng nề, không đáp ứng' (8:15, 32; 9:34; 10:1); và √*qāšâ*, mô hình hilphil, 'làm cho cứng cỏ' (7:3). Hành động cố tình không vâng phục của con người khiến tấm lòng cứng cỏi, sự quyết định của nhân cách và ý chí phù hợp với hành động, với quyền lực giảm thiếu để làm điều ngược lại cho tới khi, trong sắc lệnh tối cao của Đức Chúa Trời, quyền năng biến đổi hoàn toàn bị đánh mất. Ba câu nói rằng Pha-ra-ôn cứng lòng, Đức Chúa Trời làm cứng lòng Pha-ra-ôn, và lòng Pha-ra-ôn trở nên cứng cỏi, xem tiến trình này từ những quan điểm khác nhau nhưng đan kết vào nhau.

kết luận tất yếu. Có hai điều kiện để nhận phước lành (4d, 5ab) nhưng chúng chưa bao giờ được đáp ứng. Diễn biến của lịch sử (*từ xưa*) lẫn thông tin được chia sẻ (*tai...nghe*) hay tri giác (*mắt...thấy*) đều không đưa một vị thần nào khác vào trong câu chuyện. Thứ nhất, Ngài *hành động như thế cho người trông đợi Ngài*. *Trông đợi* ($\sqrt{ḥākâ}$) là từ đồng nghĩa với ($\sqrt{qāwâ}$) (3, so sánh 40:31); cả hai từ liệu, với nghĩa thuần túy nhất, nói đến đức tin kiên nhẫn, tin cậy, trông mong; một đức tin thật sự 'đơn giản' với lòng tin vững vàng vào những lời hứa thiên thượng. Thứ hai, có sự đòi hỏi về đạo đức trong việc làm điều *công chính* (5ab). Một mặt, thì hoàn thành, *đã đón rước*; diễn tả đặc tính đã được ấn định; mặt khác, phân từ trong cụm *vui lòng* (nghĩa đen 'vui mừng và') *làm điều công chính* diễn tả một tình trạng không thay đổi gồm cả tấm lòng và đời sống, sự vâng phục bởi cảm xúc lẫn thực tiễn. Các động từ *phạm tội* và *nổi giận* ở thì hoàn thành - tư tưởng cố định của Ngài là nổi giận, còn của chúng con là tiếp tục phạm tội. Thật là một chiều hướng dễ gây xung đột! Vậy thì sự cứu rỗi có khả thi không?

Tội lỗi và tình trạng bất lực (64:6–7). Trong câu 1b và 2d; *trước mặt Ngài* che giấu lời ám chỉ đến 'mặt' của Chúa. Tất cả mọi điều Ngài cần làm là cho thấy mặt Ngài thì các dân tộc sẽ không làm gì được. Nhưng thực tế có phần nào là *chúng con đều khô héo* (6c) và *bị tiêu tan* (7d) vì Ngài đã ẩn *mặt* (7c). Đây vừa là hậu quả bên trong, mang tính cá nhân của tội lỗi, vừa là hậu quả thuộc linh và đời đời. Chúng ta chết mất vì xa cách Ngài. Tội lỗi có những hậu quả đáng sợ này, nên tội lỗi có tính chất dơ bẩn (6a). *Ô uế* là tiếng kêu của người phung (Lê 13:45), và từ này nói đến tình trạng không thích hợp cho mối thông công với Chúa và bị loại trừ khỏi dân sự Chúa. Tội lỗi là sự ô uế mà bản tính sa ngã truyền vào tất cả những việc chúng ta làm. *Miếng giẻ bẩn thỉu* là (nghĩa đen) 'áo quần mặc vào kỳ kinh nguyệt'; chất thải từ cơ thể được xem là sự ô uế, vì chúng 'chảy ra' từ bản tính tội lỗi, bản tính sa ngã của con người. Vì vậy, cho dù điều chúng ta có thể cho là có lợi cho chúng ta, *việc công chính*, cũng có phần trong sự ô uế của tình trạng sa ngã. Tội lỗi đem lại sự mục nát và chết chóc *như chiếc lá*. Tội lỗi vốn mang tính hủy diệt *đùa mình đi*. Tội là không quan tâm đến Đức Giê-hô-va: xem việc đem Ngài vào đời sống và nhu cầu của chúng ta bằng cách kêu cầu *danh Ngài* không có gì quan trọng. *Cố gắng* là 'làm thức tỉnh', 'đánh thức'. Cuộc đời không có mối quan hệ sống động với Chúa là cuộc đời đang ngủ! Và vì vậy, Đức Giê-hô-va xa cách (*ẩn mặt*) và trở nên đối kháng (*khiến chúng con bị tiêu tan*).

Đức Chúa Trời không thay đổi (64:8–9). Trong sự thù địch thánh với tội lỗi và tội nhân, Đức Giê-hô-va không thay đổi, nhưng Ngài cũng không đổi thay trong ân điển và lòng thương xót - và đó chính là cơ sở để tiếp tục nài xin. Mối liên hệ của *Cha* (8) với con cái là vĩnh cửu: qua mọi thăng trầm của đời sống gia đình, mối liên hệ vẫn không thể bị phá hủy. Người thợ gốm không thể phủ nhận bình gốm - nó tồn tại vì người ấy đã làm ra nó - mà người thợ thủ công (*tay Ngài*) cũng không thể phủ nhận vật tạo tác (*công việc*). Hơn nữa, nói như vậy không phải để đổ lỗi cho Chúa về thất bại của chúng ta, mà để khẳng định mối quan hệ vĩnh viễn - tình yêu của cha, quyết định tối cao của thợ gốm, tài khéo léo của người thợ thủ Công Con cái có thể lúc nào cũng đòi về nhà; cái bình có thể cố gắng thay đổi hình thức trong tay của thợ gốm. Trong câu 6, *tất cả chúng con...tất cả chúng con* dùng cùng một từ liệu Hê-bơ-rơ hai lần như lời thú nhận; ở đây trong cụm từ *chúng con...tất cả*, cũng dùng hai lần như lời cầu xin. *Quá:* (theo nghĩa đen) nghĩa là 'với tất cả sức lực vốn có', nghĩa là 'đừng để cơn giận của Ngài bộc phát mạnh mẽ'. Chấm dứt cái cũ - phản ứng về đạo đức được thay đổi (*giận*) và ký ức được bôi xóa (*nhớ*) - tương ứng với sự bắt đầu của thái độ mới của thiên thượng (*đoái xem*) và ký ức được phục hồi (*tất cả chúng con đều là dân Ngài*).

Tình yêu vẫn có thể bị giữ lại sao? (64:10–12). Việc nhắc đến *các thành* đổ nát, nhà bị cháy và những điều quý giá *bị tàn phá* cho thấy tình hình khi dân lưu đày từ Ba-by-lôn trở về, thật như tình trạng của họ; nhưng lời cầu nguyện trong câu 12 không phải điều họ có thể đã cầu nguyện. Chính sự trở về của họ là bằng chứng cho thấy rằng Đức Giê-hô-va không tự kềm chế hay vẫn im lặng. Làm sao họ lại có thể cầu nguyện về sự trừng phạt quá nặng khi sự trở về của họ chứng tỏ hình phạt đã xong? Ngoài ra, vấn đề trong thời hậu lưu đày trước mắt không phải là sự không hành động của Chúa mà là của con người - sự cẩu thả khiến cho nhà chưa xây xong (A-ghê 1:2–3). Những cách giải thích khác nhau ở đây cũng tương tự như ở 63:18–19: hoặc là lời cầu xin trong thời lưu đày, hoặc là sự suy ngẫm trong sách Ê-sai. Như chúng ta đã lưu ý trong chương 39, lời báo trước về Ba-by-lôn không xác định được thời điểm nhưng là một lựa chọn mang tính thời sự ngay trong thời của Ê-sai. Chắc chắn ông sẽ đối diện - và người khác sẽ làm cho ông phải đối diện - với tính chính xác của điều ông đã báo trước. Một bài thơ như thế chính là sự hướng dẫn cần thiết cho những ngày tháng ở phía trước. Do đó, các động từ được hiểu cách đúng nhất là những động từ ở thì hoàn thành chỉ sự chắc chắn: 'các thành thiêng liêng của ngươi phải trở nên....'; v.v...

12. Đã đến nỗi này: [Bản NIV dùng giới từ 'Sau' - ND] ngụ ý thứ tự thời gian (nghĩa là sau khi những việc này xảy ra), nhưng nguyên ngữ tiếng Hê-bơ-rơ có nghĩa là 'để đáp lại những tình huống có thể xảy ra như thế'. Động từ *cầm lòng* đã xuất hiện ở 63:15 trong khổ đầu tiên của bài thơ. Ở đó, người cầu thay biết chính họ là nguyên nhân của việc 'giữ lại', nhưng trong diễn biến của bài thơ: tội lỗi đã bị phơi bày và họ tìm kiếm Chúa trong sự ăn năn. Điều kỳ diệu của sự ăn năn là nó có kết quả - vậy thì chẳng lẽ Đức Giê-hô-va sẽ không hành động tức thì để tạo ra một tình hình mới tốt hơn sự đổ nát của quá khứ sao? Đây chính là đề tài mà Ê-sai nói đến trong hai chương còn lại.

b. Đức Giê-hô-va đáp lời: những lời hứa chắc chắn, và kết thúc hoàn hảo sắp đến (65:1–66:24)

Những chương này đưa ra một kết luận thích hợp cho Quyển của Đấng Chiến Thắng (chương 56–66) lẫn cho sách Ê-sai nói chung. Lời cầu nguyện của người nhắc nhở (63;7–64:12) kết thúc với việc dân sự Chúa đang chờ đợi và khao khát công tác sửa chữa của Đức Chúa Trời. Tàn tích mà họ đang sống trong đó là hậu quả từ thất bại của chính họ - tất cả đều được phơi bày trong chương 56–58 và được thừa nhận ở 59:1–13. Chỉ có sự hiện đến của Đấng Chiến Thắng (59:14–63:6) mới có thể cứu chuộc dân sự, giải thoát họ khỏi kẻ thù, và phục hồi số phận của họ. Sự phục hồi đó vĩ đại ra sao thì bây giờ sẽ được tiết lộ.

i. Nài xin và khiêu khích (65:1–10). Sự tương phản ngày càng trở nên rõ ràng khi đi đến hai đoạn cuối cùng. Sự tương phản đó được củng cố tại đây. Có những người 'tìm kiếm' Đức Giê-hô-va (1, nghĩa đen 'Ta đã để cho chính mình được tìm kiếm', không phải 'Ta tự bày tỏ' [như cách dịch của bản NIV – ND]), và những người nhận được phước hạnh (8–9); có những người khước từ lời mời gọi của Ngài (2) và nhận sự báo trả (6–7).

Sự chủ động của Đức Giê-hô-va với thế giới (65:1). Đức Giê-hô-va khẳng định rằng Ngài đã giành thế chủ động đối với những người không cầu xin Ngài hay tìm kiếm Ngài. Họ là ai? Phần lớn ý kiến cho rằng họ là những người Y-sơ-ra-ên không đáp ứng. Tuy nhiên, thuật ngữ thật sự được dùng trong câu này nói điều ngược lại. Không có thời điểm nào có thể mô tả Y-sơ-ra-ên là *một dân chưa từng kêu cầu danh Ta*, vì lúc nào cũng có những người kêu cầu; ngay cả khi chúng ta hiểu những từ ngữ này ngụ ý 'nhưng không thành thật', thì lời buộc tội cũng vẫn quá chung chung; và ngay cả khi không phải như vậy, thì trong tiếng Hê-bơ-rơ cũng không có gì bảo đảm là những từ ngữ này ngụ ý sự không thành thật. Hơn nữa, *chưa từng kêu cầu* [bản NIV viết 'không hề kêu cầu' – ND] là sửa đổi bản MT (từ *qōrā'* thành *qārā'*). Bản MT chép 'một dân không được gọi bằng danh Ta', rõ ràng loại trừ Y-sơ-ra-ên là những người được gọi bằng danh Ngài (43:7). Mặt khác, ý nghĩa bên ngoài - lời mời gọi ân điển của Chúa cho dân ngoại (Rô 10:20) - tạo thành đối xứng đầu cuối với việc nhắc đến các dân 'không nghe đến tên Ngài' và những người tập hợp lại cho Chúa ở 66:18–21. Với những người này, Đức Giê-hô-va đã giữ thế chủ động: (nghĩa đen) 'hãy để Ta được tìm kiếm...để Ta được tìm thấy' (được dùng trong mô hình *tolerative niphals*). (So sánh Giăng 15:16). Ngài đã vươn ra thế giới qua lời Ngài (*Ta đã phán*), tự bày tỏ mình (*có Ta đây*, nghĩa đen 'Này, Ta đây!') đem họ vào sự mặc khải được ban cho Y-sơ-ra-ên (*danh*, Xuất 3:15). Nhìn lại những người bị hoạn và người ngoại quốc ở 56:1–4, 8 và tập hợp dân ngoại ở 60:3, Ê-sai nhìn thấy tại đây kết quả của việc mở rộng phúc âm của Đức Chúa Trời cho mọi người trên thế giới.

Khiêu khích và trừng phạt (65:2–7). Câu 1 dẫn đến câu 2 và các câu tiếp theo qua lẽ thật được nêu lên ở Ê-xê-chi-ên 3:6: cụ thể là tội của Y-sơ-ra-ên càng trầm trọng thêm vì những người không tận hưởng đặc ân của họ, dù vậy lại sẵn sàng đi theo sự mặc khải của Đức Chúa Trời khi sự mặc khải đến với họ (so sánh Mat 21:31–32). Các nhà giải kinh nhận ra rằng sự mục nát tôn giáo được nhắc đến (3–5) thuộc thời kỳ tiền lưu đày (1:28–30; Giê 2:20, 27; 3:2, 6, 13; Êxê 8:1–18; 16:1 và các câu tiếp theo; Mi. 5:12–14) mà không có trong Y-sơ-ra-ên thời hậu lưu đày, nhưng không hiểu vì sao nhiều người vẫn cho rằng những câu này là của tiên tri thời hậu lưu đày.[3] Tuy nhiên, những lời này được nói ra cách thoải mái từ miệng của Ê-sai; người dùng những bằng chứng tiền lưu đày ở đây như những khuôn mẫu điển hình để cho thấy sự bội đạo sẽ tiếp tục diễn ra trong tương lai. (So sánh 65:11–12; 66:1–4, 15–17)

2–3. Trước tiên, sự bội đạo của Y-sơ-ra-ên được thể hiện trong việc khước từ lời kêu gọi hạ mình ăn năn. *Ta đã giơ* ('duỗi') *tay ra* nói đến lời cầu nguyện ở những chỗ khác (1:15; 1 Vua 8:22). Đức Giê-hô-va khao khát chinh phục dân Ngài đến nỗi Ngài định trở thành người van xin! Nhưng Ngài gặp phải sự nổi loạn ương bướng (*cứng cổ*, √*sārar* so sánh 1:23). Thứ hai, sự khước từ này phát xuất từ việc tự tin chấp nhận lối sống theo chủ nghĩa cá nhân dựa trên *ý riêng* của cá nhân ('ý nghĩ, kế hoạch') và kết quả là hành vi *không tốt*. Sự mặc khải thiên thượng, 'hiện thực' căn bản của dân sự Chúa (A-mốt 2:4), đã bị hất ra khỏi vị trí cơ bản và bị thay thế bằng thuyết tương đối của sở thích cá nhân. Ê-sai phát hiện ra điều này (câu 3 và tiếp theo) là mâu thuẫn, từng điều một, với các điều răn. Trong điều răn thứ nhất, họ được truyền 'không được có thần nào khác trước mặt Ta' (*'al pānay*, Xuất 20:3), nhưng họ lại chọc giận *ngay trước mặt Ta* (*'al pānay*). *Dâng sinh tế trong các khu vườn*: 'vườn' (so sánh 1:28 và các câu tiếp theo) tượng trưng cho khả năng sinh sản, và việc thờ phượng cái gọi là 'những thần sinh sản' đòi hỏi phải thay thế Đức Giê-hô-va bằng Ba-anh hoặc thêm những trách nhiệm của Ba-anh cho Đức Giê-hô-va. Điều răn thứ nhì nói đến các hình thức bên ngoài của sự thờ phượng. *Gạch* là chất liệu không được phép dùng (Xuất 20:25; Phục 27:5–6; Giô 8:31) - vật con người làm ra hay nặn nên sẽ bị nhiễm tình trạng tội lỗi ô uế của họ. Dù vậy, sự bất tuân thường bắt đầu tại điểm mà người ta dễ dàng vâng lời (vd: dựng bàn thờ bằng đá nguyên khối) nhưng không xem đó là điều quan trọng.

4–5. Ngoài những biểu hiện tín ngưỡng bên ngoài ('vườn' và 'bàn thờ'), bây giờ Ê-sai đào sâu hơn vào vấn đề trung thành thuộc linh. Điều răn thứ ba nói cụ thể về lời hứa

---
[3] Cái gọi là 'Ê-sai Thứ ba' được cho là chịu trách nhiệm về tài liệu trong các chương 56–66.

nguyện trung thành với danh Đức Giê-hô-va mà thôi - Đức Giê-hô-va như Ngài tự mặc khải - nhưng người ta lại tìm thấy dân sự Chúa *trong mồ mả*. Vì mục đích gọi hồn, họ *trọ đêm nơi kín đáo*, nghĩa đen là 'trong những nơi được bảo vệ'; tức là không bị làm phiền, người sống tìm kiếm sự hướng dẫn tâm linh giữa vòng người chết! (So sánh 8:19–20; Phục 18:9 và các câu tiếp theo). Điều răn thứ tư nói đến sự phân biệt giữa điều thông thường và điều thánh khiết, nhưng họ lại tự nghĩ ra những khái niệm thánh khiết riêng (4c–5b). Điều Chúa ngăn cấm (Lê 11:7; Phục 14:8) thì họ thực hành (4cd); và trau dồi sự thánh khiết của chủ nghĩa quý tộc, quyền công dân hạng nhất, một phương pháp riêng biệt cho đời sống tâm linh. Thảo nào những điều như thế gây bứt rứt khó chịu liên tục, *là khói nơi mũi Ta* (5cd)! Họ chuyên tâm thờ phượng các thần khác (3a-c), coi thường ngay cả những yêu cầu đơn giản nhất của Ngài về sự thờ phượng (3d), cầu viện các nguồn khác để có sự mặc khải (4ab), xao lãng sự vâng lời trong đời sống riêng (4cd) và chấp nhận cách sống kiêu ngạo tâm linh (5ab). Lời mời gọi *suốt ngày* của Đức Giê-hô-va (2) tương ứng với sự khiêu khích *suốt ngày* của họ (5).

6–7. Phản ứng của Đức Giê-hô-va được quyết định theo (*được ghi chép*), mang tính riêng tư (*Ta sẽ*), chừng mực (*báo trả*), cá nhân (*đích đáng* [trong nguyên ngữ là '*báo trả vào ngực nó*' – ND]) và sự giải quyết cuối cùng đối với *tội lỗi*, vừa tội của cá nhân vừa tội của tổ tiên. Trong Kinh thánh, tội lỗi trở nên nghiêm trọng hơn ở thế hệ tiếp nối - không phải các thế hệ sau đã bị định phải chết vì tội lỗi của thế hệ trước (Êxê 18), mà là việc không thể đoạn tuyệt với quá khứ đòi hỏi phải gánh lấy di sản của quá khứ (Lu 11:47–51). Đây là cái giá của con người. *Vì* giới thiệu lời tóm tắt kết thúc. Thờ phượng *trên các núi* chỉ có trong thời kỳ tiền lưu đày - ngọn núi lộ lộ được chọn là có nhiều khả năng 'thu hút ánh mắt của Ba-anh' và khiến thần linh đáp lời. Nếu so với niềm tin theo Kinh thánh là vâng lời là sự đáp ứng trước ân điển thiên thượng, thì tín ngưỡng của người Ca-na-an là con người chủ động tạo áp lực cho thần linh.

Phước lành cho dân sót (65:8–10). Không phải tất cả đều tham gia trong câu 2–7. Cộng đồng có sự phân chia. Thuyết 'Ê-sai thứ ba' khiến cho sự phân chia này trở thành đặc điểm đặc biệt trong thời hậu lưu đày, nhưng thật ra ở đây không nói thêm điều gì nữa cả, ví dụ 1:26 và các câu tiếp theo; 8:11–20; 10:20–23 (so sánh 4:3; 6:11–13; Giê 4:27; 5:10, 18; 30:11; Êxê 11:13–20). Chúng ta có thể thấy ở đây một giáo lý khác về dân sót, hay một áp dụng khác của giáo lý về dân sót, chỉ khi nào lúc ban đầu chúng ta nghĩ đến thời hậu lưu đày. Trong những ngày tháng đen tối trong chức vụ của Ê-sai, dân sót sẽ quý trọng những lời an ủi này. Ba hình ảnh làm yên lòng được phác họa: mùa hái nho (8) mô tả sự gìn giữ mà Ngài lấy làm hài lòng, xứ (9) mô tả sự sở hữu, còn *Sa-rôn và A-cô* (10) mô tả sự đổi mới.

8. *Rượu mới* (*tîrōš*) là rượu được lấy từ những giọt nước nho ép đầu tiên trước khi đưa vào bàn đạp.[4] Thấy ngụ ý nho đang rỉ ra khi chúng được hái và được đặc biệt quý chuộng. Do đó *có gì đó ích lợi* (nghĩa đen) 'có phước lành'. Cho nên, điều lạ lùng là Đức Giê-hô-va xem dân Ngài là một phước lành, và Ngài quý trọng và gìn giữ họ. Tất cả đều đáng bị đưa vào máy ép nho ở 63:3, nhưng một số được chọn và được cứu.

9–10. *Thừa kế...thừa hưởng:* một từ được dùng hai lần, được lặp lại để nói lên sự chắc chắn. Bức tranh mô tả dân sự thời Giô-suê tiến vào chiếm xứ (Giô 1:1–5). *Đã chọn...đầy tớ:* hai mặt của cùng một thực tại: thực tế tối thượng của sự lựa chọn thiên thượng; và hiện thực đáp ứng và cam kết trong địa vị mới (54:17; 57:18–19). Ê-sai dùng *Sa-rôn* là thí dụ tiêu biểu cho sự hư hỏng (33:9) và đổi mới (35:2). *A-cô* (Giôs 7:24–26) tượng trưng cho một khởi

---

[4] Xem F. S. Fitzsimmonds, 'Wine', in *NBD*, trang 1242.

đầu tươi sáng bị làm hỏng vì không vâng lời. Nhưng sẽ đến lúc Sa-rôn trở nên giống như mục đích đã định cho nó và A-cô biến đổi từ rủa sả thành phước lành. *Tìm kiếm:* những người tập hợp lại từ khắp thế giới (1) và những người được gìn giữ từ trong dân sự (10) có chung một đặc điểm, đó là chuyên tâm tận hưởng sự hiện diện thiên thượng.

ii. Những số phận trái ngược (65:11–16). **11–12.** Việc nhắc đến *núi* (11b) nhìn lại sự thờ phượng trên núi trong câu 7. Núi của Đức Giê-hô-va là nơi Ngài xây nhà mình, ở trong đó và ngự giữa dân sự; đó là nơi được những người yêu mến Ngài 'tìm kiếm' (Phục 12:5). Những người khác khước từ Si-ôn mà yêu mến núi của Ba-anh. Nhưng *quên núi thánh* là *từ bỏ Đức Giê-hô-va.* Khi Ngài định ra những phương cách để đến gần Ngài (Hê 10:19), thì mọi cách khác đều dẫn đi xa Ngài. *Dọn bàn...rót đầy* phơi bày sự ngu dại của tôn giáo giả: các thần cần được thết đãi lại còn được xem là người phân xử của *thần Vận May* và *thần Định Mệnh! Thần Vận May* (gad) là thần của người Ca-na-an (so sánh địa danh ở Giô 11:17; 15:37), được thờ phượng trong thời tiền lưu đày. *Thần Định Mệnh* (měnî), 'chia thành từng phần' (của số phận),[5] là danh từ bắt nguồn từ động từ √*mānā*, xuất hiện trong vế *Ta sẽ định.* Số phận họ đã chọn là số phận họ đã nhận lãnh; thần chết đem án tử. Có hai lý do dẫn đến kết quả này: khước từ lời phán của Đức Giê-hô-va (12cd), và mâu thuẫn với đường lối Ngài (12ef). Đáp ứng của họ mâu thuẫn với ý muốn (*Ta đã kêu gọi*), lời phán (*Ta đã phán*), tư tưởng (*dưới mắt Ta*) và tấm lòng (*không hài lòng*, nghĩa đen 'Ta không lấy làm vui thích') của Đức Chúa Trời.

Câu **13–16** rút ra kết luận (*Vì vậy,* 13) và những sự tương phản hoàn toàn của những số phận khác nhau được trình bày trong các câu 13–15. *Đầy tớ Ta* quay về với 'các đầy tớ ta', dân sót trong câu 8–10, và *các ngươi* (giống đực số nhiều) tiếp tục từ cách xưng hô 'các ngươi' ở câu 11–12. Câu 16 tuyên bố kết quả một cách khách Quan

13–15. *Ăn...uống* (13a-d) tương ứng với 25:6–9; 55:1–2. Sự trái ngược giữa đói và khát mô tả việc đáp ứng mọi nhu cầu thể chất, và việc Ê-sai tận dụng mô-típ này đã chuyển nó sang lĩnh vực cung cầu thuộc linh. Trạng thái bên ngoài của việc ăn uống được cân bằng bởi sự tương phản bên trong của việc *ca hát...vui vẻ* và *kêu la...buồn đau* (14). *Ca hát* là vui mừng bước vào; nhận lãnh phước hạnh được ban tặng, và những người làm như thế tìm thấy sự thỏa mãn bên trong. Còn ngược lại, những người khước từ Chúa, lời Ngài và đường lối Ngài (12c-f) thấy rằng họ tự lên án mình là *xấu hổ* (thất vọng, không đem lại sự thỏa mãn), *buồn đau* (đau đớn và sầu khổ ngay trong chính kinh nghiệm), và *tâm linh tan nát* (mọi năng lượng cần cho sự sống và hoạt động có mục đích đều thất bại). Ngay cả việc nhớ lại những người đã khước từ Chúa cũng sẽ ảm đạm như chăm chú vào *lời nguyền rủa* của Đức Giê-hô-va (15), là lời dẫn đến hậu quả không thể tránh được là sự chết. *Giết ngươi:* các ngươi - số nhiều xuất hiện từ câu 11 đột ngột đổi sang ngươi - số ít. Sự phán xét thiên thượng giáng trên cá nhân. Nhưng ngược với tên tương ứng với lời nguyền rủa, sẽ có *một tên khác,* chưa được tiết lộ, ngụ ý món quà là bản tính mới và sự thừa hưởng những lời hứa của Đức Chúa Trời - như với Áp-ram (Sáng 17:2–8).

16. Tên mới làm nên một người mới với những khả năng và triển vọng mới. *Cầu phúc* là động từ phản thân, và phải được nói rõ ràng bằng cách thêm vào 'cho mình'. Cũng động

---

[5]C. Westermann là học giả tiêu biểu trong số những nhà giải kinh tin rằng các chương 56–66 là tác phẩm của thời kỳ hậu lưu đày được ghép vào sách Ê-sai: 'lời cáo buộc công khai sùng bái hình tượng điều ngạc nhiên trong giai đoạn hậu lưu đày. Nó có thể ngụ ý rằng cả lời tiên tri ...trong câu 9f và...trong các câu 11–12a đơn giản đều được chuyển qua từ truyền thống' (*Isaiah 40–66* [SCM, 1966], trang 405). Nhưng tại sao chúng ta phải 'được chuyển' nếu chúng hoàn toàn không thể áp dụng và không thích hợp?

từ này diễn tả lời hứa hoàn vũ dành cho Áp-ra-ham (Sáng 22:8; 26:4). Ý muốn nói đến việc bắt đầu nhận lãnh phước lành thích hợp với nhu cầu của mình. *Đất*: dựa vào những liên kết với Áp-ra-ham, nên hiểu đây là 'trái đất', sự nhận biết cuối cùng về một thế giới hòa làm một với Đức Chúa Trời. Song song với (nghĩa đen) 'cầu cho chính mình phước lành mình cần', là sự *thề nguyện*, nghĩa là 'thề trung thành', 'cam kết'. *Đức Chúa Trời chân thật* vừa là nguồn phước vừa là đối tượng tuyệt vời của lòng yêu mến. *Đức Chúa Trời chân thật* (nghĩa đen) là 'Đức Chúa Trời của A-men' (được giải thích ở 2 Cô 1:20), Đấng nói 'phải (*Amen*)' với mọi lời Ngài hứa, khẳng định tính xác thực của những lời hứa và tính đáng tin cậy của Ngài: Đức Chúa Trời, Đấng đã hứa với Áp-ra-ham từ xa xưa rằng một dân toàn cầu sẽ tìm thấy phước lành họ cần và là Đấng sẽ giữ lời. *Bị quên lãng...khuất mắt Ta*: điều không còn trong tâm trí (*bị quên lãng*) hay sự hiện diện (*mắt*) thiên thượng cũng không có cơ sở để tồn tại. Sự cũ đã qua đi, kìa (xem 17–25 bên dưới), mọi sự đều trở nên mới (2 Cô 5:17; Khải 21:5).

iii. Mọi sự đều mới (65:17–25)   Tạo vật mới (65:17–18b). Mục đích của bài thơ ngắn này là để giải thích những lời hứa trong các câu 13–16, vì vậy phải có từ 'Vì' ở đầu câu 17. *Tạo dựng*: xem 4:5. *Trời...đất*: ý tổng thể được diễn đạt qua sự tương phản (Sáng 1:1). Mọi điều Chúa tạo dựng từ ban đầu sẽ được làm cho mới vào cuối cùng. *Trước kia* tiếp theo 'quá khứ' (nghĩa đen là 'trước kia:, 16e) nhưng bây giờ là khái niệm rộng hơn: không chỉ những buồn phiền của quá khứ mà là mọi điều trong trật tự cũ, lờ mờ và suy giảm như nó vốn vậy vì bị nhiễm tội lỗi của con người, sẽ trải qua cuộc đổi mới quan trọng này. *Nhớ đến...tâm trí*: bây giờ không phải là tâm trí thiên thượng (16ef) nhưng là tâm trí của người được chuộc, những người tham dự được đổi mới. Họ sẽ có nhận thức hoàn toàn mới mẻ, trong đó không có gì khiến họ nhớ lại quá khứ cả. Tâm trí tươi mới sẽ quan sát và tận hưởng tạo vật mới. Tất cả (*Ta sẽ tạo dựng*) là công việc của Đức Chúa Trời, một công việc lớn lao và mới mẻ đến nỗi không tác nhân nào khác có thể giải thích nổi. Đó sẽ là công việc đời đời (*mãi mãi*) và không có điều gì có thể làm ảnh hưởng đến *sự vui mừng* của nó. Lưu ý cụm từ bắt đầu (17a) và kết thúc (18b) bài thơ ngắn ngủi thú vị này *Ta sẽ tạo dựng*, cân xứng với tạo vật mới (17b) và những người ở trong đó (18a), và tập trung vào điều mới mẻ hoàn toàn (17cd).

Thành mới (65:18c–20). Bài thơ cô đọng thứ hai mô tả niềm vui của Đấng Sáng Tạo (18c–19b), trải nghiệm của công dân (19c–20e) và yếu tố đạo đức không thay đổi (20fg).

18c–19b. Tạo vật mới (17) bây giờ là *Giê-ru-sa-lem*, thành mới. Thành (Sáng 11:1–9) là nỗ lực đầu tiên của nhân loại trong việc tổ chức thế giới để có được sự vững bền và an ninh. Với Ê-sai, chúng ta theo dõi ham muốn mạnh mẽ của con người đi từ chủ nghĩa đế quốc Ba-by-lôn mà ông đã biết (chương 13–14) đến nguyên tắc Ba-by-lôn hành động trong lịch sử đang tiếp diễn (21:1–10) và, cuối cùng, đến sự sụp đổ của thành thế gian, là lúc kết thúc ý nghĩa của thành (24:1–10). Ngược lại, ông chỉ cho chúng ta một thành khác - thành của niềm vui và sự chu cấp (25:6–9), của sức mạnh và sự cứu rỗi (26:1–3). Đây chính là cách mà tạo vật mới trở nên Giê-ru-sa-lem mới: cách sắp xếp hoàn hảo của Chúa trong công trình sáng tạo mới của Ngài là môi trường hoàn hảo cho dân mới của Ngài. *Dân thành ấy là dân Ta*. Không còn chứng tâm thần phân liệt thuộc linh trong cộng đồng, cũng không có điều gì gây đau buồn hay ảnh hưởng xấu đến cuộc sống: *khóc lóc* là đau đớn trong cảm giác; *kêu la* (nghĩa đen 'la hét') là đau đớn tổn thương. Cảm xúc và nguyên nhân gây ra nó đều không còn.

20. Trong suốt chương này, Ê-sai sử dụng những khía cạnh của điều chúng ta biết để tạo ấn tượng về điều sẽ đến – ví dụ: một cuộc sống được chu cấp hoàn toàn (13), vui mừng (19cd), an ninh (22–23), hòa bình (24–25). Điều chúng ta không có khả năng thấu hiểu chỉ có thể hiểu qua điều chúng ta biết. Trong trật tự hiện tại, sự chết kết liễu cuộc sống. Trong Giê-ru-sa-lem mới thì không như vậy: không có *trẻ con* nào sẽ không đến được tuổi trưởng thành, cũng không có người già cả nào không được mãn nguyện. Điều này không nói lên rằng sự chết sẽ vẫn còn. Nói như vậy sẽ mâu thuẫn với cụm từ *mãi mãi* (18), *không còn* (19) và kết thúc của sự chết ở 25:7–8. Câu 20 chỉ khẳng định rằng; trong cả cuộc đời, sức mạnh của sự chết sẽ không còn. Ngoại lệ duy nhất là (nghĩa đen) 'tội nhân, người sống đến một trăm tuổi, sẽ bị rủa sả' (20fg). Dĩ nhiên, sẽ không có tội nhân nào trong Giê-ru-sa-lem mới (6–7; 12, 15c). Chúng ta lại đang gặp một ẩn dụ: cho dù, *dù là không thể*, tội nhân có trốn thoát trong một thế kỷ, thì lời rủa sả vẫn tìm kiếm và tiêu diệt người đó. Trong thực tế, như sự chết đã mất đi quyền lực, thì tội lỗi cũng sẽ không có chỗ.

Xã hội mới (65:21–25). Xã hội sắp đến sẽ nhận biết thời kỳ an ninh (21–22), phước lành được ứng nghiệm (23), bình an với Đức Chúa Trời (24) và sự hòa hợp hoàn toàn (25).

21–22. Xây mà không được ở là số phận của người không vâng lời (Phục 28:30). Cho nên, kinh nghiệm ngược lại nói đến cuộc đời được giải hòa với Chúa trong gia đình (*nhà*) và trong công việc (*vườn nho*). *Như tuổi của cây* mô tả sự trường thọ và dẻo dai, nghĩa là nắm chặt vị trí. *Hưởng lâu dài* là (nghĩa đen) 'làm mòn', nghĩa là 'dùng đến mức tối đa, tận hưởng đến mức giới hạn'.

23. Trong sự bảo đảm của câu 21–22, sẽ có sự tận hưởng vô tận đối với thành quả mà họ đã lao động. *Gặp tai ương*: nghĩa đen là 'gặp điều khiếp sợ'. Không có điều phiền muộn nào u ám cho cha mẹ hơn là nhìn thấy con yêu dấu của mình gặp bi kịch. Điều này sẽ không bao giờ có trong xã hội mới, 'vì họ sẽ là dòng dõi được Đức Giê-hô-va ban phước' (so sánh 53:10; Sáng 17:7). *Họ và con cháu họ*: cha mẹ sẽ không thấy con mình gặp rắc rối, mà sẽ thấy chúng hòa hợp với chính chúng trong những điều thuộc về Đức Chúa Trời.

24–25. Ý nghĩ phổ biến trong những câu này là sự hòa hợp: trước tiên là hòa hợp với Chúa, khi Ngài thấy trước nhu cầu của họ (24a) và, vì họ hòa hợp với ý muốn của Ngài như vậy, nên những lời họ nói được Ngài yêu thích và hành động ngay (24b). Thứ hai, sự hòa hợp lan khắp cõi tạo vật (25), khi Ê-đen được khôi phục (11:6–9), sự thù hằn ngày xưa không còn (*muông sói*), nỗi sợ hãi được cất bỏ (*chiên con*) và thế giới tự nhiên thay đổi (*sư tử...ăn rơm*). Ở 11:6–9 không có nói đến kẻ thù lớn của công trình sáng tạo, con rắn (Sáng 3:14), nhưng nó được nói đến ở đây thật thích hợp. Trong công trình sáng tạo mới có một điều không thay đổi: đó là lời rủa sả trên tội lỗi vẫn còn hiệu lực. Đức Giê-hô-va vẫn là Đức Chúa Trời Thánh khiết. *Chẳng...tổn hại hay hủy phá*: những ý khẳng định trong câu 25ab được củng cố bởi những ý phủ định ở 25de, loại trừ sự thiệt hại (*tổn hại*) lẫn tiêu diệt (*hủy phá*). Toàn bộ là *núi thánh của Ta* (so sánh câu 11), nơi Đức Giê-hô-va ngự giữa dân sự Ngài trong sự thánh khiết, và họ ở với Ngài.

iv. Phán xét và hy vọng (66:1–24). Chủ đề khái quát của đoạn cuối cùng bắt nguồn từ khải tượng về trời mới đất mới. Làm thế nào để tránh cơn thịnh nộ sắp đến và có được lòng tự tin tận hưởng vinh quang sẽ đến?

Nhìn trước nhất vào cách sắp xếp toàn bộ chương 66 sẽ giúp chúng ta hiểu chương này cách đúng nhất. chương 66 bắt đầu (1–4) và kết thúc (18–24) với chủ đề nói về nhà của Đức Giê-hô-va. Trong phần mở đầu, Ê-sai đi nhanh từ chính ngôi nhà (1–2) đến những người thờ phượng trái ngược nhau - những người 'run sợ trước lời Ta' (2), và những người, dù tham dự vào nghi lễ (3), nhưng không trả lời khi Chúa gọi (4). Trong phần kết, Ê-sai bắt đầu với cuộc hành hương trên khắp thế giới đem đến nhà Chúa của lễ thanh sạch (18–21), và 'cả nhân loại' giữ ngày Sa-bát (22–23). Nhưng ngược lại, có những người gánh chịu sự phán xét cuối cùng của Đức Chúa Trời (24). Hai phần giữa của chương 66 lần lượt nói đến hai nhóm người: sứ điệp bảo đảm và hy vọng cho 'những người run sợ' khi nghe lời phán của Chúa (5–14), và sự phán xét nảy lửa của Chúa giáng trên những kẻ thờ phượng giả tạo (15–17). Dĩ nhiên, 'nhà' của Chúa là 'nơi' Ngài đến để sống ngay giữa đời sống của dân Ngài. Đây là 'đền tạm' của Ngài, là lều Ngài ngự ngay giữa 'trại quân' của dân sự. Như Ê-sai dạy, chỉ có một đáp ứng đúng đắn trước sự hiện diện của 'nhà' này và Đấng Cư ngụ thánh: chúng ta có run sợ khi nghe lời Ngài hay chúng ta từ chối khi Ngài gọi?

Nhà và dân sự (66:1–4). *1–2ab.* Sa-lô-môn cho chúng ta góc nhìn cần thiết để hiểu những câu này. Trong lời cầu nguyện cung hiến (1 Vua 8:12–29), ông đặt câu hỏi quan trọng: 'Đức Chúa Trời sẽ thật sự ngự trên đất chứ?' (27). Toàn bộ ngữ cảnh của câu hỏi đó đòi hỏi câu trả lời 'Phải': ông quả quyết nhà là nơi ngự của Chúa (12), mạng lệnh Chúa truyền xây nhà (14–21) và sự thành tín của Chúa đối với những lời hứa cho dòng dõi Đa-vít liên quan đến nhà (22–26). Do đó, câu trả lời là chắc chắn: dù Đức Giê-hô-va vĩ đại, nhưng Ngài sẽ đến và sống trong nhà này giữa dân Ngài. Nhưng Ê-sai thêm vào câu hỏi đó góc nhìn của chính ông *Nơi nào....?* – thật vậy, hiểu sát nghĩa hơn là 'hễ nơi nào....?' Đúng vậy, nhà thật sẽ là *chỗ nghỉ ngơi* (từ liệu *měnûḥâ*, được dùng ở Ru-tơ 1:9 chẳng hạn, có nghĩa là 'nhà') nơi Ngài xây nhà cho mình ở giữa dân sự - nhưng Ngài quá vĩ đại (*đất là bệ chân Ta*), quá siêu việt (1a), trái đất quá nhỏ bé (1b) và, ngoài ra, chính Ngài là Đấng làm ra tất cả (1ef), đến nỗi tạo tác của con người chẳng đóng góp gì cho Ngài. Nói cách khác, nhà đơn giản như một tòa nhà thì chẳng là gì cả!

2c-e. Đây là người mà Ta đoái xem: [bản NIV viết là 'Đây là người mà ta quý trọng' – ND] và cách viết này là một cách dịch theo kiểu giải thích hợp lý, còn dịch sát nghĩa hơn là 'Nhưng đối với người này, Ta sẽ đoái xem'. Đức Giê-hô-va phải hỏi phương hướng để tìm ra nhà (1cd; *Nơi nào...? 'ê-zeh*), nhưng Ngài không gặp vấn đề trong việc nhận biết con người (2c; 'đây là người', '*el-zeh*). Đức Giê-hô-va sẽ làm cho nhà rất nhỏ này trở thành nhà của Ngài theo ân điển và sự hạ mình của Ngài. Về mặt xã hội, *người khiêm nhường* là những người ở dưới đáy cuộc sống, bị thống trị bởi những quyền lực và quyền lợi mạnh hơn; về mặt tôn giáo, họ là những người sẵn sàng nhận lấy địa vị thấp hèn nhất trước mặt Chúa. *Thống hối* (*někēh*): 'què' (2 Sa 9:3), hay tàn tật, ở đây từ này được dùng với ý nghĩa thuộc linh: người ý thức được tổn hại do tội lỗi đem đến, nhận biết mình không có khả năng để đứng thẳng trước mặt Đức Chúa Trời. *Run sợ* nói đến niềm khát khao làm vui lòng với sự nhạy bén, quan tâm. (Động từ √*ḥārēd* và tính từ của nó được dùng ở 2 Các Vua 4:13 nói đến sự quan tâm và chịu khó của người đàn bà ở Su-nem để chuẩn bị mọi thứ cho Ê-li-sê, còn E-xơ-ra 9:4 và 10:3 phù hợp với nghĩa Ê-sai dùng ở đây). Vậy thì, đây là điều hiện ra rõ ràng trước cái nhìn của Chúa: tình trạng thấp hèn của chúng ta trước mặt Ngài khi thờ phượng Ngài, ý thức của chúng ta về chính mình và sự nhạy bén cẩn thận của chúng ta khi nghe *lời* Ngài.

3. Bốn cặp chỉ hành động thờ phượng được cho phép tương ứng với bốn hành động không được phép. Từ đầu đến cuối, những từ ngữ *giống như* và *giống như kẻ dâng* (3f) là những từ ngữ được thêm vào để giải thích. Nếu bỏ những từ này ra, chúng ta thấy rằng Ê-sai chỉ đặt cạnh nhau những việc làm hợp pháp và không hợp pháp mà không có lời chú thích: người này giết bò đực, người kia giết người (tức việc làm tội lỗi); người này dâng tế lễ là chiên con, người kia bóp cổ con chó (tức hành động vô nghĩa); người này đem của lễ là ngũ cốc, còn người kia đem huyết heo (tức là không thể chấp nhận); người này dâng hương, còn người khác chúc phước cho thần tượng (nghĩa là bội đạo). Theo Ê-xê-chi-ên 8, sự thờ phượng thời tiền lưu đày đi song song với những điều sai lệnh y như vậy. Mục đích của Ê-sai là trình bày yếu tố lựa chọn: Đức Giê-hô-va bày tỏ ý muốn Ngài trong lời Ngài. Không phải ông đang phản đối nơi chốn và của tế lễ (theo cách hiểu từ *như*; v.v...); mà ông đang đối chiếu cách Chúa bày tỏ trong vấn đề thờ phượng với cách của con người, lời buộc tội của ông (3ij) là một số người *đã chọn* và sắp xếp sự thờ phượng của họ cho phù hợp (*đường lối*); đây không phải là hình thức bên ngoài mà liên quan đến tấm lòng của họ (*ưa thích*). Nhưng với Đức Giê-hô-va, đó là điều ghê tởm (*šiqqûṣ*) - Ngài ghê tởm mọi thứ!

4. Sự phản ứng của Chúa thật chính xác: họ 'đã chọn' (3i); bây giờ Ngài *sẽ chọn*. *Tai ương:* ở 3:4; *taʻălûlîm* [bản TTHĐ dịch chữ này là 'lũ trẻ con' – ND] có nghĩa là sự thất thường không thể đoán trước; ở đây có lẽ là cách xử lý bất ngờ hoặc tức thì, hơn là *tai ương*. *Kinh hãi* ngụ ý họ bay đến với tập tục tôn giáo như những công cụ bảo vệ (so sánh 65:11). Thế nhưng, đã không bảo vệ, tôn giáo sai lầm lại kích thích điều mà nó phải ngăn chặn. Nhưng trọng tâm của vấn đề là sự khước từ ý muốn đã được công bố của Chúa (*Ta đã gọi*), lời phán rõ ràng (*Ta đã phán*) và chỉ dẫn thực tiễn (*làm điều ác*).

Lời phán của Đức Chúa Trời và sự an ninh đời đời (66:5–6). Những người run sợ trước lời phán của Chúa bây giờ bị khinh thường (5–6), nhưng họ sẽ vui mừng và thịnh vượng (14) vì Đức Giê-hô-va đã hứa với Si-ôn về con cái (7–9) và bình an (12–13), và ở Si-ôn than khóc sẽ thành ra vui mừng và sự chu cấp dư dật (10–11). *Run:* so sánh với câu 2; ở đây đó là chìa khóa nhận lãnh phước hạnh thiên thượng, là đặc điểm của tín hữu thật. *Anh em*: theo nghĩa trang trọng là thuộc về cùng một cộng đồng tôn giáo. Ở đây là sự thù địch giống như ở 5:18–19 (so sánh với 29:9–10); cũng là hai nhóm với sự trái ngược tương tự: tìm kiếm thần tượng và tìm kiếm Chúa như trong 8:11–20; kết quả tương tự: thịnh nộ (8:21–22) và vinh quang (9:2). *Vì danh Ta*: sự loại trừ vừa dựa trên việc khước từ điều 'những người run sợ trước lời phán' hiểu về *danh*, vừa dựa trên sự mê đắm mà những người khác ao ước về ý nghĩa của danh. Họ thật sự nghĩ rằng danh của Đức Giê-hô-va được hiểu đúng và được tôn kính cách hoàn hảo hơn trong những tư tưởng thần học do họ tự chọn hơn là bởi lòng trung thành với lời Ngài phán. Cụ thể, 'những người run sợ trước lời phán' bày tỏ *sự vui mừng* sẽ đến, còn hy vọng của họ bị quẳng trở lại vào mặt họ (so sánh 2 Phi 3:3). Nhưng thời gian sẽ chứng minh cho niềm tin của họ về thời kỳ cuối cùng, khi *thành* và *đền thờ* vang dội tiếng ồn ào của sự báo thù thiên thượng (6).

Không thể với dân sự, có thể với Đức Chúa Trời (66:7–9). Lai thế học là một trong những điểm chính mà những người chấp nhận lời chứng của Kinh thánh vẫn bị coi thường. Điều này rõ ràng cũng có trong thời của Ê-sai, và kết quả là ông đi từ việc khẳng định sự chắc chắn của niềm tin vào thời kỳ tận chung (6) đến khẳng định điều dường như bất khả thi theo suy nghĩ của con người nhưng là điều đơn giản với Đức Chúa Trời. Có thể nào sinh nở mà không phải đau bụng, sinh con mà không đau đẻ (7); một đất nước và dân tộc được sinh ra tức thì hay không (8a-d)? Nhưng sẽ có như vậy (8ef, 9)! Mọi thứ sẽ được giải thích theo bản chất của Đức Giê-hô-va (9). Thứ nhất, Ngài thành tín cho đến cuối cùng: Ngài không báo trước mục đích của Ngài (*khiến tử cung người mẹ mở ra*) để rồi từ bỏ chúng; thứ hai, Ngài tể trị: điều Ngài khởi xướng thì Ngài hoàn thành - (nghĩa đen) 'Ta cho sinh ra rồi lại đóng (tử cung) sao?', bắt đầu điều Ta không dự định hoàn thành sao? *Cho sinh nở* và *khiến sinh nở* là cùng một từ (phân từ mô hình hiphil √*yālad*) nhưng ý nghĩa của *khiến sinh nở* (tức điều khiển thời gian thai nghén cho đến lúc sinh ra) không được minh họa cụ thể. Hoặc là nó có nghĩa là 'sinh ra' (thời điểm thụ thai) hoặc có nghĩa 'khiến cho sinh' (thời điểm ra đời). Ý sau phù hợp với câu 9b còn ý trước khớp với 9cd. *Phán...phán:* từ đầu ở thì quá khứ chưa hoàn thành, 'cứ tiếp tục phán', cách dùng từ chỉ có ở tiên tri Ê-sai (1:11, 18; 33:10; 40:1, 25; 41:21); từ sau ở thì hoàn thành, điều gì đó đã được nói ra. Để phù hợp với minh họa, Đức Giê-hô-va kiên trì trong điều Ngài đã tuyên bố (thì quá khứ chưa hoàn thành) và điều Ngài đã tuyên bố được hậu thuẫn bởi cam kết (thì hoàn thành) sẽ thực hiện trong sự tể trị của Ngài.

Niềm vui và sự chu cấp (66:10–11). Thái độ hiện tại đối với *Giê-ru-sa-lem* là thái độ nước đôi: niềm vui trong thành của Đức Chúa Trời – nơi đặt nhà Ngài và sự hiện diện của Ngài, sự thờ phượng; sự thông công, sự chuộc tội - tất cả những chân lý thuộc linh vĩ đại tập trung ở Si-ôn, ngay cả bây giờ, đối với dân của thành (Hê 12:22–23); còn sự than khóc - về một cộng đồng bị phân chia, chống nghịch với niềm tin chân thật, phù hợp với Kinh thánh, sự khinh bỉ của thế gian đối với dân của Chúa, sự phủ nhận niềm hy vọng về ngày cuối cùng. Nhưng một thời điểm khác đang đến, khi đó tất cả những gì được dành cho Si-ôn sẽ được mang đến và được tận hưởng cách đầy trọn. Có một hình ảnh kép về bầu ngực của người mẹ ở Giê-ru-sa-lem: hình ảnh đầu nhấn mạnh sự thỏa mãn của đứa bé (11ab); hình ảnh thứ nhì, hơn cả *sự sung mãn* đầy đủ của người mẹ, (nghĩa đen) 'núm vú của vinh quang cô'.

Thành bình an của thế gian (66:12–13). Những lời hứa của Đức Giê-hô-va chỉ đặt nền tảng trên sự bảo đảm của lời Ngài, *vì đây là điều Đức Giê-hô-va phán. Bình an...như một dòng sông* là điều họ đã đánh mất bởi khước từ lời Ngài (48:18), nhưng tất cả những gì đã bị đánh mất bởi tội lỗi sẽ được phục hồi, và câu chuyện dài về sự bình an (48:22; 52:7; 53:5; 54:10, 13; 55:12; 57:2, 19, 21; 59:8; 60:17) sẽ đi đến kết thúc: dòng sông sẽ chảy lại. *Các nước...dòng suối:* ở 2:2 các nước 'đổ về' Si-ôn, và đây không phải là một khải tượng viển vông. *Vinh quang* [bản NIV viết là 'sự giàu có' – ND], ở đây là vinh quang, và cũng như 'vinh quang của Đức Giê-hô-va' nghĩa là Đức Giê-hô-va với tất cả vinh quang của Ngài', thì ở Si-ôn điều đó sẽ diễn ra (Khải 21:24–26), mọi dân sẽ có mặt 'trong tất cả vinh quang của nó' nghĩa là vinh quang đã được định và vinh quang sẽ có khi từng cá nhân được đem đến chỗ trưởng thành toàn hảo trong thành của Đức Chúa Trời. *Tràn ngập* ($\sqrt{šāṭap}$) là ẩn dụ tiêu biểu của Ê-sai khi nói về sự đe dọa của A-si-ri (8:8; 10:22; 28:2; 15, 17–18; 30:28). Thước đo cho sự đe dọa của các nước đối với Si-ôn sẽ trở thành thước đo cho sự phong phú mà các nước đem lại cho thành. Ở 49:23; 60:4, các nước nhận nuôi con cái Si-ôn - một bức tranh về sự vui lòng chấp nhận tư cách đầy tớ. Nhưng bước vào Si-ôn, chính họ, trong tư cách con cái thật, chính thức (Thi 87) là những người trải nghiệm sự chăm sóc của Si-ôn như một người mẹ - được cho bú và ẵm bồng (12c), được vỗ về (12d) và an ủi (13a). Tuy nhiên, nguồn thật sự của mọi sự an ủi là Đức Giê-hô-va (13c), chỉ được tìm thấy (nghĩa đen) 'tại Giê-ru-sa-lem'; là 'niềm vui vững chắc và của cải lâu dài/ Không ai nhận biết ngoại trừ con cái Si-ôn'.[6]

Sự giải quyết (66:14). *Các ngươi sẽ thấy* phù hợp với và làm cho tương xứng lời khinh bỉ 'để chúng tôi thấy' (nghĩa đen) ở câu 5ef. 'Thấy' là trải nghiệm cách cá nhân, trải nghiệm ngay tức thì. Tại Si-ôn đời đời, đây là một trải nghiệm không thể bị lấy đi - vì (14cd) cũng một *tay* (hành động can thiệp cá nhân) sẽ đem đến phước lành trọn vẹn tương ứng với cơn giận Đức Giê-hô-va đối với *kẻ thù* của Ngài. Câu 14 làm cân bằng câu 5. Trong khi các đầy tớ của Đức Giê-hô-va sống trong một cộng đồng bị chia rẽ thuộc linh, niềm vui luôn bị đe dọa; và vì thế niềm vui không bao giờ được tận hưởng lâu dài hay trọn vẹn. Nhưng hành

---

[6] Trích từ J. Newton, 'Glorious things of thee are spoken'.

động của Chúa sẽ ngay lập tức và cùng lúc bảo đảm niềm vui đời đời và cất bỏ mọi đe dọa. Đó là ngày báo thù và ngày cứu rỗi ở 63:1–6.

Đức Chúa Trời thánh khiết và ghen tuông (66:15–17). Sự căng thẳng dễ nhận ra trong câu 5–6 giữa 'người run sợ trước lời phán' và những kẻ thỏa hiệp phác họa một tình huống đòi hỏi phải giải quyết bằng cách này hay cách khác. Đức Giê-hô-va trả lời bằng cách giơ tay Ngài. Ngài luôn đứng về phía những người yêu mến lời Ngài, và với họ phía trước là niềm vui, sự an ủi, sự dư dật và mối thông công trên khắp thế giới trong câu 7–14ab. Câu 14cd ngụ ý việc Đức Giê-hô-va nổi giận với những người thỏa hiệp, nhưng cơn giận của Ngài sẽ ở hình thức nào? Câu trả lời là rõ ràng với từ 'Vì' bắt đầu câu 15 (bản NIV bỏ từ này). Câu 15–16 trình bày cách thể hiện sự trừng phạt thiên thượng được cách điệu hóa trong cơn giận, còn câu 17 (so sánh với 65:3–5) là phần áp dụng trực tiếp cho những kẻ thỏa hiệp.

15–16. Các yếu tố chính của sự hiển linh kinh khủng này là *lửa* (15ad, 16a), *cơn gió lốc* (15b) và *gươm* (16a). *Lửa* là mô-típ chủ đạo, tượng trưng cho sự thánh khiết của Đức Chúa Trời, chủ động nổi lên chống lại tội lỗi, như thường thấy. *Cơn gió lốc* là ngọn gió đoán phạt càn quét, không thể chống lại được, và không để lại thứ gì sau khi đi qua - được liên kết ở đây với *chiến xa* để mô tả sự đuổi bắt trong cuộc chiến lưu động, không để ai trốn thoát. *Gươm* là sự phán xét cá nhân. Trong Kinh thánh; toàn bộ sự chuyển động của lịch sử con người nằm giữa ngọn lửa và gươm của sự thánh khiết này (Sáng 3:24; Ê-sai 27:1). Cho nên, Đức Giê-hô-va *sẽ xét xử*, 'thực thi quyền xét xử của Ngài'. *Xét xử* là thi hành sự công chính tuyệt đối - sự công chính mà Đức Giê-hô-va mặc vào như áo choàng ở 59:17 rồi sau đó truyền lại cho Đấng Được Xức Dầu (61:10), chính Ngài trở về từ bàn ép của sự thịnh nộ 'nói ra điều công chính'. Từng hành động của Chúa đều hoàn toàn công chính, và sẽ là như thế khi Ngài trở lại vào ngày cuối cùng để xét xử *mọi xác thịt* (theo nghĩa đen).

17. Nhưng cụ thể, những người bội đạo trong ngữ cảnh hiện tại bị chỉ ra, những kẻ thỏa hiệp giữa vòng những người xưng là dân của Chúa, những người thờ phượng đi theo ước muốn riêng và không đáp ứng tiếng gọi của Ngài, không nghe lời Ngài hay bước đi trong đường lối Ngài (66:4). Khi dân sự không để tâm đến lẽ thật được bày tỏ, thì không phải là họ không tin gì cả, mà là họ sẽ tin bất kỳ điều gì - *vườn, heo; chuột*, bất kỳ! Về *vườn*: so sánh với 1:28–31; 65:2–5. *Dọn mình* liên quan đến tình trạng của người đó; *cho sạch* là tình trạng phù hợp để đứng trước mặt Chúa. *Theo một người đứng ở giữa* [câu này trong bản NIV, không có trong bản TTHĐ – ND]: phân đoạn tương tự gần nhất là Êxê 8:7–11 - các trưởng lão đang thờ phượng 'với Gia-a-xa-nia đứng giữa họ'. Chúng ta không biết đủ về các hình thức thờ phượng thời cổ đại để bàn thêm về vấn đề này. Nghe có vẻ như một nhóm thờ phượng có người hướng dẫn ở giữa, nhưng chắc hẳn phải hơn thế nữa, có lẽ có ý nghĩa sùng bái gì đó khiến nó trở nên ghê tởm đối với Đức Giê-hô-va. Nhưng toàn bộ bức tranh và ý nghĩa của nó thì rõ ràng. Đức Giê-hô-va là Đức Chúa Trời hay ghen tuông, và sự thờ phượng phải theo ý muốn mà Ngài đã bày tỏ nếu muốn dâng cho Ngài giá trị và sự tôn kính Ngài đáng nhận. Nếu không, sẽ kích động lòng ghen tuông thánh trong sự phán xét.

Nhà mới tại trung tâm của sự tạo dựng mới (66:18–24). Phân đoạn cuối cùng này tạo sự liên kết với 66:1, tư tưởng nền tảng cho toàn bộ chương 66. Dấu hiệu của sự thờ phượng là dân chúng có run sợ trước lời phán của Chúa hay không (2c–4). Thật vậy, chúng ta có thể truy sự tiến triển từ sự tạo dựng mới (65:17) đến thành mới (65:19) đến xã hội mới (65:20 và các câu tiếp theo) và cuối cùng, nhà mới (66:1). Cho nên; không có gì ngạc nhiên khi Ê-sai đem khải tượng về thời kỳ cuối cùng lên đến đỉnh điểm trong một dân biết thờ phượng: được tưởng tượng ra (18–19), tận hưởng sự chấp nhận như nhau ở Giê-ru-sa-lem (20–22), và có mối tương giao liên tục với Đức Giê-hô-va (23–24).

18. Câu mở đầu là một câu đố không được giải đáp. Nó giống như những từ ngữ rời rạc: 'Và Ta những việc làm và ý tưởng của họ đã đến'. Có từ nối nào bị thiếu không? Phải chăng toàn bộ ngữ cảnh đều ở trong tình trạng lộn xộn, làm cho từ ngữ tách rời như khúc gỗ trôi dạt? Hay đây là một thành ngữ hoặc câu nói thông tục trong tiếng Hê-bơ-rơ mà chúng ta không hiểu? Bản NIV thêm vào *bởi vì* để làm cho nó có nghĩa và điều chỉnh động từ *đến* để nói đến sự đến của Đức Giê-hô-va. Ý nghĩa này được sự hậu thuẫn của bản Bảy Mươi. Nhưng nó lại tạo ra một vấn đề không thể giải thích được: nếu Đức Giê-hô-va đến là vì cớ hành động của chúng ta thì chắc chắn là Ngài đến để phán xét, và *vinh quang* khi đó là vinh quang của Thẩm phán. Nhưng không thể như vậy: *vinh quang* (18) dẫn đến một dân được tập hợp và họ được Đức Giê-hô-va chấp nhận. Cho nên, vì chúng ta buộc phải hiểu bản văn theo cách chúng ta có thể, nên một gợi ý hài hòa (và chỉ là gợi ý) là hiểu *Ta và ý tưởng* (nghĩa đen là 'những suy nghĩ') quay trở lại điều đã nói trước đó, còn *vinh quang* hướng đến điều xảy ra tiếp theo: 'Về phần Ta, liên quan đến lời nói và ý tưởng của họ, thời điểm đã đến. Bây giờ, tập hợp các dân lại...họ sẽ đến và thấy vinh quang Ta.' [cách giải thích này cũng gần giống với cách dịch của bản TTHĐ 'Còn Ta, Ta biết việc làm và ý tưởng của họ. Đến kỳ, Ta sẽ tập hợp tất cả các nước và các thứ tiếng; họ sẽ đến và được thấy vinh quang Ta' – ND]. Công tác báo thù đã xong; ở đây là công tác cứu rỗi tương ứng (59:17; 61:2; 63:4).

19. Đức Giê-hô-va sẽ tập hợp các dân, không phải bằng ngọn cờ giơ lên từ xa (1:12–13; 49:22; 62:10) mà bằng *một dấu hiệu ở giữa họ,* để họ tập hợp xung quanh. Ê-sai không nói *dấu hiệu* là gì, nhưng vì trong ngữ cảnh Kinh thánh, phân đoạn này nằm ngay giữa hai lần hiện đến của Chúa Giê-xu, nên *dấu hiệu* chỉ có thể là thập tự giá. *Ta sẽ đặt* là cách diễn đạt của Cựu Ước về nhiệm vụ truyền giáo trong Tân Ước. Hiểu một cách rộng, 2:2–4 tóm tắt lý tưởng của Cựu Ước: một cộng đồng có lời Chúa, thu hút thế giới xung quanh; Ma-thi-ơ 28:19–20 tóm tắt lý tưởng của Tân Ước: một hội thánh đi ra truyền giáo. Mỗi lý tưởng đều quan trọng như nhau trong toàn bộ quan điểm Kinh thánh; nhưng ở đây Đức Giê-hô-va sai (như Ngài từng sai Ê-sai) *những người sống sót*, 'người trốn thoát'. Trong ngữ cảnh, đây là những người mà sự phán xét của Chúa (16) không đụng đến, những người mà công việc của Đức Chúa Trời dành cho họ không phải sự báo thù mà là sự cứu rỗi; những người nghe tiếng kêu 'Bình an, bình an' và ăn năn (57:19). *Những người* trong nhóm này bây giờ là những nhà truyền giáo của Ngài trên khắp thế giới, như việc chọn tên các địa danh một cách ấn tượng nói lên điều đó. *Ta-rê-si*: xem 2:16; 23:1; 60:9. *Phun, Lút* [bản NIV viết là 'Libyans...Lydians' – ND]: nguyên ngữ là *Pul* và *Lud,* được nhắc đến cùng với Cút ở Giê-rê-mi 46:9 và Ê-xê-chi-ên 30:5. Một số người cho rằng mối liên hệ với Cút ngụ ý địa danh ở phía nam, nhưng đa số đồng ý với cách viết của bản NIV. *Tu-banh* ở miền viễn nam (Êxê 39:1), còn *Gia-van* là Hy Lạp. *Có tài bắn cung*: tại sao phải nhắc đến điều này? Có lẽ chỉ để làm cho hài hòa giữa sự mơ hồ của các địa danh với lời nhắc nhở rằng các giáo sĩ đi đến với những con người có thật, là những người có thể đại diện cho mối đe dọa có thật - những con người độc lập, có tổ chức, sẵn sàng kháng cự. *Hải đảo* tượng trưng cho 'những miền xa xôi nhất trên đất' (11:11; 40:15; 60:9). Không có ngụ ý nào cho thấy những nơi đó có thể có một tôn giáo 'đủ tốt cho họ' hay có đủ lẽ thật để tiếp tục, hay có lẽ Đức Giê-hô-va có đang hiện diện một cách ẩn giấu trong niềm tin và nghi lễ của họ. Vấn đề là họ không biết gì và không thấy gì về Ngài, và điều này là lý do cho nhiệm vụ truyền giáo. Họ không hề có sự mặc khải (*nghe nói về Ta*) lẫn kinh nghiệm (*thấy vinh quang Ta*). Họ cần sự hiểu biết về Đức Chúa Trời chân thật duy nhất.

20. So sánh Giăng 11:52. Sẽ chẳng ý nghĩa gì khi xem từ *anh em* là nói đến những người Y-sơ-ra-ên tập hợp lại. Thật là một sự hụt hẫng về lời hứa khi những người như thế trở thành thầy tế lễ (21)! Không, đó là những người ngoại bang xưa kia - bây giờ trở thành *anh em* (19:24–25; 45:14–25), hoàn thành lời hứa ở 56:8. *Lễ vật* (*minḥâ*): 'món quà' là từ liệu với nghĩa rộng nhất trong tất cả từ vựng về sự dâng tặng. Các giáo sĩ trở về với món quà dâng Đức Giê-hô-va - những người từ khắp các nước đã bị chinh phục bởi lời làm chứng của các giáo sĩ. *Ngựa...lạc đà:* danh sách các phương tiện vận chuyển thật ấn tượng. Không khoảng cách hay khó khăn nào có thể cản đường họ đi đến Giê-ru-sa-lem, vì từng phương thức di chuyển đều bị bắt phải góp phần để đi đến đó, và tất cả sẽ đi đến *núi thánh Ta* cách an toàn, được Đức Giê-hô-va chấp nhận như *một lễ vật* [Si-nim trong bản TTHĐ] mà chính Ngài đã cho phép Y-sơ-ra-ên dâng lên. Không chỉ đi đến *núi:* mà đến ngay chính 'nhà' (*đền thờ*), nơi ở thánh, 'mái ấm' của Đức Giê-hô-va (66:1).

21. Ở 61:6, kết quả công việc của Đấng Được Xức Dầu là Y-sơ-ra-ên trở thành vương quốc thầy tế lễ, ứng nghiệm Xuất Ê-díp-tô Ký 19:6. Đặc ân được mở rộng. Như trong thời Ê-sai, chỉ một số người Y-sơ-ra-ên làm thầy tế lễ và người Lê-vi nhưng qua họ, Y-sơ-ra-ên được gọi là vương quốc thầy tế lễ của Đức Giê-hô-va, thì bây giờ ông thấy trước dân ngoại cũng sáp nhập trên điều kiện bình đẳng, đặc ân như nhau (Êph 3:6).

22–23. Sự tạo dựng mới, thành mới và nhà mới là đỉnh điểm đời đời trong mục đích của Đức Giê-hô-va. Đây là điều *Ta sắp tạo dựng*, phân từ diễn tả tương lai sắp xảy đến: 'Ta đang trong tiến trình tạo dựng/sắp tạo dựng.' Thực tại sắp xảy ra này có đầy đủ giá trị đời đời của chính Đức Giê-hô-va (*tồn tại trước mặt Ta*). Đây là cam kết được phát biểu bằng lời của Ngài (*phán:* 'là lời của'; 1:24). Dân sự Chúa ở đây, (nghĩa đen) 'dòng dõi và tên tuổi các ngươi' nói đến Đấng Trung Bảo của Giao ước ở 59:21, dân sự của Đấng Chiến Thắng Được Xức Dầu, được nhận lãnh cơ nghiệp nhờ công tác báo thù và cứu rỗi của Ngài. Họ cũng có sự lâu bền, sự an ninh đời đời và sự bảo đảm như chính sự tạo dựng mới, và cụ thể họ là dân giữ ngày *Sa-bát* và ngày *Trăng Mới*. Ê-sai kết thúc với hai lễ hội mà sự mục nát của chúng khiến Ngài đau buồn ngay từ đầu sách (1:13). Chúng là lễ hội; không phải lễ kiêng ăn: than khóc thuộc về quá khứ, vui mừng là hiện tại đời đời. Dân sự bước vào thực tại của một cộng đồng toàn cầu, được chấp nhận cách bình đẳng trước mặt Đức Giê-hô-va (56:1–8); cuối cùng thì họ có thể đáp ứng những đòi hỏi của Đức Giê-hô-va (58:1–14) trong sự thánh khiết thực tiễn. Mỗi tháng và mỗi tuần bắt đầu bằng sự cung hiến kế hoạch đời sống lên cho Đức Giê-hô-va một cách đầy vui vẻ. Về mặt ngữ cảnh, trọng tâm của tất cả những việc này là Giê-ru-sa-lem, nhưng ý nghĩ về 'mọi xác thịt' (*toàn nhân loại*) ở một nơi cho thấy nhà tiên tri đang suy nghĩ về núi toàn cầu ở 11:9 và thành toàn cầu ở chương 25–26, Si-ôn mà các tín hữu đã đến (Hê 12:22–23) và nơi họ sẽ đi vào qua các cổng (Khải 22:14).

24. Điều đáng chú ý là có một nghĩa trang cạnh thành, và khi 'mọi xác thịt' đến thờ phượng, họ luôn luôn *đi ra và thấy* số phận mà họ đã được giải cứu ra khỏi. Họ vui hưởng ngày cứu rỗi, nhưng họ không cho phép mình quên ngày báo thù. Những người này 'chết bởi Đức Giê-hô-va' (16). Lời buộc tội nhắm vào và được hiểu chống lại họ. Đó là họ *phản loạn*: họ biết lời của Chúa nhưng cố tình và chủ tâm đi theo ý riêng (4). Hậu quả là *sâu bọ* trong nụ - tấm lòng phản loạn, bản chất sa ngã, mục nát - là kẻ chiến thắng, và số phận vĩnh viễn của họ là sống cuộc đời bại hoại (*sâu bọ...không bao giờ chết*) dưới sự đối kháng vĩnh viễn của sự thánh khiết thiên thượng, tức là *lửa* không hề tắt. Trên môi miệng của Chúa Giê-xu, những lời này được nói ra để diễn tả 'lửa' thiêu đốt ở hỏa ngục (Gehenna) (Mác 9:43–48), và cuối cùng chúng trở thành hiện thực của sự chết thứ hai; một sự thay đối cuối cùng về nơi chốn và tình trạng mà một người sẽ tiếp tục tồn tại (Khải 20:15). Mục đích của việc thăm nghĩa trang không phải để hả hê (quá khủng khiếp không thể hả hê được), ngay cả thương hại cũng không phải (dù ai có thể kìm nén lòng thương hại?) mà là để nhớ lại điều *ghê tởm* (*dērā'ôn*, so sánh với Đa. 12:2), để mà khước từ và ghê tởm; tức là thấy lại tiền công của tội lỗi và hậu quả của sự chống nghịch, mà qua đó được thôi thúc để vâng theo và yêu mến lời của Đức Chúa Trời một cách mới mẻ. Cũng có một ý khác nữa mà chúng ta đã lưu ý trong câu 14: đó là một phần ý thức của thánh đồ về thực tại của sự an ninh mà họ tin chắc, đó là Đức Giê-hô-va sẽ xử lý, cuối cùng và hoàn toàn, mọi điều gì có thể đe dọa hay làm hại niềm vui đời đời của họ.

Phụ lục theo Câu Kinh Thánh

Sáng Thế Ký

1:1	111, 308
1:2	130, 161, 169, 193, 194
1:10	291
1:12	291
1:16	222
1:21	141
1:26–28	193
1:28	84
1:31	141
2:7	46, 143, 158
2:17	79, 135, 237, 264
2:24	180
3:1	141
3:4	268
3:10	150
3:13–14	247
3:14	309
3:15	84, 239
3:16	94
3:17	45
3:17–19	49, 156
3:18	45, 129, 164, 248, 269
3:24	59, 313
4:1	37, 83
4:8	185
4:10–12	141
6–9	128
6:5–7	278
6:8	129, 143, 155, 278
6:14	59
6:17–18	204
7:1	140
7:11	128
7:16	140
8:22	45
9:8–17	204
9:12–17	130, 264
9:16	128, 130
9:19	129
9:20	128
11:1–9	45, 85, 89, 90, 115, 117, 129, 178, 308
11:4	20
12–50	91
12:1–3	226, 287
12:2–3	43, 226
12:3	130, 202
12:8	87, 201
13:4	212
14	196
14:10	58
15:5	237
15:16	96
15:18	143
16:7	180, 300
16:11	63, 180
17:2–8	307
17:3–7	248
17:5	295
17:5–6	293
17:7	198, 309
18:8	58
18:18	202
18:20–21	75
18:25	48, 80, 157
19	93
19:13	258
19:16	150, 300
19:21–22	100
20:7	175
20:11	83
21:17	255, 300
22:1	281

22:7–8	260	1:16	209
22:11	180, 300	1:22	18, 125, 153, 209
22:15	300	2:8	64
22:16	227, 294	2:11	71
22:16–18	43	2:21	209
22:18	130, 202, 226	2:24	204, 250
23:8	231	2:33	134
24	64	3–4	210
24:6	62	3:1–5	58
24:14	64	3:2	138, 180, 300
24:16	64	3:3	69
24:43	64, 65	3:5	50, 68
25:23	168, 249	3:7	47, 71, 255, 260, 280, 290, 299
26:4	202, 308	3:7–8	300
27:28	140	3:8	210
27:39	140	3:10	299
27:41	168	3:12	69
28:13–14	239	3:13–16	152
28:16–19	112	3:15	138, 157, 198, 203, 208, 235, 243, 255, 276, 286, 292, 301, 305
29:6	72		
31:35	253		
31:51–52	112	3:16	47
33:4–16	168	3:19–20	85
34:3	189	4:2–3	98
35:9–15	239	4:18	72
35:18	160	4:22	294, 299, 301
37:18	160	4:24	264
38:20	21	5:1	112
38:21	53	5:4–5	71
41:51	76	5:6	71
42:23	213	5:10	71
43:32	158	5:27	186
43:33	150	6:2–7	204
45:16	255	6:6	74, 157, 212, 250, 251
45:26	210	6:6–7	38, 71, 208, 235, 253, 277, 300, 301
46:4	171		
46:34	158	6:7	211, 252
48:5	74	6:28–7:3	255
48:16	151, 300	7:9	141
48:22	294	7:10–12	98
49:5	262	7:13	302
49:24	41	7:17–18	245
50:24	171	7:22	302
Xuất Ê-díp-tô Ký		8:16	249
1:7	244	8:19	302
1:10–22	255	8:26	158
1:11	71	9:6	315
1:14	94	9:23	157

9:35	302	16:13–14	140
10:7	134	16:22–30	279
10:16	134	17	137
10:21–23	245	17:1–7	238
12–13	140	17:6	216
12:5	22	17:10	157
12:11	256	17:12	198
12:12	140, 208, 235	19:4–6	254
12:13	38, 235, 256	19:5–6	297
12:22–23	140	19:6	293
12:23	140	19:9	255
12:24	256	19:10	50
12:26	255	19:13	134
12:33	256	19:18	50, 58, 156
12:33–36	94	19:18–19	54
12:41	237	19:20	68
12:43–44	254	19:21	58
12:48	271	20	38
12:48–49	272	20:1–3	204, 218
13:3	85, 237	20:2	38, 212
13:13	41	20:3	212, 305
13:17	153	20:5–6	96
13:21	156, 257	20:8–11	130
13:21–22	50, 269	20:18–21	68
14	79, 211, 300	20:20	83
14:3	121	20:25	305
14:5	237	21:30	59
14:13	135, 300	22:16	64
14:16	81, 126	22:22	76
14:18	210	23:12	272
14:19	257, 300	23:15	39
14:21	86	23:17	39
14:27	209	23:20	300
14:30	210, 299, 300	23:20–23	180
14:30–31	68	23:31	143
14:31	209	24:7	204
15–17	170, 211	24:9–11	133
15:1	157	24:11	134
15:2	87, 135, 137, 210	25	38
15:4	126	25:8	69, 277
15:16	250	25:8–9	186
15:20	157, 191	26:9	190
15:20–21	88	28:2	254
15:21	170	28:36	127
15:25	87	28:43	150
15:27	87, 199	29:21	258
16:3	140	29:42–46	43, 186, 277
16:10	170	29:43–46	50, 69

29:44–46	300	17:11	59, 190
29:45	277	19:11	283
30:12	59	19:23–25	179
30:23	213	19:31	70
30:34	212	20:2	70
31:16	272	21:2–3	246
31:17	272	22:27	189
32:12	235, 301	23:42–43	166
32:32–33	50	24:8	130
33:26	254	25	52
34:5	201	25:5	179
34:5–6	87	25:8	143
35:5	160	25:9	143
35:22	160	25:11	179
35:30	87	25:23	52, 93
35:30–31	161	25:25	172, 246
36:18	300	25:26	275
36:30	111	26:3–13	73
37:6–9	177	26:8	155
39:38	143	26:13	71
40:4	215	26:14–41	73
40:34–35	50	26:22	273
Lê-vi Ký		26:25–45	130
1:4	189, 212	26:30	143
2:2	212	26:41	189
4:6	258	27	38
4:16–17	258	27:27	41
4:17	258	3:16–17	168
4:31	212	**Dân Số Ký**	
5:1–6:7	262	1:50–51	256
5:7	245	3:5	257
5:9	258	3:19	191
5:10	292	4:3	189
6:12–13	149	5:8	59, 172
6:16	296	6:23	59
6:30	105	6:25	44, 69
7:13	172	6:26	72
8:11	258	8:5–22	254
8:17	160	11:1–3	59
11:7	306	11:8	48
13:2	48	11:16	202
13:45	303	11:17	161
14:7	258	11:19	140
16:14–16	258	11:23	245
16:21	167	11:25–26	83
16:21–22	260	14:11–16	175
16:22	259	14:13–14	235
17:7	93	14:13–16	301

14:17–20	175	4:34	74, 157, 250
14:20	268	4:34–37	210
15:11	72	4:36	59
15:32–36	279	4:37	235
20:14–21	168	4:37–38	301
21:2	168	4:44	203
21:8–9	227	5:1	202
21:12	100	5:12–15	130
21:23	100	5:15	157, 250
21:26	100	6:4	300
21:32	103	6:4–9	185
23:10	175	6:8	215
23:19	73, 200	6:9	275
25:12	72	6:18–25	291
25:18	160	6:21	85
27:1–11	52	7:6	235
27:11	246	7:7	185
27:18	161	7:19	157
31:21–24	59	7:25–26	201
31:50	59	8:1–4	238
32:3	100	8:2–5	122
32:34	104	8:15	116
32:36	100	8:17–19	110
32:37	100	9:1	264
33:52	45	9:23	210
35:12	172	9:28	175
35:33	129	10:12	272
Phục Truyền Luật Lệ Ký		10:15	185, 235
1:13	83	10:18	76
1:27	152	10:18–19	93
1:28	106	10:20	272
2:5	74	11:18–19	185
2:11	95	11:23	264
2:13	100	11:26–28	130
2:18	100	12:2	274
2:20	95	12:5	122, 307
2:31	67	12:5–7	71
3:11	95	12:10	93
4:1	202	14:8	306
4:3	227	14:21	93
4:5–6	138	14:29	93
4:5–7	207	16:1–7	166
4:5–8	288, 294	16:10–11	212
4:9	62	16:20	248
4:12	59	18:9	306
4:20	143, 235	18:9–13	46
4:29	248	18:11	70
4:33	59	18:20	282

19:6	172	6:17	86, 214
19:12	47	6:17–18	168
20:6	179	7:2	81
21:15	294	7:8–9	175
22:1	143	7:9	301
22:19	64	7:24–26	306
23:1	272	8:26	214
23:3	272	8:31	305
23:18	127	9:12–14	183
24:1–4	244	9:14	153
24:16	96	10:22–43	111
26:5–7	76	11:10	201
27:5–6	305	11:17	307
28:2–8	71	13:3	126
28:15	130	13:25	103
28:26	273	13:27	100
28:30	309	14:15	201
28:30–33	296	15:37	307
28:63–64	291	16:7	231
31:21	137	19:10–16	70
32	214	19:32–39	70
32:2	152	20:7	71
32:13	282	21:32	71
32:15	135	22:10	112
32:24	273	22:23	112
32:30	155	23:9	264
32:31	216	**Các Quan Xét**	
32:33	84	1:30	71
33	249	1:33	71
33:2	190	2:1	180
33:5	214	2:11–19	139
33:9	301	2:14	245
33:13	140	3:5	63
33:27	249	3:8	245
33:28	140, 234	3:9	112
33:29	210, 282	3:22	58
Giô-suê		4:2	245
1:1–5	306	5:4	190
1:8	217	5:31	157
2:7	86	6–8	71
2:9	98	6–9	79
2:10	168	6:1	288
3:16	248	6:1–6	296
5:9	135	6:3–6	162
5:13	83, 250	6:11	143
5:13–15	57	6:13	276
5:13–6:27	80	6:15	71
6:9	257	6:22	58

6:35	71	18:6–7	191
7:2–14	71	18:25	98
7:22	244	19:8	98
7:25	81	20:10	234
8:6	189	20:12	258
10:7	245	23:1–5	98
10:16	76	23:3	65
13:2	180	24:6	221
13:21–22	180	24:10	221
14:3	44	25:3	234
14:6	161	25:25	75
15:4	161	26:9	221
16:14	124	26:11	221
18:9	295	26:12	150
Ru-tơ		26:23	221
1:9	84, 310	28	70
2:12	271	28:16	70
2:13	189	30:1	254
2:20	246	30:20	191
3:12	172, 246	**2 Sa-mu-ên**	
4:1	172	1:1	254
1 Sa-mu-ên		1:14	221
2:11	83	1:16	221
3:4	281	2:1	254
3:7	83	3:18	112
4:47	168	4:17	220
6	122	5:1	181
6:20	122	5:6–8	122
7:5	175	5:6–9	13
8	72	5:6–9	41
9:15	258	5:17–25	85, 98, 147
9:16	208	6:19	102
10:5	231	7	41, 63
10:6	161	7:1	93, 94
12:3	221	7:10	291
12:5	221	7:13	186
12:10–11	112	7:16	182
13:14	202	7:22–24	210
14:2	81	8:1	98
14:20	244	8:2–13	85
15:12	112, 275	8:13–14	297
16	162	8:14	85, 168
16:3	161	9:3	310
16:6	221	10–12	85
16:13	202	10:6	85
17:8–9	93	11:3–4	181
17:50	98	11:6–24	181
18:6	88	13:12–13	75

13:13	160	10:21	290
13:14	181	10:27	290
13:19	292	11:1–5	125
13:38	181	11:1–17	168
14:20	83	11:13	62
16:22	102	11:15–16	168
18:18	275	11:23–25	168
18:24	256	11:24	235
20:1	102, 181	11:43	209
20:22	102	12	67, 73
22:4	208	12:16	82
23:4	140	12:20	64
23:5	130	13:2	24, 221
23:20	101	14:23	274
24:13	67	14:29	127
1 Các Vua		16–18	125
1	181	16:24	145
1:2–4	123	17:8–16	125
1:5–30	173	18:31	73
1:17	253	19:9	255
1:33–34	66	21:4	182
1:40–41	121	21:27	179
2:1–10	181	22:6	75
2:5–6	181	22:17	220
2:32	231	22:19–23	59
3:9	83	22:21–23	111, 176
3:24	261	22:22	150
3:26	93, 242, 264, 299	**2 Các Vua**	
4:6	123	1:8	113
4:29–34	72	2:9	294
5:1–12	125	3:4	101
5:2–9	289	3:22–23	101
8:10–13	58	3:25	100
8:12–19	289	4:1	244
8:12–29	310	4:13	310
8:14–21	310	4:38	139
8:22	305	6:8	79
8:22–26	310	6:24	79
8:29	122	6:26–27	255
8:30	268	8:7	103, 117
8:34	268	8:17	176
8:36	67	8:20	168
8:42	250	9:12	147
8:51	235	9:25	117
8:56	94	12:16	62
9:11	71	13:3	79
9:19	185	13:14–19	113
9:28	92	14:7	168

14:10	168	23:13	125
14:25	74, 172	23:15–17	24, 221
15:1–7	57	24–25	60
15:5	57	25:4	120
15:29	66, 71	25:8	302
15:37–16:6	37	25:15	58
16:1–9	104	**1 Sử Ký**	
16:5–9	17	4:5	214
16:7–8	65	6:76	71
16:7–9	62, 67	11:22	101
16:10–16	66	14:8–17	148
16:10–20	275	15:20	64
17	60	16:3	102
17:24	62	16:31	37
17:25	273	22:19	69
18–19	172	28:2	58, 289
18:1	173	28:4	189
18:1–7	174	29:23	62
18:2	66	**2 Sử Ký**	
18:3	82	1:14	261
18:4	174	4:6	139
18:7	17, 173	14:5	105, 143
18:9	173	15:15	248
18:13	67, 173	20:4	248
18:13–14	178	20:7	198
18:13–16	172, 173	20:23–24	244
18:13–18	163	26	57
18:13–20:21	172	26:16–21	57
18:14	164	26:21	123
18:14–16	172	28	37
18:16	120	28:5–8	61
18:17	113	28:17–18	61
18:20	174	28:21	65
18:25	174	29–31	174
19:19	177	32	37
19:22	21	32:1–8	122
19:29	179	32:2–4	122
19:35–36	120	32:31	213
20	181	32:32	36, 172, 183
20:4	182	33:11	62
20:6	181, 183	**E-xơ-ra**	
20:7–8	186	1–2	238
20:8–11	181	1:1	238
20:20	122	1:2	222
21:13	213	1:2–4	93
22:20	72, 261, 273	1:7–11	256
23:10	157, 274	3:3	212
23:12	183	3:7	127

3:10–13	220	2:1	179
4:1–3	272	2:2	221
4:2	62	2:4–6	107
5:16	220	2:6	147
9:4	310	2:7	63
10:3	310	2:7–9	68
Nê-hê-mi		2:7–12	224
2:19–20	272	2:8	72, 264
3:15	271	2:10–12	104
3:26	161	2:11	83
4:8	160	2:12	162
5:1–5	244	3:4	120
5:9	83	4:6	39
9:1	280	4:16	45
9:6	299	4:17	118
9:20	300	5:7	83
10:31	271	6:5	185
Ê-xơ-tê		6:10	219
3:15	121	6:13	140
5:3	255	8	193
Gióp		8:5	150
2:10	222	8:9	112
3:8	141	8:20	248
3:16	140	9:5	72
5:12	148	9:9	252
6:13	148	9:11	267
7:1	189	10:14	76
11:3	220	11:6	253
11:4	152	12:6	39
11:6	190	13:5	135
12:21	126	14:1	160
13:12	275	15	165
16:20	213	16:5	253, 275
17:1	261	16:9	261
17:11	160	18	267
20:14	84	18:7	302
21:32	261	18:7–9	58
26:5	95	18:7–15	54, 199
26:11–12	250	18:7–16	162
28:16	92	18:10–15	109
30:28	133	18:33	58
36:18	44	18:49	267
39:7	121	18:50	221
41:1	141	19:1–6	193
59:5	84	19:6	50, 133
Thi Thiên		22:9–10	239
1:1	147, 213	22:15	139
2	67, 82, 107	24:3–6	165

24:7–10	137	68:5	75, 76
25:8	138	68:7	190
27	44	68:11	88, 191
27:1	140	68:19	135
27:8	248	68:25	64
27:13	261	68:26	234
28:1	96, 295	68:29	108
30:5	68, 107	69:34–35	37
30:9	185	71:3	216
32:1	162	71:22	21
32:7	58	72:4	72
33:3	205	72:8	68
33:6	83, 161, 202	72:8–11	72
34:5	44	72:8–12	224
34:14	248	72:10	85
39:2	295	72:12–14	72
41:2	44	73:22	111
42:7	237	74:3	243
43:3	44	74:14	141
44:16	249	75:8	253
44:23	250	76:11	108
45:6	63	77:7–20	229
45:7	293	77:19–20	300
45:21	267	77:20	98
46	64, 67	78	300
46:1	302	78:9–11	106, 252
46:5	107	78:40–42	106, 252
46:6	107	78:41	21
47:1	44, 165	78:68	43
48:2	43, 96	78:71	211
49:7–8	252	80	142
49:12	59	80:8	51
49:14–15	252	81:6	71
49:19	140, 256	81:14	41
49:20	111	82:15	138
50:4–6	37	83:6	168
50:9–13	193	84:3	288
50:15	268	84:3–4	149
50:21	276	84:6	138
51:1	143, 213	84:9	221
51:3	285	87	227, 312
51:11	300	87:1–2	43
57:9–11	267	87:4	127, 153, 250
60:8	168	87:4–6	227
65:5	72	88:10–12	185
65:7	237	88:18	95
67:1–2	288	89	41, 267
68:4	190	89:1	267

89:3	267	**105:25**	160
89:8	250	**106:4**	135
89:18	21	**106:9**	245
89:20–21	250	**106:25**	152
89:22–27	267	**106:38**	75, 129
89:27	68	**107:17**	111
89:28–37	267	**107:17–20**	167
89:40	265	**107:20**	184
89:48	256	**107:25**	237
89:49	267	**107:25–26**	252
90:15	256	**107:29**	295
91:13	141	**108:3–4**	267
92:9	160	**109:19**	126
93	107, 252	**112:1**	162
93:1	256	**113:7–8**	254
93:3	166	**115:4–7**	200
93:3–4	251	**115:8**	201, 216, 218
93:5	194	**115:17**	118
95:1	216	**118:14**	87, 137
95:3–4	43	**118:22**	147
96–98	167	**119**	202
96:1	205	**119:33–34**	37
96:3	165	**119:45**	212
96:5	105, 194, 220, 225	**119:57**	275
96:10	165	**119:89**	191
96:11–13	84	**119:104**	37
97:1	85, 256	**119:105**	44
98:1	205	**119:117**	105
98:2–3	135	**119:123**	135
98:4	165	**119:130**	37
98:7	219	**121:3**	281
98:7–9	84	**123:2**	45, 105
99:1	256	**131:1**	45
99:1–5	177, 289	**132:2**	41
102:13–14	243	**132:5**	41
102:27–28	197	**132:7**	177, 289
103:13	72, 242	**132:9**	83
103:20	58	**132:10**	221
104:2	58, 140	**133:2–3**	292
104:4	199	**135:6**	151
104:7	107	**137**	230, 302
104:16	95, 151, 170	**137:7**	168
104:24–25	194	**137:8–9**	162
104:26	141	**139:7**	83, 202, 299
104:30	161, 191	**142:5**	261
105:1	268	**143:7**	96
105:4	248	**145**	103
105:10	130	**146:9**	76

148:12	64	1:1	19, 29, 35, 37, 42, 47, 57, 160, 161

Châm Ngôn

1:7	111	1:2	36, 41, 132, 152, 154, 260
1:15–16	58	1:2–3	141
1:22	147	1:2–4	13
1:24	147	1:2–9	29, 36, 38, 40
2:18	95	1:2–24	55
3:12	72, 112	1:2–31	29, 35, 36, 42
4:1	185	1:3	143
4:1–2	39	1:4	59, 140, 154, 167, 185, 189, 198, 208, 224, 231, 260, 264
4:2	152	1:5	36, 159, 160
4:23	208	1:5–6	13, 35, 37
4:27	58	1:6	260
4:28	249	1:6–9	281
6:12–14	281	1:7	93
7:21	152	1:7–8	35–37
8:14	148	1:8	20, 51, 130
8:36	65	1:8–9	20
9:6	160	1:9	41, 46, 71, 75, 80, 97, 231, 252, 264
10:6	262	1:9–10	36
10:14	265	1:10	69, 83, 154, 202, 212
10:21	111	1:10–15	35, 42, 211, 212
11:26	249	1:10–20	29, 36, 38, 42, 270, 279
12:14	283	1:11	38, 168, 212, 288, 297, 312
13:1	147	1:12	156, 243
14:9	147	1:12–13	314
14:34	37	1:13	38, 272, 315
16:1	62	1:13–14	36
16:33	62	1:15	40, 41, 50, 212, 215, 282, 305
19:12	140	1:15–16	13
20:7	96, 237	1:16	40
21:21	248	1:16–17	39
22:21	283	1:16–18	40
30:19	64	1:18	39, 40

Truyền Đạo

2:25	291	1:19–20	13, 40

Nhã Ca

1:3	64	1:20	36, 154, 190, 300
2:1	170	1:21	20, 41, 52, 83, 102, 147, 162, 271, 274, 285
2:5	102	1:21–23	35, 38, 40
6:8	64	1:21–26	20, 36, 41
6:10	133	1:21–31	29, 40

Ê-sai

1	5, 14, 15, 35	1:22	41, 235
1–5	13, 29, 35, 56, 144	1:23	36, 305
1–37	16, 19–21, 29, 267, 270, 286, 287	1:24	36, 97, 145, 152, 159, 210, 215, 221, 292, 300
1–39	5, 15, 23	1:24–25	13

1:24–26	40	2:12	121, 129
1:24–30	36	2:12–15	46
1:25–26	36, 40, 50	2:12–16	45
1:25–27	55, 56, 83	2:12–17	44, 126
1:25–28	35	2:12–21	35
1:26	13, 72, 112, 145, 306	2:13	57
1:26–27	20, 27, 164, 265	2:13–14	45
1:26–28	13	2:14	255
1:27	151, 159, 172, 245, 286	2:16	125, 289, 314
1:27–28	40, 286	2:17	44
1:28	165, 305	2:18	45
1:28–30	305	2:18–19	44
1:28–31	313	2:20	159, 209, 277
1:29	274, 293	2:20–11	13
1:29–31	36, 40, 106	2:20–21	44
1:32	248	2:22	44, 46, 211
2–4	42, 56	2:22–4:1	29, 46
2:1	29, 35, 42, 210, 251, 292	2:24	36
2:1–4	234	3:1	20, 46, 55, 136, 299
2:1–7	46	3:1–7	35, 42, 46
2:1–4:6	29	3:1–15	46
2:2	84, 296	3:1–4:1	42, 44, 46
2:2–4	13, 20, 27, 29, 35, 42, 43, 46, 72, 112, 120, 165, 225, 226, 241, 249, 265, 267, 270, 271, 287, 288, 314	3:2–4	46, 48
		3:4	292, 311
		3:5	51
		3:6	49
2:2–4:6	35	3:8	42, 49, 255, 282, 300
2:3	289	3:8–9	13
2:4	40, 84	3:8–15	46
2:5	46, 49	3:9	59, 246, 283
2:5–8	45	3:10	60, 264
2:5–9	13, 207	3:11	13
2:5–21	29, 42, 43	3:12	20, 47, 70, 145, 251, 266
2:5–4:1	42	3:13	66
2:6	35, 44, 165	3:13–14	47
2:6–7	35, 44	3:13–15	48
2:6–9	43	3:14	47, 231
2:6–21	44, 46	3:14–15	48
2:6–21	43	3:15	255
2:7	42	3:16	46, 48, 49, 161
2:8	42, 44–46, 77, 109, 159, 282	3:16–17	48
2:8–11	46	3:16–21	47
2:9–11	46	3:16–23	42
2:10	102, 259, 298	3:16–24	48
2:10–11	44, 45	3:16–4:1	35, 46, 50, 88, 161
2:10–21	43, 44	3:18	49
2:11	44	3:18–23	48
2:11–12	49	3:20	292

3:22	38	5:14–17	52, 54
3:23	65	5:16	40, 72, 271
3:25	48	5:17	53, 161
3:25–4:1	47, 71	5:18	59, 142, 260
3:26	48	5:18–19	53, 54, 311
3:33	145	5:18–23	36, 52
4:1	9, 46, 48, 49, 163, 231, 258, 263	5:22–23	52
4:2	49, 50, 63, 72, 82, 131, 255	5:24	149, 232
4:2–6	13, 29, 35, 42, 49, 55, 56, 265, 287	5:24–30	27, 36, 57
		5:25	54, 73, 207
4:3	61, 73, 111, 241, 297, 306	5:25–30	35, 52
4:3–4	20	5:26	76
4:3–5	20	5:26–29	54
4:4	35, 48–50, 88, 241	5:27–30	73
4:4–6	27	5:29–30	13, 284
4:5	49, 50, 89, 199, 203, 278, 308	5:30	59
4:5–6	35, 88	6	21, 56, 57, 86
4:10	287	6–12	29, 56, 89
4:12	274, 304	6–37	143
4:13	69	6:1	13, 21, 55, 60, 61, 80, 97, 132, 178, 271
4:16	86	6:1–3	55
4:17	143	6:1–7	55
4:21	132, 302	6:1–8	56
4:23	219	6:1–10	28
4:30	134	6:1–13	29, 86
5	13, 36, 51, 57, 61, 73	6:2–3	59
5:1–7	29, 36, 51, 141, 207	6:3	21, 50, 53, 105, 137, 278, 280, 286
5:1–30	29, 35, 36	6:3–4	88
5:2	141, 166, 179	6:3–5	79
5:4	51, 55, 57, 121, 274	6:4	149
5:4–5	74	6:4–5	59
5:5–6	141	6:4–8	61
5:6	137	6:5	13, 100, 111, 123, 131, 282, 283
5:7	13	6:6	136, 138, 148
5:8	53, 163	6:6–7	21, 59, 112, 149
5:8–10	54	6:6–8	57, 79
5:8–12	36, 52	6:7	54, 123, 140, 142, 143, 167, 189, 190, 209, 213, 245, 260
5:8–25	51	6:8	55, 86, 87, 228
5:8–30	29, 52	6:9	70, 217
5:9	52, 132	6:9–10	60, 209
5:10	297	6:9–11	62
5:11	53	6:9–12	82
5:11–12	53, 54	6:9–13	55, 57, 73, 90
5:12	54	6:10	160
5:13	52, 54		
5:13–17	36, 57		
5:14	183		

6:11–12	24, 27, 85, 155	8:1–4	65, 66, 69, 77
6:11–13	67, 161, 188, 306	8:4	65, 66
6:12–13	302	8:5–8	65
6:13	61, 82, 162, 221	8:6–7	65, 66
7	13, 143, 275	8:6–8	77, 97, 147
7–11	14, 56, 82, 88, 144	8:7	75
7–37	60	8:8	63, 68, 76, 80, 90, 312
7:1	56, 74, 79, 97, 104	8:9	134
7:1–2	37	8:9–10	107
7:1–3	80, 104	8:9–20	247
7:1–9	89	8:9–22	29, 56, 61, 67, 78, 145
7:1–17	17, 29, 56, 61	8:11	68, 69
7:1–9:6	73, 86	8:11–12	14
7:1–9:7	29, 55	8:11–20	306, 311
7:2	68	8:12	68
7:3	66, 67, 71, 79, 122, 174, 302	8:12–14	69
7:3–9	67	8:13	247
7:4	17, 147	8:14	70, 147
7:5–6	62	8:15	302
7:7	17, 62	8:16	27, 81, 144, 189, 245
7:8	62	8:17	70, 71, 155, 163
7:8–9	67	8:18	96
7:9	17, 61, 62, 80, 82, 87, 98, 177, 183, 188	8:19	14, 46, 267
7:10	63	8:19–20	68, 69, 306
7:10–12	13	8:20–22	82
7:10–17	17, 273	8:20–9:1	159
7:11	183	8:21	167
7:12	183	8:21–22	68, 70, 311
7:13	63	8:21–9:2	56
7:13–16	62	8:21–9:7	19
7:14	13, 64, 68, 98	8:22	70, 143, 239
7:16	66	8:23	70, 72, 73, 82, 239
7:17	66	8:23–9:2	70
7:17–25	27	8:23–9:5	270
7:18	65, 76, 77	8:23–9:6	70, 82–84, 224
7:18–19	65	8:23–9:7	61
7:18–8:8	29, 56, 61, 65	9	159
7:19	61, 269	9:1	66, 71, 226, 288
7:20	58	9:1–6	70, 189
7:21–22	65	9:1–7	13, 19, 20, 27, 29, 55, 56, 221
7:22	64	9:2	140, 241, 311
7:23	224	9:3–6	70
7:23–25	65	9:4	37, 72
7:23–27	168	9:5	134, 166, 173, 211, 277
7:25	179	9:5–6	85, 160, 226
8:1	42, 153	9:6	61, 63, 66, 71, 72, 94, 150, 159, 162, 224, 237, 271
8:1–3	65		

9:7	13, 55, 63, 73, 76, 88	10:15	77, 82
9:7–11	74	10:16	79, 81
9:7–10:4	73	10:16–19	73, 78
9:7–11:16	73, 86	10:16–34	29, 56, 78
9:8	55, 292	10:17	279
9:8–9	73	10:18	109
9:8–10:4	29	10:20	14, 302
9:8–11:16	29	10:20–22	71
9:9	70, 76, 140	10:20–23	78, 145, 306
9:11	73	10:21	72, 80
9:12	79, 302	10:21–22	80
9:12–16	74, 75	10:22	79, 312
9:13	75, 84, 256	10:22–23	80
9:13–16	75	10:23	80
9:14	76	10:24–25	20
9:14–15	75, 111	10:24–26	78, 80
9:14–16	75	10:25	81
9:16	66, 75, 77, 165	10:27	81, 97
9:17	76	10:27–34	73, 78, 80
9:17–20	75	10:28–31	80
9:18	76	10:28–32	77, 81, 228
9:19	300	10:32	20
9:21	292, 294	10:33–34	79, 81, 162
9:23	312	10:33–11:1	159
9:28	292	11	13, 159
9:34	302	11:1	49, 82, 84, 96, 291
9:53	246	11:1–2	202
10:1	160, 302	11:1–9	13, 55, 270
10:1–4	76	11:1–10	82
10:2	98, 134, 199	11:1–16	19, 20, 27, 29, 56, 82, 83, 173, 189, 221, 224
10:4	73	11:2	82, 84, 161, 214, 236
10:5	16, 78, 81, 91, 102, 157	11:3–5	85
10:5–6	78, 79, 174	11:4	13, 72, 160, 162
10:5–11	159	11:6	84
10:5–15	16, 29, 40, 54, 56, 67, 73, 74, 76, 79, 80, 82, 89, 92, 94, 97, 121, 139, 158, 179, 188, 231, 254, 265	11:6–8	84
		11:6–9	13, 20, 85, 156, 309
		11:7	84
10:6	76, 165	11:8	84
10:7–11	16, 77	11:9	20, 43, 88, 142, 315
10:8–11	157	11:10	73, 82, 85, 108, 134, 226, 286, 296, 302
10:9	175		
10:12	20, 73, 78, 82	11:10–11	86
10:12–15	157	11:11	85, 86, 131, 161, 196, 239, 249, 314
10:12–20	76		
10:13	41, 83	11:11–12	85
10:13–14	16	11:11–16	85, 239
10:14	70	11:12	73

11:12–13	85
11:12–16	224, 271
11:13–14	85
11:14	88, 98, 168
11:14–16	13
11:15	168
11:15–16	85
11:16	85, 86
12	56
12–39	172
12:1	55, 86–88, 242
12:1–2	55, 86, 112, 185, 289
12:1–6	13, 29, 55, 86, 265
12:1–46	56
12:2	55, 137, 184
12:2–3	55
12:3	55, 87
12:3–5	88
12:3–6	86
12:4–5	55
12:4–6	86
12:5	163
12:6	20, 55, 88
12:8	245
12:11	257
13–14	128, 308
13–20	88, 114, 128
13–27	13, 14, 30, 114, 119, 133, 144, 172, 173
13–39	188
13:1	88, 100, 115, 131
13:1–5	107
13:1–12	156
13:1–14:23	99, 109
13:1–14:27	30, 90, 109, 129, 141
13:1–20:6	30
13:2	90, 160
13:2–3	90, 97
13:2–5	92
13:2–16	90, 97
13:3	90, 91
13:3–5	92
13:4	90, 190
13:4–5	90, 91
13:5	91, 97
13:6–8	90
13:9	92
13:9–10	90
13:9–11	90
13:9–13	13, 90
13:10	92
13:11	45, 151
13:12	92
13:12–13	91
13:14–16	91, 92
13:16	92
13:17	90
13:17–19	89
13:17–22	90, 92, 94, 97
13:18	143
13:21	169
13:21–22	93
14:1	13, 94, 143, 155, 235
14:1–2	90, 93, 94, 97, 99, 104, 107, 129, 141, 222, 231
14:3–21	97
14:3–23	90, 94
14:4	94, 302
14:4–21	94
14:5	96
14:5–6	90, 96
14:9	139, 183
14:9–10	94, 95
14:9–12	262, 284
14:9–15	53
14:10	70
14:11	95
14:11–15	94, 95
14:13–14	90
14:13–15	95
14:16–21	94
14:18	96
14:19	291
14:21	142, 245
14:22	90
14:22–23	97
14:24	90, 97, 173
14:24–25	97, 188
14:24–27	18, 24, 90, 97, 103, 144, 157, 172, 180
14:25	18, 88, 173
14:26	90, 92, 173
14:26–27	97
14:27	173
14:28	88, 100

14:28–32	30, 89, 97, 99, 117, 128, 132, 221	17:1–11	104, 107, 109
		17:1–18:7	30, 104, 119
14:29	88, 89, 132	17:2	136, 137
14:29–30	98	17:3	104, 108
14:30	132, 199	17:4	89, 108
14:31–32	98	17:4–6	104
14:32	14, 98, 99, 101, 104, 108	17:4–11	105
15–16	133	17:6	108, 111
15:1	88, 99, 102, 121	17:7	105, 106
15:1–9	99	17:8	105, 143, 282
15:1–16:12	103	17:9	106
15:1–16:14	30, 89, 99	17:10	89, 104
15:2–4	100	17:10–11	106
15:3	113, 121	17:12	106, 107
15:5	100, 103	17:12–14	106, 107
15:5–9	100, 103	17:12–18:7	104, 106
15:6	100	17:13	149
15:7–8	100	17:14	106
15:8	100	18:1	106, 107
15:9	100, 101	18:1–7	107
15:16	244	18:2	108
16:1–4	89, 99	18:4	106, 140
16:3	101	18:7	105, 108, 109
16:3–4	143	19	128
16:4	99, 102	19:1	88
16:4–5	104, 108, 221	19:1–15	109, 111, 115
16:4–6	267	19:1–25	109, 141
16:5	14, 102, 104, 133, 142, 264, 271	19:1–20:6	30, 108
		19:2–4	110
16:5–6	89, 225	19:5–6	110
16:6	99, 133, 220	19:5–10	109
16:6–8	102	19:6	164
16:7	100, 103	19:14	176
16:7–8	103	19:16–25	109, 111
16:7–11	99	19:19–22	112
16:8	99	19:23–25	14, 226
16:9–10	103	19:24	89
16:9–12	103	19:24–25	88, 113, 125, 141, 143, 173, 196, 224, 271, 287, 315
16:11–12	103		
16:12	99	19:28–11:3	56
16:13	99	20:1–6	109, 110, 113, 144
16:13–14	103	20:2–6	161
16:14	119, 127	20:7–8	186
17–18	108	21–23	30, 88, 128
17:1	88, 107, 136	21:1	88, 115, 131
17:1–3	104, 105, 107	21:1–10	30, 114, 115, 125, 128, 129, 308
17:1–6	89		
17:1–8	88	21:1–20	128

21:2	117, 131, 163, 172	22:20–25	119, 120, 124
21:4	131	22:21–23	125
21:6	118	22:23–25	120
21:9	88, 89, 114, 125	22:25	190
21:10	118, 125, 128, 129	23:1	88, 127, 161, 289, 314
21:11	88	23:1–14	125
21:11–12	30, 89, 103, 114, 117, 125, 128, 132	23:1–18	30, 125, 141
21:12	125	23:2–3	125, 126
21:13	88, 118	23:2–7	125
21:13–17	30, 89, 114, 118, 125, 133	23:3	126
		23:3–5	45
21:13–18	128	23:4–5	125, 126
21:14	135	23:6–7	125, 126
21:15	119	23:8–9	125, 126
21:15–16	118	23:11–12	126
21:16	127	23:13	127
21:16–17	89, 118	23:14	127
21:17	190	23:15	274
22:1	88, 124, 255	23:15–18	127
22:1–2	120	23:17	132
22:1–14	20, 62, 88, 119, 120, 125, 136	23:17–18	144
		23:18	89, 114, 125, 141
22:1–25	30, 104, 119	23:21–23	128
22:2	121, 123	24	132
22:2–3	120	24–27	88, 128, 141, 144
22:3	121	24:1	128, 129
22:5	121, 123	24:1–3	128, 129, 131, 132
22:5–7	120	24:1–10	20, 308
22:8	122	24:1–20	30, 88, 128, 132, 136
22:8–11	123	24:1–27:13	30
22:9–10	136	24:3	129
22:9–11	89	24:4–6	128, 129, 131
22:10–11	122	24:5	89, 130, 141, 165
22:11	89, 122	24:5–6	130
22:12	100, 123	24:6	131
22:12–13	120	24:7–12	128, 130, 131
22:12–14	122	24:8–10	129
22:13–20	125	24:9	131
22:14	52, 89, 114, 125, 179	24:10	14, 89, 115, 133, 134, 162, 164, 169, 178, 201, 216, 225, 265, 283
22:15–16	123		
22:15–18	125	24:12	89, 131
22:15–19	119, 120	24:13	131
22:15–25	119, 123	24:14–16	133, 156
22:16–18	119	24:15	239, 288
22:17–19	123	24:15–16	128
22:19	119	24:16	128, 163, 172, 242, 296
22:20–23	119, 124	24:17–18	128

24:19–20	128	26:19	140
24:20	213	26:20–21	136, 140, 141
24:21	133, 136, 137, 139, 140, 168	26:21	140, 142
24:21–23	30, 88, 89, 128, 132	27	128
24:22	137	27:1	128, 132, 168, 313
24:23	14, 20, 88, 133–135, 156	27:1–13	30, 88, 141
25:1	242	27:2	132
25:1–5	133, 142, 143, 156, 162	27:2–6	51, 141, 143
25:1–9	265, 296	27:4	142, 170
25:1–12	30, 88, 128, 133	27:5	142
25:2–3	134	27:7	142
25:2–4	133	27:7–8	141, 142
25:3	134	27:7–11	141, 142
25:3–5	151	27:9	42, 143
25:4	134	27:10–11	141, 142
25:5	134	27:11–13	14
25:6	133, 136	27:12–13	89, 128, 132, 141, 143, 144, 224, 243, 271, 287, 296
25:6–8	133, 134		
25:6–9	120, 136, 226, 307, 308	27:13	20, 108, 128, 141, 173, 196, 226, 292
25:6–10	89, 140, 143		
25:7–8	133, 140, 145, 309	28	109
25:8	190	28–29	73, 144
25:9	136, 233, 244	28–35	14, 17, 144, 173
25:10	133, 135, 144	28–37	14, 30, 144, 153
25:10–11	128	28:1	144, 145
25:10–12	133	28:1–4	145, 148, 152
25:11	136	28:1–6	145, 148, 149
26:1	14, 20, 146	28:1–29	30, 145, 148, 152
26:1–2	20, 136	28:1–35:10	30
26:1–3	137, 265, 290, 308	28:2	136, 148, 160, 162, 312
26:1–4	88, 120, 136, 140	28:2–3	145
26:1–6	287	28:2–4	145
26:1–19	88	28:4	146
26:1–21	30, 89, 104, 136	28:5–6	145, 148, 152
26:1–39	140	28:6	91, 145
26:3	142, 237	28:7	148
26:4	72, 216	28:7–8	146, 150
26:5	137	28:7–13	220, 277
26:5–6	138–140, 142, 143	28:7–22	145, 146, 149
26:7–9	138, 139	28:9	18
26:8–9	138	28:9–10	60, 146, 155
26:10	143	28:9–11	174
26:10–11	138	28:9–13	147
26:12–15	137–139	28:11	14
26:14	140	28:11–12	14
26:15	71	28:11–13	146
26:16–18	139	28:12	152, 154, 162
26:16–19	137, 139	28:14	66, 147, 151, 174

28:14–15	17, 109, 123, 147, 152, 154, 275	30:1	144, 146, 165, 180, 214, 236, 300
28:15	81, 109, 153, 174	30:1–2	151, 178
28:16	14, 18, 61, 99, 155, 172, 177	30:1–5	152, 153
28:17	271	30:1–7	152, 155, 156, 275
28:19	150	30:1–33	30, 152
28:20	152	30:3–7	17
28:21	149	30:5–7	152
28:23–29	14, 47, 145, 148–150, 152	30:6	42, 58, 153
		30:6–7	152, 156
28:26	155, 160	30:6–8	153
28:27	148	30:7	14, 94, 250
29:1	144, 159, 165	30:8	65, 153, 154
29:1–4	149	30:8–17	14, 152, 153, 155, 156, 161
29:1–8	14, 18, 20, 24, 148, 149, 157, 188	30:8–26	156
29:1–14	30, 148, 161	30:9	153, 154
29:4	70	30:9–11	75
29:4–6	157	30:9–14	153, 154
29:5	159	30:10–11	14, 154, 155
29:5–8	149	30:11	14
29:7	36	30:11–12	14
29:8	158	30:12	14
29:9	160, 209, 253	30:12–13	155
29:9–10	311	30:12–14	154
29:9–12	149	30:13	154
29:9–14	148, 149, 157, 159	30:13–14	155
29:10	150, 176	30:15	18, 146, 147, 153, 174, 175
29:11	151	30:15–17	153
29:11–12	149, 160, 171	30:16	18, 155
29:13–14	149	30:17	14, 111
29:14	152, 217	30:18	163
29:15–16	150	30:18–26	152, 155, 156
29:15–24	30, 150, 162	30:20–21	155, 171
29:17	162	30:23–26	162
29:17–21	150	30:24–25	155
29:18	163, 164	30:26	133
29:19	14	30:27	138, 157
29:19–21	151	30:27–28	156
29:21	216, 225	30:27–33	79, 152, 155, 156, 163
29:22	163, 168, 170	30:28	163, 312
29:22–23	112	30:29	159
29:22–24	151	30:29–30	156, 157
29:23	14, 45, 150, 152, 164	30:30	180
29:24	163	30:30–33	156
30–32	144	30:31–33	156, 188
30–35	73	30:33	14
		30:39	242

31:1	14, 105, 144, 279	33:5	163, 277
31:1–5	157, 158, 162	33:5–6	165
31:1–9	157	33:7–9	163
31:1–32:20	30, 157	33:7–12	163, 164
31:2	160, 180	33:9	162, 306
31:3	57, 152, 158, 180, 214, 300	33:10	39, 312
31:4	158	33:13	163
31:4–5	157	33:13–16	167
31:5	159	33:13–24	163, 165, 167
31:5–9	20	33:14	138, 149, 167
31:6	161, 162, 179	33:14–16	165, 171
31:6–7	159	33:15	167
31:6–9	159	33:17	19, 166, 167
31:6–32:8	158	33:17–18	166
31:7	277	33:17–19	165
31:8–9	159	33:17–24	20, 270
32:1	19, 159, 161, 163, 166, 271	33:20	20, 36
32:1–8	20, 159, 270	33:20–24	120
32:1–20	157	33:21–23	165, 166
32:3	171	33:22	166
32:3–4	159	33:23	167
32:3–8	47	33:24	163, 167
32:4	282	34:1	169, 297
32:5	160	34:1–6	167
32:5–8	159	34:1–17	163, 167
32:6	201	34:2	168, 176, 289
32:7	160	34:2–3	167
32:9	162, 166, 179	34:2–4	167
32:9–14	161	34:5	168, 297
32:9–18	158	34:6	168
32:10	161	34:7–12	167
32:11–12	161	34:8	171
32:12	161	34:10	169
32:12–13	161	34:11	169, 216
32:13–14	161	34:13–17	84
32:15	214, 236	34:14–15	169, 171
32:15–18	161, 163	34:15	169
32:17	221, 237	34:23	168
32:17–18	161	35	5, 163
32:19	163	35:1	171
32:19–20	157, 162	35:1–2	170
33–35	144	35:1–10	163, 170, 270, 277, 287, 296
33:1	67, 116, 132, 144, 172, 234		
33:1–6	163	35:1–15	168
33:1–12	163, 167	35:2	162, 170, 306
33:1–35:10	30, 162	35:3–4	170
33:3	164	35:3–7	170
33:3–4	164	35:4	41, 292

35:5	171
35:5–7	170
35:6	171, 282
35:8–9	172
35:8–10	171
35:9	170, 172, 300
35:9–10	163, 219, 244, 251, 264, 297
35:10	170, 199, 208, 245, 251, 255
36–37	14, 37, 82, 90, 97, 144, 149, 172, 181
36–39	5
36:1	173
36:1–10	173
36:1–37:7	30, 173
36:1–37:38	30
36:3	123
36:4	172
36:4–7	174
36:6–7	176
36:8–9	174
36:9	178
36:11–21	174
36:14–15	174
36:15	20
36:16–17	174
36:18–20	174, 175
36:19	177
36:22–37:7	175
37	5
37:1	179
37:1–3	18, 122
37:1–4	114, 177, 255
37:2	123
37:3	164
37:4	177
37:5–6	175
37:6	177
37:7	175, 180
37:8–9	150, 176
37:8–35	30, 176
37:9	175, 176
37:10	20, 179
37:10–13	176
37:14–20	176–178
37:15–20	177
37:16	177
37:18–19	177
37:21–22	178, 180
37:21–29	18
37:21–35	176–178
37:22	64
37:23	14
37:23–25	178
37:26–29	178
37:28–29	178
37:29	16, 78, 157
37:30	161
37:30–32	178, 179
37:32	72
37:32–35	20
37:33–35	178, 180
37:36	18, 79, 107, 142, 159
37:36–37	62, 111, 150
37:36–38	14, 30, 180
38	14
38–39	30, 144, 172, 181, 187, 206
38–47	233
38–48	60
38–55	16, 19–22, 30, 215, 267, 270, 287
38–66	6
38:1	173, 181, 182, 187, 188, 233
38:1–8	30, 182
38:2–3	187
38:2–5	186
38:3–7	182
38:4–8	187
38:5–6	181
38:6	14, 19, 20, 175, 176, 180
38:7–8	181, 183
38:8	183
38:8–22	182
38:9–20	172, 187
38:9–22	30
38:10	185
38:10–11	184
38:11	185, 261
38:12–14	184
38:14	284
38:15–16	184
38:17	184, 185, 252
38:18–19	185
38:20	185
38:21–22	187
39	5, 14, 15, 22, 213

39:1	18, 115, 116, 181, 187	**40:15–17**	191–195
39:1–2	116, 182	**40:16**	193
39:1–4	14	**40:17**	194, 201, 216, 225
39:1–8	30, 90, 233, 275	**40:18**	203
39:2	18, 19, 187	**40:18–20**	191–195, 200, 215, 266
39:3–4	187	**40:19**	193
39:3–6	24	**40:19–20**	192
39:3–7	19, 27, 182	**40:20**	193
39:4	187	**40:21–24**	191, 193–195
39:5	187, 189	**40:22–24**	301
39:5–7	15, 189, 194	**40:23–24**	192
39:5–8	187	**40:25–26**	191, 193, 194
39:5–40:12	19	**40:25–31**	189
39:6	188, 211	**40:26**	201, 215, 220, 230, 239
39:6–7	27	**40:27**	200, 233, 242
39:8	24, 182, 187, 188	**40:27–31**	191, 195, 199, 203
39:8–9	302	**40:28**	195
40	5, 22, 266	**40:31**	69, 163, 196, 197, 244, 284, 303
40–41	204		
40–48	197	**41:1**	196, 197, 204, 215, 239, 288
40–55	15, 23, 26, 27, 56, 85, 190, 198, 205, 237, 271	**41:1–4**	189, 204, 209
		41:1–7	31, 189, 195, 199, 205
40:1	19, 39, 188, 189, 233, 248, 253, 256, 312	**41:2**	197, 201, 203, 224, 239
		41:2–3	196
40:1–2	155, 189, 206, 213	**41:2–4**	196
40:1–11	31, 189	**41:2–7**	200
40:1–20	197	**41:4**	196, 215, 239
40:1–41:20	31	**41:5–7**	177, 189, 196, 197, 200, 215, 232
40:1–42:17	30, 263		
40:2	15, 19, 20, 190, 260	**41:7**	207, 239
40:3	189, 190, 277	**41:8**	22, 37, 60, 200, 202, 206, 210, 213, 237, 238, 247
40:3–4	191		
40:3–5	190, 287	**41:8–9**	197, 198, 235
40:3–11	189, 190, 196, 199	**41:8–13**	197–199
40:5–6	199	**41:8–14**	197
40:7	161, 202, 214, 259	**41:8–20**	31, 189, 196, 197, 199
40:7–8	251	**41:10**	198
40:9	120, 190, 242, 292	**41:10–13**	198
40:9–11	190, 286, 287	**41:11**	198
40:10	191, 297	**41:11–12**	198
40:10–11	256, 257	**41:14**	172, 199, 231, 237
40:11	191	**41:14–16**	197–199
40:12	192, 198, 203	**41:15–16**	197
40:12–14	191–194	**41:17**	199
40:12–31	31, 189, 191, 199	**41:17–20**	197, 199
40:13–14	192, 195	**41:18–25**	208
40:15	85, 131, 193, 196, 203, 249, 314	**41:19**	26
		41:21	39, 200, 204, 312

41:21–24	200, 202, 236	42:21	208
41:21–29	31, 200, 209, 238	42:21–22	233
41:21–42:17	31, 196	42:22	221, 256
41:22	200, 233	42:24	202, 208
41:22–23	200, 201	42:25	208
41:23	200	42:29	202
41:24	200–202	43:1	87, 172, 201, 211, 214, 218, 219, 239
41:25	25, 196, 201	43:14	211
41:25–27	201, 204, 221	43:1–3	270
41:25–29	201, 202	43:1–7	31, 206, 208–210
41:26	201	43:2	208, 231
41:26–27	200	43:3	208–210, 225
41:28–29	200, 202	43:3–7	213
41:29	216, 225	43:4	209, 300
42:1	39, 161, 201–203, 214, 236, 238, 239, 247, 284	43:5	60
42:1–4	20, 190, 203, 204, 226, 238, 239, 241, 248, 249, 256, 267, 271, 287	43:5–6	209
		43:7	305
		43:8	233
42:1–7	206	43:8–13	31, 206, 209, 210, 215
42:1–9	31, 201	43:9	210, 211, 233
42:2	208, 246	43:10	197, 235
42:3	203, 293	43:11–12	209
42:3–4	39	43:14	190, 211, 237
42:4	202, 203, 249, 251, 266, 288	43:14–15	215
42:5	46, 161, 248	43:14–21	31, 206, 210, 218
42:5–9	241, 247, 248	43:16–17	210, 211
42:6	239, 287	43:19	233
42:6–7	203	43:19–20	210
42:7	206, 231, 292	43:22	212
42:8–9	203	43:22–24	31, 206, 211, 213, 218, 233
42:9	233	43:22–44:20	218
42:10–11	204	43:22–44:23	31, 73, 206, 219, 241
42:10–12	205	43:23–24	212
42:10–17	31, 204	43:24	213, 260
42:12–13	204	43:25	214, 215, 218, 260
42:13	72, 205, 226, 286	43:25–44:5	31, 206, 213, 218
42:14–17	204	43:26	213
42:16	206, 269	43:26–28	214
42:17	205	43:28	213, 214, 249
42:18	206, 210, 211, 233	43:40–48	211
42:18–25	15, 22, 31, 206, 208, 210, 213, 219, 238, 239, 243, 247, 256	44:1	214
		44:1–2	214, 235
42:18–43:21	31, 73, 206, 219, 233	44:2	252, 264
42:18–44:23	31	44:3	162, 213, 214, 236
42:19	206, 208	44:3–4	215
42:20	208	44:3–5	215

44:4–5	214	45:3–4	239
44:5	215	45:4–5	224
44:6	172, 211, 231	45:5	215
44:6–8	215, 216	45:5–6	222
44:6–20	31, 206, 215, 218	45:7	178, 219, 222, 223
44:7	216, 239	45:8	31, 219, 223, 250, 271
44:8	215	45:9	221, 233
44:9	216, 217, 225	45:9–10	223, 228, 236, 238
44:9–17	215	45:9–11	15, 242
44:9–20	215	45:9–13	19, 31, 219, 222–224, 227, 233, 270
44:10–11	216		
44:10–13	216	45:9–46:13	31, 219
44:10–17	216	45:11–13	223
44:12	266	45:13	15, 20, 215, 223, 228
44:12–13	218	45:14	225, 227, 244, 289
44:14	26	45:14–17	224, 227
44:14–17	216	45:14–25	31, 93, 196, 223, 224, 228, 233, 271, 287, 288, 315
44:14–25	243		
44:15	218	45:15	225, 226
44:15–17	215, 216	45:16	227
44:18	220	45:17	227, 242
44:18–20	215, 216	45:18–25	224, 225, 227
44:19	266	45:19	226
44:20	266	45:20–22	225
44:21–22	211, 218	45:21	131, 244, 246
44:21–23	31, 206, 218	45:22–23	223
44:22	260	45:22–25	215
44:22–23	218	45:23–25	225
44:22–24	172	45:24	223, 227
44:23	211, 240	45:25	60
44:24	219, 223	46:1	228
44:24–26	31, 219	46:1–2	228, 229
44:24–28	228, 230	46:1–7	223
44:24–45:7	190, 201, 223	46:1–13	31, 222–224, 227, 228, 233
44:24–45:8	31, 219		
44:24–47:15	196	46:3	239
44:24–48:22	31, 219, 226	46:3–4	37, 223, 228, 229
44:25–26	223	46:4	197, 228
44:26	31, 220	46:5–7	229
44:26–28	219, 223	46:6	266
44:27–28	233	46:8	223, 233, 236, 238, 260
44:28	15, 24, 220, 233	46:8–11	229
45:1	219, 223	46:8–12	242
45:1–4	219	46:8–13	219, 270
45:1–7	31, 221, 250	46:10–11	228, 230
45:1–8	228, 230	46:11	239
45:2–3	221	46:11–13	223
45:3	223	46:12	233

46:12–13	229, 230
46:13	271
47	231
47:1	31, 221, 231, 254, 265
47:1–7	231
47:1–15	31, 219, 230
47:2	208
47:2–3	113
47:3	41, 292
47:4	172, 215, 231, 234, 237
47:6	167
47:8–11	231
47:9	232, 245
47:10	232
47:12	212
47:12–15	231, 232
47:14	233
48	233
48:1	235, 239, 241, 247
48:1–2	233, 239, 243, 301
48:1–8	238
48:1–11	233
48:1–19	270
48:1–22	31, 219, 230, 233
48:2	215, 234, 235
48:3–6	233, 236
48:6	236
48:6–7	233
48:12	197, 235, 239
48:12–13	235, 236
48:12–16	235
48:12–22	233
48:14	236, 300
48:14–15	233, 235, 236
48:15	239
48:16	236, 238, 300
48:17	172
48:17–18	237, 238
48:17–19	237
48:17–22	237
48:18	260, 312
48:20	257
48:20–21	27, 188, 190, 208, 230, 233, 236, 256, 270
48:20–22	15, 241
48:21	254
48:22	27, 31, 233, 237, 238, 251, 256, 260, 270, 278, 312
48:22–49:13	256
49–55	31, 238, 241
49:1	239, 240, 248, 260
49:1–3	31, 239
49:1–6	20, 22, 31, 190, 203, 238, 241, 243, 287, 291
49:1–55:13	219, 222
49:2	246, 251, 252, 292
49:2–3	267
49:3	22, 219, 243, 247
49:3–4	238
49:4–6	31, 240
49:5–6	15, 238, 239, 242, 251, 269, 288
49:6	239, 260, 266, 271, 272
49:6–7	240
49:7	172, 237, 267, 288, 293, 295
49:7–12	242
49:7–13	31, 203, 241, 243, 247
49:8	252, 258, 287, 293
49:9–10	241
49:10	242
49:11–12	241
49:13	242
49:14	251
49:14–16	243
49:14–21	251
49:14–26	243
49:14–50:3	243
49:14–50:11	32, 240
49:15	218, 299
49:17	243
49:17–20	243
49:18	288
49:19–21	71
49:21–23	243
49:22	296, 314
49:22–23	288
49:22–26	93
49:22–50:3	251
49:24	244
49:24–25	244, 246
49:24–26	40, 244
49:25	242, 249
49:26	41
50:1	255, 260
50:1–3	244
50:2	245, 298

50:2–3	245	52:1	20, 248, 256, 265, 296
50:4	69, 236, 246, 251, 265, 267, 287, 292	52:1–2	20, 254
		52:1–10	253, 254
50:4–9	20, 22, 203, 243, 245, 247, 251, 287, 294	52:2	288
		52:3	172, 254, 256
50:5	236, 243, 292, 300	52:3–6	254
50:5–6	246, 247	52:3–12	251
50:7	236, 246, 295	52:4	258
50:8	249	52:4–5	254
50:10	247, 254, 271	52:5	121, 285
50:10–11	203, 245, 247	52:5–6	254
50:11	247	52:7	58, 255, 271, 297, 312
5:21–24	273	52:7–8	20
51:1	239, 247–249, 257, 271	52:7–9	287
51:1–3	248, 253	52:7–10	254, 286
51:1–8	32, 248, 250, 252	52:8	297
51:1–52:12	22, 32	52:10	163, 250, 259, 285, 287, 291, 297, 300
51:2	248, 291		
51:3	250, 253, 256	52:11–12	253, 256
51:4–5	249	52:12	269, 280
51:4–6	248	52:13	22, 56, 253, 263, 277, 297
51:5	250	52:13–15	257, 259
51:5–6	271	52:13–53:12	32, 203, 238, 257, 264, 277, 287, 291
51:6	135, 250, 271		
51:7	251	52:13–55:13	32
51:7–8	248, 249	52:14	257, 258
51:9	141, 153, 248, 251, 254, 258, 259, 285, 296, 300	52:14–15	257
		52:15	257, 263, 288, 295
51:9–11	32, 248, 250	53:1	72, 248–250, 285, 291, 297, 300
51:10	172		
51:10–11	279	53:1–3	257–260
51:12	251	53:2	49, 257
51:12–16	32, 248, 251	53:2–3	258
51:13	255	53:3	259, 261
51:13–14	251	53:4	167, 259, 260, 263
51:13–15	252	53:4–5	260–262
51:14	252	53:4–6	257, 259, 260
51:15–16	251	53:4–9	22
51:17	20, 248, 253, 256, 298	53:5	48, 72, 142, 260–262, 265, 269, 287, 312
51:17–20	253		
51:17–23	253, 254, 256	53:5–6	22
51:17–52:2	251	53:6	190, 263
51:17–52:12	32, 252	53:7	22, 260, 261
51:18–20	253	53:7–8	262
51:21	253	53:7–9	245, 257, 259, 260
51:21–22	298	53:8	15, 260
51:21–23	253	53:9	22, 257, 260, 261
51:22	253, 254	53:10	39, 190, 207, 263, 287, 309

53:10–12	22, 257, 259, 262
53:11	22, 59, 244, 249, 258, 265, 266, 280, 293, 295
53:11–12	229
53:12	22, 142, 164, 285
54–55	263
54:1	120, 199, 205, 219, 238, 242, 264, 266, 293, 297
54:1–3	71, 264, 265
54:1–8	295
54:1–17	243, 263
54:1–55:13	32, 203, 247, 257, 263, 287
54:3	264
54:4–5	264
54:4–8	264, 265
54:5	172, 215, 237
54:6	297
54:7	264, 289, 299
54:7–8	264, 265
54:8	167, 191, 264, 265, 268, 289
54:9	167
54:9–10	264, 265
54:10	257, 260, 269, 287, 312
54:11–14	265
54:11–15	263, 265
54:14	244
54:15–17	68, 265, 266
54:16–17	265
54:17	266, 280, 293, 306
54:24–26	265
54:47–52	265
55:1	145, 238, 263, 267, 288, 296, 297
55:1–2	143, 267, 269, 307
55:1–3	267
55:1–13	190, 196, 257, 266, 270, 271
55:2	239
55:2–3	267
55:3	56, 130, 287, 294, 297
55:3–4	263
55:6	279
55:6–7	268
55:7	299
55:8	80, 207, 221, 235, 268
55:8–9	267
55:10	268, 269
55:11	77, 227
55:12	312
55:13	26
56	19
56–57	279
56–58	304
56–66	15, 16, 19–21, 27, 32, 205, 236, 270, 276, 304, 305, 307
56:1	15, 19, 284, 285, 290, 297
56:1–4	305
56:1–8	32, 271, 279, 315
56:1–59:9	285
56:1–59:13	32
56:4	275
56:6	297
56:6–7	271
56:8	315
56:9–12	19, 32, 270, 272, 273
56:9–57:12	32
56:9–57:21	271, 279
56:11	220
57:1–2	270, 273, 277, 279
57:1–21	32, 272, 273
57:2	312
57:3–5	273, 274
57:3–6	42, 276, 277
57:3–8	19
57:3–10	270
57:3–13	270, 272–274
57:5	293
57:7–8	277
57:7–9	274
57:7–10	276
57:9–10	273, 275, 277
57:10	212
57:11–13	276
57:13	20
57:14	282, 296
57:14–19	273
57:14–21	277
57:15	57, 72, 277, 278, 292
57:15–21	270
57:16–17	167
57:18	292
57:18–19	277, 286, 306
57:19	279, 284–286, 314
57:19–21	273
57:20–21	273

57:21	238, 251, 279	59:16–17	83
58	279	59:16–19	270
58:1	281	59:17	72, 278, 287, 291–293, 313, 314
58:1–14	32, 271, 279, 282, 284, 285, 315	59:18	288
58:2–5	279, 281	59:18–20	287
58:3–4	282	59:19	286
58:5	292	59:19–20	285
58:6	281	59:20	20, 172, 286, 288
58:6–7	280	59:20–21	20, 270
58:6–12	279, 280	59:21	32, 60, 236, 286, 287, 291, 294, 295, 298, 315
58:7	281	59:21–60:22	32
58:8	281	60	93
58:8–9	282	60:1	140, 288
58:11	147	60:1–3	288
58:13	281, 282	60:1–22	32, 286, 287
58:13–14	279, 281	60:3	288, 289, 295, 305
58:14	190, 281	60:4	312
59:1	245, 282	60:4–5	288
59:1–2	282	60:4–9	288
59:1–4	32, 282, 284, 286	60:5	127
59:1–13	32, 271, 279, 304	60:6–7	288
59:1–15	270	60:7	289, 292
59:1–20	286	60:8–9	288
59:2	282	60:9	288, 289, 314
59:2–15	19	60:10	167, 289, 292, 293
59:3	283	60:10–11	295
59:3–4	282, 284	60:10–14	289
59:3–8	285	60:11	289
59:4	282–285	60:13	58, 289
59:5–7	282	60:14	20, 288, 289
59:5–8	32, 283, 284, 286	60:15–16	290, 291
59:6	283	60:15–22	290
59:8	282, 312	60:16	41, 172, 293, 295
59:9	284	60:17	291, 312
59:9–12	282	60:17–18	290, 291
59:9–13	32, 282, 284–286	60:17–22	291
59:11	251, 271	60:18	271
59:12	285	60:19–20	133, 291
59:12–13	285	60:21	240, 291, 293
59:13	282, 284	60:21–22	291
59:14	285	61:1	204, 205, 236, 292, 294, 297
59:14–15	270	61:1–2	202, 291, 298
59:14–17	295	61:1–3	15, 20, 270, 287, 292
59:14–20	32, 286, 287	61:1–4	32, 287, 291, 295
59:14–63:6	32, 304	61:1–9	32
59:15	80	61:2	41, 278, 292, 294, 314
59:16	297, 298		

60:3	295
61:3–4	293, 294
61:5–6	293
61:5–9	32, 287, 293
61:6	111, 315
61:6–7	294
61:7	293, 294
61:7–9	293
61:8	300
61:10	292, 294, 295, 297, 298, 313
61:10–62:7	20, 32, 270, 287, 294, 296
61:10–62:12	32
61:11	296
61:13	20
62:1	120, 271, 294, 298
62:1–3	294
62:4–5	294
62:5	295
62:6	299
62:6–7	294, 296
62:8	15, 212
62:8–9	296
62:8–12	32, 287, 296
62:10	314
62:11	20, 296, 297
62:11–12	298
62:12	20, 172, 297
63:1–6	15, 20, 32, 168, 270, 287, 299
63:3	258, 298, 306
63:4	172, 298, 314
63:4–6	278
63:5	298
63:6	298
63:7	299, 301
63:7–14	33, 299
63:7–64:12	32, 299
63:7–66:24	32
63:8–9	180, 299
63:10	83, 247
63:10–14	50, 299
63:11	83, 236
63:11–12	300
63:12	250
63:13–14	300
63:15	33, 72, 299, 304
63:15–16	301
63:15–64:12	299, 301
63:16	72
63:17	301
63:17–19	301
63:19	302
64:1	302, 303
64:1–2	270
64:1–3	302
64:2	303
64:4–5	302
64:5	231
64:6	208, 303
64:6–7	303
64:8	72
64:8–9	303
64:8–10	301
64:10	20
64:10–11	301
64:10–12	304
64:12	33, 304
64:17–19	302
65:1	304, 305
65:1–10	33, 304
65:1–66:24	33, 299
65:2	305
65:2–5	313
65:2–7	305, 306
65:3	305
65:3–5	305, 313
65:3–7	270
65:6–7	304, 309
65:7	307
65:8–9	304
65:8–10	306, 307
65:9	60, 307
65:11	307, 309, 311
65:11–12	270, 305, 307
65:11–16	33, 307
65:13–15	307
65:13–16	270, 308
65:16	307
65:17	308, 313
65:17–18	20, 308
65:17–24	270
65:17–25	15, 20, 33, 308
65:18	308
65:19	313
65:20	309, 313

65:21–22	309	1:6	47
65:21–25	309	1:9	200, 252
65:22–23	309	1:9–10	252
65:24–25	309	2:1–3	166, 264
65:25	20, 84, 309	2:2	285
66	309, 310, 313	2:5	201
66:1	289, 313, 315	2:8	220
66:1–2	309	2:15	67
66:1–4	305, 309, 310	2:18	121
66:1–24	33, 309	2:20	274, 305
66:2	311	2:21	51
66:4	47, 313	2:27	305
66:5	312	3:1	75
66:5–6	311, 313	3:1–2	129
66:5–14	310	3:2	305
66:6	20, 190	3:6	305
66:7–9	311	3:13	305
66:7–13	20, 270	3:20	121
66:7–14	313	4:22–26	92
66:8	20	4:23	169
66:8–9	71	4:23–25	225
66:9	39, 312	4:23–26	130
66:10	265	4:27	306
66:10–11	311, 312	6:20	213
66:10–13	120	6:23	91
66:12	237	7:21	211
66:12–13	311, 312	7:21–22	38
66:14	312, 313, 316	7:31–32	157
66:14–16	270	8:17	84
66:15	313	8:19	121
66:15–17	305, 310, 313	10:12–16	194
66:17	42, 313	11:14	175
66:17–18	312	12:7–10	51
66:17–24	270	13:1	113
66:18–19	314	14:11	175
66:18–21	305, 310	17:19–27	272, 279
66:18–24	20, 309, 313	19:1–13	113
66:19–24	93	19:6	157
66:20–22	314	23:5	49
66:21	293	25:12–13	238
66:22	60	27:5–6	194
66:22–23	310	29	230, 252
66:23–24	314	29:10	238
66:24	138	30:9	82
66:25–26	315	30:11	306
Giê-rê-mi		30:17	280
1:4–19	35	31:3	107
1:5	239	31:10	239

31:12	49	25:11	125
31:22	239	28:2–5	45
31:34	213, 265	28:10	261
31:35	222, 252	29:10	242
32:17–20	194	30:5	314
32:35	274	30:6	242
33:15	49	30:26	125
33:20	45, 222	33:1–9	273
33:25	45	34:2–9	273
34:8	292	34:11	297
46:9	314	34:23–24	82
47:4	125	35	297
47:5	59	36:5	67
48:5	100	36:27	161
48:30	220	38–39	91
49:7–22	168	38:14–23	91
50:29	21	39:1	314
50:36	220	39:7	21
51:5	21	39:17–29	108
51:13	211	39:29	162
51:34	141	43:15	149
Ca Thương		44:2	180
1:1	40	Đa-ni-ên	
2:1	58, 289	6	230
3:34	260	6:8	92
4:7	281	7–12	128
Ê-xê-chi-ên		7:13–14	68
1:1–3:27	35	8:3	132
1:4	156	9:4	299
1:22–28	177	9:11	130
1:25	107	10:13	132
2:7–3:4	252	10:20	132
3:6	305	11:7	291
3:16–21	273	12:2	140, 316
6:4	143	Ô-sê	
8:1–18	305	2:14	189
8:7–11	313	3:1	102
11:13–20	306	3:2	245
16:1	305	3:5	82, 248
16:23	274	6:3	248
20:9	301	6:4	191, 218
20:12	272	6:6	38
20:14	301	10:1	67
20:22	301	12:4	180
21:9	107	13:3	218
22:8	272	14:5	140
24:7	281	14:8	121, 255
25:7	125	2:21–22	156

Giô-ên		1:16	100
1:18	121	2:2	52
2:12	123	2:11	75
2:16	50	4:1–3	271
2:28	162	4:1–4	42
3:4	125	4:8	161
A-mốt		5:2	239
1:1	36, 54, 252	5:4	293
1:2	73	5:12–14	305
1:3	231	6:6–7	211
1:6	74, 231	6:6–8	38
1:9	127, 231	6:9	148
1:9–11	125	7:4	121
1:11	231	7:18–19	185, 213
1:13	231	**Ha-ba-cúc**	
2:4	234, 305	3:2	41
2:4–5	73	3:19	282
2:6–8	52	**Sô-phô-ni**	
3:1–2	79, 121	1:12	135
3:4–7	178	**A-ghê**	
4:1	145	1:2–3	304
4:4–5	211	1:2–6	110
4:5	42	2:5	83, 300
4:6–11	74, 178	2:10–14	212
4:13	245, 252	**Xa-cha-ri**	
5:8	245, 252	1:12–13	180
5:10	285	1:17	235
5:12–13	273	2:4–5	289
5:13	283	3:6–10	180
5:21–23	211, 212	3:8	49
5:24–25	38	3:8–10	49
6:6	145	4:5	54
7:10	75	4:7	121, 199
7:10–17	35	5:5	130
8:5	272	5:5–11	85
9:3	250	6:12	49
9:4	252	7:5	170
9:4–5	245	8:12	179
9:7	121	9:2–4	125
9:9	157	9:14	143
9:11–15	73	9:16	286
9:13	49, 156	**Ma-la-chi**	
Áp-đia		1:6–7	212
10–14	168	1:7	212
Giô-na		2:5–7	146
1:6	255	3:1	178, 180, 300
Mi-chê		**Ma-thi-ơ**	
1:1	36	1:16	64

1:23	63	8:10–15	112
1:25	63	8:12–14	181
3:2	188	9:41	240
5:37	283	9:51	246
7:13–14	71	10:20	50
8:17	259	11:47–51	306
12:34	262, 285	11:50–51	94
12:36	283	13:23–30	71
13:14–15	60	18:12	279
15:9	212	19:14	130
15:18	283	21:25–27	82
16:18	79	21:36	159
21:31–32	305	23:4	246
22:41–45	63	23:10	246
23:31–32	213	23:14	246
23:35–36	213	23:50	261
24	128	24:27	37
24:31	85, 143	24:32	37, 88
26:52	155	24:32–33	43
27:3–4	246	24:44	28
27:26–30	246	**Giăng**	
27:57	261	1:18	57
Mác		1:43	297
1:2	28	1:52	272, 288
1:9–11	83, 300	3:17	292
4:12	60	4:13	281
4:16–19	191	4:24	57, 158
5:3	246	5:22–29	292
7:6–8	150	6:33	79
7:34	284	6:37	263
8:21	240	8:4	260
9:7	239	8:46	246
12:9	51	9:11	78
13:27	86	9:35	297
14:27	240	10:10	185, 249
15:15–20	246	11:38	284
15:43	261	11:52	297, 315
9:43–48	315	12:24	60
Lu-ca		12:39–41	60
1:13	178, 182	12:41	28
1:31–33	269	14:16–17	83
1:32	84	15:7–8	237
1:32–33	85, 221	15:16	305
3:4	28	16:23–24	155
4:16–22	292	16:26–27	155
4:17–19	205	16:33	68
5:8–10	214	18:36	242, 291
8:10	60	19:1–3	246

19:6	246	10:20	305
19:11	77	11:29	214
19:31	261	12:1–2	234
19:38	261	13:1	221
20:31	185	13:11–12	118
Công Vụ Các Sứ Đồ		13:12	135, 280
1:3	262	14:1–3	112
2:11	165	15:20	96
4:24–30	299	15:27	293
4:24–31	177	1 Cô-rinh-tô	
5:14	86	1:18–25	220
7:29	218	1:25	159
9:12	24, 221	2:14	218
10	249	3:7–9	240
11:23	16	3:16	58, 83
13:22	202	4:9–10	277
13:33	63	6:19	83
14:17	138	8:4	216
14:22	112	8:5	216
15:15–18	242	10:13	273
26:15–18	205	10:20	216
28:25	60	11:26	82
28:26–27	60	14:20	146
Rô-ma		14:24–25	112
1:4	63	14:25	244
1:16–18	87, 167, 253	15:52	143
1:20	193	2 Cô-rinh-tô	
1:24	92	1:20	308
1:26	92	3:12	56
1:28	37, 92	4:4	217
2:3	45	4:8–10	149
3:23	135, 165	4:16–5:5	95
3:26	227, 244	5:1	184
4:11–12	288	5:9	96
4:17–21	248	5:17	308
4:25	262	6:7	280
5:1–2	291	7:1	83
5:17	185	13:14	300
6:16	182	Ga-la-ti	
6:17–22	218	1–2	57
8:19	205, 249	3:8	130
8:19–21	170, 219, 269	6:7	165
8:20–21	242	6:7–8	150
8:20–23	45	6:16	225
8:21	156	Ê-phê-sô	
8:22	170	1:4	198
8:22–23	284	1:6	185
8:25	69	2:4	186

2:10	208	2:10	207
2:19–22	58	3:3	92
3:6	109, 144, 315	3:4–6	186
4:2	45	**Hê-bơ-rơ**	
4:17–18	37	1:5	63
4:18–19	143	2:9	262
4:20–22	37	2:10	71, 262
4:24	219	2:15	135
4:30	83, 300	2:22	287
5:8	151	3:13	54
6:4	185	4:12	239
6:12	270	5:5	63
Phi-líp		6:4–8	60
1:6	236, 241	6:13	227
2:8	263	7:25	263
2:9–11	134, 227, 270	9:28	297
2:27	183	10:5–9	22
3:13–14	96	10:12	143, 270
3:20–21	297	10:12–13	164
4:3	50	10:12–14	297
1 Tê-sa-lô-ni-ca		10:12–22	112
1:3	56, 69	10:13	137, 270
1:5–6	181	10:18	143
1:6	112	10:19	307
1:9	268	10:24–25	171
2:13–14	181	11:2	193
3:5	181	11:11–12	248
4:16	143	12:1–10	138
5:2–3	91	12:1–11	112
5:4	151	12:2	294
5:8	56	12:10	235
2 Tê-sa-lô-ni-ca		12:22	20, 61, 137, 291, 296
1:7–10	292	12:22–23	286, 312, 315
1:10	294	12:22–24	99, 254
2:4	178	**Gia-cơ**	
2:9–12	150	1:1	191
2:10–11	217	1:18	220
2:11	111, 176	1:22–25	218
2:15–16	56	1:26	111
1 Ti-mô-thê		2:23	198
6:16	58	3:2	111
6:17	232	**1 Phi-e-rơ**	
2 Ti-mô-thê		1:1	191
1:10	184	1:17–18	83
2:13	18	1:17–20	152
4:3–4	154, 274	1:17–21	68
4:8	130	1:18–19	255
Tít		2:4–8	147

3:15	83	18–19	116
3:15–16	68	19:1–8	297
2 Phi-e-rơ		19:7	296
3:3	311	19:11–13	156
3:4	118	19:13	298
3:8	151	19:15	83, 239
3:9	96	19:17–18	108
3:15	96	19:19–20	164
3:18–19	291	20:7–15	82
1 Giăng		20:8	91
1:7	38	20:9	91
2:3–6	237	20:12	276
3:2	219, 270	20:15	316
4:4	79	21:2	20
4:17–18	214	21:3–5	49
Khải Huyền		21:4	135
1:4	259	21:5	308
1:16	239	21:9–25	287
2:3	135	21:10	296
3:5	50	21:24–26	94, 127, 312
7:9–17	291	21:26	293
14:15	108	21:27	50, 254, 286
17:12–14	82	22:14	315
17:17	176		

www.ingramcontent.com/pod-product-compliance
Lightning Source LLC
Chambersburg PA
CBHW031753220426
43662CB00007B/394